ഗ്രീൻ ബുക്സ്

ശംബൂകൻ

ഗംഗാധരൻ ചെങ്ങാലൂർ

തൃശ്ശൂർ ജില്ലയിലെ പെരുമ്പിള്ളിശ്ശേരിയിൽ ജനനം.
ചേർപ്പ് ഗ്രാമോദ്ധാരണം സ്കൂൾ,
സി.എൻ.എൻ. ബോയ്സ് ഹൈസ്കൂൾ,
തിരുവനന്തപുരം എം.ജി. കോളേജ്,
തൃശൂർ സെന്റ് തോമസ് കോളേജ് എന്നിവിടങ്ങളിൽ
സ്കൂൾ ബിരുദ ബിരുദാനന്തരപഠനം.
കാലിക്കറ്റ് യൂണിവേഴ്സിറ്റിയിൽനിന്ന്
അസി. രജിസ്ട്രാറായി റിട്ടയർമെന്റ്.
കഥ, നോവൽ, ബാലസാഹിത്യം, വൈജ്ഞാനിക
സാഹിത്യം എന്നീ വിവിധ മേഖലകളിലായി
പത്തോളം കൃതികൾ.

പുരസ്കാരങ്ങൾ: *സർഗ്ഗസ്വരം അവാർഡ്,*
ചന്ദ്രിക ആഴ്ചപ്പതിപ്പ് പുരസ്കാരം, പി.ടി.ബി. പുരസ്കാരം,
കേരള സാഹിത്യ അക്കാദമി എൻഡോവ്മെന്റ്.

ഗ്രീൻ ബുക്സ് പ്രസിദ്ധീകരിച്ച
ഗ്രന്ഥകർത്താവിന്റെ ഇതര കൃതി

വെൺമഴു (നോവൽ)

നോവൽ

ശംബൂകൻ

ഗംഗാധരൻ ചെങ്ങാലൂർ

ഗ്രീൻ ബുക്സ്

green books private limited
gb building, civil lane road, ayyanthole,
thrissur- 680 003, kerala, ph: +91 487-2381066, 2381039
website: www.greenbooksindia.com
e-mail: info@greenbooksindia.com

malayalam
sambookan
novel
by
gangadharan chengalur

first published november 2017

cover illustration : gopidas
cover design : rajesh chalode

branches:
thrissur 0487-2422515
palakkad 0491-2546162
kannur 0497-2763038
thiruvananthapuram 8589095301

isbn : 978-93-87331-15-0

---

this is a work of pure fiction.
all the characters depicted are ficticious and
resemblance to real person living or dead,
is purely coincidential.
the author has need iconic manner,
dates & events to aid story-telling.
there is no intention to imply anything else - author

GBPL/972/2017

ത്രേതായുഗത്തിലെ
സത്യപ്പൊരുളിന്

ന മിത്ഥ്യാऽഹം വദേ രാമ ദേവലോകജിഗീഷയാ
ശൂദ്രം മാം വിദ്ധി കാകുത്സ്ഥ ശംബൂകോ നാമ നാമതഃ
(രാമ, ദേവലോകം നേടാൻ വാഞ്ഛയുള്ള ഞാൻ നുണ പറയുക യില്ല. കാകുത്സ്ഥാ, ഞാനൊരു ശൂദ്രനാണെന്ന് അറിയൂ. ശംബൂകൻ എന്നാണ് എന്റെ പേര്)

ഭാഷ തസ്തസ്യ ശൂദ്രസ്യ ഖഡ്ഗം സുരുചിരപ്രഭം
നിഷ്കൃഷ്യ കോശദ്വിമലം ശിരശ്ചിച്ഛേദ രാഘവാഃ
(ആ ശൂദ്രൻ ഇപ്രകാരം പറയവേ, തിളങ്ങുന്ന വിമലമായ വാൾ ഉറയിൽ നിന്നൂരിയെടുത്തു രാഘവൻ അവന്റെ തല കൊയ്തു)

വാല്മീകി രാമായണം
ഉത്തരകാണ്ഡം
പരി: സ്വാമി സുന്ദരേശൻ

ഭാഗം ഒന്ന്

മഹാഗ്രന്ഥം

ഒന്ന്

മരണത്തിനും ജീവിതത്തിനുമിടയിൽ ഒരു വാൾവീശലിന്റെ ദൈർഘ്യമേയുള്ളൂവെന്നറിഞ്ഞിട്ടും ശംബൂകനാവ് അസത്യഭാഷണത്തിനു തുനിഞ്ഞതേയില്ല. മനസ്സിൽ ആദരബിംബമായി കൊണ്ടുനടക്കുന്ന മര്യാദപുരുഷോത്തമനെ നേരിൽ കാണാൻ സാധിച്ചതിലെ സംതൃപ്തി പതഞ്ഞു നിറയുകയായിരുന്നു.

ത്രേതായുഗത്തിലെ കാരുണ്യമൂർത്തിയോട് ആദരവിന് കാരണങ്ങൾ രണ്ട്: മന്വന്തരങ്ങളായി മലീമസമായ ധാർമ്മികഭൂമികയെ സ്വയം ആചരിച്ച ഏകഭാര്യാവ്രതംകൊണ്ട് നവീകരിച്ച ക്രാന്തദർശി. രാജ്യത്തെ മുഴുവൻ പ്രജകളിലും തുല്യനീതി സ്വപ്നംകണ്ട കാരുണ്യനിധി. കേട്ടറിവുകളിലെ നായകനായ മഹാപുരുഷനെ നേരിൽ കാണാനും സംസാരിക്കാനും കഴിഞ്ഞത് മഹാസുകൃതം.

സാകേതാധിപനാകട്ടെ സുപ്രധാനമായൊരു കർത്തവ്യപൂർത്തീകരണത്തിനിറങ്ങിയതായിരുന്നു. അയോധ്യയിൽ വിപത്തു വിതച്ചു മുന്നേറുന്ന രാജ്യദ്രോഹിയെ കണ്ടെത്തി എത്രയും വേഗം ഉന്മൂലനം ചെയ്ത് രാജ്യത്തെ രക്ഷിക്കുക, വർണ്ണാശ്രമധർമ്മങ്ങൾ അതിലംഘിച്ചു മുന്നേറുന്ന അധർമ്മിയെ മുച്ചൂടും സംഹരിച്ച് ആർഷനിയമങ്ങൾ പരിരക്ഷിക്കുക, കാലങ്ങളായി അയോധ്യയേയും ആര്യാവർത്തത്തേയും പുരോഗതിയിലേക്കും അനശ്വരമായ യശസ്സിലേക്കും വഴികാട്ടുന്ന ചാതുർവർണ്ണ്യവ്യവസ്ഥകൾക്കു തരിമ്പും കോട്ടം തട്ടാതെ കണ്ണിലെ കൃഷ്ണമണിപോലെ കാക്കുക, ആർഷസംസ്കൃതിയുടെ ആണിക്കല്ലുകളായ ഋഷിപ്രോക്തങ്ങൾ ദുർബ്ബലമാവുന്നതോടെ ആര്യാവർത്തം തറക്കല്ലിളകിയ കോട്ടയായി തീരും. അതനുവദിച്ചുകൂടാ. എന്നും അയോധ്യയുടെ ആകാശത്ത് ചിറകടിച്ചു വിഹരിക്കുന്ന ദേവപ്രീതിക്കു ഗതിവേഗം കുറഞ്ഞുകൂടാ. അയോധ്യയുടെ ചിരകാലസുഹൃത്തായ ഇന്ദ്രനും മറ്റു ദേവഗണങ്ങളും ഭൂമിയിലെ അനുഗ്രഹനിഗ്രഹശക്തികളായ ഋഷിബ്രാഹ്മണതേജസ്സുകളും എന്നും ആശിർവാദം ചൊരിഞ്ഞു കൂടെവേണം. പവിത്രജന്മങ്ങളായ ദേവന്മാരെ ശത്രുപാളയത്തിലാക്കുന്ന ആരേയും ഞൊടിയിടകൊണ്ട് ഭസ്മീകരിക്കാൻ സാകേതം പ്രതിജ്ഞാബദ്ധമാണ്.

അടുത്ത ക്ഷണം സാകേതമന്നൻ പൊടുന്നനെ രാജസദസ്സിൽ വന്നു പെട്ട കൃശഗാത്രനായ ബ്രാഹ്മണശ്രേഷ്ഠനോടു കൃതജ്ഞാലുവായി. കാരണം അനുവാദം കൂടാതെ ബ്രാഹ്മണർക്കു കടന്നുവരാവുന്ന ശ്രേഷ്ഠ വാതിൽ തള്ളിത്തുറന്നു രാജസന്നിധിയിലെത്തിയ വൃദ്ധബ്രാഹ്മണൻ തീയിലൂടെയാണ് നടന്നു വരുന്നതെന്നു കണ്ടപ്പോൾ. പാളത്താറിനു മുകളിൽ നഗ്നമാക്കപ്പെട്ട ശരീരം ഭസ്മവരകൾകൊണ്ട് മറ്റൊരാവരണ മായി.

നെറ്റിത്തടം നിറയെ മഞ്ഞയും ചുവപ്പും വെളുപ്പും കലർന്ന ചന്ദന വരകൾ. നടുക്ക് തൃക്കണ്ണുപോലെ ചുവന്ന കുങ്കുമപ്പൊട്ട്. നെറുകയിൽ നര കയറിയ കുടുമ.

നീട്ടിപ്പിടിച്ച ബ്രാഹ്മണഹസ്തങ്ങളിൽ ശൈശവം മാറാത്ത കുഞ്ഞിനെ കണ്ടപ്പോൾ രാജസഹായം അഭ്യർത്ഥിച്ചെത്തിയ ദരിദ്ര ബ്രാഹ്മണനാ യിരിക്കുമെന്നു കരുതി. അങ്ങനെയെങ്കിൽ ബ്രാഹ്മണബാലന്റെ തൂക്ക ത്തോളം പൊന്നും രത്നങ്ങളും നൽകി ദ്വിജാനുഗ്രഹം നേടിയെടുക്കാൻ ഭണ്ഡാരം സൂക്ഷിപ്പുകാരന് ആജ്ഞ നൽകാൻ ഉദ്യമിച്ചതാണ്. രാജാവിന്റെ അന്തർഗതം ജ്ഞാനദൃഷ്ടിയാലറിഞ്ഞതുപോലെ അസ്ഥിമാത്രഗാത്ര നായ ബ്രാഹ്മണശ്രേഷ്ഠന്റെ ഉരുക്കിന്റെ ഉറപ്പുള്ള ശബ്ദം രാജധാനി യാകെ മുഴങ്ങി: “രാജാവേ, അയോധ്യയിൽ കൊടിയ അധർമ്മം കളി യാടുന്നു. ധർമ്മച്യുതി നിമിത്തം ബ്രാഹ്മണജന്മങ്ങൾ നശിച്ചുപോവുന്നു. അധർമ്മി ശിക്ഷിക്കപ്പെടാത്തിടത്തോളം കാലം ശ്രേഷ്ഠമായ ഫലങ്ങൾ കൊഴിഞ്ഞുപോവുകതന്നെ ചെയ്യും. ബ്രാഹ്മണസന്തതികൾ അപമൃത്യു വിനിരയാകും. അയോധ്യ ഐശ്വര്യം നഷ്ടപ്പെട്ട് തീയിൽപെട്ട പച്ചില പോലെ കരിഞ്ഞു ഭസ്മമാവും”

ഭരദ്വാജ മഹർഷിയുടെ കാർമ്മികത്വത്തിൽ നടന്ന പട്ടാഭിഷേകശേഷം അയോധ്യ രാമരാജ്യമായി വളരുകയാണെന്ന ഗുപ്തചരസന്ദേശങ്ങൾ മനസ്സിനെ സരയൂതടമാക്കി നനയ്ക്കുകയാണ്. എവിടെയും പ്രജാസു ഖവിശേഷങ്ങൾ. അന്യരാജ്യ ഭരണങ്ങളെ അസ്തപ്രജ്ഞമാക്കുന്ന അറിയിപ്പുകൾ. അശ്വമേധം കഴിഞ്ഞതോടെ സ്വർഗ്ഗത്തിൽനിന്നു പോലും പുഷ്പവൃഷ്ടി. പട്ടിണിയും ബാലമരണങ്ങളും മാറാരോഗവുമില്ലാത്ത അയോധ്യ. രാജാവിനെ കാണാൻ വന്ന ഋഷിമാർക്കും മറിച്ചൊരഭിപ്രായ മില്ല. എല്ലാംകൊണ്ടും ചന്ദനലേപത്തിൽ ആറാടി നിൽക്കുന്ന അവസ്ഥ. എങ്കിലും സന്ദേഹത്തിന്റെ ഒരു കൊച്ചല. ഗുപ്തചരന്മാർ രാജപ്രീതിക്കു വേണ്ടി അനർത്ഥങ്ങൾ മൂടിവക്കുക അസാധാരണമല്ലല്ലോ.

തേജസ്വിയായ ബ്രാഹ്മണന്റെ കൈകളിൽ അദ്ദേഹത്തിനു പിറന്ന ബാലന്റെ ചേതനയറ്റ ശരീരം. വേദോപനിഷത്തുകൾ സാത്വികപ്രകാശം പരത്തുന്ന നയനങ്ങളിലും മുഖത്തും ദൈന്യതയുടെ അലയാഴി. ഓംകാരം വിളയുന്ന നാക്കിൻ തുമ്പിൽ ആപൽസൂചനകളുടെ തെളിശബ്ദം.

“രാമാ, വിപിനത്തിലെ ജലാശയതീരത്ത് തലകീഴായി കിടന്ന് ശൂദ്രൻ കൊടുംതപസ്സനുഷ്ഠിക്കുന്നു. പരമശ്രേഷ്ഠനായ ബ്രാഹ്മണനുപോലും അപ്രാപ്യമായ ഉടലോടെയുള്ള സ്വർഗ്ഗമാണവന്റെ ലക്ഷ്യം. വേദം

വായിക്കുന്ന ശൂദ്രന്റെ ചെവിയിൽ ഈയമുരുക്കിയൊഴിക്കണമെന്ന മനുനിയമം നിലനിൽക്കുന്ന ഭാരതഭൂമി മുച്ചൂടും മുടിയാൻ ഇതിൽ കൂടുതൽ എന്തുവേണം? ശൂദ്രതപസ്സിൽ അസന്തുഷ്ടരായ ദേവകളുടെ നീരസമാണ് അയോധ്യയുടെ മേൽ അശനിപാതംപോലെ പതിച്ചിരിക്കുന്നത്. സർവ്വനാശം സംഭവിക്കുന്നതിനു മുമ്പ് രാജാവേ, അധർമ്മിയെ വകവരുത്തുകയെന്ന കർത്തവ്യപാലനത്തിനു തയ്യാറാകൂ. അല്ലാത്തപക്ഷം ബ്രഹ്മഹത്യാ പാപഫലമായ രാജ്യനാശം അനുഭവിക്കാൻ തയ്യാറായിക്കൊള്ളുക." ക്രോധവും സങ്കടവും ധാർമ്മികരോഷവും ഇടകലർന്ന ബ്രാഹ്മണ വചനം അവസാനത്തോടടുക്കുമ്പോൾ പ്രവചന സ്വഭാവം കൈവരിക്കുന്നതറിഞ്ഞ സാകേതമന്നൻ പിന്നെ അരനിമിഷം പാഴാക്കിയില്ല. അധർമ്മികളുടെ തലയറുത്തു ശീലിച്ച സ്വർണ്ണപ്പിടിയുള്ള പള്ളിവാൾ ഉറയിലുറപ്പിച്ച് വായുവേഗത്തിൽ കുതിരയെ വിട്ടു.

അയോധ്യാപതിയുടെ തിരക്ക് ശംബൂകന് മനസ്സിലാക്കാവുന്നതേയുള്ളൂ. പതിനാലു വർഷത്തെ അസാന്നിദ്ധ്യം കൊണ്ട് താറുമാറായ മുഴുവൻ ഭരണസംവിധാനങ്ങളേയും അതാതിന്റെ അച്ചാണിയിൽ വീണ്ടും വിളക്കിചേർക്കേണ്ടതുണ്ട്. സരയൂ അതിന്റെ ഒഴുക്കുതന്നെ മറന്നുപോയി ദണ്ഡകാരണ്യത്തിലേക്കു തിരിഞ്ഞിരിക്കുന്നു. ഭ്രാതൃഭക്തിയിൽ സമസ്തവും സമർപ്പിച്ചു പാദുകസേവയിൽ മുഴുകിയ ഭരതസ്നേഹത്തിനു ശ്രദ്ധിക്കാൻ കഴിയാതെപോയ പലതിനേയും നേർവഴിക്കു കൊണ്ടുവരേണ്ടതുണ്ട്. പതിന്നാലുവർഷത്തെ സമർപ്പിത ഭക്തികൊണ്ട് ആരോഗ്യംപോലും നഷ്ടപ്പെട്ട ഭരത ശത്രുഘ്നന്മാർക്കു വിശ്രമം കൊടുക്കേണ്ടതുണ്ട്. എവിടേയും രാജാവിന്റെ മെയ്യും മനസ്സും എത്തേണ്ടതുണ്ട്. അതിനിടയിലാണ് ശൂദ്രശല്യമെന്ന ശംബൂകതപസ്സ്. രാജ്യം ശൂദ്രാക്രമണത്തിന്റെ അഗ്നികുണ്ഡത്തിൽ കിടന്നു ചാമ്പലാവുന്നതിനു മുമ്പ് രാജ്യരക്ഷ. ദേവീദേവന്മാരുടെ ആജ്ഞ. അവിടെയും രാജാവിനു സമയം തുലോം നിശ്ചിതം.

ഋഷിദേവന്മാർ രാജധാനിക്കു പുറത്തുള്ള രാജാവിന്റെ പരിപാടികൾക്ക് കിറുകൃത്യമായ സമയപട്ടിക തയ്യാറാക്കിയിട്ടുണ്ട്. ഒരു നിമിഷനേരത്തെ നീക്കുപോക്കിനു ഇടമില്ലാത്ത സമയപട്ടിക. രാജ്യകാര്യങ്ങളിൽ പരമപ്രാധാന്യം മനുനിയമം ലംഘിക്കുന്ന ശൂദ്രവധത്തിന്. ശൂദ്രവധശേഷം എത്രയും വേഗം ഋഷി ദേവന്മാരോടൊത്ത് ഇന്ദ്രപ്രീതി. ഇന്ദ്രപ്രീതി കൊണ്ട് മൃതനായ ബ്രാഹ്മണബാലന് പുനർജ്ജനി. ശൂദ്രവധവും ബ്രാഹ്മണശോക നിർമ്മാർജ്ജനവും കഴിഞ്ഞ് ഋഷിദേവ സംഘത്തോടൊത്തുള്ള ഘോഷയാത്ര. ഘോഷയാത്ര അവസാനിക്കുന്നത് വിദൂരത്തുള്ള അഗസ്ത്യമുനിയാശ്രമമുറ്റത്ത്. അഗസ്ത്യാശ്രമത്തിൽ അതിവിശിഷ്ട ഋഷി ദേവന്മാരുമൊത്തുള്ള സംഗമം. പന്ത്രണ്ടു വർഷങ്ങളായുള്ള അഗസ്ത്യമുനിയുടെ ജലശയന യജ്ഞസമാപ്തിദർശനം. മഹാഋഷിയുമൊത്തുള്ള വിശിഷ്ട സംവാദം. അനുഗ്രഹവർഷം. നിമിഷനേരത്തെ ക്രമം തെറ്റലുകൾ മഹാഋഷിയെ കോപിഷ്ടനാക്കും. ആര്യാവർത്തത്തിലെ സിദ്ധഗുരുവിന്റെ കോപം സൂര്യവംശത്തിനുമേൽ വന്നു പതിക്കാതിരിക്കാൻ ഋഷി ദേവന്മാർ അങ്ങേയറ്റത്തെ ജാഗരൂകത പാലിക്കുന്നു.

തനിക്കു മുന്നിൽ ധർമ്മത്തിന്റെ അവതാരംപോലെ ഉയർന്നു നിൽക്കുന്ന അയോധ്യാധിപനെ ശംബൂകൻ നിർന്നിമിഷേനായി നോക്കി. നിസ്സീമമായ സ്നേഹത്തിന്റേയും സത്യത്തിന്റേയും ആൾരൂപത്തിൽനിന്ന് കണ്ണെടുക്കുവാൻ ശംബൂകനു തോന്നിയില്ല. താനനുഭവിക്കുന്ന നിർവൃതിയുടെ സാഗരം നിമിഷനേരംകൊണ്ട് വറ്റി വരളുമല്ലോയെന്ന ചിന്ത ശംബൂകനെ അസ്വസ്ഥനാക്കി. തന്നെ മരണം മാച്ചു കളയുമല്ലോയെന്ന ദുഃഖത്തേക്കാൾ താൻ കേൾക്കാതെപോയ പാഴ്വാക്കാകുമോയെന്ന സന്ദേഹമാണ് ശംബൂകനെ വിഷാദക്കയത്തിലെറിഞ്ഞത്. എങ്കിലും ദാശരഥിയുടെ ഉടവാൾവീശ് എത്രതന്നെ അടുത്താണെങ്കിലും മനസ്സിൽ നിറഞ്ഞുവന്ന വാക്കുകൾ പുറത്താക്കുവാൻ ശംബൂകൻ തീരുമാനിച്ചുറച്ചു. ഒപ്പം ഒരപേക്ഷയും.

"കാലത്തിനു കോട്ടപ്പെടുത്താൻ പറ്റാത്ത സാകേതത്തിലെ സത്യപ്പൊരുളേ, അവിടുന്നു ചോദിച്ച മൂന്നു ചോദ്യങ്ങൾക്കും ശംബൂകനായ ഞാൻ ഉത്തമബോധ്യത്തിൽ ഉത്തരം പറയുന്നു. അങ്ങയുടെ വിലപ്പെട്ട സമയം കഴിയുന്നിടത്തോളം അപഹരിക്കാതെ."

ഇരയുടെ അപേക്ഷ കേട്ട് ധർമ്മബോധിയായ മഹാരാജാവ് വാൾപിടിയിൽ കൈയമർത്തി വിജയീഭാവത്തിൽ ഉയർന്നു നിന്നു. ദാശരഥിയുടെ സുന്ദരകളേബരത്തിൽ മന്ദസ്മിതം നിറയുന്നതുകണ്ട് ദേവകാര്യത്തിനു വിഘ്നമില്ലെന്നൂഹിച്ച ഋഷി-ദേവന്മാർ "നന്ന് നന്ന്" എന്നു രാജാവിനെ വാഴ്ത്തി.

രണ്ട്

ശംബൂകൻ തലകീഴായി നിന്നുകൊണ്ടു പറഞ്ഞു:

"മഹാരാജൻ, അങ്ങയുടെ ആദ്യചോദ്യമായ "ഭവാൻ ആരാണെന്ന" തിന് എനിക്കറിയാവുന്ന ഉത്തരം, എന്റെ പേര് ശംബൂകൻ. ശംബു എന്ന് അടുപ്പമുള്ളവർ. ബകൻ എന്ന് ദേഷ്യം വന്നവർ. എന്റെ അച്ഛൻ ദോത്തി. ദോത്തി എന്നാൽ അലക്കുകാരൻ. അച്ഛനെ എല്ലാവരും അങ്ങനെയാണ് വിളിച്ചത്. വേറെ പേര് അച്ഛനുണ്ടായിരുന്നോയെന്ന് അറിഞ്ഞുകൂടാ. ദോത്തി എന്നു നീട്ടി വിളിച്ചാൽ എവിടെയായിരുന്നാലും അച്ഛൻ വിളി കേട്ടു. ചിലപ്പോൾ അകലെനിന്നും ഓടിവന്നു. മറ്റാരും അങ്ങനെ ചെയ്തില്ല. മറ്റുള്ളവർ വിളി കേൾക്കണമെങ്കിൽ ബഹാദൂർ ദോത്തിയെന്നോ കേദാർ ദോത്തിയെന്നോ പരമേശ്വർ ദോത്തിയെന്നോ വിളിക്കണം. വെറും ദോത്തി എന്റെ അച്ഛൻ മാത്രം.

അച്ഛന്റെ കൈയ്ക്ക് എപ്പോഴും നനവായിരുന്നു. നനഞ്ഞ തുണിയുടെ. അലക്കുതുണിയോ തുന്നാനുള്ള തുണിയോ കൈയിലില്ലാതെ അച്ഛനെ കണ്ടിട്ടില്ല. ഭക്ഷണം കഴിക്കുമ്പോൾപോലും അച്ഛന്റെ ഇടത്തേ കൈയിൽ അലക്കാനോ തുന്നാനോ ഉള്ള തുണി. അലക്കിയലക്കി അച്ഛന്റെ ശരീരം കൈവെള്ളപോലെ വെളുത്തു. പാദങ്ങളുടെ ഉപ്പൂറ്റി യയ്യാവതിയിൽ

തറഞ്ഞു നിന്നുനിന്ന് വെളുത്ത മുണ്ടുപോലെ. അച്ഛൻ ഉറങ്ങുന്ന സമയം മാത്രം കുടിലിൽ. ബാക്കിയെപ്പോഴും യയ്യാവതിയിൽ.

മുത്തശ്ശൻ നേരെ മറിച്ചാണ്. യയ്യാവതിയുടെ തീരത്തേക്കു വരികയില്ല. പ്രിയപ്പെട്ട എന്തൊക്കെയോ യയ്യാവതിയിൽ മുങ്ങിപ്പോയതുപോലെയാണ്. അകലെനിന്നു നോക്കുകമാത്രം. ചിലപ്പോൾ കണ്ണുകൾ നിറയും. എന്താണെന്നു ചോദിച്ചാൽ വ്യക്തമായി ഒന്നും പറയുകയില്ല. യയ്യാവതിയുടെ അടിത്തട്ടിലേക്ക് കണ്ണുകൾ ആഴ്ന്നാഴ്ന്നു പോകും. ഒപ്പം ഒരു നെടുവീർപ്പും.

മുത്തശ്ശന്റെ കൈയിൽ എപ്പോഴും ചിതറിയ കുറേ പനയോലകളോ ക്ലാവെടുത്ത ചെമ്പോലകളോ കാണാം. ചിലപ്പോൾ കാഞ്ഞിരവടിയിലോ ചെമ്പിന്റെ തന്നെ കമ്പിയിലോ കോർത്ത്. കാണാൻ പനമ്പട്ടപോലെയോ വാഴയണപോലെയോ ഒക്കെ. അങ്ങനെ ഒതുക്കി വയ്ക്കുന്നതിനെ ഗ്രന്ഥം എന്നാണ് മുത്തശ്ശൻ പറയുക. നടന്നു വരുന്ന ഇടങ്ങളിൽ നിന്നൊക്കെ പെറുക്കിക്കൊണ്ടുവന്ന ഓലകൾ ഗ്രന്ഥമാക്കി കോർത്തുവയ്ക്കലാണ് മുത്തശ്ശന്റെ ഇഷ്ടവിനോദം. അലക്കാനുള്ള വസ്ത്രങ്ങൾ സംഭരിച്ച് കൊണ്ടുവരുന്നതിനിടയിൽ കിട്ടിയ ഓലകൾ കോർത്ത ഗ്രന്ഥങ്ങൾ മുത്തശ്ശൻ പായയ്ക്കടിയിലെ കുഴിയിൽ നിറച്ചു. കാഞ്ഞിരപ്പലക കൊണ്ട് മൂടി മുകളിൽ ചാണകം മെഴുകിയതു കാരണം കുഴി ആർക്കും കണ്ടുപിടിക്കാൻ കഴിഞ്ഞില്ല.

അങ്ങനെ ഗ്രന്ഥം സൂക്ഷിക്കുന്നുണ്ടെന്ന് ആർക്കും അറിയില്ല. അയൽക്കാർ ആരും അറിയരുതെന്ന് മുത്തശ്ശന് നിർബ്ബന്ധവുമാണ്. അതിന്റെ കാരണം അറിയില്ല.

അലക്കുവസ്ത്രങ്ങൾ നാടുനീളെ നടന്നുകൊണ്ടുവന്ന് അച്ഛനും അമ്മയ്ക്കും എണ്ണം കൊടുത്തു കഴിഞ്ഞാൽ മുത്തശ്ശന്റെ പാതി പണി കഴിഞ്ഞു. പിന്നീട് അവ അലക്കി തിരിച്ചേൽപ്പിക്കാനുള്ള പോക്കാണ്. ഒരുവാരം കഴിഞ്ഞ് രണ്ടു യാത്രകൾക്കും ഇടയിലുള്ള ദിവസങ്ങളത്രയും മുത്തശ്ശന് ഒഴിവു ദിവസങ്ങൾ. ഒഴിവു ദിവസങ്ങളിലൊക്കെയും കുടിലിനുള്ളിലിരുന്ന് ഗ്രന്ഥങ്ങൾ നിർമ്മിക്കലും വായിക്കലും. അയൽക്കാരിൽ ആർക്കും എഴുതാനും വായിക്കാനുമറിയില്ല. എന്തു വായന, എന്തെഴുത്ത് എന്നാണ് അതേപ്പറ്റി എല്ലാവരും പറയുക. മുത്തശ്ശൻ മാത്രം ദ്രവിച്ചും ക്ലാവുപിടിച്ചും തീരാറായ ഓലകൾ വായിച്ചും പകർത്തിയും ഇരുന്നു. എന്താ മുത്തശ്ശൻ വായിക്കണ്, എന്താ എഴ്തണേ എന്നു ചോദിച്ചപ്പോഴൊക്കെ മുത്തശ്ശൻ ഏറെ നേരം മേലോട്ടു നോക്കി ഇരുന്നു. എന്നിട്ട് തന്നത്താൻ പറയുന്നതു പോലെ, ഇതാണോ എഴ്ത്ത്? ഇതാണോ വായന? പായയ്ക്കടിയിലെ കുഴിയിലേക്കു ചൂണ്ടി ഇതൊക്കെ എന്താ എന്നു ചോദിച്ചാൽ ഉടനെ വന്നു തന്നോടു തന്നെയെന്ന വണ്ണം "ഇതൊക്ക്യാണോ ഗ്രന്ഥങ്ങള്? ശര്യായ്ട്ട്ള്ള ഗ്രന്ഥം എവടന്ന് കിട്ടാനാ. മണ്ണിന്നടിയിൽ മറ്റു മഹാരത്നങ്ങൾക്കൊപ്പം കെടക്കണ്ണ്ടാവും. ആർക്കറ്യാം ആരക്കാ അതു കിട്ടാന്ള്ള യോഗംന്ന്". ഒന്നും മനസ്സിലാവാത്തതുകൊണ്ട് കൂടുതൽ ഒന്നും ചോദിച്ചില്ല. പുതിയ ഓലകൾ

കിട്ടിയപ്പോഴൊക്കെ ആകാംക്ഷയോടെ ഓലകളിൽ മുത്തശ്ശൻ പരതുന്നതു കണ്ടു. അല്പം കഴിയുമ്പോൾ പതിവുപോലെ മുഖം ക്ലാവു പിടിച്ച ഓലയായി മാറി. ക്ലാവോലകൾ അടുക്കിയടുക്കി മുത്തശ്ശന്റെ മുഖത്തിനും ക്ലാവു ഗ്രന്ഥത്തിന്റെ ഛായയായെന്നു തോന്നിച്ചു.

എന്നിട്ടും മണ്ണിന്നടിയിൽനിന്ന് എന്തോ കിട്ടാനുണ്ടെന്ന മാതിരി മുത്തശ്ശൻ മുഖം മണ്ണിൽ പൂഴ്ത്തിയതുപോലെ നടന്നു.

അലക്കു തുണികൾ തേടിക്കൊണ്ടുവന്ന് ക്ഷീണിച്ചിരിക്കുമ്പോൾ മുത്തശ്ശൻ പ്രത്യേകിച്ചാരോടുമില്ലാതെ പറഞ്ഞു: “എന്തു ചെയ്യാം, അന്യന്റെ വിഴുപ്പലക്കാനാണ് യയ്യാവതിയുടെ മക്കൾക്കു യോഗം” - ശേഷം ശബ്ദം ഒരു വലിയ നെടുവീർപ്പിൽ മുങ്ങി.

ഞങ്ങളുടെ കുടുംബ ചരിത്രമൊന്നും ആർക്കും അറിയില്ല. ഞങ്ങൾക്കു പോലും. അറിയാൻ മാത്രം ഞങ്ങൾക്കൊന്നുമില്ല. വെള്ളവും കല്ലുമുള്ളിടത്ത് ഞങ്ങളുണ്ട്. വെള്ളം വസ്ത്രം നനക്കാൻ, കല്ല് വസ്ത്രം അലക്കാൻ. അലക്കിയത് ഉണക്കാൻ പറ്റിയ പുൽമേടോ പാറയോ കിട്ടിയാൽ അവിടെ ഉറവ കുറയുന്നതുവരേയും പുൽമേടുണങ്ങുന്നതുവരേയും ഞങ്ങൾ തങ്ങി. നാടും വീടുമില്ലാത്തവർ ഞങ്ങൾ. എന്നാൽ മുത്തശ്ശൻ അതു സമ്മതിക്കില്ല. സഹസ്രാബ്ദങ്ങൾക്കു മുമ്പ് എന്നു തുടങ്ങും മുത്തശ്ശന്റെ കുടുംബ പുരാണം. അച്ഛൻ മുത്തശ്ശനെ ശുണ്ഠി പിടിപ്പിക്കും. “അച്ഛന് വട്ടാണ്. സഹസ്രാബ്ദങ്ങൾക്കു മുമ്പിലെ കഥയും കൊണ്ടു നടക്കുന്നു. ആരു വിശ്വസിക്കാൻ? എന്തു തെളിവുണ്ട് കാണിച്ചു കൊടുക്കാൻ?” മുത്തശ്ശൻ വാദിച്ചു: “എല്ലാം മണ്ണിനടിയിൽ ജീവനോടെ കിടക്കണ്ണ്ട് മോനേ. ചുട്ടു കരിച്ചാലും ചാമ്പലാവാത്ത അസ്ഥികളായി. എല്ലാം മഹാഗ്രന്ഥത്തിലുണ്ട്.”

“എന്നിട്ടെവിടെ മഹാഗ്രന്ഥം?”

മുത്തശ്ശന്റെ ചുളിഞ്ഞ കണ്ണുകൾ വിടരും. “കിട്ടും മഹാഗ്രന്ഥം. ഇന്നല്ലെങ്കിൽ നാളെ. ആരൊളിപ്പിച്ചു വച്ചാലും സത്യം ഒരു നാൾ പുറത്തു വരികതന്നെ ചെയ്യും.”

അതോടെ മുത്തശ്ശനെ ശുണ്ഠിപിടിപ്പിക്കൽ അച്ഛൻ നിർത്തും. അതീതകാലത്ത് യയ്യാവതിയുടേയും സിന്ധുവിന്റേയും തീരത്ത് എന്തൊക്കെയോ നടന്നിട്ടുണ്ടെന്ന് പലരും പറഞ്ഞ് അച്ഛനും കേട്ടിരിക്കുന്നു. തുണിയിൽ നൂലുകൊണ്ടു ചിത്രങ്ങൾ തുന്നാനുള്ള തന്റെ വാസന ആ പഴയ പൂർവ്വികരിൽനിന്നു കിട്ടിയതാണെന്ന് മുത്തശ്ശൻ തറപ്പിച്ചു പറഞ്ഞപ്പോൾ അച്ഛന് നിഷേധിക്കാൻ കഴിഞ്ഞില്ല. അല്ലാതെ അത്ര നന്നായി ചിത്രം തുന്നാൻ എങ്ങനെ കഴിയുന്നു? ആരും ഒന്നും പഠിപ്പിച്ചിട്ടില്ല. മഹാഗ്രന്ഥത്തിൽ യയ്യാവതി തീരത്തെ നെയ്ത്ത് തുന്നൽക്കാരേയും ശില്പികളേയും പറ്റി സവിസ്തരം പ്രതിപാദിച്ചിട്ടുണ്ടത്രെ. ആലോചിച്ച് എത്തും പിടിയും കിട്ടാതായപ്പോൾ അച്ഛൻ പറഞ്ഞു: “കാണാൻ പറ്റാത്ത മഹാഗ്രന്ഥം. സ്വർഗ്ഗംപോലെ...”

എന്നാലും മുത്തശ്ശൻ കാണാൻ കഴിയാത്ത മഹാഗ്രന്ഥമെന്ന സ്വർഗ്ഗം സ്വപ്നം കണ്ടു.

ഒരു ദിവസം മുത്തശ്ശൻ അലക്കാൻ കൊണ്ടുവന്ന മുഷിഞ്ഞ വസ്ത്രങ്ങളോടൊപ്പം കൂറയും പാറ്റയും തിന്നു തുണ്ടുകളാക്കിയ കുറേ പനയോലകളുണ്ടായിരുന്നു. വസ്ത്രങ്ങൾ അലക്കു ചരുവത്തിലേക്കു എണ്ണിയിടുന്ന നേരം പനയോല പാളികൾ മുത്തശ്ശൻ എടുത്തു മാറ്റി ഒന്നിനുമീതെ ഒന്നായി അടുക്കി. എല്ലാ പാളികളും ഒന്നിനു മീതെ ഒന്നായി വച്ചപ്പോൾ ഏതാണ്ട് അലക്കു കല്ലിന്റെയത്ര ഉയരം വന്നു. വസ്ത്രങ്ങൾ നനയ്ക്കാൻ വന്ന മുത്തശ്ശി ചോദിച്ചു: "ഇതെന്താ പശുവിന് പനയോലയായോ തീറ്റ? എവ്ടന്നു കിട്ടിയീ ഒണക്കയില. ഇതകത്തു ചെന്നാ ഒറ്റ തുള്ളി പൊറത്തു വരില്ല."

മുത്തശ്ശൻ വളരെ ശബ്ദം താഴ്ത്തി മുത്തശ്ശിയുടെ ചെവിയിൽ മന്ത്രിച്ചു. "പത്ക്കെ പറ. കാലിത്തീറ്റയൊന്നുമല്ല... ഗ്രന്ഥാണ്. ഗ്രന്ഥം."

അതു പറഞ്ഞ് മുത്തശ്ശൻ പരിഭ്രമിച്ചു ചുറ്റും നോക്കി. തല പനമ്പു വാതിലിലൂടെ പുറത്തേക്കു നീട്ടി ആരുമില്ലെന്ന് ഉറപ്പുവരുത്തി.

"രണ്ടു ഗ്രന്ഥങ്ങളാ ഒന്നിച്ചു കിട്ടീരിക്കണ്... ഒര് ശരംകൊണ്ട് രണ്ടു പക്ഷികള്..."

കോളടിച്ചതുപോലെ മുത്തശ്ശൻ തുള്ളിച്ചാടി.

"ക്രന്തോ? ന്ന്ച്ചാലോ?" മുത്തശ്ശിക്കു കാര്യം പിടികിട്ടിയില്ല.

"അഥർവ്വും ഋഗും."

"ന്ന്ച്ചാ?"

"വേദങ്ങള്ന്ന്."

"ങ്ക്കെന്തിനാ വേതാളങ്ങള്?"

മുത്തശ്ശൻ അതു കാര്യമാക്കിയില്ല

"രണ്ടും കൂടെ ആരോ കളഞ്ഞതാവാനേ വഴിയുള്ളൂ. വായിച്ചാൽ തലപോവുന്ന എനമാ. ആരട്യോ തല രക്ഷപ്പെട്ടിരിക്കണു."

"തലപോണ സാധനാ ങ്ങള് കൊണ്ടന്നേക്കണ്? ഹെന്റെ തൈവങ്ങളേ..."

മുത്തശ്ശി നിറംതലയിൽ കൈകൾവച്ച് മുറ്റത്തിരുന്നു

"മിണ്ടാതിരി തിരുച്ച്യേ... സഭാബ്രാഹ്മണരറിഞ്ഞാ പിന്നെ അതുമതി."

"നിങ്ങളീ നിശ്ശ്യോണ്ട ങ്ങള് എട്ത്ത് പൊറത്തെറീണ്ടാ?"

മുത്തശ്ശിക്ക് ഭയംകൊണ്ട് നിൽക്കാൻ വയ്യ.

"എടുത്ത് കള്യാനോ? എങ്കിപ്പിന്നെ ഞാനെന്തിനാ കൊണ്ടുവന്നേ? നീ നിന്റെ കാര്യം നോക്ക്..."

മുത്തശ്ശൻ പുതിയതായി കിട്ടിയ ഗ്രന്ഥങ്ങൾ മറ്റൊരു കുഴി കുഴിച്ച് പലകയിട്ടു മൂടി. പലകപ്പുറത്ത് ചാണകം മെഴുകി കാഴ്ചയ്ക്കു തിരിയാതാക്കി.

മുറ്റത്ത് നിറംതലയിൽ ഇരുകൈപ്പത്തികളും പൊത്തി തേങ്ങലടിക്കുന്ന മുത്തശ്ശിയോടായി മുത്തശ്ശൻ, "നീ നോക്കിക്കോ, മഹാഗ്രന്ഥവും ഈ വൃദ്ധന്റെ കൈയിൽ കിട്ടും. അതു കിട്ടിയിട്ടേ ഈ കെഴവൻ പോവുള്ളോ."

"എന്തിനാ മഗാക്രന്തം.. എല്ലാറ്റിനീം ഒന്നിച്ചെട്ക്കാനാ...?"

മുത്തശ്ശിക്ക് ഭയം തടുക്കാനായില്ല.

എന്റെ അച്ഛന്റെ ശ്രദ്ധ അതിലൊന്നുമായിരുന്നില്ല.

ചിത്രത്തുന്നലിൽ അതീവ ശ്രദ്ധ കേന്ദ്രീകരിക്കാൻ തുടങ്ങിയതോടെ അച്ഛനിലും വലിയ മാറ്റങ്ങൾ പ്രകടമായി. മുത്തശ്ശൻ പറയുന്നതിൽ കാര്യമുണ്ടെന്ന് അച്ഛൻ പറയാൻ തുടങ്ങി. ത്രയികൾക്കു മുന്നേ മുത്തശ്ശൻ പറയുന്ന മഹാഗ്രന്ഥം ഉണ്ടായിരുന്നിരിക്കും എന്നും വിശ്വസിച്ചു. മാത്രവുമല്ല ഗ്രന്ഥവായന തുന്നലും ചിത്രംവരയുംപോലെ വ്യക്തി സ്വാതന്ത്ര്യമാണെന്നും വിചാരിച്ചു. അതുകൊണ്ട് അച്ഛൻ മുത്തശ്ശിയെ ആശ്വസിപ്പിച്ചു: "ഗ്രന്ഥങ്ങൾ വായിക്കാനുള്ളതാണമ്മേ. അച്ഛൻ ചെയ്യുന്നതാണു ശരി. നാളെ ഞാൻ തുന്നുന്ന തുണിച്ചിത്രം ബലായി തുന്നരുതെന്നാജ്ഞാപിച്ചാൽ എനിക്കു തുന്നൽ നിർത്താനാവുമോ? മരിച്ചാലും ഞാൻ അങ്ങനെ ചെയ്യുകയില്ല."

അച്ഛന്റെ വാക്കുകൾ അറംപറ്റിയെന്നാണ് മുത്തശ്ശൻ അതേപ്പറ്റി പറഞ്ഞത്.

കൃത്യം പത്താംനാൾ...

മൂന്ന്

തുന്നലിൽ ശ്രദ്ധ കേന്ദ്രീകരിക്കാൻ തുടങ്ങിയതോടെ വർണ്ണനൂലുകൾ അച്ഛന്റെ ഭ്രമമായി. ചായം തേച്ച നൂലു സംഘടിപ്പിക്കുവാനായി അച്ഛൻ സിന്ധുവിന്റെ തെക്കേ അറ്റം വരെ ബുദ്ധിമുട്ടുകൾ സഹിച്ച് യാത്ര ചെയ്തു. പലപ്പോഴും കാശ്മീരംവരെ പോയി അപൂർവ്വയിനം നൂലുകൾ ശേഖരിക്കാൻ. മടങ്ങിയെത്തുമ്പോൾ തുണിസഞ്ചി അപൂർവ്വ നൂലുകൾ കൊണ്ടു നിറഞ്ഞു. സിന്ധുവിന്റെ തീരങ്ങളിലെ നെയ്ത്തു ഗ്രാമങ്ങളില ലയുമ്പോഴാണ് ഒരു വലിയ പ്രാചീനാനുഭവം അച്ഛനുണ്ടായത്. എക്കൽ നിറഞ്ഞ കറുത്ത മണ്ണിൽ കണ്ണെത്താദൂരത്തോളം കുലകുലയായി പുഷ്പിച്ച പരുത്തിച്ചെടികളും അവയ്ക്കിടയിൽ ഒറ്റപ്പെട്ടും കൂട്ടമായും കൈത്തറികളും. കൈത്തറികളിൽ നിറയെ വിവിധതരം ചായം തേച്ച നൂൽകഴികൾ. മുത്തശ്ശൻ പറയാറുള്ള സൈന്ധവ നെയ്ത്തു ഗ്രാമങ്ങൾ അവയുടെ മുഴുവൻ പൗരാണികതകളോടെയും അച്ഛന്റെ കണ്ണിൽ നിറഞ്ഞുനിന്നു. അവിടെ തുന്നിയും നെയ്തും പുറത്തുവന്ന മനോഹരങ്ങളായ ചിത്രത്തുണികൾ സിന്ധുതീരത്ത് പന്തലുകളായി നിറഞ്ഞു കിടന്ന കാഴ്ച. അതോർത്ത് അച്ഛൻ കോൾമയിർകൊണ്ടു.

ചിത്രത്തുന്നലിൽ അച്ഛൻ അവിചാരിതമായി ചെന്നു പെട്ടതാണ്. മുത്തശ്ശൻ അലക്കാനായി ശേഖരിച്ചു കൊടുത്ത വസ്ത്രങ്ങളിൽ ചില പിഞ്ഞലുകളും തുളകളും സാധാരണ. ചിലത് അലക്കുകല്ലിന്റെ കൂർപ്പും അരികും കൊണ്ടു സംഭവിച്ചു. പിഞ്ഞലുകളും തുളകളും തുന്നിയാണ് തിരിച്ചേൽപ്പിക്കുക. അങ്ങനെ ചെയ്തതുകൊണ്ട് മുത്തശ്ശന് മറ്റു പല അലക്കുകാരേയും അപേക്ഷിച്ച് ധാരാളം വസ്ത്രങ്ങൾ അലക്കാൻ കിട്ടി. വെളുത്ത നൂലാണ് തുന്നാനായി ഉപയോഗിക്കാറ്. വെള്ളനൂൽ കഴിഞ്ഞ ഒരവസരത്തിൽ മഞ്ഞയോ പച്ചയോ വച്ച് ഒരു ദോത്തിയിലെ ഓട്ട അടച്ചു. അതു നന്നായില്ല, യജമാനൻ വഴക്കുപറയുമെന്നു മുത്തശ്ശി പറഞ്ഞപ്പോഴാണ് സംഗതി അബദ്ധമായെന്ന് അച്ഛൻ ഓർത്തത്. അതൊരു ചെറിയ ദോത്തിയായിരുന്നു. യജമാനന് പകരം കൊടുക്കാമെന്നു തീരുമാനിച്ച് വർണ്ണനൂലുകൾ കുറേക്കൂടി തുന്നിച്ചേർത്തു. കുറച്ചു കഴിഞ്ഞപ്പോൾ അതിനൊരു പൂമ്പാറ്റയുടെ രൂപം വന്നു. "ഹാ, നല്ല പൂമ്പാറ്റ" എന്ന് അലക്കുകാർ പറഞ്ഞു.

വർണ്ണച്ചിറകുള്ള പൂമ്പാറ്റതന്നെ. അച്ഛനും തോന്നി നന്നായിരിക്കുന്നുവെന്ന്. രണ്ടുമൂന്നു ദിവസംകൊണ്ട് കൊച്ചു ദോത്തി നിറയെ പൂമ്പാറ്റകളായി. ഇടയ്ക്ക് പച്ച നൂലുകൊണ്ട് ചെടികളും. കണ്ടവർകണ്ടവർ ദോത്തി കാണാൻ വീണ്ടും വീണ്ടും വന്നു. അവസാനം പൂമ്പാറ്റദോത്തി പത്തു നിഷ്ക്കത്തിന് ഒരു വഴിപോക്കൻ വാങ്ങിക്കൊണ്ടുപോയി. പത്തു നിഷ്ക്കം. എല്ലാവർക്കും അദ്ഭുതമായി. അത്രയ്ക്കു പോന്ന പുതിയ ദോത്തിക്ക് ഏറിയാൽ ഒരു നിഷ്ക്കം മാത്രം വില. പലരും പുതിയ ചിത്രത്തുണികൾ തുന്നാൻ ഏല്പിച്ചു. പല പക്ഷികളുടേയും മൃഗങ്ങളുടേയും സസ്യലതാദികളുടേയും ചിത്രങ്ങൾ തുന്നി. വർഷങ്ങൾകൊണ്ട് അച്ഛൻ അയൽക്കാർക്കും നാട്ടുകാർക്കുമിടയിൽ പ്രസിദ്ധനായ ചിത്രത്തുന്നൽകാരനായി. അങ്ങനെയാണച്ഛൻ വിലയ്ക്കു കൊടുക്കാൻ താത്പര്യമില്ലാത്തൊരു ചിത്രരചനയിൽ ഏർപ്പെട്ടത്.

സിന്ധുതീരദേശങ്ങളിലും കാശ്മീരത്തും പാഞ്ചാലദേശത്തും അപൂർവ്വങ്ങളായ വർണ്ണനൂലുകൾ കരസ്ഥമാക്കാൻ അച്ഛൻ വാരങ്ങളും മാസങ്ങളും നടന്നു. മാസങ്ങളും വർഷങ്ങളും കഴിഞ്ഞിട്ടും ചിത്രരചന പൂർത്തിയായില്ല. ചിലപ്പോൾ വർണ്ണനൂലിനു വേണ്ടിയും മൂർച്ചയേറിയ സൂചിക്കുവേണ്ടിയും കുടിലിനു പുറത്തേക്കുപോയി. വാരങ്ങളും മാസങ്ങളും കഴിഞ്ഞ് സഞ്ചി നിറയെ വർണ്ണനൂലുകളും മൂർച്ചയേറിയ സൂചികളുമായി തിരിച്ചുവന്നു. ഇടയ്ക്ക് തുന്നലിൽ നിന്നുള്ള ഒഴിവ് എന്ന നിലയ്ക്ക് കുടിൽമുറ്റത്തെ പാറയിൽ വന്നിരുന്ന് മേഘാവൃതമായ ആകാശകോണിലേക്ക് കണ്ണുംനട്ട് ഇരുന്നു. മരപ്പാവപോലെ നിശ്ചലനായി ഇരിക്കുന്ന അച്ഛനെ കണ്ടവർ ലോഹ്യം പറഞ്ഞു:

"കഴിഞ്ഞോ?"

"ഇല്ല."

"എന്താ തുന്നണേ?"

"അറിയില്ല."

"എന്തു തുന്നണംന്നാ ഉള്ളില്?"

"അറിയില്ല."

"എന്നേക്കു തീരും?"

"അറിയില്ല."

"എന്നേക്കെങ്കിലും തീര്യോ?"

"അറിയില്ല."

തുന്നൽ പണിയിൽ ഏർപ്പെട്ടേർപ്പെട്ട് ചിത്രത്തുന്നലുകാരന് ഒന്നും അറിയാത്ത അവസ്ഥയായെന്ന് സിന്ധുതീരം മുഴുവനും അറിഞ്ഞു. അലക്കുകാർ ഒന്നായി വിഷാദിച്ചു: "ഓന് അലക്കും അറിയാണ്ടായി."

അച്ഛൻ അവർ പറഞ്ഞതൊന്നും കേട്ടില്ല. അറിഞ്ഞില്ല. കുടിലിനുള്ളിലും കുടിൽമുറ്റത്തെ അത്തിച്ചുവട്ടിലുമിരുന്ന് തുന്നി. പാറയ്ക്കു മോളിലിരുന്ന് മേഘങ്ങളിൽ പരതി.

ക്ഷമകെട്ട നാട്ടുകാർ മീൻകുട്ടയ്ക്കു ചുറ്റും ഓടുന്ന പൂച്ചകളെപോലെ കുടിൽമുറ്റത്ത് വട്ടമിട്ടു.

ഒരു ദിവസം, അച്ഛൻ പുറത്തുപോയ സമയം. അയൽപക്കത്തെ ചിന്നുവെന്ന പെൺകുട്ടി അച്ഛൻ തുന്നിക്കൊണ്ടിരുന്ന ചിത്രത്തുണി വലിച്ചു പുറത്തുകൊണ്ടുവന്നു. ചിത്രത്തുണിയുടെ കണ്ണഞ്ചിപ്പിക്കുന്ന പ്രകാശത്തിൽ പരിസരം വെട്ടിത്തിളങ്ങി. വർണ്ണനൂലുകളുടെ അപൂർവ്വമായ വെട്ടിത്തിളങ്ങൽ. ഇടിമിന്നലിനേക്കാൾ പ്രകാശം. മാരിവില്ലിനേക്കാൾ തിളക്കം. ഒരു പുതപ്പിന്റെ വലിപ്പമില്ല. എന്നാൽ ഒരു തോർത്തിനേക്കാൾ വലിപ്പം. അരയിൽ ചുറ്റിയാൽ മുട്ടിറങ്ങി കിടക്കും. കഴുത്തിൽ പുതച്ചാൽ മാറു മറയും. വർണ്ണനൂലുകൾ പിടിപ്പിച്ച അതിര്. നാലു കോണുകളിലും നിന്ന് കഴുകന്റെ കണ്ണുകൾ കൃത്യം മദ്ധ്യത്തിൽ കിടക്കുന്ന നഗ്നയായ പെൺകുട്ടിയിലേക്ക് തറയുന്നു. അത് നഗ്നചിത്രമാണെന്ന് സൂക്ഷ്മ നിരീക്ഷണത്തിൽമാത്രം തെളിയുന്നു. സാമാന്യ നിരീക്ഷകന് ഒരു ശംഖ്. പ്രപഞ്ച ജീവിതം എന്നാണ് തുന്നൽക്കാരനിട്ടിരിക്കുന്ന പേര്. ചിത്രം പൂർത്തിയായിട്ടില്ലെന്ന് അവസാനത്തെ തുന്നൽ കണ്ടാൽ മനസ്സിലാവും. ആർക്കും തൊടാൻ ധൈര്യമില്ല. തൊട്ടാൽ നിറത്തിൽനിന്ന് തീ പടരുമോ? കൈവിരൽ പൊള്ളുമോ? അതോ അതിമനോഹരമായ അത് വിരൽ തുമ്പിലെ ചളിയിൽ മുഷിയുമോ? അതേസമയം ആർക്കും അതിൽനിന്ന് കണ്ണെടുക്കാനും കഴിഞ്ഞില്ല. അത്രയ്ക്ക് ആകർഷകം.

അംഗവസ്ത്രത്തിന്റെ വലിപ്പമുള്ള ഉടയാടയ്ക്ക് ആൾക്കാർ "പട്ടുടയാട." എന്നു പേരിട്ടു. പിന്നീട് "രാജീവം." എന്നാക്കി.

അച്ഛനെ ബാധിച്ചത് പൊതുദൗർബല്യങ്ങളായ ലഹരിയും മയക്കുമരുന്നൊന്നുമല്ല. ഒരു തരം ദൃഢീകരിച്ച ആത്മവിശ്വാസം. കടുകിട മാറ്റമില്ലാത്ത ഉറപ്പ്. ഉടയാട തുന്നുന്നതിനു മുമ്പ് ഉണ്ടായിരുന്നതിനേക്കാൾ പതിന്മടങ്ങ് ആത്മവിശ്വാസം. ഉടയാടയെപ്പറ്റി എന്തെങ്കിലും അഭിപ്രായം പറഞ്ഞവരെ അദ്ദേഹം രൂക്ഷമായി നോക്കി. യാതൊരുതരം വിട്ടു

വീഴ്ചയ്ക്കും തയ്യാറില്ലാത്ത മനോഭാവം കൂടുതൽ കൂടുതൽ പ്രവർത്തിയിലും വാക്കിലും പ്രകടമായി.

കാലമറിയാത്ത, ആത്മവിശ്വാസം വരുത്തിയ വിപത്ത് തുന്നൽക്കാരന് ചിന്തിക്കാൻ പോലും കഴിയാത്തത്രയ്ക്കായിരുന്നു.

പുതിയ വർണ്ണനൂലുകളും സൂചികളുമായി അച്ഛൻ കുടിൽമുറ്റത്തെത്തുമ്പോഴേക്കും രാജീവം കാണാത്തവരില്ലെന്നായി. സിന്ധുവിന്റെ തീരവും കഴിഞ്ഞ് ഇടഗ്രാമങ്ങളിൽനിന്നുപോലും രാജീവം കാണാൻ ആൾക്കാരെത്തി. പിറ്റേന്നു പുലരാൻ ഇടകിട്ടിയില്ല. കുതിരപ്പുറത്തുവന്ന രാജഭടന്മാർ കുടിൽമുറ്റത്തു യാത്ര നിർത്തി. ഒരാളൊഴിച്ച് ബാക്കി ഭടന്മാർ താഴെയിറങ്ങി. അവർ കുടിലിൽ നിന്നും അച്ഛനെ വലിച്ചിറക്കി. അയൽക്കാരും നാട്ടുകാരും സംഗതിയറിയാൻ ചുറ്റും കൂടി. കുതിരപ്പുറത്തിരുന്ന പ്രമുഖൻ അറിയിച്ചു: "അലക്കുകാരാ, നീ തുന്നിയ പട്ടുടയാട രാജാവിനു കാണിക്കവെക്കുക."

"പട്ടുടയാടയുടെ ചിത്രവേല തീർന്നിട്ടില്ല പ്രഭോ... ഇനിയും കുറച്ചുകൂടെ തീരാനുണ്ട്..." അച്ഛനറിയിച്ചു.

പ്രമുഖൻ കനപ്പിച്ചു: "തീർന്നിടത്തോളം ധാരാളം. ഉടയാടയുമായി കുതിരപ്പുറത്തു കയറുക, രാജൻ കാത്തിരിക്കുന്നു."

അച്ഛൻ വിനയപൂർവ്വം അറിയിച്ചു: "പണിതീരാത്ത ഉടയാട ഭാവിയിൽ ശോഭ നഷ്ടപ്പെട്ട പഴന്തുണിയാവും."

"ധിക്കാരം വേണ്ട... ആജ്ഞ പാലിച്ചാൽ മതി. നാളെ രാജധാനിയിൽ വിശിഷ്ടാതിഥികളെത്തും. അതിനു മുമ്പ് പട്ടുടയാടകൊണ്ട് സിംഹാസനം അലങ്കരിക്കണം."

"പ്രഭോ... അവിടുന്നീ ആജ്ഞാപിക്കുന്നത് തുന്നൽക്കാരനു സ്വീകാര്യമല്ല..."

അച്ഛന്റെ അചഞ്ചലമായ തീരുമാനം കേട്ടുനിന്നവരെ വിറപ്പിച്ചു.

"എന്തു പറഞ്ഞു രാജ്യദ്രോഹി?"

പ്രമുഖൻ കുതിരപ്പുറത്തിരുന്ന് കുന്തം വായുവിൽ ഉയർത്തി. അതുകണ്ട ഭടന്മാർ നീട്ടിപ്പിടിച്ച കുന്തങ്ങളുമായി അച്ഛനെ വളഞ്ഞു..

"ങും... കൊണ്ടുവാ... പട്ടുടയാട..."

അല്ലാത്ത പക്ഷം കുന്തമുനയിൽ പപ്പടംപോലെ കോർക്കപ്പെടുമെന്നുറപ്പായപ്പോൾ അച്ഛൻ കുടിലിനകത്തുനിന്നും പട്ടുടയാട എടുത്തുകൊണ്ടുവന്നു. ഉടയാടയിൽനിന്നും പ്രസരിച്ച പ്രകാശത്തിൽ മുറ്റം വർണ്ണാഭമായതുകണ്ട പ്രമുഖൻ കുതിരപ്പുറത്തുനിന്നു താഴേക്കുരുമ്മി വീണു. അയാൾ തിടുക്കത്തിൽ എണീറ്റ് ഉടയാടയ്ക്കു നേരെ ഇരുകൈകളും കൂപ്പി, അറിയാതെ പറഞ്ഞുപോയി: "ഇന്ദ്രതേജസ്സ്... സിംഹാസനത്തിനുതകുന്ന തേജസ്സ്..."

ഭടൻ സ്വർണ്ണത്താലം നീട്ടി ആജ്ഞാപിച്ചു: "താലത്തിൽ ഉടയാട വയ്ക്ക്." അച്ഛൻ ചുറ്റും കൂടി നിന്ന ഓരോരുത്തരേയും നോക്കി. മുക്കാലും

നഗ്നരായവർക്കിടയിൽ പൂർണ്ണനഗ്നയായ ചിന്നു. അവൾ ആരെയൊക്കെയോ മറഞ്ഞു നിൽക്കുകയാണ്. മുഖവും രണ്ടു കണ്ണുകളും മാത്രം പുറത്ത്. നാണം മറയ്ക്കാൻ വസ്ത്രമില്ലാത്തതുകൊണ്ട് അവൾക്കു മുന്നിലേക്കു വരുവാൻ കഴിയുന്നില്ല. എല്ലാം കാണണമെന്ന് വലിയ ആഗ്രഹവുമുണ്ട്."

പിന്നെ അച്ഛന് അരനിമിഷം നേരത്തെ സംശയംപോലുമുണ്ടായില്ല. പട്ടുടയാട നിവർത്തി ചിന്നുവിന്റെ അരയിൽ ചുറ്റി. നാണം മറഞ്ഞു കിട്ടിയ ചിന്നു ആൾമറയിൽനിന്നും പുറത്തു വന്നു.

അച്ഛൻ അസാമാന്യ ധൈര്യത്തിൽ വിളിച്ചു പറഞ്ഞു: "പട്ടുടയാട ഏറ്റവും ആവശ്യം ചിന്നുവിനാണ്."

"രാജ്യദ്രോഹിയെ കുത്തി കുന്തത്തിൽ കോർക്ക്. രാജാവിനു മുന്നിലെത്തിക്കാൻ.."

പ്രമുഖന്റെ ആക്രോശം പുറത്തു ചാടിയതും വലയം വച്ചുനിന്ന ഭടന്മാർ അച്ഛനെ വട്ടമിട്ടു കുത്തി കുന്തത്തിൽ കോർത്തു. ഒരു ഭടൻ ചിന്നുവിന്റെ അരയിൽനിന്നും പട്ടുടയാട വലിച്ചൂരിയെടുത്ത് കുഞ്ഞു വയറ്റിൽ കുന്തം കുത്തിയിറക്കി. അയ്യോയെന്നാർത്തുവന്ന അലക്കുകൂട്ടത്തിനു നേരെ ഭടന്മാരുടെ വാളുകൾ ചീറിവീശി. ഉടലും ശിരസ്സും വേറിട്ടു കിടന്നവരിൽ എന്റെ അമ്മയുമുണ്ടായിരുന്നു. ഞാൻ കുട്ടിയായിരുന്നതിനാൽ മുത്തശ്ശൻ എന്നെ ചാണകക്കുഴിയിൽ ഇരുത്തി കൂട്ടിനിരുന്നു. കാലിക്കൂട്ടങ്ങൾ വളഞ്ഞു നിന്നതുകൊണ്ട് എന്നെയും മുത്തശ്ശനേയും ഭടന്മാർക്കു കണ്ടുപിടിക്കാനായില്ല.

മുഴുവൻ നാട്ടുകാരും കുടിലിനു പുറത്തേക്കു നോക്കുകപോലും ചെയ്യാതെ പത്തു ദിനരാത്രങ്ങൾ വാതിലടച്ച് ഉള്ളിലിരുന്നു. പുറത്ത് കുതിരകളുടെ കുളമ്പടി ശബ്ദമോ ഭടന്മാരുടെ ആക്രോശമോ കേൾക്കുന്നുണ്ടോയെന്നാണ് ഓരോരുത്തരുടേയും ഉള്ളിൽ. കഴുകന്മാർ ശവങ്ങൾക്കു മേൽ കൊത്തിവലിക്കുന്നതും സുഭിക്ഷമായ ഭക്ഷണ സുഖത്തിൽ ചിറകിട്ടടിക്കുന്നതും രാത്രിയും പകലും കേട്ടു. കുടിലുകളിൽ സൂക്ഷിച്ച മുഴുവൻ ഭക്ഷണപദാർത്ഥങ്ങളും തീർന്നെങ്കിലും ആരും പുറത്തു കടന്നതേയില്ല. ഓരോ കുടിലും ഒറ്റപ്പെട്ട ദ്വീപായി. അടുത്ത താമസക്കാരൻ ഏതു നാട്ടിലാണെന്നുപോലും വ്യക്തമായി അറിയാൻ കഴിയാത്ത അവസ്ഥ. പകലും രാത്രിയും ഒരേപോലെ ശ്മശാനന്തരീക്ഷം. മുത്തശ്ശൻ മരിക്കാതെ കൂടെയുണ്ടായിരുന്നതുകൊണ്ട് എനിക്ക് ദിവസത്തിൽ വിശപ്പു തീർക്കാൻ എന്തെങ്കിലും കിട്ടി. സൂക്ഷിച്ചുവച്ചിരുന്ന തിനയും ഗോതമ്പും തീർന്നപ്പോൾ ധാന്യക്കഞ്ഞി നിന്നു. പശുത്തൊഴുത്ത് കുടിലിനോടു ചേർന്നായതുകൊണ്ട് കറമ്പിയുടെ ചാണകത്തിൽനിന്നു കിട്ടിയ ഗോതമ്പു മണികൾ രക്ഷയായി. വെള്ളത്തിന്റെ കാര്യത്തിലാണ് ഏറെ ബുദ്ധിമുട്ടിയത്. കുടിലിനു പിറകിൽ നിറയെ വെള്ളവുമായി ചോലയുണ്ട്. പക്ഷേ അവിടേക്കു നടന്നു പോവാൻ ഭയം. ഭടന്മാരാരെങ്കിലും നിവർത്തിപ്പിടിച്ച കുന്തവുമായി...? അങ്ങനെയൊരു ചിന്ത വന്നപ്പോൾ രണ്ടും കല്പിച്ച് മൺ

കുടവുമായി പിറകോട്ടിറങ്ങാൻ നിന്ന മുത്തശ്ശനെ ഞാൻ കെട്ടിപ്പിടിച്ചു വത്രെ. കുട്ടിയുടെ ദൈന്യം കണ്ട മുത്തശ്ശൻ ഉദ്യമം ഉപേക്ഷിച്ചു. കറമ്പിയുടെ മൂത്രംകൊണ്ട് ദാഹശമനം വരുത്തി. ആദ്യ തവണ കഴിഞ്ഞപ്പോൾ ഗോമൂത്രത്തിന്റെ രൂക്ഷഗന്ധം പരിചയമായി.

പത്തു ദിവസം കഴിഞ്ഞ് വാതിൽ തുറന്നപ്പോൾ അവിടെയെങ്ങും നിൽക്കാൻ പറ്റാത്ത ശവനാറ്റം. കഴുകന്മാരും കാക്കകളും കുറുക്കന്മാരും കുറുനരികളും കൊത്തിയും കടിച്ചും ചിതറിയ ശവാവശിഷ്ടങ്ങൾ. കാക്കയും കഴുകന്മാരും കൊത്തിവലിച്ച തലച്ചോറുകൾ അരഞ്ഞ ചോറുപോലെ മണ്ണിൽ. ആർക്കും ആരേയും തിരിച്ചറിയാനാവാത്ത അവസ്ഥ. കിട്ടിയ അവശിഷ്ടങ്ങൾ എല്ലാവരും ചേർന്ന് വലിയ കുഴികുത്തി മണ്ണിട്ടുമൂടി. കൂട്ടമായ ശ്രാദ്ധകർമ്മമാണ് പിന്നീടു നടന്നത്. നെഞ്ചിലെ വിതുമ്പൽ കൊണ്ട് അന്തരീക്ഷം വീർപ്പുമുട്ടി. കൂടാരംപോലെ വളഞ്ഞുനിന്ന മഴമേഘങ്ങൾ പെയ്തിറങ്ങുമെന്നു തോന്നി എന്ന് എല്ലാം കഴിഞ്ഞശേഷം മുത്തശ്ശൻ പറഞ്ഞു. എനിക്ക് അത്രയ്ക്കൊന്നും അനുഭവപ്പെട്ടില്ല.

ഒരു നാലുവയസ്സുകാരന് അവന്റെ മീനു എന്ന തത്തയേയും ചിന്നി എന്ന പൂച്ചക്കുട്ടിയേയും കാണാതായത് സഹിക്കാൻ കഴിയില്ലല്ലോ. വേർപാടു ദുഃഖം എന്തെന്നറിയാതെ പ്രായമായവരൊക്കെ പൊട്ടിക്കരയുകയും ദിവസവും കുഴിമാടത്തിൽ പുതിയ പൂക്കൾ അർപ്പിച്ച് നമസ്കരിക്കുകയും ചെയ്തു. മരണാനന്തരകർമ്മങ്ങൾ വേണ്ടുംവണ്ണം ചെയ്തു എന്ന ആശ്വാസത്തിൽ പതിനാറു ദിവസം കഴിഞ്ഞപ്പോൾ അവരുടെയൊക്കെ വിഷമം തീർന്നു. പിന്നീടവരൊന്നും മരിച്ചവരെപ്പറ്റി പറയുകയോ ഓർത്തു വിഷമിക്കുകയോ ചെയ്തു കണ്ടില്ല. അവർ വേണ്ടതെല്ലാം പരേതാത്മാവിനുവേണ്ടി ചെയ്തല്ലോ? ഇനിയെന്തിന് അവരെക്കുറിച്ചോർത്ത് കരയണം? എന്റെ അവസ്ഥ അങ്ങനെയല്ല. ഒന്നും ഓർക്കാൻ കഴിയാത്ത കാലത്ത് മുത്തശ്ശൻ പറഞ്ഞിടത്തൊക്കെ പൂക്കൾ വിതറി. സാഷ്ടാംഗം കമിഴ്ന്നു കിടന്നു. എള്ളും പൂവും നീരും വീഴ്ത്തി. എന്നാൽ ദിവസങ്ങളും വാരങ്ങളും മാസങ്ങളും കഴിഞ്ഞപ്പോഴാണ് കാര്യങ്ങളുടെ നിജസ്ഥിതി മനസ്സിലാവാൻ തുടങ്ങിയത്. ഈ ലോകത്തിൽ അച്ഛനും അമ്മയുമില്ലാത്തൊരു കുട്ടിയാണെന്ന അറിവ് എത്ര ദയനീയമാണെന്ന് അറിയാൻ തുടങ്ങി. അച്ഛന്റെ മൃതശരീരം കണ്ട് ആ പാദങ്ങളിൽ ശിരസ്സർപ്പിച്ച് ശ്രാദ്ധകർമ്മങ്ങൾ ചെയ്യാൻ കഴിയാത്ത പുത്രദു:ഖം കഴുകിക്കളയാൻ പറ്റാത്ത കറയായി വടുകെട്ടി നിൽക്കുന്നു ഇന്നും.

അയൽക്കാരും നാട്ടുകാരും അവരവരുടെ തൊഴിലുകളിൽ മുഴുകാൻ തുടങ്ങിയതോടെ ഗ്രാമം വീണ്ടും സജീവമായി. ജീവിതം വീണ്ടും തളിരിടാൻ തുടങ്ങി. എന്നാൽ മുത്തശ്ശൻ പഴയ അലക്കുപണിയിൽ തീരെ താത്പര്യം കാണിച്ചില്ല. വാരത്തിലൊരിക്കലുള്ള ഊരുയാത്ര കൂടുതൽ കൂടുതൽ സ്ഥലങ്ങളിലേക്ക് വ്യാപിപ്പിച്ചെങ്കിലും അവിടെനിന്നൊന്നും അലക്കാനായി മുഷിഞ്ഞ വസ്ത്രങ്ങൾ ശേഖരിച്ചില്ല. പകരം മുഴുവൻ സമയവും ഗ്രന്ഥങ്ങൾ അന്വേഷിച്ചലഞ്ഞു. പുതിയ പുതിയ ഓലകളും

ഓലയിലെഴുതാനുള്ള നാരായങ്ങളും തേടിക്കൊണ്ടുവന്നു. ദിവസം ചെല്ലും തോറും മുത്തശ്ശന്റെ മുഖത്തും കണ്ണുകളിലും നിശ്ചയദാർഢ്യം കനത്തു. നീക്കുപോക്കില്ലാത്ത എന്തോ ഒന്നു ചെയ്യാൻ പ്രതിജ്ഞയെടുത്തതു പോലെ തോന്നി. അതെന്താണെന്ന് ആർക്കും ഒരു സൂചനയും കൊടുത്ത തുമില്ല. എന്തായാലും എന്നെ അലക്കുകാരനാക്കാൻ മുത്തശ്ശൻ തീരു മാനിച്ചിട്ടില്ലെന്ന് എനിക്ക് താമസിയാതെ മനസ്സിലായി. അയൽപക്കത്തെ തേവമുത്തശ്ശി എന്നെ അലക്കു പഠിപ്പിക്കുവാൻ കൊണ്ടുപോവാൻ മുത്ത ശ്ശനോട് അനുവാദം ചോദിക്കാൻ വന്നപ്പോഴാണ്: "ശംബൂന് വയസ്സ് നാല് കഴിഞ്ഞില്ലേ... ചെക്കനെ പണി പഠിപ്പിക്കേണ്ടെ മൂത്താരേ..."

മുത്തശ്ശൻ പറഞ്ഞു: "അലക്കെന്താ പഠിപ്പിക്കാൻ? ശംബു വിഴ്പ്പല ക്കാൻ വര്ണില്ല്യാ."

"പിന്നെ അവനെന്താക്കാനാ?"

അതിനുത്തരം മുത്തശ്ശൻ അവരോടു പറഞ്ഞില്ല. അവർ എന്തോ ഇഷ്ടക്കേടു പിറുപിറുത്തു കടവിലേക്കു പോയപ്പോൾ മുത്തശ്ശൻ എന്നെ കുടിലിന്റെ അകായിലിട്ട തടുക്കിലിരുത്തി നാക്കു നീട്ടാൻ പറഞ്ഞു. ഞാൻ നാക്കു നീട്ടിയപ്പോൾ മുത്തശ്ശന്റെ വിരലിൽ കിടന്നിരുന്ന ചെമ്പുമോതിരം ഊരി എന്റെ നാക്കിൽ എന്തോ ഉരുവിട്ട് വരച്ചു. മുറ്റത്തുനിന്നും മൺ തളികയിൽ കോരിക്കൊണ്ടുവന്ന മണലിൽ കൈവിരൽ പിടിച്ച് അക്ഷര ങ്ങൾ എഴുതിച്ചു. അത് ഏതു ഭാഷയാണെന്നൊന്നും ആദ്യം എനിക്കു മനസ്സിലായില്ല. പിന്നീടാണറിഞ്ഞത് മുത്തശ്ശൻ എഴുതിപ്പിച്ചത് സംസ്കൃതം അക്ഷരങ്ങളാണെന്ന്. ആദ്യത്തെ പതിന്നാലു ദിവസങ്ങൾ കാലത്തും സന്ധ്യക്കും മണലിലെഴുതിച്ചത് പിന്നത്തെ പതിന്നാലു ദിവസ മായപ്പോഴേക്കും ഇടതടവില്ലാതെ പ്രഭാതം മുതൽ പ്രദോഷംവരെ എഴുതി പ്പിച്ചു. രണ്ടു പക്ഷക്കാലത്തെ എഴുത്തുകൊണ്ട് അക്ഷരങ്ങൾ ഹൃദിസ്ഥ മായി. എതു സമയത്തും തെറ്റാതെ എഴുതാമെന്നായി. അടുത്ത ഒരു മാസമാണ് പഠനത്തിലെ ഏറ്റവും ബുദ്ധിമുട്ടേറിയ സമയം. ഓലയിൽ നാരായംകൊണ്ടുള്ള എഴുത്തായിരുന്നു അത്. അറ്റം കൂർത്ത നാരായം ഓലയിൽ കോറി അക്ഷരങ്ങൾ വരുത്തിയപ്പോൾ ഓലകൾ കീറിപ്പോയി. കൈവിരലുകൾ നീരുവന്നു തടിച്ചു വീർത്തു. എന്നാലും മുത്തശ്ശന്റെ നിർബ്ബന്ധം നിമിത്തം ഒട്ടും വിളംബം വരുത്താതെ എഴുതി. മൂന്നുമാസം കൊണ്ട് അക്ഷരങ്ങൾ എഴുതാമെന്നായി. ശേഷമാണ് വായന അഭ്യസി പ്പിച്ചത്. ഒരു വർഷംകൊണ്ട് സാമാന്യം തെളിച്ചത്തിലെഴുതിയ ഓലകൾ വായിക്കാമെന്നായി. രണ്ടു വർഷംകൊണ്ട് പഴയ ഓലകളും തെറ്റില്ലാതെ വായിച്ചു.

പഴയ ഓലകൾ വായിക്കുന്നതു കേട്ട് മുത്തശ്ശൻ അഭിപ്രായപ്പെട്ടു: "അഞ്ചുവർഷംകൊണ്ടുമാത്രം സാധിക്കുന്ന വായനയാണ്. ശംബൂ നീ നിസ്സാരക്കാരനല്ല. നീ മുത്തശ്ശന്റെ ആഗ്രഹം സാധിപ്പിക്കും."

മുത്തശ്ശന്റെ ആഗ്രഹം എന്താണെന്നു ചോദിക്കാൻ ധൈര്യം കിട്ടി യില്ല.

മുത്തശ്ശൻ ശിരസ്സിൽ കൈവച്ചനുഗ്രഹിച്ചു പറഞ്ഞു: "മുത്തശ്ശനുറപ്പുണ്ട്. മഹാഗ്രന്ഥം നിന്നെ കാത്തിരിക്കുന്നുണ്ടാവും എവിടെയെങ്കിലും."

തെല്ലിട ചിന്തിച്ചു മുത്തശ്ശൻ.

"നാളെ മുതൽ നമുക്ക് അഥർവ്വം തുടങ്ങാം."

ഞാൻ മുത്തശ്ശനെ തൊഴുതെഴുന്നേറ്റു.

നാല്

വല്ലാത്തൊരു ധൃതിയാണ് മുത്തശ്ശൻ എല്ലാ കാര്യങ്ങളിലും കാണിച്ചത്. ഒന്നിനും വേണ്ടി ഒരു നിമിഷംപോലും പാഴാക്കാനില്ലാത്തതുപോലെ. പൊട്ടിയൊഴുകിയ അഗ്നിപർവ്വതത്തിനടിയിൽനിന്ന് അമൂല്യങ്ങളായ പലതും മുങ്ങിത്തപ്പിയെടുക്കാനുണ്ട്. അഗ്നി തണുക്കാനുള്ള സമയവുമില്ല. നാളെ ചെയ്യാനുള്ളത് ഇന്നുതന്നെ ചെയ്യുക. ഒരുപക്ഷേ നാളത്തെ പ്രഭാതം കണ്ടില്ലെങ്കിലോ. അതേ സമയം നാളെ താനില്ലെന്നു കരുതി ചെയ്യേണ്ടത് ചെയ്യാതിരിക്കുവാൻ ഇടവരികയുമരുത്. താൻ പറയുന്നതു സമർത്ഥിക്കാൻ മുത്തശ്ശന് വേണ്ടത്ര അനുഭവത്തെളിവുകൾ.

മുത്തശ്ശനു ഞാൻ എത്ര ഗ്രന്ഥങ്ങൾ വായിച്ചാലും പോരാ. എത്ര സമയം പകർത്തിയെഴുതിയാലും പോരാ. പുതിയ ഗ്രന്ഥങ്ങൾ തേടിപ്പിടിച്ചു കൊണ്ടുവന്നു. കൊണ്ടുവന്നവ ആ വാരത്തിൽതന്നെ വായിച്ചു തീർക്കണം. കളിയും കായികാധ്വാനവും മുത്തശ്ശന്റെ പഠനരീതിയിലില്ല. മടുക്കുമ്പോൾ ഞാനല്പം പന്തുകളിക്കാനോ കാരയെറിയാനോ പോയാൽ പറഞ്ഞു: "കുട്ടീ ഈ വയസ്സനിനി എത്ര എന്നറിയില്ല. പോവുന്നതിനു മുമ്പ് നിന്നെ ഒരുപാടു പഠിപ്പിക്കാനുണ്ട്. മുത്തശ്ശനല്ലാതെ മറ്റാരും അതു ചെയ്യില്ല."

മുത്തശ്ശൻ ആശങ്കപ്പെട്ടതു ശരിയാണ്. അലക്കുകാരന്റെ മോനെ അക്ഷരം പഠിപ്പിച്ചിട്ട് മറ്റാർക്കെന്തു കാര്യം? പഠിപ്പിക്കാൻ ആരുടെ കൈയിലിരിക്കുന്നു അക്ഷരജ്ഞാനം ?

മുത്തശ്ശനെക്കൊണ്ട് കൂടുതൽ പറയിപ്പിക്കാൻ നിൽക്കില്ല. ഉടനെ കളി നിർത്തിപോരും. എനിക്കും ഗ്രന്ഥവായനയിൽനിന്നു കിട്ടിയ സുഖം മറ്റൊന്നിൽ നിന്നും കിട്ടിയതുമില്ല. കളി പാതിവച്ചു നിർത്തിപ്പോരുമ്പോൾ കൂട്ടുകാർ കളിയാക്കി പറയുന്നതു കേൾക്കാറുണ്ട്: "ശംബൂ, നിന്റെ തല മാത്രം വലുതായതിന്റെ കാര്യം പിടികിട്ടി." വാസ്തവത്തിൽ അവർ പറഞ്ഞതു ശരിയാണ്. യയ്യാവതിയിലെ തെളിഞ്ഞ വെള്ളത്തിൽ ഞാനെന്നെ കണ്ടു. കഴുത്തുവരെ ഉണങ്ങിയ വേപ്പിൻ കൊമ്പുപോലെ. തല വലിയ കുമ്പളങ്ങയും. ദ്വേഷ്യം വന്ന ചില കളിക്കൂട്ടുകാർ വിളിച്ചുകൂവിയത് "കൂസ്മാണ്ടം.. ഹൂയ് കൂസ്മാണ്ടം."

അഥർവ്വവും ഋഗും വായിക്കാനും എഴുതാനും പഠിപ്പിക്കുമ്പോൾ മുത്തശ്ശൻ: "മഹാഗ്രന്ഥം കിട്ടാതെ ഈ വയസ്സനു പോവാൻ പറ്റില്ല. അത് നിന്നെ ഏൽപ്പിച്ചാലേ പോയിടത്തും സമാധാനം കിട്ടൂ."

അഥർവ്വമാണ് മുത്തശ്ശൻ പ്രധാനമായും അഭ്യസിപ്പിച്ചത്. ആറോ ഏഴോ വർഷങ്ങൾതന്നെ. അഥർവ്വം പറഞ്ഞു തരുമ്പോൾ അതിന്റെ ന്യായം മുത്തശ്ശൻ പറഞ്ഞു: "അഥർവ്വം അഭ്യസിച്ചാൽ ഋഗ് എളുപ്പം വഴങ്ങും. അഥർവ്വത്തിലെ പല സൂക്തങ്ങളുടേയും ഭാഷ ഋഗ്വിനേക്കാൾ അതീവ പ്രാചീനം. അഥർവ്വം ആയ ശിഷ്യന് ഋഗ് തനിച്ച് ആവും."

എനിക്ക് അഥർവ്വത്തിലെ ചില സൂക്തങ്ങൾ വശമാക്കി അവ മനഃപാഠമാക്കുവാൻ നിർദ്ദേശിച്ച് മുത്തശ്ശൻ ഊരു തെണ്ടാൻ പോവും. തിരിച്ചു വരുമ്പോഴൊക്കെ പറഞ്ഞു:

"ഇല്ല ശംബൂ... സമയമായിട്ടില്ല. നീ ഭൃഗുമുനിയുടെ കാലസൂക്തം ഗ്രഹസ്ഥമാക്കിയോ? ചൊല്ലി അർത്ഥം പറയൂ."

"ശരി മുത്തശ്ശാ."

കാലാദാപ സമഭവൻ കാലാദ് ബ്രഹ്മതപോദിശാ.....

ഞാൻ മനസ്സിൽനിന്ന് ചൊല്ലാൻ തുടങ്ങിയപ്പോൾ മുത്തശ്ശൻ പുറത്തു തട്ടി അഭിനന്ദിച്ചു.

"മിടുക്കൻ. നന്നായിരിക്കുന്നു."

നട്ടുച്ചയ്ക്ക് ഊരു ചുറ്റി വന്ന മുത്തശ്ശന്റെ സഞ്ചി നിറഞ്ഞു കണ്ടു. ആ മുഖത്ത് ചെറുപുഞ്ചിരി കൂടി കണ്ടപ്പോൾ ഞാൻ തീരുമാനിച്ചു മഹാ ഗ്രന്ഥം കിട്ടിയിരിക്കുമെന്ന്. വന്നപാടെ നിറഞ്ഞ സഞ്ചി കോലായിൽ കുടഞ്ഞു. നിറയെ പച്ചക്കറികൾ, പഴങ്ങൾ, ധാന്യങ്ങൾ. പതിവുപോലെ ഒറ്റ ഓലപ്പാളിയുമില്ല. കുംഭങ്ങളിൽ എല്ലാം ഒതുക്കിവച്ചു മുത്തശ്ശൻ.

"മോനേ ശംബൂ, മുത്തശ്ശൻ ഒരു വഴിക്കു പോവുകയാണ്. കുറച്ചു ദിവസം കഴിഞ്ഞേ വരൂ."

എന്റെ ജിജ്ഞാസ നിറഞ്ഞ മുഖം ശ്രദ്ധിച്ച മുത്തശ്ശൻ പറഞ്ഞു. "ഇല്ല, നിനക്ക് ഭാഗ്യമുണ്ടെങ്കിൽ വേഗം വരും."

എന്തായാലും നിശ്ചയിച്ചത് കിട്ടിയേ വരൂ എന്ന് മുത്തശ്ശന്റെ കണ്ണുകൾ പറഞ്ഞു.

അത്യാവശ്യം ഗോതമ്പു കഞ്ഞിയും ഉള്ളിച്ചമ്മന്തിയും ചോളംപുഴുങ്ങി ഉപ്പും മുളകും തേച്ച് രാത്രി ഭക്ഷണം ഉണ്ടാക്കാനും അതിനകം ഞാൻ വശമാക്കി കഴിഞ്ഞിരുന്നു. കുറച്ചുനാൾ മുത്തശ്ശനില്ലെങ്കിലും ഞാൻ പട്ടിണിയാവില്ലെന്ന് മുത്തശ്ശനറിയാം. രാത്രി ഒറ്റയ്ക്കു കിടക്കാനുള്ള വിഷമമേയുള്ളൂ. അതിന് മുത്തശ്ശൻ ഇങ്ങനെ സമാധാനിച്ചു. പതിന്നാലു വയസ്സായല്ലോ. മുത്തശ്ശൻ എന്നും ഉണ്ടാവില്ലല്ലോ. തനിച്ചു നിന്നു പഠിക്കണം.

എന്നാലും മുത്തശ്ശൻ ഇല്ലാതെ രാത്രി വന്നിട്ടില്ല അതുവരെ. എത്ര അകലെ പോയാലും രാത്രി മുത്തശ്ശൻ വന്നു. തനിച്ചു കഴിയാൻ എനിക്കാണോ മുത്തശ്ശനാണോ വിഷമം എന്നു വിചാരിച്ചു.

ഇത്തവണ മുത്തശ്ശൻ ഉറച്ചുതന്നെ. താൻ ചെയ്യേണ്ടത് ഐഹിക കാരണങ്ങൾ നിരത്തി മാറ്റി വയ്ക്കുവാൻ തയ്യാറില്ലാത്തതുപോലെ.

പതിവു സഞ്ചി തോളിൽ തൂക്കി മുറ്റത്തേക്കിറങ്ങി നിന്ന് ഓർമ്മിപ്പിച്ചു മുത്തശ്ശൻ: "ശംബൂ... മുത്തശ്ശൻ വരുമ്പോഴേക്കും അഥർവ്വം നാലാം മണ്ഡലംവരെ ഹൃദിസ്ഥമാക്കണം."

അപ്പോൾതന്നെ മനസ്സിലായി യാത്ര ദൂരദേശത്തേക്കാണ്. തിരിച്ചുവരവ് നിശ്ചിത ദിവസം എന്നുറപ്പിക്കാൻ വയ്യ. ലക്ഷ്യപ്രാപ്തിയാണ് പ്രധാനം. എന്നിരുന്നാലും പേരക്കുട്ടിക്കു ഗൃഹപാഠം കൊടുത്തത് കുറച്ചോന്നേറിയില്ലേയെന്ന തോന്നൽ മുത്തശ്ശനെ വീണ്ടുവിചാരിയാക്കി.

"ഉറക്കമിളച്ചു കഷ്ടപ്പെടുകയും മറ്റും വേണ്ടാട്ടോ.. പറ്റാവുന്നിടത്തോളം ഹൃദിസ്ഥമാക്കിയാൽ മതി."

പത്തു ദിവസം കഴിഞ്ഞിട്ടും മുത്തശ്ശനെ കണ്ടില്ല. കൊണ്ടുവന്ന പഴവർഗ്ഗങ്ങളും പച്ചക്കറികളും കഴിഞ്ഞു. അവശേഷിച്ചത് ധാന്യങ്ങൾ മാത്രം. അയൽക്കാർ ദിവസവും വന്ന് അന്വേഷിച്ചുപോയി: "മൂത്താര് വന്ന്യോ ശംബ്വോ.."

ഇല്ല എന്ന തുടർച്ചയായ ഉത്തരം കേട്ടവർ ഉറക്കെയല്ലാതെ കൂടെ വന്നവരുടെ ചെവിയിൽ: "വയസ്സുകാലത്ത് ചെക്കനെ ഒറ്റയ്ക്കാക്കി ഊരു ചുറ്റാൻ പോയിരിക്കണ്. കിറ്ക്കാണേ..." എന്നിട്ട് എന്നെ നോക്കി

"പേടിക്കാണ്ടിരി.. മൂപ്പര്ക്ക് നല്ലപരിചയാ എല്ലാടത്തും."

ചിലപ്പോൾ അവർ ഞാൻ കേൾക്കാതെയും പാതി കേൾപ്പിച്ചും: "എവ്ടെങ്കിലും കെടന്ന്.. ആര് എന്നറ്യാനാ?

ഭക്ഷണസാധനങ്ങൾ കഴിഞ്ഞതല്ല പ്രശ്നം. അയൽക്കാരുടെ ചോദ്യവും സങ്കടം നിറഞ്ഞ നോട്ടവുമാണ്. രണ്ടുവാരം കഴിഞ്ഞതോടെ ധാന്യങ്ങളും തീർന്നു. അഥർവ്വം നാലാം മണ്ഡലംവരെ ഹൃദിസ്ഥമാക്കാനുള്ള അധ്വാനത്തിൽ ദിവസങ്ങൾ പോയതറിഞ്ഞില്ല. കറമ്പി പ്രസവിച്ചതുകൊണ്ട് പാലിനു ക്ഷാമം ഉണ്ടായില്ല. പാലു വാങ്ങിക്കൊണ്ടുപോയവർ ധാന്യങ്ങളും പഴങ്ങളും പച്ചക്കറികളും പകരം കൊണ്ടുതന്നു. ഏതാണ്ട് ഒരുമാസം കഴിഞ്ഞ് നാട്ടിൽ വന്ന ഒരു വഞ്ചിക്കാരൻ നാട്ടുകാരോട് അറിയിച്ചുവത്രെ: സിന്ധുവിന്റെ വടക്കേ അറ്റത്തുകൂടെ അയാൾ തോണിയോടിച്ചു വരുമ്പോൾ മൂത്താരെ കണ്ടു.

മുത്തശ്ശനെ അവർ മൂത്താർ എന്നാണു പറയുക. തോണിക്കാരൻ പരുത്തിയുംകൊണ്ട് സിന്ധുവിനപ്പുറത്തേക്കു പോവുകയായിരുന്നു. മൂത്താർ എക്കൽ മണ്ണും ചവിട്ടി മണൽപ്പുറവും കടന്ന് ചുടുകാട്ടിനു നേരെ പോവുകയാണത്രെ. കണ്ണെത്താദൂരത്തോളം പരന്നു കിടക്കുന്ന ചുടുകാടിനൊടുവിൽ ഉരുകിയൊലിക്കുന്ന ലാവപോലെ മണ്ണ് പൊള്ളി കിടക്കുകയാണ്. അതിനു നടുവിലാണ് കുന്നായി ഉയർന്നു കിടക്കുന്ന ശവമേട്. അവിടെനിന്ന് ഉഷ്ണക്കാറ്റല്ല അഗ്നിക്കാറ്റാണ് ചുറ്റും വീശിയടിക്കുക. അഗ്നിക്കാറ്റ് മണലാരണ്യത്തിലെത്തുന്നതോടെ മണലും ഒന്നായി പൊങ്ങിയുയരും. പിന്നെ ശവമേടിനു ചുറ്റും ഘോരമായ മണൽകാട് ചക്രംപോലെ സദാ വട്ടം കറങ്ങലാണ്. സിന്ധുവിലെ എക്കൽ കഴിഞ്ഞാൽ പിന്നെ മുന്നോട്ടാരും പോകലില്ല. ഊരുകളിൽ യാത്ര ചെയ്യുന്നവർ അവിടമെത്തിയാൽ രുദ്രാക്ഷത്തിലെണ്ണി ശിവസ്തുതിയിലായിരിക്കും. ശവമേടുകളിൽ

നിന്ന് കെട്ടഴിഞ്ഞു ചിതറിയ പ്രേതപിശാചുക്കൾ കുറുമ്പു കാട്ടാതെ നിൽക്കുന്നത് ശിവസ്തുതി കേൾക്കുമ്പോൾ മാത്രം. ആർക്കും ഓർമ്മിക്കാൻ കഴിയാത്തൊരു കാലത്ത് ചുടുകാടും ശവമേടും വലിയ നഗരമായിരുന്നുവെന്ന് സഞ്ചാരികളും നാടോടികളും പറഞ്ഞു പരത്തി. എന്നിട്ടെന്തുണ്ടായി നഗരത്തിന് എന്നൊന്നും ചോദിച്ചാൽ ആർക്കും വ്യക്തമായ ഉത്തരമില്ല. ഇന്ദ്രന്റെ ആയുധമായ ഇടിവെട്ടിലും മിന്നലിലും കരിഞ്ഞു ഭസ്മമായി എന്നു മാത്രം ഉത്തരം. തോണിക്കാരൻ മുത്തശ്ശനെ പലതവണ തോണിയിലിരുന്നുകൊണ്ട് നീട്ടി വിളിച്ചുവത്രെ. മുത്തശ്ശൻ വിളികേൾക്കുകയും ചെയ്തുവത്രെ. "നീ പോ തോണിക്കാരാ, ഞാൻ വഴിയേ വരാം" എന്നു പറഞ്ഞ് ശവമേടിലേക്ക് മുന്നേറിയത്രെ. ചുഴറ്റിയടിച്ച മണൽക്കാറ്റിൽ പിന്നീടയാൾക്കൊന്നും കാണാൻ കഴിഞ്ഞില്ലെന്ന്.

അതോടെ മുത്തശ്ശന്റെ മരണം ഞങ്ങളുടെ ഗ്രാമത്തിൽ പരക്കെ സ്ഥിരീകരിക്കപ്പെട്ടു. ഞാൻ മാത്രമാണ് അത് വിശ്വസിക്കാതിരുന്നത്. മോനേ നീ നിന്റെ പരമ്പരാഗത പണി ചെയ്ത് കഴിയാൻ നോക്ക് എന്നുപദേശിച്ചവരോടൊക്കെ ഞാൻ പറഞ്ഞു: "വരും വരും."

ഒരു മാസംകൂടെ കഴിഞ്ഞതോടെ മുത്തശ്ശനെ എല്ലാവരും മൺമറഞ്ഞ പിതൃക്കളുടെ പട്ടികയിൽ ഉൾപ്പെടുത്തി ഉൽസവത്തിനും ശ്രാദ്ധസ്മരണയ്ക്കുമായി മാറ്റിവച്ചു.

ഞാൻ അതിലൊന്നും വീണു പോയില്ല. എന്നും ഉറങ്ങാൻ കിടക്കുമ്പോൾ സ്വയം പറഞ്ഞ് ഉറപ്പിച്ചു. നാളെ കണ്ണു മിഴിക്കുമ്പോൾ കുടിൽ മുറ്റത്ത് നിന്നിരുന്നുവെങ്കിൽ മുത്തശ്ശൻ.

കിടക്കാൻ നേരം തോന്നിയ മോഹം യാഥാർത്ഥ്യമായി. പിറ്റേന്നു വെളുപ്പിനല്ലെന്നു മാത്രം. ആറുമാസശേഷം. പാതിരാ കഴിഞ്ഞുകാണും. അയൽക്കാർ പൂർണ്ണനിദ്രയിൽ. മരപ്പൊത്തുകളിൽ പക്ഷികൾ നിശ്ശബ്ദം. വാതിലിൽ കൊട്ട്. പതുങ്ങിയ സ്വരം.

"ശംബൂമോനേ... ശംബൂമോനേ..."

സംശയം തോന്നിയതേയില്ല, മുത്തശ്ശൻ. തുറന്നപ്പോൾ നേരെ മുന്നിൽ. പുറത്ത് കൂരാകൂരിരുട്ട്. ഞെട്ടിപ്പോയി. അസ്ഥികൂടത്തിന് തൊലി പിടിപ്പിച്ചതുപോലെ. ഒരു നുള്ളു മാംസമില്ലാത്തതുപോലെ. കത്തിജ്ജ്വലിക്കുന്ന ഒരു അസ്ഥിപഞ്ജരം. അതിൽ കനൽപോലെ കത്തുന്ന രണ്ടു കണ്ണുകൾ. കണ്ണുകളിൽനിന്ന് ദയാമയമായ നോട്ടം. അടുത്തു ചെന്നതും മുത്തശ്ശൻ വാരിപ്പുണർന്നു. ശിരസ്സിൽ ഒട്ടി വലിഞ്ഞ ചുണ്ടുകൾ അമർത്തി: "മോനേ, വിഷ്ണൂ നീ നിയോഗിക്കപ്പെട്ടവൻതന്നെ.. സംശയമില്ല."

അസ്ഥികൂടം വരിഞ്ഞു മുറുക്കിയപ്പോൾ തീകുണ്ഡത്തിൽനിന്നെന്നപോലെ ചൂട്. ശരീരം ആകെ പൊള്ളുന്നു. മുത്തശ്ശൻ കത്തുന്ന പച്ചമരമെന്നനുഭവപ്പെട്ടു. കാലറ്റം മുതൽ ശിരസ്സുവരെ കനൽക്കൊള്ളിയിൽ നിന്നെന്നപോലെ പൊള്ളൽ. മുത്തശ്ശന് കാൽപാദങ്ങൾക്ക് ഉപ്പൂറ്റിയില്ല. അരഞ്ഞരഞ്ഞു കൂർത്ത മച്ചിങ്ങതന്നെ.

ഇരുട്ടിലേക്കു കണ്ണോടിച്ച മുത്തശ്ശൻ: "ശംബൂ അകത്തിരുന്നു സംസാരിക്കാം..." മുത്തശ്ശൻ കാറ്റുപോലെ അകത്തു കടന്നു. ധൃതിയിൽ വാതിലടച്ചു. തോളിൽ തൂങ്ങിയ സഞ്ചിയിൽ എന്റെ കണ്ണുകൾ പരതി നടന്നു. സഞ്ചിയിൽ മഹാഗ്രന്ഥമുണ്ടോ? പട്ടിണിയായ പട്ടിയുടെ വയർപോലെ സഞ്ചി അറ്റു കിടക്കുന്നു. എന്നിട്ടും മുത്തശ്ശന്റെ കണ്ണുകളിൽ, മുഖത്ത് എന്തുകൊണ്ട് ഇത്ര പ്രകാശം?

മുത്തശ്ശൻ തോൾസഞ്ചി നിലത്തേക്കിട്ടു.

ഞാൻ സംശയിച്ചു: അപ്പോൾ മഹാഗ്രന്ഥം?

മുത്തശ്ശൻ ഒന്നുറക്കെത്തന്നെ ചിരിച്ചു. ജീവിതത്തിലാദ്യമായി മുത്തശ്ശനിൽനിന്നു കേട്ട കുലുങ്ങിച്ചിരി.

ശേഷം മുത്തശ്ശൻ പാളത്താറിന്റെ കുത്തഴിച്ചു. ചലുപിലു ശബ്ദത്തിൽ ചെമ്പോലപ്പാളികൾ അകം നിറയെ പരന്നു വീണു. സാധാരണ ഗ്രന്ഥത്തേക്കാൾ വലിപ്പമുള്ള പാളികൾ. മുഴുവനും കരിഞ്ഞ ഓലകൾ. പുക നിറഞ്ഞ പാളികൾ. ചെമ്പോലകൾ നിലത്തു കിടന്നു ശബ്ദിക്കുന്നതുപോലെ മുത്തശ്ശനും തുള്ളി: "അവസാനം കിട്ടി കുട്ടീ മഹാഗ്രന്ഥം."

മഹാഗ്രന്ഥം കാഴ്ചയ്ക്കു വലുപ്പമേറിയതായിരിക്കുമെന്നാണു ഞാൻ കരുതിയിരുന്നത്. എനിക്കു പാടെ തെറ്റി. അടുക്കി ഗ്രന്ഥരൂപത്തിലാക്കിയപ്പോൾ അഥർവ്വത്തിന്റെ നാലിലൊന്ന്. ഋഗിന്റെ പത്തിലൊന്ന്.

കരിഞ്ഞ ചെമ്പോലകൾ ചണച്ചരടിൽ കോർത്തെടുക്കുമ്പോൾ: "തോൾസഞ്ചിയിലാണെങ്കിൽ ചുടുകാട്ടിൽ കത്തിക്കരിഞ്ഞേനേ. കീഴാളന്റെ അരയ്ക്കു താഴേക്കുള്ള പരതൽ വർജ്ജ്യമായതുകൊണ്ടു മാത്രം രക്ഷപ്പെട്ടു."

ഒതുക്കികഴിഞ്ഞപ്പോൾ: "ശംബൂ, മഹാഗ്രന്ഥഭാഷ മറ്റൊന്നാണ്. നീ ഇതുവരെ ശീലിച്ചിട്ടില്ലാത്തത്. നാളെ പ്രഭാതം മുതൽ ആരംഭിക്കാം."

അടക്കിക്കെട്ടിയ ചെറിയ ഗ്രന്ഥത്തിലേക്കുറ്റു നോക്കി ഞാൻ. ഒന്നും വ്യക്തമല്ല. കണ്ടിട്ടില്ലാത്ത ആകൃതികൾ. ചിലതിന് ചിത്രച്ഛായ. ഉറുമ്പിന്റെ, പാറ്റയുടെ, പല്ലിയുടെ, ചിത്രശലഭങ്ങളുടെ, വണ്ടുകളുടെ മറ്റു കൊച്ചു ജീവികളുടെ.

ഗ്രന്ഥത്തിന്റെ പേരുപോലും വായിക്കാനാവുന്നില്ല.

ഞാൻ വിചാരിച്ചു മുത്തശ്ശൻ പായയ്ക്കടിയിലെ കുഴിയിൽ ഗ്രന്ഥം അടച്ചുവെക്കുമെന്ന്.

ഉണ്ടായത് അങ്ങനെയല്ല. അരയിൽവച്ച് ചണച്ചരടുകൊണ്ട് കെട്ടിവരിഞ്ഞു.

"ഉറങ്ങിക്കോ.. അതികാലത്തു തുടങ്ങാം.. അതുവരെ അനർത്ഥമുണ്ടാവാതിരിക്കട്ടെ."

മുത്തശ്ശൻ ഇരുട്ടിലേക്കു വല്ലാതെ നോക്കി കിടന്നു. ഇരുട്ടിൽ എനിക്കു കാണാനാവാത്തത് എന്തോ കാണുന്നപോലെ.

രാത്രി മുത്തശ്ശൻ ഉറങ്ങിയെന്നു തോന്നുന്നില്ല. ഞാനുണരുമ്പോഴേക്കും കുടിലിന്റെ പനമ്പു തട്ടികയിലുണ്ടായിരുന്ന മുഴുവൻ ഓട്ടകളും ഓല ക്കഷണങ്ങൾകൊണ്ട് മറച്ചു കഴിഞ്ഞിരുന്നു.

എന്നെ മുത്തശ്ശൻ നേരത്തെ വിളിച്ചുണർത്തി. പ്രഭാതകൃത്യങ്ങളും കുളിയും കഴിഞ്ഞെത്തിയപ്പോൾ പകൽ വിരിയാൻ തുടങ്ങുന്നു. മുത്തശ്ശന്റെ കുളി കഴിഞ്ഞിരിക്കുന്നു.

അഭിമുഖമായി ഞങ്ങൾ ഇരുന്നു.

മുത്തശ്ശൻ മഹാഗ്രന്ഥം എടുത്തു മുമ്പിൽ വച്ചു. ഞാൻ മുത്തശ്ശന്റെ നിർദ്ദേശാനുസരണം ഗ്രന്ഥം തൊട്ടു നിറുകയിൽവച്ചു. ആദ്യപാളി മറിച്ചു കഴിഞ്ഞതും മുറ്റത്തു കുതിരകൾ വന്നുനിൽക്കുന്ന ശബ്ദം. കുളമ്പടി കൾ കൂടുതൽ അടുക്കുന്ന ശബ്ദം.

മുത്തശ്ശൻ പനമ്പുമറയുടെ പാളിയകത്തി സൂക്ഷ്മദൃക്കായി.

“ചതിച്ചു. അവർക്ക് സഹിക്കുന്നില്ല.”

ആർക്ക് എന്നു ചോദിക്കാൻ പോലും സമയമില്ല. മുത്തശ്ശൻ മഹാ ഗ്രന്ഥവും ഗ്രന്ഥക്കുഴിയിൽനിന്നെടുത്ത രണ്ടെണ്ണവും ചേർത്തു കെട്ടി സഞ്ചിയിലിട്ടു.

മൂന്നു വശവും കുതിരകളാണ്. പിറകിൽ നിറഞ്ഞ തോടായതുകൊണ്ട് കുതിരകളില്ല. മുത്തശ്ശൻ ഗ്രന്ഥസഞ്ചി എന്റെ പുറത്തു വരിഞ്ഞു കെട്ടി. എന്റെ ശിരസ്സിൽ ആഞ്ഞുമ്മവച്ചു. എന്നെ എടുത്ത് കുടിലിനു പിറകിലെ വാതിൽ തുറന്ന് നിറഞ്ഞ ചോലയിലേക്കു തള്ളി.

അപ്പോഴേക്കും കുടിലിന്റെ വാതിലിൽ കൊട്ടു കനത്തു. ആക്രോശം കനത്തു.

“തുറക്ക് കെഴവാ. ഇല്ലെങ്കിൽ ചവുട്ടിപൊളിക്കും.”

മുത്തശ്ശൻ വാതിൽ തുറന്നു

“എവിടെ നിനക്കു കിട്ടിയ ഗ്രന്ഥം.. കൊണ്ടുവാ..”

“തരില്ല..”

മുത്തശ്ശന്റെ അലർച്ച ആദ്യമായി കേൾക്കുകയാണ്. എന്തൊരുറച്ച ശബ്ദം! പാറയേക്കാൾ ഉറപ്പ്.

“എവിടെയാണു നീ വച്ചിരിക്കുന്നത്!”

“അകത്ത്. തരില്ല... കണ്ടെത്താൻ നിങ്ങളെക്കൊണ്ടാവില്ല.”

“ധിക്കാരി... അധർമ്മി... നിന്റെ തല രാജാവിനു വേണം.”

ഹയ്യോയെന്നൊരാർത്തനാദം നിറഞ്ഞ ചോലവെള്ളത്തിൽ പ്രതി ധ്വനിച്ചു. ഒഴുകിവന്ന ജലത്തിൽ ചോരഗന്ധം മണത്തു.

ചോലയുടെ ഒഴുക്ക് എന്നെ അകലങ്ങളിലേക്കു കൊണ്ടുപോവുമ്പോൾ ദൂരെ, തീരത്തൊരു പനമ്പു കുടിൽ പുകച്ചുരുളുകളായി ആകാശത്തേ ക്കുയരുന്നതു കണ്ടു. ഒഴുക്ക് എന്നെ വളച്ചും പിരിച്ചും കൊണ്ടുപോയി.

എനിക്കൊട്ടും അധ്വാനിക്കേണ്ടി വന്നില്ല. ശക്തി ചെലുത്തി നീന്തുകയും വേണ്ടിവന്നില്ല. ജലത്തിനു മുകളിൽ മലർന്നു കിടക്കുകമാത്രം. ഒരു കരിയിലപോലെ. ഒരു സമാധിസുഖം. ശരീരത്തിന് ഒട്ടും ഭാരം അനുഭവപ്പെടാത്ത അവസ്ഥ. യാതൊരു തരത്തിലുള്ള ക്ഷീണവും അനുഭവപ്പെട്ടില്ല. പുഴയൊഴുക്കിൽ നാഴികകളോളം നിശ്ചലമായി മലർന്നു കിടന്നിട്ടുള്ള പരിചയം വലിയ അനുഗ്രഹമായി.

ഞാൻ കണ്ണടച്ചു കിടന്നു. ചോലവെള്ളം പുഴവെള്ളമായി മാറിയതും സൂര്യചന്ദ്രന്മാർ മുഖത്തിനു മുകളിൽ മാറിമാറി വന്നതും ഞാനറിഞ്ഞില്ല. അറിഞ്ഞിട്ടും എനിക്കൊന്നും ചെയ്യുവാനില്ല. ഒഴുക്ക് അത്രയ്ക്കു ശക്തമായിരുന്നു. എത്രയോ രാവുകൾക്കും പകലുകൾക്കുമൊടുവിൽ ഒരു കൊച്ചു വെളുപ്പിനു കണ്ണു മിഴിക്കുമ്പോൾ ഞാൻ ഒരു കൂറ്റൻ അലക്കു കല്ലിൽ തടഞ്ഞു കിടക്കുന്നു.

തീരം.

പുതിയ വേഷങ്ങൾ, ഭാവങ്ങൾ, ആൾക്കാർ..

അധികവും പീതാംബരധാരികൾ... പൂണൂൽകാർ...

ദുന്ദുഭിയും തമ്പോറും മുഴക്കി ആൾക്കാർ കൂട്ടമായി വരുന്നു. പീതാംബരധാരികൾ മുന്നിൽ.

വലിയ ഉത്സവമാണെന്നു തോന്നി. അവർ കൈകൾ തമ്മിലടിച്ച് പാടുന്നു. പാട്ടിനൊത്ത് ആടുകയും. നദീതീരത്തുകൂടെയാണവരുടെ വരവ്. താമസിയാതെ സംഘം മുന്നിലെത്താം. ഒരു വൃദ്ധൻ സംഘത്തിൽ ചേരാനായി കടന്നുപോയപ്പോൾ എന്നെ കണ്ടു. എന്താണ് ആൾക്കൂട്ടം, ഉത്സവമാണോ എന്നാരാഞ്ഞപ്പോൾ അദ്ഭുതം കൂറിയതുപോലെ: അറിഞ്ഞില്ലേ? മഹാറാണി പ്രസവിച്ചു. ആൺകുഞ്ഞ്. സാക്ഷാൽ വിഷ്ണുവിന്റെ അവതാരം.

ഒന്നും മനസ്സിലാവാതെ മണൽത്തിട്ടിൽതന്നെ ഇരുന്ന എന്റെ മുന്നിലൂടെ കുടകളും വർണ്ണക്കൊടികളുമായി ഒരു സംഘം ആരവം മുഴക്കി നീങ്ങി. അവരോട് ചോദിക്കാതെതന്നെ കാര്യം മനസ്സിലായി. അവർ ഉറക്കെ ജയാരവം മുഴക്കുന്നു. അയോധ്യാമന്നൻ വിജയിക്കട്ടെ. ദശരഥ ഭൂപൻ നീണാൾ വാഴട്ടെ.

അല്പനിമിഷങ്ങൾ കഴിഞ്ഞപ്പോൾ മറ്റൊരു സംഘം കൊട്ടിപ്പാട്ടുമായി വന്നു. സംഘത്തിലുള്ളവർ തലവനായ ബ്രാഹ്മണോത്തമന്റെ ആജ്ഞ പ്രകാരം പാകം ചെയ്ത ആഹാരപദാർത്ഥങ്ങൾ നദിയിലേക്ക് എറിഞ്ഞ് വിളിച്ചു പറഞ്ഞു: "സരയൂവിലെ ജീവജാലങ്ങളേ, ഭഗവാൻ വിഷ്ണു അവതാരം കൊണ്ട് അയോധ്യാ രാജധാനിയിൽ ജനിച്ചിരിക്കുന്നു. ഈ പുണ്യദിനത്തിൽ നിങ്ങളാരും പട്ടിണിയാവാൻ പാടില്ല. ഇഷ്ടംപോലെ ആഹാരം ഭുജിച്ചുകൊള്ളുവിൻ."

അത്രയും അരുളിചെയ്ത് ബ്രാഹ്മണോത്തമൻ മഞ്ഞനിറമുള്ള ചോറ് സരയൂവിൽ വിതറി. കൂടെയുണ്ടായിരുന്നവരും തുരുതുരാ വിശിഷ്ട

ഭോജ്യങ്ങൾ പുണ്യനദിയിൽ വിതറി. അവ ഭുജിക്കുവാനായി സരയൂവിലെ മുഴുവൻ ജീവികളും കൽപ്പടവുകളിലേക്കിരമ്പിയെത്തി. യഥേഷ്ടം ആഹാരസാധനങ്ങൾ ആസ്വദിച്ച് നദീയാഴങ്ങളിലേക്കു മടങ്ങി.

അപ്പോഴാണ് നദീതീരത്തു വിശന്നവശനായി ഇരിക്കുന്ന എന്നെ അവർ കണ്ടത്. ഭഗവാൻ ഭൂമിയിൽ അവതരിച്ച ദിവസം ആരും പട്ടിണിയാവാൻ പാടില്ല എന്ന ബ്രാഹ്മണോത്തമ നിർദ്ദേശം കേട്ടവർ എന്റെ മുന്നിൽ വിശിഷ്ട ഭോജ്യങ്ങൾ ലോപമില്ലാതെ വിളമ്പി പോയി. അതുവരെ കേൾക്കുകപോലും ചെയ്തിട്ടില്ലാത്ത വിശിഷ്ട ആഹാര പദാർത്ഥം. നെയ്യിൽ മൊരിഞ്ഞ മീറയെന്നും പഴം ചേർത്ത പായസം എന്നും കരിമ്പുനീരിൽ വെന്ത അടയുമൊക്കെ സ്വപ്നത്തിൽ മാത്രമേ കേട്ടിട്ടുള്ളൂ, കണ്ടിട്ടുള്ളൂ. എല്ലാം അനുഭവിക്കാൻ കഴിഞ്ഞു. മറ്റൊരു സംഘത്തിൽനിന്ന് പട്ടുവസ്ത്രങ്ങളും കസവു വേഷ്ടിയും കിന്നരിവച്ച അംഗവസ്ത്രവും കിട്ടി. അവയും ഭാവനയിൽമാത്രം ദർശിച്ചിട്ടുള്ളവ. മഹാരാജൻ, അയോധ്യയിൽ എത്തിപ്പെട്ട നിമിഷംതന്നെ ജീവിതം മാറിമറയുന്നതുപോലെ തോന്നി. ദരിദ്രവാസിയായൊരു ബാലൻ ഭക്ഷണസമൃദ്ധിയിലാറാടി.

അങ്ങയുടെ ജന്മംകൊണ്ടു പവിത്രമായ അയോധ്യയിൽ വന്നെത്തിയത് നിയോഗമായി ഞാൻ കരുതുന്നു. അയോധ്യയിൽ വച്ചാണ് ഒരനാഥ ബാലൻ സനാഥനായത്.

ഇരയുടെ അപേക്ഷ കേട്ട് ധർമ്മബോധിയായ മഹാരാജാവ് വാൾപിടിയിൽ കൈയമർത്തി വിജയീഭാവത്തിൽ ഉയർന്നു നിന്നു. ദാശരഥിയുടെ സുന്ദരകളേബരത്തിൽ മന്ദസ്മിതം നിറയുന്നതുകണ്ട് ദേവകാര്യത്തിനു വിഘ്നമില്ലെന്നൂഹിച്ച ഋഷി-ദേവന്മാർ "നന്ന് നന്ന്." എന്നു രാജാവിനെ വാഴ്ത്തി.

ഭാഗം രണ്ട്

അയോദ്ധ്യ

ഒന്ന്

കോർത്ഥോ മനീഷിതസ്തുഭ്യം സ്വർഗ്ഗലാഭഃ പരേഥവാ
വരാശ്രയോ യഥാർത്ഥം ത്വം തപസ്യസി സുദുഷ്കരം

മഹാരാജ്യൻ അങ്ങയുടെ രണ്ടാമത്തെ ചോദ്യം

അങ്ങയുടെ അഭീഷ്ടമെന്താണ്, സ്വർഗ്ഗലാഭമോ മറ്റു വല്ലതുമോ? എന്തു വരത്തിനു വേണ്ടിയാണ് അങ്ങ് ദുഷ്കരമായ ഈ തപസ്സു ചെയ്യുന്നത് എന്നാണല്ലോ? അങ്ങയുടെ ഈ ചോദ്യത്തിനു വ്യക്തമായ ഒറ്റ വാക്കുത്തരം എന്റെ പക്കലില്ല. അനുഭവത്തിന്റേയും കേട്ടുകേൾവിയുടേയും വെളിച്ചത്തിൽ അറിയാൻ കഴിഞ്ഞ വസ്തുതകൾ എങ്ങനെയൊക്കെ വിവരിച്ചാലും മനസ്സിലുള്ളത് പൂർണ്ണമായും അവതരിക്കപ്പെടുകയുമില്ല. ഏകദേശം അങ്ങയുടെ മുമ്പിൽ അവതരിപ്പിച്ചുവെന്ന് ആശ്വസിക്കാനേ ആവൂ. എന്റെ അസ്വസ്ഥതയുടെ ഒരു നുറുങ്ങെങ്കിലും ബോധ്യപ്പെടുത്തുവാൻ കഴിഞ്ഞാൽ ഭാഗ്യം എന്നു കരുതുന്നു. ചിതറി കിടക്കുന്ന ആ നുറുങ്ങുകൾ പെറുക്കിക്കൂട്ടി അങ്ങയുടെ മുമ്പിൽ വയ്ക്കുവാൻ എനിക്കല്പം സാവകാശം തരികതന്നെ വേണം. വധം സുനിശ്ചിതമായ ഒരു ഇരയുടെ അവകാശമായിതന്നെ ഞാനത് അങ്ങയോട് അപേക്ഷിക്കുകയാണ്, നീതിശാസ്ത്രങ്ങൾ അത് അനുവദിക്കുന്നുമുണ്ടല്ലോ. അങ്ങയുടെ മൂന്നാമത്തെ ചോദ്യത്തിന് ഉത്തരം നൽകി മരണത്തിനായി കഴുത്തുനീട്ടി നിശ്ശബ്ദനായി നിന്നുകൊള്ളാം. ദയവായി കുറച്ചു നിമിഷങ്ങൾകൂടി അവിടത്തെ പ്രസിദ്ധമായ നിസ്സംഗത തുടർന്ന് അങ്ങയുടെ വഴികാട്ടികളെ സന്തോഷിപ്പിച്ചാലും.

ദശരഥിയുടെ മുഖകമലത്തിൽ തെളിഞ്ഞ മന്ദസ്മിതവും ഭാവത്തിൽ നിഴലിച്ച നിസ്സംഗതയും ശംബൂകനെ പ്രതീക്ഷാഭരിതനാക്കി.

മഹാരാജൻ..

അങ്ങയുടെ ചോദ്യത്തിലെ ആദ്യഭാഗമായ സ്വർഗ്ഗലാഭമോ മറ്റു വല്ലതുമോ അങ്ങയുടെ അഭീഷ്ടമെന്നതിനുള്ള ഉത്തരം പറയട്ടെ: വ്യക്തിപരമായ ഒരു സ്വർഗ്ഗത്തിനും അഭീഷ്ടസിദ്ധിക്കുമായല്ല ശംബൂകതപസ്സ്.

ഉടലോടെ സ്വർഗ്ഗത്തിൽ പോവുക എന്നും മറ്റുമുള്ള വിവക്ഷ കവിഭാവന മാത്രം. അത്തരം സിദ്ധി മനുഷ്യസാധ്യമാണെന്ന് ശംബൂകൻ വിചാരിക്കുന്നതേയില്ല. എന്തു വരത്തിനുവേണ്ടിയാണ് ദുഷ്കരമായ ഈ തപസ്സ് എന്നാണെങ്കിൽ ശരീരത്തിനും മനസ്സിനുമിടയിൽ ബഡവാഗ്നി ആളിക്കത്തുമ്പോൾ വെറും അഗ്നികുണ്ഡത്തിലേക്കു ശിരസ്സു നീട്ടിയുള്ള ഈ തൂങ്ങിക്കിടപ്പ് എത്ര സുഖകരം! മനസ്സിനും ശരീരത്തിനുമിടയിൽ അഗ്നികുണ്ഡത്തേക്കാൾ പൊള്ളലേൽപ്പിക്കുന്ന ബഡവാഗ്നി എങ്ങനെ ആളിയുയർന്നുവെന്ന് അല്ലേ? പറയാം രാജൻ... പറയാം.

സരയു തീരത്തുനിന്നും കിട്ടിയ സുഭിക്ഷമായ ഭക്ഷണത്തിൽ വിശപ്പും ദാഹവും ക്ഷീണവും വിട്ടുപോയ ബാലൻ ഭജനസംഘത്തോടൊപ്പം സ്തുതിഗീതത്തിലും നൃത്തത്തിലും മുഴുകി നടന്നു നീങ്ങി. അയോധ്യയിലെ ഓരോ മുക്കിലും മൂലയിലും ആൾക്കാർ കൂടുതൽ കൂടുതൽ ഭക്തിയിലും ആഘോഷത്തിമിർപ്പിലും മുഴുകുന്നതു കണ്ടു. ചില വീഥികളിൽ ആൾക്കാർ പല വർണ്ണത്തിലുള്ള കുങ്കുമം മേലോട്ട് വാരി വിതറുകയും ലഡ്ഡു, ജിലേബി തുടങ്ങിയ മധുരപലഹാരങ്ങൾ ഘോഷയാത്രക്കാരുടെ വായിലേക്ക് എറിഞ്ഞുകൊടുക്കുകയും ചെയ്തു. മറ്റു പലയിടങ്ങളിലും മധുരപലഹാരങ്ങൾക്കു പകരം അത് മധുരനാരങ്ങയും മാമ്പഴവും കദളിപ്പഴവുമായെന്നു മാത്രം. പൂക്കൾക്കു മാത്രം എവിടേയും മാറ്റമുണ്ടായില്ല.

ബ്രാഹ്മണശ്രേഷ്ഠർ നിർദ്ദേശിച്ചതുപോലെ ഗ്രാമവാസികൾ വഴിനീളെ പൂക്കൾ വിതറുകയും ഇരുവശങ്ങളിലും നിന്നു കാണികൾക്ക് മുത്തുമാലകൾ എറിഞ്ഞു കൊടുക്കുകയും ചെയ്തു. ചിലയിടങ്ങളിൽ ചെന്നപ്പോൾ പീതാംബരവർണ്ണമുള്ള വേഷ്ടികളും അവർ വിതരണം ചെയ്തു. നല്ല പീതാംബര വേഷ്ടികൾ രണ്ടു സ്ഥലങ്ങളിൽനിന്നു ലഭിച്ചു. രാജവീഥിയിലേക്കു കടന്നപ്പോൾ കണ്ട കാഴ്ച കുറേക്കൂടി ആകർഷകമായി തോന്നി. വിശാലമായ കവലയിൽ മഹാവിഷ്ണുവിന്റെ നീലനിറമുള്ള പ്രതിമ മാലകളിട്ട് നിർത്തിയിരിക്കുന്നു. ഗ്രാമവാസികൾ മുഴുവനും വിഗ്രഹത്തിനു മുന്നിൽ തൊഴുകൈയുമായി ഇരിക്കുന്നു. പെട്ടെന്ന് അവരുടെ മുന്നിൽ വന്നുനിന്ന സുവർണ്ണരഥത്തിൽനിന്ന് മഞ്ഞപ്പട്ടു ചേലയുടുത്ത് നെറ്റിത്തടവും നെഞ്ചും നിറയെ ചുവന്ന സിന്ദൂരംകൊണ്ടു നിറച്ച ഒരു ദിവ്യരൂപം വന്നിറങ്ങി. അതു കണ്ടതും ഗ്രാമവാസികൾ ഒന്നായി ചാടിയെണീറ്റ് സാഷ്ടാംഗം പ്രണമിച്ചു. എല്ലാവരേയും നിർലോപം അനുഗ്രഹിച്ച് സന്ന്യാസിശ്രേഷ്ഠൻ പ്രധാന പൂജാരിക്ക് രാമാവതാരം ഓതിക്കൊടുത്തു. പ്രധാന പൂജാരി ഗ്രാമവാസികൾക്ക് രാമാവതാര കഥ പറഞ്ഞുകൊടുക്കാൻ തുടങ്ങിയപ്പോൾ സന്ന്യാസി ശ്രേഷ്ഠൻ രഥത്തിലേറി അടുത്ത ഗ്രാമത്തിലേക്ക് യാത്രയായി.

മഹാരാജൻ, അങ്ങനെ അവിടുന്ന് അയോധ്യാ രാജധാനിയിൽ പിറന്നുവീണ ദിവസംതന്നെ അങ്ങയുടെ മുഴുവൻ ജീവിതകഥ ഞങ്ങൾക്കു മനസ്സിലായി. ചോരക്കുഞ്ഞായി അവിടുന്ന് കൗസല്യാമാതാവിന്റെ അടിവയറ്റിലെ ചൂടിൽ പതുങ്ങി കിടക്കുമ്പോൾ ഭാവിയിൽ അവിടുന്ന് നടത്താൻ പോകുന്ന രാവണയുദ്ധംപോലും ഞങ്ങൾ അന്നേ അറിഞ്ഞു

കഴിഞ്ഞിരുന്നു. സംശയിക്കേണ്ട രാജൻ, അങ്ങയുടെ അവതാരോദ്ദേശം എത്ര ഭംഗിയായാണ് ഒട്ടും വിലോപമില്ലാതെ അതു നിരക്ഷരരായ പ്രജകളെ ബോധ്യപ്പെടുത്താൻ നിയോഗിക്കപ്പെട്ടവർ ചെയ്തു തീർത്തത്! വൈഷ്ണവാവതാര രഹസ്യം നിരക്ഷരരായ ഗ്രാമീണരെ ബോധ്യപ്പെടുത്തിയതിന് പൂജാരിമാർക്കും ബ്രാഹ്മണശ്രേഷ്ഠർക്കും ഗ്രാമവാസികൾ കൈയിലുണ്ടായിരുന്ന സമ്പത്തു മുഴുവനും കാണിക്കയായി അർപ്പിച്ച് കൃതജ്ഞാലുക്കളായി. ഗ്രാമത്തിലുള്ളവരാകട്ടെ, ഘോഷയാത്രയിൽ പങ്കെടുക്കാൻ കഴിയാത്തവരോട് രാമമാഹാത്മ്യം മറക്കാതെ പറയാമെന്ന പ്രതിജ്ഞ പൂജാരിയെ ചൊല്ലി കേൾപ്പിച്ചാണ് വീടുകളിലേക്കു പോയത്. പകരം മുഴുവൻ ഗ്രാമീണർക്കും വിശേഷാൽ വിഷ്ണുപൂജയുടെ പ്രസാദമായ അവിലും മലരും ലഭിച്ചു. ഇടയ്ക്കിടക്ക് ദേവകൾ ആകാശത്തുനിന്നും പുഷ്പവൃഷ്ടി നടത്തുന്നത് ദ്വിജശ്രേഷ്ഠർ ദിവ്യദൃഷ്ടികൾകൊണ്ട് കണ്ട് ഗ്രാമവാസികളെ അറിയിച്ചു. ഗ്രാമവാസികൾ ആ സമയം ഒന്നായി എണീറ്റ് ശിരസ്സിൽ തൊഴുകൈ വച്ച് പ്രാർത്ഥിച്ചു. പിന്നീടുണ്ടായത് ഭക്തിയുടെ ഒരു കുലംകുത്തിയൊഴുക്കാണ്. ദുഷ്ട നിർമ്മാർജ്ജനം വഴി ധർമ്മസംസ്ഥാപനത്തിനായി അവതാരം കൊണ്ട വിഷ്ണുവിനെ ദർശിക്കുവാനുള്ള കുത്തിയൊഴുക്ക്. ജനങ്ങൾ തൊഴുകൈകളും ചുണ്ടിൽ പരിത്രാണായ സാധൂനാം എന്ന പ്രാർത്ഥനയുമായി ഒന്നിനു പിറകെ ഒന്നായി രാജധാനിയിലേക്കുള്ള പ്രവാഹം.

രാജധാനിയിൽവച്ചാണ് അവതാരരാമനുവേണ്ട പ്രസവ ശുശ്രൂഷകൾ ആരംഭിക്കുന്നത്. തുടർന്നങ്ങോട്ടുള്ള ഘോഷയാത്ര ഉന്മാദം ബാധിച്ചതുപോലെയായിരുന്നു. കൈകൾകൊട്ടി ശബ്ദമുണ്ടാക്കിയും രാമ രാമ മഹാവിഷ്ണോയെന്ന ഭജനചൊല്ലിയും മുഴുവൻ അയോധ്യാ-കോസല-കേകയ വാസികൾ വിഷ്ണു ജനനം കാണാൻ രാജധാനിയിലേക്കു തള്ളിക്കയറി. എന്നാൽ രാജധാനിയുടെ കൊട്ടാരവാതിൽക്കൽ വച്ച് ബ്രാഹ്മണക്ഷത്രിയരെയൊഴിച്ച് ബാക്കിയെല്ലാവരേയും ദ്വാരപാലകർ തടഞ്ഞു നിർത്തി. ബ്രാഹ്മണ ക്ഷത്രിയ സംഘങ്ങൾക്ക് കൊട്ടാരമുറ്റത്ത് പ്രത്യേകം കെട്ടിയുണ്ടാക്കിയ പന്തലിൽ വൈഷ്ണവാവതാരം നേരിൽ കാണാൻ മുന്നിൽതന്നെ സ്ഥാനം ലഭിച്ചു. ദ്വാരപാലകരോട് തർക്കിച്ചു നിന്ന വൈശ്യസംഘത്തിന് കൊട്ടാരം കാര്യക്കാരന്റെ അനുമതി പ്രകാരം പന്തലിന്റെ ഏറ്റവും പിറകിൽ സ്ഥാനം ലഭിച്ചു. അവശേഷിച്ച ബഹുഭൂരിപക്ഷം ശൂദ്ര വിഭാഗങ്ങളെ ഭടന്മാർ ചൂരൽ വീശിയും കുന്തമുയർത്തി കാണിച്ചും അകലങ്ങളിലേക്കു വിരട്ടിയോടിച്ചു. ദാനമായി കിട്ടിയ പീതാംബരവസ്ത്രംകൊണ്ട് തറ്റുടുത്തതുകൊണ്ട് ദ്വാരപാലകർക്ക് എന്നെ തടഞ്ഞുനിർത്താൻ ധൈര്യം വന്നില്ല. ആദ്യം തടഞ്ഞ ഭടനോട് പ്രധാന ദ്വാരപാലകൻ തിരുത്തി: "നല്ല ചേലുള്ള വസ്ത്രം കണ്ടില്ലേ? ആർക്കു തീരുമാനിക്കാൻ പറ്റും വലിയ ഇല്ലത്തെയല്ലെന്ന്? ബ്രാഹ്മണനെ തടഞ്ഞാൽ അതിനുള്ള കൊടിയ ശിക്ഷ അനുഭവിക്കേണ്ടിവരും. അകത്തേക്കു വിട്ടേക്ക് ചങ്ങാതി." അങ്ങനെ ഞാൻ കൊട്ടാരമുറ്റത്തെ പന്തലിലെ ഏതാണ്ട് മദ്ധ്യഭാഗത്തുതന്നെ എത്തിപ്പെട്ടു. രാജധാനിയിലെ

ഒന്നാം കെട്ടിൽ ജനനാഘോഷങ്ങൾ ആരംഭിച്ചു. നിറഞ്ഞ ദ്വിജബ്രാഹ്മണ ശ്രേഷ്ഠന്മാർക്കു മുമ്പിൽ ദശരഥമഹാരാജാവ് സന്നിഹിതനായി. ആ മഹാസദസ്സിനു മുന്നിലേക്കു മെതിയടിയൊച്ച ഉറക്കെ കേൾപ്പിച്ച് ഒരു മഹാതേജസ്വി പ്രത്യക്ഷപ്പെട്ടു. ആ മഹാപ്രകാശത്തിനു ചുറ്റും ബ്രാഹ്മണ വൃന്ദം തേനീച്ചകൾ, റാണിയെയെന്നതുപോലെ പൊതിഞ്ഞു. സൂര്യനെപ്പോലെ പ്രകാശം പരത്തിയ സന്ന്യാസി രംഗത്തു വന്നുനിന്നതും മഹാപന്തലിലെ മുഴുവൻ കാണികളും ഒന്നായി സാഷ്ടാംഗം പ്രണമിച്ചു. സാക്ഷാൽ ഋഷ്യശൃംഗമഹർഷിയെന്ന് കാണികൾ തമ്മിൽ പറയുന്നതും അഹോ മഹാതേജസ്സ് എന്ന് അദ്ഭുതം കൂറുന്നതും കേട്ടു. അന്തപ്പുരത്തിൽനിന്ന് അണിയിച്ചൊരുക്കിയ രാമകുമാരനെ കൗസല്യ മാതാവു തന്നെ അനേകം തോഴിമാരോടൊത്ത് സ്വന്തം കൈകളിൽ കിടത്തി കൊണ്ടുവന്ന് രാജപാണികളിൽ വച്ചുകൊടുത്തു. രാജാവാകട്ടെ പരമ പവിത്രമായ കനിയെന്ന രീതിയിൽ കുലഗുരുവായ വസിഷ്ടന്റെ കൈകളിലേൽപ്പിച്ചു. കുലഗുരു അതിവിശിഷ്ട ജന്മത്തെ പുത്രനും യുവപുരോഹിതനുമായ സുയജ്ഞനും അനേകം ഋഷിവര്യന്മാരുമൊത്ത് ഋഷ്യശൃംഗ പാദങ്ങളിൽ അർപ്പിച്ചു. മഹാമുനി കുമാരനെ തൃക്കൺപാർത്ത് കൈ അഭയമുദ്രയിൽ പിടിച്ച് തീർത്ഥം ശിരസ്സിലും മുഖത്തും തളിച്ച് അനുഗ്രഹിച്ചു. ദശരഥരാജാവ് ഋഷ്യശൃംഗപാദങ്ങളിൽ ശിരസ്സുചേർത്ത് കിടന്നു. മഹാഋഷി കുഞ്ഞിനെ എടുത്തുപൊക്കി മൂന്നു തവണ രാമനെന്നു വിളിച്ചു.

അടുത്ത പരിപാടി രാജാവും രാജ്ഞിയും മഹർഷിമാർക്കും ഗുരുക്കന്മാർക്കും തുടർന്ന് ദ്വിജന്മാർക്കും ബ്രാഹ്മണർക്കും പാരിതോഷികങ്ങൾ സമ്മാനിക്കലാണ്. അതിൻപ്രകാരം ഒന്നാംകെട്ടിന്റെ മണ്ഡപത്തിൽ സ്വർണ്ണം കുന്നുകൂട്ടിയിട്ടതോടെ പന്തലിൽ നെല്ലുമണികണ്ട നച്ചനെലികളുടെ പരാക്രമമായി. വരികൾ മറികടന്ന് മുന്നിലെത്തുവാനുള്ള തിക്കിലും തിരക്കിലും പലർക്കും ഇരിപ്പിടം നഷ്ടപ്പെട്ടു. അതിനിടയിൽ കൊല്ലവനെ, കൊല്ലവനെ എന്ന ആക്രോശം. ചിലർ പാമ്പിനെ കണ്ടതുപോലെ അകന്നകന്നു പോവുന്നു. ബഹളം ഞാനിരുന്നതിനു തൊട്ടുപിറകിലാണ്. അതുകൊണ്ട് മണ്ഡപത്തിൽ നടന്ന പേരിടൽ ചടങ്ങിനെ ബഹളം ഒട്ടും ബാധിച്ചതേയില്ല. എന്റെ ശ്രദ്ധ ബഹളത്തിലെത്തി. ഏകദേശം എന്റെ പ്രായമുള്ള ഒരു ബാലൻ. ഉണങ്ങി വരണ്ട് ചുള്ളിക്കമ്പുപോലുള്ള കൈകാലുകൾ. പുകയുടെ നിറം. അഴുകിയ വസ്ത്രങ്ങൾ. തലമുതൽ കണങ്കാൽ വരെ വയൽചെളി. അവൻ തൊട്ടടുത്തിരുന്ന ഒരു ബ്രാഹ്മണ വൃദ്ധന്റെ തോളിൽ ഏന്തിനിന്ന് മണ്ഡപത്തിലേക്കു നോക്കിയതാണ്. ഒറ്റനോട്ടത്തിൽ ബാലന്റെ ശാപജന്മം ബോധ്യമായ ബ്രാഹ്മണ വൃദ്ധൻ വിളിച്ചു കൂവി: "ഛേ.., മ്ലേച്ഛൻ. അയിത്തമാക്കിയിരിക്കണ്. ഇവനെ കടത്തി വിട്ടത് ബ്രാഹ്മണനെ അപമാനിക്കാനോ?" ബ്രാഹ്മണവൃദ്ധന്റെ പരാതി മറ്റുള്ളവർ ഏറ്റെടുത്തതോടെ പന്തലിൽ ബഹളമായി. പിറുപിറുപ്പുയർന്നതും പാറാവുകാർ കുന്തവുമായി പാഞ്ഞുവന്ന് ബാലനെ പൊക്കിയെടുത്തു. പന്തലിനു പിറകോട്ടു വലിച്ചിഴച്ച് രണ്ടാംകെട്ടിന്റെ മതിലിൽ

ചാരി വൈക്കോൽ തല്ലുന്നതുപോലെ പതം വരുത്തി. സദസ്സിലുള്ളവർക്ക് അലോസരമുണ്ടാവാതിരിക്കാൻ പാറാവുകാർ ബാലന്റെ വായിൽ തുണി കുത്തി നിറച്ചിരുന്നു. പുരോഹിത കർമ്മങ്ങൾ അവസാനിച്ച് സദസ്സ് പിരിയാൻ തുടങ്ങിയതും ഞാൻ നച്ചനെലിയുടെ പരാക്രമത്തോടെ വഴി വളഞ്ഞും തെറ്റിയും രാജധാനിയുടെ ഗോപുരകവാടത്തിലെത്തി. എന്നാൽ അവിടെയെങ്ങും ആ ബാലനെ കണ്ടില്ല. പ്രധാന കവാടത്തിൽ ആ നാലു പാറാവുകാരും മീശപിരിച്ചു നിൽപ്പുണ്ട് മറ്റു പലരുടേയും കൂട്ടത്തിൽ. അവരുടെ ഗൗരവം നിറഞ്ഞ മുഖം കണ്ടാൽ മൂത്രം പോവും. ബ്രാഹ്മണ, ക്ഷത്രിയ, വൈശ്യ പ്രധാനികളോടുള്ള ആദരം കഴിഞ്ഞ് ചെറിയ കുട്ടികളെ കണ്ടപ്പോൾ ഇരട്ടി ഗൗരവം. ആൾക്കാർ കുറഞ്ഞു കുറഞ്ഞ് തീരെ ആൾസഞ്ചാരമില്ലാത്ത കാട്ടുവഴിയിലെത്തി ഞാൻ. ഇരുവശങ്ങളിൽ നിന്നും വന്മരങ്ങൾ വരി തെറ്റിച്ച് വഴിയിലേക്കു നീണ്ടു നിൽക്കുന്നു. ചില സ്ഥലങ്ങളിൽ വഴിയേ ഇല്ല. മരങ്ങളുടേയും കുറ്റിച്ചെടികളുടേയും ഇട നോക്കി നടക്കണം. പലയിടത്തും വഴിക്ക് നൂൽവണ്ണം. കുറേ ദൂരം ചെന്നപ്പോൾ മുൾമരക്കാട്ടിൽ വേദനയുടെ ഞരുക്കം. വല്ല മുയലുകളേയും അണ്ണാന്മാരേയും നായ്ക്കൾ കടിച്ചു പറിക്കുന്ന പ്രാണവേദനയായിരിക്കുമെന്നാണ് ആദ്യം തോന്നിയത്. വഴിയിലേക്ക് ആട്ടിൻകാലുകൾപോലെ നേരിയ രണ്ടു വടികൾ ഉന്തിക്കിടക്കുന്നു.

ചെന്നുനോക്കിയപ്പോൾ മനസ്സിലായി ഭടന്മാരുടെ മർദ്ദനമേറ്റ ബാലൻ തന്നെ. ഞാൻ സമയം കളയാതെ അവന്റെ തല ഉയർത്തി. അവന് എണീറ്റു നിൽക്കാൻ വയ്യ. ശബ്ദം തൊണ്ടയിൽ വരണ്ടുണങ്ങി നിൽക്കുകയാണ്. ഞാൻ ഓടിച്ചെന്ന് ചേമ്പിലയിൽ ഒരു കുമ്പിൾ വെള്ളം കൊണ്ടുവന്ന് അവനു കുടിക്കാൻ കൊടുത്തു. അവൻ വലിയ ദാഹത്തിൽ മുത്തിമുത്തി കുടിച്ചു. അവശേഷിച്ച വെള്ളംകൊണ്ട് മുഖവും നെറ്റിയും നനച്ചു. അവന് തല ശിരസ്സിൽ ഉറച്ചു. എന്നാലും കനത്ത ശരീരവേദനയുള്ളതുപോലെ വാകമരത്തിൽ ചാരി ഇരുന്നു. കുറച്ചു മാത്രകളുടെ വിശ്രമംകൊണ്ട് അവനു ശബ്ദം പുറത്തു വന്നു: എല്ലാ കഷ്ടപ്പാടുകളും കുമാരനെ കണ്ടാൽ തീരുമെന്ന് അച്ഛൻ പറഞ്ഞു. കുമാരൻ വിഷ്ണുവിന്റെ അവതാരമാണ്. തെല്ലിട കഴിഞ്ഞ് അവൻ വേവലാതിപ്പെട്ടു: “ന്നാലും അടിയൻ ചെയ്യാൻ പാടില്ലാത്തതു ചെയ്തു. തമ്പ്രാക്കന്മാരെ കൂട്ടിത്തൊട്ടു. പാടത്തെ ചളി വേദം ചൊല്ലണോരടെ മേത്താക്കി.” അവൻ ഒരു കവിൾ വെള്ളംകൂടി കുടിച്ചു. എന്നിട്ടെന്നെ സൂക്ഷ്മമായി നോക്കി: “ആരാണവിടുന്ന്? കണ്ടിട്ട് വലിയ തമ്പ്രാൻ കുട്ടിയെപ്പോലെ.”

“ആരാണവിടുന്ന്?”

ഞാൻ പറഞ്ഞു: “നീ പറഞ്ഞ വിഷ്ണു ഭഗവാൻ.”

അതവനു നന്നെ ഇഷ്ടപ്പെട്ടു. അവൻ വിക്കി വിക്കി ചിരിച്ചു. ഒരു നിമിഷംകൊണ്ട് ഞങ്ങൾ നല്ല ചങ്ങാതിമാരായി. അവൻ എന്നെ വിഷ്ണു എന്നുതന്നെ വിളിച്ചു. അവന്റെ പേര് ഗുഹൻ. എന്റെ തോളിൽ പിടിച്ചുകൊണ്ട് അവൻ എണീറ്റു. അവന്റെ വീട് കാടിനുള്ളിലാണ്. കുറച്ചു ദൂരം

നടക്കണം. അവന് ഏറെ ദൂരം നടക്കാൻ വയ്യ. കണങ്കാലിൽ ചാട്ടയടി കൊണ്ട നല്ലൊരു മുറിവുണ്ട്. മുറിവിനു ചുറ്റും ചോര കട്ടകുത്തി നിൽക്കുന്നുണ്ട്. മുത്തശ്ശന്റെ പച്ചില മരുന്നുപ്രയോഗം എനിക്കോർമ്മ വന്നു. കാട്ടിൽനിന്നു കിട്ടിയ മരുന്നു പച്ചില കുത്തിപ്പിഴിഞ്ഞ് നീരെടുത്ത് മുറിവിൽ ഇറ്റിച്ചു. പച്ചിലക്കൊറ്റൻ ഉരച്ച് കട്ടകുത്തിയ ചോര തുടച്ചുനീക്കി. അധികം താമസിയാതെ അവന് എന്റെ തോളിൽ പിടിച്ചു നടക്കാമെന്നായി. സന്ധ്യയാവോളം ഒറ്റയടിപ്പാതയിലൂടെ നടന്നുകയറിയപ്പോൾ ഇടതൂർന്ന കാട്ടിലെത്തി. കാട്ടുമരങ്ങൾ കാവൽ നിൽക്കുന്ന കുന്നിൻ ചെരുവിൽ ഉണങ്ങിയ ഇലകൾകൊണ്ടു മേഞ്ഞ അവന്റെ വീട്. തളർന്നവശനായ അവൻ കുടിൽമുറ്റത്തെത്തിയതും അമ്മേയെന്നാർത്തുവിളിച്ചതും ഒന്നിച്ച്. കുടിലിന്റെ വാതിൽ തുറന്നു പുറത്തുവന്ന ഗൃഹനാഥനെ കണ്ട് ഞാൻ ഞെട്ടിപ്പോയി.

രണ്ട്

എനിക്കെന്റെ കാഴ്ച വിശ്വസിക്കാൻ കഴിഞ്ഞില്ല. രാജഭടന്മാർ വെട്ടിക്കൊന്ന മുത്തശ്ശൻ തന്നെ.

മരണപ്പെട്ട മുത്തശ്ശൻ എങ്ങനെ ഇവിടെയെത്തും? വിസ്മയശേഷം ഞാൻ സൂക്ഷ്മദൃക്കായി. മുത്തശ്ശനേക്കാൾ അല്പം പ്രായക്കുറവു തോന്നും. മുത്തശ്ശന്റെ കണ്ണുകളിലെ പ്രകാശമില്ല. ആരേയും കൂസാത്ത നിശ്ചയദാർഢ്യമില്ല. ഒരേ മൂശയിൽ വാർത്തെടുത്ത രണ്ടു വിഗ്രഹങ്ങൾ. ഇതെങ്ങനെ സംഭവിച്ചു? അനേകമനേകം നാഴികകൾക്കകലെ, സിന്ധുവും ഗംഗയും കടന്ന്. സരയുവിന്റെ തീരത്ത്. മുത്തശ്ശന്റെ വംശപരമ്പര സരയുവിലെവിടെയെങ്കിലും? കണ്ടാൽ മുത്തശ്ശൻതന്നെ. സൂക്ഷ്മമായി നോക്കിയാൽ മുത്തശ്ശന്റെ അനിയൻ... ഗുഹന്റെ അച്ഛൻ എന്നെത്തന്നെ കണ്ണെടുക്കാതെ നോക്കി നിൽക്കുകയാണ്; തറയിൽ മലർന്നു കിടക്കുന്ന മകനെയല്ല. അദ്ദേഹവും എന്നെ കണ്ട് ആകെ വിയർത്ത മട്ടുണ്ട്. കണ്ണുകൾ മഞ്ഞളിച്ചതുപോലെ. എന്നാൽ ഒരക്ഷരം പുറത്തു വന്നതുമില്ല.

അപ്പോഴേക്കും ഗുഹന്റെ വിളികേട്ട് പുറത്ത് തോട്ടുവക്കിൽ പുല്ലരിയുകയായിരുന്ന അവന്റെ അമ്മ അരിവാളുമായി പാഞ്ഞെത്തി. എന്തു പറ്റീന്റെ മോനേയെന്നാർത്തുവന്ന അവന്റെ അമ്മ മകൻ ബോധമില്ലാതെ കിടക്കുന്നതുകണ്ട് തോട്ടിൽനിന്ന് കൈക്കുമ്പിളിൽ കുളിർജലം കൊണ്ടുവന്ന് മുഖത്തു തളിച്ചു. ഗുഹൻ കണ്ണുമിഴിച്ച് ഇരുവശങ്ങളിലേക്കും നോക്കി. അവന്റെ അമ്മയുടെ പരിഭ്രമത്തിനു കുറവു വന്നു. “മോനേന്റെ മോനേന്തുപറ്റീതാ?” അവർ മകന്റെ അരികിൽ ഇരുന്ന് മുഖം നെഞ്ചോടു ചേർത്തു. “ഒന്നുമില്ലമ്മേ. നടന്നപ്പോൾ നല്ല ക്ഷീണം.” അവൻ ലഘുവാക്കി. മൂന്നു നേരം തുടർച്ചയായി നടന്നാലും കാൽകുഴയാത്തവനാണ് ഗുഹൻ. എന്നിട്ടു വേണ്ടേ ഒരു നേരത്തെ നടത്തം മാത്രമുള്ള അയോധ്യയിലേക്കുള്ള യാത്ര മകനെ കുഴക്കുന്നു? മാത്രവുമല്ല, മകന്റെ

ശരീരത്തിലത്രയും പുളിവാറൽപോലെ വടുക്കൾ. കൈയിലും കാലിലും വ്രണങ്ങൾപോലെ മുറിവുകൾ. നെറ്റിത്തടത്തിൽ കല്ലുകൊണ്ടു കുത്തിയ പാട്. "നടന്നാൽ മെയ്യു മുയ്മനും പുളിവാറലുണ്ടാവ്യോ? കയ്യും കാലും ചൊറിപിടിക്ക്യോ?"

"അരുഥയുടെ ചെരിവീന്ന് കാൽ വഴുതി വീണതാണമ്മേ. തൊട്ടാർവാടിയും മുള്ളിലവും മുറിവുണ്ടാക്കി. നല്ലപോലെ നീരുണ്ടമ്മേ. അമ്മ ചൂടുവെള്ളത്തിൽ പിണ്ടിത്തുണി മുക്കി തടവിയാൽ മതി. വേദനയും നീരും പോവും." "വഴി നറെ മുള്ളിലവും കാട്ടുകുറ്റികളുമാണ്. ശ്രദ്ധിച്ചു നടക്കണംന്ന് എന്നും പറീം. നീ കേക്കില്ല. മൂക്കുകയറു ഊരിക്കളഞ്ഞ കുട്ടനെപ്പോലെ പാഞ്ഞാല് ബാക്കീണ്ടാവ്ല്ല്യാ. തൈവങ്ങള് കാത്തു - അതും പറഞ്ഞ് ഗുഹന്റെ അമ്മ ചെരുവത്തിൽ തോട്ടിൽ നിന്നെടുത്ത വെള്ളവുമായി അടുക്കളയിലേക്കു പോയി. അതുവരെ എന്നെത്തന്നെ നോക്കി നിൽക്കുകയായിരുന്ന ഗുഹന്റെ അച്ഛന് അപ്പോഴേക്കും സംസാരശക്തി വീണ്ടു കിട്ടിയതുപോലെ: "ഇദ്ദേഹമാണോ നിന്നെ ഇവിടെ കൊണ്ടെത്തിച്ചത്?" ഗുഹൻ പറഞ്ഞു: "അതെയച്ഛാ. വിഷ്ണു തക്കസമയത്ത് വന്നില്ലായിരുന്നുവെങ്കിൽ ഞാൻ കൊക്കയിൽ വീണേനെ." അതുകേട്ട് മോനേയെന്നു വിളിച്ച് അവന്റെ അച്ഛൻ അവന്റെ ശിരസ്സിൽ ഉമ്മ വച്ചു. എന്നിട്ട് എന്നെ തറപ്പിച്ചുനോക്കി മന്ത്രിച്ചു: "സാക്ഷാൽ ശിവശങ്കരൻ തന്നെയാണ് വിഷ്ണുവിനെ അവിടെയെത്തിച്ചത്. മഹാദേവാ അവിടുത്തെ കൃപ."

ഗുഹന്റെ അമ്മ ചരുവത്തിൽ തിളച്ച വെള്ളവുമായി വന്നു. ചണനൂൽ കിഴിവെള്ളത്തിൽ മുക്കി പിഴിഞ്ഞ് ശരീരമാസകലം ഒരാവർത്തി ചൂടു പിടിച്ചു. നീരു കിനിഞ്ഞിടത്ത് ചൂടു കിഴിയിരുന്നപ്പോൾ ചൂടും സുഖവും അനുഭവപ്പെട്ടു. നീര് താഴേക്കിറങ്ങി പോവുന്ന സുഖം. തിണർത്ത ഞരമ്പുകൾ അഴയുന്ന സുഖം. ഒരാവർത്തികൂടി ചൂടേറ്റപ്പോൾ ഉഷാറായതു പോലെ. ഗുഹൻ മുളംതൂണിൽ ചാരി ഇരുന്നു.

"അമ്മേ, വിഷ്ണുവിനെ നമ്മുടെ കൂടെ കൂട്ടാം അല്ലേ?" അവൻ അമ്മയോടഭിപ്രായം ചോദിച്ചു.

"വിഷ്ണുവിന്റെ അച്ഛനും അമ്മയും?"

"അവരെല്ലാം വളരെ അകലെയാണ്."

"എന്നാപ്പിന്നെ അവനിവിടെ കൂടിക്കോട്ടെ. ന്റെ മോനേ രക്ഷിച്ച തങ്കമല്ലേ. എനിക്കു മോൻ തന്നെയാണ്."

കുറഞ്ഞ സമയംകൊണ്ട് എനിക്ക് വിഷ്ണുവിന്റെ അമ്മയെ വളരെ ഇഷ്ടപ്പെട്ടു. സ്വന്തം അമ്മയെപ്പോലെതന്നെ. എടാ പോടാ എന്ന വിളി. വാത്സല്യം ചുരത്തുന്ന പെരുമാറ്റം. വിഷ്ണുവിന്റെ അച്ഛന്റെ നേരെ വിപരീതം. അച്ഛന് ഒരുതരം അകലം സൂക്ഷിക്കുന്ന വർത്തമാനം. നോട്ടം. അപരിചിതഭാവം.

"അച്ഛനെന്താ സമ്മതിക്കാത്തത്? അമ്മ പറഞ്ഞതു കേട്ടില്ലേ? വിഷ്ണു നമ്മുടെ കുടിലിൽ നിന്നോട്ടെ അച്ഛാ. അവനുണ്ടെങ്കിൽ നല്ല സുഖമാവും."

അതിനുത്തരം പറയാതെ അവന്റെ അച്ഛൻ എന്നോടു ചോദിച്ചു: “ഭവാന്റെ വീട് എവിടെയാണ്?”

ചോദ്യം കേട്ട് ഗുഹനും അവന്റെ അമ്മയ്ക്കും ചിരിവന്നു. എനിക്കും നല്ലതുപോലെ ചിരിവന്നു. അമ്പതും അറുപതും കഴിഞ്ഞവരോട് സംസാരിക്കുന്നതുപോലെ. ചിരിക്കാതെ ഉത്തരം പറഞ്ഞു: “കൊറേ അകലെയാണമ്മാവാ.”

“അകലെയെന്നു വച്ചാല്?”

“സരയുവും കടന്ന് അകലെ.”

“സരയു കടന്ന് എത്ര നേരത്തെ യാത്ര?”

ഒഴുക്ക് കാൽപ്പാദങ്ങൾവച്ചുള്ള അളവിന് വിധേയമല്ല. എന്നാലു ഒരൂഹംവച്ചു പറഞ്ഞു: “ഒഴുക്കുവെള്ളത്തിലാണെങ്കിൽ ഏഴു ദിനരാത്ര ങ്ങളുടെ അകലമുണ്ടാവും കുറഞ്ഞത്.”

അമ്മാവന്റെ കണ്ണുകൾ ചുരുങ്ങി ചെറുതാവുന്നതു കണ്ടു. തുറന്ന വായ അടയാതെ നിൽക്കുന്നതും. അവന്റെ അമ്മയും ദൂരസ്ഥലം പിടി കിട്ടാത്തതുപോലെ നിന്നു.

“അപ്പോൾ ഭാഗീരഥിയും കഴിഞ്ഞിട്ടോ?”

ഭാഗീരഥിയെന്നാൽ ഗംഗ. ഗംഗയ്ക്കപ്പുറത്ത് സിന്ധു. സിന്ധുവിന്റെ തീരത്ത് ഹരിയൂപിയ. ഹരിയൂപിയയാണ് തന്റെ നാടിന്റെ പേരെന്നാണ് മുത്തശ്ശൻ പറഞ്ഞു കേട്ടിട്ടുള്ളത്. മുത്തശ്ശന്റെകൂടെ സിന്ധുവിൽ ചങ്ങാട ത്തിൽ പോവുമ്പോൾ കറുത്ത മണ്ണു നിറഞ്ഞ തീരത്തേക്കു ചൂണ്ടി മുത്ത ശ്ശൻ സ്വയം പറഞ്ഞു: “ഒരു കാലത്ത് ഭൂമിയിലെ സ്വർഗ്ഗം. ഇന്നിപ്പോ കത്തിക്കരിഞ്ഞ കരിക്കൊള്ളിപോലെ. മണ്ണുപോലും വെന്തു കരിഞ്ഞ്. ശവങ്ങളുടെ കൂന” മുത്തശ്ശൻ അസഹ്യമായ വേദനയിൽ നെഞ്ചിൽ കൈ പ്പത്തികൾ അമർത്തി ശ്വാസം കിട്ടാതെ കിണഞ്ഞു വലിച്ചു. ഇപ്പോൾ തോന്നുന്നു അപ്പോൾ മുത്തശ്ശന്റെ നെഞ്ച് ചുട്ടുപൊള്ളുന്ന ചെമ്പുതകിടാ യിരുന്നു.

എനിക്ക് വിയർത്തു കുളിക്കുന്നതുപോലെയും പാത്രത്തിൽ ഒട്ടിപ്പിടിച്ച കഞ്ഞിപോലെയും അനുഭവപ്പെട്ടു. ഗുഹന്റെ അച്ഛൻ എന്നെ ഇരുകൈ കളും വളച്ച് ഗാഢമായി ആശ്ലേഷിക്കുകയാണ്. അദ്ദേഹത്തിന്റെ ശിരസ്സിൽ നിന്നും ഇറ്റുവീണ ചുടുവിയർപ്പ് എന്റെ നെറ്റിത്തടം പൊള്ളിച്ചു.

“കുട്ടീ, നമ്മൾ ഒരേ ദേശക്കാർ... ഒരേ നാട്ടുകാർ.” അത്രയും പറഞ്ഞ് ആ മാമൻ വിമ്മിവിമ്മി കരയാൻ തുടങ്ങി- “സഹസ്രാബ്ദങ്ങൾക്കു മുമ്പ് പെറ്റ നാട്ടിൽനിന്നും ജീവനുംകൊണ്ട് ഓടേണ്ടി വന്നവരാണ് നമ്മുടെ പിതൃക്കൾ. സ്വന്തം നാടു കാണാൻ വിധിയില്ലാത്തവരാണ് ഞങ്ങൾ. ഉണ്ണീ, ഇന്നലെവരെ സിന്ധുവിന്റെ തീരത്തെ ആ പുണ്യഭൂമി ചവിട്ടി നട ക്കാൻ ഭാഗ്യമുണ്ടായവനാണു നീ. നിന്നെ എനിക്കെത്ര കണ്ടിട്ടും ആശ്ലേഷി ച്ചിട്ടും മതി വരുന്നില്ല.” അതും പറഞ്ഞ് വലിയമ്മാവൻ എന്നെ കൂടുതൽ ശക്തിയായി ആശ്ലേഷിച്ചു. നെറ്റിമുതൽ പാദംവരെ ചുംബിച്ചു. എനിക്കല്പം

ആശങ്കയുണ്ടായി. ആദ്യം അകലംകൊണ്ട്. ഇപ്പോൾ ഉന്മാദമായ അടുപ്പം കൊണ്ട്. വാസ്തവത്തിൽ എനിക്കൊന്നും പിടികിട്ടിയില്ല. ഗുഹന്റെ പിതാമഹന്മാർ പണ്ട് സിന്ധുവിന്റെ തീരഗ്രാമങ്ങളിൽ താമസിച്ചിരുന്നു. ഞാൻ അവിടെ നിന്നാണെന്നറിഞ്ഞപ്പോൾ വലിയ സന്തോഷമായിരിക്കുന്നു. അതിലപ്പുറം എനിക്കൊന്നും തോന്നിയില്ല. തോന്നാൻ എന്താണുള്ളത്? എവിടെയുംപോലെ സിന്ധുവിന്റെ തീരവും. അല്ലലും അലച്ചിലും. എന്നാൽ ഗുഹന്റെ അച്ഛന് അതു വലിയ കാര്യമായി. എന്നെ അവിടുത്തെ ഒരംഗത്തിനേക്കാൾ കൂടുതലായി അവർ കരുതി. എന്നെ മോനേയെന്നും ഞാന വരെ വലിയമ്മാവൻ എന്നും വലിയമ്മായി എന്നും വിളിച്ചു.

മലമുകളിൽ വെളിച്ചം പിച്ചവെക്കാൻ തുടങ്ങുമ്പോൾ ഞങ്ങൾ ഗോക്കളേയും തെളിച്ച് കുന്നിൻപുറത്തെ പുൽമേടിലെത്തും. നല്ല കറുകപ്പുല്ലും മുത്തങ്ങപ്പുല്ലും തേടി കുന്നിൻപുറത്തുള്ള പുഴയുടെ തീരത്തും. കാലത്ത് വലിയമ്മായി ഉണ്ടാക്കിയ തിനക്കഞ്ഞിയും കിഴങ്ങു ചമ്മന്തിയും ഉള്ളിലുള്ളതുകൊണ്ട് സൂര്യൻ തലയ്ക്കു മുകളിലെത്തിയാലും വിശപ്പനുഭവപ്പെടുകയില്ല. പുഴയുടെ തീരത്തേക്കു ഗോക്കളെ കൊണ്ടുപോവുമ്പോൾ ഞാനും ഗുഹനും മാത്രമേയുണ്ടാവൂ. വലിയമ്മാവൻ കുന്നിനു മുകളിലിരുന്ന് ഉച്ചയ്ക്കുള്ള കാട്ടുകിഴങ്ങ് വേവിച്ചുവച്ചു. നദീതീരത്തുള്ള ഇളംപുല്ലും വെള്ളവും കഴിച്ച് വയറു നിറഞ്ഞെത്തുന്ന ഗോക്കളെ കുന്നിൻ ചെരിവിൽ നിർത്തി വലിയമ്മാവൻ വേവിച്ച കിഴങ്ങു കഴിച്ച് ഞങ്ങൾ അല്പം വിശ്രമിക്കും. ഞങ്ങൾക്ക് മധുരക്കിഴങ്ങ് വേവിച്ചുവെക്കുന്നത് വലിയമ്മാവന് വലിയ അധ്വാനമേയല്ല.

വിറകും വെള്ളവും കൈയകലത്തിൽ കിട്ടും. വല്ലപ്പോഴും കരിമ്പിൻ നീരുചേർത്ത് തിളപ്പിച്ച പാനീയവുമുണ്ടാക്കി. പണികൾ വളരെ കുറവായിരുന്നാലും വലിയമ്മാവൻ ഞങ്ങളുടെ കൂടെ ഗോക്കളേയുംകൊണ്ട് നദീതീരത്തേക്കു വന്നതേയില്ല. ഒഴിവു സമയത്തെല്ലാം കുന്നിന്റെ നെറുകയിൽ കയറിയിരുന്ന് അകലേക്കു നോക്കി. കുന്നിന്റെ മുകളിലിരുന്നാൽ നദിയും നദി കടന്ന് വളരെ ദൂരെവരെ വിജനമായ പുൽപ്പരപ്പുകളും വനങ്ങളും കാണാം. എല്ലാത്തിന്റേയും അപ്പുറത്ത് ആകാശത്തോടു മുട്ടിയുരുമ്മി നിൽക്കുന്ന മലകളും നിബിഡവനങ്ങളും. ആർക്കും കാണാൻ കഴിയാത്ത ആ മലയടിവാരത്തിലെ നദിയും നദീതീരത്തെ നിരവധി ഗ്രാമങ്ങളുമാണ് വലിയമ്മാവൻ കാണുന്നത്. അതെവിടെ? ഏതു ഗ്രാമങ്ങൾ? ഏതു നദീതീരം? ആർക്കും അറിയുകയില്ല. എന്നാലും കാണാത്ത മഹാനദിയും ഗ്രാമങ്ങളും കണ്ടുകൊണ്ട് വലിയമ്മാവൻ സദാ കുന്നിൻമുകളിലിരുന്നു. ഗുഹനോടു ചോദിച്ചപ്പോൾ അവൻ പറഞ്ഞു: "അച്ഛൻ അങ്ങനെയാണ്. ഒഴിവു കിട്ടുമ്പോഴൊക്കെ കുന്നിനു മോളിൽ കയറിയിരിക്കും. ചിലപ്പോൾ ഗോക്കളെ മേക്കാൻതന്നെ മറന്നുപോവും. അച്ഛന്റെ മടി കാരണം യജമാനന്റെ വക പലപ്പോഴും കിട്ടി. എന്നാലും അച്ഛൻ കുന്നും മലയും കണ്ടാൽ മോളിൽ കയറി ഇരിക്കും." "എന്തു കാണാനാണ് വലിയമ്മാവൻ കുന്നിൻമുകളിൽ കയറിയിരിക്കുന്നത്?" "അതൊന്നും

അറിയില്ല. ചോദിച്ചാലൊട്ട് വ്യക്തമായി പറയുകയുമില്ല. ചിലപ്പോൾ അച്ഛനുതന്നെ അറിയില്ലായിരിക്കും. അച്ഛന് ഒറ്റയ്ക്കിരിക്കാനാണിഷ്ടം. കല്യാണത്തിനും മരണസദ്യകൾക്കുമൊന്നും പോവില്ല. ഗോക്കളേയും കൊണ്ട് കാട്ടിലേക്കു പോരും. കുന്നിനു മോളിൽ അന്നൊന്നും ആരു മുണ്ടാവില്ലല്ലോ. നീ വന്നതിനുശേഷം അച്ഛന് ഓർമ്മകൾ കൂടുതലാണ്. നല്ല പരിചയമുള്ള സ്ഥലത്തു നിന്നെത്തിയ അതിഥിയെ കിട്ടിയ സന്തോഷ മാണെപ്പോഴും."

ഉച്ചഭക്ഷണത്തിനുള്ള വേവിച്ച കിഴങ്ങ് തേക്കിലയിൽ പകർന്നു കൊണ്ടുപോവാൻ കുന്നുകയറി വന്നതാണു ഞാൻ. ഗുഹൻ നദീതീരത്ത് ഗോക്കളോടൊപ്പം. കുറച്ചു ഇളംപുല്ലുകൂടി അവയ്ക്ക് അകത്താക്കാനുണ്ട്. വിശപ്പ് തീർന്നിട്ടില്ല. വലിയമ്മാവൻ കുന്നിന്റെ നെറുകയിൽ ഒറ്റയ്ക്ക് ദൂരേക്കു നോക്കി ഇരിക്കുകയാണ്. ഞാൻ ഉണങ്ങിയ ഇലകളിൽ നടന്ന് അടുത്തുചെന്നു നിന്നതും ഒന്നും വലിയമ്മാവൻ അറിഞ്ഞതേയില്ല. അല്പനേരം കഴിഞ്ഞ് "വലിയമ്മാവൻ എന്താ ഇവിടെയിരിക്കണ്." എന്ന എന്റെ ചോദ്യംകേട്ട് മുഖം ചെറുതായൊന്നു തിരിച്ചു. തന്റെ ഏകാന്തത നഷ്ടപ്പെടുത്തിയെന്ന അലോസരമൊന്നും മുഖത്തു കണ്ടില്ല. വലതു കൈയിലെ ചൂണ്ടുവിരൽ ദൂരേക്കു നീട്ടി സ്വപ്നത്തിലെന്നപോലെ പറഞ്ഞു:

"വിഷ്ണൂ, നീ ഭാഗ്യവാനാണ്. അടുത്തകാലംവരെ നിനക്കവിടെ കഴി യാൻ കഴിഞ്ഞല്ലോ. ഭാഗ്യം കെട്ട എനിക്കു കാണാനേ കഴിഞ്ഞിട്ടില്ല.."

എന്ത് വലിയമ്മാവാ എന്ന സംശയത്തിന്: "ദാ നോക്ക്, അവിടെയാണ് ഭാഗീരഥി. അതിനപ്പുറത്ത് സിന്ധു. അവർ സിന്ധുവിനെ വിളിച്ചത് ഇന്ധ് എന്നാണ്. ചിലപ്പോൾ ഇന്ദു. വീട്ടിലെ കൊച്ചു കുഞ്ഞിനെപ്പോലെ. ഇന്ദു വിന്റെ തീരങ്ങളിൽ കൊച്ചുകൊച്ചു സ്വർഗ്ഗങ്ങൾ.."

അല്പനേരത്തെ മൗനം. ദീർഘമായ നോട്ടം.

"അവിടെ ഗോക്കൾക്ക് യജമാനന്റെ പേരെഴുതിയ ലോഹത്തകിടു കൾ കഴുത്തിലില്ല. കാടുകളിൽ യഥേഷ്ടം കറങ്ങി വീടുകളിൽ വന്നു മുളയുന്നു. പ്രസവം കഴിഞ്ഞാൽ യജമാനന് പാൽ കറന്നെത്തിക്കേണ്ട. പാൽ അളന്നെത്തിക്കാത്തതിന് ആരേയും യജമാനൻ ചാട്ട കൊണ്ട ടിക്കുകയില്ല. കാരണം അവിടെ യജമാനനും ഭൃത്യനുമില്ല. എല്ലാവരും യജമാനന്മാർ. എല്ലാവരും ഭൃത്യന്മാർ. ഗോവാണ് യഥാർത്ഥ യജമാനൻ." വലിയമ്മാവൻ അപ്പോൾ പറഞ്ഞതൊന്നും എനിക്കു മനസ്സിലായില്ല. ഒരു കാര്യം ഞാനൂഹിച്ചു. വലിയമ്മാവൻ ഇരിക്കുന്ന കുന്നിൽ നിന്ന് അതി വിദൂരത്തുള്ള ഗ്രാമത്തിലേക്ക്, എനിക്കു കാണാൻ കഴിയാത്ത ഒരു കോണി നീണ്ടു കിടപ്പുണ്ട്. ആ കാണാകോണിയിലൂടെ വലിയമ്മാവൻ സമയം കിട്ടുമ്പോഴൊക്കെ, ഇഷ്ടംപോലെ ആ ഗ്രാമങ്ങളിൽ പോയി വരുന്നു. ആ ഗ്രാമങ്ങൾ സരയുവും കഴിഞ്ഞ്, ഭാഗീരഥിയും കഴിഞ്ഞ് സിന്ധുനദിയുടെ തീരത്താണ്. ഒരു പക്ഷിയെപ്പോലെ വലിയമ്മാവൻ സിന്ധുതീരത്ത് നിമിഷംകൊണ്ട് പോയിവരുന്നു. ഒരു ദിവസത്തിൽ എത്രയോ തവണ. മുത്തശ്ശനും വലിയമ്മാവനും തമ്മിൽ ശാരീരികസാമ്യ ങ്ങൾ മാത്രമല്ല മാനസിക പൊരുത്തവുമുണ്ടെന്നു തോന്നി. സിന്ധുവിനെ

പ്പറ്റി മുത്തശ്ശൻ പറയുന്നതും പലപ്പോഴും പിടികിട്ടിയില്ല. ഏതോ സ്വപ്ന ത്തിന്റെ ഓർമ്മയിൽ വിളിച്ചുപറയുന്നതുപോലെയാണ്. രണ്ടുപേരും തമ്മിൽ പ്രകടമായൊരു വ്യത്യാസവും അനുഭവപ്പെട്ടു. മുത്തശ്ശൻ തന്റെ സ്വപ്നം അന്വേഷിച്ച് ഊരുചുറ്റി. വലിയമ്മാവനാവട്ടെ സ്വപ്നം മനസ്സിൽ തിരഞ്ഞു ഏകാന്തതയിലിരിക്കുന്നു. മുത്തശ്ശൻ അഹോരാത്രം അദ്ധ്വാ നിച്ച് യാഥാർത്ഥ്യത്തിലേക്കടുത്തു. വലിയമ്മാവൻ സ്വപ്നം കണ്ടു സ്വപ്നം കണ്ട് വാലുംതുമ്പും പിടികിട്ടാതെ അലസനായി.

മറ്റൊരു ദിവസം ഞാൻ ചെല്ലുമ്പോൾ വലിയമ്മാവൻ ഇരുന്നു ഗദ്ഗദ പ്പെടുകയാണ്. എന്താണമ്മാവാ, എന്തുപറ്റിയെന്ന എന്റെ അന്വേഷണ ത്തിന്: “വിഷ്ണൂ, മരിച്ചുപോയ പിതൃക്കൾ എത്ര ഭാഗ്യവാന്മാർ! അവർ എത്ര ആഗ്രഹിച്ചിരിക്കും അവരുടെ മക്കളും അവരെപ്പോലെ സ്വതന്ത്ര രായി ഇരിക്കാൻ! സ്നേഹനിധികളായ അവർ ഉണ്ടെങ്കിൽ എങ്ങനെ സഹിക്കും അല്ലേ? ഇല്ലാതായത് അവരുടെ മനോഗുണംകൊണ്ട്.” പെട്ടെന്നുവന്ന സംശയം: “സ്വതന്ത്രരായ അവർ എവിടെയായിരുന്നു അമ്മാവാ?” അപ്പോഴും വലിയമ്മാവന്റെ കൈവിരൽത്തുമ്പ് അകലേക്കു നീണ്ടു. “പിതൃക്കൾ മരിക്കുക സ്വാഭാവികമല്ലേ അമ്മാവാ?” എന്റെ ചോദ്യം വലിയമ്മാവനെ അഗാധമായ സങ്കടത്തിലാഴ്ത്തി. മുഖത്തുകൂടെ കണ്ണീർ ചാലിട്ടൊഴുകി. ശബ്ദം നനഞ്ഞൊട്ടി. “പ്രകൃതി നിശ്ചയിച്ച മരണ മാണെങ്കിൽ സഹിക്കാമായിരുന്നു. ഗ്രാമങ്ങൾക്കു മേൽ ആളിപ്പടർത്തിയ അഗ്നിയാണെങ്കിലോ? എല്ലിൻ കൂമ്പാരങ്ങൾകൊണ്ട് പുതിയ കുന്നുകൾ, ശവമേടുകൾ, മോഹൻജോദാരുകൾ. ദീർഘമായ നിശ്വാസം. തീക്ഷ്ണ മായ പല്ലിറുമ്മൽ. കാട്ടുതീയിൽ കരിഞ്ഞുണങ്ങിയ നഗരം. യമുനാവതി യിലെ പ്രളയത്തിൽ അടിഞ്ഞൊടുങ്ങിയ ഗൃഹങ്ങൾ. പണ്ഡിതന്മാരുടെ വായിൽ എന്തൊക്കെ പ്രയോഗങ്ങൾ.” എനിക്കു തോന്നി തീർച്ചയായും വലിയമ്മാവനല്ല സംസാരിക്കുന്നത്. വലിയമ്മാവനെക്കൊണ്ട് അത്ര സഭ്യ മായി സംസാരിക്കാനാവില്ല തീർച്ച. ഒരുപക്ഷേ നൂറ്റാണ്ടുകളായി മനസ്സിൽ ഘനീഭവിച്ചു കിടക്കുന്ന ദുഃഖം, ആരുടെയൊക്കെയോ നാക്കിലൂടെ ശബ്ദ മായി പുറത്തു വരികയായിരിക്കും. ഒരിക്കൽ മുത്തശ്ശൻ അഭിപ്രായപ്പെട്ടതു പോലെ: “മോനേ ശംബൂ, തലമുറകൾക്കു ചെയ്യാൻ പറ്റാത്തത് ഏതെങ്കിലും കാലത്ത് ആർക്കെങ്കിലും ചെയ്യാൻ കഴിഞ്ഞെന്നു വരും. അത്തരം ആളുകളെയാണ് നിയോഗിക്കപ്പെട്ടവർ എന്നു പറയുന്നത്.” വലിയമ്മാവനും ഒരുപക്ഷേ കാലത്താൽ നിയോഗിക്കപ്പെട്ടവൻ ആയി ക്കൂടെന്ന് എങ്ങനെ പറയാനാവും?

ഒരുച്ചയ്ക്ക് കുഞ്ഞോൻ എന്ന് ഞാനും ഗുഹനും വിളിക്കുന്ന മൂരനെ അവന്റെ അമ്മയുടെ അടുത്തേക്കു വിടാതെ വലിയമ്മാവൻ ബലമായി പിടിച്ചു നിർത്തിയിരിക്കയാണ്. അവന്റെ അമ്മ നിറഞ്ഞ അകിടുമായി താഴ്വാരത്തിൽനിന്നു കേഴുകയാണ്. നിറഞ്ഞ മുലഞെട്ടു കൾ കണ്ട് കുഞ്ഞോൻ കയറു വലിക്കുന്നു. സംഭവം കണ്ട ഞാൻ പറഞ്ഞു: “വലിയമ്മാവാ, കുഞ്ഞോനെ വിട്ടേക്കൂ. അവന്റെ അമ്മ കാത്തു നിൽക്കയാണ് പാലുകൊടുത്ത് കഴപ്പു മാറ്റുവാൻ. ഇളം മധുരമുള്ള

അമൃതു നുണയാനായി അവൻ മുഖമുയർത്തി വായ് അളക്കുകയാണ്." അമ്മാവന്റെ കൈ മൂരന്റെ കയറിൽ കൂടുതൽ മുറുകി. ഞാൻ വിളിച്ചു പറഞ്ഞു: "കുഞ്ഞന് വിശക്കുന്നു. അവനെ വിട്ടുകൊടുക്ക് അമ്മാവാ. കറുമ്പി കാത്തുനിൽക്കുന്നു." ഞാൻ കുഞ്ഞനെയെടുത്ത് അവന്റെ അമ്മയുടെ അകിടിൽ മുട്ടിക്കാൻ ശ്രമിക്കുമ്പോൾ വലിയമ്മാവന്റെ വിലക്കു വന്നു: "അരുത് മോനേ. വലിയമ്മാവന്റെ പുറത്തിനി ഒട്ടും ഇടമില്ല." എന്താണമ്മാവൻ ബന്ധമില്ലാത്ത കാര്യങ്ങൾ വിളിച്ചുപറയുന്നതെന്നു തിരിഞ്ഞു നോക്കിയപ്പോൾ പുറത്തിട്ട മരത്തോൽ മാറ്റി പുറം തിരിഞ്ഞു നിൽക്കുന്നു അമ്മാവൻ. പുറം നിറയെ വലിയ പുളിവാറൽപോലെ തിണർത്ത വടുക്കൾ. ചിലത് പഴുക്കാൻ തുടങ്ങിയിരിക്കുന്നു. ബാക്കി യുള്ളവ ചുവന്നു തുടുത്തിരിക്കുന്നു: "എന്താണമ്മാവാ ഇത് ആരാണ് ചാട്ടകൊണ്ടിങ്ങനെ..." ചോദ്യം മുഴുവനാവുന്നതിനു മുമ്പ് അമ്മാവന്റെ വിതുമ്പൽ: "കുഞ്ഞനെ കുടിപ്പിച്ചതിനു യജമാനൻ തന്ന സമ്മാനമാണു മോനേ. അരനാഴി കുറച്ചേ അളക്കാനായുള്ളൂ. കന്നു കുടിച്ചതാണെന്നെത്ര പറഞ്ഞിട്ടും വിശ്വസിച്ചില്ല. തൂണിൽകെട്ടി അമ്പതടി. കാര്യസ്ഥന്റെ വക നാലെണ്ണം കൂടുതൽ. അയാൾക്ക് വെണ്ണ കൊടുക്കാത്തതിന്."

മൂന്ന്

രാത്രി ഞാനും ഗുഹനും ഒന്നിച്ചാണ് കിടപ്പ്. പകൽ മുഴുവനും ഗോക്കളെ മേച്ച ക്ഷീണം നിമിത്തം ഗുഹൻ പായയിൽ കിടക്കേണ്ട താമസം നല്ല ഉറക്കത്തിൽ ലയിക്കും. ഞാൻ, മരിച്ചുപോയ മുത്തശ്ശനെ ഓർക്കും. മുത്തശ്ശൻ തന്ന നിർദ്ദേശം ഓർക്കും: "ശംബൂ, എവിടെയായിരുന്നാലും വായനയും എഴുത്തും മുടക്കരുത്." രാത്രി ഏറെ ചെല്ലുന്നതുവരെ ഞാൻ ഗ്രന്ഥങ്ങൾ വായിച്ചിരിക്കും. മഹാഗ്രന്ഥം എന്തെന്നോ ഏതെന്നോ അറി ഞ്ഞില്ല. അതിലെ ഭാഷ അഭ്യസിക്കാനായി ഇരുന്നതാണല്ലോ. അപ്പോഴല്ലേ... മഹാനിധിപോലെ തന്ന ഗ്രന്ഥം ചകിരി കളയാത്ത തേങ്ങപോലെ ഏറ്റി നടക്കുകയാണ്. അതിന്റെ ഭാഷ എങ്ങനെ വശമാക്കും? ആശയം എന്തെന്ന് എങ്ങനെ അറിയും?"

അഥർവ്വവും ഋഗും ഒരുവിധം വായിക്കാമെന്ന നിലയിലായിട്ടുണ്ട്. ഋഗ് മൂന്നാം മണ്ഡലം തൊട്ടാണ് ഇനി വായിക്കേണ്ടത്. കുറച്ചുനാൾ വായി ക്കാൻ കഴിഞ്ഞില്ല. ഞാൻ ഋഗ്വേദം മൂന്നാം മണ്ഡലം മുതൽ വായി ക്കാൻ തുടങ്ങി. അകായിയിലെ വിളക്ക് അണയ്ക്കാൻ ഏറെ നേരം പിടിച്ചു. വായനയുടെ ഹരത്തിൽ ഉറക്കം തന്നെ മറന്നുപോയി. ഏറെ നാളത്തെ വായനാ മുടക്കം മറികടക്കാൻ മനസ്സു വ്യഗ്രതപ്പെടുന്നതുപോലെ. മുത്തശ്ശനുള്ളപ്പോൾ വായനയും കഥപറച്ചിലുമായി കിടക്കുമ്പോൾ പാതിര കഴിയും. എത്ര വൈകിയാലും വിചാരിച്ചതു മുഴുവനും പഠിപ്പിച്ചു തീർത്തേ മുത്തശ്ശൻ പലകപ്പുറത്തുനിന്ന് എഴുന്നേൽക്കൂ.

ഞാൻ ഋഗിലേക്കു തിരിച്ചുവന്നു.

ഓലമറയിൽ എലി പരതുന്നതുപോലെ കരകരപ്പ്.

വലിയമ്മാവനാണ്.

തല ഉള്ളിലേക്കു നീണ്ടു വരുന്നു.

കൃഷ്ണമണികൾ രണ്ടു ചോരക്കട്ടകൾ.

അമ്മാവന്റെ ശബ്ദത്തിന് ചങ്കിടിപ്പ്

"മോനെന്താ ചെയ്യണ്?"

"ഗ്രന്ഥം നോക്ക്വാണമ്മാവാ."

ഇടിവെട്ടേറ്റതുപോലെ അമ്മാവൻ.

"എന്തിനാ ഗ്രന്ഥം നോക്കണേ?"

"വായിക്കാൻ."

"വായിക്കേ? എന്തു വായിക്കാൻ?"

"വേദം അമ്മാവാ, ഋഗ് വേദം."

"ഹെന്റെ ദൈവങ്ങളേ" എന്നൊരിടറിയ നിലവിളി. "അടിയങ്ങളെ കാക്കണേ." വലിയമ്മാവൻ വിറച്ചുവിറച്ച് അകത്തു കടന്നു. തലയിൽ രണ്ടു കൈപ്പടങ്ങളും പൊത്തി, പത്തിവിരിച്ച നാഗത്താന്മാരെ കണ്ടതു പോലെ നടുങ്ങി. തലയിൽനിന്നും കൈകളെടുത്തു കൂപ്പി: "അവിടുന്ന് ആരാണ്? അടിയങ്ങളെ രക്ഷിക്കണം."

എനിക്കൊരെത്തും പിടിയും കിട്ടിയില്ല. അമ്മാവനെന്തു പറ്റി? ആളെ തെറ്റിയോ? ആകെ നിന്നു തുള്ളുന്നു. ഞാൻ ഭയന്ന് ഗുഹനെ വിളിക്കാൻ തുടങ്ങുമ്പോൾ അമ്മാവന്റെ തെറുമ്പിയ ഒച്ച: "ആരേയും വിളിക്കേണ്ട. അവർ ഉറങ്ങിക്കോട്ടെ."

എന്റെ കാലുകൾ അവിടെത്തന്നെ നിന്നു. അമ്മാവൻ ചോദ്യം ആവർ ത്തിച്ചു. "അവിടുന്ന് തീർച്ചയായും വെറും വിഷ്ണുവല്ല."

ഞാൻ പറഞ്ഞു "എന്റെ പേര് വിഷ്ണുവെന്നല്ല. അത് ഗുഹൻ തന്ന പേരാണ്. ഞാൻ ശംബൂകനാണ്. ശംബൂ എന്ന് എല്ലാവരും വിളിക്കുന്ന ശംബൂകൻ."

വലിയമ്മാവൻ അതു കാര്യമാക്കാതെ പറഞ്ഞു: "അവിടുന്ന് ശംബൂ കനുമല്ല... അവിടുന്ന് ഇക്കാണുന്ന ആരുമല്ല."

ഞാൻ പറയാൻ ശ്രമിച്ചു: "വലിയമ്മാവാ ഞാൻ..."

കുടിലിന്റെ ചുവരിലേക്കു നീങ്ങിനിന്ന് ആംഗ്യത്തോടെ വലിയമ്മാ വൻ വിലക്കി. "അവിടുന്ന് അടിയനെ അങ്ങനെ വിളിക്കരുത്."

ഞാൻ ഒന്നും മനസ്സിലാവാതെ പകച്ചു നിന്നു.. "ഈശ്വരാ... വലിയ മ്മാവനെന്തു പറ്റി?"

ഇരുകൈകളും നെഞ്ചിൽ കൂപ്പി വലിയമ്മാവൻ കരഞ്ഞു: "ക്ഷമിക്കണം. അടിയനോടു പൊറുക്കണം. അവിടുന്ന് എത്രയും വേഗം അടിയന്റെ കുടിൽ വിടണം. ഇതടിയന്റെ അപേക്ഷയാണ്..."

ഞാൻ ഞെട്ടിപ്പോയി. കുടിലിനു പുറത്ത് വന്മരങ്ങൾപോലും വേർതിരിച്ചു കാണാൻ വയ്യ. ഇരുട്ട് എന്നു പറഞ്ഞാൽ പോരാ. കരിമ്പാറപോലെ ഇരുട്ട്. കാടിനെത്തന്നെ പൂർണ്ണമായും വിഴുങ്ങി നിൽക്കുകയാണ്. ഒന്നും വേർതിരിച്ചു കാണാൻ വയ്യ. ഞാൻ വിക്കി വിക്കി ആരാഞ്ഞു: "എന്താണമ്മാവാ? ഞാൻ വല്ല അപരാധവും ചെയ്തുവോ?"

"അപരാധം ചെയ്തത് അവിടുന്നല്ല..അടിയനാണ്. അടിയന്റെ കുടിലിൽ അവിടുത്തെ താമസിപ്പിക്കാൻ പാടില്ലായിരുന്നു. കൃതജ്ഞതകൊണ്ട് അടിയൻ സ്ഥാനമാനങ്ങൾ മറന്നുപോയി. അടിയൻ അവിടുത്തെ കാലിൽ വീണപേക്ഷിക്കയാണ്. അവിടുന്നീ നിമിഷം അടിയന്റെ ചെറ്റ വിടണം."

അതും പറഞ്ഞ് ഗുഹന്റെ അച്ഛൻ ശിരസ്സിൽ കൈകൾ കൂപ്പി എന്റെ കാലിൽ കമിഴ്ന്നടിച്ചു വീണു.

എനിക്കു കരച്ചിൽ പിടിച്ചാൽ കിട്ടാത്തതുപോലെ പൊട്ടി. ഗുഹന്റെ അച്ഛൻ എന്റെ കാലിൽ. ഇത്ര വലിയ അപരാധമാണോ ഞാൻ ചെയ്തത്?

ഞാൻ പിടിച്ചുയർത്താൻ ചെന്നപ്പോൾ വലിയമ്മാവൻ കുരുടിപ്പാമ്പിനെ പോലെ ചുളിഞ്ഞുകൂടി പിന്നിലോട്ടു നീങ്ങി.

എന്റെ കരച്ചിൽ ഏങ്ങലടിയായി.

കമിഴ്ന്നു കിടന്നുകൊണ്ടു തന്നെ ഗുഹന്റെ അച്ഛൻ കേണു: "അവിടുന്ന് ദയവായി കരയരുതേ. അവിടുത്തെ കരയിച്ചതിനുള്ള ശിക്ഷ അടിയന് വേറേയും കിട്ടും. മകനേയും അവന്റെ അമ്മയേയും കൺമുമ്പിലിട്ടു കുത്തിക്കോർക്കുന്നതു കാണാൻ അടിയന് ശക്തിയില്ലാത്തോണ്ട് പറയണ്, അവിടുന്ന് എത്രയും വേഗം കുടിൽവിട്ടു പോണം. അടിയനെ കൊന്ന ശേഷമായിരിക്കില്ല അവരെ. അതാണ് സഹിക്കാൻ വയ്യാത്തത്. ഗുഹനേക്കാൾ അങ്ങയെ അടിയന് പ്രിയമാണ് ന്നാലും അവിടുന്ന് ഝടുതിയിൽ പോണം. അടിയനോട് ക്ഷമിക്കണം."

ഒരു നിമിഷനേരത്തെ ഹ്രസ്വനിശ്ശബ്ദതയ്ക്കുശേഷം: "ഇരുട്ടിനു കാതുണ്ട്, മരങ്ങൾക്ക് നാക്കും. അവസാനമരമറിയാൻ അധികം മാത്രകൾ വേണ്ട."

ഇനിയൊന്നും പറഞ്ഞിട്ടു കാര്യമില്ലെന്നു ബോധ്യമായപ്പോൾ ഞാൻ ഗ്രന്ഥങ്ങൾ ഭാണ്ഡത്തിൽ ഒതുക്കി. എന്റെ അച്ഛന്റെ പ്രായമുള്ള ഗുഹന്റെ അച്ഛന്റെ കൂപ്പുകൈകളിൽ നിന്നെങ്കിലും രക്ഷപ്പെടാമല്ലോയെന്ന ആശ്വാസമായിരുന്നു.

ഒരു നിമിഷം നിന്ന് ഗുഹനെ നോക്കിയപ്പോൾ: "അവനെ ഉണർത്തേണ്ട... ഉണർന്നാൽ അവനു സഹിക്കില്ല."

ഞാൻ പുറത്തു കടന്നപ്പോൾ ഗുഹന്റെ അച്ഛൻ ഗ്രന്ഥങ്ങൾ വച്ച നിലത്ത് ചൂഴ്ന്നു നോക്കുന്നതു കണ്ടു. പനയോല പാളികൾ എവിടെയെങ്കിലും കൊഴിഞ്ഞു വീണിട്ടുണ്ടോ ?

പുറത്തെ കരിമ്പാറയിരുട്ട് എന്നെ പേടിപ്പിച്ചില്ല. അഭയവും സ്നേഹവും തന്ന മിത്രങ്ങളെ കൊലയ്ക്കു കൊടുക്കാതിരിക്കാൻ ഏതിരുട്ടത്തും

ഒറ്റയ്ക്കു നടക്കാമെന്നു തോന്നി. ഇരുൾ ആവശ്യക്കാരനു മുന്നിൽ നിന്ന് അയഞ്ഞു മാറിക്കോളും. ഞാൻ നിർഭയം നടക്കാൻ തുടങ്ങുമ്പോൾ കണ്ടു ഗുഹന്റെ അച്ഛൻ ഓലച്ചൂട്ടിൽ നിന്നു വെളിച്ചം മുറിച്ചിട്ടുകൊണ്ട് പത്തടി മുന്നിൽ. പൂർണ്ണ നിശ്ശബ്ദതയിൽ പാദപതനങ്ങളും ചീവീടുകളുടെ കരച്ചിലും മാത്രം.

കാട്ടുവഴികൾ കഴിഞ്ഞു. വീതിയേറിയ വഴിയോരത്ത് വഴിവിളക്കുകളുടെ മിന്നൽ. അയോധ്യാനിരത്തുകളുടെ കണ്ണുകൾ.

ഇരുളിൽ ഒരപേക്ഷ: "അടിയന്റെ ചെറ്റയിലായിരുന്നു താമസമെന്ന് പറയരുതേ. പ്രാണഭയം കൊണ്ടാണേ... മാപ്പ്... മാപ്പ്." മുള ചീന്തുന്നതുപോലെ ഒരു കരച്ചിലും. ചിത്രവധത്തിനു വിധേയനായാലും ഗുഹനേയും കുടുംബത്തേയും അപായപ്പെടുത്തുകയില്ലെന്ന് ഞാൻ മനസ്സിലുറച്ചു. ഓലച്ചൂട്ട് വിദൂരതയിൽ മിന്നാമിനുങ്ങാവുന്നത് ഏറെ നേരം നോക്കി നിന്നു. പിന്നെ അയോധ്യാവിളക്കുകളുടെ തിരിവെട്ടത്തിൽ തളർന്നു വീഴുവോളം എരടൽ.

നാല്

ബ്രാഹ്മമുഹൂർത്തത്തിലുണർന്ന് പ്രഭാതകൃത്യങ്ങൾ കഴിഞ്ഞ സത്യശങ്കര ശുക്രാചാര്യർ പതിവുപോലെ വംശപിതാമഹനായ ശുക്രാചാര്യരുടെ വെങ്കല പ്രതിമയ്ക്കു മുന്നിൽ സാഷ്ടാംഗം പ്രണമിച്ച് പാഠശാലയിലേക്കു പുറപ്പെട്ടു. പാഠശാലയെന്നു പറയുന്നതിനേക്കാൾ കാത്തിരിപ്പുശാല എന്നു പറയുന്നതാവും കൂടുതൽ അനുയോജ്യമെന്നു തോന്നി ആചാര്യർക്ക്. ഒരു യഥാർത്ഥ ശിഷ്യനെ തേടിയുള്ള ഇരിപ്പ്. മടുത്തപ്പോഴൊക്കെ മഹാപിതാമഹൻ കാണാമറയത്തിരുന്നു ഉറപ്പു നൽകി: കാത്തിരിക്കുക, അവൻ വരികതന്നെ ചെയ്യും.

മന്ത്രങ്ങൾ ഉരുവിടാനും കളിച്ചു രസിക്കുവാനുമായി കുറേ പാളത്താറുണ്ണികൾ ശുക്രപാഠശാലയിൽ സ്ഥിരമായി എത്തുന്നുണ്ടെന്നതു ശരിതന്നെ. പക്ഷേ അവറ്റകളിൽ എത്രയെണ്ണം യഥാർത്ഥത്തിൽ അറിവു സമ്പാദിക്കാനായി വരുന്നുണ്ട് എന്നതാണ് പ്രശ്നം. അങ്ങനെ ചിന്തിക്കുമ്പോൾ ഒന്നുപോലും ഇല്ലയെന്നതാണ് സത്യവും. കുട്ടികളെ അതിനു പൂർണ്ണമായും കുറ്റപ്പെടുത്തുവാൻ വയ്യ. വീട്ടുകാർക്ക് അതിലത്രയേ താത്പര്യമുള്ളൂ. ഉപനയനം കഴിഞ്ഞാൽ നാട്ടുനടപ്പുപോലെ കുറേ സംസ്കൃത ശ്ലോകങ്ങൾ നീട്ടിയും കുറുക്കിയും ചൊല്ലാൻ കഴിവുണ്ടാവണം. ക്ഷേത്രങ്ങളിലും ദേശത്തെ വീടുകളിലും ഭൂമിപൂജയ്ക്കും ഹോമങ്ങൾക്കും കുറ്റിയടികൾക്കും ഗൃഹപ്രവേശങ്ങൾക്കും. അവ ചൊല്ലി മികവു കാണിക്കണം. തറ്റുടുത്ത പുരോഹിതന്റെ പാദങ്ങൾ തൊട്ടു നമസ്കരിക്കുന്ന നിരക്ഷരരായ പാവങ്ങളെ അഭയമുദ്ര കാട്ടി അനുഗ്രഹിക്കണം. ഏറിയാൽ ഗ്രാമവീടുകളിലെ ശാക്തേയ കർമ്മങ്ങൾക്കും ഭൂമിപൂജയ്ക്കും

പുരോഹിതനാവണം. വിശേഷങ്ങൾക്ക് ക്ഷേത്രാങ്കണത്തിൽ തറ്റുടുത്തിരുന്ന് ദക്ഷിണ വാങ്ങാനുള്ള ആംഗ്യങ്ങളും വശമാക്കണം. ആയില്യം മകത്തിന് ദേശവീടുകളിലെ സർപ്പക്കാവുകളിൽ മഞ്ഞൾപ്പൊടിയും നൂറും വിതറി നാഗപൂജയ്ക്കു പ്രാപ്തനായാൽ ബഹുകേമം.

ദശക്കണക്കിനു വർഷങ്ങളായി കാണുന്ന കാഴ്ചകൾ, അനുഭവങ്ങൾ. പല ബ്രാഹ്മണ ഗൃഹങ്ങളിൽനിന്നും ഉണ്ണികളെ അയയ്ക്കുന്നത് ഇല്ലത്തെ അലോസരം ഒഴിവാക്കാൻ വേണ്ടി മാത്രം. ധനിക ഇല്ലങ്ങളിലെ കുട്ടികൾക്കാണെങ്കിൽ ശുഭ്രവസ്ത്രമണിഞ്ഞ് വേഷ്ടി പുതച്ച് പൂമുഖത്തെ ചാരുകസേരയിൽ മലർന്നു കിടന്ന് കറ്റ മെതിക്കുന്ന പെൺകിടാങ്ങൾ കേൾക്കാൻ നാലു ശൃംഗാര ശ്ലോകങ്ങൾ ചൊല്ലണം. കോപ്രായം കാണിക്കാൻ വേണ്ടി എന്തിനൊരു പാഠശാലയെന്നു തോന്നിയപ്പോഴൊക്കെയും വംശപൂർവ്വികന്റെ തിരുത്തു കിട്ടി: “കാത്തിരിക്കൂ സത്യാ... അവനെ കാലം ഒരുക്കുന്നുണ്ട്. സ്വീകരിക്കാൻ തയ്യാറായി നിൽക്കുക.”

പതിവുപോലെ പാഠ്യരീതിക്കു കുന്നോളം പരിഷ്ക്കാരങ്ങൾ പൊന്തി വന്നു ശുക്രാചാര്യർക്ക്. ചണ്ടിക്കുളത്തിൽ കാലങ്ങളായി കെട്ടിക്കിടക്കുന്ന മലിനജലമാണ് നിലനിൽക്കുന്ന പാഠ്യരീതിയെപ്പറ്റിയോർക്കുമ്പോൾ മനസ്സിൽ വരുന്ന ചിത്രം. അനിവാര്യമായ മാറ്റത്തെക്കുറിച്ചുള്ള സ്വപ്ന ലഹരിയിൽ പാഠശാലപ്പടിക്കു മുന്നിലെത്തിയത് അറിഞ്ഞില്ല ആചാര്യർ. വഴിവക്കിലെ പാഠശാലയിലേക്കു കടക്കാൻ തുടങ്ങുമ്പോൾ മുന്നിൽ വീർത്തുകെട്ടിയ ഒരു കുട്ടിച്ചാക്ക്. ആദ്യം നോക്കേണ്ടെന്നു കരുതി. ഈയിടെയായി നായ്ക്കളെ ചാക്കുകളിലാക്കി ഉപേക്ഷിക്കൽ കൂടുതലാണ്. ചാക്കഴിച്ചു നോക്കുമ്പോൾ കയ്യോ കാലോ തല്ലി ഒടിച്ചവ. വംശഗുണമായി കിട്ടിയ ആതുരത അവയെയൊക്കെ ശുക്രാലയത്തിലെത്തിച്ചു. ഇപ്പോൾ ശുക്രാലയത്തിൽ ആൾക്കാരേക്കാൾ മൂന്നിരട്ടിയെങ്കിലും വരും അവശശ്വാനന്മാർ, മാർജ്ജാരന്മാർ. അതുകൊണ്ട് ചാക്കുകെട്ട് അവഗണിച്ചു മുന്നേറാൻ തുടങ്ങിയതാണ്. ചാക്കിൽനിന്നു പുറത്തേക്കു തെറിച്ചു വീണു കിടക്കുന്നു കുറേ ഓലപ്പാളികൾ. അടുത്തു ചെന്നപ്പോൾ വെറും ഓലപ്പാളികളല്ല, ചെമ്പോലയിൽ ഒരു ഗ്രന്ഥം. ക്ലാവും പുകയും കട്ടയായി പിടിച്ച കുറേ ചെമ്പു തകിടുകൾ. അവയ്ക്കു മീതെ നന്നേ കഷ്ടപ്പെട്ടാൽ മാത്രം തിരിയുന്ന അക്ഷരങ്ങൾ.

എല്ലാറ്റിലും അദ്ഭുതം വീർത്തുകിടക്കുന്നത് ചാക്കുകെട്ടോ തെരുവുനായയോ അല്ല. കൗമാരം വിട്ടിട്ടില്ലാത്ത ഒരു കുട്ടി. അവൻ കൈകാലുകൾ വളച്ചുകെട്ടി കിടക്കുകയാണ്. അവശനായി ഉറങ്ങുകയാണ്. കുട്ടിയുടെ അരയിൽ മുറുകി കിടക്കുന്ന തോൽസഞ്ചിയിൽ വേറെ രണ്ടു ഗ്രന്ഥങ്ങൾകൂടി. ആചാര്യർക്ക് അപ്പോഴും അദ്ഭുതം. അവശനായ ഒരു അനാഥ ബാലന്റെ സഞ്ചിയിൽ ഗ്രന്ഥങ്ങളോ? പ്രായമായവർക്കുപോലും താത്പര്യമില്ലാത്ത വസ്തു. അതുകൊണ്ടു തന്നെയായിരിക്കണം ആരും മോഷ്ടിക്കാതിരുന്നത്. മറ്റെന്തെങ്കിലുമായിരുന്നെങ്കിൽ കാണാൻ കിട്ടുമായിരുന്നില്ല. ഗ്രന്ഥങ്ങളോടുള്ള വംശവാസനകൊണ്ടായിരിക്കാം ആചാര്യർ മറ്റൊന്നും ചിന്തിക്കാൻ നിൽക്കാതെ വഴിയിൽ ചിതറിക്കിടന്ന ലോഹത്തകിടുകൾ

പെറുക്കിയടക്കി. ആദ്യപാളിയിലോ അടുത്തപാളിയിലോ ഒന്നും ഗ്രന്ഥ പ്പേരില്ല. ഉള്ളിൽ അതീവപുരാതനമായ ഭാഷയിൽ വരഞ്ഞ അക്ഷരങ്ങൾ കൂട്ടിവായനയ്ക്ക് വിഘാതമുണ്ടാക്കി. അക്ഷരങ്ങളെ ലോഹനാരായം കൊണ്ട് തെളിയിച്ചെടുക്കേണ്ടതുണ്ട്. അഞ്ചോ ആറോ ഏടുകൾ മറിച്ചു വച്ചപ്പോൾ അതീവരഹസ്യമെന്നോണം തേഞ്ഞു കഴിയാറായ ഗ്രന്ഥ ശീർഷകം. അതു വായിച്ചെത്തുമ്പോഴേക്കും നെഞ്ചകം ശിവതുടികൊട്ടേറ്റു വിറകൊണ്ടു. തലച്ചോറിൽ ശിവതാണ്ഡവതാളം മുറുകി. മനം വിസ്മയ ക്കടലിൽ മുങ്ങിപ്പൊങ്ങി. ഗ്രന്ഥം കൈവിട്ടു പോവാതിരിക്കാനെന്നവണ്ണം നെഞ്ചോടു ചേർത്തു മുറുക്കിപ്പിടിച്ചു. ഒരു മാത്രയിൽ തോന്നി മൃൺമയ മായ ശുക്രപരമ്പരകൾ മുഴുവനും ചുറ്റുംനിന്ന് പുഷ്പവൃഷ്ടി നടത്തുന്നു. അനുഗ്രഹങ്ങൾ ചൊരിയുന്നു: "ഉണ്ണീ അമൂല്യമായതെന്തോ അതു നിനക്കു കൈവന്നിരിക്കുന്നു. പിതൃക്കൾക്കൊന്നും എത്തിപ്പിടിക്കാനാ വാത്ത നഷ്ടസ്വർഗ്ഗം നിന്റെ കൈകളിലെത്തിയിരിക്കുന്നു. നിന്റെ ജന്മം സാർത്ഥകമായിരിക്കുന്നു. നീ വഴി മൺമറഞ്ഞ മുഴുവൻ പിതൃക്കളു ടേയും..."

എത്ര മാത്രകൾ നെഞ്ചിൽ ഗ്രന്ഥം ചേർത്തു നിന്നുവെന്നോർമ്മയില്ല ആചാര്യർക്ക്. ബാലന്റെ ഞരക്കം കേട്ടാണു മിഴികൾ തുറന്നത്. അവൻ മയക്കത്തിൽ തിരിഞ്ഞു കിടന്നതാണ്. നെഞ്ചിലും കാൽവണ്ണയിലും കല്ലു കുത്തിയതാണ് ഞെരക്കകാരണം. എന്നിട്ടും ഉണരാൻ കഴിയുന്നില്ല. അത്ര യ്ക്കു ക്ഷീണിതനാണവൻ. അവനെ തട്ടിയുണർത്താൻ ശ്രമിച്ചു. രക്ഷ യില്ല. ബോധം നഷ്ടപ്പെട്ടതുപോലെയാണുറക്കം. ശരീരാവയവങ്ങളേ ക്കാൾ ക്ഷീണം മനസ്സിനാണ്. ശരീരത്തിനു ബലമുണ്ട്. അത്രയും ബലം മനസ്സിനില്ല. ആചാര്യർ ഹൃദിസ്ഥമാക്കിയ മുഴുവൻ വൈദ്യലക്ഷണങ്ങളു മഴിച്ച് പരിചിന്തനം ചെയ്തു.

ശരീരത്തെ താങ്ങുന്നത് കാലുകളോ മറ്റവയവങ്ങളോ അല്ല. മനശ്ശാ സ്ത്രപ്രകാരം മനസ്സാണ്. മനസ്സ് ബലവത്താണെങ്കിൽ എല്ലാവരും തങ്ങ ളുടെ പണിയെടുക്കും. ഇല്ലെങ്കിൽ എല്ലാവരും പണിമുടക്കും. മഹാചാര്യ മൃതസഞ്ജീവനി തത്ത്വത്തിലെ പരമ പ്രധാനമായ കണ്ടെത്തൽ, വൃദ്ധി ക്ഷയം സംഭവിച്ച മനസ്സിനാണ് തളർന്ന ശരീരാവയവങ്ങളേക്കാൾ ചികിത്സ വേണ്ടത്. അബോധാവസ്ഥയിൽ തളർന്നു കിടക്കുന്ന മനസ്സി നുള്ളിൽ അബോധാരകൾ സദാ ജാഗ്രത്തായി വർത്തിക്കുന്നുണ്ടാവും. മനസ്സിനെ ഉത്തേജിപ്പിക്കാൻ കഴിഞ്ഞാൽ തളർനിദ്രവിട്ട് ശരീരം ബല വത്തായി ഉണരും. മൃതമായി കിടന്ന അനേകായിരങ്ങളുടെ മനസ്സിനെ ഉണർത്തി മഹാചാര്യർ സജീവമാക്കി. മൃതരായെന്നു കരുതിയ ശരീര ങ്ങൾ പുനർജ്ജനിയിലെന്നപോലെ ഞെട്ടിയുണർന്ന് യുദ്ധസന്നദ്ധരായി. മഹാചാര്യന്റെ മനശ്ശാസ്ത്രബോധം പിടികിട്ടാതിരുന്ന സഹയുഗക്കാർ കാലികന്മാരായ മാന്ത്രികരിൽ ആ മഹാപ്രതിഭയെ തളച്ചിട്ടു. അബോധ മനസ്സിനെയുണർത്തി പുനർജ്ജനി നൽകിയ മൃതസഞ്ജീവനി വിദ്യയെ മന്ത്രവാദവും കൺകെട്ടുമാക്കി വില കുറച്ചു വിവക്ഷിച്ചു. കാലമേറെ ചെല്ലേണ്ടിവന്നു മൃതസഞ്ജീവനി വിദ്യയിലെ അനുപമമായ മനശ്ശാസ്ത്ര

വീര്യം അറിഞ്ഞെത്താൻ. മഹാചാര്യോപദേശമായ മൃതസ്ഞ്ജീവനി തളർന്നവശനായി കിടക്കുന്ന ബാലനിൽ ഒന്നു പരീക്ഷിച്ചു നോക്കുവാൻ ആചാര്യർക്കു വിളിയുണ്ടായി. ബാലനെ ചെരിച്ചു കിടത്തി ആചാര്യൻ ഉണർവ്വു മന്ത്രം ഇരുചെവികളിലും മൂന്നുരു മന്ത്രിച്ചു. അല്പനിമിഷങ്ങളിലെ നിശ്ശബ്ദത. ആകാംക്ഷയുടെ കാത്തു നിൽപ്പ്. താമരയിതൾ വിരിയുന്നതുപോലെ കൺമിണ്ടകൾ ഉയർന്നു. ബാലൻ അപരിചിത ഭാവത്തിൽ നോക്കി.

ആചാര്യർ അവനെ കഴുത്തിൽ കൈവച്ച് പൊക്കി സ്വന്തം നെഞ്ചിൽ താങ്ങി ഇരുത്തി.

പരിസരബോധം വന്ന ബാലൻ: "മഹാത്മാവേ അങ്ങെന്നെ രക്ഷിച്ചു. ഇനിയൊരിക്കലും എണീക്കാൻ കഴിയുമെന്നു വിചാരിച്ചതല്ല. അത്ര വയ്യാതായാണ് വീണത്. അങ്ങേക്കു നിറഞ്ഞ നന്ദി. അങ്ങെനിക്കു ശക്തി തന്നിരിക്കുന്നു."

ആചാര്യർ ബാലനെ കൗതുകപൂർവ്വം നോക്കി. പ്രസന്നമായ മുഖം പോലെത്തന്നെ സംസ്കാരസമ്പന്നമായ ഭാഷയും.

"ഉണ്ണീ, നിനക്കിനി നടക്കാനും ഓടാൻപോലും കഴിയും. നീ പൂർണ്ണ ആരോഗ്യവാനാണ്. വരൂ, നമുക്ക് വീട്ടിൽ പോവാം."

ആചാര്യൻ ബാലനെ കൈപിടിച്ചുയർത്തി. ഒന്നുരണ്ടടികൾ വയ്ക്കാൻ സഹായിച്ചു. പിന്നെ വീതി കുറഞ്ഞ ഇടവഴിയിലൂടെ മുന്നിൽ നടന്നു.

അല്പനേരത്തെ നടത്തം.

നടപ്പന്തൽപോലെ പുറപ്പെട്ടു നിൽക്കുന്ന ശുക്രാലയത്തിനു മുന്നിലെ ഓട്ടുമണിയിൽ തെളിഞ്ഞ ശബ്ദം. ഒരു മാത്രയുടെ താമസംപോലുമുണ്ടായില്ല. ചിത്രവാതിൽ ക്രേയെന്നു കരഞ്ഞു മലർന്നു. അകന്ന വാതിൽപ്പാളിക്കു പിറകിൽ കത്തിച്ച നെയ്‌വിളക്കുപോലെ പ്രകാശം പരത്തിക്കൊണ്ട് ആചാര്യപത്നി ഊർജ്ജവതി.

വാതിൽ തുറന്നതും ആചാര്യർ: "ഊർജ്ജേ, മോനെ അകത്തേക്കു കൂട്ടിക്കൊണ്ടുപോവൂ."

കേട്ടതും പുറത്തേക്കു വന്ന ആചാര്യപത്നി ഓടിവന്ന് എന്റെ കൈകളിൽ ബലമായി പിടിച്ച് താങ്ങിനിർത്തുന്നതുപോലെ സഹായിച്ചു. ഒരുപക്ഷേ കാഴ്ചയ്ക്ക് അവശനായ ഞാൻ എത്രയും വേഗം സഹായം കിട്ടിയില്ലെങ്കിൽ തളർന്നു താഴെ വീഴുമെന്ന് ആർദ്രഹൃദയയായ അവർക്കു മനസ്സിലായിരിക്കും. എനിക്കാണെങ്കിൽ ആചാര്യരുടെ ഉത്തേജന മന്ത്രം നട്ടെല്ലിനെ ബലവത്താക്കി സർവ്വനാഡികളേയും ഉന്മേഷപ്പെടുത്തി. കത്തിച്ച പരശ്ശതം ദീപങ്ങൾ ഒന്നായി ജ്വലിച്ച ജ്വാല അടുത്തുവന്നതുപോലെ തോന്നി ആചാര്യപത്നി അടുത്തുവന്നു നിന്നപ്പോൾ. ആ ഹസ്തസ്പർശം അകായിയിൽനിന്ന് അകായിയിലേക്ക് എന്നെ കൂട്ടിക്കൊണ്ടുപോയി. ഉള്ളകത്തെ ഒരിടനാഴി കഴിഞ്ഞ് വെളിച്ചം ധാരാളമുള്ളൊരു

അകത്ത് കട്ടിലിൽ അവർ എന്നെ കൊണ്ടിരുത്തി. ആചാര്യർ നേരെ പോയത് ഞാനിരുന്ന അകായിയും കടന്ന് മറുവശത്തുള്ള അകായിയിലേക്കാണ്. അടഞ്ഞു കിടന്ന അകായിയുടെ വാതിൽ തുറന്ന് ആചാര്യൻ നീട്ടി വിളിക്കുന്നതു കേട്ടു: "ജയേ... ദേവാ..." കേട്ടതും ആചാര്യ പത്നി എന്റെ ചെവിയിൽ വന്ന് "ദാ വന്നൂ കേട്ടോ." എന്നു പറഞ്ഞ് ആചാര്യന്റെ അടുത്തേക്കു പോയി. ഏതോ ഇടനാഴിയിലൂടെ ആരുടേയോ പാദസരങ്ങൾ കിലുങ്ങുന്ന ശബ്ദവും കേട്ടു. ഒറ്റ മാത്രയേയെടുത്തുള്ളൂ ആചാര്യപത്നി ഓടിവന്ന് എന്നെ കെട്ടിപ്പിടിച്ച് ശിരസ്സിൽ ചുണ്ടമർത്തി മന്ത്രിച്ചു. "മോനേ അനുഗൃഹീതനായ കുട്ടീ... എന്റെ ഉദരത്തിൽ നൂറ്റാണ്ടുകളായി കിടന്ന കുഞ്ഞേ." പെട്ടെന്ന് എനിക്കു തോന്നിയത് നാവിൽനിന്നും വന്നു: "ദേവീ, എന്റെ മേൽ നിറയെ പൊടിയും ചെളിയുമാണ്. നല്ല വസ്ത്രങ്ങൾ അഴുക്കാകും."

ഞാൻ പറഞ്ഞതും ശരിയായി. പട്ടുപോലെ മിന്നുന്ന ആചാര്യപത്നിയുടെ ഉടയാടയിലാകെ വഴിയോരത്തെ ചെളിമണ്ണും പൊടിയും നിറഞ്ഞു.

"അതിനെന്താ കഴുകിയാൽ ഏതു ചളിയും പോവില്ലേ, അതിനിത്ര വിഷമിക്കാനെന്ത്?" അതു പറഞ്ഞ് ആചാര്യപത്നി കുളിപ്പുരവരെ പോയി വന്നു. അപ്പോൾ അവരുടെ ഉടയാടയിൽ പുരണ്ട ചെളിയും പൊടിയും അപ്രത്യക്ഷമായിരുന്നു.

"കണ്ടില്ലേ ചെളിയെല്ലാം പോയത്." അവർ പറഞ്ഞു. "ഇതുപോലെ മോനും വൃത്തിയാവേണ്ടേ? ഇഞ്ചയും താളിയും തേച്ചു കുളിച്ചാൽതന്നെ എല്ലാ ക്ഷീണവും സരയു കടക്കും. എന്നിട്ട് പ്രാതൽ കഴിച്ചാൽ മിടുമിടുക്കനും." അതും പറഞ്ഞ് ആചാര്യപത്നി ചിത്രപ്പണി ചെയ്ത എണ്ണപ്പോണിയിൽ കൊണ്ടുവന്ന എള്ളെണ്ണ എന്റെ തലയിൽ തേക്കാൻ തുടങ്ങി. ഞാനാകെ ഞെളിയുകയും പിരിയുകയും ചെയ്തു.

"തലയാകെ ജട പിടിച്ചിരിക്കയാണല്ലോ. എണ്ണയും താളിയും കണ്ട കാലം തല മറന്ന ലക്ഷണമുണ്ട്." അവർ പറഞ്ഞു. എനിക്ക് വാക്കുകളോ ശബ്ദമോ വന്നില്ല. ഗോക്കളേയുംകൊണ്ട് കുന്നുകളും താഴ്‌വരകളും കയറിയിറങ്ങുന്നതിനിടയിൽ എന്തെണ്ണ, എന്തു താളി എന്നു പറയുവാനും വയ്യ. അവർ ശിരസ്സും മുഖവും എണ്ണ പുരട്ടി. നെഞ്ചിലും അരയിലും കാലിലും എണ്ണ പുരട്ടി തടവാൻ തുടങ്ങിയപ്പോൾ തടഞ്ഞുനിന്ന ശബ്ദം പുറത്തു ചാടി:

"ദേവീ അവിടുന്ന് കഷ്ടപ്പെടരുത്." ആചാര്യപത്നി ഞാൻ പറഞ്ഞതു കേൾക്കാത്തതുപോലെയോ കാര്യമാക്കാതെയോ മറുചോദ്യമാണു ചോദിച്ചത്.

"മോനേ നിനക്കമ്മയില്ലേ?"

ഞാൻ പറഞ്ഞു: "അമ്മ മരിച്ചുപോയി"

ഒരു നിമിഷം അവർ നിന്നശേഷം: "അമ്മയെ എന്താണു വിളിച്ചിരുന്നത്."

"അമ്മയെന്ന്."

"എങ്കിൽ നിനക്കെന്നെ അമ്മേയെന്നു വിളിക്കുന്നതിൽ എന്താണ് വിഷമം?"

എനിക്കുത്തരമൊന്നും വന്നില്ല.

"എനിക്ക് നിന്നെപ്പോലെ ഒരു മകനുണ്ടായിരുന്നു. നിന്റെ പ്രായംവരും ഇപ്പോഴുണ്ടെങ്കിൽ." അവർ ഗദ്ഗദപ്പെടുന്നുണ്ടെന്നു മനസ്സിലായി. വിഷമം അടക്കിപ്പിടിക്കുന്നതുപോലെയും.

"അമ്മ" ഞാൻ വിക്കി "അമ്മ"

"ങാ, അതുതന്നെ. അങ്ങനെത്തന്നെ. നിന്റെ അമ്മ നിന്നെ കുളിപ്പിക്കുന്നു. സമ്മതമല്ലേ മോന്."

ഞാൻ സമ്മതമാണെന്നും അല്ലെന്നും പറയാനുള്ള അവസ്ഥയിലായിരുന്നില്ല. കുളിപ്പുരയിലെ അലക്കുകല്ലിലിരുത്തി ആചാര്യപത്നി എന്റെ തലയിലൂടെ മൊന്തയിലെടുത്ത വെള്ളമൊഴിച്ചു. താമരക്കുളത്തിലെ നല്ല കുളിർമ്മയുള്ള നീർ. പെട്ടെന്നോർമ്മയിൽ വന്നത് യയ്യാവതി നദിയിൽ താമരയിലകൾക്കടിയിൽ നീലിച്ചു കിടന്ന ജലം മുക്കി അമ്മ തലയിലൂടെ ഒഴിച്ചു കുളിപ്പിക്കുന്നതാണ്. ഞാൻ ഇരുകൈകളും കൂട്ടിപ്പിടിച്ച് വാവിട്ടു കരഞ്ഞു... "അമ്മേ..."

ആചാര്യപത്നിയും കുറച്ചു മാത്രകൾ എന്റെ കൈ ചേർത്തു പിടിച്ച് നിശ്ചലയായി നിന്നു. അല്പനേരത്തെ നിശ്ചലാവസ്ഥയ്ക്കുശേഷം ശാസനാസ്വരത്തിൽ പറഞ്ഞു: "ശംബൂ, നീ ചെറിയ കുട്ടിയൊന്നുമല്ല. വേഗം കുളിച്ച് അകത്തേക്കു വന്നോളൂ. പ്രാതൽ ശരിയാക്കി വയ്ക്കാം അമ്മ."

അവർ പോയികഴിഞ്ഞപ്പോൾ വാസ്തവത്തിൽ എനിക്കു കുളി എളുപ്പമായി. നാണം ഒഴിവായി കിട്ടിയ സന്തോഷത്തിൽ ഞാൻ വേഗത്തിൽ കുളിച്ചു ചെന്നു.

ആചാര്യപത്നി എനിക്കായി ഉടുക്കാൻ പട്ടുവസ്ത്രം തയ്യാറാക്കി വച്ചിരുന്നു. കണ്ടാൽ കോളാമ്പിപ്പൂപോലെ തിളങ്ങുന്ന വേഷ്ടി. ഞാനിതുവരേയും അത്ര വിലപിടിപ്പുള്ള പട്ടുവസ്ത്രം ഉടുത്തിട്ടേയില്ല. മുത്തശ്ശൻ ഊരുചുറ്റിക്കൊണ്ടുവന്ന പട്ടുവേഷ്ടികളിൽപോലും ഇത്ര ഭംഗിയും തിളക്കവുമുള്ള വസ്ത്രം കണ്ടിട്ടില്ല. പിഞ്ഞിയതും നിറം മങ്ങിയതുമാണ് അധികവും. അവയെടുത്ത് ഉടുക്കാൻ തുടങ്ങിയാൽ അച്ഛനും അമ്മയും ഒന്നായി പറയും. "അഴിച്ചു വക്കൂ മോനേ, തമ്പുരാക്കന്മാർ അറിഞ്ഞാൽ കൊന്നുകളയും." എങ്കിലും നന്നായി ദോത്തിയുടുക്കാൻ എനിക്കു ശീലമായി.

ഞാൻ വേഷ്ടികൊണ്ട് തറ്റുടുത്തു നിൽക്കുന്നതുകണ്ട് ആചാര്യപത്നി എന്നെ അഭിനന്ദിച്ചു. "ഭേഷ്. നന്നായിരിക്കുന്നു. ഇപ്പോൾ നിന്നെ കണ്ടാൽ മഹാചാര്യരുടെ കൊച്ചുരൂപം പോലെയുണ്ട്." അതു പറയുമ്പോൾ അവരുടെ തൊണ്ട ഈറനണിഞ്ഞുതുപോലെ. വിസ്മരിക്കാൻ കഴിയാത്ത കാഴ്ച കണ്ടതുപോലെ. ആരാണ് മഹാചാര്യൻ എന്നെനിക്കു

മനസ്സിലായില്ല. എന്നെ വഴിയിൽനിന്നും കൊണ്ടുവന്ന ആചാര്യനല്ലെന്നു മാത്രം മനസ്സിലായി.

"ഏട്ടന് നല്ല ഭംഗീണ്ട്." അകത്തുനിന്നു വന്ന ശബ്ദം കേട്ട് ഞാൻ തിരിഞ്ഞു നോക്കി. നേരത്തെ കേട്ട പാദസരകിലുക്കം ആരുടേതെന്നു മനസ്സിലായി. അചാര്യപത്നി അഞ്ചുവയസ്സായ കുട്ടിയായതുപോലെ. നീണ്ട കാർകൂന്തൽ മെടഞ്ഞു ഒതുക്കിയിട്ടിരിക്കുന്നു. നെറ്റിയിൽ മഞ്ഞളും ചന്ദനവും കുറികളായി. കൺപീലികളിൽ സുറുമ തേച്ച്. ചന്ദനക്കാതൽ കൊണ്ടുണ്ടാക്കിയ കുഞ്ഞുമേനിയിൽ ഒരു തരി സിന്ദൂരംപോലും സ്ഥാനം തെറ്റി നിൽക്കുന്നില്ല. അവൾ അമ്മയുടെ അരികിലേക്കു നീങ്ങി നിന്നു.

"മോന്റെ അനിയത്തിയാണ്. ദേവ."

അവൾ കാൽവിരലുകൾ നിലത്തമർത്തി ചിലങ്കകളെ കരയിപ്പിച്ചു നിന്നു. അവളോടൊന്നും ചോദിച്ചില്ല. പെട്ടെന്നു കാണുന്നതാണ്, എന്താണു ചോദിക്കുക? ഞാനാകെ അമ്പരന്നു നിൽക്കുമ്പോൾ അവൾ പറയുന്നതു കേട്ടു: "അമ്മ ഏട്ടനെ കുളിപ്പിക്കുമ്പോൾ അച്ഛൻ പാഠശാലയിലേക്കു പോയി. ഏട്ടന് പ്രാതൽ കൊടുക്കാൻ പറഞ്ഞിട്ടുണ്ട്."

"വരൂ മോനെ... നമുക്ക് പ്രാതൽ കഴിക്കാം."

ആചാര്യപത്നി എന്റേയും ദേവയുടേയും കൈകൾ പിടിച്ച് അടുക്കളയിലേക്കു കൊണ്ടുപോയി.

സ്വർണ്ണനിറമുള്ള താലത്തിൽ നോക്കിയപ്പോൾ തലയും മുഖവും തെളിഞ്ഞു കണ്ടു.

യയ്യാവതിനദിയിൽ ഓളങ്ങളില്ലാത്ത സമയത്താണ് മുഖം കാണാറുള്ളത്. വെട്ടി പ്രകാശിക്കുന്ന പാത്രത്തിൽ പ്രാതൽ വിളമ്പിയപ്പോൾ മുഖവും തലയും അപ്രത്യക്ഷമായി. ചോളപ്പൊടി കരിമ്പിൻനീരിൽ കുഴച്ച് ജീരകവും ഏലക്കാപ്പൊടിയും വിതറിയെടുത്ത പലഹാരം. മുക്കികഴിക്കാൻ തേൻ. രണ്ടെണ്ണം കഴിച്ചു കഴിഞ്ഞപ്പോൾ വിശപ്പ് പറന്നുപോയി. വയറും വന്നു വീർത്തു. താലത്തിലേക്ക് ഒന്നുകൂടിയിട്ട് ആചാര്യപത്നി പറഞ്ഞു: "കഴിക്കൂ മോനേ... നിന്റെ പ്രായത്തിൽ നാലെണ്ണം കഴിക്കാം." മൂന്നെണ്ണം കഴിച്ചു കഴിഞ്ഞപ്പോൾ ചങ്കോളമെത്തി.

പ്രാതൽകഴിഞ്ഞ് ഞങ്ങൾ ഒന്നാം അകായിൽ എത്തിയപ്പോൾ ആചാര്യർ എത്തി.

"ഇന്നിത്തിരി നേരത്തെ പോന്നു. പാഠശാലയിൽ ഇരിക്കാൻ സ്വസ്ഥത കിട്ടുന്നില്ല." അതും പറഞ്ഞ് എന്നെ നോക്കിയ ആചാര്യൻ: "ഇയാൾ മിടുക്കനായല്ലോ." ഞാൻ ആചാര്യനെ കണ്ടതും ഇരിപ്പിടത്തിൽ നിന്നും ചാടിയെണീറ്റു. എനിക്ക് കാലിലൂടെ ഒരു വിറയൽ മേലോട്ടു കയറി. താടിയും പല്ലും തമ്മിൽ കൂട്ടിയിടിച്ചു.

"ഇരിക്കൂ കുട്ടീ... നീയെന്തിനാണ് നിന്നു വിറയ്ക്കുന്നത്?" അതിനുത്തരം ആചാര്യൻ പ്രതീക്ഷിക്കുന്നില്ലെന്ന് പത്നിയോടുള്ള

അദ്ദേഹത്തിന്റെ ആരായലിൽനിന്നു മനസ്സിലായി. “ഇയാൾക്ക് എല്ലാം പരിചയപ്പെടുത്തിയില്ലേ ഊർജ്ജേ?”

“അവിടന്നു വന്നിട്ടാവാമെന്നു കരുതി അടുക്കളയും മറ്റുമാണ് കാണിച്ചത്.” ആചാര്യപത്നി പറഞ്ഞു: “എങ്കിൽ നമുക്ക് ആദ്യം അറിയേണ്ടത് ആദ്യം തന്നെയാവാം. വരൂ കുട്ടീ...” എന്നു പറഞ്ഞ് എന്നെ അടഞ്ഞു കിടന്ന അകായിക്കകത്തെ പൂജാമുറിയിലേക്ക് ആചാര്യൻ വഴികാട്ടി. ആചാര്യപത്നിയും ദേവയും എന്നെ അനുഗമിച്ചു.

അടഞ്ഞ വാതിൽ ആചാര്യൻ തുറന്നു. ഒരു ഇടുങ്ങിയ അകായിലേക്ക് കാഴ്ച നേർരേഖയായി നീണ്ടു. നാലുനില വിളക്കു തിരികളിൽ അകായിലെ ഇരുൾ അകലേക്കു നീങ്ങിപ്പോയി. മട്ടിയുടേയും ചന്ദനത്തിന്റേയും ധൂപഗന്ധം. നേരിയ ധൂമമറയിലൂടെ കടുത്ത ദീപപ്രഭയിൽ കണ്ടു ചെമ്പിന്റെ മൂന്നു വിഗ്രഹങ്ങൾ. ചുമരിൽനിന്ന് താഴേക്കു താഴേക്കായി. ഏറ്റവും മുകളിൽ സ്ത്രീവിഗ്രഹം. താഴെ നീലനിറത്തിൽ പുരുഷ വിഗ്രഹം. ഏറ്റവും താഴെ കഴുത്തിൽ ഭസ്മക്കുറിയും രുദ്രാക്ഷവുമുള്ള നിലത്തുറപ്പിച്ച പുരുഷവിഗ്രഹം.

ആചാര്യൻ പറഞ്ഞു: “കുട്ടീ, ഇവരാണ് ശുക്രകുലത്തിന്റെ തേരാളികൾ. അറുത്തു കളഞ്ഞിട്ടും വേരറ്റുപോവാതെ കുലം കാത്തുപോരുന്ന കുലരക്ഷകർ. ശത്രുതാഡനമേറ്റ് എന്നേ തകർന്നടിഞ്ഞുപോവേണ്ട കുലം. വരദാനംപോലെ ഇന്നും അന്യംവരാതെ നിലനിർത്തുന്ന തേജസ്സുകൾ. ഇവർ കാലം കഴിഞ്ഞവർ എന്നല്ല പറയേണ്ടത്, കാലത്തിനുമേലെ നിലയുറപ്പിച്ച അനശ്വരാത്മാവുകൾ.”

ആചാര്യനും പത്നിയും മകളും കൂപ്പുകൈയുമായി നിൽക്കുന്നതു കണ്ട് ഞാനും തൊഴുതുനിന്നു.

“കുട്ടീ, ഇതാണ് ശക്തിദേവി.” മുകളിലെ പ്രതിമയിലേക്കു തൊഴുകൈ നീട്ടി ആചാര്യൻ പറഞ്ഞു. “ശക്തിദേവിയുടെ ആരാധകനായി മഹാദേവൻ. ഏറ്റവും താഴെ ശിവഭക്തനായ മഹാചാര്യർ. ശുക്രകുലനാഥനായ ശുക്രാചാര്യർ, മഹാഗുരു. മഹാഗുരു ഇന്നും ശുക്രകുലത്തെ ശത്രുപീഡയിൽ നിന്നും കരകയറ്റി രക്ഷിക്കുന്നു.”

അല്പനേരത്തെ ഗുരുവന്ദനത്തിനുശേഷം ആചാര്യൻ തുടർന്നു: “കുട്ടീ, മഹാചാര്യരുടെ ജീവിതകാലം ഏതെന്ന് കൃത്യമായി പറയുക ഇന്നലെവരെ അസാധ്യമായിരുന്നു. ഏറെ തലമുറകൾ കഴിയുമ്പോൾ ആരും അങ്ങനെയാണ്. കാലത്തിന്റെ അടിത്തട്ടിൽനിന്ന് ചികഞ്ഞെടുക്കുന്നവർക്ക് ഗണിതങ്ങൾ തെറ്റുക സ്വാഭാവികം മാത്രം. അതിനർത്ഥം ശത്രുക്കൾ പരത്തുന്നതുപോലെ ജനനം എന്നല്ല ഭൂമിയിൽ ഇന്നും അവശേഷിക്കുന്ന ശുക്രപരമ്പരയ്ക്കു മുഴുവനും ധൈര്യമായി പറയുവാൻ ഇന്ന് ശുദ്ധമായ തെളിവുകിട്ടിയിരിക്കുന്നു. കേവലം കഥയായി മാറിയ മഹാചാര്യ ജനനം തികച്ചും യാഥാർത്ഥ്യമാണെന്നു തെളിയിക്കുന്നതിനുള്ള ഉത്തമമായ തെളിവ്.”

എന്തിനെക്കുറിച്ചാണ് ആചാര്യൻ ഇത്ര വികാരത്തുടിപ്പോടെ സംസാരിക്കുന്നതെന്ന് എനിക്കു മനസ്സിലായില്ല. അടുത്ത നിമിഷത്തിൽ അദ്ദേഹം എന്റെ അടുത്തേക്കു കുറെക്കൂടി ചേർന്നു നിന്ന് അതീവ വൈകാരികതയോടെ മന്ത്രിച്ചു: "വേരുകളില്ലാതെ വളർന്നുനിന്ന ഒരാൽമരത്തിന് പെട്ടെന്ന് ഭൂമിക്കടിയിലുറച്ച വേരുണ്ടായതുപോലെയാണ് ഞങ്ങളിന്ന്. ഒരു പരമ്പരയ്ക്കു മുഴുവനും ഒരു സുനിമിഷത്തിൽ നിലനിൽപ്പുണ്ടായിരിക്കുന്നു. അയോധ്യയിലാർക്കും നിഷേധിക്കാൻ കഴിയാത്ത അസ്തിത്വം. ഏതു ശുക്രൻ, ഏതു മഹാചാര്യർ എന്നു പുച്ഛിക്കുന്നവർക്കു നേരെ വിറയില്ലാത്ത വിരലുകൾ ചൂണ്ടുവാൻ പ്രാപ്തമാക്കിയ തെളിവ്."

ഞാൻ ആചാര്യന്റെ വാക്കുകളിൽ പൂർണ്ണമായും ലയിച്ചു നിന്നു. ഏതോ വലിയ സംഭവമാണ് ആചാര്യൻ അയവിറക്കുന്നത് അല്ലെങ്കിൽ കത്തുന്ന നിലവിളക്കുകൾക്കു മുന്നിൽ ഈശ്വരസന്നിധിയിൽനിന്ന് ഗുരു ഇത്തരത്തിൽ മനസ്സു തുറക്കുകയില്ല.

അനേകകാതം അകലെനിന്നെത്തി, സഹസ്രാബ്ദങ്ങൾക്കു മുമ്പ് കാലം ചെയ്തൊരു കുലകാരണവരുടെ പിൻതുടർച്ച അവകാശപ്പെടുന്നവരെപ്പറ്റി ആരെങ്കിലും ശങ്കിച്ചാൽ അവരെ കുറ്റപ്പെടുത്തുക വയ്യ. ഇന്നിപ്പോൾ ആ മഹാഗുരുവിന്റെ കടാക്ഷംകൊണ്ട് അവിടുന്ന് ജീവിച്ചുപോയ കാലത്തിനും സ്ഥലനാമത്തിനും വ്യക്തമായി തെളിവുകൾ കൈവശം വന്നെത്തിയിരിക്കുന്നു. കാലം പറഞ്ഞു രസിച്ച കഥകളുടേയും തലമുറകൾ തലകീഴാക്കി മറച്ചുവച്ച യാഥാർത്ഥ്യങ്ങളുടേയും സത്യമുഖം വെളിപ്പെടുവാൻ പോകുന്നു.

അനേക തലമുറകൾക്കുശേഷം അയോധ്യയിൽ ജീവിക്കുന്ന സത്യശങ്കരനെന്ന ശുക്രാചാര്യന് അതിനുള്ള ഭാഗ്യവും നിയോഗവും കൈവന്നിരിക്കുന്നു. ശുക്രകുലത്തിനു നേരെ സംശയദൃഷ്ടിയോടെ കണ്ണെയ്ക്കുന്നവരെ നോക്കി സത്യശങ്കരനെന്ന ശുക്രവളർച്ചയ്ക്ക് നെഞ്ചും ശിരസ്സുമുയർത്തി പ്രഖ്യാപിക്കാം.

ശുക്രാചാര്യർ ഭൂമിയിലെ ആദ്യ ബ്രാഹ്മണകുലജാതരിൽ ഒരാൾ. മൂന്നു സഹസ്രാബ്ദങ്ങൾക്കു മുമ്പ് ഹരിയൂപിയയിൽ സിന്ധുവിന്റെ തീരത്ത് ജനനം. മനുഷ്യന് തുല്യനീതി സ്വപ്നം കണ്ട നീതി ശാസ്ത്രകാരൻ.

സംശയാലുക്കളായ അജ്ഞാനികൾ, അരജ്ഞാനികൾ കണ്ടാലും മഹാചാര്യർ തൃക്കൈക്കൊണ്ടു സ്വയം രചിച്ച നീതിശാസ്ത്രഗ്രന്ഥം- സാക്ഷാൽ ശുക്രനീതി."

അത്രയും മന്ത്രംപോലെ, പ്രാർത്ഥനപോലെ ഉരുവിട്ട് ആചാര്യൻ മഹാചാര്യ പാദങ്ങളിലർപ്പിച്ച ഗ്രന്ഥം സ്വയം കുനിഞ്ഞു കൈയിലെടുത്തു നിരവധി തവണ നെഞ്ചിൽ ചേർത്തു പിടിച്ച് പ്രാർത്ഥിച്ചു: "കുട്ടീ, ഈ മഹായോഗം അവശേഷിച്ച ശുക്രകുലത്തിനു കൊണ്ടുവന്നത് നീയാണ്. നീ ശുക്രകുലത്തിന്റെ വരദാനമാണ്. സഹസ്രാബ്ദങ്ങളായി ശുക്രകുലം തേടിയലഞ്ഞ മഹാനിധി കൊണ്ടെത്തിച്ച അനുഗൃഹീത ജന്മം."

ആചാര്യനെ ഇത്രമാത്രം ഇളക്കിവിട്ടത് എന്റെ കൈയിൽനിന്നു കിട്ടിയ പുറം ചട്ടയോ വൃത്തിയായ തകിടുകളോ ഇല്ലാത്ത ഗ്രന്ഥമാണെന്ന് അപ്പോഴാണ് ഞാൻ അറിഞ്ഞത്. ഗ്രന്ഥം ആകെ മാറിയിരിക്കുന്നു. നല്ല ശേഷിയും വൃത്തിയുമുള്ള പിച്ചള തകിടുകൊണ്ട് രണ്ടു പുറവും മറച്ചിരിക്കുന്നു. തകിടുകൾ ഒന്നായി വലിയ ഇരുമ്പുകുറ്റിയിൽ ബന്ധിച്ച് ഒരിടത്തേക്കു ചാഞ്ഞു പോവാതെ സൂക്ഷിച്ചിരിക്കുന്നു. കണ്ടാൽ ഒരു പുത്തൻ ഗ്രന്ഥമാണെന്നു തോന്നും. അതോടൊപ്പം ഉണ്ടായിരുന്ന മറ്റു ഗ്രന്ഥങ്ങൾ ഒരു മൂലയിൽ അടക്കിവെച്ചിട്ടുണ്ട്. വിഖ്യാതമായ ശുക്രനീതിയാണ് ഗ്രന്ഥം എന്നെനിക്കു മനസ്സിലായിരുന്നില്ല. ഋഗ്വേദവും അതോടൊപ്പമുള്ള അഥർവ്വവും വായിച്ചു തിരിച്ചറിഞ്ഞു മുത്തശ്ശൻ വശമാക്കിത്തന്ന അസാരം സംസ്കൃതംകൊണ്ട്. എന്നാൽ ശുക്രനീതിയിലേക്കു കടക്കാൻ കഴിഞ്ഞില്ല. അതിലെ സംസ്കൃതം വളരെ പ്രാചീനമായതുകൊണ്ട് മറ്റേതെങ്കിലും ഭാഷയാണോയെന്നു സംശയിച്ചു. ഒട്ടും വായിച്ചെത്താനും കഴിഞ്ഞില്ല. മുത്തശ്ശന് ശുക്രനീതിയിലെ ഭാഷയും വശമാണെന്ന് ഗ്രന്ഥം കിട്ടി തറയിൽ വെക്കാതെ രാത്രി മുഴുവൻ വായിക്കുന്നതു കണ്ടപ്പോൾ ഊഹിച്ചു. സൗകര്യപ്പെട്ടെങ്കിൽ മുത്തശ്ശൻ ശുക്രനീതിയിലെ ഭാഷ വശമാക്കിച്ചേനെ. അപ്പോഴേക്കും എല്ലാം കൈവിട്ടല്ലോ.

ആചാര്യൻ അല്പം ലാഘവത്തോടെ പറഞ്ഞു: "കുട്ടീ, ഇനി ശുക്രാലയത്തിലെ അംഗങ്ങളെ നിനക്കു പരിചയപ്പെടാം. ഞാൻ സത്യശങ്കരനെന്ന ശുക്രാചാര്യർ. ശുക്രകുലത്തിലുള്ളവരെല്ലാം മഹാചാര്യന്റെ പേരിലാണ് ഇന്നും അറിയപ്പെടുന്നത്. കാലമെത്ര കഴിഞ്ഞാലും ഭൂമിയിൽ ശുക്രകുലം ഉള്ളിടത്തോളം കുലനാമം പിൻതുടരണമെന്ന മഹാചാര്യമോഹം ഇന്നും മുടക്കം വന്നിട്ടില്ല. എന്റെ യഥാർത്ഥപേര് സത്യശങ്കരൻ. പക്ഷേ ആ പേര് ഞാൻ തന്നെ മറന്നുപോയിരിക്കുന്നു. മൂന്നു സഹസ്രാബ്ദങ്ങൾക്കു ശേഷവും ശുക്രകുലം പലയിടങ്ങളിലുമായി നിലനിന്നുപോരുന്നു. മറ്റേതെങ്കിലും പേരിൽ പിതാമഹന്മാർ അറിയപ്പെട്ടിരുന്നുവെങ്കിൽ ഭൂമിയിലിന്ന് ശുക്രകുലമേ ഉണ്ടാകുമായിരുന്നില്ല."

അതിനുശേഷം ആചാര്യർ പത്നിയെ എന്റെ മുന്നിലേക്കു നീക്കി നിർത്തി. "കുട്ടീ, നിനക്കിതിനകം മനസ്സിലായിട്ടുണ്ടാവും ഇവർ ആരെന്ന്. എങ്കിലും പറയുകയാണ്, ഊർജ്ജവതിയെന്ന ജയന്തിയാണിവൾ. സത്യശങ്കരശുക്രൻ അഗ്നിസാക്ഷിയായി പരിണയം ചെയ്ത ധർമ്മപത്നി. ശുക്രപത്നിമാരുടെ നാമം എക്കാലത്തും ഊർജ്ജവതിയെന്നും വിളിപ്പേര് ജയ എന്നുമാണ്. അതിനുശേഷം ആചാര്യർ കൊച്ചുദേവയെ നീക്കി നിർത്തി: ഇവളാണ് ഞങ്ങളുടെ തൊട്ടാർവാടി ദേവ. ശുക്രപുത്രിയെന്നും ദേവയാനിയാണ്. ദേവ എന്നു വിളിക്കുന്ന ദേവയാനി."

എന്റെ മനസ്സിലേക്കോടിവന്നത് മറ്റൊരു ബ്രാഹ്മണഗൃഹത്തിൽ നിന്നുണ്ടായ അനുഭവസ്മരണയാണ്. കുഞ്ഞുനാളിൽ സൈന്ധവപുരിയിലെ സത്യമൂർത്തി തമ്പുരാന്റെ ഇല്ലത്തേക്ക് അലക്കിയ തുണികൾകൊണ്ട് മുത്തശ്ശന്റെ കൂടെ ചെല്ലുന്നു. പനയോല മേഞ്ഞ മേൽക്കൂരയ്ക്കു താഴെ

പനമ്പുതട്ടിക ചുമരായി നിൽക്കുന്ന ഇല്ലം. മുറ്റത്തും പരിസരങ്ങളിലും നിറയെ ചാണകം. ചാണകത്തിൽ ഈച്ചയും കൊതുകും തവിട്ടു നിറത്തിലുള്ള പൊട്ടന്മാരും വട്ടമിട്ടാർക്കുന്നു. മുത്തശ്ശൻ മുറ്റത്തുനിന്ന് ഹോയ്, ഹോയ് എന്ന് ശബ്ദമുണ്ടാക്കി. വരാന്തയിലിരുന്ന് കാൽവണ്ണയിലെ ചരങ്ങു മാന്തുന്ന വൃദ്ധൻ പോ, പോ പിറകോട്ട് ഇനിയും ഇനിയും എന്ന് ആംഗ്യം കാണിച്ചു. മുത്തശ്ശൻ അതനുസരിച്ച് പിറകോട്ടേക്കു നീങ്ങി നീങ്ങി പോയി. വിചാരിച്ച അകലമായെന്നു തോന്നിയ വൃദ്ധബ്രാഹ്മണൻ സ്വരമുയർത്തി ആജ്ഞാപിച്ചു: "പടിഞ്ഞാറ്റിയിലേക്ക് ചെല്ല് അലക്കുകാരാ." അതേ അകലം പാലിച്ച് പടിഞ്ഞാറ്റിയിൽ ചെന്ന് എത്തം കേൾപ്പിച്ചപ്പോൾ തലമുതൽ കാലറ്റംവരെ പുതപ്പുകൊണ്ടു മൂടിയ രൂപം വിളിച്ചു പറഞ്ഞു: "കൊറേംകൂടി പിന്നാക്കം നിന്നോ."

ഞങ്ങൾ വേലിമുള്ളിൽ തങ്ങിനിന്നു. പക്ഷിശാസ്ത്രകാരന്റെ തത്ത ക്ഷണംകൊണ്ട് ചീട്ടെടുത്ത് പുറത്തിട്ട് കൂട്ടിലേക്കോടിപോകുന്നതുപോലെ വൃദ്ധരൂപം അലക്കുഭാണ്ഡം കൊത്തിയെടുത്ത് പറന്നുപോയി. അകത്തു ചെന്ന അവർ വരാന്തയിലിരുന്ന വൃദ്ധനോടു വിളിച്ചു പറയുന്നതു കേട്ടു: "പടിഞ്ഞാറ്റിയിൽ പുണ്യാഹം തളിക്കാൻ മറക്കണ്ട. അലക്കുകാരൻ വന്നു പോയിരിക്കണ്."

പെട്ടെന്ന് മനസ്സ് തലേരാത്രിയിലേക്കൊരു ചാട്ടം..

ഗുഹന്റെ അച്ഛന്റെ തൊഴുകൈ

ആചാര്യ ഭവനത്തിലും അങ്ങനെ സംഭവിക്കാതിരിക്കാൻ ഞാൻ പറഞ്ഞു: "ആചാര്യപാദങ്ങൾക്കും ദേവീചരണങ്ങൾക്കും പ്രണാമം. എന്റെ പേര് ശംബൂകൻ. ശംബു എന്ന് എല്ലാവരും വിളിക്കുന്നു. എന്റെ അച്ഛൻ അലക്കുകാരനായ ദോത്തി. അമ്മ ദോത്തിയെ സഹായിക്കുന്ന അലക്കുകാരി. മുത്തശ്ശൻ അലക്കാനുള്ള വസ്ത്രങ്ങൾ ശേഖരിക്കുന്ന ഊരുചുറ്റി. ഇവരാരും ഇന്നില്ല. മരിച്ചുപോയി... അല്ല കൊന്നു."

"ആര്?" ആചാര്യരുടെ ചോദ്യം

"രാജാവ്."

"കാരണം?"

"ഗ്രന്ഥം വായിച്ചതിന്."

"കുട്ടീ, നിന്റെ വീട്?"

"ഹരിയൂപിയയിൽ."

അതുകേട്ടതും ആചാര്യൻ എന്നെ വാരിയെടുത്തു നെഞ്ചോടുചേർത്ത് ഗാഢഗാഢം പുണർന്നു. ഹരിയൂപിയ, ഹരിയൂപിയാ എന്ന് നിരവധി തവണ ആചാര്യൻ ആവർത്തിക്കുന്നതു കേട്ടു. അടുത്ത നിമിഷം ആചാര്യപത്നിയെ നോക്കി: "മഹാചാര്യന്റെ ജന്മനാട്ടിൽ നിന്നെത്തിയ പുണ്യാതിഥി, കാത്തിരുന്ന നിധിപേടകവുമായി. പൊന്നുമോനേ, ഇതിൽപ്പരം സുകൃതം മറ്റെന്തുണ്ടാവാൻ?"

ഗുഹന്റെ അച്ഛന്റെ ചിത്രം തെളിഞ്ഞുവന്ന ഞാൻ ബോധ്യപ്പെടുത്തി:

"ആചാര്യാ, ഞാനിവിടെ നിൽക്കാൻ യോഗ്യനല്ല."

"കാരണം?"

"ഞാൻ അലക്കുകാരൻ ദോത്തിയുടെ മോൻ. ഊരുചുറ്റിയായ മുത്തശ്ശന്റെ ചെറുമകൻ."

എന്നെ കൂടുതൽ കൂടുതൽ ഗാഢമായി പുണർന്നു ആചാര്യൻ: "കുട്ടീ, ശുക്രാചാര്യൻമാർക്ക് മനുഷ്യർ എല്ലാം ഒരേ വർഗ്ഗം. ഒരേ കുലം. ഒരേ വംശം. ഇത് മഹാചാര്യ നീതിശാസ്ത്രം. ശംബൂ, നീ ഇന്നുമുതൽ ശുക്രാലയത്തിലെ മൂത്ത പുത്രൻ."

ആചാര്യ പത്നിയും ദേവയും എന്നെ കെട്ടിപ്പിടിച്ചു തെരുതെരാ ഉമ്മ വച്ചു.

അഞ്ച്

ആചാര്യർ കട്ടിലിൽ കിടന്നു തുള്ളി.

ശബ്ദം കേട്ട് ആചാര്യപത്നി തട്ടി വിളിച്ചു.

"എന്തുപറ്റി അങ്ങേക്ക്?"

"ജയാ, ഞാനൊരു സ്വപ്നം കണ്ടു"

"സ്വപ്നമോ? പതിവില്ലല്ലോ?"

"ശുഭസൂചകമോ അതോ...?"

"ശുഭസൂചകം." കമിഴ്ന്നു കിടക്കുന്ന ഭീമാകാരമായ ഉരുളി ശംബു പൊക്കിയുയർത്തുന്നു. തലകീഴായതെല്ലാം ശരിയാക്കുന്നു. ഉരുളിക്കടിയിൽ അനേക കാതമടിയിൽനിന്ന് പവിത്രനഗരം പൊങ്ങിവരുന്നു. എല്ലാത്തിനും വഴികാട്ടിയായി ആ മഹാതേജസ്സ്.

"മഹാതേജസ്സ്?"

"സംശയമില്ല മഹാചാര്യർതന്നെ."

"ഇന്ന് ശംബുവിന് വിദ്യാരംഭമല്ലേ. അതുകൊണ്ടായിരിക്കും ഇങ്ങനെയൊരു കാണിക്കൽ.'

"തീർച്ചയായും ശുഭസൂചകം തന്നെ. ഇനിയിപ്പോൾ നിദ്രവേണ്ട ശുഭസ്യ ശീഘ്രം എന്നല്ലേ?"

ആചാര്യർ പ്രഭാതകൃത്യങ്ങൾക്കായി എണീറ്റു. ദേഹശുദ്ധി വരുത്തി പൂജാമുറിയിലെത്തുമ്പോൾ ദേവയേയും എന്നേയും ആചാര്യപത്നി ഒരുക്കി നിർത്തിയിരുന്നു. പൂക്കളും തുളസിയും കിണറ്റിൻകരയിൽനിന്നും ഞങ്ങൾ ഇറുത്ത് പൂജാമുറിയിലെത്തിച്ചിരുന്നു. വെള്ളിത്തളികയിൽ ഉണങ്ങലരിയുമായി ആചാര്യപത്നിയെത്തി. അവരുടെ മുടിയിഴകളിൽ നിന്ന് ഈറൻ തണുപ്പ് ചുറ്റും പരന്നു. എന്നെയും ദേവയേയും ആചാര്യൻ

പൂജാമുറിയിൽ കത്തിച്ച നിലവിളക്കിനു മുന്നിലിരുത്തി. വിശദമായ പൂജ നടത്തി. അഗ്നികുണ്ഡമോ ഹോമമോ ഒന്നുമുണ്ടായില്ല. ശുക്രന്മാർ ഹോമത്തിനും യജ്ഞത്തിനും ഒരിക്കലും അനുകൂലിച്ചില്ല. മഹാചാര്യ സന്നിധിയിൽ സമർപ്പിച്ച വെള്ളിത്തളികയിലെ സ്വർണ്ണമോതിരമെടുത്ത് ഓം എന്നെഴുതി. അതുപ്രകാരം ദേവയുടെ നാക്കിൻ തുമ്പിലും ഓം വരച്ചു. നടക്കുന്നതു മുഴുവനും അമ്പരപ്പായി എനിക്കു തോന്നി. ദിവസങ്ങൾക്കു മുമ്പുവരെ കണ്ടിട്ടില്ലാത്ത ആചാര്യൻ, ആചാര്യ പത്നി, കൊച്ചുദേവ. ഇന്ന് അവർ എന്നെ മടിയിലിരുത്തി അക്ഷരം എഴുതിക്കുന്നു. കൊച്ചു ദേവയ്ക്ക് എന്നേക്കാൾ ഏഴോ എട്ടോ വയസ്സു കുറയും. ശരിക്കു പറഞ്ഞാൽ ദേവയ്ക്കാണ് വിദ്യാരംഭത്തിനുള്ള സമയം. ആരെങ്കിലും കണ്ടാൽ ഞാൻ ദേവയുടെ ഗുരുവാണെന്നേ തോന്നൂ. തലേന്നു രാത്രി കിടക്കാൻ നേരം ആചാര്യർ ആരാഞ്ഞു: "ശംബുവിന് എഴുത്തും വായനയും അറിയുമോ?"

ഞാൻ പറഞ്ഞു: "കുറച്ച്."

"ആരാണു ഗുരു?"

"മുത്തശ്ശൻ പലപ്പോഴായി പറഞ്ഞു തന്നതാണ്."

"ഏതു ഭാഷയിൽ?"

"സംസ്കൃതം."

"എവിടംവരെയെത്തി?"

"അങ്ങനെ കൃത്യമായ പഠനമായിരുന്നില്ല. മുത്തശ്ശന് ഒഴിവു കിട്ടുമ്പോൾ."

"കൂട്ടി വായിക്കാറുണ്ടോ?"

"അത്യാവശ്യം ശ്ലോകങ്ങൾ ഞങ്ങൾ പകർത്തും."

"കൊള്ളാം, അതു നന്നായി."

"വിദ്യാരംഭമായി ഉണ്ടായിരുന്നുവോ?"

"ചടങ്ങായി ഒന്നുമില്ല."

"എങ്കിൽ നാളെ നമുക്ക് വിദ്യാരംഭമാവാം." ആചാര്യപത്നിയും വിചാരിക്കയായിരുന്നു. രണ്ടുപേരുടേയും ഒന്നിച്ചാവാം. മഹാദേവ മഹാചാര്യ സന്നിധിയിൽവച്ച്. വെളുപ്പാൻ കാലത്ത് ദേഹശുദ്ധി വരുത്താനായി കുളിപ്പുരയിലേക്കു കൊണ്ടുപോവുമ്പോൾ ആചാര്യപത്നിയാണു പറഞ്ഞത് ശുക്രകുലത്തിൽ ജനിച്ചവർക്കു മാത്രമാണ് മഹാചാര്യ സന്നിധിയിൽ വച്ചു വിദ്യാരംഭം. അല്ലാത്തവർക്കൊക്കെ വിഘ്നേശ്വരപൗർണ്ണമിക്ക് പാഠശാലയിൽവച്ച് മണലിലെഴുത്ത്. മനസ്സിൽ നിറഞ്ഞ ഒരു സംശയം ആചാര്യപത്നിയോടു പങ്കുവച്ചു: "അക്ഷരം വശമാക്കാത്തവർക്കല്ലേ വിദ്യാരംഭം? എനിക്ക് അക്ഷരവും അല്പസ്വല്പം വായനയും അറിയാം അമ്മേ."

ആചാര്യപത്നി നെറുകയിൽ ചുണ്ടമർത്തി: "നന്നായി മോനേ,

അക്ഷരമറിയുന്നവർക്ക് പുനരെഴുത്തും ആവാം. ആചാര്യൻ തീർച്ചയായും അതിനുള്ള ഉപാധിയും കണ്ടെത്തും."

പൂജ കഴിഞ്ഞ് അരിതളികയിൽ അക്ഷരം കോറാൻ തുടങ്ങിയപ്പോൾ എന്റെ ഉള്ളിൽ ഒരു കലമ്പൽ നേർത്തു വന്നു. ആചാര്യൻ വിരൽത്തുമ്പു കൊണ്ട് എഴുതിയ അക്ഷരംകണ്ട് ഞാൻ വിസ്മയിച്ചു. സംസ്കൃത അക്ഷരമേയല്ല. എന്റെ പകച്ച നോട്ടംകണ്ട് ആചാര്യൻ ചോദിച്ചു: "എന്താ ശംബൂ, ഈ അക്ഷരങ്ങൾ മുമ്പ് എഴുതിയതായി തോന്നുന്നുണ്ടോ?"

ഞാൻ പറഞ്ഞു: "ഇല്ല ആചാര്യാ." ആചാര്യരുടെ ചുണ്ടിൽ കൊന്ന യിതൾപോലെ പുഞ്ചിരി തെളിഞ്ഞു: "പഠിച്ച അക്ഷരങ്ങൾക്ക് വിദ്യാരംഭം ആവശ്യമില്ല. ഇത് അസുരലിപിയാണു മോനേ. മഹാചാര്യർ മഹാഗ്രന്ഥ മെഴുതിയ ലിപി. അസുരലിപിയാണ് ഭാരതത്തിലെ ആദ്യത്തെ ലിപി. ഇതു പിന്നീട് സൈന്ധവലിപി എന്നറിയപ്പെട്ടു. യവനാനി ലിപി മാത്ര മാണ് അസുരലിപിയുടെ സമകാലിക ലിപി. ദരദയും ഖാസ്യയും സാഗര യുംപോലും അസുരഭാഷയ്ക്കുശേഷം വന്നവരാണ്. സാഗര സമുദ്രത്തി ന്നപ്പുറത്തുനിന്നു വന്നവളാണ്. സാഗരയോടാണ് അസുരയ്ക്ക് കൂടുതൽ അടുപ്പം. അസുരയെ സംസ്കരിച്ചതാണ് സംസ്കൃതം. മോനേ, അസുര നിന്നെ കാത്തിരിക്കുന്നു."

അസുരയും മുഴുവൻ അക്ഷരങ്ങളും ആചാര്യൻ എഴുതിത്തന്നത് മണലിൽ പലതവണ ശീലിച്ചു. ഏതാണ്ട് രണ്ടു പൗർണ്ണമികാലം മണലിൽ അഭ്യസിച്ചു കഴിഞ്ഞപ്പോൾ പനയോലയിൽ നാരായംകൊണ്ടെഴുതാം എന്നായി. സംസ്കൃതത്തേക്കാൾ വരിയൊപ്പിച്ച അക്ഷരങ്ങൾ. അക്ഷര ങ്ങൾ എന്നല്ല പറയേണ്ടത്, ചിത്രങ്ങൾ. ഒറ്റനോട്ടത്തിൽ കണ്ടാൽ ചിത്ര ലിപി തന്നെ. ദേവയും എനിക്കൊപ്പം അസുര ശീലിച്ചതുകൊണ്ട് പര സ്പരം മത്സരിച്ചു പഠിക്കാൻ കഴിഞ്ഞു. വായിക്കാനും എഴുതാനും അസുര വഴങ്ങിയപ്പോൾ ആചാര്യൻ പറഞ്ഞു: "ശംബൂ, നീയിപ്പോൾ അനർഘ മായ നിധിയുടെ താക്കോൽക്കാരനായിരിക്കുന്നു. അജ്ഞാതമായ ദേശാ റിവിന്റെ താക്കോൽക്കാരൻ."

ആരംഭത്തിൽ ദുഷ്കരമായി അനുഭവപ്പെട്ടെങ്കിലും നിരന്തരമായ പരിശ്രമം അസുരയോട് ആദരവും മമതയും വളർത്തി. പുതിയ കൂട്ടക്ഷര ങ്ങളും അക്ഷരക്കൂട്ടുകളും മനസ്സിലാവാൻ തുടങ്ങിയപ്പോൾ അക്ഷര ങ്ങൾക്കു പിറകിലെ കാണാലോകങ്ങൾ ഉണർന്നു. വലിയ നിധികൾ ഉള്ളി ലൊളിപ്പിച്ച സാഗരത്താഴ്ചയിലേക്കു മുങ്ങിപ്പോവുന്നതുപോലെ. എത്ര താഴ്ന്നു സഞ്ചരിച്ചാലും പിന്നെയും താഴ്ചയിലേക്കാകർഷിക്കുന്ന സ്വർണ്ണ മത്സ്യങ്ങൾ. സംസ്കൃതം വശത്താക്കിയതിനേക്കാൾ പതിന്മടങ്ങാവേശം. അന്നുവരെ മൂടിക്കിടന്ന ഒരു മഹാലോകത്തിലേക്ക് കവാടം തുറന്നുകിട്ടിയ അനുഭവം. വാക്കുകൾ പ്രാചീനസംസ്കൃതികളെ ഗർഭം ധരിച്ചിരിക്കുന്നതു കണ്ട് ഉറക്കം കിട്ടാത്ത രാത്രികൾ. ഗുരുനാഥൻ പറഞ്ഞത് അക്ഷരാർത്ഥ ത്തിൽ ശരിയെന്ന് ബോധ്യമായ വാരങ്ങൾ, മാസങ്ങൾ: "ഉണ്ണീ, സത്യ ത്തിന്റെ മുഖം സ്വർണ്ണാവരണംകൊണ്ടു മൂടപ്പെട്ടിരിക്കുന്നു"- പറയുമ്പോൾ

തന്നെ അദ്ദേഹം ഓർമ്മിപ്പിച്ചു: "യാജ്ഞവൽക്യ വാക്യമാണ്. അനശ്വര മായ ഈ സത്യം വെളിപ്പെടുത്തണമെങ്കിൽ യാഥാർത്ഥ്യത്തിന്റെ വിലാപം മുനിക്കു താങ്ങാൻ കഴിയാത്തതുകൊണ്ടായിരിക്കും." ആന്തരാർത്ഥമൊന്നും അപ്പോൾ പിടികിട്ടിയില്ലെങ്കിലും എന്തോ വലിയ നിഗൂഢരഹസ്യങ്ങൾ മുനിവാക്യത്തിലുണ്ടെന്നു മനസ്സിലായി. അതുപോലെത്തന്നെ ആചാര്യൻ പറഞ്ഞ ദേശവിജ്ഞാനവും യജ്ഞവൽക്യവാക്യവും തമ്മിലും.

പുതിയ അക്ഷരങ്ങൾ കാണിച്ചുതന്ന മേച്ചിൽപുറങ്ങളിലൂടെയുള്ള അലച്ചിലിൽ ഞാൻ സമയാസമയത്തെ കൃത്യങ്ങളും ഭക്ഷണവും തന്നെ പലപ്പോഴും മറന്നു. ആചാര്യപത്നി ശ്രദ്ധിച്ചതുകൊണ്ട് ശരീരക്ഷീണം അനുഭവപ്പെട്ടില്ല. ദേവയ്ക്കാണെങ്കിൽ അസുരയിലെ കൂട്ടക്ഷരങ്ങൾ കടി ച്ചാൽ പൊട്ടിയതുമില്ല. അവൾ ഒട്ടുമുക്കാൽ സമയവും എന്റെ ചുറ്റിനും കൂടി. പലപ്പോഴും ആചാര്യൻ മകളോടു പറഞ്ഞു: "ശംബുവിനെ അ ലോസരപ്പെടുത്തരുത്. അവന് അസുരലോകം കണ്ടെടുക്കേണ്ടതുണ്ട്." അപ്പോഴൊക്കെ ദേവയുടെ മുഖം വാട്ടം തട്ടിയ തേങ്ങാപ്പൂളുപോലെ വളഞ്ഞു: ലോകമോ അതെവിടെ? ദേവക്കൊന്നും കാണാനില്ലല്ലോ?

"അതു നിന്റെ കാര്യം... ഞങ്ങൾ പറഞ്ഞത് ശംബുവിന്റെ കാര്യമാണ്."

അവൾ കോറുന്ന നാരായം നിലത്തിട്ട് നിലത്ത് പാദങ്ങളൂന്നി പരിഭ വിച്ചു: "അച്ഛനും അമ്മയ്ക്കും ശംബുവേട്ടനോടാണ് കൂടുതലിഷ്ടം..." അതു പറഞ്ഞ് ഇടനാഴിയിലേക്കു നീങ്ങുന്ന അവളെ നോക്കി ആചാര്യൻ: "എന്നാലും ശംബുവെത്ര വിചാരിച്ചാലും കുലുങ്ങുകില്ല."

അതുകേട്ട് അവൾ ആചാര്യന്റെ കൈകളിൽ ഓടിയണഞ്ഞു കിലുക്കാംപെട്ടിപോലെ കുലുങ്ങിച്ചിരിച്ചു. പാദസരങ്ങളും കിലുക്കത്തിൽ പങ്കുകൊണ്ടു.

അസുര എഴുതാനും വായിച്ച് അർത്ഥം ഗ്രഹിക്കാനുമായപ്പോൾ ആദ്യം കൈയിലെടുത്തത് മഹാഗ്രന്ഥമാണ്. മഹാഗ്രന്ഥം വായിച്ചറിയാൻ വേണ്ടി മാത്രമാണ് അസുര പാടുപെട്ടു പഠിച്ചതുതന്നെ. മഹാചാര്യരുടെ വിഗ്രഹ ത്തിനു മുന്നിലിരുന്ന് വായിക്കാൻ തുടങ്ങിയതേ ഓർമ്മയുള്ളൂ. മാത്രകളും നാഴികകളും യാമം പോലും പോയതറിഞ്ഞില്ല. വാക്കുകൾക്കുള്ളിലെ ലോകങ്ങൾ അജ്ഞാതമായ ഇടങ്ങളിലേക്ക് ഇടതടവില്ലാതെ ഒഴുക്കി ക്കൊണ്ടുപോയി. അവസാനത്തെ ഏടിലെ അവസാനവാക്കുകളായ ഓം ശാന്തി ശാന്തി ശാന്തിയെന്ന് വായിച്ചെത്തിയതും ആചാര്യവിഗ്രഹത്തിനു മുന്നിൽ ശിരസ്സമർന്നു വീണു. പിന്നീടുണ്ടായതെല്ലാം ദേവ പറഞ്ഞാണറി ഞ്ഞത്.

ഉച്ചയൂണിന് കായയും കയ്പയും അരിയുന്നതിനിടയിലാണ് ദേവയുടെ വിവരണം. ഞാൻ മഹാഗ്രന്ഥത്തിന്റെ അവസാന അക്ഷരമായ ഓമിൽ എത്തിയതും പൂജാമുറിയിൽ ബോധമസ്തമിച്ച് കിടന്നുവത്രെ. ചാഞ്ഞും ചരിഞ്ഞുമല്ല. മഹാചാര്യന്റെ നേർശിരസ്സു കമിഴ്ത്തിയിട്ട് കണ്ടാൽ അഗാധ മായ ചിന്തയിലാണ്ടു കിടക്കുന്നുവെന്നേ തോന്നൂ. ഇടയ്ക്ക് ആ ചിന്തയിൽ

കാണുന്ന ചിത്രങ്ങൾക്കു നേരെ മന്ദസ്മിതവും അദ്ഭുതവും. ചിലപ്പോൾ ആരോടോ മന്ത്രമധുരമായ രീതിയിൽ സ്വകാര്യസംഭാഷണത്തിൽ. ഉച്ച യൂണിനു സമയമായിട്ടും ശംബുവേട്ടൻ വരാത്തതുകണ്ട് അമ്മ എന്നെ പൂജാമുറിയിലേക്കയച്ചു. ഞാൻ നോക്കുമ്പോൾ കണ്ട കാഴ്ച ഓടിച്ചെന്ന് അമ്മയെ അറിയിച്ചു. ഊണിനുള്ള ഇലകൾ കഴുകി വൃത്തിയാക്കിയി രുന്ന അമ്മ തിടുക്കത്തിൽ ഓടി വന്നു: "എന്തു പറ്റി ശംബൂ" എന്ന് ഗദ്ഗദ പ്പെട്ട് പൂജാമുറിയിൽനിന്ന് തീർത്ഥം മുഖത്തു തളിച്ചു. മൂന്നു നാലു ത വണ "എഴുന്നേൽക്കൂ മോനേ"യെന്നു പറഞ്ഞു. അവസാനത്തെ വിളി യായപ്പോഴേക്കും അമ്മയുടെ ശബ്ദം കരച്ചിലിനോടടുത്തു.

"എന്നിട്ട്..." ഞാൻ തിരക്കി

അമ്മ കുഴഞ്ഞു വീഴുമ്പോഴേക്കും അച്ഛൻ ഉച്ചയൂണിനെത്തി. അച്ഛൻ ശംബുവേട്ടന്റെ കൈകളിലെ ഞരമ്പിൽ വിരലമർത്തി മനസ്സിൽ എണ്ണം പിടിച്ചു.

"ഇല്ല ഒന്നും പേടിക്കാനില്ല. ഗ്രന്ഥം വായിച്ച ഊർജ്ജമാണ്."

അമ്മ പറഞ്ഞു: "രാത്രി ഉറങ്ങാതെ പഠിച്ചതുകൊണ്ടായിരിക്കും. ഭക്ഷണം ശരിക്ക് എത്തീട്ട്ണ്ടാവില്ല. ശക്തി കിട്ടീരിക്കില്ല്യാ.."

അച്ഛൻ ഒന്നുകൂടെ ഞരമ്പിലും നെറ്റിത്തടത്തിലും വിരൽ വച്ചു തിട്ടം വരുത്തി ഉറപ്പിച്ചു.

"അല്ല ഊർജ്ജം കൂടിയിരിക്കാണ്... ഗ്രന്ഥത്തിൽനിന്നു കിട്ടിയ അറി വിന്റെ ഊർജ്ജം. അത് താങ്ങാൻ കൗമാരക്കാരന് പ്രയാസമാണ്."

അമ്മ സന്ദേഹിച്ചു. "ഗ്രന്ഥത്തിൽനിന്ന് അങ്ങനെ അസാമാന്യമായ ഊർജ്ജം കിട്ടുമോ?"

"തീർച്ചയായും. ജ്ഞാനശേഷിയുള്ള ഗ്രന്ഥത്തിനേ അത്തരം ശക്തി യുണ്ടാവൂ. മഹാചാര്യന്റെ മഹാഗ്രന്ഥത്തിന് അതുണ്ടാവും. ഞാൻതന്നെ വായിച്ചെത്തിയപ്പോൾ ഒന്നന്ധാളിച്ചു. രാത്രി ഉറങ്ങാനേ കഴിഞ്ഞില്ല."

ശരിയാണ്. ആചാര്യൻ ഗ്രന്ഥംകിട്ടിയ രാത്രി ഉറങ്ങിയിട്ടേയില്ല. പാതിര വരെ വായനയും തുടർന്ന് മിഴിയടച്ചുകൊണ്ടുള്ള മനനവും.

"അതാണു പറഞ്ഞത്. ശംബു ഇപ്പോൾ ജ്ഞാനനിദ്രയിലാണ്. വായിച്ചെടുത്തത് മനസ്സിൽതന്നെ പതിഞ്ഞിരിക്കാൻ ഈ നിദ്ര ആവശ്യ മാണ്. വായിച്ചത് അപ്പോൾതന്നെ പുറത്തുപോവുന്നവർക്ക് ഈ ജ്ഞാ നനിദ്രയുടെ ആവശ്യമില്ല."

അച്ഛൻ അമ്മയോട് കണ്ണിറുക്കുന്നതു കണ്ടപ്പോഴാണ് അവസാന വാക്കുകൾ എന്നെ ഉദ്ദേശിച്ചാണെന്നു മനസ്സിലായത്. പാദസരത്തിൽനിന്ന് മണിനാദമുയർന്നപ്പോൾ അച്ഛൻ എന്നെ വലിച്ച് മാറോടുചേർത്ത് മന്ത്രിച്ചു: "ആചാര്യപുത്രി നിദ്രയിലായാലും മണിയൊച്ച മുഴങ്ങിക്കൊണ്ടിരിക്കും."

അച്ഛൻ അങ്ങനെ ആശ്വസിപ്പിച്ചെങ്കിലും അമ്മയ്ക്കു സമാധാനം കിട്ടു ന്നില്ലെന്ന് മാത്രകൾ ഇടവിട്ടുള്ള പൂജാമുറി സന്ദർശനവും നോക്കിനിൽപ്പും

തെളിയിച്ചു. നിവർത്തികെട്ട് സന്ധ്യാവന്ദനശേഷം അത്താഴത്തിനിരുന്നപ്പോൾ അമ്മയ്ക്കു മനസ്സു തുറക്കാതിരിക്കാൻ വയ്യാതായി.

"മോനെ ഉണർത്തി അല്പം തിളപ്പിച്ച പാലെങ്കിലും കൊടുത്താലോ. പാലിൽ മുന്തിരി കലക്കി കൊടുത്താൽ ശക്തി കിട്ടും. പിന്നെ നിദ്രയായാലും സമാധാനമുണ്ട്." അച്ഛൻ അമ്മയെ വിലക്കി: "വേണ്ട ഊർജ്ജേ, മഹാചാര്യദർശനങ്ങൾ അവനിൽ ഉറയ്ക്കട്ടെ. ഇപ്പോഴുണർത്തിയാൽ കുണ്ഡലീനിശക്തി എന്നെന്നേക്കുമായി അടഞ്ഞുപോവും. സ്വാഭാവികമായ പരിണതിയിൽ മിഴിഞ്ഞ കണ്ണുകളിൽ അറിവിന്റെ പ്രകാശം നിറഞ്ഞു നിൽക്കും."

എന്നിട്ടും തൃപ്തി വരാതെ അമ്മ വായിലേക്കുയർത്തിയ ഭക്ഷണം പാതിവഴിയിൽ നിൽക്കുന്നതുകണ്ട് അച്ഛൻ ആശ്വസിപ്പിക്കുന്നതുപോലെ പറഞ്ഞു: "ഉണ്ണിക്ക് ഒരു ദീനവുമില്ല. അനവസരത്തിൽ കണ്ണു തുറന്നാലാണ് ദീനപ്പെടുക. താങ്ങാനാവാത്ത ചൂടേറ്റ വൈക്കോൽ കത്തുന്നതുപോലെ മസ്തിഷ്കം ഉണങ്ങിവരണ്ട് പുകയും."

അത്രയുംകേട്ട് ഭയക്കാൻ തുടങ്ങിയ അമ്മയുടെ പുറത്തു തലോടി അച്ഛൻ പറഞ്ഞു: "നാളെ സൂര്യോദയംകഴിഞ്ഞ് പതിനാറു നാഴിക പതിനെട്ടു വിനാഴിക സമയം ഉണ്ണി കണ്ണു മിഴിച്ചിരിക്കും. സ്വബുദ്ധിയിൽ ഉണരും. അത് മറ്റൊരുണ്ണിയായിരിക്കും."

ദാഹജലം കിട്ടിയ കൊക്കുപോലെ അമ്മ പാതിവഴിയിൽ നിന്ന ഗോതമ്പുകഞ്ഞി വായിൽ ഒഴിച്ചു.

"ഉണരുമ്പോൾ കാച്ചിയ പാലിൽ ബ്രഹ്മിയും മുത്തങ്ങയും അരച്ചു ചേർത്ത ലേപമാണാദ്യം കൊടുക്കേണ്ടത്. കിട്ടിയ ജ്ഞാനം ഒരിക്കലും നഷ്ടപ്പെടാതെ മനസ്സിൽ പതിഞ്ഞു കിടക്കാൻ. ഗോതമ്പാഹാരംപോലും ഒരു യാമത്തിനുശേഷം മാത്രം."

"പുലരാൻ ക്ഷമയുണ്ടായില്ല അമ്മയ്ക്ക്. കറമ്പിയെ കറക്കലും പാലു കാച്ചലും കുളിപ്പുരയോടു ചേർന്ന് വൃത്തിയിൽ നട്ടു നനച്ച ബ്രഹ്മിയും മുത്തങ്ങയും പറിച്ച് ഔഷധ ഉരലിൽ ഇടിച്ചു പിഴിഞ്ഞ് നീരെടുക്കാനും മറ്റുമായി തത്രപ്പെട്ടു. നേരത്തേതന്നെ കുളിയും കഴിഞ്ഞ് പൂജാമുറിക്കു മുന്നിൽ കാത്തുനിന്നു. പ്രാതലൊന്നും അമ്മ കഴിച്ചതേയില്ല. അച്ഛനും പ്രാതൽ കഴിക്കാത്തതുകൊണ്ട് എനിക്കും കഴിക്കാൻ തോന്നിയില്ല. "

"അതെന്താ നാലു ഗോതമ്പുണ്ടയും തിനപ്പൊടിയും വെട്ടിവിഴുങ്ങാമായിരുന്നില്ലേ?"

അവൾക്കത് ഇഷ്ടപ്പെട്ടുവെന്നു തോന്നി. "അല്പം കഴിഞ്ഞാൽ മുത്തങ്ങയും ബ്രഹ്മിയും ചേർത്ത പാൽ സേവിക്കാമല്ലോയെന്നു കരുതി. ബുദ്ധി അവിടെത്തന്നെ പതിഞ്ഞു കിടക്കുമല്ലോ."

അവളോടൊപ്പം ചിരിക്കാതിരിക്കാൻ ശ്രമിച്ചെങ്കിലും ചുണ്ടിന്റെ ഒരു കോണിലൂടെ തടഞ്ഞു നിർത്തിയ ചിരി പുറത്തുചാടി.

ആചാര്യൻ നിശ്ചയിച്ച സമയത്തിൽനിന്ന് ഒരു മാത്രപോലും തെറ്റാതെ ഞാൻ കണ്ണു മിഴിച്ചുവത്രെ. ആചാര്യപത്നി സന്തോഷംകൊണ്ട് തുള്ളിച്ചാടുന്ന ശബ്ദമാണ് ആദ്യം കർണ്ണപുടത്തിൽ വന്നു കയറിയത്. മഹാചാര്യ പാദങ്ങളിൽ ശിരസ്സു കുനിച്ച് നെഞ്ചിൽ തൊഴുകൈയുമായി നിൽക്കുന്ന ആചാര്യരൂപം ആദ്യദർശനവും.

"ഓർക്കുമ്പോൾ ഒരു കാര്യം വ്യക്തമായും തിരിയുന്നു. അതിവിദൂരതയിലാണെങ്കിലും ഒരു മഹാലോകം മനസ്സിന്റെ ചുവരുകളിൽ അതിന്റെ മുഴുവൻ നിറക്കൂട്ടുകളോടെയും പതിഞ്ഞു കിടക്കുന്നു. അതിന്റെ ദിവ്യപ്രകാശത്തിൽ മനസ്സ് നിലാവെളിച്ചത്തിൽ കുളിച്ച താമരപൊയ്കപോലെ ശാന്തം. കാലങ്ങളെ അതിജീവിക്കുന്ന ഒരു തരം ഊർജ്ജം അനുപമമായ കാഴ്ചകളെ തെളിമയോടെ നിലനിർത്തുന്നു."

"എന്നാപ്പിന്നെ ആ വെളിച്ചം ഇങ്ങോട്ടൊന്ന് കോരിയൊഴിച്ചുകൂടെ? ഞാൻ കഷ്ടപ്പെട്ട് അസുര പഠിക്കണ്ട ആവശ്യമില്ലല്ലോ." അവൾ ഇരുന്നു കുലുങ്ങി ചിരിച്ചു.

ഞങ്ങൾക്കിടയിലേക്ക് ആചാര്യൻ കടന്നുവന്നു. ഞങ്ങൾ രണ്ടുപേരും ധൃതിയിലെണീറ്റു.

"കൈമുറിയും രണ്ടിന്റേയും... എത്ര തവണ പറഞ്ഞിരിക്കണു. പണിയാണു കൂടുതൽ ശ്രേഷ്ഠം... പണിയോടാണു കൂടുതൽ ആദരവു വേണ്ടത്."

ആചാര്യനും വിദൂരത്തു തെളിഞ്ഞ ആ നിലാവിൽ നിന്നുകൊണ്ടാണു സംസാരിക്കുന്നത് എന്നുറപ്പിച്ചു.

"ഉണ്ണീ.. ശംബൂ, അസുരലിപി ഹൃദിസ്ഥമായ നിനക്ക് സംസ്കൃതം ബാലികേറാമലയാവില്ല. എന്നിരുന്നാലും സംസ്കൃതവും അഭ്യസിക്കേണ്ടിയിരിക്കുന്നു. ആര്യലിഖിതങ്ങൾ മുഴുവനും സംസ്കൃതത്തിലാണല്ലോ. അതറിഞ്ഞാലേ ശരിയായതേതെന്നറിയൂ. നാളെമുതൽ മോന് പാഠശാലയിൽ അഭ്യസിക്കാം."

ഞാനും അതു കാത്തിരിക്കുകയായിരുന്നു.

"കിങ്ങിണിയും സംസ്കൃതം അഭ്യസിക്കട്ടെ. മൂടുപടമിട്ട് ഉടഞ്ഞ പാൽമൊന്തപോലെ ശുക്രാലയത്തിൽ ഒരു പെൺകാവൽ വേണ്ട. ഏട്ടന്റെ കൂടെ പാഠശാലയിലേക്കു വരാൻ തയ്യാറായിക്കൊള്ളൂ."

ദേവ സന്തോഷംകൊണ്ട് വീർപ്പുമുട്ടുന്നതുപോലെ തോന്നി. അവളുടെ പാദസരങ്ങൾ മുഴുവൻ അകായികളെ നൃത്തം അഭ്യസിപ്പിക്കുകയാണെന്നു തോന്നി.

കുട്ടികൾ വിചാരിച്ചത് ഞാൻ അവരെ പഠിപ്പിക്കാൻ ചെന്ന ഗുരുനാഥനെന്നാണ്. അതിന്റെ ബഹുമാനവും അകലവും അവർ ആദ്യം കാത്തു സൂക്ഷിച്ചു. അവരിൽ മുതിർന്ന കുട്ടിക്ക് ഏറിയാൽ എട്ടോ ഒൻപതോ വയസ്സേ വരൂ. അവന്റെ ഇരട്ടി വയസ്സിലാണ് ഞാൻ. ദേവ അവരുടെ

സമപ്രായക്കാരിയാകയാൽ അവൾക്ക് പ്രായവ്യത്യാസം തോന്നിയില്ല. അവളെപ്പറ്റി തോന്നിയത് പെൺകുട്ടികൾ പാഠശാലയിൽ വരുമോയെന്ന സംശയമാണ്. കേട്ടറിവുകളൊന്നുമില്ലാത്ത സംഗതി കണ്ടപ്പോഴുണ്ടായ അദ്ഭുതത്തിൽ നിന്ന് വിട്ടുകിട്ടുവാൻ കുറച്ചു സമയം എടുത്തു എന്നു മാത്രം. ആചാര്യപുത്രിയെന്ന നിലയ്ക്ക് അദ്ഭുതം കുറച്ചു നേരശേഷം താണുതാണ് മങ്ങിയ നാളമായി. എന്റെ കാര്യത്തിൽ അകലം തീരാൻ ഏതാണ്ടൊരുവാരം പിടിച്ചു.

നിങ്ങൾക്കു ഞാനൊരു പുതിയ കൂട്ടുകാരനെ തരാം. ഒപ്പമിരുന്നു പഠിക്കാൻ എന്നു പറഞ്ഞ് ആചാര്യൻ എന്നെ എല്ലാവർക്കും മുന്നിൽ നിർത്തിയപ്പോൾ ആകെ സ്തംഭനാവസ്ഥ. എന്റെ ശുഭ്രവസ്ത്രവും ഭംഗിയായ ഉടുക്കലും ഒക്കെ കണ്ട് തീർച്ചയായും ഗുരുനാഥൻ തന്നെയെന്നു തീർച്ചപ്പെടുത്തിയതാണ്.

ആദ്യദിവസം തന്നെ കുട്ടികൾ മുഴുവനും എന്നെ ശ്രദ്ധിക്കാനും അല്പം ബഹുമാനിക്കാനും തുടങ്ങി. അത് ആചാര്യൻ ഋഗിലെ ഒരു ശ്ലോകം ചൊല്ലാൻ പറഞ്ഞതോടു കൂടിയാണ്. സ്ഫുടവും ശുദ്ധവുമായ ഉച്ചാരണം കേട്ട് കുട്ടികൾ കിളിപോയതുപോലെ ഇരുന്നു. “മധുഛന്ദഃ ശ്ലോകം ശംബു വൊന്ന് വിവരിച്ചു കൊടുക്കാമോ?” ആചാര്യൻ ചോദിക്കുന്നതു കേട്ട് കുട്ടികൾ അമ്പരന്നിരുന്നു. ഋഗ് മന്ത്രങ്ങൾ കേട്ട് ഹൃദിസ്ഥമാക്കുകയല്ലേ ആവശ്യമുള്ളൂ. സാരാംശം ഗ്രഹിക്കുന്നതെന്തിന്?

ഋഗ്വേദത്തിലെ പ്രഥമ മന്ത്രമാണ്. മന്ത്രമെന്നാൽ മനസ്സിൽ കണ്ടത് എന്നർത്ഥം. ഋഷിയായ കവി മനസ്സിൽ കണ്ട് മന്ത്രിച്ചത്.

ഞാൻ അർത്ഥം പറഞ്ഞു നോക്കുമ്പോൾ ആചാര്യൻ എന്നെത്തന്നെ ഇമവെട്ടാതെ നോക്കി നിൽക്കുന്നു. ആ മുഖത്തും ചുണ്ടുകളിലും ഏതോ നിശ്ചയദാർഢ്യത്തിന്റെ മൊട്ടുകൾ വിരിയുന്നു.

“നന്നായി, തുടക്കം അസ്സലായി.” ആചാര്യൻ അഭിനന്ദിച്ചു.

അടുത്ത വിഷയം കായിക വിനോദമായിരുന്നു. ആചാര്യൻ വിശ്രമത്തിലായിരുന്നതുകൊണ്ട് കുട്ടികൾ തീയിനുചുറ്റും പറക്കുന്ന ശലഭങ്ങൾപോലെ എനിക്കു ചുറ്റും പറന്നു കളിച്ചു. തൊട്ടാൽ പൊള്ളുമോ? കരിയുമോ? ഞാൻ തന്നെ ഓരോരുത്തരേയും വിളിച്ചു പരിചയപ്പെട്ടു. രണ്ടു ദിവസംകൊണ്ട് ഞങ്ങൾ സഹചാരികളായി. ആ വാരാവസാനത്തോടെ വിവേചനങ്ങളില്ലാത്ത സഹപാഠികളും. സംശയങ്ങൾ മുഴുവനും ചോദിച്ച് ദുരീകരിക്കാൻ പറ്റിയ സഹപാഠി എന്ന നിലയ്ക്കാണ് അവരിൽ അധികപേരും എന്നെ കണ്ടത്.

ആചാര്യൻ ഭൃത്യനോടൊത്ത് ഭക്ഷണപുരയിലായിരുന്ന ഒരുസമയം അവർ വന്നു ചോദിച്ചു: “ശംബൂ ജേഷ്ഠനു കഥയറിയാമോ?”

ഞാൻ പറഞ്ഞു: “അറിയാം.”

“ഞങ്ങൾക്കൊരു കഥ പറഞ്ഞുതരാമോ?”

“പറഞ്ഞു തരാം.” അവർ കാതു കൂർപ്പിച്ചിരുന്നു.

ആറ്

പ്രഭാതത്തിലെ മഞ്ഞുമലകളെ കീറിമാറ്റിക്കൊണ്ട് നാലു കുതിരകളെ പൂട്ടിയ രഥം ശുക്രാലയത്തിനു മുന്നിൽ വന്നു നിന്നു. അതിരാവിലെ കുളിയും തേവാരവും കഴിഞ്ഞ് പൂജാമുറിയിലിരുന്നു മഹാഗ്രന്ഥം വായിക്കുകയായിരുന്നു ആചാര്യൻ. രഥത്തിന്റെ മണിയൊച്ച കേട്ട് പൂമുഖത്തേക്കു വെപ്രാളപ്പെട്ടു വന്നു. അങ്ങനെ രഥമോടിച്ചു ശുക്രാലയത്തിലേക്കു വരാൻ ഒരാളെയുള്ളൂ. ആ മഹാനാണെങ്കിൽ ശുക്രാലയം സന്ദർശിച്ചിട്ടിപ്പോൾ വർഷങ്ങൾ കഴിഞ്ഞിരിക്കുന്നു. ദേഹാസ്വാസ്ഥ്യവും ദൂരക്കൂടുതലുമാണ് വർഷത്തിലൊരിക്കലെങ്കിലുമുള്ള പതിവുശീലത്തിനു വിഘ്നകാരിയെന്നറിയുന്നു.

ആചാര്യപത്നിയും ശുക്രാലയത്തിനു മുന്നിലേക്കു രഥത്തിന്റെ മണിയൊച്ച കേട്ട് അടുക്കളയിൽനിന്നു പാഞ്ഞുവന്നു. ആചാര്യൻ ചിത്രവാതിൽ തുറന്നപ്പോൾ ആൾ അതുതന്നെ. മെല്ലിച്ചു നീണ്ട രൂപം രഥത്തിൽനിന്നും ഇറങ്ങി നിൽക്കുന്നു.

"സ്വാഗതം ധന്യാത്മൻ. ധന്യാത്മാവായ അവിടുത്തേക്ക് ശുക്രാലയത്തിലേക്കു സ്വാഗതം."

നീണ്ടു വളഞ്ഞ താടിയഗ്രത്തിൽ വലംകൈവിരലുകൾകൊണ്ടു തടവി യാജ്ഞവൽക്യമുനി പ്രതിവചിച്ചു: "വന്ദനം മഹാത്മാവേ, ബഹുമാന്യനായ ശുക്രാചാര്യർക്ക് യാജ്ഞവൽക്യപ്രണാമം."

അപ്പോഴേക്കും ആചാര്യപത്നിയും പൂമുഖത്തെത്തി. തൊഴുകൈകളുമായി പ്രണാമമർപ്പിച്ചു. "മഹാഋഷിക്കു സ്വാഗതം." യാജ്ഞവൽക്യനും പ്രതികരിച്ചു. "പ്രണാമം ആചാര്യപത്നി."

രണ്ടുപേരും ചേർന്ന് മഹാഋഷിയെ അകായിയിലേക്കു വരവേറ്റു. ആർഷഋഷിമാരിൽ യാജ്ഞവൽക്യനോടാണ് ആചാര്യർക്ക് ഏറെ പ്രിയമെന്ന് ആചാര്യഭാഷണത്തിൽനിന്ന് പലപ്പോഴായി എനിക്കു തോന്നിയിട്ടുണ്ട്. അതിന്റെ പ്രധാന കാരണം യാജ്ഞവൽക്യ പാണ്ഡിത്യവും ജ്ഞാനികളെ മുഖം നോക്കാതെ മാനിക്കുവാനുള്ള മുനിയുടെ വിശാലവീക്ഷണവുമാണ്. ഋഷി എന്ന പേര് സമ്പാദിച്ചശേഷം ഒരിക്കലും ഗ്രന്ഥം തുറന്നു നോക്കുകയോ മനനം ചെയ്യുകയോ ചെയ്യാത്തവരെപ്പറ്റി ആചാര്യന് ഒട്ടും മതിപ്പുണ്ടായിരുന്നില്ല. യാജ്ഞവൽക്യൻ ഒരു നിമിഷവും കർമ്മനിരതനല്ലാതെ കാണപ്പെട്ടില്ല. ശതപഥബ്രാഹ്മണം എന്ന തന്റെ നീതിശാസ്ത്ര ഗ്രന്ഥത്തിൽ രേഖപ്പെടുത്തിയത് ഗ്രന്ഥകാരൻ ശരിക്കും പ്രായോഗികമാക്കിയിരുന്നു. മഹാപണ്ഡിതനും സാത്വിക പ്രകൃതിയുമായ ഋഷി തികഞ്ഞ സാരള്യത്തിന്റെ പ്രതിരൂപമാണ്. താൻ നീതിശാസ്ത്രത്തിലും ധർമ്മചിന്തയിലും തത്ത്വനിഷ്ഠയിലും പിൻപറ്റിയ മഹാപ്രതിഭകളെ അദ്ദേഹം എന്നും ആദരവോടെ സ്മരിച്ചു. മഹാചാര്യരുടെ നീതിശാസ്ത്രങ്ങളോട് തനിക്കു തീർത്താൽ തീരാത്ത കടപ്പാടുണ്ടെന്ന് മുനി പലപ്പോഴും നേരിൽ പറഞ്ഞിട്ടുണ്ട്. ശുക്രമഹാചാര്യ ധർമ്മശാസ്ത്രങ്ങളായിരിക്കും

ഒരുപക്ഷേ ശതപഥബ്രാഹ്മണം രചിക്കുവാൻ തന്നെ പ്രേരിപ്പിച്ചിരിക്കുക എന്നുവരെ ഒരു ശുക്രാലയ സന്ദർശനവേളയിൽ മുനി പ്രസ്താവിച്ചു.

പലരും "ശുക്രനീതി."യോടുള്ള കടപ്പാടു തീർത്തത് ഗ്രന്ഥത്തിന്റെ പകർപ്പ് കുഴിച്ചു മൂടിയും ചിതലുറുമ്പുകൾക്കു തിന്നാൻ കൊടുത്തുമാണ്. അതുമല്ലെങ്കിൽ ചവറുകൾ തിരുകിക്കയറ്റി അവിയൽപോലെ കുഴച്ച് വികൃതമാക്കിക്കൊണ്ട്. ഏറ്റവും വലിയ ക്രൂരത നടന്നത് മഹാചാര്യ ശാസ്ത്രങ്ങൾ ഹൃദിസ്ഥമാക്കി മറ്റു പേരുകളിൽ ഇറക്കിയതാണ്. അതാണ് പുതിയ ലോകത്ത് ശുക്രനീതി അഗോചരമായി പോയത്. തികഞ്ഞ ബ്രഹ്മവാദിയായ യാജ്ഞവൽക്യൻ ജ്ഞാനവഴിയിലെ തേജോനക്ഷത്രമാണ്. ചതിയും വഞ്ചനയും ഒട്ടും തീണ്ടിയിട്ടില്ലാത്ത മഹാകർമ്മയോഗി. സത്യം അതിന്റെ പൂർണ്ണമായ രീതിയിൽ പുറത്തുകൊണ്ടുവരണമെന്ന തികഞ്ഞ സത്യവാദി. സത്യത്തെ മൂടിവയ്ക്കുന്നത് ആരായാലും മുനി അവരെ പിന്താങ്ങുന്നില്ല. ഗൗതമമുനിയോടും തനിക്കുള്ള ബഹുമാനം ആചാര്യൻ മറയില്ലാതെ വെളിപ്പെടുത്തുന്നതു കേട്ടിട്ടുണ്ട്. മഹാവിദ്വാനും സാത്വികനുമായ ഗൗതമമുനിയെപ്പറ്റി പരാമർശിക്കുമ്പോഴൊക്കെ ആചാര്യനയനങ്ങൾ കനൽ ജ്വലിക്കുന്ന അടുപ്പുപോലെ എരിയുന്നതു കണ്ടിട്ടുണ്ട്. ഒപ്പം ശക്തമായ ചില വാക്കുകളും: "പവിത്രമായ യജ്ഞകുണ്ഡത്തിൽ മാലിന്യം വിസർജ്ജിക്കുവാൻ ചില ദ്രോഹജന്മങ്ങളുണ്ടാവുന്നതാണ് എന്നത്തെയും ധർമ്മസുകൃതക്ഷയം. തേജസ്വിയായ ഗൗതമൻ അവരുടെ ഇര മാത്രം."

മഹാതിഥിയെ ചിത്രക്കസേരയിലിരുത്തി വേണ്ടുംവണ്ണം ആദരിച്ചതിനു ശേഷം ആചാര്യപത്നി, അടുക്കളപ്പുറത്തിരുന്ന് കൊത്തംകല്ലു കളിക്കുകയായിരുന്ന എന്നെയും ദേവയേയും വിളിക്കാൻ തിടുക്കത്തിൽ വന്നു. "വരൂ രണ്ടുപേരും.. ഒരു മഹാതിഥിയെ പരിചയപ്പെടാം." ഞങ്ങൾ കല്ലുകൾ താഴെവച്ച് അകായിയിലേക്കു കടക്കാൻ തുടങ്ങുമ്പോൾ പോണിയിൽ വെള്ളവുമായെത്തിയ ആചാര്യപത്നി: "കൈകൾ ശുദ്ധമാക്കി പോകൂ. മഹാഋഷിയാണ്." മഹാഋഷിയെന്നു കേട്ടപ്പോൾതന്നെ എനിക്കെന്തോ കാൽമുതൽ ശിരസ്സുവരെ ഒരു തരിപ്പു പടർന്നു കയറി. ഞാനിതുവരെ ഋഷിമാരെ അകലെ നിന്നു കണ്ടിട്ടുണ്ടെന്നല്ലാതെ അടുത്തു നിന്നു കണ്ടിട്ടേയില്ല. അവരെപ്പറ്റി പറഞ്ഞുകേട്ടിട്ടുള്ള കഥകളിലൊക്കെ ശാപവും ശാപമോചനവും നിറഞ്ഞു കിടന്നു. ഇഷ്ടപ്പെടാത്തതെന്തിനും കമണ്ഡലുവിൽനിന്ന് തീർത്ഥം എടുത്ത് മന്ത്രം ചൊല്ലി ദേഹത്തെറിയുക ഋഷിമാരുടെ വിനോദം. പിന്നെ കരഞ്ഞപേക്ഷിക്കുമ്പോൾ ശാപമോക്ഷം. മഹാഋഷിയായാൽ പറയുകയും വേണ്ടല്ലോ. ഞാൻ ആചാര്യ പത്നിയോടു സംശയം പങ്കുവച്ചു: "ഋഷി ശപിക്കുമോ അമ്മേ, കമണ്ഡലുവിൽ നിന്ന് ജലമെടുത്ത്?" ആചാര്യപത്നി കുടുകുടാ ചിരിച്ചു പറഞ്ഞു: "ഇത് ശപിക്കുന്ന മഹർഷിയല്ല മോനേ. എപ്പോഴും തീർത്ഥം തെളിച്ച്

കുളിപ്പിക്കുവാൻ അവിടുത്തെ കൈയിൽ കമണ്ഡലവുമില്ല. നീ ധൈര്യ മായി വാ..." അതു കേട്ടപ്പോൾ പറക്കാൻ തുടങ്ങിയ ധൈര്യം തിരിച്ചെത്തി യതുപോലെ കാലുകൾ ഉറച്ചു. ഞങ്ങൾ രണ്ടുപേരും ഋഷിപാദങ്ങളിൽ വീണു നമസ്കരിക്കാൻ തുടങ്ങിയപ്പോൾ മുനി രണ്ടുപേരേയും ശിരസ്സു പിടിച്ചുയർത്തി പറഞ്ഞു: "പഴയ സമ്പ്രദായം പുതിയ കുട്ടികൾ അനു വർത്തിക്കുന്നതല്ല ഭംഗി. കൈകൾ കൂപ്പി നമസ്തെ പറയുന്നതല്ലേ നല്ല പുതിയ രീതി?" എനിക്കത് നന്നായി ഇഷ്ടപ്പെട്ടു. ആരും അങ്ങനെ മാറ്റം നിർദ്ദേശിച്ചില്ല ഇതുവരെ. മഹാഋഷിക്ക് തോന്നിയത് എന്നെ തികച്ചും അദ്ഭുതപ്പെടുത്തി. അതിനേക്കാൾ അദ്ഭുതപ്പെടുത്തിയത് ഋഷിയുടെ ഇടത്തും വലത്തുമായി ഒഴിഞ്ഞു കിടന്ന കസേരകളിൽ ഞങ്ങളെ ഇരുത്തി യതാണ്. എന്നിട്ട് തികഞ്ഞ ഗ്രാമീണകർഷകനെപ്പോലെ ഒരു സ്നേഹാ ന്വേഷണവും. "രണ്ടുപേർക്കും നല്ല കോളുതന്നെ അല്ലേ? ഇന്ന് പാഠ ശാല മുടക്കമാണല്ലോ."

ഒരു നിമിഷനേരംകൊണ്ട് യാജ്ഞവൽക്യമഹാത്മാവ് എന്റെ മനസ്സിൽ മുത്തശ്ശനെപ്പോലെ സ്നേഹം ചുരത്തുന്ന ഗോവായി കയറി ഇരുന്നു. എന്നെ അല്പനേരം ശ്രദ്ധിച്ചുനോക്കിയിട്ട് മുനി ചോദിച്ചു: "കുട്ടീ, നീ മഹാഗ്രന്ഥം വായിച്ചു അല്ലേ? ഭാഗ്യവാൻ." ആചാര്യനു മാത്രം അറി യുന്ന രഹസ്യം മുനിയെങ്ങനെ അറിഞ്ഞുവെന്ന് എനിക്കു മനസ്സിലായില്ല.

ഞാൻ പറഞ്ഞു: "ഉവ്വ് വായിച്ചു."

"പുതിയ അറിവുകൾ തേടി പോവേണ്ടതുണ്ട്.. നിന്നെപ്പോലുള്ള ജ്ഞാനമോഹികൾക്കേ സമൂഹത്തിൽ മാറ്റമുണ്ടാക്കാനാവൂ."

അതു കഴിഞ്ഞ് അല്പനിമിഷത്തിനുശേഷം മുനി: "അയൽക്കാർ ഉണരുന്നതിനുമുമ്പ് യജ്ഞകുണ്ഡം പുകച്ച് ഗായത്രി ഉറക്കെ നീട്ടി ചൊല്ലിയാലേ ബ്രാഹ്മണനാകുവെന്ന ധാരണ നിശ്ചയമായും മാറ്റേണ്ട സമയമായിരിക്കുന്നു. ബ്രഹ്മമറിയാതെ കാടുതന്നെ കത്തിച്ച് ഹോമാഗ്നി യുയർത്തിയാലും അറിവു കിട്ടുകയില്ല. ശുക്രാചാര്യരോടുള്ള എന്റെ ആദരവിനു കാരണവും മറ്റൊന്നല്ല പതിവു ബ്രാഹ്മണവേഷങ്ങളില്ലാതെ ബ്രഹ്മത്തെ മനസ്സിലാക്കിയ മഹാജന്മം. മഹാചാര്യരെപോലെ തന്നെ താങ്കളും ചൊൽക്കാഴ്ചയില്ലാത്ത ബ്രഹ്മജ്ഞാനി തന്നെ." ഞാൻ വിചാരി ച്ചിരുന്നത് മഹർഷി നാമെന്നും നമ്മൾ എന്നും ഒക്കെയാണ് പ്രയോഗി ക്കുകയെന്നാണ്. കാഷായവസ്ത്രവും താടിയുമുള്ള എല്ലാവരും അങ്ങനെ യാണല്ലോ പെരുമാറിയിരുന്നത്. മുനി: "പാരമ്പര്യ വിരുദ്ധ വേഷത്തിനും അനുഷ്ഠാനമില്ലായ്മയ്ക്കുമുള്ള ഒളിയമ്പുകൾ ലോപമില്ലാതെ തറയ്ക്കു ന്നുണ്ട്."

ആചാര്യൻ പറഞ്ഞു: "അറിയാം മഹാത്മൻ, ഒഴുക്കിനു വിപരീത മായി നീന്തുന്നവർക്കേ കാലത്തിന്റെ പുഴുക്കുത്തു കാണാനാവൂ."

"താങ്കളുടെ കാഴ്ചപ്പാടുകൾ സമൂഹത്തിനു വളക്കൂറാകുവാൻ അല്പം കാത്തിരിക്കേണ്ടിവരുമായിരിക്കാം. എന്നാലും അവ തീർച്ചയായും

ചെടിയെ പുഷ്പഫലസമൃദ്ധമാക്കും. അതേക്കുറിച്ച് നമുക്ക് മറ്റൊരവസര ത്തിലാകാം ചർച്ച. ഞാനിപ്പോൾ വന്നത് താങ്കളുടെ ലിഖിതത്തിലുള്ളതു പോലെ മഹാചാര്യ ഗ്രന്ഥം ഒന്നു കാണാൻവേണ്ടിയാണ്."

"അവിടുത്തെ ആഗ്രഹം സാധിച്ചു തരുവാൻ സന്തോഷമേയുള്ളൂ മഹാത്മൻ."

ആചാര്യൻ മഹാഗ്രന്ഥം കൊണ്ടുവരുവാനായി എണീറ്റപ്പോൾ യാജ്ഞവൽക്യൻ: "ആചാര്യാ, പൂജാമുറിയിലേക്ക് ഞാൻ വന്നുകൊള്ളാം. ഗ്രന്ഥം പവിത്രമായ സ്ഥാനത്തുതന്നെ ഇരിക്കട്ടെ.. മഹാഗ്രന്ഥങ്ങൾ തേടി ച്ചെല്ലുകയാണ് വേണ്ടത്.. കൊണ്ടുവന്നു കാണുകയല്ല..."

"അവിടുത്തെ ഇഷ്ടംപോലെ."

അപ്പോഴേക്കും പ്രാതലിനായി അടുക്കളയിലേക്കു തിരിച്ച ആചാര്യ പത്നിയോടായി മുനി അറിയിച്ചു: "ജയേ, ഞാനിന്ന് അഷ്ടമി വ്രതത്തി ലാണ്. മൂന്നു മാത്രകൾ ഇടവിട്ട് തുളസി തീർത്ഥം മാത്രമേ ആവശ്യ മുള്ളൂ. തീർത്ഥം പൂജാമുറിയിലുണ്ടല്ലോ. പ്രത്യേകമായി ഉണ്ടാക്കേണ്ടതു മില്ല. നിങ്ങൾ എന്നെ കാത്ത് ആഹാരം വൈകിപ്പിക്കേണ്ട."

മുനി പൂജാമുറിയിൽ കൂപ്പുകൈയുമായി കടന്ന് വാതിലടച്ച് മഹാഗ്രന്ഥം കൈയിലെടുത്തു. മുനി അങ്ങനെ മുന്നറിയിപ്പു തന്നില്ലായിരുന്നുവെങ്കിൽ ഞങ്ങൾ പ്രാതലും ഉച്ചഭക്ഷണവും കഴിക്കാതെ അദ്ദേഹത്തേയും കാത്ത് വിശന്നിരിക്കുമായിരുന്നു. എന്നിട്ടും ഭക്ഷണം കഴിക്കാനിരുന്നപ്പോൾ ആചാര്യപത്നി സന്ദേഹിച്ചു. മഹർഷിയെ ആഹാരത്തിനു ക്ഷണിക്കാതെ എങ്ങനെ കഴിക്കും? ആചാര്യനാണ് സന്ദേഹം തീർത്തത്.

"ജ്ഞാനദാഹികൾക്കാഹാരം അക്ഷരബ്രഹ്മമാണ് ഊർജ്ജേ." ഉച്ച ഭക്ഷണം കഴിഞ്ഞ് ആചാര്യൻ പതിവു മയക്കം ഒഴിവാക്കി അകായിയിൽ കാത്തിരുന്നുവെങ്കിലും പൂജാമുറിയുടെ വാതിൽ തുറന്ന് മുനി പുറത്തേക്കു വന്നത് സായംസന്ധ്യയോടെയാണ്. പുറത്തു വന്നതും ആദ്യം കണ്ടത് ഇടനാഴിയിൽ നിന്നിരുന്ന എന്നെ. മുനി എന്നെ കെട്ടിപ്പിടിച്ച് ശിരസ്സിൽ ചുണ്ടുകളമർത്തിയരുളി: "മോനേ, നീ മഹാഭാഗ്യവാനാണ്. ഈ വയസ്സിൽ നിനക്ക് മഹാഗ്രന്ഥം വായിക്കാൻ യോഗമുണ്ടായല്ലോ.."

ആചാര്യനും പത്നിയും അതുകണ്ട് അനല്പമായ ചാരിതാർത്ഥ്യ ത്തോടെ നിന്നു. അദൃശ്യമായൊരു പ്രകാശത്തിൽ നടക്കുന്നതുപോലെ വന്ന് മുനി ചിത്രക്കസേരയിലിരുന്നു.

"മഹാഗ്രന്ഥം ഒന്നായി നേരത്തെ വായിക്കാൻ കഴിഞ്ഞെങ്കിൽ യാജ്ഞവൽക്യ ചിന്തകൾ കുറേക്കൂടി ജനകീയമാകുമായിരുന്നു. മഹാ ചാര്യ ചിന്തകൾ ഭരണാധികാരികളെ മൂക്കുകയറിടുന്ന ദിവ്യാക്ഷരികൾ തന്നെ. പറഞ്ഞു കേൾക്കുന്നതുപോലെ ഒരു പുതിയ ലോകത്തിനുള്ള വിത്തുകൾ ആചാര്യർ നീതിശാസ്ത്രത്തിൽ ഭംഗിയായി പാകിപ്പോയിരി ക്കുന്നു. എന്തുകൊണ്ട് മഹാചാര്യനെ ഒരു കൂട്ടം അല്പവിചാരികൾ ശത്രു പക്ഷത്തു നിർത്തുന്നുവെന്നതിനും നീതിശാസ്ത്രം ഉത്തരം തരുന്നു.

ബൃഹസ്പത്യത്തിനു മുന്നേ പിറന്നവൻ എന്ന അവകാശവാദത്തിനു ഗ്രന്ഥം തന്നെ സാക്ഷ്യം. മഹാഗ്രന്ഥം അല്പ ബുദ്ധികളിൽ ഭ്രാന്തു വിതയ്ക്കുമെന്നുള്ളതിനും സംശയമില്ല."

ആചാര്യർ ഇമവെട്ടാതെ നോക്കുകയും കാതനക്കാതെ കേൾക്കുകയും ചെയ്യുന്നതിനിടയിൽ വീണ്ടും യാജ്ഞവൽക്യ നിരീക്ഷണങ്ങൾ: "വിസ്മയകരമാണ് ശുക്രനീതി. ഇത് കേവലം അധരവ്യായാമമല്ല. അനുഭവത്തിന്റെ തീച്ചൂളയിൽ കൊരുത്ത നീതിദണ്ഡുകൾ. അടിമജനതയുടെ വിമോചനമന്ത്രം. ജ്ഞാനഗർവ്വു താങ്ങി അലയുന്നവർക്കുള്ള ചാട്ടയടി. മഹാചാര്യൻ ഭാവനയുടെ ചിറകിൽ അലക്ഷ്യമായി പറക്കുകയല്ല. യഥാർത്ഥമായൊരു സ്വർഗ്ഗഭൂമി കെട്ടിപ്പടുക്കാൻ വേണ്ടിയുള്ള ഗണിതങ്ങൾ അവതരിപ്പിക്കുകയാണ്. കാലമെത്ര ചെന്നാലും തകർന്നടിയാത്ത സമത്വത്തിന്റെ നഗരം പടുത്തുയർത്തുവാനുള്ള നിർദ്ദേശങ്ങൾ, വഴികാട്ടികൾ, സത്യാ, എനിക്കു തോന്നുന്നു മഹാചാര്യശാസ്ത്രം പാഴ്ശാസ്ത്രമായിരിക്കില്ല. ദുരഭിമാനികൾ നിഷേധിക്കുന്ന ദസ്യുവിന്റെ ലോകം തീർച്ചയായും സിന്ധുതീരത്ത് പ്രഭാവം ചൊരിഞ്ഞിരിക്കും. മണ്ണിന്നടിയിൽ കാലം കാത്തുസൂക്ഷിക്കുന്ന അതിന്റെ തെളിവുകൾ കലിയുഗമനുഷ്യർക്ക് കാണാൻ കഴിഞ്ഞെന്നുവരും. ശാസ്ത്രപുരോഗതി മണ്ണിന്നടിയിലേക്കും ജലത്തിന്നടിയിലേക്കും യാത്ര ചെയ്യാൻ കെല്പുള്ള ഉപകരണങ്ങൾ കണ്ടെത്തില്ലെന്ന് ആർക്കു പറയാനാവും?

"അവിടുന്ന് മഹാഗ്രന്ഥം ശരിക്കും അറിയാൻ ശ്രമിച്ചിരിക്കുന്നു."

"മഹാഗ്രന്ഥത്തെക്കുറിച്ച് വിശദമായൊരു ചർച്ച മറ്റൊരവസരത്തിൽ തീർച്ചയായും നമുക്കാവാം. ഇപ്പോൾ ഇത്രമാത്രം. അനുഭവത്തിന്റെ തീച്ചൂളയിൽ മുളച്ച ഒരപൂർവ്വ വൃക്ഷം. പ്രപഞ്ചത്തോളം വികാസം പ്രാപിച്ച മനസ്സിൽനിന്നുദ്ഭവിച്ച ഭാഗീരഥി പ്രവാഹം."

"അവിടുത്തെപ്പോലുള്ളവർക്കേ മഹാഗ്രന്ഥത്തെപ്പറ്റി പറയാനാവൂ. അങ്ങയുടെ വാക്കുകൾ എത്ര പണ്ഡിതോചിതം."

"സത്യാ ഒരു സംശയം."

"പറഞ്ഞാലും മഹാത്മൻ."

"രാജ്യനീതിയുടെ പിന്നാമ്പുറങ്ങളിൽ എന്ന താങ്കളുടെ ലേഖനം മഹാചാര്യ ചിന്തകൾ നന്നായി പിൻതാങ്ങുന്നുണ്ട്. യഥാർത്ഥത്തിൽ ഇതെങ്ങനെ വന്നുപെട്ടു? ശുക്രവംശപാരമ്പര്യംകൊണ്ടോ അതോ ശുക്രനീതി പാരായണംകൊണ്ടോ? രണ്ടായാലും മഹത്തരം എന്നേ പറയേണ്ടൂ."

ആചാര്യൻ പറഞ്ഞു: "അവിടുന്നു കണ്ടെത്തിയ സമാനത ശരിക്കും സത്യംതന്നെ. ശുക്രനീതിയെന്ന മഹാകാവ്യം അടുത്തയിടെ ശംബുവിൽ നിന്നാണു കൈപറ്റാൻ ഭാഗ്യം സിദ്ധിച്ചത്. "രാജ്യനീതിയുടെ പിന്നാമ്പുറങ്ങൾ." അതിനും മുമ്പേ രചിക്കപ്പെട്ടതാണ്. എന്നാലും ഒത്തു നോക്കിയപ്പോൾ അങ്ങു കണ്ടെത്തിയ മഹാചാര്യ പിൻബലം പല വാദമുഖങ്ങൾക്കുമുള്ളത് ഈയുള്ളവനേയും വിസ്മയപ്പെടുത്തി."

"ഭേഷ്, എന്റെ ഊഹം തെറ്റിയില്ല. സ്വർണ്ണത്തിന്റെ രാക്കുപൊടിക്കും സ്വർണ്ണമല്ലാതെ മറ്റൊന്നാവാൻ വയ്യ. താങ്കളുടെ നിരീക്ഷണങ്ങൾ അനീതിയുടെ നെടുംതൂണുകളെ വിറപ്പിക്കുകതന്നെ ചെയ്യും. ഭരണത്തിന്റെ പിന്നാമ്പുറങ്ങളിലിരുന്ന് സ്വാർത്ഥതയുടെ ചരടു വലിക്കുന്നവരെ വട്ടം കറക്കും."

"അവിടുന്ന് ഈയുള്ളവൻ കോറിക്കൂട്ടിയ പനയോല പാളികൾ ശരിക്കും കണ്ണോടിച്ചിരിക്കുന്നു. ധന്യനായി പ്രഭോ."

"അവ വെയിലിൽ വാടുന്ന വെറും പനയോല പാളികളല്ല ധന്യാത്മൻ. വെയിലേറ്റു കരിയുന്ന സഹസ്രലക്ഷങ്ങൾക്കു നീതിയുറപ്പാക്കുന്ന മൃതസഞ്ജീവനിയാണ്. മഹാഗ്രന്ഥം ഉറപ്പുവരുത്തിയിരിക്കുന്നതുപോലെ. പക്ഷേ..." ഇടയ്ക്കുവച്ചു നിലച്ചുപോയ യാജ്ഞവൽക്യഭാഷണത്തിനായി കാതോർത്ത ആചാര്യൻ കെഞ്ചി: "അവിടുത്തെ വാക്കുകൾ സത്യശങ്കരന് അമൃതാണ്. അരുളിയാലും പ്രഭോ."

മുനി അർദ്ധവിരാമത്തിൽനിന്നും തുടങ്ങി: "രാഷ്ട്രമീമാംസയുടെ ജന്മശാപമാണെന്നു തോന്നുന്നു ജനക്ഷേമം സ്വപ്നം കാണുന്ന ജനസേവകനാണ് കാളകൂടം വിഴുങ്ങേണ്ടി വരുന്നത്. അനീതിക്കെതിരെ പ്രതിഷേധസ്വരമുയർത്തുന്നവന് കാരാഗൃഹം."

"അറിയാം പ്രഭോ. അങ്ങു സൂചിപ്പിച്ച പാലാഴിമഥനവും കാരാഗൃഹവും നീലവിഷവും ഭയന്ന് അനീതിക്കു താലം പിടിക്കുവാൻ ശുക്രവംശത്തിനാവുകയില്ല."

"അതറിയാം സത്യാ... ഭരണനിയന്ത്രണശക്തി ഇപ്പോൾതന്നെ താങ്കളുടെ മൂർച്ചാസ്ത്രമേറ്റ് മുറിപ്പെട്ടിരിക്കയാണ്. മുറിവേറ്റവരുടെ കൂട്ടപ്പട നീതിബോധങ്ങൾക്കപ്പുറമാണ്."

"അറിയാം പ്രഭോ..., സത്യത്തിനുമേൽ കമിഴ്ന്നു കിടക്കുന്ന മഹാ ഉരുളി മലർത്തിയിടാനുള്ള അദമ്യാഭിലാഷത്തിൽ സംരംഭകൻതന്നെ നിലംപതിച്ചാലും ചരിതാർത്ഥനാവാനല്ലേയുള്ളൂ. നശ്വരമായ ഈ ശരീരം സംരക്ഷിക്കാനായി അധർമ്മികളെ പിൻതാങ്ങുന്നതിലും ഭേദം മൃത്യുതന്നെയല്ലേ അഭികാമ്യം?"

"ഭേഷ്. മഹാചാര്യന്റെ വംശപരമ്പരയ്ക്കു അനുയോജ്യമായതുതന്നെ അങ്ങു പറഞ്ഞു. യാജ്ഞവൽക്യൻ അങ്ങയെയോർത്ത് അഭിമാനിക്കുന്നു. മഹാചാര്യസങ്കല്പങ്ങൾ പൂവണിയിക്കാൻ അവിടുന്നു നടത്തുന്ന എല്ലാ സംരംഭങ്ങളിലും യാജ്ഞവൽക്യപിന്തുണ വാഗ്ദാനം ചെയ്യുന്നു. നാളത്തെ സ്വതന്ത്രജനത താങ്കളുടെ ഛായാചിത്രത്തിനു വേണ്ടി വരി നിൽക്കും. അങ്ങയുടെ പുതിയ രചനയ്ക്കായി യാജ്ഞവൽക്യൻ കാത്തിരിക്കും."

ഇനിയും കാണാമെന്നു പറഞ്ഞ്, ധന്യതകൾ നേർന്ന്, മുനി ചിത്രക്കസേരയിൽനിന്നും എണീറ്റു. പോകാൻ നേരം സംഭാഷണമൊന്നും വേണ്ടതുപോലെ ഗ്രഹിക്കാൻ കഴിയാതെ, അല്പം പരിഭ്രമിച്ചുനിന്ന

എന്റെ തോളിൽ തട്ടി പറഞ്ഞു: "ഗുരുവിന്റെ ആദർശ ശിഷ്യൻ. അജ്ഞാതമായ രഹസ്യങ്ങൾ കുട്ടീ, നിന്റെ അന്വേഷണങ്ങൾ മണ്ണിനടിയിൽനിന്ന് നിധിപോലെ ഉയർന്നുവരട്ടെ. സാമുദ്രിക ലക്ഷണമൊത്ത നിനക്ക് മഹാചാര്യകാലം പുനർജ്ജീവിപ്പിക്കാൻ കഴിയും. മംഗളം ഭവന്തു."

യാജ്ഞവൽക്യമുനി കുതിരവണ്ടിയിൽ കയറി ഇരുന്നു. കൺവെട്ടത്തുനിന്ന് അശ്വരഥം മറയുന്നതുവരെ ഞാൻ ചവിട്ടുപടിയിൽ നിന്നു.

ഏഴ്

മഹാഗ്രന്ഥം കൈയിൽ കിട്ടിയതുമുതൽ ആചാര്യൻ അതിരാവിലെയുണർന്ന് കിഴക്ക് വെള്ളയുദിക്കുന്നതിനു മുമ്പേ ദേഹശുദ്ധി വരുത്തി മഹാഗ്രന്ഥം പരിശോധിക്കുക പതിവായി. കാലത്തു വായിച്ചു മനസ്സിലാക്കിയ ആശയങ്ങൾ പകൽ മുഴുവനും ഗൗരവമായ മനനത്തിനു വിധേയമാക്കി, രാത്രിയിൽ പനയോലകളിൽ കുത്തിക്കുറിച്ചു. മുഴുവനും രാജ്യമീമാംസയെക്കുറിച്ചുള്ള വിചാരങ്ങൾ. മാസത്തിൽ ഒരിക്കൽ അവ ക്രോഡീകരിച്ച് വെട്ടിചുരുട്ടിയ ഓലച്ചുരുണയിൽ നാരായം വച്ചെഴുതി. എഴുതിയത് വായിച്ചുനോക്കും എന്നല്ലാതെ കാര്യമായ തിരുത്തലുകൾ വേണ്ടി വന്നില്ല. അപൂർവ്വം ചില അവസരങ്ങളിൽ മഹാഗ്രന്ഥവുമായി എഴുതിയത് പൊരുത്തപ്പെടുന്നുണ്ടോയെന്ന് പരിശോധിച്ചു. ആദ്യം എഴുതിയത് മിക്ക അവസരങ്ങളിലും അഞ്ചു പകർപ്പുകളെടുത്തു. പകർപ്പുകളെടുക്കുന്ന പണി എന്റേയും ദേവയുടേയുമാണ്. ഞാൻ നാലു പകർപ്പ് തയ്യാറാക്കി കഴിയുമ്പോഴേക്കും ദേവയുടെ പകർപ്പ് ഒന്നിൽതന്നെ ഞൊണ്ടുകയായിരിക്കും. ആചാര്യൻ അതുകണ്ട് ദേവയെ ചൊടിപ്പിക്കും.

"നൃത്തം ചെയ്യുന്നപോലെയല്ല എഴുത്ത് ദേവാ.."

അവൾ അതുകേട്ട് പരിഭവിക്കും

"എന്നാൽ ശംബുവേട്ടൻ ഒന്നു വേഗത്തിൽ നൃത്തം ചെയ്യട്ടെ.." ഞങ്ങളോടൊപ്പം ചിരിക്കാൻ ആചാര്യപത്നിയും കൂടും. പനയോലയിൽ തയ്യാറാക്കുന്ന പതിപ്പിൽ ആദ്യത്തേത് യാജ്ഞവൽക്യൻ മുനിക്ക്. രണ്ടാമത്തേത് ഗൗതമൻ. മൂന്നാമത്തേതു കൊടുത്തയയ്ക്കുക അഗസ്ത്യമഹർഷിക്ക്. നാലാംപതിപ്പ് ഭരദ്വാജ മഹർഷിക്കും അവസാന പകർപ്പ് അയോധ്യാരാജധാനിയിലെ പുരോഹിതൻ വസിഷ്ഠമഹർഷിക്കുമാണ്. പ്രത്യേക ദൂതൻ വഴി കൊടുത്തയച്ച ലേഖനങ്ങൾക്ക് രണ്ടുവാരം കൊണ്ട് യാജ്ഞവൽക്യനും ഗൗതമനും ഭൂർജ്ജപത്രത്തിൽ മനോഹരമായി ആചാര്യചിന്തയെ വിലയിരുത്തി എഴുതി. അവരുടെ രണ്ടുപേരുടേയും നിരീക്ഷണങ്ങൾ വായിക്കാൻ ആചാര്യൻ വലിയ താത്പര്യം കാണിച്ചു.

ഭരദ്വാജ മഹർഷിയോ അഗസ്ത്യനോ രാജധാനിയിലെ പുരോഹിതരോ ഒരിക്കലും ആചാര്യചിന്തയോട് പ്രതികരിച്ചില്ല. എന്നാലും താനെഴുതിയത് ആചാര്യൻ മുറയ്ക്ക് അവർക്ക് പകർപ്പുകളായി എത്തിച്ചു കൊടുത്തു. ഇളംപനയോല തളിരുകളിലാണ് ആദ്യത്തെ എഴുത്തുകൾ.

പിന്നീടാണവ വാട്ടി പുകയിൽവച്ചു പാകം വരുത്തിയ പാളികളിൽ എഴുത്താണിവച്ച് ഭംഗിയിൽ എഴുതുക. പാകം വന്ന പനയോലകളിലേക്കു പകർത്തുന്നതിനു മുമ്പ് മഹാഗ്രന്ഥം പ്രമാണമായെഴുതിയ ലേഖനങ്ങൾ എനിക്കു വായിച്ചു കേൾപ്പിച്ചു. എന്നിട്ട് എനിക്കറിയാത്ത പല വാക്കുകളും അതിൽ നിദ്രകൊള്ളുന്ന രഹസ്യ സ്വഭാവമുള്ള ആശയങ്ങളും വിശദീകരിച്ചു തന്നു. മഹാഗ്രന്ഥത്തിലെ മുഴുവൻ വാക്കുകളും ക്രമേണ എനിക്ക് കാണാപ്പാഠമാവുകയായിരുന്നു. ഒരു ദിവസം ഞാൻ ആചാര്യപത്നിയുടേയും ദേവയുടേയും സാന്നിദ്ധ്യത്തിൽ അർത്ഥം പരീക്ഷിക്കുന്നതു കേട്ടു വന്ന ആചാര്യർ എന്നെ ആലിംഗനം ചെയ്ത് മൂർദ്ധാവിൽ കൈവച്ചനുഗ്രഹിച്ചു പറഞ്ഞു: “മഹാചാര്യൻ, ശംബുവിനെ ശരിക്കും അനുഗ്രഹിച്ചിരിക്കുന്നു. മഹാചാര്യർക്ക് ബോധപൗർണ്ണമി ഉണ്ടാക്കികൊടുത്തത് മഹാദേവനാണ്. മഹാദേവചൈതന്യം ലഭിക്കാതെ മഹാഗ്രന്ഥം വേണ്ടതുപോലെ മനോമുകുരത്തിൽ തെളിയുകയില്ല. ശംബൂ, നിന്നിൽ മഹാദേവൻ നിർലോപമായി ചൈതന്യം ചൊരിയുന്നുണ്ട്. നീ മഹാദേവനേയും മഹാചാര്യനേയും കൂടുതൽ അറിയേണ്ടതുണ്ട്.”

“അതിന് എന്താണു വഴി ആചാര്യാ...?” ഞാൻ ചോദിച്ചു.

“സമയമാകുമ്പോൾ ഞാൻ പറയുന്നുണ്ട് മോനേ. അതിനുമുമ്പ് ഗുരുമുഖത്തുനിന്ന് നിനക്ക് കുറച്ചുകൂടി കിട്ടാനുണ്ട്.” തുടർന്നുള്ള ദിവസങ്ങളിൽ എന്റെ അദ്ധ്യയന സമയവും പാഠ്യരീതിയുമൊക്കെ ആചാര്യൻ മറ്റൊരു രീതിയിൽ രൂപകല്പന ചെയ്തു. പാഠശാലയിൽ മറ്റുള്ള കുട്ടികളുമൊത്ത് ഞാൻ ഇരിക്കേണ്ടതില്ല, അവർക്കു പഠിപ്പിക്കുന്ന കാര്യങ്ങളേക്കാൾ ഏറെ മുന്നിലാണ് ഞാൻ. കഥകൾ പറഞ്ഞു സമയം കളയാമെന്നല്ലാതെ പ്രത്യേക ഗുണമൊന്നും എനിക്കുണ്ടാവില്ല. കേവലം ഋഗ്ലേയും വിഷ്ണുസഹസ്രനാമത്തിലേയും ഏറിയാൽ നാലു ശിവസ്തുതിയുമേ അവർക്കു വേണ്ടൂ. ദേവ അവരുടെ കൂടെ കുറച്ചുനാൾ പഠിക്കട്ടെ. ഞാൻ പാഠശാലയിൽ ആചാര്യന് ഒഴിവുള്ള സമയങ്ങളിലൊക്കെ ഋഗും അഥർവ്വവും പ്രത്യേകമായി അഭ്യസിച്ചു. വെറുതെ അർത്ഥമറിയാതെ ശ്ലോകം ഹൃദിസ്ഥമാക്കുന്ന പരമ്പരാഗതരീതിയിലല്ല ഓരോ വാക്കിന്റേയും അർത്ഥവും പ്രതീകവും അറിഞ്ഞുള്ള പഠനം. ഗുരുവും ശിഷ്യനും തമ്മിൽ അർത്ഥസൂചനകളെപ്പറ്റിയുള്ള ആരോഗ്യകരമായ സംവാദം. ഒരിക്കലും ആചാര്യൻ ഉയർന്നു നിന്നില്ല. മഹാദേവന്റെ പാരമ്പര്യമാണ് ആചാര്യൻ മാതൃകയാക്കിയത്.

പുത്രനായ സുബ്രഹ്മണ്യൻ വിശ്വം ചുറ്റിയ അറിവുമായി വന്നപ്പോൾ ശിഷ്യനെപ്പോലെ മകനിൽനിന്ന് അറിവു നേടിയതാണ് ആ മാതൃക. അതുകൊണ്ട് ഋഗ്, അഥർവ്വ മുനിമാരുടെ ശരിയായ ദൃശ്യചിത്രം അതിന്റെ പരമാവധി ആഴത്തിൽ മനസ്സിലാക്കാൻ സാധിച്ചു. നാളുകൾ കഴിയവേ ഞങ്ങൾ തമ്മിൽ വേദവേദാന്തം മാത്രമല്ല അറിയേണ്ട സകല കാര്യങ്ങളെക്കുറിച്ചും പ്രത്യേക സമയമില്ലാതെ സംവാദത്തിലേർപ്പെട്ടു. ഊണിലും ഉറക്കത്തിലും ചോദ്യോത്തരങ്ങൾ. തന്റെയുള്ളിന്റെ ഉള്ളിൽ സഹസ്രാബ്ദങ്ങളായി കെട്ടിക്കിടക്കുന്ന സമൂലഅറിവുകളും എന്നെ

ഏല്പിച്ചനുഗ്രഹിക്കാനും മണ്ണിന്നടിയിൽ നിശ്ശബ്ദതയിലാണ്ടു കിട ക്കുന്ന അറിവുകൾ നേടിയെടുക്കാൻ പര്യാപ്തമാക്കുവാനും ആ മനസ്സ് വല്ലാതെ തുടിക്കുന്നതുപോലെ തോന്നി. സംവാദത്തിന്റെ പല സന്ദർഭ ങ്ങളിലും ആചാര്യൻ അതു സൂചിപ്പിച്ചു: "ഉണ്ണീ മൃതമായൊരു കാലം അനേക കാതം അകലെ കിടന്നു നിന്നെ വിളിച്ച് കേഴുന്നുണ്ട്. നിന്നെ അതിനു പര്യാപ്തമാക്കുവാൻവേണ്ടി മാത്രമാണ് എന്റെ ഈ തുച്ഛജന്മം." മറ്റൊരിക്കൽ ആചാര്യൻ പറഞ്ഞു: "മകനേ, മഹാപാരമ്പര്യത്തിന്റെ നെറുകയിൽ മണ്ണു മൂടി കിടക്കുന്നു. ദശലക്ഷങ്ങളുടെ ഭാവിക്കുവേണ്ടി നീയാ മൺകൂമ്പാരം അടർത്തി മാറ്റണം. ദേശവിജ്ഞാനമുറങ്ങുന്ന ആ വിശുദ്ധഭൂമിയിലേക്കു പോകാൻ നീ തയ്യാറായിക്കൊള്ളുക." പ്രവചന സ്വഭാവമുള്ള ഇത്തരം വാക്കുകൾ കേൾക്കുമ്പോൾ തോന്നും അവ പറയു ന്നത് ആചാര്യനല്ലെന്ന്. മഹാചാര്യനോ? അതോ മഹാദേവൻ തന്നെയോ? ആരാണ് വെളിച്ചവും കാത്തു കഴിയുന്ന ദശലക്ഷങ്ങൾ? അവർ എവിടെ? ഏതാണ് നിശ്ശബ്ദതയിൽ ഉറങ്ങു കിടക്കുന്ന സ്വർണ്ണഭൂമി? അതെവിടെ? നൂറുനൂറു ചോദ്യങ്ങൾ നുരഞ്ഞു പതഞ്ഞു വന്നെങ്കിലും എല്ലാംകൂടെ ഒന്നിൽ ഒതുക്കി. "എന്നാണ് എന്റെ യാത്ര ആചാര്യാ?" പിതൃനിർവ്വി ശേഷമായ ദൈന്യം കണ്ണിലും കവിളിലും നിറഞ്ഞ ആചാര്യൻ പറഞ്ഞു: "ഉണ്ണീ എല്ലാം പറഞ്ഞുതരുന്നുണ്ട്. നീ അകലുന്നത് സഹനങ്ങൾക്കപ്പുറ മാണെങ്കിലും."

ഞാൻ എപ്പോഴും ആചാര്യസമീപത്തായതും ആചാര്യപത്നി എപ്പോഴും എന്റെ കാര്യങ്ങളിൽ അതീവശ്രദ്ധാലുവായതും ദേവയെ തെല്ലൊന്ന് അലോസരപ്പെടുത്തി. അച്ഛനും അമ്മയ്ക്കും ഇഷ്ടം കുറഞ്ഞുപോയോ എന്ന് പാവം അവളുടെ മനസ്സിനു തോന്നി. അതിനൊരു കാരണവും ഉണ്ടായി. അത്താഴശേഷം ആചാര്യനെഴുതിയ പുതിയ ലേഖനങ്ങൾ വായിച്ച് ആശയങ്ങൾ ചർച്ച ചെയ്യുകയായിരുന്നു. "രാജനീതി പണയ പ്പെടുത്തുന്ന സ്ത്രൈണദൗർബല്യങ്ങൾ." എന്നായിരുന്നു ലേഖനശീർ ഷകം. വളരെ ദിവസങ്ങളിലെ ചിന്തയും അന്നുവരെയുള്ള ജീവിതാനുഭ വങ്ങളും സമ്മേളിക്കുക കാരണം സമകാലിക രാജ്യനീതിയും അതിന്റെ ദൗർബല്യങ്ങളും രൂക്ഷമായ നിരൂപണത്തിനു വിധേയമാവുന്നു ലേഖന ത്തിൽ.

മഹാഗ്രന്ഥത്തിൽ പിതാമഹനായ മഹാചാര്യൻ മുന്നോട്ടു വെക്കുന്ന പുതിയ ഭരണരീതിതന്നെ ആചാര്യനും മുന്നോട്ടു വെക്കുന്നു. പ്രജാ ക്ഷേമം നടപ്പിലാക്കുന്നതിനു വേണ്ടി ഭരണകൂടം കൈയാളുന്ന രാജാവ് ബഹുഭാര്യാത്വത്തിന്റെ അടിമയാകുമ്പോൾ കനത്ത നഷ്ടം സഹിക്കേണ്ടി വരുന്നത് പ്രജകളും രാജ്യവുമാണ്. നിരവധി രാജാക്കന്മാർ ബഹു ഭാര്യാത്വംകൊണ്ട് രാജ്യത്തെപോലും ഇഷ്ടകാമുകിക്ക് അടിയറ വെക്കേണ്ടി വന്നിട്ടുണ്ടെന്നും ലേഖനം ഓർമ്മിപ്പിക്കുന്നു. കാമംകൊണ്ട് കണ്ണുകാണാത്ത രാജാവിനു പ്രജാക്ഷേമം സാധിക്കാതെ വരുന്നുവെന്നു മാത്രമല്ല പ്രജകളെ മാതൃകാപരമായി നയിക്കാനുമാവുന്നില്ല. ഇത്തരം രാജാക്കളെ മഹാചാര്യൻ നീതിശാസ്ത്രത്തിൽ ഓർമ്മിപ്പിക്കുന്നതുപോലെ

അധികാരത്തിൽനിന്ന് അടിച്ചിറക്കുകതന്നെ വേണം. രാജാക്കന്മാർക്കുള്ള അത്തരം ശിക്ഷ മാതൃകയുമായി ഭവിക്കും. പ്രജാക്ഷേമത്തിനുവേണ്ടി ഭരണം കൈയാളുന്ന രാജാവിന് പ്രജകളുടെ അനുവാദമില്ലാതെ രാജ്യത്തെ ഉപയോഗിക്കുവാൻ അവകാശമില്ല. രാജ്യഭരണം രാജാവിന്റെ ഇഷ്ടാനിഷ്ടത്തിനധീനമല്ല, രാജാവിനെ നിയന്ത്രിക്കാനും നയിക്കുവാനും സഭയും സമിതിയും അത്യാവശ്യമാണ്. രാജ്യത്തിനുമേൽ രാജാവിന് ഓരോ പ്രജയ്ക്കും അനുവദിച്ചിട്ടുള്ള അവകാശം മാത്രമാണുള്ളത്. ഭരണത്തിന്റെ പിന്നാമ്പുറങ്ങളിലിരുന്ന് ശുദ്ധനായ രാജാവിനെ വഴിതെറ്റിക്കുന്ന സ്വാർത്ഥമതികളായ ഉപദേശകരെ പരസ്യമായ ദണ്ഡനത്തിന് വിധേയമാക്കി രാജ്യത്തെ സകല പ്രജകൾക്കും അനുഭവവേദ്യമാക്കണമെന്നും ലേഖനം ആവശ്യപ്പെടുന്നു.

“രാജനീതിയിലെ പക്ഷപാതങ്ങൾ.” എന്ന രണ്ടാമത്തെ ലേഖനം ഏതാണ്ട് ഒന്നാം ലേഖനത്തിന്റെ തുടർച്ചയാണെന്നു പറയാം. രാജാവിന്റെ സ്തുതിപാഠകർക്ക് കണ്ണിലെ കരടായി തോന്നുന്ന നിരപരാധികളായ രാജ്യസ്നേഹികളെ രാജ്യദ്രോഹക്കുറ്റം ചുമത്തി മൃത്യുദണ്ഡനത്തിനു വിധേയമാക്കുന്നതിലെ നീതികേടിനെ ചൊല്ലിയാണ്. രാജ്യനന്മയോർത്ത് പ്രജകളെ അഭിസംബോധന ചെയ്യുന്നത് രാജ്യദ്രോഹമായി അവതരിപ്പിക്കപ്പെടുന്നു. രാജാവാകട്ടെ സ്തുതിപാഠകവാക്യങ്ങളിൽ വീണ് അവർക്ക് മൃത്യുദണ്ഡനം വിധിക്കുന്നു. യഥാർത്ഥ രാജ്യദ്രോഹം ബ്രാഹ്മണന്റെ ഭാഗത്തുനിന്നാണെങ്കിൽ അയാളെ നിരുപാധികം വിട്ടയയ്ക്കുന്നു. രാജനീതിയിലെ ഇത്തരം അനീതികൾ വേണ്ടത്ര നീതിബോധവും കാലബോധവും ഇല്ലാത്തതുകൊണ്ടാണ്. ഭരണചക്രം തിരിക്കുന്നവർ മനുനിയമങ്ങളെ സ്വേച്ഛയ്ക്കനുസരിച്ചു തിരിക്കുകയാണ്. മാത്രവുമല്ല ഏതൊരു കുറ്റത്തിനും മരണദണ്ഡനം വിധിക്കുന്നില്ല മഹാചാര്യർ. മൃത്യുദണ്ഡനം പ്രാകൃതനിയമമാണ്. കുറ്റക്കാരന് അയാൾ ചെയ്ത കുറ്റം എത്ര വലുതാണെങ്കിലും രാജസദസ്സിൽ ശിക്ഷയിളവിന് അപേക്ഷിക്കാവുന്നതാണ്. ഒരു കാരണവശാലും കുറ്റക്കാരനെ ശിരോമർദ്ദനത്തിനു വിധേയമാക്കാൻ പാടുള്ളതല്ല. പ്രതിക്ക് നിർഭയം സംസാരിക്കാനവസരം നൽകുന്നതോടെ യഥാർത്ഥ പ്രതികൾ ഭരണചക്രങ്ങളിൽനിന്ന് താഴെ വീഴുന്നതു കാണാം. ഇങ്ങനെ പോകുന്നു “രാജനീതിയിലെ പക്ഷപാതങ്ങൾ.”

പതിവുപോലെ യാജ്ഞവൽക്യനും ഗൗതമനും പകർപ്പുകൾ ദൂതൻ വഴി കൊടുത്തയച്ചു. ഭരദ്വാജനും അഗസ്ത്യനും വസിഷ്ഠനുമുള്ള പകർപ്പുകൾ തയ്യാറാക്കുമ്പോൾ മനസ്സിൽവന്ന ഒരാശങ്ക അറിയാതെ പുറത്തേക്കു വീണു: “ലേഖനങ്ങൾ ഉപജാപകവൃന്ദങ്ങൾക്കു ഭ്രാന്തു പിടിപ്പിക്കും. അച്ഛൻ വളരെ ശ്രദ്ധിക്കണം.” പുറത്തു വീണു കഴിഞ്ഞപ്പോഴാണ് വേണ്ടായിരുന്നുവെന്നോർത്തത്. ഗുരുനിന്ദയാകുമോ അതോ അവിവേകിയുടെ ഉപദേശമോ? ആചാര്യർ എന്നെത്തന്നെ ഉറ്റുനോക്കുന്നതു കണ്ടു. കണ്ണിൽ അഗ്നിയാണോ? എനിക്ക് ഇരിക്കപ്പൊറുതിയില്ലാതായി. ആ നയനങ്ങളിൽ ആർദ്രത കിനിഞ്ഞു. ലേഖനം പനയോലയിലേക്കു പകർത്തുന്ന എന്റെ കൈകൾ എടുത്ത് നെഞ്ചിൽ ചേർത്ത് തെരുതെരെ ചുണ്ടമർത്തി:

"ഇന്നുണ്ടെങ്കിൽ നിന്റെ വയസ്സുതന്നെ. അവനും ഇതുതന്നെ പറയുമായിരുന്നു. മഹാദേവൻ പകരം തന്ന മുത്ത്. പകരമല്ല അതുതന്നെ. അച്ഛനെന്തു വന്നാലും വംശം നിലനിർത്താൻ ഉണ്ണിയുണ്ടല്ലോ... ശംബൂ. അതു മതി. നീ വന്ന ധൈര്യമാണ് അച്ഛനെ കാതലുള്ള മരമാക്കിയത്."

പെട്ടെന്ന് അച്ഛനെ തേടിയെത്തിയ ദേവയെ കണ്ട് ആചാര്യൻ ഇഷ്ടപ്പെടാത്തതുപോലെ ശബ്ദമുയർത്തി: "ആരു വിളിച്ചൂ ഇപ്പോൾ ഇവിടേക്ക്?" കുഞ്ഞുദേവ വെള്ളിലപ്പക്ഷിപോലെ പറന്നുപോയി. അന്നും പിറ്റേന്നും ദേവ എന്റെയടുത്തേക്കു വന്നതേയില്ല. ഞാൻ അടുത്തെത്തിയപ്പോഴൊക്കെ ധൃതി കാണിച്ചു പറന്നുപോയി. അവൾ മിണ്ട്യാൽപിണങ്ങിയായതുകൊണ്ട് കുറച്ചു കഴിഞ്ഞാൽ സന്തോഷിക്കാൻ എന്തെങ്കിലും കിട്ടിക്കോളും എന്നാശ്വസിച്ചു. അച്ഛന്റേയും അമ്മയുടേയും പരിലാളനം നിർലോഭം കിട്ടാത്തതിനു കാരണം ശംബുവേട്ടനാണെന്ന് കുട്ടിയായ അവൾ ധരിച്ചിരിക്കും. അതിനവളെ കുറ്റപ്പെടുത്തിയിട്ടു കാര്യമില്ല. അവളുടെ കുഞ്ഞു മനസ്സിൽ തോന്നിയതും ശരിയാണല്ലോ.

അച്ഛനും അമ്മയും സദാ ശംബുവേട്ടന്റെ പിറകിൽ നിന്നു മാറാതെ. ഞാൻ അവളെ രസിപ്പിക്കുവാനും സന്തോഷിപ്പിക്കുവാനും പരമാവധി ശ്രമിച്ചു. എന്നാൽ അവൾ എല്ലാറ്റിൽനിന്നും ഒഴിഞ്ഞു മാറി, കൊത്തൻ കല്ലു കളിയിൽനിന്ന് മൈലാഞ്ചിയിൽ നിന്ന്, നിലത്ത് ചതുരക്കള്ളി വരച്ച് വട്ടെറിയുന്നതിൽനിന്ന്, എല്ലാറ്റിൽ നിന്നും. പാഠശാലയിലേക്കു പോകുമ്പോഴും പഠനം കഴിഞ്ഞു തിരിച്ചുപോരുമ്പോഴും അപരിചിതയെപ്പോലെ പെരുമാറി. ഞാൻ ലേഖനങ്ങൾ പകർത്തുമ്പോഴും ആചാര്യനുമായി ലേഖനങ്ങളെക്കുറിച്ച് ചർച്ച ചെയ്യുമ്പോഴും അതുവഴി കടന്നുപോവാതിരിക്കാൻ അവൾ പ്രത്യേകം ശ്രദ്ധിച്ചു. ദിവസങ്ങൾ കഴിഞ്ഞിട്ടും അവളുടെ അകൽച്ചയ്ക്കു കുറവു കാണാതായപ്പോൾ എനിക്കെന്തോ വിഷമം തോന്നി. അവളുടെ പിണക്കം വിചാരിച്ചതിനേക്കാൾ ആഴമുള്ളതാണ്. ആചാര്യനും പത്നിയും അവളുടെ അകൽച്ച ശ്രദ്ധിച്ചുവെങ്കിലും അറിഞ്ഞതായി നടിച്ചതേയില്ല. ദേവയല്ലേ അവളുടെ പിണക്കം ഒരു തുള്ളി തേനിൽ അലിഞ്ഞോളും.

ആചാര്യന്റെ "വിസ്മൃത നഗരം." എന്നൊരു ലേഖനം പകർത്തുകയായിരുന്നു ഞാൻ. ലേഖനം എഴുതാൻ തുടങ്ങുന്നതിനു മുമ്പ് ആചാര്യർ: "ഉണ്ണീ, പറയാമോ ഒരു ഗ്രന്ഥം മഹാഗ്രന്ഥമാകുന്നതെപ്പോഴെന്ന്?" ഞാൻ അല്പം ആലോചനയിൽ വീണപ്പോൾ: "ഉണ്ണിയെപ്പോലെ മഹാഗ്രന്ഥം വായിച്ചിട്ടുള്ള ഒരാൾക്ക് ഉത്തരം പറയാൻ പറ്റും. എങ്കിലും ഞാൻ പറയാം. രണ്ടുപേരുടെ ആശയങ്ങളും പൊരുത്തപ്പെടുന്നുണ്ടോയെന്നു നോക്കൂ. ഒരു ഗ്രന്ഥംകൊണ്ട് മാനവരാശിക്കു മുഴുവനും ഉപകാരപ്രദമായ നിർമ്മാണം സാധിക്കുമെങ്കിൽ അതു മഹാഗ്രന്ഥം തന്നെ." ശുക്രനീതി രണ്ടു നിർമ്മാണമാണ് സാധിച്ചത്. സഹസ്രലക്ഷങ്ങളെ അടിമത്തത്തിൽ നിന്ന് രക്ഷിച്ച് സ്വാതന്ത്ര്യത്തിലേക്കു പിടിച്ചുയർത്തി. അങ്ങനെ സ്വതന്ത്രരായവരുടെ ക്രയശേഷികൊണ്ട് ഒരു പുത്തൻ നഗരംതന്നെ

പടുത്തുയർത്തുന്നുവെന്ന ഭൗതിക നിർമ്മാണം. ശുക്രാചാര്യർക്കു മുമ്പ് ഭൃഗു മഹർഷിക്കു മാത്രമേ മറ്റൊരു നിർമ്മാണം സാധിച്ചിട്ടുള്ളൂ. ലക്ഷ്യ ബോധമില്ലാതലഞ്ഞ ഒരു ജനതയെ ബ്രഹ്മം എന്ന ലക്ഷ്യത്തിലേക്കു നയിച്ചു ഋഷി. ഭൃഗുവിന്റേത് അഗോചരമായ നിർമ്മാണമെങ്കിൽ മഹാ ചാര്യരുടേത് നേരിൽ കാണുന്ന നിർമ്മാണം. "ഉണ്ണീ, നീ ശുക്രനീതി വായിച്ചവൻ. വരുംതലമുറയെ കർമ്മോത്സുകരാക്കാനല്ലെങ്കിൽ എന്തിനീ നഗര നിർമ്മാണ കഥനങ്ങൾ? ചുറ്റും കനത്ത കോട്ടകൾപോലെ ഉയർന്ന മതിൽക്കെട്ട്. അതിനകത്ത് കുന്നുപോലെ ഉയർന്നിടത്ത് മഹാസൗധം. താഴെ നാലുവശങ്ങളിലേക്കും നീണ്ട പുൽമേടുകൾ. നടുക്ക് വീതിയേറിയ പാതകൾ. തടാകക്കരയിൽ വൻഗൃഹങ്ങൾ. തടാകത്തിൽ ഉല്ലാസ നൗകകൾ. പ്രാർത്ഥനാലയങ്ങൾ. ധാന്യശേഖരങ്ങൾ. നഗരം കണ്ടാസ്വദി ക്കുന്ന മനുഷ്യർ. വിവേചനമില്ലാത്ത മനുഷ്യർ. ശുക്രനീതി കാണാത്ത സ്വർഗ്ഗത്തെപ്പറ്റി പാടുകയല്ല, കാണാൻ പറ്റുന്ന സ്വർഗ്ഗം സൃഷ്ടിക്കുക യാണ്. ഒരു പുതിയ ഭരണരീതി പ്രാവർത്തികമാക്കി ഹരിയൂപിയയെ സ്വർഗ്ഗമാക്കുകയാണ്. പ്രജാക്ഷേമകരമായ രാജഭരണത്തിന്റെ അനന്ത സാധ്യതകൾ കാണിച്ചു തരുന്ന നീതിശാസ്ത്രം ഒരേ സമയം രാഷ്ട്രമീ മാംസയുടേയും അർത്ഥശാസ്ത്രത്തിന്റേയും ഉത്തമനിദർശനമാവുന്നു. ഗ്രന്ഥം വിഭാവനം ചെയ്ത നഗരം രചയിതാവിന്റെ കാലശേഷം രാജ്യ നിവാസികൾ പടുത്തുയർത്തുന്നു. മറ്റേതൊരു ഗ്രന്ഥത്തിനുണ്ട് ഇത്തരം ഒരു മഹാനുഭവം? മൂന്നു സഹസ്രാബ്ദങ്ങൾക്കു മുമ്പ്. എല്ലാം മഹാ ഗ്രന്ഥത്തിൽ അടയാളപ്പെട്ടു കിടക്കുന്നു."

പനയോലപ്പാളിയിൽ ആചാര്യചിഹ്നമായ മഹാഗ്രന്ഥം ചിത്രണം ചെയ്തവസാനിച്ചപ്പോൾ ഗുരുമുഖത്തുനിന്നുതന്നെ ഉത്തരം കിട്ടുവാനുള്ള ശിഷ്യന്റെ വെമ്പൽ പുറത്തുചാടി.

"ഗുരോ, ആ മഹാഗുരുവിന്റെ ജന്മംകൊണ്ട് അനുഗൃഹീതമായ സ്ഥല മേത്?"

"ഉണ്ണീ, സിന്ധുവിന്റെ തീരത്തുള്ള പവിത്രമണ്ണിപ്പോൾ ഒരു മഹാ ഉരുളിക്കടിയിലെന്നപോലെ വെളിച്ചം കാണാതെ ഇരുളിൽ കിടന്നു ദിക്കറിയാതെ കേഴുകയാണ്. അതുതന്നെയാണ് മഹാഗ്രന്ഥത്തിന്റെ ജന്മനാടും. നീ ജനിച്ച ഹരിയൂപിയ. അന്വേഷണത്തിന്റെ തിരിനാളവു മായി അവിടേക്കു യാത്രയാവാൻ നിനക്കിനി കേവലം രണ്ടു നാളുകൾ മാത്രം."

ഒരു നിമിഷംകൊണ്ട് ഞാൻ മഹാധനികനായതുപോലെ. ഈയമായി ചാരത്തിൽ കിടന്ന ഞാൻ വെട്ടിത്തിളങ്ങുന്ന തങ്കമായിരിക്കുന്നു. ഞാൻ ഞെട്ടിത്തരിച്ചുപോയി. സ്വന്തം അടുക്കളയിൽതന്നെ സ്വർണ്ണപ്പാത്രങ്ങൾ കരിമൂടി കിടക്കുമ്പോൾ മറ്റെവിടെയൊക്കെയോ അന്വേഷിച്ചലഞ്ഞ ദരിദ്രന്റെ അനുഭവം. ഞാൻ ബാല്യം മുഴുവനും കഴിച്ചുകൂട്ടിയ എന്റെ നാട്. ജനിച്ച മണ്ണ്. അവിടെയാണ് മണ്ണു പുതഞ്ഞ് മഹാനഗരം കിടക്കുന്നത്. അവിടേ ക്കാണ് നിധിപേടകങ്ങൾ കണ്ടെത്താനായി എനിക്കു പോകേണ്ടത്.

മനസ്സ് കടുംതുടികൊട്ടി കിടന്നാടി. ഝടുതി മനസ്സിൽ വന്നത് മുത്തശ്ശ നാണ്. മുത്തശ്ശൻ രണ്ടു കൈകളും വിദൂരതയിൽ നിന്നും നീട്ടി വിളി ക്കുകയാണ്. ഉണ്ണീ വരൂ... നിധിപേടകങ്ങൾ നിനക്കായി കാത്തു കിട ക്കുന്നു. മണ്ണിന്നടിയിൽ കിടന്ന് പിതൃക്കൾ നിന്നെ വിളിച്ചു കരയുന്നു. നീ അവരുടെ വിലാപം കേൾക്കുന്നില്ലേ? വരൂ... അവരെ പുറത്തേ ക്കെടുക്കൂ.

സുവർണ്ണ നഗരങ്ങൾ തകർന്നുടഞ്ഞു കിടക്കുന്ന സിന്ധുവിലെ പവിത്രമണ്ണു സ്വപ്നം കണ്ട് ഞാൻ ഉറങ്ങാതെ കിടന്നു.

എട്ട്

മനുഷ്യന് ജന്മനാടും ജന്മരാജ്യവുമുണ്ട്.

ഒരു ഗ്രന്ഥത്തിനു ജന്മനാടോ? ജന്മരാജ്യമോ?

അതെങ്ങനെ?

കുഞ്ഞു ദേവയ്ക്ക് എത്ര ആലോചിച്ചിട്ടും പിടി കിട്ടിയില്ല.

ഉണ്ടെങ്കിൽതന്നെ ഏതാണാ രാജ്യം? നാട്?

ശംബുവേട്ടൻ എവിടേക്കാണു പോകുന്നതെന്ന് ആർക്കുമറിയില്ല. അച്ഛനൊഴിച്ച്. യാത്രപോകുന്നുവെന്നു മാത്രം അറിഞ്ഞു. എത്രതന്നെ ആലോചിച്ചിട്ടും പിടി കിട്ടാതായപ്പോൾ അവൾ അമ്മയോടു തന്നെ ചോദിച്ചു. ആചാര്യപത്നിയാകട്ടെ പുകയടുപ്പിൽ ഊതിയതുപോലെ കണ്ണും മുഖവും വീർത്ത് ഇപ്പോൾ കണ്ണീർ താഴെ വീഴും എന്ന അവസ്ഥ യിൽ അകങ്ങളിൽ നിന്ന് അകങ്ങളിലേക്കും ഇടനാഴിയിൽനിന്ന് ഇടനാഴി യിലേക്കും തപ്പിത്തടഞ്ഞു.

"ആവോ... പോയി നിന്റെ അച്ഛനോടുതന്നെ ചോദിക്ക്... മഹാചാര്യ നല്ലേ എല്ലാം നിശ്ചയിക്കുന്നത്. കണ്ടു മതിവന്നിട്ടില്ല. ഗർഭത്തിൽ ചുമന്നു കൊണ്ടു നടന്നതിനു പകരം മഹാദേവൻ തന്നതാണ്. പ്രസവിച്ചതിനേ ക്കാൾ ആത്മബന്ധം കിട്ടി. ആത്മാവിലുണ്ടായ മുറിവ് ഉണങ്ങി വരുന്നതേ യുള്ളൂ. അപ്പോഴേക്കും അതിനെ എന്തിനാണാവോ പിരിക്കുന്നത്?" ഉത്തരം കിട്ടാത്ത ആചാര്യപത്നി സ്ത്രീയുടെ പരാധീനതകൾ പുറത്തി റക്കി. "ശുക്രാലയത്തിൽ വലിയ സ്ത്രീസ്വാതന്ത്ര്യമെന്നാണ് ജന സംസാരം. കാര്യത്തോടടുക്കുമ്പോൾ എല്ലാ അന്തർജ്ജനങ്ങളുടേയും അവസ്ഥ ഒന്നുതന്നെ. ഉപ്പുമാങ്ങ ഭരണിയിൽ അടച്ചിട്ട പുളിമാങ്ങ തന്നെ." – ഒരു നിമിഷത്തെ മൗനത്തിനുശേഷം ആചാര്യപത്നി വീണ്ടുവിചാര ത്തിൽപെട്ടു: ക്ഷിപ്രകോപത്തിൽ അബദ്ധചിന്തയുണ്ടായതിൽ വിഷാദിച്ചു. വിഡ്ഢിത്തമായിപ്പോയി. ആചാര്യനല്ല, മഹാചാര്യർ തന്നെയാണ്. ഏതു ധർമ്മസങ്കടം വന്നാലും ആരുടേയും മുന്നിൽ ദക്ഷിണയ്ക്കുവേണ്ടി കൈ നീട്ടാതെ മാനമായി അധ്വാനിച്ചു കുടുംബം പുലർത്തുന്ന സാത്വിക ജന്മം.

അധികാരമത്തു പിടിച്ചവരെ ജാതിയും നിറവും നോക്കാതെ വിമർശിക്കുന്ന പോരാളി. താഴെത്തട്ടിൽ കിടന്നുഴലുന്ന കൃമിസമാനരായ മനുഷ്യരെ അക്ഷരംകൊണ്ടുയർത്തുന്ന ആചാര്യൻ. പാഠശാലയിൽ നിന്നു വന്ന സമയംമുഴുവനും അടുക്കളയിൽ പത്നിക്കു സഹായങ്ങൾ ചെയ്യുന്ന കൂട്ടുകാരൻ.

പതഞ്ഞു മുറുകുന്ന മുഴുവൻ മനുനിയമങ്ങളേയും മഹാചാര്യദർശനം കൊണ്ട് പൊട്ടിച്ചു കളഞ്ഞു. മനുഷ്യന് പുതിയ അവകാശ തുല്യത സ്ഥാപിക്കാൻ അഹോരാത്രം യത്നിക്കുന്ന മഹാനുഭാവൻ. ഒരിക്കൽ പോലും പുരുഷശാസനം നടപ്പാക്കിയിട്ടില്ലാത്ത ശുക്രാലയത്തിലെ കർമ്മയോഗി. തന്നേക്കാൾ കൂടുതൽ ശംബുവിനെ സ്നേഹിക്കുന്ന കർമ്മധീരന്റെ തീരുമാനം ഒന്നും അറിയാതെയും നിനക്കാതെയുമാവില്ല. യാത്ര തീരുമാനിച്ച നിമിഷം തുടങ്ങിയതാണ് മഹാചാര്യന്റെ പാദങ്ങളിൽ സാഷ്ടാംഗം വീണു കിടന്നുള്ള കണ്ണീർ പ്രാർത്ഥന. അവന്റെ യാത്ര സഹിക്കാൻ കരുത്തു യാചിച്ചു കൊണ്ടുള്ള കൊടുംപ്രാർത്ഥന. ആചാര്യ പത്നി കുഞ്ഞുദേവയോടുടനെ തിരുത്തി: “അച്ഛനെ ശല്യപ്പെടുത്തേണ്ട മോളേ. അച്ഛൻ പൂജാമുറിയിലാണ്.”

കുഞ്ഞുദേവയുടെ പെരുമാറ്റം എന്നെ തെല്ലൊന്ന് അസ്വസ്ഥനാക്കി. ഞാൻ വിചാരിച്ചത് ശംബുവേട്ടന്റെ യാത്ര അറിയുമ്പോൾ അവളാകെ വിഷമം കാണിക്കുമെന്നാണ്. മറിച്ചാണുണ്ടായത്. രണ്ടുമൂന്നു വാരങ്ങളായി അവൾ തുടരുന്ന മൗനപ്രതിഷേധം ഉടച്ച് ആഹ്ലാദത്തിന്റെ ചിറകുകളുമായാണ് പുറത്തുവന്നത്. ഏതാണ്ടൊരു വെള്ളിലപ്പക്ഷിപോലെ അവൾ ശുക്രാലയത്തിലും തൊടിയിലും ചിറകടിച്ചു പറന്നു. പാദസരകിലുക്കം അതിനു ശബ്ദവും ഈണവും നൽകി. ഇടയ്ക്ക് ഓടിവന്ന് പലപല ചോദ്യങ്ങൾ ചോദിച്ച് ജിജ്ഞാസ പ്രകടിപ്പിക്കുകയും ചെയ്തു. യാത്ര കാളവണ്ടിയിലോ കുതിരവണ്ടിയിലോ? കരയിലൂടെയോ അതോ പുഴയിലൂടെയോ? കാട്ടിലൂടെ പോവാൻ രഥമുണ്ടോ? അങ്ങനെ ചോദിച്ച് അല്പ നിമിഷങ്ങൾ യാത്രാവഴിക്കിരുവശത്തും ഉയർന്നു കിടക്കുന്ന പച്ചവിരിച്ച കുന്നുകളും അവിടെയൊക്കെ കൂട്ടം കൂടി പറന്നു കളിക്കുന്ന പറവകളേയും കാണുന്നതുപോലെ കണ്ണടച്ചു. അപ്പോൾ അവളുടെ പാദസരങ്ങൾ നിശ്ചലങ്ങളായി. ഏകാന്തതയുണ്ടാക്കി.

ഒന്നോർത്തപ്പോൾ അവളുടെ പെരുമാറ്റം വലിയ ആശ്വാസവുമുണ്ടാക്കി. അവൾ ഇടക്കിടയ്ക്ക് ചോദ്യങ്ങൾ ചോദിക്കാതെയും ഓടി നടന്ന് യാത്രയ്ക്കുവേണ്ട സാധനങ്ങൾ ഒരുക്കാൻ അമ്മയെ സഹായിക്കാതെയുമിരുന്നെങ്കിൽ ശുക്രാലയം തീർത്തും ശ്മശാനതുല്യമാകുമായിരുന്നു. അത്രയ്ക്കു മൂകത ശുക്രാലയത്തിൽ തളംകെട്ടി നിൽക്കുന്നുണ്ടായിരുന്നു. ഓരോ അകായിച്ചുമരുകളിലും ഇടനാഴിഭിത്തികളും ചുമരുകളും തൊട്ടാൽ പൊട്ടിക്കരയുന്ന അവസ്ഥ. ആചാര്യനെ മുഖത്തോടു മുഖം കാണാതിരിക്കാൻ ഞാൻ തെല്ലൊന്നു ശ്രദ്ധിച്ചു. ചിലപ്പോൾ എടുത്ത തീരുമാനം വേണ്ടെന്നു പറഞ്ഞാലോ. ഞാനാണെങ്കിൽ സിന്ധുവിന്റെ

തീരങ്ങൾ കഠിനമായി സ്വപ്നം കണ്ടുതുടങ്ങിയിരിക്കയുമാണ് രാവും പകലും. മഴക്കാറുപോലെ മൂടിക്കെട്ടിയിരിക്കുന്ന അമ്മയ്ക്കാണെങ്കിൽ എള്ളെണ്ണ പോണിയിലാക്കുക, ഏലക്കായ പൊടിച്ച് വെളിച്ചെണ്ണ മുറുക്കിയത് അടപ്പുള്ള ചെപ്പിലാക്കുക, നാരങ്ങയുടെ അച്ചാർ വാട്ടിയ വാഴയിലയിൽ പൊതിഞ്ഞു വെക്കുക, ഗോതമ്പ്, തിന ചോളം തുടങ്ങിയ ധാന്യപ്പൊടികൾ പൊതിഞ്ഞത്, അത്യാവശ്യം പയറുവർഗ്ഗങ്ങൾ പൊതിഞ്ഞത്, എല്ലാം തുകൽസഞ്ചിയിലാക്കി വെക്കുക എന്നീ പണികളിൽ മുഴുകിയതുകൊണ്ട് പകൽ പോയിക്കിട്ടി. ദേവ ഒരു മുതിർന്ന പെൺകുട്ടിയെപോലെയാണ് പെരുമാറിയത്. ഒട്ടും വിഷമമില്ലാത്തതുപോലെ. എനിക്ക് അല്പം ജാള്യത തോന്നി. പാവം ദേവ. അവളെത്രമാത്രം സഹിക്കുകയായിരുന്നു ഞാൻ മൂലം. സ്വന്തം മാതാപിതാക്കളിൽനിന്നു കിട്ടേണ്ട സ്നേഹവാത്സല്യങ്ങൾ ചോർന്നു പോവുകയായിരുന്നു. യാത്ര കുറേക്കൂടി നേരത്തെ വേണ്ടതായിരുന്നു എന്നെനിക്കു തോന്നി. എന്തായാലും ഇനിയുള്ള നാളുകളെങ്കിലും ഞാനൊരു അരിപ്പയാവാതെ മഹാദേവൻ കാത്തല്ലോ.

രാത്രി കിടക്കാൻ നേരം ആചാര്യനോ പത്നിയോ നേരിൽവന്ന് ഒന്നും പറഞ്ഞില്ല. മുഖത്തോടു മുഖം കണ്ടാൽ നിയന്ത്രിക്കാൻ കഴിയാതെ തളർന്നുപോകുന്നത് എന്നെ വല്ലാതെ സ്പർശിക്കുമെന്ന തീരുമാനം കൊണ്ടാണതെന്ന് ഇടനാഴിയിൽ നിർന്നിമേഷരായി നോക്കി നിൽക്കുന്നതു കണ്ടപ്പോൾ ബോധ്യമായി. ദേവയാണു പറഞ്ഞത്: "ശംബുവേട്ടൻ ഉറങ്ങിക്കോളൂ.. ബ്രാഹ്മമുഹൂർത്തത്തിലല്ലേ യാത്ര."

ഞാൻ ഒരു ഉറക്കം കഴിഞ്ഞ് തിരിഞ്ഞു കിടക്കുമ്പോഴും ആചാര്യന്റെ ശയനമുറിയിൽ ദീപവെളിച്ചം കണ്ടു. ആചാര്യൻ പനയോലപാളികൾ മറിക്കുകയും നാരായംകൊണ്ട് കോറുകയും ചെയ്യുന്ന ശബ്ദം കേട്ടു.

പതിവിനു വിപരീതമായി ദേവയുടെ ശബ്ദം കേട്ടാണുണർന്നത്.

"ശംബുവേട്ടാ.. ഉണർന്നോളൂ ബ്രാഹ്മമുഹൂർത്തമായി..."

അവൾക്കെന്നെ പറഞ്ഞയയ്ക്കാൻ ധൃതിയായിയെന്ന പരിഭവമല്ല തോന്നിയത്. ഇന്നു മുതൽ അവൾക്കു കിട്ടുന്ന സ്നേഹത്തിന്റെ അളവു കുറയുകയില്ല. ഞാൻ കുളിയും പ്രാർത്ഥനയും കഴിഞ്ഞ് അകായിലെത്തുമ്പോഴൊന്നും പാദസരത്തിന്റെ ശബ്ദമേ കേട്ടില്ല. ദേവ മുകളിലെ മുറിയിൽ ഉറക്കം മുഴുവനാക്കുകയായിരിക്കും. ആചാര്യനും പത്നിയും പൂമുഖത്തെത്തിയിരുന്നു. ഞാൻ പൂമുഖത്തെത്തിയപ്പോൾ ആചാര്യനു സംശയം

"യാത്രയ്ക്കുവേണ്ട അത്യാവശ്യങ്ങളെല്ലാം കരുതിയിട്ടില്ലേ?"

ആചാര്യപത്നിയാണ് മറുപടി പറഞ്ഞത്.

"എല്ലാമുണ്ട്... തുകൽ സഞ്ചിയിൽ ദേവ എല്ലാം അടുക്കിവച്ചിട്ടുണ്ട്."

"എന്നിട്ടെവിടെ ദേവ... ഉറക്കത്തിൽപെട്ടുപോയോ?"

ആചാര്യന്റെ സംശയം മുഴുവനാവും മുമ്പ് കോണിപ്പടിയിറങ്ങിവന്നു ദേവ:

‘‘എത്തിക്കഴിഞ്ഞു അച്ഛാ...’’

ഞാൻ ആചാര്യപാദങ്ങളിലും ആചാര്യപത്നീപാദങ്ങളിലും വീണു നമസ്കരിച്ചെണീറ്റതിനെ തുടർന്ന് ദേവയും എന്നെ അനുകരിച്ച് അച്ഛന്റേയും അമ്മയുടേയും കാലുകളിൽ നമസ്കരിച്ചു. “നീയെന്തിനാണ് നമസ്കരിക്കുന്നത് മോളേ.. ഏട്ടനല്ലേ യാത്രയാവുന്നത്?”

ദേവയെന്താണ് അർത്ഥമാക്കുന്നതെന്ന ഊഹം കിട്ടിയില്ലെങ്കിലും ആ നിമിഷങ്ങളെ കണ്ണീർമഴയിൽ നിന്നു മാറ്റി നിർത്തി അല്പം നർമ്മ മുണ്ടാക്കാൻ ദേവയുടെ പ്രവർത്തി സഹായിച്ചു. അതു നന്നായി എന്ന് എനിക്കും തോന്നി. എന്നാൽ തുടർന്നുണ്ടായതൊന്നും എനിക്കൊട്ടും സഹിക്കാനായില്ല. നമസ്കരിച്ച് എണീറ്റ ദേവ പറഞ്ഞു: “ഞാനും ഏട്ടനും കൂടിയാണ് യാത്ര പോകുന്നതമ്മേ.”

“എവിടേക്ക്?” അപ്പോഴും അമ്മയുടെ ചോദ്യത്തിൽ നർമ്മത്തിന്റെ മേമ്പൊടി പുരണ്ടിരുന്നു.

“ഏട്ടൻ പോവുന്നിടത്തേക്ക്?”

“എന്താ കുട്ടീ നീ പറയുന്നേ... എന്തുപറ്റി മോൾക്ക്..” നർമ്മം പൊടിഞ്ഞുപോയ ചോദ്യം..

“ഏട്ടൻ ശുക്രാലയത്തിൽനിന്നു പോയാൽ ദേവ ഒരു നിമിഷം നിൽക്കുകയില്ല പിന്നെയിവിടെ.”

അമ്മയുടെ പുരികങ്ങൾ വളഞ്ഞു. നർമ്മം ഭയത്തിന്റെ ഇടികല്ലിൽ പൊടിഞ്ഞു.

“ഉറങ്ങിയില്ലേ ദേവ ഇന്നലെ?”

“ഉറങ്ങാത്തതൊന്നുമല്ല അമ്മേ.. ഏട്ടൻ പോകുന്നുവെന്നറിഞ്ഞ നിമിഷം ദേവ തീരുമാനിച്ചതാണ്. ഏട്ടനില്ലാത്ത ശുക്രാലയം ദേവയ്ക്കു വേണ്ട...”

അപ്പോഴാണ് ഞാൻ ദേവയെ ശ്രദ്ധിച്ചത്. അവൾ യാത്രയ്ക്കുവേണ്ട എല്ലാ ഒരുക്കങ്ങളോടുംകൂടിയാണ് വന്നിരിക്കുന്നത്. പട്ടുപാവാടയും പട്ടു വേഷ്ടിയും ചുറ്റി കഴുത്തു മുതൽ പാദംവരെ മറച്ചും തോളിൽ തുകൽ സഞ്ചിയും തൂക്കി അവൾ എന്റെ അരികിലേക്കു നീങ്ങിനിന്നു.

അപ്പോഴാണ് ആചാര്യൻ സംഗതിയുടെ ഗൗരവം അറിയുന്നത്.

മുഖത്തു തെളിഞ്ഞ പ്രസാദം അസ്തമിച്ചു. ചെറിയവിഷമം മൊട്ടിട്ടു. ബാലമനസ്സിന്റെ ചാഞ്ചാട്ടങ്ങൾ ബോധ്യപ്പെട്ട മനോജ്ഞാനി പറഞ്ഞു: “ഏട്ടൻ പോയിവരട്ടെ മോളേ... സന്തോഷത്തോടെ അയയ്ക്കൂ..”

അവൾ മുള ചീന്തുന്നതുപോലെ കരഞ്ഞു. എന്റെ കാലിൽ വീണ് വിക്കിവിക്കി പറഞ്ഞു: “ഏട്ടൻ പോവുന്നത് ഞാൻ കാരണമാണച്ഛാ. ഞാനാണ് ഏട്ടനെ പറഞ്ഞയയ്ക്കാൻ കാരണം... ഏട്ടനില്ലാതെ എനിക്കൊന്നും വേണ്ട...”

ആചാര്യൻ വന്ന് ദേവയെ പൊക്കിയെടുത്തു: “എന്തു വിഡ്ഢിത്തമാണു മോളേ പറയുന്നത്? ഏട്ടന്റെ യാത്രയും ദേവയുടെ കൊച്ചു പരിഭവവും

തമ്മിൽ യാതൊരു ബന്ധവുമില്ല. ഏട്ടൻ അറിയാനും പഠിക്കാനുമാണു പോകുന്നത്. അവനെ നമുക്കാർക്കും തടയാൻ അവകാശമില്ല."

"ഏട്ടന്റെ ഒപ്പം ദേവയും പഠിക്കാം അച്ഛാ... ഇനി ദേവ കൊത്താം കല്ലു കളിച്ച് സമയം കളയില്ല. എട്ടന് ഭക്ഷണവും ഉണ്ടാക്കികൊടുക്കാം."

ആചാര്യന്റെ കവിളുകളിൽ മൃദുമന്ദഹാസം നിറഞ്ഞു. നെറ്റിത്തടത്തിൽ നിലാവു പരന്നു.

"ദേവാ, ഏട്ടൻ മഹാദേവന്റേയും മഹാചാര്യന്റേയും ചൈതന്യം ലഭിച്ച ജന്മമാണ്. അവന് ഒരുപാടു കാര്യങ്ങൾ ചെയ്യാനുണ്ട്. മണ്ണിന്നടിയിൽ അവനേയും കാത്ത് ഒരു മഹാലോകം നിശ്ശബ്ദതയിലമർന്ന് കിടപ്പുണ്ട്. പ്രാണവായുവിനുവേണ്ടി അവർ കേഴുകയാണ്. മൃതിയില്ലാത്ത പിതൃക്കളെ പുറത്തെടുക്കാൻ മഹാദേവൻ നിയോഗിച്ചിരിക്കുന്നവനാണവൻ. അവനെ നമുക്കൊന്നും തടയാൻ അവകാശമില്ല. ഈ ഒറ്റകാരണം കൊണ്ടാണ് അച്ഛൻ അവനെ യാത്രയാക്കുന്നത്. സ്വാർത്ഥമായ ബലി കർമ്മങ്ങൾക്കുവേണ്ടി ഒരു നക്ഷത്രത്തെ ശുക്രാലയത്തിലെ ചെപ്പിൽ അടച്ചുവക്കുന്നത് കാലമറിയാതെ ചെയ്യുന്ന അപരാധമായിരിക്കും."

ഒന്നും മനസ്സിലാവാത്ത ദേവ വാശിപിടിച്ചു.

"ഏട്ടനെ പറഞ്ഞയക്കരുതച്ഛാ.. ദേവക്കു സഹിക്കാൻ പറ്റ്ണില്ല്യാ..." അവൾ വിമ്മി വിമ്മി കരയാൻ തുടങ്ങി.

"മോളേ ദേവാ. ഏട്ടനെ ആരും പറഞ്ഞുവിടുകയല്ല.. അറിവുനേടി വരാൻ അയയ്ക്കുകയാണ്. വേണ്ട അറിവു സമ്പാദിച്ചു വരുവാൻ പോവുകയാണ്."

ഒരു ചെറിയ ആശ്വാസത്തിന്റെ തെന്നൽ അവളെ തലോടിയതുപോലെ തോന്നി.

ആചാര്യൻ പറഞ്ഞു: "ഉണ്ണീ... ശംബുമോൻതന്നെ അവളെ പറഞ്ഞു മനസ്സിലാക്കൂ.."

എന്താണു ചെയ്യേണ്ടതെന്നോ പറയേണ്ടതെന്നോ എനിക്കു മനസ്സിലായില്ല. എന്നാലും ഞാൻ ദേവയെ ചേർത്തു നിർത്തി അവളുടെ ശിരസ്സിൽ കൈവച്ചു പറഞ്ഞു: "കൊച്ചനിയത്തി, നിനക്കേട്ടനെ വെറുക്കാൻ കഴിയില്ലെന്ന് ഏട്ടനറിയാം. ഏട്ടൻ പോകുന്നത് നീ കാരണമേയല്ല. മഹാഗ്രന്ഥത്തിന്റെ നാടുകണ്ട് ഏട്ടൻ എത്രയും വേഗം തിരിച്ചെത്തും. നിന്നേയുംകൊണ്ട് വീണ്ടും സിന്ധുവിന്റെ തീരത്തിലൂടെ നമ്മൾ പറക്കും. അതുവരെ അച്ഛനോടും അമ്മയോടുമൊത്ത് സുഖമായി ശുക്രാലയത്തിൽ കഴിയുക..."

"ഏട്ടൻ വരില്ലേ? മറക്കുമോ?" അവളുടെ ശബ്ദത്തിൽനിന്ന് നനവ് മാറാൻ തുടങ്ങി.

"തീർച്ചയായും സത്യം."

വിരൽകൊണ്ട് അവളുടെ കവിളിൽ തൂങ്ങിനിന്ന കണ്ണീർക്കണം തുടച്ചു നീക്കി. അവൾ സ്നിഗ്ധമായൊരു പുഞ്ചിരിയിൽ തെളിഞ്ഞു.

നദീതീരത്തെ തോണിക്കടവിലേക്ക് അരയോജന ദൂരം നടക്കാനുണ്ട്. വേഗം നടന്നാൽ അരനാഴിക കൊണ്ടെത്തും. ആചാര്യൻ വളരെ സാവധാനമേ നടന്നുള്ളൂ. ഞാൻ തനിച്ചുപോകാം അച്ഛനു നടക്കാൻ വിഷമമായിരിക്കും എന്നൊക്കെ വിലക്കിനോക്കിയെങ്കിലും ആചാര്യൻ അതൊന്നും കേൾക്കാത്തതുപോലെ മുന്നിൽ നടന്നു. നിറഞ്ഞ തുകൽ സഞ്ചി വാങ്ങാൻ ശ്രമിച്ചുനോക്കിയെങ്കിലും ആചാര്യൻ വിട്ടുതന്നില്ല. എന്നാൽ വഴിയിലൂടെ ആചാര്യൻ നിശ്ശബ്ദനായി നടന്നുവെന്നല്ലാതെ പ്രത്യേകിച്ചൊന്നും സംസാരിച്ചില്ല. വെളിച്ചം നല്ലതുപോലെ പുറത്തു വന്നിട്ടില്ലാത്തതിനാൽ കാൽപാദ വഴികളിലൂടെ നടന്നു നീങ്ങുമ്പോൾ തെല്ലൊന്നു ശ്രദ്ധിക്കേണ്ടി വന്നു. രണ്ടു നാളായി ചാറ്റൽമഴ രാത്രി ഉണ്ടായിരുന്നതുകൊണ്ട് ചതുപ്പു മണ്ണിളക്കി ഇഴയന്മാർ ആരെങ്കിലും മേലോട്ട് പൊന്തിവന്നു കിടക്കാൻ പാടില്ലായ്കയില്ല. ഊടുവഴിയുടെ മൂലയിൽനിന്നു തിരിഞ്ഞുനോക്കിയപ്പോൾ ശുക്രാലയത്തിനു മുന്നിൽ കൈവിളക്കിൻ നാളവുമായി നിൽക്കുന്നു ആചാര്യപത്നിയും ദേവയും. അവർ വെളിച്ചം അകലേക്കു നീട്ടിപ്പിടിച്ചിരിക്കുകയാണ് വഴി തെളിഞ്ഞു കാണാൻ. ചെറിയ മിന്നുവെളിച്ചത്തിൽ മിഴിവോടെ നിൽക്കുന്ന മറ്റൊരു സൂര്യകാന്തി പോലെ ശുക്രാലയം. ഞങ്ങൾ വളവു തിരിഞ്ഞു നേരെ മുന്നിലെത്തിയപ്പോൾ വഴിവക്കിലായി വെടിപ്പും വൃത്തിയിലും നിൽക്കുന്നു. ഇപ്പോൾ കുളിച്ചു ശുചിയായതുപോലെ, ശുക്രപാഠശാല. ഇതുപോലൊരു ബ്രാഹ്മ മുഹൂർത്തത്തിലാണ് ആചാര്യന്റെ കൈകൾ പാഠശാലയുടെ മുന്നിൽ നിന്നു അഗതിയും അനാഥനുമായൊരു അവശബാലനെ മണ്ണിൽനിന്നും പൊക്കിയെടുത്തത്.

സരയു തീരത്തിന്റെ ഇടവഴി ചേരുന്നത് രാജവീഥിയിലാണ്. രാജവീഥിയിൽ ആരൊക്കെയോ നിന്ന് വിതുമ്പുന്നു: മൂക്കുചീറ്റി ഇടറുന്നു. കാളവണ്ടികളും അശ്വരഥങ്ങളും ഇടതടവില്ലാതെ രാജധാനി ലക്ഷ്യംവച്ചു കൊണ്ട് പായുന്നു. അതിരാവിലെ അയോധ്യാനിവാസികൾ സങ്കടപ്പെട്ട് രാജവീഥിയിലിറങ്ങി നിൽക്കാനെന്തുണ്ടായി? എന്റെ സംശയത്തിനുത്തരമെന്നോണം ചോദ്യം കേൾക്കാതെതന്നെ ആചാര്യൻ പറഞ്ഞു: ഉണ്ണീ "അയോധ്യക്കുമേലേ പറക്കുന്ന ഗരുഢ."നിലെ രണ്ടാം ഓല നടപ്പാവുകയാണ്. അസുരഗുരു വെറുതെ നടത്തിയ ജല്പനം എന്നായിരുന്നില്ലേ പുരോഹിതഭാഷ്യം. അസുരഗുരുവിന്റെ ദേവവിരോധം എന്നു പെരുമ്പറ കൊട്ടിയ ഭരണവിലാസക്കാർക്കും ഇപ്പോൾ കണ്ണു മിഴിഞ്ഞിരിക്കും."

ആചാര്യൻ എന്താണുദ്ദേശിക്കുന്നത് എന്ന് ആദ്യം വേണ്ടതുപോലെ പിടികിട്ടിയില്ല. പിന്നെ അസ്ത്രംപോലെ തുളഞ്ഞുകയറി. യാജ്ഞവൽക്യൻ പ്രകീർത്തിച്ച ആചാര്യലേഖനമാണ് വിഷയം. വലിയ കോളിളക്കമുണ്ടാക്കി ലേഖനം. രാജകുമാരന്മാർ ജനിച്ചിട്ടേറെ കഴിയുന്നതിനു മുമ്പാണ് ലേഖനം പുറത്തു വന്നത്. അന്ന് കുമാരന്മാരെ തേടി വിശ്വാമിത്ര മുനി രാജധാനിയിലത്തിയിട്ടില്ല. ഗുരു വസിഷ്ഠന്റെ ശിക്ഷണം കഴിഞ്ഞതേയുള്ളൂ. ആ സമയത്താണ് ആചാര്യർ വരാനിരിക്കുന്ന രാമകഥ പ്രവചിച്ച് ലേഖനങ്ങളിലൂടെ പുറത്തിറക്കുന്നത്. പുരോഹിത വൃന്ദവും രാജ

ഭരണത്തിന്റെ പിന്നാമ്പുറങ്ങളിലിരുന്ന് രഥനിയന്ത്രണം സാധിക്കുന്നവരും ഒന്നായി പല്ലിറുമ്മി. അധികനാൾ കാത്തിരിക്കേണ്ടിവന്നില്ല, നിഷ്കളങ്കത കൊണ്ട് സംശയദൃക്കുകളായ മനീഷികൾക്ക്, അയോധ്യയുടെ ഗോപുര വാതിലിൽ അനുഗ്രഹ നിഗ്രഹശക്തിയുള്ള വിശ്വാമിത്രൻ പ്രത്യക്ഷപ്പെ ടുവാൻ. അയോധ്യയെപ്പറ്റിയുള്ള ഉത്ക്കണ്ഠ യാഥാർത്ഥ്യമായതറിഞ്ഞ രാജ്യസ്നേഹികൾ രചയിതാവിനോടാരാഞ്ഞു: ആചാര്യ രാജ്യനിയോഗ ങ്ങൾ അവിടുന്നെങ്ങനെ മുൻകൂട്ടി അറിഞ്ഞു? വളരെ ലളിതമായിരുന്നു ആചാര്യ പ്രതികരണം: ദേശവിജ്ഞാനം ആരെയും ജ്ഞാനിയാക്കും. രണ്ടാം ഓലയിലാണ് നാടുകടത്തൽ. രാജമാനം കാക്കാൻ കണ്ടുപിടിച്ച ഭംഗിവാക്ക്. പട്ടാഭിഷേക വിഘ്നം. രണ്ടാം ഓലയ്ക്ക് രണ്ടു തലമുണ്ടെ ന്നു കണ്ടറിഞ്ഞ മഹാത്മാക്കൾ രണ്ടേ രണ്ടുപേർ. യാജ്ഞവൽക്യനും ഗൗതമനും. അതുകൊണ്ടായിരിക്കും ഗൗതമൻ പ്രതികരിച്ചത്: പ്രത്യക്ഷ ത്തിൽ അധികാരമത്സരം. യഥാർത്ഥത്തിൽ ആകാശങ്ങളിലിരിക്കുന്നവ രുടെ കളിവിളയാട്ടം. "ശുക്രാചാര്യരേ, അങ്ങയുടെ സാർവ്വത്രികസ്നേ ഹം പ്രകടിതമായി കാണുമ്പോൾ ഗൗതമൻ തന്റെ ധൈര്യക്കുറവോർ ത്ത് ലജ്ജിക്കുന്നു." ഓർക്കുന്നു, ഗൗതമപ്രതികരണം കൈപ്പറ്റിയ നിമിഷ ങ്ങളിലെ ആചാര്യമുഖം. പാതി വിരിഞ്ഞ ചെമ്പകപ്പൂ. ഒപ്പം ഒരാത്മഗതവും: "മനസ്സിലാവാതെയല്ല പ്രതികരിക്കാത്തത് പലരും. തലപ്പാവു പോകുമോ യെന്ന പേടിയാണ്."

രാജപാതയിലെങ്ങും അശ്വരഥങ്ങളിലേറിയ ദ്വിജന്മാരും ബ്രാഹ്മണ ശ്രേഷ്ഠരും വാണംപോലെ പാഞ്ഞു. അയോധ്യയിലെ പരമാചാര്യന്മാർ രാജചിഹ്നം പതിഞ്ഞ രഥങ്ങളിലേറി കൊട്ടാരത്തിനു മുന്നിൽനിന്നു. കാടു കളിലെ ഇരുൾക്കയങ്ങളിൽ കായ്കനികളും ചോലവെള്ളവും കഴിച്ച് സംസ്കാരശൂന്യരായി കഴിയുന്ന കാട്ടാളരെ ഉന്മൂലനാശം ചെയ്ത് ധർമ്മ പരിരക്ഷ സാധിക്കാൻ അവർ വെന്തു പൊരിഞ്ഞു. കാഴ്ചയിൽ കരി വീട്ടിപോലെ കനത്ത അവറ്റകളെ എക്കാലത്തും വെറുപ്പു ജനിപ്പിക്കാൻ പറ്റിയ പേരും അവർക്ക് നാക്കിൻ തുമ്പിൽ കളിയാടി: രാക്ഷസൻ. ഇരുണ്ട കാടിനേയും കാട്ടുജാതികളായ മൃഗങ്ങളേയും വിശുദ്ധി നിറഞ്ഞ വൃക്ഷ ലതാദികളേയും അയൽദേശങ്ങളുടെ ആയുധങ്ങളിൽനിന്നു രക്ഷിച്ചു പരി രക്ഷിക്കുന്നവർ രാക്ഷസരല്ലാതെ മറ്റാര്? ആചാര്യരചന അവസാനിക്കു ന്നത് ഒരു ആശ്രമത്തിൽനിന്നുയരുന്ന അഭ്യർത്ഥനയോടെ: രാമാ അമ്പും വില്ലുമേന്തി വരൂ. ജീവനുള്ള കാനനവിഭവങ്ങൾ ആര്യദേവന്മാർക്ക് അന്യ മായിട്ടേറെയായി. നിശാചരിമാരേയും നിശാചരരേയും കൂട്ടമായി സംഹരിക്കൂ...

ഞങ്ങൾ നദീതീരത്തെത്തി. ചെറുവെളിച്ചത്തിൽ സരയു കൊച്ചു മിന്നലുകൾ ഉയർത്തി ഉറക്കച്ചടവിൽ മയങ്ങുകയാണ്. തോണിക്കാരാരും കടവത്ത് എത്തിയിട്ടില്ല. അതോ ഉണ്ടായിരുന്നവർ പട്ടാഭിഷേകവിഘ്നം കേട്ട് വനയാത്ര കാണാൻ രാജവീഥിയിലേക്കു പോയിരിക്കുകയോ? നിശ്ശബ്ദമായ കടവ് സരയുവിന്റെ മറുകരവരെ കാഴ്ചയെത്തിച്ചു. പരന്നു നിറഞ്ഞു കിടക്കുന്ന ചോളവയലുകൾ. ആകാശം തൊട്ടുകിടക്കുന്ന പച്ച മരങ്ങൾ. മഞ്ഞക്കുന്നുകളായി ഉയർന്നു നിൽക്കുന്ന മണൽക്കൂമ്പാരങ്ങൾ.

അവിടെ എവിടെയാണാവോ സിന്ധുവും മഹാഗ്രന്ഥത്തിന്റെ നാടും? ബാല്യം കഴിച്ചുകൂട്ടിയിടത്തേക്കുതന്നെ തിരിച്ചു വരികയാണു ഞാൻ. പുതിയ ആശകളും ആശയങ്ങളുമായി. അങ്ങനെ ഓർത്തപ്പോൾ ഉള്ളാകെ സരയുജലം നിറഞ്ഞതുപോലെ കുളിർകോരി.

നിശ്ശബ്ദതയെ ഭഞ്ജിച്ചുകൊണ്ട് ഓളങ്ങൾ തിരക്കുപിടിച്ചോടാൻ തുടങ്ങി. അക്കരെനിന്ന് ഏതെങ്കിലും തോണി വരുന്നുണ്ടായിരിക്കും. തോണിക്കാരൻ യാത്രക്കാരെ കണ്ടിരിക്കും. ആചാര്യൻ ഉത്തരീയത്തി നടിയിൽ തിരുകിയ ഓലപ്പാളികൾ എനിക്കുനേരെ നീട്ടി: "ഉണ്ണീ ഇതു ചില പേരുകളും അവരുടെ മേൽവിലാസവുമാണ്. ആരേയും നേരിൽ അറിയുകയില്ല. ഭൂമുഖത്ത് ഉണ്ടോ എന്നും അറിയില്ല. എങ്കിലും ചില വേരുകൾ കുറ്റിയറ്റുപോവില്ലെന്ന വിശ്വാസത്തിൽ കുറിച്ചവയാണ്. വിഷമ ഘട്ടത്തിൽ ഉപകരിച്ചേക്കാം."

ഞാൻ തീർത്ഥജലംപോലെ പനയോല പാളികൾ ആചാര്യനിൽ നിന്നു സ്വീകരിച്ചു.

ഓളങ്ങൾ അതിദ്രുതം മുന്നോട്ടോടാൻ തുടങ്ങിയപ്പോൾ എന്റെ കൈ കൾ കൂട്ടിപ്പിടിച്ച് നെഞ്ചിൽ ചേർത്ത് ആചാര്യൻ മന്ത്രിച്ചു: "ഉണ്ണീ പിരി യാൻ സമയമായി. ഒന്നു മാത്രം ശിരസ്സിൽ പതിച്ചു വെയ്ക്കുക. ലക്ഷ്യ ത്തിലെത്തുകയെന്നതാണ് യാത്രയുടെ സാഫല്യം. അതിനുമുമ്പ് എന്തെല്ലാം വിഘ്നങ്ങളുണ്ടായാലും യാത്രികൻ തളരരുത്. മോനേ, ശുക്രനായ എനിക്കു ചെയ്യാൻ സാധിക്കാത്തത് നീ ചെയ്യണം. അതിനേ ക്കാൾ വലിയ ഗുരുഭക്തിയും പിതൃസ്നേഹവുമില്ല. ശുക്രന് അധി കാരവും സമ്പത്തുമല്ല ലൗകികസുഖങ്ങൾ. സേവനവും പുനരുജ്ജീവ നവുമാണ്. മൃതലക്ഷങ്ങളെ പുനർജ്ജീവിപ്പിക്കുന്നതിലാണ് ശുക്ര സാഫല്യം."

"അച്ഛാ..." ഞാനറിയാതെയാണ് വാക്കു വീണത്.

ആചാര്യൻ എന്നെ ആഞ്ഞു കെട്ടിപ്പിടിച്ചു. ആഞ്ഞാഞ്ഞു പുൽകി. ഒരക്ഷരം ഉരുവിടാതെ. നെഞ്ച് എന്റെ നെഞ്ചിൽ കിടന്നു തുടികൊട്ടി.

എങ്ങനെയോ ഇടറുന്ന വാക്കുകൾ പൂർത്തിയാക്കി ആചാര്യൻ

"മോനേ, നീ തിരിച്ചുവരുന്നത് കാത്ത് ശുക്രാലയത്തിൽ അച്ഛനി രിക്കും."

അതിവേഗം വന്ന തോണി പതുക്കെ പതുക്കെ കടവിൽ എത്തി നിന്നു. തോണിയിൽ തോണിക്കാരൻ മാത്രം.

ആചാര്യൻ എന്നെ തോണിയിൽ കൊണ്ടിരുത്തി. യാത്ര പറയാതെ തിരിച്ചു നടന്നു, തിരിഞ്ഞുനോക്കാതെ. തിരിഞ്ഞു നോക്കിയാൽ യാത്രാ നുമതി തിരിച്ചെടുത്തേക്കുമെന്ന ഭയത്തോടെ. സരയുവിന്റെ മണൽപരപ്പി ലൂടെ അച്ഛൻ ഒരൊടിഞ്ഞ നിഴലായി അസ്തമിക്കുന്നതുവരെ നദിക്കു വളവുകളും പിരിവുകളും ഉണ്ടായില്ല.

ഒമ്പത്

"മഹാബ്രാഹ്മണദേവനെ അടിയൻ എവിടെയാണാവോ എത്തി ക്കേണ്ടത്?" തോണിക്കാരനാണ്

കേട്ടപ്പോൾ ജിജ്ഞാസയേക്കാൾ വിഷമമാണു തോന്നിയത്. പണി യെടുക്കുന്നവൻ എത്ര പിറകിലാണ് പ്രതിഷ്ഠിക്കപ്പെട്ടിരിക്കുന്നത്? യാഥാർത്ഥ്യം എന്താ? പണിക്കാരൻ പണിയെടുത്തില്ലെങ്കിൽ എങ്ങനെ യാണ് ഉത്പന്നമുണ്ടാവുക? ഏറ്റവും ഉന്നതമായ പീഠത്തിലിരുത്തേണ്ട വരെ ഏറ്റം താഴേക്കിടയിലിരുത്തുന്നു. തോണിക്കാരൻ പങ്കായമെറിഞ്ഞ് ഓളങ്ങളെ വകഞ്ഞു മാറ്റിയില്ലെങ്കിൽ യാത്രക്കാരൻ അക്കരെയെത്തുന്ന തെങ്ങനെ? യാത്രക്കാരൻ വിലപിടിപ്പുള്ള വസ്ത്രങ്ങളുലയാതെ സുരക്ഷിതസ്ഥാനത്തിരിക്കുന്നു. പാവം തോണിക്കാരനോ? മഴയും വെയിലും കൊണ്ട് പങ്കായമെറിഞ്ഞ് വിയർക്കുന്നു. എന്നാലും യാത്ര ക്കാരന് കല്പിക്കാനുള്ള നായ്ക്കൂട്ടങ്ങൾ പണിക്കാർ. സംഗതികളെല്ലാം തലകീഴായാണ് പ്രതിഷ്ഠിച്ചു വച്ചിരിക്കുന്നത്. ഉല്പാദകന്റെ അജ്ഞത യാണ് ഉപഭോക്താവിന്റെ ധാർഷ്ട്യത്തിനു കാരണം. മഹാഗ്രന്ഥത്തിലെ ആചാര്യദർശനമാണ് ഒരു നിമിഷം ചിന്തയിൽ വന്നത്. ഗോത്രശ്രേയസ്സി നുതകുന്ന രീതിയിൽ ചാതുർവർണ്ണ്യത്തെ പുനർനിർണ്ണയിക്കുന്ന മഹാ ചാര്യ ചിന്തയിലാണ് ചൂഷണവിവരണം.

"അടിയൻ അരുതാത്തതെങ്കിലും പറഞ്ഞുപോയോ ആവോ? മഹാ ദേവൻ ഒന്നും പറഞ്ഞില്ല."

ഇത്തവണ ചിരിയാണു വന്നത്. എന്റെ തന്നെ പ്രായം വരുന്ന ഒരു ചെറുപ്പക്കാരൻ. എള്ളിന്റെ നിറമാണയാൾക്ക്... വിളഞ്ഞു വീർത്ത എള്ളിന്റെ പുഷ്ടിമയും. കനത്ത പേശികളിലും തടിച്ച് വീതിയേറിയ നെഞ്ചിലും തൊട്ടാൽ വിരലുകൾ വഴുതിവീഴും. മേലാകെ എണ്ണ കിനിഞ്ഞ് ഒഴുകുന്നതുപോലെ. കവിളുകളിൽ എറ്റിയാൽ ചോര തുളുമ്പുമെന്നു തോന്നും. സജലങ്ങളായ കണ്ണുകളിൽ ഉന്മേഷവും ഉണർവ്വും. മുറിച്ചി ട്ടാൽ മുറികൂടുമെന്ന ചൊല്ലിൽ അതിശയോക്തിയില്ല. ആൾ കൈ ഉയർത്തി ഒരു ചെറുവീശു വീശിയാൽ ഞാൻ ഒടിഞ്ഞുമുറിഞ്ഞു വീണതു തന്നെ. എന്നിട്ടും അയാൾ പുതിയ ഒരാളെ കാണുമ്പോൾ ഭയന്നു വിറച്ച് തോണി ക്കൊമ്പിൽ ചെന്നിരിക്കുന്നു. തന്നേക്കാളും എത്രയോ ചെറിയ വാമന ന്മാർക്കുവേണ്ടി ശിരസ്സ് താഴ്ത്തി ഇരുന്നുകൊടുക്കുന്നു. കാലമാണ് ആ ചെറുപ്പക്കാരനെന്നു തോന്നി ഒരു നിമിഷം.

പുഴയിൽ ചെറുപുഴകൾ കൂടിച്ചേരുകയാണ്. വഴികൾ തിരിയേണ്ട തുണ്ട്.

"അവിടുന്ന് ഒന്നും ഉരിയാടിയില്ല. അടിയന്റെ വായാടിത്തം ക്ഷമി ക്കണേ."

തുഴക്കാരൻ ലക്ഷ്യസ്ഥാനമറിയാൻ യാത്രക്കാരനോടു ചോദിക്കുന്നത് എങ്ങനെ അവിവേകമാവും? വിചിത്രം തന്നെ ഉണ്ടാക്കി വച്ചിട്ടുള്ള നടപ്പുകൾ.

ഞാൻ തോണിക്കാരനെത്തന്നെ ശ്രദ്ധിക്കുകയായിരുന്നു. എവിടെയോ കണ്ട മുഖം. എന്നോ കേട്ട ശബ്ദം. എപ്പോഴൊക്കെയോ കണ്ടു മറന്ന രൂപം. വ്യക്തമായ ഓർമ്മയും വരുന്നില്ല. കുട്ടിക്കാലത്ത് ഹരിയൂപിയയിൽ വച്ചെപ്പോഴെങ്കിലും? സിന്ധുവിന്റെ തീരത്ത് ഓടിക്കളിക്കുമ്പോഴെന്നെങ്കിലും? ഞാൻ തോണിയിൽ നിന്നെണീറ്റ് അയാളുടെ അരികത്തേക്കു ചെന്നു. ജാത്യാചാരം നിശ്ചയിച്ചുറപ്പിച്ച അകലവും കഴിഞ്ഞ് നേർക്കടുക്കുന്നതു കണ്ട തോണിക്കാരൻ വിളറി തോണിക്കൊമ്പത്തേക്കു നീങ്ങി പോയി.

"ദേവാ അവിടുന്ന് ആചാരം മറന്നുപോയോ? അടിയൻ കേവലം പശുപാല ജാതിയിൽപെട്ടവനാണ്. അവിടുത്തേക്ക് ശുദ്ധി ചെയ്യേണ്ടി വരും."

എനിക്ക് ഉള്ളിൽ കുമിഞ്ഞുകൂടിയ ചിരിപൊട്ടി ചുറ്റും ചിതറുമെന്നു തോന്നി. പശുപാല ജാതിയിൽപെട്ട എന്ന വാക്കു കേട്ടതോടെ മിന്നൽ പോലെ എനിക്കെല്ലാം തെളിഞ്ഞു. തോണിക്കൊമ്പിലേക്കു നീങ്ങി നീങ്ങി ആചാരനിയമങ്ങൾ പാലിക്കുവാൻ പാടുപെടുന്ന തോണിക്കാരനെ എനിക്കേതാണ്ടുറപ്പായി. അതിഥി അയിത്തപ്പെടാതിരിക്കാൻ ചെറ്റയുടെ ഓലമറയിലേക്കു നീങ്ങി നീങ്ങി ഇഴയുന്ന നിസ്സഹായനായ വൃദ്ധന്റെ മകൻ തന്നെ...

"താങ്കൾ ഗുഹനല്ലേ സരയു തീരത്തെ..?"

തോണിക്കാരന്റെ ശബ്ദത്തിൽ അദ്ഭുതാരവം: "അതെ സ്വാമിൻ... അവിടുന്ന് ഈയുള്ളവനെ എങ്ങനെ അറിയുന്നു! എന്നെങ്കിലും തോണിയിൽ യാത്ര ചെയ്തിട്ടുണ്ടായിരിക്കും. അങ്ങനെയാണെങ്കിലും മഹാദേവന്മാരാരും ഈ ചണ്ഡാലനെ ഓർക്കുന്നുവെന്നു പറയാറില്ല."

അയാൾ പറയുമ്പോൾ കിതയ്ക്കുന്നുണ്ടെന്നു മനസ്സിലായി. തോണിയിൽ മറ്റാരും ഇല്ലാത്തതിനാൽ ആശ്വസിക്കുകയും.

"ഗുഹാ, ഞാൻ വിഷ്ണുവാണ്. നിന്റെ വിഷ്ണു. വർഷങ്ങൾക്കു മുമ്പ് നീ വഴിയിൽ വച്ചു കണ്ട വിഷ്ണു. നിന്റെ വീട്ടിൽ താമസിച്ചിരുന്ന വിഷ്ണു."

ഏതോ അതീതത്തിൽനിന്നും മഹാവിഘ്നങ്ങൾക്കു മുകളിലൂടെ പറന്നെത്തിയ പക്ഷിയെയെന്നപോലെ അവൻ എന്നെ സംശയം മായാത്ത ദൃഷ്ടിയോടെ നോക്കിനിന്നു. ഞാൻ അപ്പോഴേക്കും അവനെ കെട്ടിപ്പിടിച്ചു കഴിഞ്ഞിരുന്നു. അവൻ അവിശ്വസനീയതയാലും ഭയത്താലും ഒഴിഞ്ഞു മാറാൻ പെടാപാടു പെട്ടെങ്കിലും എന്റെ കടുംപിടുത്തത്തിൽനിന്നും അവനു മാറി നിൽക്കാൻ കഴിഞ്ഞില്ല. അവൻ തൂണുപോലെ നിശ്ചലം നിന്ന് എന്നെയും കെട്ടിപ്പിടിച്ചു.

"എന്നാലും വിഷ്ണൂ... അവിടുന്നീയുള്ളവനെ തിരിച്ചറിഞ്ഞല്ലോ. അടിയന് അതുമതി. അവിടുന്ന് കാഴ്ചയ്ക്ക് എന്തു യോഗ്യനായിരിക്കുന്നുവെന്നറിയാമോ? അവിടുത്തെപോലെ യോഗ്യന്മാർ എന്നെപ്പോലെയുള്ള നിസ്സാരന്മാരെ തൃക്കൺപാർക്കുകപോലുമില്ല."

“നിനക്കറിയില്ല ഗുഹാ.. ഞാനിപ്പോൾ അനുഭവിക്കുന്ന നിർവൃതി. മഹാസുഖം എന്നൊക്കെ പറഞ്ഞാലും മതിയാവുകയില്ല അതിന് - ഗുഹാ നിന്റെ അച്ഛൻ, എന്റെ വലിയമ്മാവനും അമ്മയ്ക്കും സുഖംതന്നെയല്ലേ?”

അവൻ ഗദ്ഗദകണ്ഠനായി: “അവിടുന്ന് അടിയങ്ങളോടു ക്ഷമിക്കണം. അവിടുത്തെ അന്വേഷിച്ച് ഈയുള്ളവനും അമ്മയും കൂടി അയോധ്യയും കോസലവും മുഴുവനും അരിച്ചുപെറുക്കി.”

അവൻ അടുത്ത വാക്കു പറയുന്നതിനു മുമ്പ് അവന്റെ ചെവിയിൽ ഞാൻ മന്ത്രിച്ചു.

“എടാ, വിഷ്ണു എന്നും നീ എന്നും പറയടാ പട്ടീ... നിന്റെയൊരു അടിയനും പിടിയനും.”

അവൻ എന്റെ ചെവിയിൽ സ്വരംതാഴ്ത്തി... “ശരിയെടാ പട്ടീ.”

ഞങ്ങൾ ആഞ്ഞാഞ്ഞു കെട്ടിപ്പിടിച്ചു. രണ്ടു പേരുടേയും വായിൽ നിന്നും പുറത്തു ചാടിയ പൊട്ടിച്ചിരിയിൽ സരയുവും പങ്കുചേർന്നു.

“എന്നിട്ടെന്തുണ്ടായി പറ...”

“വിഷ്ണൂ, നീ നിന്റെ ഇഷ്ടാനുസരണമാണ് കുടിൽ വിട്ടതെന്നാണ് ഞാനും അമ്മയും കരുതിയത്. ഒരു വാരം കഴിഞ്ഞാണ് യഥാർത്ഥ കാര്യം മനസ്സിലായത്. ഗോക്കളെ മേക്കാൻ പോവാതെ മൗനിയായി കുടിൽ മുക്കിൽ കൂനിയിരുന്ന് ഭ്രാന്തനെപ്പോലെ പിറുപിറുക്കാൻ തുടങ്ങിയ അച്ഛനോട് നിർബ്ബന്ധിച്ചപ്പോഴാണ് കാര്യം പറഞ്ഞത്. അച്ഛൻ നിന്നെ യോർത്ത് വ്യാകുലപ്പെട്ടു. വ്യാകുലപ്പെട്ട് മരണപ്പെട്ടു. എന്നേക്കാൾ അച്ഛന് നിന്നോടാണ് സ്നേഹമുണ്ടായിരുന്നത്. എന്നിട്ടും അച്ഛനു നിന്നെ നിഷ് കരുണം പറഞ്ഞു വിടേണ്ടിവന്നു. മഹാപാഴ്ജന്മമായി എന്റേതെന്നു വിലപിച്ചാണ് കണ്ണടച്ചത്. ഒരിക്കലും മനസ്സിലുള്ളത് പറയാൻ പോലും സാധിക്കാത്ത പാഴ്ജന്മം. കയറിട്ടു മേക്കുന്ന ഗോക്കൾതന്നെ.” അവൻ അച്ഛന്റെ അവസാന വാക്കുകൾ ഓർത്ത്: “എന്നാൽ നീ നാക്കില്ലാത്ത വർക്കുവേണ്ടി വന്നവനാണെന്ന് അച്ഛൻ തറപ്പിച്ചു പറഞ്ഞു.”

കുറ്റബോധത്തിലാണ്ടുപോയ ഗുഹന്റെ തോളിൽ പിടി മുറുക്കി :

“ഗുഹാ, ഇതു വലിയമ്മാവന്റെ മാത്രം പ്രശ്നമല്ല. ആര്യാവർത്ത ത്തിൽ ജീവിക്കുന്ന മഹാഭൂരിപക്ഷത്തിന്റേയും പ്രശ്നമാണ്.”

“വിഷ്ണൂ, അച്ഛന് ഗ്രന്ഥങ്ങളും പാരായണവുമൊക്കെ ഇഷ്ടമുള്ള കാര്യങ്ങളാണ്. പക്ഷേ വായിച്ചാലുള്ള അനന്തരഫലമോർത്തുള്ള ഭയ മാണ് അരുതാത്തതു പറയിപ്പിച്ചത്.”

“അറിയാം ഗുഹാ അറിയാം. വലിയമ്മാവൻ മാത്രമല്ല കണ്ണും കാ തും പറിച്ചെറിയുവാൻ ആഗ്രഹിച്ച നിസ്സഹായർ.”

“മരിക്കുമ്പോൾ അച്ഛന് ഒറ്റ പ്രതീക്ഷയേ ഉണ്ടായിരുന്നുള്ളൂ. നീതി മാനായ ദാശരഥി എല്ലാറ്റിനും വഴി കണ്ടെത്തും. യജമാനന്മാരുടെ തൊഴി യേറ്റ് ഉഴവുകണ്ടങ്ങളിൽ കന്നുകൾക്കൊപ്പം വീണു ചാവുന്നവരെ ഭഗവാൻ കൈവെടിയുകയില്ല.”

"ശരിയാണു ഗുഹാ, വലിയമ്മാവൻ വിശ്വസിച്ചത്. ദാശരഥി വ്യത്യസ്തനാണ്. ദീനാനുകമ്പയിൽ മുമ്പൻ. നീതി നിർവ്വഹണത്തിലും വ്യഗ്രൻ. പക്ഷേ സ്വർണ്ണമത്സ്യത്തെ കിട്ടിയവർ കടലിൽതന്നെ നിക്ഷേപിക്കുകയില്ലല്ലോ. അലങ്കാരമത്സ്യമായി അതിഥിമുറിയിൽ പ്രദർശിപ്പിക്കുന്നു."

അവൻ എന്നെ ഏറെ നേരം തറഞ്ഞു നോക്കി നിന്നു.

"നിന്റെ അമ്മയില്ലേ, എന്റെ വലിയമ്മ?"

"അമ്മയ്ക്കു വയ്യാതായി. അച്ഛൻ പോയതോടെ പുല്ലരിയാൻപോലും അരിവാൾ കയ്യിലുറക്കാതെയായി. പുറംലോകം കാണണമെന്നുമില്ല. അകത്തും കുടിൽമുറ്റത്തുമായി കഴിയുന്നു."

"പിന്നെ നീയെങ്ങനെ തോണിക്കാരനായി?"

അച്ഛൻ പോയതോടെ അമ്മ പറഞ്ഞു: "നമുക്കിനി ഗോക്കളെ മേക്കണ്ട. എത്ര പാലളന്നാലും പുറത്തുനിന്നും തല്ലൊഴിയില്ല."

"കടവിൽ തോണിക്കാരനില്ലാത്ത സമയം നാട്ടുപ്രഭുവിനെ കണ്ട് അനുവാദം വാങ്ങി. അങ്ങനെയാണ് കടവിലെത്തിയത്. പണി ഇഷ്ടപ്പെട്ടു. പുതിയ തീരങ്ങൾ കാണാം. യാത്രക്കാരെ കാണാം."

"പറഞ്ഞു പറഞ്ഞ് വിഷ്ണൂ, നീ എവിടേക്കു പോവുന്നുവെന്നു പോലും ചോദിക്കാൻ മറന്നുപോയി. നീ എവിടെയായിരുന്നു ഇത്രയും കാലം?"

"ഗുഹാ, ഞാൻ ഇത്രയുംകാലം അയോധ്യയിലെ ശുക്രാചാര്യരുടെ കൂടെയായിരുന്നു. ശുക്രപാഠശാലയിൽ. കേട്ടിട്ടുണ്ടോ നീ?"

ഗുഹൻ അന്ധാളിച്ചു: "ശുക്രാചാര്യരെപ്പറ്റി കേൾക്കാത്തവരാരുണ്ട് അയോധ്യയിൽ. പക്ഷേ ആചാര്യരെ ഒരിക്കൽപോലും കാണാനുള്ള ഭാഗ്യം ഉണ്ടായിട്ടില്ല. അതുതന്നെയാണ് നിന്റെ മുഖത്തു കാണുന്ന ശ്രേഷ്ഠതയ്ക്കും കാരണം. ആട്ടെ, നീയിപ്പോൾ എവിടേക്കു പോകുന്നു?"

"ഗുഹാ, ഞാനിപ്പോൾ പോകുന്നത് സിന്ധുവിന്റെ തീരത്തേക്കാണ്."

"നീ ജനിച്ചു വളർന്ന സിന്ധുവിന്റെ തീരത്തേക്കോ... കാര്യം?"

"പഴയ കാര്യങ്ങൾ അറിയാൻ."

"പഴയ കാര്യങ്ങൾ എന്നുവച്ചാൽ?"

"വളരെ വളരെ പഴയ കാര്യങ്ങൾ. എന്നേയും നിന്നേയുമൊക്കെ പഴഞ്ചാക്കുകളാക്കിയ പഴയ കാര്യങ്ങൾ. എന്റേയും നിന്റേയും അച്ഛനപ്പൂപ്പന്മാർ സ്വപ്നം കണ്ട കാര്യങ്ങൾ."

"വിഷ്ണൂ, നീ പറയുന്നതൊന്നും എനിക്കു മനസ്സിലാവുന്നില്ല. എങ്കിലും നീ പറയുന്നത് മനസ്സിലാക്കേണ്ട കാര്യങ്ങളാണെന്നു മനസ്സിലാവുന്നു. അറിവുള്ള നീ അറിയാതെ ഒന്നും പറയുകയില്ല. നിനക്കു ഞാൻ സർവ്വ മംഗളങ്ങളും നേരുന്നു. എവിടെ വേണമെങ്കിലും നിന്നെ

ഞാൻ എത്തിക്കാം. എത്രകാലം വേണമെങ്കിലും കടവത്തു കാത്തു നിൽക്കാം. തിരിച്ചുവരുന്ന നിന്നെ അയോധ്യയിലെത്തിക്കാൻ. നീ തിരിച്ചു വരണം എന്നു മാത്രമേയുള്ളൂ."

"ഞാൻ തിരിച്ചു വരും ഗുഹാ.. ഞാൻ തിരിച്ചു വരും.. എനിക്കു തിരിച്ചു വരാതിരിക്കാൻ പറ്റുകയില്ല." ഗാഢമായൊരാലിംഗനത്തിൽ സരയുവിലെ ഓളങ്ങൾ ഞങ്ങളെ സിന്ധുവിലേക്കു കൂട്ടിക്കൊണ്ടുപോയി.

***ഇ**രയുടെ അപേക്ഷ കേട്ട് ധർമ്മബോധിയായ മഹാരാജാവ് വാൾപിടിയിൽ കൈയമർത്തി വിജയീഭാവത്തിൽ ഉയർന്നു നിന്നു. ദാശരഥിയുടെ സുന്ദരകളേബരത്തിൽ മന്ദസ്മിതം നിറയുന്നതുകണ്ട് ദേവകാര്യത്തിനു വിഘ്നമില്ലെന്നൂഹിച്ച ഋഷി-ദേവന്മാർ "നന്ന് നന്ന്." എന്നു രാജാവിനെ വാഴ്ത്തി.*

ഭാഗം മൂന്ന്

ശുക്രപാഠശാല

ഒന്ന്

ഗുഹൻ വാക്കു പാലിച്ചു. പതിന്നാലു സംവത്സരങ്ങളുടെ അലച്ചിലിനൊടുവിൽ സിന്ധുവിന്റെ കടവിലെത്തിയപ്പോൾ അവൻ തോണിക്കൊമ്പിൽ ഒറ്റപ്പക്ഷിയെപ്പോലെ തീരത്തേക്കു കണ്ണും പായിച്ച് കാത്തിരിക്കുന്നു. തോണിക്കൊമ്പിലെ ഒറ്റപ്പക്ഷിയെ അകലെ നിന്നു കണ്ടപ്പോൾ തന്നെ എനിക്കുറപ്പായി അതവൻതന്നെ. അത്രയ്ക്കു പ്രതീക്ഷയോടെയാണ് അവന്റെ കാത്തിരിപ്പ്. ഞാൻ കൺവെട്ടത്തിൽപെട്ടതും അവൻ തോണിക്കൊമ്പിൽനിന്നു ചാടി മണൽപ്പുറത്തുകൂടെ തരികൾ ചറുപിറാ തെറുപ്പിച്ച് പാഞ്ഞടുത്തു. എന്നാൽ എന്റെ കൈയകലത്തിലെത്തിയതും അവൻ ആളുന്ന തീക്കു മുമ്പിലെത്തിയതുപോലെ ഒരടിപോലും പിന്നെ മുന്നോട്ടു വക്കാതെ തറഞ്ഞുനിന്നു. ശിരസ്സിൽ ഇരുകൈകളും കൂപ്പിനിന്ന് അവൻ പ്രാർത്ഥനപോലെ ഉരുവിട്ടു: “മഹാദേവാ ഞാനീ കാണുന്നതെന്ത്? സാക്ഷാൽ ശിവശങ്കരൻതന്നെയോ എന്റെ മുമ്പിൽ.”

എനിക്കു പിടിച്ചുനിർത്താൻ പറ്റാത്തത്ര ചിരിവന്നു. ഒരു വ്യാഴവട്ടത്തിലേറെ അഗ്നിലാവയിലൂടെ നടന്ന് പെട്ടെന്നൊരു മാത്രയിൽ മഞ്ഞുമലയിൽ കാലുകുത്തിയ കുളിർമ. ഞാൻ ചോദിച്ചു: “തുടങ്ങിയോ നിന്റെ ചിത്തഭ്രമം?”

അവൻ പറഞ്ഞു: “വിഷ്ണൂ, ഇതു ചിത്തഭ്രമമല്ല. നീ ആകെ മാറിയിരിക്കുന്നു. അത്ര തേജസ്സുണ്ട് മുഖത്താകെ. അത്ര പ്രകാശമുണ്ട് കണ്ണുകളിൽ. തീർച്ചയായും അവിടുന്ന് ദേവചൈതന്യത്തിൽ വെട്ടിത്തിളങ്ങുന്നു. എനിക്കങ്ങയെ പഴയതുപോലെ നീയെന്നു വിളിക്കാനാവുകയില്ല. സത്യമാണു ഞാൻ പറയുന്നത്. ആ പാദങ്ങൾ തൊട്ടു നമസ്കരിക്കാൻ തോന്നുന്നു എനിക്ക്.”

ഞാൻ പറഞ്ഞു: “ഗുഹാ, നീ വിചാരിക്കുന്നതുപോലെ പതിന്നാലു വർഷങ്ങൾ സിന്ധുവിന്റെ തീരത്ത് നദിക്കാറ്റുംകൊണ്ട് ഉല്ലാസസവാരി നടത്തുകയായിരുന്നില്ല ഞാൻ. അണയാത്ത അഗ്നിലാവയിലൂടെ നഗ്നപാദനായി അലയുകയായിരുന്നു. മണ്ണിന്നടിയിലെ ലാവാപ്രവാഹത്തിന്റെ പൊള്ളൽ കാലുകളിലും കത്തിക്കരിക്കുന്ന സൂര്യൻ ശിരസ്സിലും. ശരീരം മുഴുവനും കരിക്കട്ടയ്ക്കു സമമായിരിക്കുന്ന എന്നെയാണോ നീ വാഴ്ത്തുപാട്ടുകൊണ്ട് അലങ്കരിക്കുന്നത്?”

ഗുഹൻ പറഞ്ഞു: "തിരുമേനി, ആ മുഖത്തെ, ആ കണ്ണുകളിലെ ഒടുങ്ങാത്ത ജ്ഞാനത്തിന്റെ ഉറവ അവിടുത്തെ മേനിയെയാകെ ചൈതന്യവത്താക്കുന്നു. ശിരസ്സിൽനിന്നു വീണുകിടക്കുന്ന മുടിയിഴകൾ ഉയർത്തിക്കെട്ടിയിരുന്നെങ്കിൽ അങ്ങ് സാക്ഷാൽ പരമശിവൻതന്നെ. മഹാദേവൻ."

കാലിൽ വീഴാൻ തുടങ്ങിയ അവനെ ഞാൻ ഓടിച്ചെന്നു തടഞ്ഞ് കെട്ടിപ്പിടിച്ചു. അവൻ ഞരുങ്ങി പിടിവിടുവിക്കാൻ പാടുപെടുന്നതിനിടയിൽ അപേക്ഷിച്ചു: "ആചാര്യാ, അവിടുന്നെന്നെ മഹാദേവനു മുന്നിൽ തെറ്റുകാരനാക്കരുതേ..."

ഞാൻ വിറയ്ക്കുന്ന അവന്റെ കാതിൽ ശക്തിമന്ത്രംപോലെ മന്ത്രിച്ചു: "എടാ, സുഹൃത്തുക്കൾ തമ്മിൽ കാലുപിടുത്തം പാടില്ല. മഹാദേവനെപ്പോലെ സൗഹൃദത്തിൽ അധീശത്വം വെറുക്കുന്ന മറ്റൊരു ദേവനില്ല."

"എന്നാലും ഞാനെങ്ങനെ ആചാര്യനേക്കാൾ തേജസ്സുള്ള താങ്കളെ നീയെന്നു വിളിക്കും? നിസ്സാരനായ എനിക്കതിനാവുകയില്ല ആചാര്യാ."

നിവർത്തികെട്ടപ്പോൾ ഞാൻ പോംവഴി നിർദ്ദേശിച്ചു:

"നമുക്കൊരു തീരുമാനത്തിലെത്താം. നീയെന്നെ ഇനിമുതൽ വിഷ്ണുവെന്നു വിളിക്കേണ്ട. യഥാർത്ഥത്തിൽ ഞാൻ വിഷ്ണുവല്ലല്ലോ. ശംബുവല്ലേ. ചിലപ്പോൾ ഒന്നോ രണ്ടോ വയസ്സിന് നിന്നേക്കാൾ മൂപ്പുമായിരിക്കും. നീയെന്നെ ശംബുവേട്ടായെന്നു വിളിച്ചേക്കൂ."

നിർദ്ദേശം അവനു നല്ലതുപോലെ സ്വീകാര്യമായെന്നു തോന്നി

"അതുകൊള്ളാം." അവൻ പറഞ്ഞു. എന്നിട്ട് പഠിക്കുന്നതുപോലെ നിരവധി തവണ ചുണ്ടിന്നടിയിൽ മന്ത്രിച്ച് പുറത്തു വിട്ടു. "ശംബു... ശംബു... ശംബുവേട്ടൻ..."

ഉറച്ചു കഴിഞ്ഞപ്പോൾ അവൻ തറപ്പിച്ചു പറഞ്ഞു: "ശംബുവേട്ടൻ എനിക്കെപ്പോഴും മഹാദേവൻ എന്ന അർത്ഥമാണ്."

ഞങ്ങൾ രണ്ടുപേരും ഏറെനേരം കൈകൾ കോർത്ത് സിന്ധുവിന്റെ മണൽത്തിട്ടിലൂടെ മണൽ തെറിപ്പിച്ച് ഓടി നടന്നു. ഓടുമ്പോൾ അവൻ വിളിച്ചു പറഞ്ഞു: "ഈ ലോകത്തിലെ ഏറ്റവും വലിയ ഭാഗ്യവാൻ തോണിക്കാരൻ ഗുഹനാണ് പുഴേ..."

അവനോടൊപ്പം ഓടിയ കളിക്കൂട്ടുകാരൻ ചോദിച്ചു: "എന്തുകൊണ്ട്?"

അവൻ നദിയിലെ ഓളങ്ങളോടായി പറഞ്ഞു: "ഗുഹന് ശംബുവേട്ടനെ തിരിച്ചുകിട്ടി."

അവനോടൊപ്പം ഓടിയ കളിക്കൂട്ടുകാരൻ ഏറ്റു പാടി... "ഭാഗ്യവാൻ ഞാനാണ്..."

മറുചോദ്യം വന്നു: "എന്തുകൊണ്ട്?"

കാതോർത്തോടിയ ഓളങ്ങൾ കേട്ടു: "എനിക്കെന്റെ കൂട്ടുകാരനെ തിരിച്ചുകിട്ടി."

സിന്ധുവിന്റെ ഓളങ്ങൾ അതു ശരിവക്കുന്നതുപോലെ ഇളകി യൊഴുകി.

പുഴ വളയുന്ന ഇടുക്കു തീരത്തിലെ തോണിക്കടവിൽനിന്ന് പുഴുങ്ങിയ ചോളത്തിൽ തേൻ ഒഴിച്ചു കുളിപ്പിച്ച ബാജി വാങ്ങി വയറു നിറയെ കഴിച്ചു. ഞങ്ങൾ തോണിയിൽ കയറി. ചോളപ്പൊരിയും വറുത്ത നില ക്കടലയും യാത്രയിലുടനീളം കൊറിക്കുവാനായി ഗുഹൻ കരുതിവച്ചു. യാത്രയ്ക്കിടയിൽ എവിടെനിന്നൊക്കെ ചോറും ഗോതമ്പുപായസവു മൊക്കെ കിട്ടുമെന്ന് ഗുഹനു നല്ല നിശ്ചയമാണ്. പതിന്നാലു വർഷങ്ങളായി ഗുഹൻ സരയുവിൽ തോണിയിറക്കി സിന്ധുവിന്റെ തീരത്ത് കാത്തിരിപ്പു തുടരുകയാണല്ലോ.

തോണി പങ്കായത്തള്ളലിൽ ഓളങ്ങൾ മുറിച്ചു നീന്താൻ തുടങ്ങി. ഞങ്ങൾ ആർക്കും വഴിമാറുകയില്ലെന്നു കടുംപിടുത്തം പിടിച്ചു. മുന്നിൽ നിറഞ്ഞുനിന്ന നദീജലം തോണിത്തള്ളലിൽ നടുപിളർന്ന് മുറിഞ്ഞു വീണു. ഞാൻ തോണിക്കൊമ്പിലിരുന്ന് പങ്കായമെറിയുന്ന ഗുഹനെ അപ്പോഴാണ് ശ്രദ്ധാപൂർവ്വം നോക്കിയത്. ഗുഹൻ വളരെ മാറിയിട്ടുണ്ട്. ശരീരം അന്നത്തേക്കാൾ നല്ലതുപോലെ മെലിഞ്ഞിരിക്കുന്നു. അതോടൊപ്പം തെല്ലൊന്ന് പ്രായം ഏറ്റതുപോലെയും. ഞാൻ ഉദ്വേഗ പൂർവ്വം ആരാഞ്ഞു: "പിന്നെ എന്തൊക്കെ വിശേഷങ്ങളെന്ന് പറയ് ഗുഹാ... നിനക്കെന്തു പറ്റി? വല്ലാതെ ക്ഷീണിച്ചിരിക്കുന്നുവല്ലോ. വിവാഹം കഴിഞ്ഞ് കുഞ്ഞുങ്ങളൊക്കെ ആയതുകൊണ്ടാണോ?"

ഗുഹന്റെ മുഖത്ത് തെല്ലൊരദ്ഭുതം നിറഞ്ഞു.

"അവിടുത്തേക്കെങ്ങനെ മനസ്സിലായി ഗുഹന്റെ വിവാഹം കഴിഞ്ഞെന്ന്."

"അതിനാണോ പ്രയാസം ഗുഹാ... സംഗതി ഞാൻ പറഞ്ഞതു ശരിയല്ലേ?"

"വളരെ ശരിയാണ്. പതിന്നാലു വർഷമായി കാണാത്ത താങ്കൾക്കെങ്ങനെ അതു മനസ്സിലാക്കാൻ കഴിഞ്ഞുവെന്നാണ് അദ്ഭുതം."

"എന്നാൽ ഒരദ്ഭുതംകൂടി ചോദിക്കാം.. കുട്ടികൾ?"

"ഉവ്വ്, ആയി..."

"മൂന്ന്... അല്ലേ?"

ഗുഹൻ ഉത്തരം പറയാതെ പങ്കായം വെള്ളത്തിൽ നിന്നുയർത്തി കുറച്ചടുത്തുവന്നു ശ്രദ്ധിച്ചു നോക്കി: "എനിക്കപ്പോഴേ സംശയം തോന്നിയതാ.. ഇപ്പോഴെന്തായി? അവിടുന്നു ശരിക്കും ഭാവി അറിയുന്ന മഹാ വിജ്ഞൻ തന്നെ. സംശയമില്ല."

"ഇതിലെന്തു വിജ്ഞാനമിരിക്കുന്നു ഗുഹാ?"

"മഹാവിജ്ഞന്മാർക്കല്ലാതെ ഒരാൾക്ക് എത്ര കുട്ടികളുണ്ടെന്ന് എങ്ങനെ കൃത്യമായി പറയാൻ പറ്റും? അങ്ങ് തീർച്ചയായും സിദ്ധൻ തന്നെ."

"ഇതിലെന്തു സിദ്ധിയിരിക്കുന്നു ഗുഹാ... ഒരനുമാനം മാത്രം.. ശരിയായപ്പോൾ കേൾവിക്കാരന് അദ്ഭുതം. അപരൻ സിദ്ധനാണെന്നു സ്വയം തീരുമാനിക്കുന്നു. ഇങ്ങനെയാണ് വെറും സാധാരണക്കാരൻ പോലും ദിവ്യശക്തിയുള്ള മഹർഷിയും സിദ്ധനുമാകുന്നത്. ഒരാൾ അമാനുഷികനാവുന്നത് അയാൾക്കു ചുറ്റും അജ്ഞതയുടെ കോട്ട ആകാശം മുട്ടേ ഉയർന്നു നിൽക്കുന്നതുകൊണ്ടാണ്. ഇരുളിന്റെ ആ കോട്ടകൾ ഇടിച്ചു പൊളിച്ചാൽ എത്ര അമാനുഷ പ്രതിഭകൾ സാധാരണ മനുഷ്യരാവും. ഇരുട്ടാണ് നിലവാരമില്ലാത്തവരെപ്പോലും ദേവീദേവന്മാരാക്കുന്നത്."

ഗുഹൻ മനസ്സിലാകാത്ത ഏതോ കഥ കേൾക്കുന്ന പോലെ വാ പൊളിച്ചിരുന്നു. എന്നിട്ട് വലയിൽ പെട്ട മീൻ പുറത്തു ചാടുന്നതുപോലെ ഒരു ചോദ്യം... "അപ്പോൾ അറിവു കിട്ടിയാൽ അന്യരുടെ കാര്യങ്ങൾ പറയുവാൻ കഴിയുമോ?"

ഞാൻ ചിരിക്കുന്നതു കണ്ട് എന്തോ ഗുഹനും ചിരിച്ചു. സിദ്ധപരീക്ഷണത്തിൽനിന്നും എന്നെ രക്ഷപ്പെടുത്തി ഗുഹന്റെ മറുപടി: "മക്കൾ മൂന്ന്. മൂത്തവന് ഒമ്പതു വയസ്സ്, രണ്ടാമത്തവൾക്ക് ഏഴ്, മൂന്നാമത്തവന് അഞ്ച്."

"അവരൊക്കെ എന്തുചെയ്യുന്നു ഗുഹാ?"

ആ ചോദ്യത്തിന് പ്രത്യേകമായി എന്തുത്തരമെന്ന് ഗുഹൻ ആലോചിച്ചു.

കുശവന്റെ മകൻ കളിമണ്ണിലേക്കു പിറന്നു വീഴുന്നു. തട്ടാതെയും മുട്ടാതെയും നടക്കാറായാൽ കുശവപ്പണിയെടുത്തു വളരുന്നു. ഗ്രാമലക്ഷ്മിയുടേയും ശക്തിദേവിയുടേയും കടാക്ഷമുണ്ടെങ്കിൽ മിടുക്കനായ മൺപാത്രക്കാരനാവുന്നു. അല്ലാത്തവന് ജീവിതം മുഴുവനും കളിമൺ വയലുകൾ തേടി നടന്ന് മണ്ണെടുത്ത് കുശവആലകളിലെക്കത്തിക്കാം. ഗോപാലകർക്കും തോണിക്കാർക്കും എല്ലാം ഒരേ തൊഴിൽയോഗംതന്നെ. ഒരു നിമിഷം ഗുഹൻ സന്ദേഹിച്ചു. അറിവു കൂടുതൽ കിട്ടിയാൽ നാട്ടറിവുകൾ ഇല്ലാതാവുമോ അതോ നാട്ടറിവുകൾ മാറിമറിയുമോ? ഗുഹൻ പറഞ്ഞു: "കടത്തുകാരന്റെ മക്കൾ മറ്റെന്താവാനാണ് തമ്പുരാനേ." നാക്കിൽ തെറിച്ചുവന്ന അവസാന പദം തിരുത്തി ഗുഹൻ: "ശംബുവേട്ടാ?"

"അപ്പോൾ നീ നിന്റെ മക്കളേയും കടത്തുകാരായി കാണാൻ ആഗ്രഹിക്കുന്നു അല്ലേ?"

"ഒരിക്കലുമില്ല ശംബുവേട്ടാ. എന്നെപ്പോലെ പങ്കായമെറിഞ്ഞ് കഷ്ടപ്പെടാൻ അവർക്കിടയാകാതിരിക്കട്ടെയെന്നാണെന്റെ ആഗ്രഹം. അതെങ്ങനെ നടക്കും ഗുഹാ...? നീ അവരെ കടത്തു തോണി പഠിപ്പിക്കുന്നു.

കടത്തുകാരാകരുതെന്ന് ആഗ്രഹിക്കുകയും ചെയ്യുന്നു. രണ്ടുംകൂടെ എങ്ങനെ നടക്കും?"

"നമ്മൾ ഒന്നാഗ്രഹിച്ചാൽ അതിനുവേണ്ടിയല്ലേ പ്രയത്നിക്കേണ്ടത്? പഠിപ്പിക്കുന്നതല്ലേ ഒരുവൻ ആവൂ."

"ശംബുവേട്ടാ... പക്ഷേ ഇഷ്ടമുള്ളതു പഠിപ്പിക്കാൻ നമുക്കാവില്ലല്ലോ."

"എന്തുകൊണ്ടാവില്ല?"

"അതിന് എന്നെപ്പോലുള്ളവർക്ക് അവകാശമില്ലല്ലോ. അങ്ങനെ വേണ മെങ്കിൽ ഉന്നതകുലങ്ങളിൽ ജനിക്കേണ്ടേ?"

"ആരു പറഞ്ഞു ഗുഹാ, നീ ഉന്നത കുലജാതനല്ലെന്ന്?"

"എല്ലാവരും..."

"എല്ലാവരുമില്ല. നീ താഴെ നിൽക്കണം എന്ന് ആഗ്രഹിക്കുന്നവർ. അവർ വിചാരിക്കുന്നതിനനുസരിച്ച് നീയും താഴുന്നതെന്തിന്? നീയാണു തീരുമാനിക്കേണ്ടത് നിന്റെ കുട്ടികൾ ആരാവണമെന്ന്. മറ്റുള്ളവരല്ല."

"ശംബുവേട്ടൻ പറയുന്നത് ശരിതന്നെ പക്ഷേ..."

"ഒരു പക്ഷേയുമില്ല. അപ്പോൾ നീ അവർക്ക് അതിനുള്ള പഠിപ്പുകൊടു ക്കണം..."

"എവിടെപ്പോയി?"

"എവിടെയും പോയി. ആദ്യം നിനക്ക് അത്തരത്തിലുള്ള ഇച്ഛയുണ്ടാ വണം. ആത്മാർത്ഥമായ ഇച്ഛയാണെങ്കിൽ അതു നടപ്പിലാക്കാൻ എന്തു ത്യാഗവും നീ സഹിക്കും. ആദ്യം അറിയേണ്ടത് നീ അതിനു തയ്യാറാണോ എന്നതാണ്. അതിനുശേഷം മതി മറ്റുള്ളവരെ പഴിചാരൽ. നീ പരമ്പരാ ഗത വഴിമാത്രം പിൻതുടരുന്നു. അപ്പോൾ നിന്റെ കുഞ്ഞുങ്ങൾ കടത്തു കാർ തന്നെയാവുന്നു. പുതിയ വഴികൾ തേടേണ്ടത് ഒന്നുമറിയാത്ത കുഞ്ഞുങ്ങളല്ലല്ലോ. അവരെ വളർത്തുന്ന നീയല്ലേ?"

"പക്ഷേ ശംബുവേട്ടാ... അതിന് ഞങ്ങൾക്ക് അധികാരമില്ലല്ലോ.. കടത്തുകാരൻ എങ്ങനെ ആചാര്യനാവും? എങ്ങനെ മരപ്പണിക്കാരനാവും. എങ്ങനെ മന്ത്രം ചൊല്ലുന്ന പൂജാരിയാകും? എങ്ങനെ ക്ഷുരകനും നെയ്ത്തുകാരനുമാവും?"

"എന്തുകൊണ്ടു പാടില്ല? ആവശ്യമാണ് ഒരാളെയോ കുടുംബ ത്തെയോ ആരുമാക്കുന്നത്. ജന്മനാൽ ആരും ഒന്നുമല്ല..."

"ശംബുവേട്ടാ... ഞാൻ കണ്ടപ്പോഴേ പറഞ്ഞില്ലേ; താങ്കൾ തലയിൽ കൊള്ളാത്ത അറിവുമായാണ് വന്നിരിക്കുന്നതെന്ന്. ഭവാൻ വലിയ ആചാര്യനാണ്. മഹാനായ ദേവനെപ്പോലെ സംസാരിക്കുന്നു."

"ഗുഹാ, ആദ്യം നീ ഈ ആരാധന കളയണം. ചെറുതായി എന്തെ ങ്കിലും ചെയ്യുന്നവരും പറയുന്നവർപോലും അവതാരങ്ങൾ, മഹാദേവ ന്മാർ. ഇതിന്റെ കാരണം ജീവിതത്തെക്കുറിച്ചും മനുഷ്യരെക്കുറിച്ചുമുള്ള

അജ്ഞതയാണ്. പാത്രത്തിൽ വീണ ഈച്ചയ്ക്ക് പാത്രംതന്നെ വലുതാണ്. അങ്ങനെ തോന്നാതിരിക്കണമെങ്കിൽ ഈച്ച പാത്രത്തിനു വെളിയിൽ വരികതന്നെ വേണം. പാത്രപ്പുറത്ത് കഴിയുന്ന വലിയ ജീവികളെ കാണുമ്പോൾ കുറച്ചുകൂടി വലിയ ലോകം അറിയാം."

"ശംബുവേട്ടാ, അങ്ങ് എത്ര സരളമായാണ് കാര്യങ്ങൾ പറഞ്ഞുതരുന്നത്. ശരിക്കും ഒരാചാര്യനെപ്പോലെ. ഇപ്പോൾ എനിക്ക് കുറേ കാര്യങ്ങൾ മനസ്സിലായതുപോലെ. തലയ്ക്കകത്തേക്ക് പുറത്തുനിന്നും വെളിച്ചവും കാറ്റും അടിച്ചുകയറി തെളിച്ചം ഉണ്ടാക്കിയതുപോലെ."

ഗുഹനോടു വർത്തമാനം പറഞ്ഞിരുന്നപ്പോൾ സമയം പോയതറിഞ്ഞില്ല. സിന്ധുവിൽനിന്ന് തോണി പോഷകനദിയായ മാലിനിയിലേക്കും ശരദണ്ഡിയിലേക്കും ഒഴുകി മാറിയതും അറിഞ്ഞില്ല. കേകയവും വിദർഭയും പിന്നിലാക്കി കുരുമംഗലമദ്ധ്യത്തിലെത്തിയപ്പോൾ തിരക്കേറിയ ജനപഥങ്ങൾ ഉണർവ്വിന്റെ കാഴ്ചകളായി. ഇനി സരയുവിലേക്ക് തോണിയെത്താൻ ഒരു രാത്രി തുഴയൽമാത്രം അകലം. സരയു എന്ന പേര് മനസ്സിൽ വന്നപ്പോഴേ മറന്നുപോയ ഗൃഹാതുര മധുരങ്ങൾ കുളിർകാറ്റുപോലെ തോണിക്കൊമ്പിലെത്തി. ഓരോ ഗ്രാമങ്ങളും ജനപഥങ്ങളും കടന്നുപോവുമ്പോൾ ഗുഹൻ അവനറിയാവുന്നതുപോലെ വിവരിച്ചു. സിന്ധുവിനേക്കാളും ഗംഗയേക്കാളും അവനു പരിചയം രേവയും മാലിനിയും സരസ്വതിയുമാണ്. സരസ്വതി തന്നെയാണ് സരയു എന്നാണവന്റെ അഭിപ്രായം. സരസ്വതി കേകയവും കലിംഗവും അഭികാളവും ബോധിഭവനും കഴിഞ്ഞ് കോസലമെത്തുന്നതോടെ സരയുവാകുന്നുവെന്നാണവൻ പറഞ്ഞത്. അയോധ്യയിൽ സരസ്വതി എക്കാലത്തും സരയുവാണ്.

തോണി സരയുവിലെത്തിയപ്പോൾ അറിയാതെ ഞാൻ ചോദിച്ചുപോയി: "അയോധ്യയിൽ എന്തുണ്ട് വിശേഷങ്ങൾ ഗുഹാ..."

അവൻ തെല്ലൊന്ന് അന്ധാളിച്ചതുപോലെ ഒരു നിമിഷം തുഴയെറിയാതെ നിന്നു. എന്നിട്ട് തോണിക്കുള്ളിലേക്കു പറന്നുവന്ന ഒരു കൂറ്റൻ കടൽപ്പക്ഷിയെ പങ്കായംകൊണ്ടു തട്ടിമാറ്റി പറഞ്ഞു: "എന്നെപ്പോലെയുള്ള നിസ്സാരന്മാർ രാജകാര്യങ്ങൾ എന്തിനന്വേഷിക്കുന്നു ശംബുവേട്ടാ. അഥവാ ചോദിച്ചാൽതന്നെ ആരു പറയാനാണ്?"

"അവനവന്റെ രാജ്യത്തെപ്പറ്റി ഒന്നും അറിയേണ്ടെന്നാണോ പറയുന്നത് ഗുഹാ...?"

"അതെല്ലാം രാജാവും മഹാബ്രാഹ്മണരും ചേർന്നു നടത്തുന്ന കാര്യങ്ങളല്ലേ?"

"പൂച്ചയ്ക്ക് പൊന്നുരുക്കുന്നിടത്തെന്തു കാര്യം ശംബുവേട്ടാ?"

"നീ പറയുന്ന പൂച്ചയുണ്ടല്ലോ, അതൊരു തുഴക്കാരനാണെന്നു കരുതുക."

"കൊള്ളാം ശംബുവേട്ടൻ കഥ പറയുകയാണോ...?"

"കഥ തന്നെ. കാര്യമുള്ളൊരു കഥ. തുഴക്കാരൻ തുഴയെറിഞ്ഞു കിട്ടുന്ന കൂലി മുഴുവനും അവനു കിട്ടുമോ?"

"ഇല്ലേയില്ല. പുഴ രാജാവിന്റെയല്ലേ? കിട്ടുന്നതിൽ പകുതി ചുങ്കം കൊടുക്കണം. രണ്ടു ശതം തുഴപ്പാട്ടു കഴിഞ്ഞാൽ ചുങ്കമായി. ചുങ്കം കൊടുത്തേ അപ്പുറത്തേക്കു കടക്കാൻ പറ്റൂ."

"ഈ കൊടുക്കുന്ന ചുങ്ക നിഷ്കം ആർക്കാണു പോവുക?"

"രാജഭണ്ഡാരത്തിലേക്ക്."

"അപ്പോൾ ആ പണം ആര് എങ്ങനെ ഉപയോഗിച്ചുവെന്ന് നിഷ്ക്കം കൊടുത്ത തുഴക്കാരൻ അറിയേണ്ടേ?"

ഗുഹൻ രണ്ടു കൈയും നിറംതലയിൽ വച്ചു: "അയ്യോ ശംബുവേട്ടാ അതൊക്കെ എന്തിനറിയുന്നു എന്നെപ്പോലുള്ള നിസ്സാരന്മാർ."

"ആരു പറഞ്ഞു ഗുഹാ, നീ നിസ്സാരനാണെന്ന്? നീ തന്നെ തീരുമാനിക്കുകയാണങ്ങനെ. നീ തുഴയെറിയുന്നില്ലെങ്കിൽ എനിക്ക് അയോദ്ധ്യയിലെത്താൻ കഴിയുമോ?"

"അതിന് ഗുഹനല്ലെങ്കിൽ വേറെ ആരെങ്കിലുമുണ്ടാവുമല്ലോ ശംബുവേട്ടാ..."

"അങ്ങനെ ഉണ്ടാവുന്നവരെയെല്ലാം കൂട്ടിച്ചേർത്തുകൊണ്ടാണ് ഞാൻ പറഞ്ഞത്."

തലയിൽ കയറാത്ത എന്തോ ഒന്ന് അടിച്ചുകയറ്റിയതുപോലെ ഗുഹൻ കുറച്ചു നിമിഷങ്ങൾ തല ഇടത്തും വലത്തുമിട്ടു കുലുക്കി. ശേഷം എന്നെത്തന്നെ നോക്കി. തോൾ തിരിച്ച് നിന്നു.

"കണ്ടോ ശംബുവേട്ടാ ഇത്."

ഞാൻ നോക്കുമ്പോൾ തോളിലെ മാംസം ഒരു ഞാറൻപുളിഞ്ഞ നീളത്തിൽ കരിഞ്ഞുണങ്ങി കിടക്കുന്നു. ദുർഗ്ഗാഷ്ടമിക്ക് ഭഗവതിക്കാവിൽ പതിവു നിഷ്കത്തിൽ കുറവുവന്നതിന് പ്രധാന പൂജാരിയിൽനിന്നു കിട്ടിയ സമ്മാനമാണ്! ഗ്രാമത്തിലെ ദ്വിജശ്രേഷ്ഠനാണ് പൂജാരിക്കു കല്പന കൊടുത്തത്. നദിപ്പനി ബാധിച്ച് ഒരു വാരം കിടപ്പിലായതു നിമിത്തം കടത്തുകൂലി കിട്ടിയിരുന്നില്ല. ഭഗവതിക്കായി കരുതി വച്ച വഴിപാടിൽനിന്ന് ലാടവൈദ്യന് മരുന്നിനും ദക്ഷിണയ്ക്കുമായി കുറച്ചെടുക്കേണ്ടിവന്നു. വിശന്നു കരയുന്ന മക്കളുടെ ഭക്ഷണത്തിനായി ഒറ്റ നിഷ്കം പോലും എടുത്തില്ല. എന്നിട്ടും പഴി മുഴുവനും അനാസ്ഥയ്ക്കും ഭഗവതി നിന്ദക്കും.

"എന്നാണു ഗുഹാ ഇതുണ്ടായത്?"

"നിർമ്മലനും പ്രജാവത്സലനുമായ ദശരഥ മഹാരാജാവ് സ്വർഗ്ഗം പൂകി. പ്രജകളെ മുഴുവനും ഒരേ കുടുംബമായി കരുതിപ്പോന്ന ശ്രീരാമ

ചന്ദ്രനെ പതിന്നാലു സംവൽസരങ്ങൾക്കു കാട്ടിലേക്കയച്ചു. ഭ്രാതൃ ഭക്തനും സ്വാതികനുമായ ഭരതകുമാരൻ ജ്യേഷ്ഠപാദുകവും പൂജിച്ച് ജടാവൽക്കരധാരിയായി നന്ദിഗ്രാമത്തിലെ യാഗപ്പുരയിൽ മുനിയെപ്പോലെ മന്ത്രകോവിദനായി ദിനങ്ങൾ തള്ളിനീക്കി. രാജ്യം മഹാദ്വിജന്മാരുടേയും ബ്രാഹ്മണശ്രേഷ്ഠരുടേയും മേൽനോട്ടത്തിലായി. ദ്വിജസംഘങ്ങൾ രാജ ശ്രേയസ്സു വർദ്ധിപ്പിക്കാൻ ആവോളം അധ്വാനിച്ചു. ഖജനാവു നിറയ്ക്കാനും രാജ്യത്തെ ശ്രേഷ്ഠരെ ഊട്ടി യഥോചിതം പൂജിക്കുന്നതിനുമായി അവർ പുതിയ പദ്ധതികൾ ആസൂത്രണം ചെയ്തു. ദ്വിജന്മാർ അനാദരിക്കപ്പെടു കയും അസംതൃപ്തരുമാക്കുകയും ചെയ്താൽ രാജയശസ്സും ഐശ്വര്യവും എണ്ണതീർന്ന വിളക്കുപോലെ കരിന്തിരി കത്തും. ഗ്രാമദേവതകൾ ശപി ച്ചാൽ സർവ്വനാശം രാജ്യത്തിന്. അവരെ സന്തുഷ്ടരാക്കാൻ ഒറ്റ വഴി മാത്രം. കൂടുതൽ ഫലവത്തായ അർച്ചന, പൂജകൾ. ഗ്രാമശ്രേയസ്സിനു വേണ്ടി പാടുപെടുന്ന ദ്വിജന്മാർ ചുങ്കങ്ങളെല്ലാം ഇരട്ടിയായി വർദ്ധിപ്പിച്ചു. നിശ്ചയിച്ച നികുതി നൽകാതിരിക്കുന്നത് എന്തു കാരണംകൊണ്ടായാലും സംഭവിക്കാൻ പാടില്ലാത്ത അപരാധം. മുക്കാലിയിൽ കെട്ടി, ക്ഷേത്ര നടയിൽ നിർത്തി അടിയേൽപ്പിച്ചത് രാജ്യരക്ഷയ്ക്കുവേണ്ടി. അതിൽ ഒട്ടും പരിഭവമില്ല." ഗുഹൻ ഒറ്റത്തീർപ്പിനു പറയുകയായിരുന്നു.

ഞാൻ എണീറ്റ് തുഴയെറിയുന്ന ഗുഹന്റെ സമീപം ചെന്ന് അവന്റെ തോളിൽ സ്പർശിച്ചുകൊണ്ടു പറഞ്ഞു: "ഗുഹാ, നീ ഒരു പൂച്ചയെപ്പറ്റി പറഞ്ഞില്ലേ, ആ പൂച്ചയെ പൊന്നുരുക്കുന്നതിന്റെ ഗൃഹപാഠം പഠിപ്പി ക്കേണ്ടതുണ്ട്. നീ നിന്റെ വീട്ടിലുള്ള മൂന്നു പൂച്ചക്കുഞ്ഞുങ്ങളേയുംകൊണ്ട് ശുക്രപാഠശാലയിൽ വരിക."

ഗുഹൻ ചിരിച്ചു ചിരിച്ചു സരയുവിലെ വെള്ളം മുഴുവനും കുടിച്ചു വറ്റിക്കുമെന്നു തോന്നി. തോണി കടവിൽ എത്തിക്കഴിഞ്ഞിരുന്നു. ഞാൻ തീരത്തു കാലു കുത്തുമ്പോൾ ഒരിക്കൽ കൂടി അവനെ കെട്ടിപ്പിടിച്ചു ചെവിയിൽ മന്ത്രിച്ചു: "കാണാം ചങ്ങാതി...'' ഇനി എപ്പോഴും. ഗുഹൻ പുലർവെളിച്ചത്തിൽ മണൽത്തരികൾ തെറിപ്പിച്ചു പോകുന്ന നിഴലിനു നേരെ മിഴിവോടെ നോക്കി നിന്നു. ഏതു നിമിഷവും കാണാമെന്ന പുളക വുമായി.

രണ്ട്

സരയുതീരം മുഴുവനും തോരണംകൊണ്ടു നിറഞ്ഞു. അടുത്തും അകലെയുമായി വാദ്യസംഘങ്ങളുടെ കൊട്ടിപ്പാട്ടുകൾ. മണൽത്തീരത്തി നപ്പുറത്ത് രാജവീഥികളിൽ അശ്വങ്ങൾ വലിക്കുന്ന രഥചക്രങ്ങളുടെ ശബ്ദ ങ്ങൾ. മണൽത്തിട്ടിൽ ഇളംപ്രഭാതം നെയ്യുന്ന മഞ്ഞുവലകൾ വകഞ്ഞു മാറ്റി മുന്നിലെ കൊച്ചുവഴിയിലേക്കു കയറുമ്പോൾ കുഞ്ഞുങ്ങളെ തോളിലും തലയിലും വച്ചു വരുന്ന ഒരു ചെറുസംഘം വഴിമുറിച്ചു

പോകുന്നു. എവിടേക്കാണ് എല്ലാവരും എന്നു ചോദിക്കുന്നതിനു മുമ്പേ അവർ തമ്മിൽ സംസാരിച്ചതുതന്നെ ഉത്തരമായി –

"വേഗം നടക്ക് മോനേ, രാമദേവനും സീതാദേവിയും പതിന്നാലു കൊല്ലത്തെ കാനനവാസം കഴിഞ്ഞ് ഇപ്പോഴിങ്ങെത്തും. ഞാവൽ മരച്ചോടുകൾ ഇപ്പോത്തന്നെ നിറഞ്ഞിട്ടുണ്ടാവും. വഴിവക്കിൽ നിന്നാൽ ദേവന്മാർ അശുദ്ധമാവും. സംഘം രാജധാനിയിലെത്തിയാൽ പിന്നെ കാണാനും കഴിയില്ല."

മറ്റൊരു ചെറുസംഘത്തിന്റെ അഭിപ്രായം ഇങ്ങനെ: "ഇനി അയോധ്യയിൽ നല്ല നാളുകൾ. ഭഗവാൻ വിഷ്ണു വനവാസവും കഴിഞ്ഞെത്തിയല്ലോ. തീർച്ചയായും നമ്മുടെ കഷ്ടതകൾ തീരും. സംശയമില്ല."

സരയുവിനെ പിന്നിലാക്കുന്ന വളവിലെത്തിയപ്പോൾ മറ്റൊരു ചെറുസംഘം: "ഭരതമഹാരാജാവ് ചിതയിൽ ചാടാൻ കാത്തു നിൽക്കുകയാണ്. ദാ, നോക്ക് രാജധാനിക്കു മുമ്പിൽ കൂട്ടിയ അഗ്നികുണ്ഡത്തിൽ നിന്നുയരുന്ന പുക ആകാശം നിറഞ്ഞു നിൽക്കുന്നു."

അയോധ്യാനിവാസികൾ അതു കണ്ട് ഒന്നാകെ തൊഴുകൈകളുമായി ആകാശത്തേക്കു നോക്കി പ്രാർത്ഥിച്ചു:

"വിഷ്ണോ, ഭരതമഹാരാജനെ കാക്കണേ... സഹോദരസ്നേഹം കാരണം ഭരതരാജാവിന് ജീവൻ നഷ്ടപ്പെടരുതേ. ദേവന്മാരേ, ചിതയിൽ ചാടി മരിക്കാൻ മഹാരാജനെ ഇടവരുത്തരുതേ."

എതിരെ പറന്നുവന്ന ഒരു തുമ്പി ഉള്ളിലേക്കു കടന്നുവന്നതുപോലെ എനിക്ക് ആചാര്യരെ കാണാനായി. ദേശവിജ്ഞാനം ആചാര്യനെ എന്നേ മഹർഷിയാക്കി കഴിഞ്ഞിരുന്നു. അല്ലെങ്കിൽ സംഭവിച്ചുകൊണ്ടിരിക്കുന്ന രാമകഥ ഒന്നൊഴിയാതെ ആചാര്യർക്ക് മുൻകൂട്ടി കാണാൻ കഴിയുമായിരുന്നില്ലല്ലോ. രണ്ടാം ഓലയിൽ ആചാര്യർ രാജനീതിയെപ്പറ്റി പ്രവചിച്ചത് അണുവിട തെറ്റാതെ സംഭവിച്ചിരിക്കുന്നു. പട്ടാഭിഷേക വിഘ്നം മുതൽ പതിന്നാലു വർഷത്തെ കാനനവാസവും അതിനിടയിലെ മുഴുവൻ ദുരിതപർവ്വങ്ങളും. ആചാര്യവാക്കുകൾ വെള്ളിയല്ല സ്വർണ്ണംതന്നെ ആയിരിക്കുന്നു.

"പോരുന്നോ?" വഴിപോക്കരാരോ ചോദിച്ചു. "രാമദേവനും സീതാദേവിയും ലക്ഷ്മണനൊത്ത് പുഷ്പകവിമാനത്തിൽ ഇപ്പോഴിവിടെയെത്തും. ശ്രീഹനുമാൻ സന്ദേശം എത്തിച്ചു കഴിഞ്ഞിരിക്കുന്നു. അല്പസമയം നിന്നാൽ രാക്ഷസവിജയം നേടിയ രാമലക്ഷ്മണന്മാരേയും സീതാദേവിയേയും കാണാം. മഹാരാജാവ് ചിതയിൽനിന്നു രക്ഷപ്പെടുന്നതു കാണാം."

ചെറിയ ഇരുട്ടിൽ ആരാണ് എന്താണെന്നും അറിയാനാവുകയില്ല. മനസ്സിൽ മൂടിക്കെട്ടിയ രണ്ടു മൂന്നു ചിത്രങ്ങൾ. മകന്റെ വരവും കാത്ത് പുമുഖത്തിരിക്കുന്ന ആചാര്യൻ. ഏട്ടന്റെ പാദപതനവും ശ്രദ്ധിച്ച് അടുക്കള

ത്തിണ്ണയിലിരിക്കുന്ന ദേവ. ഇവർക്കു രണ്ടുപേർക്കുമിടയിൽ മൗനത്തിന്റെ ഭാഷമാത്രം അയവിറക്കിക്കൊണ്ട് ആചാര്യപത്നി.

"നടന്നോളൂ.. വരുന്നു."

ശുക്രാലയത്തിനു മുന്നിലുള്ള വളവിൽ സ്ഥിതിചെയ്യുന്ന പാഠശാല യ്ക്കു മുന്നിലെത്തിയപ്പോഴും വെളിച്ചം പൂർണ്ണമായും ഇരുളിന്റെ വക്രത ത്തിൽ നിന്നും പുറത്തുവന്നു കഴിഞ്ഞിരുന്നില്ല. പാഠശാല നിന്നിരുന്നി ടത്ത് പുരയോ ശാലയോ ഒന്നുംതന്നെ ഗോചരമായില്ല. മനസ്സിൽ വന്നു കയറിയ സംശയത്തിന്റെ അമ്പ് ഇങ്ങനെ വലിച്ചൂരിക്കളഞ്ഞു: പാഠശാല ആചാര്യർ വരുഥമലയുടെ താഴേക്കു മാറ്റി സ്ഥാപിച്ചിരിക്കും. പലപ്പോഴും ആചാര്യർ പങ്കുവച്ച സ്വപ്നം: "ഉണ്ണീ, നമുക്ക് പാഠശാല വരുഥയുടെ താഴത്തേക്കു മാറ്റി സ്ഥാപിക്കണം. അവിടെയാണെങ്കിൽ വരുഥമലയിലെ വേങ്ങ മരങ്ങളിൽനിന്നു വരുന്ന കാറ്റേറ്റ് കുട്ടികൾക്ക് വേനലിലും സുഖ മായി പഠിക്കാം. സരയുവിൽനിന്നുള്ള കുളിർകാറ്റും ജലസാമീപ്യവും കുട്ടികളുടെ ചിന്തകളെ സമ്പുഷ്ടമാക്കും." പാഠ്യവിഷയങ്ങളുടെ കാര്യ ത്തിലും ആചാര്യർക്ക് ഒരുപാടു കാഴ്ചപ്പാടുകളുണ്ട്. കേവലം പാഠങ്ങൾ മനഃപാഠമാക്കുന്ന പരമ്പരാഗത രീതിയിൽനിന്നുള്ള സമൂലമായ മാറ്റമാണ് ആചാര്യമനസ്സിൽ.

ഒരിക്കൽ ഉച്ചഭക്ഷണം കഴിഞ്ഞ് താംബൂലം ചവക്കാൻ ഇരുന്നപ്പോൾ ആചാര്യർ മനസ്സു തുറന്നു: "ശംബൂ, കുട്ടികൾ ദേശവിജ്ഞാനവും നര വംശവിജ്ഞാനവും അഭ്യസിക്കണം. ഒപ്പം ഗണിതശാസ്ത്രവും ജ്യോതി ശാസ്ത്രവും വേണം. കൂടാതെ മറ്റു നിരവധി ഭൗതികശാസ്ത്രങ്ങളും വശമാക്കേണ്ടതുണ്ട്. ഭാരതത്തിനപ്പുറത്ത് യവനരാജ്യത്തും ബാബി ലോണിയയിലുമൊക്കെ പുതിയ തലമുറ ഗണിതത്തിലും ദേശവിജ്ഞാന ത്തിലുമൊക്കെ അടിയുറച്ചുവരുന്നു. നക്ഷത്രങ്ങളെപ്പറ്റിയും ജ്യോതിർ ഗോളങ്ങളെപ്പറ്റിയും അവർക്ക് നല്ല പരിജ്ഞാനമുണ്ട്. തീർത്ഥയാത്രയ്ക്കും സഞ്ചാരത്തിനുമായി വരുന്ന യവനന്മാരും ബാബിലോണിയക്കാരും അതേ പ്പറ്റി ധാരാളം അറിവുകൾ വിതച്ചുപോവുന്നു. എല്ലാം ഞാൻ ഓലയിൽ രേഖപ്പെടുത്തി സംരക്ഷിച്ചിട്ടുണ്ട്. സമയംകിട്ടുമ്പോൾ നോക്കണം." നൂറു തേച്ച വെറ്റില വിരലുകൾക്കിടയിൽ ചുരുട്ടിപ്പിടിച്ച് ആചാര്യർ: "ദേശ വിജ്ഞാനം മനുഷ്യന് ഭൂതകാലവിജ്ഞാനം പകുത്തു നൽകുമ്പോൾ ഗണിതവും ഇതര ശാസ്ത്രങ്ങളും കൃത്യതയും നവീകരണബോധവും ഉണ്ടാക്കും. ഉണ്ണീ, നീ പഠനം കഴിഞ്ഞു തിരിച്ചെത്തിയാൽ നമുക്കൊരു പുതിയ പാഠ്യക്രമത്തിനു തിരി തെളിയിക്കണം. അനേകം പഠനമുറികൾ. വ്യത്യസ്ത വിഷയങ്ങൾ അഭ്യസിക്കുന്ന വിദ്യാർത്ഥികൾ. പാഠശാലയ്ക്കു മുന്നിൽ മഹാചാര്യന്റെ പ്രതീക്ഷാനിർഭരമായ മുഖം തെളിയുന്ന വെങ്കല പ്രതിമ. മഹാചാര്യന്റെ കൈയിൽ മഹാഗ്രന്ഥം. സ്വപ്നം സാക്ഷാത്ക്കരി ക്കാനായി ആചാര്യൻ പണിയും ആരംഭിച്ചു കഴിഞ്ഞിരുന്നു. നാല്പത്തി യൊന്നു ദിവസം അഗ്നിച്ചൂടിൽ പൊള്ളിച്ചെടുത്ത കറുത്ത കളിമണ്ണിൽ

കളിമൺകട്ടയായി സ്വപ്നം വാർന്നുവീണു തുടങ്ങിയിരുന്നു. മഹാചാര്യന്റെ പ്രതിമയും ഏതാണ്ട് പരുവപ്പെട്ടുതുടങ്ങിയിരുന്നു.

പാഠശാല വരുഥയുടെ താഴെ പണിതീർന്നുകഴിഞ്ഞിരിക്കും. പഠിതാക്കൾക്ക് വേണ്ട കാറ്റും സരയു കാഴ്ചയും നിർലോപം കിട്ടുന്നുണ്ടാവും. ദേവ അച്ഛന് സഹായിയായി ഇടത്തും വലത്തും നിൽക്കുന്നുണ്ടാവും.

ആചാര്യ, അവിടുത്തെ സ്വപ്നം തീർച്ചയായും സഫലമാവും. ശംബു തിരിച്ചെത്തിയിരിക്കുന്നു.

വളവിൽനിന്ന് ആചാര്യഭവനത്തിനു നേരെക്കു നോക്കിയപ്പോൾ മനസ്സിൽ ആദ്യം വന്നുകൊണ്ട മുള്ള് ഊരിയെറിഞ്ഞ് ഇങ്ങനെ വിചാരം കൊണ്ടു: ശുക്രാലയത്തിൽനിന്ന് എല്ലാവരും വരുഥയുടെ താഴെ പാഠശാലയ്ക്കു സമീപം കാറ്റും സരയുകാഴ്ചയും കിട്ടാൻ പുതിയ ശുക്രാലയത്തിലേക്കു താമസം മാറ്റിയിട്ടുണ്ടാവും. അതും ആചാര്യസ്വപ്നങ്ങളിൽ പൂർത്തിയാവാതെ കിടന്ന മോഹമായിരുന്നുവല്ലോ. മഹാഗ്രന്ഥം കൈയിൽ വന്നതിനുശേഷമാണ് അത്തരം ഒരു വീടിന്റെ പ്രായോഗികനിർമ്മിതി മനസ്സിലുദിച്ചത്. മഹാഗ്രന്ഥത്തിൽ സൗധസാധ്യതകളെപ്പറ്റി പരാമർശിക്കുന്നിടത്ത് കാറ്റും വെളിച്ചവും നിർലോപം കിട്ടുന്ന, വാസ്തു നിയമങ്ങൾ അനുശാസിക്കുന്ന ആലയനിർമ്മിതി. ഇടനാഴികളിലും അകത്തളത്തിൽപോലും മദ്ധ്യാഹ്നമായാലും ഇരുൾചാലുകൾ മാഞ്ഞുപോവാത്ത പാരമ്പര്യഗൃഹനിർമ്മിതി മാറ്റണമെന്ന് അന്നേ ഉറപ്പിച്ചതാണ്. പുതിയ ആലയം നിർമ്മിച്ചു തീർന്നാൽ പഴയതിനെ വെള്ളയും പച്ചയും പുതപ്പിക്കാൻ ആർക്കും താത്പര്യമുണ്ടാവില്ല. അതുതന്നെയായിരിക്കും പുക പിടിച്ച അടുപ്പുപോലെ ചൈതന്യമറ്റ് നിൽക്കുന്നതിന്റെ രഹസ്യം. എങ്കിലും വരുഥയുടെ താഴേക്കു വഴിയേറെയുള്ളതുകൊണ്ട് ശുക്രാലയത്തിൽ മുട്ടിയാൽ പുതിയ വാസസ്ഥലത്തെപ്പറ്റി എന്തെങ്കിലുമറിയുമെന്ന പ്രതീക്ഷയിൽ മുറ്റത്തെത്തി. അവിടെയെത്തി മുറ്റം കണ്ടപ്പോൾ തന്നെ ഉറപ്പായി ഗുരുനാഥനും കുടുംബവും താമസം മാറ്റിയിരിക്കുന്നു.

അല്ലെങ്കിൽ തുളസിത്തറ ജലാംശം നഷ്ടപ്പെട്ട് മഞ്ഞപ്പല്ലുപോലെ ഇളിച്ചു നിൽക്കുമായിരുന്നില്ല; പിച്ചകവും തെച്ചിയും കരിഞ്ഞുണങ്ങുമായിരുന്നില്ല. ഒരു സംശയം മാത്രമേ വാസാവസ്ഥയെ പ്രോത്സാഹിപ്പിച്ചുള്ളൂ, ആരൂഢത്തിൽ കെട്ടിത്തൂക്കിയ ഓട്ടുമണിയെന്തുകൊണ്ട് പുതിയ വാസസ്ഥലത്തേക്കെടുത്തു മാറ്റിയിട്ടില്ല? ക്ലാവു പിടിച്ച് ചരങ്ങിനു പൊറ്റവന്നതുപോലെ ഓട്ടുമണിയെന്തുകൊണ്ടു നിറംമങ്ങി നിൽക്കുന്നു? സംശയവുമായി നിൽക്കാനാവാത്തതുകൊണ്ട് മണിയിൽ തൂക്കിയ ചരട് ഉറക്കെ വലിച്ചു. മണി ശബ്ദത്തിൽ മുഴങ്ങി. പത്തു നിമിഷങ്ങൾ കഴിഞ്ഞിട്ടും അകത്തോ പുറത്തോ അനക്കമോ ശബ്ദമോ കേട്ടില്ല. സംശയം ഉറച്ചുകൊണ്ടിരിക്കുന്നതിനിടയിൽ ഒന്നുകൂടെ മണി ഉച്ചത്തിൽ മുഴക്കി. ആരും വാതിൽ തുറക്കുകയോ ജനൽപാളിക്കു പിറകിൽ പ്രത്യക്ഷപ്പെടുകയോ ഉണ്ടായില്ല. അവസാന പരീക്ഷണം മൂന്നു മുഴക്കത്തിലവസാനിച്ചു.

ജനപഥങ്ങളിലെന്നപോലെ തൊട്ടടുത്ത് ആലയങ്ങളുണ്ടായിരുന്നെങ്കിൽ പലയിടങ്ങളിൽനിന്നും വാതിലിന്റെ ക്രേ കരച്ചിൽ കേൾക്കുമായിരുന്നു. അടുത്ത പത്തു നിമിഷങ്ങൾ കൂടി നിന്ന് വളവിൽചെന്ന് വഴിപ്പോക്കരോ ടാരോടെങ്കിലും വരുഥയുടെ താഴത്തേക്കുള്ള വഴി തിരക്കാമെന്നു കരുതി തിരിയാൻ തുടങ്ങുമ്പോൾ അകത്ത് ഒരു ചെറുവിളക്ക് തട്ടി മറയുന്ന ശബ്ദം. ഞാൻ പ്രതീക്ഷയോടെ തിരിഞ്ഞു നോക്കി. തീർച്ചയായും അകത്ത് ആൾപാർപ്പുണ്ട്. ഓട്ടുവിളക്ക് തനിയെ മറ്റൊന്നിന്റെ മേൽ വീഴുക യില്ല. എന്റെ പരിചയം വച്ചു നോക്കുമ്പോൾ വിളക്കു വീണ ശബ്ദം പൂജാമുറിയിൽനിന്നാണ്.

ആചാര്യർ പൂജാമുറിയിലായിരിക്കും. മണിയൊച്ചകേട്ട് ആചാര്യ പത്നിയോ ദേവയോ തിടുക്കത്തിൽ വരുംവഴി വിളക്കിൽ തട്ടിയതായി രിക്കും. ശേഷം പരമനിശ്ശബ്ദത. നിമിഷങ്ങൾക്കുശേഷം ജനൽ അഴിയി ലേക്ക് എത്തിപ്പിടിക്കുന്ന രണ്ടു വൃദ്ധകരങ്ങൾ. ക്രമേണ കൈപ്പിടിയിൽ ബലം കൊടുത്ത് ഒരു വൃദ്ധരൂപം എണീറ്റു നിൽക്കുന്നു. അവർക്ക് പൂർണ്ണ മായും എണീറ്റു നിൽക്കാൻ പറ്റുന്നില്ല. ശരീരത്തിലെവിടെയോ കൂനോ കാലുകൾക്ക് ബലക്ഷയമോ ഉള്ളതുപോലെ. ജരാനര ബാധിച്ച തല. പുക കട്ട പിടിച്ച ചുളിഞ്ഞ മുഖം. ഇറുകിയ കണ്ണുകളിൽ ഭയത്തിന്റെ ചിറകടി. “ആരാ...” അവരുടെ വിറയ്ക്കുന്ന ശബ്ദം. എത്രയൊക്കെ രൂപം മാറിയാലും എനിക്കാ മുഖവും ശബ്ദവും തിരിച്ചറിയാതിരിക്കാനാവുക യില്ല. ആദ്യദർശനത്തിൽതന്നെ മോനേയെന്നു വിളിച്ച കത്തുന്ന നെയ് വിളക്കിന്റെ ശോഭയുണ്ടായിരുന്ന ആചാര്യപത്നി, എന്റെ അമ്മ.

“അമ്മേ ഞാനാണ് ശംബൂ...”

ജനലഴികളിൽ കൈപ്പടങ്ങൾ മുറുകിയതും മുളചീന്തുന്നതുപോലെ ഉച്ചത്തിലൊരു കരച്ചിൽ.

“ദേവാ...”

അടുക്കളവാതിൽ കരഞ്ഞു തുറക്കുന്നതും ഇടനാഴി വാതിലുകൾ മലർന്നു പിളരുന്നതും അതിദ്രുതം ചവിട്ടേറ്റ അകത്തറ തെറുമ്പുന്നതും കേട്ടു നിൽക്കേ അടുത്തെത്തിയ സ്ത്രീരൂപത്തിൽനിന്ന് ഇരട്ടി ശബ്ദ ത്തിലുള്ള കരച്ചിൽ.

“അമ്മേ... എന്തു പറ്റീ അമ്മേ...”

ജനലഴികളിലൂടെ കിട്ടിയ കാഴ്ചയിൽ നിന്നൂഹിച്ചു: ദേവ തന്നെ ദേവ.

അപ്പോഴേക്കും ആചാര്യപത്നിയുടെ പാടെ ഇടറിയ ശബ്ദം. “മോളേ.. ശംബൂ... എന്റെ പൊന്നുമോൻ പുറത്ത്..”

ആചാര്യപത്നി വാക്കുകൾ കിട്ടാതെ ശരീരാംഗങ്ങൾ പിടിച്ചു നിർ ത്താനാവാതെ കുഴുഞ്ഞു വീണു താഴെ. ജനലഴിപഴുതിലൂടെ അവിശ്വാസ ത്തോടെ ഒരു നിമിഷം നോക്കിനിന്ന് ദേവ വാതിൽ തുറന്നു വാതിൽ പാളിക്കു പിറകിലേക്ക് ഒതുങ്ങിനിന്നു.

“ദേവാ നീ ആകെ മാറിപ്പോയിരിക്കുന്നുവല്ലോ...”

ദേവ നീരൊഴുക്കു നിലച്ച ജലപ്രവാഹം പോലെ സ്തംഭിച്ചശേഷം ചുണ്ടുകൾക്കിടയിൽ മന്ത്രിച്ചു: “ശംബുവേട്ടൻ. എന്റെ ശംബുവേട്ടൻ...”

തളർന്നു കിടക്കുന്ന ആചാര്യപത്നിയെ ഓടിച്ചെന്നു പൊക്കിയെടുത്ത് താങ്ങിയിരുത്തി.

“എന്താണിവിടെ സംഭവിച്ചത്? എന്താണമ്മയ്ക്കു പറ്റിയത്? ആകെ കോലമായി പോയല്ലോ.” അപ്പോഴേക്കും സംയമനം തിരിച്ചു പിടിച്ച ദേവ പോണിയിൽ കൊണ്ടുവന്ന ജലം അമ്മയുടെ കണ്ണിലും മുഖത്തും ഇറ്റിച്ച് ഞാൻ അറിയാനായി പറഞ്ഞു... “ഈയിടെയായി അമ്മ ഇങ്ങനെയാണ്. ചെറിയ കാര്യത്തിനുപോലും ബോധരഹിതയാവും. വെള്ളം തളിച്ച് ഉണർത്തണം പിന്നെ.”

കണ്ണിൽ നനവേറ്റ ആചാര്യപത്നി മിഴിയിണകൾ മിഴിച്ച് എന്നെത്തന്നെ മതിവരാതെ നോക്കി പിറുപിറുത്തു: “എന്നാലും നീ വന്നല്ലോ മോനേ. ഈയമ്മയ്ക്കതുമതി.” എന്നിട്ടവർ ഇരുകൈകളും എന്റെ അരയിൽ ചുറ്റാൻ ശ്രമിച്ചുവെങ്കിലും വാടിയ താമരത്തണ്ടുപോലെ തളർന്നു വീണു.

ശിരസ്സു നെഞ്ചിലമർത്തി വിമ്മി കരഞ്ഞു. എനിക്കു വിശ്വസിക്കാൻ കഴിഞ്ഞില്ല. കാപ്പണിഞ്ഞ സരസ്വതിദേവിപോലെ വെട്ടിത്തിളങ്ങി ശുക്രാലയം മുഴുവനും പൊൻപ്രഭ പരത്തി നിറഞ്ഞുനിന്ന ആചാര്യപത്നിക്കിത്ര ദയനീയ മാറ്റമോ? ചെന്നു കയറിയ നിമിഷം മുതൽ വായിൽ നിറഞ്ഞു നിൽക്കുന്ന ചോദ്യമുണ്ട്. അത് ഏതു നിമിഷവും അടച്ചുവച്ച താഴു തള്ളിത്തുറന്ന് പുറത്തേക്കു ചാടുമെന്ന് ദേവയ്ക്കും അമ്മയ്ക്കുമറിയാം. കഴിയുന്നതും ആ ചോദ്യങ്ങൾ മരവിപ്പിച്ചു നിർത്തുക അവരുടെ ഉദ്ദേശ്യമാണെന്ന് ഇതര വർത്തമാനങ്ങളിൽനിന്നും ബോധ്യമായി. എങ്കിലും യാത്രയൊക്കെ എങ്ങനെ, ജലയാത്രയോ കരയാത്രയോ കൂടുതൽ സുഖകരം, സിന്ധുവിലേക്കിവിടെനിന്നെത്ര യോജന,നദിക്കാറ്റേറ്റാൽ പനി വരുമോ തുടങ്ങിയ ചോദ്യങ്ങളെ തട്ടിമാറ്റിക്കൊണ്ട് അവൻ പുറത്തേക്കു ചാടുകതന്നെ ചെയ്തു:

“ദേവാ, അച്ഛനെവിടെ പോയി? അമ്മേ, ആചാര്യർ സംവാദത്തിനു പോയതോ? അതോ പാഠശാലയിലേക്കോ? പറയൂ എവിടെയാണച്ഛൻ?”

ചോദ്യം മുറുകിയതോടെ രണ്ടുപേരുടേയും നിറംമാറി. തേങ്ങലടിക്കൊടുവിൽ ദേവ ഞരുങ്ങി: “അച്ഛൻ എല്ലാവരേയും വിട്ടുപോയി ശംബുവേട്ടാ. ഏട്ടൻ പോയി നാലുവർഷംകഴിഞ്ഞപ്പോൾ.”

കേട്ടതും എന്റെ വലംകൈ നെഞ്ചിൽ ആഞ്ഞു പതിഞ്ഞു. ഞാൻ നിലത്ത് കമിഴ്ന്നടിച്ചുവീണു.

കണ്ണീർത്തുള്ളികൾ മിഴിത്തടങ്ങളെ നനച്ചിറങ്ങി.

മിഴിഞ്ഞ കാഴ്ചയിൽ രാമച്ചവിശറി നിർത്താതെ വീശുന്ന ദേവ. നിർന്നിമേഷനായി കിടക്കുന്ന എന്റെ നെഞ്ചിൽ സരയു നദിയുടെ മണൽപരപ്പിലൂടെ ഒടിഞ്ഞു നീങ്ങുന്ന ഒരു നിഴൽ വരിഞ്ഞു മുറുകി. നെഞ്ചും

പള്ളകളും ക്രമാതീതമായി ഉയർന്നു താഴുന്നതു കണ്ട അമ്മ കിടന്നിടത്തു കിടന്ന് വിക്കി: "മോനേ, പിതൃമരണമറിയും നേരം ഉദകക്രിയ ചെയ്യുന്ന മകന് ആശ്വാസം ലഭിക്കും. ഉണ്ണീ, എണീറ്റ് അച്ഛന് ഉദകക്രിയ ചെയ്യുക."

തോണിക്കൊമ്പിൽ ഒറ്റയ്ക്കിരുത്തി പോവുമ്പോൾ ഉരുവിട്ട അവസാന വാക്യം നദീതീരത്തുനിന്നു പറന്നുവന്നു:

"ശംബൂ നീ തിരിച്ചുവരുന്നതു കാത്ത് ശുക്രാലയത്തിൽ അച്ഛനിരിക്കും."

ആ വാക്കുകൾ ദൃഢപ്രതിജ്ഞയായി ശുക്രാലയം മുഴുവനും നിറഞ്ഞു നിൽക്കുന്നതു കേട്ടു.

"ഉണ്ണീ, അച്ഛനെ ശുക്രാലയത്തിൽനിന്ന് അഴിച്ചു വിടൂ..."

അങ്ങനെ മരണപ്പെട്ട് പത്തു വർഷങ്ങൾക്കുശേഷം വേവിച്ച യവഉരുളകളിൽ എള്ളും പൂവും നീരും വീഴ്ത്തി ഞാൻ സരയുവിലെ നനഞ്ഞ കല്പടവിൽ സാഷ്ടാംഗം വീണു കിടന്നു.

അമ്മയും ദേവയും അടുത്തുനിന്ന് വെള്ളം നനച്ച് കൈകൾകൊട്ടി. ഉദകക്രിയയ്ക്കുശേഷം നനഞ്ഞ തറ്റുടുത്ത് പൂജാമുറിയിൽ കടന്ന് മഹാദേവന്റേയും മഹാചാര്യരുടേയും മുന്നിൽ കമിഴ്ന്നു കിടന്നു. പൂജാമുറിയിൽ കുറേ ഉടഞ്ഞ വിഗ്രഹങ്ങൾ മാത്രംകണ്ടു. മഹാഗ്രന്ഥം കണ്ണിൽ പെടായ്കയാൽ അടുത്തുനിന്ന ദേവയോടാരാഞ്ഞു: എവിടെ മഹാഗ്രന്ഥം?

"മഹാഗ്രന്ഥം കത്തിച്ചു കളഞ്ഞു ഏട്ടാ.."

"കത്തിക്കുകയോ? ആര്?"

"അവർ."

"അവരെന്നാൽ?"

"അച്ഛനെ വകവരുത്തിയവർ."

"ങേ...!" ഞാൻ മഹാചാര്യപാദങ്ങളിലേക്ക് ഒടിഞ്ഞു മുറിഞ്ഞു വീണു.

മൂന്ന്

ദേവ പറഞ്ഞു:

"ഏട്ടൻ പോയി അധികം താമസിയാതെ തുടങ്ങി ശുക്രപാഠശാലയിൽ ദുരിതാഗമനത്തിന്റെ ദുസ്സൂചനകൾ. പ്ലാശുമരച്ചോട്ടിലും വലിയ ഞാവൽമരങ്ങൾക്കു താഴെയുമിരുന്ന് കുട്ടികൾ ഋഗ്വേദത്തിലേയും യജുർവേദത്തിലേയും ശ്ലോകങ്ങൾ മനഃപാഠമാക്കുകയായിരുന്നു. അപൂർവ്വം മുതിർന്ന കുട്ടികൾ ഓലയിൽ നാരായംകൊണ്ട് പഠിച്ചതു കോറുകയും.

എഴുതി പഠിപ്പിക്കുന്ന രീതി ആചാര്യർ നിഷ്കർഷിക്കാൻ തുടങ്ങിയിട്ട് അധികമായിട്ടില്ല. എനിക്കു വേണ്ടിയായിരിക്കും മനഃപാഠം എന്ന പുരാതനരീതിയിൽ മാറ്റം വരുത്തിയത്. മുതിർന്ന നാലു കുട്ടികളെ മാത്രമാണ് അർത്ഥം മനസ്സിലാക്കിയും എഴുതിച്ചും പഠനരീതി മാറ്റി പരീക്ഷിക്കാൻ തിരഞ്ഞെടുത്തത്. ഇനിയുള്ള കാലം അങ്ങനെയാണ് പാഠശാല നടത്താൻ ഉദ്ദേശിക്കുന്നതെന്ന് അച്ഛൻ എന്നോടു പറയുകയും ചെയ്തു. പഠിക്കാൻ ബുദ്ധിമുട്ടും താത്പര്യവുമില്ലാത്തവർ വരണ്ട. അധരവ്യായാമത്തിന് മറ്റെവിടെയെങ്കിലും അഭ്യസിക്കട്ടെ. ഇത് കേവലം ചെറിയ ഒരു മാറ്റം മാത്രം. ശംബു പഠനം കഴിഞ്ഞു വന്നാൽ ഒരു പുതിയ പാഠ്യക്രമംതന്നെ രൂപപ്പെടുത്തണം.

പുതിയ തലമുറയ്ക്ക് പുതിയ അറിവു നൽകാൻ കഴിയാത്ത പാഠശാലകൾ നിലനിൽക്കുകയില്ല. അതു പറയുമ്പോൾ ആചാര്യദൃഷ്ടികൾ അമൂല്യമായ ഏതോ ലോകം കൺമുമ്പിൽ കാണുന്നുണ്ടെന്നു തോന്നി." ദേവ ഓർമ്മിച്ചെടുത്തു: "പുതിയ പാഠശാലയുടെ കെട്ടിടം വരച്ചും പാഠ്യവിഷയങ്ങൾ ചിന്തിച്ചുമിരിക്കെ പാഠശാലയുടെ പടി കടന്ന് ഝടുതിയിൽ മുറ്റത്തെത്തിയ അശ്വാരൂഢനായ ഭടനെ അച്ഛൻ കണ്ടതേയില്ല. ഞങ്ങൾ കുട്ടികൾ ഭയന്നു വിറച്ചു. ഞാൻ ഓടിച്ചെന്ന് അച്ഛനോടു വിവരം പറയുമ്പോഴേക്കും അയാൾ ആചാര്യന്റെ അടുത്തെത്തി കഴിഞ്ഞു. അയാൾ വലിയ ആദരവു കാണിക്കുന്നതുപോലെ ശിരസ്സു കുനിച്ചു അഭിവാദ്യമർപ്പിച്ചു:

"അസുരഗുരുവായ ശുക്രാചാര്യർക്കു നമസ്കാരം."

അച്ഛന് അയാളുടെ അഭിവാദനവാക്യം ഒട്ടും ഇഷ്ടപ്പെട്ടില്ലെന്ന് പ്രത്യഭിവാദനത്തിൽ നിന്നൂഹിച്ചു

"ആരാണു നിങ്ങൾ? ശുക്രപാഠശാലയിൽ നിങ്ങൾക്കെന്താണു കാര്യം."

അയാൾ ആചാര്യമുഖത്തെ കത്തുന്ന കനൽ കണ്ടിട്ടെന്നവണ്ണം വടിവൊത്ത സന്ദേശഭാഷയിൽ സംസാരിച്ചു: "അസുരഗുരുവായ ശുക്രാചാര്യരെ കാണുവാൻ ഭടനെ പറഞ്ഞയച്ചിരിക്കുന്നത് അയോധ്യാ പരമദ്വിജൻ വാമദേവനാണ്."

നിമിഷനേരത്തെ ചിന്തപോലും ആവശ്യമില്ലാത്തതുപോലെ മറുചോദ്യം തൊടുത്തു ആചാര്യർ

"ദ്വിജശ്രേഷ്ഠന് എന്നുമുതലാണ് ശുക്രപാഠശാലയിൽ അധികാരം തുടങ്ങിയത്?"

"കൊട്ടാരം ഖജനാവു ശ്രേഷ്ഠിയുടേയും ആജ്ഞയുണ്ട് ഭടന്റെ പക്ഷത്ത്."

ആചാര്യന്റെ കണ്ണുകൾ ഒരു നിമിഷം ചുളിഞ്ഞു. "നിങ്ങൾക്കെന്തു വേണം?"

ഭടൻ അരയിൽനിന്നും ചുരുട്ടിയ പനയോല പാളിയെടുത്ത് വായിക്കുന്നതുപോലെ ചോദിച്ചു: "ശുക്രപാഠശാലയിൽ ആകെ എത്ര കുട്ടികൾ വേദം അഭ്യസിക്കുന്നവരായുണ്ട്?"

"ഇരുപത്തിരണ്ടുപേർ."

"ശുക്രപാഠശാലയിൽ പെൺകുട്ടികൾ അഭ്യസിക്കുന്നുണ്ടോ?"

"ഉണ്ട്."

"എത്രപേർ?"

"ഒരാൾ."

"ശുക്രപാഠശാലയിൽ ശംബു എന്നൊരു കുട്ടി വേദം പഠിക്കുന്നുണ്ടോ?"

"ഉണ്ടായിരുന്നു."

"ഇപ്പോഴില്ലേ?"

"ഇല്ല."

"എവിടെപ്പോയി?"

"ഉയർന്ന പഠനത്തിനായി സ്ഥലംവിട്ടു"

"എവിടേക്ക്?"

"സിന്ധുവിന്റെ തീരങ്ങളിലേക്ക്."

"ശുക്രപാഠശാലയിൽ ബ്രാഹ്മണേതർ ആരെങ്കിലും അഭ്യസിക്കുന്നുണ്ടോ?"

"അറിയില്ല."

"ശംബു എന്ന കുട്ടി ബ്രാഹ്മണനാണോ?"

"അറിയില്ല."

"ശുക്രപാഠശാലയിൽ അഭ്യസിക്കാൻ വരുന്നവരുടെ ജാതിയും കുലവും അന്വേഷിക്കാറില്ലേ?"

"ഇല്ല."

"എന്തുകൊണ്ട്?"

"ശുക്രന് കുട്ടികളെല്ലാം ഒരേ ജാതി, ഒരു കുലം.."

"ശുക്രപാഠശാലയിൽ പഠിക്കുന്ന പെൺകുട്ടിയുടെ പേര്?"

"ദേവയാനി."

"ദേവയാനിയുടെ പിതാവ്?"

"സത്യശങ്കര ശുക്രാചാര്യർ."

"മാതാവ്?"

"ഊർജ്ജവതി."

ഭടൻ ഓലച്ചുരുളുകളിൽ നോക്കി വായിച്ച ചോദ്യങ്ങൾക്ക് ആചാര്യനിൽനിന്നു കിട്ടിയ ഉത്തരം തൽക്ഷണം രേഖപ്പെടുത്തിയിരുന്നതുകൊണ്ട് ചോദ്യങ്ങൾ തീരാൻ കുറേ സമയമെടുത്തു. അത്രയും സമയം പാഠശാല മുറ്റത്തു കെട്ടിയ അശ്വം ഞങ്ങൾക്കെല്ലാവർക്കും വലിയ ആകർഷണമായി. സരയുവിലേക്കു പോകുമ്പോഴും ഉത്സവത്തിനായി ഗ്രാമഭഗവതി ക്ഷേത്രത്തിലേക്കു പോവുമ്പോഴും രഥം വലിച്ചോടുന്ന കുതിരകളെ കണ്ടിട്ടുണ്ടെങ്കിലും ഇത്ര അടുത്തായി തൊടാമെന്ന അവസ്ഥയിൽ ഇന്നുവരെ കണ്ടിട്ടില്ല. ചില കുട്ടികൾ പാഠശാലയുടെ ഓരത്തെ തേനിതോട്ടുവക്കത്ത് ധാരാളമായി കാടുപിടിച്ച ഞാണങ്ങപുല്ലും കരിമ്പിൻ ഇലയും കാട്ടി അതിനകം കുതിരയെ വശത്താക്കി കഴിഞ്ഞിരുന്നു.

പാഠശാലയിൽനിന്ന് വൈകിയിട്ട് ശുക്രാലയത്തിലെത്തിയ വഴി അച്ഛൻ ഉണ്ടായതെല്ലാം അമ്മയോടു വിശദമായി പറഞ്ഞു. "വലിയ ഒരു അധിക്കാരക്കളി അയോധ്യയിലാകെ നടക്കുന്നുണ്ടെന്നു തോന്നി കേട്ടിട്ട്..." അമ്മ അഭിപ്രായം പറയുന്നതു കേട്ടു.

"അങ്ങനെ സംശയിക്കുന്നതിൽ കാര്യമില്ലാതില്ലെന്ന് എനിക്കും തോന്നുന്നു." അച്ഛൻ പറഞ്ഞു.

"നമുക്കു മൺകലങ്ങൾ കൊണ്ടുതരുന്ന കുശവൻ രണ്ടുദിവസം മുന്നേ ഒരു കാര്യം പറഞ്ഞു. അതുമായി ഇന്നു നടന്ന കാര്യത്തിനു സാമ്യം തോന്നുന്നു. അയോധ്യയിലാകെ പുതിയ നികുതി ഭാരം പ്രജകളിൽ ഏല്പിക്കാൻ പോകുന്നുവത്രെ. കുശവക്കുടിലിൽ രാജഭടന്മാർ ചെന്ന് വളർത്തുമൃഗങ്ങളുടേയും കൃഷിയുടേയും കാര്യങ്ങൾ എഴുതിപ്പോയത്രെ. അബ്രാഹ്മണർ അവരുടെ കൃഷിക്കും മൃഗങ്ങൾക്കും പുതിയ കരം കൊടുക്കണമെന്ന്." അമ്മ കുശവൻ പറഞ്ഞറിഞ്ഞതു പറഞ്ഞു.

"എന്താണ് അബ്രാഹ്മണർക്കു മാത്രം?"

"ബ്രാഹ്മണർ മുഴുവനും ഭജനയിലും ഹോമത്തിലും ഏർപ്പെട്ടിരിക്കുകയാണ് രാവും പകലും തമ്പ്രാട്ടീ, മഹാരാജാവ് ദിനരാത്രങ്ങൾ മുഴുവനും ജടാവൽക്കലവും ധരിച്ച് ഹോമകുണ്ഡത്തിനു മുന്നിലിരുന്ന് വിഷ്ണുനാമവും രാമനാമവും ജപിച്ചിരിക്കുന്നു. ഖജനാവിനു ചുറ്റും ഭജനപാടിയും ഹോമാഗ്നി ജ്വലിപ്പിച്ചും രാജ്യനന്മയ്ക്കായി ദ്വിജന്മാരും. രാജ്യത്തുള്ള മുഴുവൻ ബ്രാഹ്മണഗൃഹങ്ങളിലും ദിവസത്തിൽ മൂന്നുനേരവും സുഗന്ധം പരത്താനായി മട്ടി ചന്ദനം, അകില്, ചരളം ഇടതടവില്ലാതെ കത്തിക്കുന്നു. രാജധാനിക്കു മുന്നിൽ സഹസ്രസകണക്കായ ബ്രാഹ്മണസംഘങ്ങൾ രാമനാമജപത്തിൽ മുഴുകിയിരിക്കുന്നു. അവർക്ക് മൃഷ്ടാന്നത്തിനായി രാജധാനിയിൽ പുതിയ അടുക്കളകൾ നൂറുകണക്കിന് അടുപ്പുമായി പുകയുന്നു. ഖജനാവ് നിറഞ്ഞിരിക്കേണ്ട ചുമതല ഖജനാവ് കാര്യദർശി നോക്കി നടത്തേണ്ടതുണ്ട്. ബ്രാഹ്മണശ്രേഷ്ഠരുടെ ശ്രദ്ധയില്ലെങ്കിൽ രാജ്യം ദരിദ്രമായി തീരും. എല്ലാറ്റിനും അനുഗ്രഹവും ഉപദേശവുമായി

ഖജനാവുകാര്യക്കാരനായ വാമദേവന്റെ നേതൃത്വത്തിൽ സജീവമായി രിക്കുന്നു. നിർമ്മലചിത്തനും സാത്വികനുമായ ഭരതമഹാരാജാവിന് അഗ്നി ഹോത്രത്തിനു മുന്നിൽ നിന്ന് ഒരു നിമിഷം മാറിനിൽക്കാനുള്ള മനസ്സില്ല. ജ്യേഷ്ഠപാദുകം വച്ച് ആ മഹാൻ മാതൃപാപത്തിനു പശ്ചാത്താപം ചെയ്യുകയാണ്. കുശവൻ മാസത്തിൽ നിഷ്കം ഖജനാവിൽ അടയ്ക്കണ മത്രെ." അമ്മ കാര്യങ്ങൾ വളരെ ശരിയായി മനസ്സിലാക്കിയിരിക്കുന്നു വെന്ന് അച്ഛൻ അഭിനന്ദിക്കുന്നതു കേട്ടു.

"പക്ഷേ ബ്രാഹ്മണനു വേണ്ടെന്ന തരംതാണ പരിഗണനയിൽ ശുക്രന്മാരെ ഒഴിവാക്കേണ്ടതല്ലേ? അമ്മ നിമിഷനേരത്തെ ചിന്തയിൽ നിന്നുണർന്ന്: "അസുരഗുരുവായ എന്ന വാക്ക് ഭടൻ ആവർത്തിച്ചു ഓരോ അഭിസംബോധനയിലും എന്നല്ലേ അവിടുന്നു പറഞ്ഞത്?"

"അതെ, അതയാളുടെ മനസ്സിൽനിന്നുള്ളതല്ലെന്നു തോന്നി."

"അതു തന്നെയാണു കാര്യം."

"അയാളെ നിയോഗിച്ചുവിട്ട ദ്വിജശ്രേഷ്ഠന്റെ ബുദ്ധിയാണത്."

"എന്നുവച്ചാൽ?"

"ശുക്രന്മാർ ബ്രാഹ്മണജാതിയെങ്കിലും ജാതിമേന്മയിൽ വിശ്വസി ക്കാത്തവരല്ലേ?"

"അതുകൊണ്ട്?"

"ജാതിവ്യത്യാസമില്ലാത്തവർക്കെന്തിന് ബ്രാഹ്മണാനുകൂല്യങ്ങൾ എന്നാവാം."

"ശരിയാണ് ജയ നീ ചിന്തിച്ചത്. എന്തിനാണ് കണക്കുകൾ എടുത്ത തെന്ന് നോക്കി തീരുമാനത്തിലെത്താം. അതിനുമുമ്പ് ഇതെപ്പറ്റി എന്റെ ചിന്ത പറയാം. ഒരു രാജ്യത്ത് പ്രജകൾ തമ്മിൽ രാജനീതിക്ക് വ്യത്യാസം ഉണ്ടാവാൻ പാടില്ല. എന്റെ ഇന്നത്തെ ലേഖനം ഈ വിഷയം തന്നെ."

അച്ഛൻ രാത്രി ഒരു പാടുനേരമിരുന്ന് പനയോലയിൽ നാരായം കോറി. പാതിര കഴിഞ്ഞിട്ടും അച്ഛന്റെ ശയനമുറിയിൽ ലോഹവിളക്ക് കത്തി നിന്നു. എഴുതിത്തീർന്നത് പകൽ മുഴുവനുമിരുന്ന് അമ്മയും ഞാനും കൂടെ പാകം വരുത്തിയ പനയോല പാളികളിലേക്കു പകർത്തി. പതിവു പോലെ വസിഷ്ഠനും അയോധ്യയിലെ ദ്വിജശ്രേഷ്ഠനുമെത്തിച്ചു. ഇത്തവണ പുതിയതായി കോസലത്തിലെ ബ്രാഹ്മണപ്രമുഖനും എത്തിച്ചു. മൂന്ന് വ്യത്യസ്ത ആശയങ്ങളെ ഉപശീർഷകങ്ങൾകൊണ്ട് വേർ തിരിക്കുന്ന സാമാന്യം ദീർഘമായൊരു ലേഖനം തന്നെയായിരുന്നു അത്. "ആർഷസംസ്കൃതിയിലെ കാണാപുറങ്ങൾ." എന്ന ലേഖനശീർഷക ത്തിനു കീഴെയായി "മനു പറയാത്ത കാര്യങ്ങൾ." എന്നും "അടിച്ചേല്പി ക്കുന്ന ഭാരങ്ങൾ." എന്നും പേരുകൊടുത്ത ഉപശീർഷകങ്ങൾ. ലേഖനം എല്ലാവർക്കും എത്തിച്ചു കഴിഞ്ഞപ്പോൾ വളരെ നാളായി ചെയ്യേണ്ടതു

ചെയ്തുവെന്ന സംതൃപ്തി അച്ഛന്റെ മുഖത്തും ആനയെയല്ല ഭയക്കേണ്ടത് ആനക്കാരനെയാണ് എന്ന തോന്നൽ അമ്മയ്ക്കും ഉണ്ടായതായി തോന്നി.

ലേഖനം കൊടുത്തയച്ച് പത്താം നാൾ ശുക്രപാഠശാലയ്ക്കു മുമ്പിൽ വന്നുനിന്ന അശ്വത്തിനു പുറത്തുനിന്ന് ചാടിയിറങ്ങിയ ഭടൻ ആചാര്യനെ മുഖം കാണിച്ച് ഒരു പനയോല എറിഞ്ഞുകൊടുത്തു. അയാൾ ഉപചാരങ്ങളൊന്നും പറയാതെ വന്നതുപോലെ കുതിരപ്പുറത്തു കയറി സ്ഥലം വിട്ടു. അയാൾ കൊട്ടാരത്തിൽ നിന്നുവന്ന ഖജനാവു സൂക്ഷിപ്പുകാരനായിരുന്നു. അയാൾ ആകെ ചോദിച്ചത് താങ്കൾ ശുക്രപാഠശാലയുടെ അധിപനായ സത്യശങ്കരശുക്രനല്ലെയെന്നു മാത്രമാണ്. അതെയെന്നുത്തരം കിട്ടിയപ്പോൾ അരയിൽ നിന്നും ഓലച്ചുരുളെടുത്ത് ആചാര്യനു നേരെ എറിഞ്ഞു: കൊട്ടാരം ഖജനാവിൽ നിന്നുള്ള വാറോലയാണ്. മറ്റൊരു പനയോലയിൽ ഒപ്പു വപ്പിച്ച് വന്നപോലെ ഗൗരവം വിടാതെ അശ്വാരൂഢൻ പാഞ്ഞു.

അത് പാഠശാലയ്ക്ക് നൂറു നിഷ്കം കരം ചാർത്തിക്കൊണ്ടുള്ള അറിയിപ്പായിരുന്നു. വലിയ അപരാധം ചെയ്തവർക്കുപോലും അമ്പതു നിഷ്കത്തിൽ കൂടുതൽ കരം കേട്ടു കേൾവിയില്ല. ബ്രാഹ്മണനാണ് അപരാധിയെങ്കിൽ താക്കീതുപോലുമില്ലാതെ ആദരിച്ചു വിടലാണ് ആര്യാവർത്തധർമ്മം. ആചാര്യന് ഒരു കാര്യം ഉറപ്പായി. തീർച്ചയായും ഈ അനീതി ധർമ്മനാഥനായ ഭരതരാജാവ് അറിഞ്ഞായിരിക്കില്ല. ഒരു മഹാ അധർമ്മത്തിനെതിരെ അഗ്നികുണ്ഡത്തിനു മുന്നിലിരുന്ന് പതിന്നാലു വർഷം ഉള്ളുരുകി പ്രായശ്ചിത്തം ചെയ്യുന്ന നീതിമാനായ രാജൻ ഈ അനീതിയിൽ കക്ഷിയാവില്ല.

അച്ഛൻ കരം അടയ്ക്കാനോ കരത്തെപ്പറ്റി പറയാനോ പോയില്ല. അറിയിപ്പിൽ തുല്യം ചാർത്തിയ ഖജനാവു സൂക്ഷിപ്പുകാരന് നാലു പനയോല പാളികളിൽ ഭംഗിയായൊരു വിവരണം കൊടുത്തയച്ചു. ഒരു മാസം കഴിഞ്ഞിട്ടും നിഷ്കം അടക്കാത്തതിന്റെ പേരിൽ ഖജനാവു സൂക്ഷിപ്പുകാരന്റെ കൈയിൽ നിന്നോ മറ്റാരുടെ ഭാഗത്തുനിന്നോ യാതൊരു നടപടിയും ഉണ്ടായില്ല.

ശ്രാവണം കഴിഞ്ഞൊരു നട്ടുച്ച. ആചാര്യൻ പാഠശാലയിൽ അധ്യാപനം കഴിഞ്ഞു വിശ്രമിക്കുന്നു. പാഠശാല മുറ്റത്തെത്തിയ അശ്വാരൂഢൻ അതീവ ഗൗരവത്തിൽ വിശ്രമശാലയിലേക്കു കടന്നുചെന്നു: "താങ്കൾ ദ്വിജശ്രേഷ്ഠന്റെ മുന്നിൽ ഉടൻ ഹാജരാവണം."

ആചാര്യർ ഒട്ടും ഗൗരവം ചോർന്നുപോവാതെത്തന്നെ: "ഏതു ദ്വിജശ്രേഷ്ഠൻ?"

"അയോധ്യാ ദ്വിജശ്രേഷ്ഠൻ."

“കാര്യം?”

“അതവിടുന്ന് പറയും. ഗ്രന്ഥം കൂടെ കൊണ്ടുചെല്ലാൻ ഉത്തരവുണ്ട്.”

“ഏതു ഗ്രന്ഥം?”

“താങ്കൾ പരാമർശിക്കുന്ന മഹാഗ്രന്ഥം.”

ആചാര്യ ശബ്ദം കനത്തു, വാക്കുകൾ പരുഷമായി: “പോയി പറഞ്ഞേക്ക്, മാന്യോപചാരങ്ങളറിയാത്ത മൂഢനായ സന്ദേശവാഹകാ, നിന്റെ യജമാനനോട്. മഹാഗ്രന്ഥം കാണാൻപോലുമയാൾ യോഗ്യനല്ലെന്ന്. ശുക്രമഹാചാര്യരുടെ മുന്നിൽ സാക്ഷാൽ ബൃഹസ്പതിപോലും മുട്ടുവിറയ്ക്കാതെ ഇരിക്കുകയില്ലെന്ന്.”

ഒന്നുലഞ്ഞ ഭടൻ പിന്നേയുമെന്തോ പറയുന്നതിനുമുമ്പ് ആചാര്യാജ്ഞ പാഠശാലയാകെ മുഴങ്ങി.

“ങും.. നിങ്ങൾക്കു പോകാം.”

അന്നു രാത്രി മുഴുവൻ ഞാനും അച്ഛനും പാവം ഭടന്റെ ധർമ്മസങ്കടവും ദ്വിജപ്രമാണിയുടെ ചമ്മിയ മുഖവും ഭാവനയിൽ കണ്ട് ചിരിച്ചു. അമ്മയ്ക്കു നല്ലതുപോലെ ചിരിവന്നു മുട്ടി നിന്നെങ്കിലും പുറത്തേക്കു വിടാതെ ഒതുക്കി. അതു കണ്ട അച്ഛൻ പറഞ്ഞു: “ചിരിവന്നാൽ ചിരിക്കുക തന്നെയാണു നല്ലത്. അല്ലെങ്കിൽ കാണാൻ നല്ല വഷളാണ്.”

ഒരു വാരം കഴിഞ്ഞതേയുള്ളൂ.

വിജയദശമി പ്രമാണിച്ച് പാഠശാല മുടക്കമായിരുന്നു. സരസ്വതി പൂജയും മഹാഗ്രന്ഥപൂജയും കഴിഞ്ഞ് അച്ഛൻ അകായിയിലെ ആട്ടുകട്ടിലിൽ മഹാഗ്രന്ഥം വായിച്ചുകൊണ്ടിരിക്കുകയായിരുന്നു.

മുറ്റത്തുവന്നു നിന്ന രഥത്തിൽ നിന്നിറങ്ങിയ ശ്രേഷ്ഠബ്രാഹ്മണൻ തൊഴുകയ്യുമായി മന്ത്രിച്ചു:

“മഹാചാര്യർക്ക് വണക്കം.”

“വണക്കം മഹാത്മൻ...” അച്ഛൻ പ്രതിവചിച്ചു

അച്ഛൻ അദ്ദേഹത്തെ ആദരപൂർവ്വം സ്വീകരിച്ച് അകായിൽ ആട്ടുകട്ടിലിൽ ഇരുത്തി ആതിഥ്യമര്യാദകൾ പാലിച്ച് ആരാഞ്ഞു: “പറഞ്ഞാലും മഹാത്മൻ ആഗമനോദ്ദേശം.”

അതിഥി അറിയിച്ചു: “ആചാര്യാ, അങ്ങയുടെ പാണ്ഡിത്യത്തെ പറ്റി അറിയാത്തവർ അയോധ്യാപുരിയിൽ ആരുംതന്നെയില്ല. ആര്യാവർത്തത്തിൽപോലും അങ്ങ് പുകഴ്പെറ്റ വാഗ്മിയാണ്.”

“അങ്ങ് വല്ലാതെ പുകഴ്ത്തി പറയുന്നു.”

“ഒട്ടുമില്ല ആചാര്യാ... അങ്ങയുടെ ചിന്തകൾ പ്രശോഭിക്കുന്ന ലേഖനങ്ങൾ അഗാധമായ അറിവും ഭാവിയെപ്പറ്റിയുള്ള പ്രതീക്ഷയും ഇന്നിനെപ്പറ്റിയുള്ള ആശങ്കയും പ്രകടമാക്കുന്നു.”

"അങ്ങ്?"

"അങ്ങയുടെ മഹാലേഖനങ്ങൾ വായിക്കാനവസരം കിട്ടിയിട്ടുള്ള വെറും ഒരു അക്ഷരസ്നേഹിയെന്നു കരുതിയാൽ മതി."

"പറയൂ... സത്യശങ്കരനായ ഈ ശുക്രൻ അങ്ങേക്കെന്താണ് ചെയ്തു തരേണ്ടത്? അങ്ങയുടെ വരവുകൊണ്ടും ഭാഷണംകൊണ്ടും നിസ്സാരനായ ഞാൻ സംപൂജ്യനായി."

"ആചാര്യാ, അങ്ങയുടെ അതുല്ല്യമായ വാക്ചാതുരിയും ആഴമേറിയ ചിന്തകളും അക്ഷരസ്നേഹികൾക്ക് ഒരു കടാക്ഷമാകുന്നതിൽ അങ്ങേക്കു വിരോധമുണ്ടാവുമോ?"

"ഒരിക്കലുമില്ല. അറിവും ചിന്തയും പരസ്പരം സംവദിക്കുമ്പോഴേ കൂടുതൽ ദീപ്തമാവൂ. ഉരകല്ലില്ലെങ്കിൽ മാറ്ററിയുവാൻ കഴിയില്ലല്ലോ."

"വിജയദശമിയായ ഇന്ന് അതിനുള്ള സന്ദർഭം ഒരുങ്ങിയിരിക്കുന്നു. രാജധാനിക്കു സമീപമുള്ള സംവാദശാലയിൽ മഹാപ്രതിഭകൾ ഒന്നിക്കുന്നു. അങ്ങുകൂടി ഉണ്ടായാൽ സ്വർണ്ണകിരീടത്തിന് രത്നക്കല്ലു വച്ചതുപോലെ സംവാദത്തിനു തിളക്കമേറും."

"സ്വതന്ത്രമായ സംവാദങ്ങൾ നമ്മുടെ സംസ്കാരത്തിനു മാറ്റുകൂട്ടും സംശയമില്ല."

"എങ്കിൽ വിരോധമില്ലെങ്കിൽ അവിടുന്ന് എന്റെ രഥത്തിൽ വന്നാലും. സംവാദം കഴിഞ്ഞ് ഞാൻ തന്നെ അങ്ങയെ ശുക്രാലയത്തിൽ എത്തിച്ചുകൊള്ളാം."

അതിനെന്താണു വിരോധം? അർത്ഥിക്കുന്നവർക്കു വിദ്യ കൊടുക്കുന്നതിനേക്കാൾ വലിയ പുണ്യമില്ലെന്നു പറഞ്ഞ് അച്ഛൻ ആഗതന്റെ രഥത്തിൽ കയറി ഇരുന്നു. രഥം അയോധ്യാപുരിക്കുനേരെ തിരിഞ്ഞു.

പുറത്തേക്കു വന്ന അമ്മ എന്തോ പന്തികേടു മണത്തെങ്കിലും തിരിച്ചുവിളി ആര്യാവർത്തത്തിൽ അശുഭലക്ഷണമായതിനാൽ നിശ്ശബ്ദയായി രഥചക്ര ഭ്രമണം നോക്കി നിന്നു ഏറെനേരം.

നാല്

അമ്മ ആശങ്കപ്പെട്ടതുപോലെ തന്നെ സംഭവിച്ചു. വിയർത്തൊലിച്ച് കെട്ട കൂശ്മാണ്ഡംപോലെ ചൈതന്യമറ്റ് എന്നാൽ വീറും വാശിയും വർദ്ധിച്ച് ഒരുതരം പടക്കുതിരയുടെ മുഖഭാവത്തോടെ അച്ഛൻ രാത്രിയിൽ ശുക്രാലയത്തിൽ വന്നുകയറി. തിരിച്ചെത്തിയത് രഥത്തിലാണെങ്കിലും കൂട്ടിക്കൊണ്ടുപോയ മാന്യനല്ല തിരിച്ചെത്തിച്ചത്. രഥത്തിൽ നിന്നിറങ്ങിയതും ആട്ടുകട്ടിലിൽ മലർന്നുകിടന്നുകൊണ്ട് അച്ഛൻ അരികിൽ വന്നു നിന്ന അമ്മയോടായി: "കുടിക്കാനെന്തെങ്കിലും കൊണ്ടുവരൂ ഊർജ്ജേ..."

സംവാദത്തിൽ പങ്കെടുത്തതിന്റെ ക്ഷീണം പോക്കാൻ പറ്റിയത് കാച്ചിയ പാലാണെന്ന ധാരണയിൽ അമ്മ പാൽ മൊന്തയിൽ മുത്താറിപ്പൊടിയ ലിയിച്ചു കൊണ്ടുചെന്നപ്പോൾ ബാർലിവെള്ളമില്ലേ, പാലു കുടിക്കാൻ തോന്നുന്നില്ലെന്നു പറഞ്ഞു അച്ഛൻ. ശുക്രാലയത്തിനു വെളിയിൽ നിന്നൊന്നും കഴിക്കുന്ന പ്രകൃതമില്ലല്ലോ അതുകൊണ്ടായിരിക്കും കനത്ത ക്ഷീണമെന്നാശ്വസിച്ച അമ്മയോട് ബാർലിവെള്ളം മുഴുവനും ഒറ്റവലിക്കു തീർത്ത് അച്ഛൻ സംഭവിച്ചത് അക്ഷരമൊന്നു ചോരാതെ വിവരിക്കാൻ തുടങ്ങി. ഞാനും അമ്മയും അനുഭവം കേൾക്കാനായി നിന്നപ്പോൾ രണ്ടു പേരും കട്ടിലിൽ ഇരിക്കൂ. ധാരാളം കേൾക്കാനുണ്ടെന്നു പറഞ്ഞു. ഞങ്ങൾ ആട്ടുകട്ടിലിൽ ഇരുന്നു ശ്രദ്ധാപൂർവ്വം കേട്ടു.

"രഥം അയോധ്യാപുരിയിലേക്കുള്ള പാതയിലെത്തിയതോടെ പന്തി കേടു മണക്കാൻ തുടങ്ങി. അതുവരെ തേനേ പാലേയെന്ന് ബഹുമാന പൂർവ്വവും വലിയ സ്നേഹത്തോടെയും സംസാരിച്ച ആഗതൻ നാക്കു പിടിച്ചു കെട്ടിയതുപോലെ നിശ്ശബ്ദനായി. ഒരു തരം കൃത്രിമമായ ഗൗരവം വിഴുങ്ങിയതുപോലെ അയാൾ നിവർന്നിരുന്നു. രാജപാതയ്ക്കിരുവശത്തും അവിടെയിവിടെനിന്ന് രഥത്തിനടുത്തുകൂടെ നടന്നും നേർരേഖ തെറ്റി രഥത്തിലിടിക്കാൻ തക്കവണ്ണം തെന്നിയും വന്ന മുഷിഞ്ഞ വസ്ത്രക്കാരെ അയാൾ ചമ്മട്ടിയേന്തി അടിക്കാനും അസഭ്യം പറഞ്ഞു വിരട്ടാനും തുടങ്ങി. അതേസമയം കാൽനട നിയമങ്ങൾ തെറ്റിച്ച് രഥത്തിലുരുമ്മി പ്പോയ പൂണൂലും കുടുമയും വച്ച ദ്വിജന്മാരെ തൊഴുതും വന്ദിച്ചും ഇരട്ട മുഖം പ്രദർശിപ്പിച്ചു.

ഏകദേശം മൂന്നു നാഴികനേരത്തെ യാത്രകൊണ്ട് രഥം അയോധ്യാ പുരിയിലെത്തി. അയാൾ രഥം വഴിയരികിലെ ഒരു മരച്ചുവട്ടിൽ നിർത്തി ക്കൊണ്ടു പറഞ്ഞു: "വിശ്വമഹാചാര്യൻ ഇവിടെ ഇറങ്ങിയാലും... രഥം ഇനിയങ്ങോട്ടു ഉരുളുകയില്ല. രാജധാനിയങ്കണത്തിനു ചുറ്റും അഗ്നി ഹോത്രമാണ്. മഹാരാജാവിന്റെ പാദുകപൂജയ്ക്കൊപ്പം രാജ്യനന്മ യ്ക്കായി ദ്വിജന്മാരും ബ്രാഹ്മണശ്രേഷ്ഠരും മന്ത്രോച്ചാരണത്തിലാണ്. സംവാദശാല രാജധാനിയിലെ അശോകവനത്തിലാണ്. വിശ്വമഹാ ചാര്യന് അല്പം നടക്കേണ്ടിവരും." അച്ഛനയാളുടെ അഭിസംബോധന യിലെ പരിഹാസം ശരിക്കും ബോധ്യപ്പെട്ടുവെങ്കിലും ഒന്നും ബോധ്യ പ്പെടാത്തതുപോലെ അഭിനയിച്ചു നടന്നു. രാജധാനിയിലേക്ക് ഇനിയും അര യോജനയെങ്കിലും പോകണം. അതിനു മുന്നിലായി കെട്ടിമേഞ്ഞ കൂറ്റൻ പന്തലുകളിൽ അനേകസഹസ്രം ബ്രാഹ്മണർ ഹോമകുണ്ഡം തീർത്ത് അഗ്നിമന്ത്രങ്ങളും ദേവസ്തുതികളും ആലപിക്കുന്നു. അയോധ്യ യിലുള്ള മുഴുവൻ ബ്രാഹ്മണശ്രേഷ്ഠരും അവിടെ എത്തിയിട്ടുണ്ടെന്നു തോന്നും കണ്ടാൽ. അവരെല്ലാം അഗ്നികുണ്ഡം ജ്വലിപ്പിച്ച് മഹാരാജാവി നൊപ്പം രാമസ്തുതിയും പൊഴിക്കുന്നുണ്ട് രാജധാനിക്കു ചുറ്റും. നടു ക്കായി ഉയർത്തിക്കെട്ടിയ മണ്ഡപത്തിൽ ഉയർന്നു കാണുന്ന പീഠത്തിൽ

രാമപാദുകങ്ങൾ. അനുസരണയും ഭ്രാതൃഭക്തിയുമുള്ള ഭരത മഹാരാജാവ് കണ്ണുമടച്ച് ജടാവൽക്കലവും ധരിച്ച് വലിയ അഗ്നികുണ്ഡത്തിനു മുന്നിലിരുന്ന് മന്ത്രം ഉരുവിടുന്നു. രാജപുരോഹിതന്മാരുടേയും ഋത്വിക്കുകളുടേയും ദ്വിജന്മാരുടേയും ഒരു വൻപട മഹാരാജാവിനു ചുറ്റുമിരുന്ന് മന്ത്രം ഉരുവിടുന്നു. മന്ത്രം ആദ്യം ചൊല്ലിക്കൊടുത്തത് വസിഷ്ഠപുത്രനും യുവപുരോഹിതനുമായ സുയജ്ഞനാണ്. യജ്ഞത്തിന്റെ മുഴുവൻ മേൽനോട്ടവും വഹിച്ചുകൊണ്ട് മഹാരാജാവിനോടു ചേർന്ന് കൊട്ടാരം പരമപുരോഹിതൻ വസിഷ്ഠൻ. അയോധ്യ, കോസലം, വൽസം, അംഗം, ശ്രാവസ്തി തുടങ്ങിയ സമീപ നാട്ടുരാജ്യങ്ങളിൽ നിന്നു കൂട്ടം കൂട്ടമായി വന്നുകൊണ്ടിരിക്കുന്ന ബ്രാഹ്മണർക്ക് മഹാരാജാവ് തുടർച്ചയായി വസ്ത്രങ്ങൾ ആഭരണങ്ങൾ, അലങ്കാരപാത്രങ്ങൾ, വെറ്റയിൽ വച്ച നിഷ്കം തുടങ്ങിയ ദക്ഷിണകൾ നൽകി അനുഗ്രഹം ഏറ്റു വാങ്ങിക്കൊണ്ടിരിക്കുന്നു. കൈ നിറയെ വിലപിടിപ്പുള്ള ദക്ഷിണ കിട്ടിയ ബ്രാഹ്മണർ മനസ്സും മുഖവും സന്തോഷത്തിൽ കുളിച്ച് മഹാരാജനെ അനുഗ്രഹിക്കുന്നു. ഓരോ ബ്രാഹ്മണന്റേയും അനുഗ്രഹം ലഭിക്കുന്ന മുറയ്ക്ക് ജ്യേഷ്ഠനോടു ചെയ്ത അപരാധം കഴുകിപോകുന്നുവെന്ന് പുരോഹിതന്മാർ രാജകാതുകളിൽ ഉണർത്തി.

അന്തരീക്ഷം നിറഞ്ഞു തുളുമ്പുന്ന സുഗന്ധദ്രവ്യങ്ങളുടെ മനം മയക്കുന്ന വാസന. വെളുത്ത പുക കട്ട പിടിച്ച മറ്റൊരാകാശം രാജധാനിക്കു ചുറ്റും. രാജധാനിയുടെ വടക്കുഭാഗത്ത് ഊട്ടുപുരകളിൽ നിന്നും കോലാഹലം. മഹാരാജാവിൽനിന്നു ദക്ഷിണ സ്വീകരിച്ച ബ്രാഹ്മണശ്രേഷ്ഠർക്ക് വടക്കേ ദിശയിലെ ഊട്ടുപുരകളിൽ സമൃദ്ധമായ സദ്യ. സമൃദ്ധമായ ഊണു കഴിഞ്ഞവർ താംബൂലത്തിനും സുഗന്ധച്യവനത്തിനുമായി പടിഞ്ഞാറേ പന്തലിൽ തിക്കിത്തിരക്കി. അവിടെയുമുണ്ട് കോടിവസ്ത്രങ്ങൾ സമ്മാനമായി. എല്ലായിടത്തും ബ്രാഹ്മണരുടെ കൈകൾ നെറ്റിക്കു മുകളിൽ സർപ്പഫണംപോലെ വച്ചുള്ള അനുഗ്രഹങ്ങൾ. നാടു നന്നാവാൻ, മഹാരാജാവിന് ഐശ്വര്യം വരുവാൻ, രാജ്യം വികസിക്കാൻ. ഊട്ടുപുരകളിൽനിന്നും വലിച്ചെറിയുന്ന പഴയതും ദ്രവിച്ചതുമായ പദാർത്ഥങ്ങൾ പിടിച്ചെടുക്കാൻ ഭക്ഷണപ്പന്തലിനു പിന്നിൽ കൂടി ശൂദ്രപരിഷകൾ. അവർ ആക്രാന്തംകൊണ്ട് അതിക്രമിച്ചു കടന്ന് ദ്വിജന്മാരുടെ ഭക്ഷണപന്തലിലേക്കെത്താതിരിക്കാൻ വലിയ അഴികളിട്ടുറപ്പിച്ച മുളവേലി. മുമ്പിൽ കുന്തവും പേറി കാവൽ നിൽക്കുന്ന പാറാവുകാർ, രാജഭടന്മാർ. അശ്രീകരങ്ങളായ ശൂദ്രരിൽ ഏതെങ്കിലുമൊന്ന് മുളവേലി കവച്ച് പന്തലിലെത്തിയാൽപിന്നെ ശ്രേഷ്ഠരായ ദ്വിജന്മാരെല്ലാം അശുദ്ധർ. പാറാവുകാരും ഭടന്മാരും കണ്ണിൽ എണ്ണയൊഴിച്ച് മുളവേലി സംരക്ഷിച്ച് ഇടയ്ക്ക് കുന്തമുയർത്തി ശൂദ്രസാഗരത്തിലേക്കു നോക്കി നീട്ടി ഗർജ്ജിച്ചു:

“അടങ്ങിയിരിക്ക് എരണംകെട്ട ദരിദ്രവാസികളേ... ബ്രാഹ്മണയില നിങ്ങൾക്കുള്ളതുതന്നെയാണ്.”

സരയുതീരംവരെ പരന്നുകിടക്കുന്ന യാഗമണ്ണിൽ സ്തോത്രങ്ങൾ ചൊല്ലി രാജഹർഷമുണ്ടാക്കുന്ന ബ്രാഹ്മണരിൽ പലരും ശുക്രപാഠശാലയിൽ നിന്നുപോയവർ. അവരിൽ പലരും അഗ്നികുണ്ഡത്തിനു മുന്നിൽ ശിരസ്സുതാഴ്ത്തി ഇരുന്നാണ് സ്തോത്രങ്ങൾ ഉരുവിടുന്നത്. വേലികെട്ടി അതിർവരമ്പു മറയാൻ സമ്മതിക്കാതെ നിർത്തിയിരിക്കുന്ന ശൂദ്രസാഗരത്തിൽ ശുക്രാലയത്തിലും പരിസരഗൃഹങ്ങളിലും മൺകലങ്ങളും കത്തിയും മരപ്പലകകളും കാണിക്കവെക്കാൻ വരുന്ന കുശവന്മാരും ആശാരിമാരുമുണ്ട്. പുതിയ കരംകൊണ്ട് നടുവൊടിയുന്ന അവർക്ക് ദേവന്മാർ വച്ചുനീട്ടുന്ന ഔദാര്യമാണ് എച്ചിലിലകൾ. അവർ ദേവന്മാരുടെ സ്നേഹം വാനോളം പുകഴ്ത്തി പാടി.

പടിഞ്ഞാറേ പന്തലിൽ തിരക്കൊന്നുമില്ല. പന്തൽ രാജകീയമാണ്. ഉയർന്ന തലത്തിൽ അലങ്കരിച്ച ആസനങ്ങളിൽ ഉപവിഷ്ടരായ ദ്വിജശ്രേഷ്ഠന്മാരും പുരോഹിതരിൽതന്നെ ഉയർന്നവരും ഇരുന്ന് കാര്യവിചാരം ചെയ്യുന്നു. മഹാരാജാവിനും കൊട്ടാരം നിവാസികൾക്കും പൂജകൾക്കും ഹോമങ്ങൾക്കുമൊന്നും വിഘ്നമുണ്ടാവാതെയും അയോധ്യയിലാകമാനം വിഷ്ണുപൂജ കൃത്യമായി നടക്കേണ്ടതിന്റേയും മറ്റും വിചാരം നടക്കുന്നു. ഉന്നതരായ അവരുടെ ശിരസ്സ് രാജനന്മയ്ക്കും പ്രജാക്ഷേമത്തിനുമായി ഉഷ്ണിക്കുന്നുവെന്ന് കണ്ടാലറിയാം. തെക്കേ പന്തലാകെ കലാപ്രകടനങ്ങൾകൊണ്ടും നൃത്തങ്ങൾകൊണ്ടും മുഖരിതമാണ്. ക്ഷേത്രകലകളായ മിഴാവുകൊട്ടലും കൂടിയാട്ടവും കൂത്തും അരങ്ങേറുന്നു. ഭഗവാന്റെയും ഭഗവതിയുടെയും അപദാനങ്ങൾ കൊട്ടിപ്പാടുന്നതിലൂടെ അയോധ്യയിൽ ദേവാനുഗ്രഹം വന്നുചേരുമെന്ന് ഏവരും വിശ്വസിക്കുന്നു. ദക്ഷിണയും സ്വീകരിച്ച് സദ്യയുമുണ്ട് തൃപ്തമാനസരായ ബ്രാഹ്മണർ കലാനടനങ്ങൾ കണ്ട് അകം കുളിർത്ത് അനുഗ്രഹവർഷം ചൊരിയുന്നു. തെക്കേ വിതാനപ്പന്തലിനോടു ചേർന്ന സാകേതോദ്യാനത്തിന്റെ മദ്ധ്യത്തിലാണ് സംവാദശാല. ശാല ചൂണ്ടിക്കാട്ടി ആഗതൻ പറഞ്ഞു:

"അവിടെയാണ് സംവാദം.. മഹാചാര്യനെ കാത്ത് അല്പബുദ്ധികൾ അവിടെയാണിരിപ്പ്."

അച്ഛൻ ആഗതനോടു തർക്കിക്കാനോ പരിഹാസധ്വനിക്കു നേരെ കർക്കശമായ അസ്ത്രം തൊടുക്കാനോ പോയില്ല. എല്ലാം ഒന്നു കാണാമെന്ന തീരുമാനത്തിൽ പറഞ്ഞു: "ശരി, സംവാദശാലയിലേക്കു പോകാം."

അതിശക്തമായ ഉരുണ്ട തൂണുകൾ താങ്ങിനിർത്തിയിരിക്കുന്ന സാമാന്യത്തിലധികം വിസ്താരമേറിയ ശാലയിൽ ചെന്നു കയറിയപ്പോൾ തന്നെ സംവാദത്തിലെ കാപട്യം തെളിവെള്ളംപോലെ വ്യക്തമായി. സംവാദത്തിനായി വിശിഷ്ട ഗുരുനാഥന്മാരായി ആരുമില്ല: സംവാദം കേട്ട് അറിവു വർദ്ധിപ്പിക്കാനായി വിജ്ഞാനകുതുകികളായ കേൾവിക്കാരുമില്ല.

ഒഴിഞ്ഞ വിശാലമായ ശാലയുടെ അറ്റത്ത് ഉയർന്നു നിന്ന തറയിൽ മദ്ധ്യ വയസ്കരായ അഞ്ച് പൂണൂൽധാരികൾ അർദ്ധവൃത്താകൃതിയിൽ മുന്നോട്ടു നോട്ടവുമായി ഇരിക്കുന്നു. അവരുടെ ഇരിപ്പിടം അധികാരചിഹ്ന ങ്ങൾ വഹിക്കുന്ന ആസനങ്ങളാണെന്ന് അവയുടെ തിളക്കവും ഉയരവും വിസ്താരവും വിളിച്ചറിയിച്ചു. സംവാദത്തിനായി ക്ഷണിച്ചുവന്ന ആചാര്യ നുള്ള ഇരിപ്പിടം തറയ്ക്കു താഴെ പഴകിദ്രവിച്ച ഒരു കിഴവൻ മരപീഠം. അപമാനിക്കലാണുദ്ദേശ്യമെന്ന് വ്യക്തമായെങ്കിലും എവിടെവരെ എന്നറിയുവാനുള്ള ഉദ്വേഗംകൊണ്ട് കാണട്ടെ കപികളുടെ കളിയെന്നു അച്ഛൻ മനസ്സിലുറച്ചു. അങ്ങനെയൊരു നിസ്സംഗചിന്ത മനസ്സിലുണർന്നി രുന്നില്ലെങ്കിൽ ശാലയും വിട്ട് അച്ഛൻ എണീറ്റു പോരുമായിരുന്നു.

കാലത്തിനു പിറകിലേക്കു മാഞ്ഞുപോയ എന്തൊക്കെയോ ചിത്ര വരകൾ തെളിഞ്ഞു വരികയും അനാദിയായ ഭാവിയിൽ കനപ്പെടാനുള്ള അജ്ഞാത കോറലുകൾ ഉണർന്നു വരുന്നതുപോലെയും തോന്നിയ തോടെ കളി മുഴുവനും കാണുവാൻ വലിയ താത്പര്യമുണർന്നു അച്ഛന്. അച്ഛനെ കണ്ടതോടെ പരിഹാസരൂപേണ എണീറ്റു നിന്ന് ഹാസ്യം ധ്വനിപ്പിക്കുന്ന രീതിയിൽ തൊഴുത് അവർ പ്രതികരിച്ചു: "ശുക്രപരമ്പര യിലെ ആചാര്യനെന്നവകാശപ്പെടുന്ന അസുരഗുരുവായ സത്യശങ്കരന് സംപൂജ്യ ദേവഗുരു ബ്രഹസ്പതീ ഗോത്രക്കാരുടെ വന്ദനം."

തറയിൽ ഉപവിഷ്ടരായ അഞ്ചുപേരിൽ ഒരാളുടെ മുഖം അച്ഛന്റെ സ്മരണയിൽ വന്നു. ശുക്രപാഠശാലയിൽ മന്ത്രവാദം പഠിക്കാനാവുമോ എന്നന്വേഷിച്ചുവന്ന ഒരു ബ്രാഹ്മണയുവാവ്. ശുക്രന്മാർ മന്ത്രവാദികളല്ല ഭിഷഗ്വരന്മാരാണെന്ന ഉത്തരം കേട്ട് നീരസത്തോടെ സ്ഥലംവിട്ട യുവാവ്. ബാക്കിയാരേയും നേരിൽ കണ്ടതായി ഓർമ്മയില്ല. സംവാദ പ്രഹസനം ആരംഭിക്കുന്നതിനു മുമ്പേ ഒരു കാര്യം വ്യക്തമായി. തിരശ്ശീലയ്ക്കു പുറകിൽ അവരെ നിയന്ത്രിക്കുന്ന ആരോ വലിയ ഗുരു അഥവാ ഗുരു വൃന്ദം ഇരിപ്പുണ്ട്. അവിടെനിന്നുള്ള നിർദ്ദേശാനുസരണമാണ് തറയിൽ എല്ലാം നടക്കുന്നത്. ഉയർന്ന തറയിലിരിക്കുന്നവർ തിരശ്ശിലയ്ക്കു പുറകിൽനിന്നു വന്ന ആജ്ഞകൾക്കനുസരിച്ച് അതേപടി കാര്യങ്ങൾ നടപ്പിൽ വരുത്തുന്നു.

സന്ദേശവാഹകൻ പ്രഖ്യാപിച്ചു: അസുരഗുരുവെന്നവകാശപ്പെടുന്ന സത്യശങ്കരനോട് ബൃഹസ്പതി ഗോത്രജന്മാർ ചോദിക്കുന്ന ഒന്നാം ചോദ്യം.

"താങ്കളെ നയിക്കുന്ന ഗ്രന്ഥമേതാണ്?"

"മഹാഗ്രന്ഥം."

"മഹാഗ്രന്ഥത്തിന്റെ പേര്?"

"ശുക്രനീതി."

"ശുക്രനീതി എന്നൊരു ഗ്രന്ഥം കേട്ടിട്ടില്ല. ആരാണ് ശുക്രനീതിയുടെ കർത്താവ്?"

“ശുക്രാചാര്യർ.”

“അസുരഗുരുവായ ശുക്രാചാര്യരോ?”

“ഗുരു എന്നേയുള്ളു. അസുരനും ദേവനും എന്നതൊക്കെ പക്ഷപാത പരമായ സംജ്ഞകൾമാത്രം..”

“അപ്പോൾ ബൃഹസ്പതി ദേവഗുരുവല്ലെന്നാണോ?”

“ബൃഹസ്പതി ഗുരുവെന്നതാണു ശരി.”

“അപ്പോൾ അസുരനും ദേവനുമൊക്കെ?”

“പക്ഷപാതപരമായ ചാർത്തലുകൾ.”

“അങ്ങ് ഈ പറയുന്ന മഹാഗ്രന്ഥത്തിന്റെ പിറവി എങ്ങനെ സമർത്ഥി ക്കാൻ കഴിയും? ഞാൻ പറയുന്നു ഋഗ്വേദമാണ് അറിയപ്പെടുന്നതിൽ വച്ച് ഏറ്റവും പഴക്കമേറിയ രചന എന്ന്.”

“ഋഗ്വേദം ആദ്യരചനയല്ലെന്നു മാത്രമല്ല രണ്ടാമത്തെപോലുമല്ല. ശ്ലോകങ്ങളായി ചിതറിക്കിടന്ന അഥർവ്വമാണ് ആദ്യത്തെ രചന. അഥർവ്വ ത്തിനുശേഷം ശുക്രനീതി. അതിനുശേഷവുമാണ് ഋഗ്.”

“അങ്ങീ പറയുന്നത് ഗുരുതരമായ ആരോപണമാണെന്നറിയില്ലേ?”

“ഒരാൾക്ക് തന്റെ വാദഗതികൾ യുക്തിപരമായി തെളിയിക്കാൻ കഴിയു മെങ്കിൽ പ്രസ്തുത പ്രസ്താവന ആരോപണമല്ലാതാവുന്നു, യാഥാർത്ഥ്യ മാവുന്നു.”

“ഋഗ് ആദ്യവേദമല്ലെന്നും ശുക്രനീതിയും അഥർവ്വവും അതിനു മുമ്പു ണ്ടായതാണെന്നും സ്ഥാപിക്കാൻ താങ്കളുടെ കൈവശം എന്തു തെളിവു കളുണ്ട്?”

“താങ്കളുടെ സംശയവും അതിനെതുടർന്നുള്ള ചോദ്യവും അറിയാ നുള്ള ത്വരനിമിത്തമാണെന്നു വിശ്വസിക്കുന്നു. വസ്തുതാപരമായ അവലോകനംകൊണ്ടേ മറഞ്ഞിരിക്കുന്ന സത്യത്തെ തിരിച്ചുകൊണ്ടുവരു വാനാവൂ.”

“താങ്കൾ സത്യത്തെ കാണുവാൻ അവലംബിക്കുന്ന മാർഗ്ഗങ്ങൾ?”

“ചരിത്രപരമായ യാഥാർത്ഥ്യങ്ങൾതന്നെ. എന്നാൽ ചരിത്രം ഇന്നേ വരെ ആരും വേണ്ടതുപോലെ രേഖപ്പെടുത്തിവച്ചിട്ടില്ലാത്തതിനാൽ അവ ലംബമായി നിൽക്കുന്ന ചില പുരാണ കഥകളേയും വായ്മൊഴി നാടോടി അറിവുകളേയും നമുക്കു പ്രയോജനപ്പെടുത്തേണ്ടി വരും.”

“പുരാണങ്ങൾ ഉദ്ഘോഷിക്കുന്ന ഭൂമിയുടെ ജനനത്തേയും ചതുർ യുഗങ്ങളേയും താങ്കൾ അംഗീകരിക്കുന്നില്ലേ?”

“പുരാണങ്ങൾ സത്യത്തിൽ ഭക്തിരസച്ചരടുകളാണ്. അവ വായിച്ച് യാഥാർത്ഥ്യം കിട്ടുന്നതിനേക്കാൾ ഭക്തിയുണ്ടാക്കുകയെന്നതാണ് പുരാണ രചയിതാക്കളുടെ ലക്ഷ്യം.”

“മനുഷ്യവളർച്ചയിലെ വിവിധ കാലഘട്ടങ്ങളെ പുരാണത്തിൽ പറയുന്നുണ്ടല്ലോ.”

“ശുക്രനീതിയിൽ അത് കൂടുതൽ വസ്തുതാപരമായി പരിശോധിക്കുന്നുണ്ട്.”

“എങ്ങനെ?”

ഇത്രയുമായപ്പോൾ ചിലർക്ക് അസഹിഷ്ണുത തുടങ്ങി. അവർ വളച്ചുകെട്ടാതെ നേരത്തെ അവരുടെ തലയിൽ ഏല്പിച്ച കർമ്മത്തിലേക്കു വേഗം വരുവാൻ ചോദ്യകർത്താവിനെ ആംഗ്യത്തിലൂടെയും വിക്ഷേപങ്ങളിലൂടെയും പ്രേരിപ്പിച്ചു.

“നിങ്ങൾ പറയുന്ന ശുക്രാചാര്യർ വെറും പ്രാകൃതനായ മന്ത്രവാദി മാത്രമായിരുന്നുവെന്നു പറഞ്ഞാൽ?”

“മഹാചാര്യർ മന്ത്രവാദത്തെ മനശ്ശാസ്ത്രപരമായി നോക്കിക്കണ്ട മഹാഭിഷഗ്വരനാണ്. മന്ത്രവാദത്തെ തമസ്കരിക്കാൻ മാത്രമാണ് മന്ത്രവാദത്തെ ആശ്രയിച്ചത്. ഒരിക്കലും മന്ത്രവാദം ഉപദ്രവത്തിനുവേണ്ടി ഉപയോഗിച്ചില്ല. ശത്രുനിഗ്രഹത്തിനുവേണ്ടി മാത്രം മന്ത്രവാദം തേടിയലയുന്നവർക്ക് മഹാചാര്യ മന്ത്രവാദം ദഹിക്കുകയില്ല...”

അയാൾ നെയ്സേവ ചെയ്തു കുട്ടകണക്കെ വീർത്ത മുഖം നെഞ്ചിൽ ഒളിപ്പിച്ചു.

“കള്ളമാണു നിങ്ങൾ പറയുന്നത്. ബൃഹസ്പതി സംഹിതയല്ലാതെ മറ്റൊരു നീതിശാസ്ത്രം ആര്യാവർത്തത്തിലില്ല.”

“ആര്യാവർത്തം ജനിക്കുന്നതിനു മുമ്പ് ജംബു ദ്വീപിലുണ്ടായ ശുക്രനീതി ബൃഹസ്പതി കവർന്നെടുത്ത് പേരുമാറ്റിയാൽ പിന്നെയെങ്ങനെ മഹാഗ്രന്ഥം കാണും മഹാത്മാവേ?”

പിന്നീടുവന്ന ചോദ്യങ്ങൾക്കൊന്നും അച്ഛൻ ഉത്തരം പറയേണ്ടെന്നു തീരുമാനിച്ചു. സംവാദമല്ല ഇവിടെ. ചോദ്യോത്തരങ്ങളിൽ ശുക്രനു താത്പര്യമില്ല. മുഖദാവിൽനിന്നു പഠിക്കാനാണെങ്കിൽ ശുക്രപാഠശാലയുടെ വാതിലുകൾ തുറന്നു കിടക്കുന്നു.

തുടർന്നുള്ള ചോദ്യങ്ങളോട് അച്ഛൻ പ്രതികരിക്കാതിരിക്കുന്നതുകണ്ട് ദ്വിജന്മാർ ഒന്നിച്ചു ചേർന്ന് തിരശ്ശീലയ്ക്കു പുറകിലേക്കു നോക്കി. അവിടെ പ്രത്യക്ഷപ്പെട്ട മുദ്രയ്ക്കനുസരിച്ച് അവരിൽ ഒരാൾ ശാലയിലേക്കു നോക്കി കൈകൊട്ടി. “നിഷേധിയായ അസുരഗുരുവിനെ തൂണിൽ ബന്ധിക്കട്ടെ.”

രണ്ടുമൂന്നു നിശ്ശബ്ദ നിമിഷങ്ങൾ കഴിയുന്നതിനു മുമ്പ് എട്ടുപത്തു ഭീകരഭൃത്യന്മാരുടെ നടുവിൽ കുടുങ്ങിയ നിസ്സഹായനായി അച്ഛൻ. അവരുടെ കൈയിൽ കുരുക്കിട്ട ചണച്ചരട്. അച്ഛൻ നിരാലംബനായി എണീറ്റുനിന്ന് അവരുടെ ആക്രോശങ്ങൾ അനുസരിക്കാൻ തയ്യാറായി.

ശാലയ്ക്കുപുറത്ത് അതിദ്രുതം വന്നുനിന്ന അശ്വരഥം. രഥത്തിൽനിന്നുമിറങ്ങിയ രൂപം എത്രയും വേഗം ശാലയിലേക്കു കടന്നുവന്നു. ആഗതനായ മനുഷ്യൻ വേപഥുപൂണ്ട് അച്ഛന്റെയടുത്തേക്കു നീങ്ങുന്നതുകണ്ട് ഭീകരർ സർപ്പത്തെ കണ്ടതുപോലെ ഭയന്നു പിന്മാറി. ആ ദിവ്യരൂപം കണ്ട് സ്തംഭിച്ച ദ്വിജന്മാർ ഒന്നടങ്കം പാഞ്ഞുചെന്ന് കാലിൽ നമസ്കരിച്ചു.

അത് യാജ്ഞവൽക്യമഹർഷിയായിരുന്നു. യാജ്ഞവൽക്യൻ അച്ഛനെ ഗാഢാലിംഗനം ചെയ്ത് നമസ്കരിച്ച് നോക്കിനിൽക്കുന്ന ദ്വിജന്മാരോടായി അരിശത്തിൽ അമറി: "എന്തു മൂഢത്തമാണ് നിങ്ങളീ കാണിക്കുന്നത്. ആര്യാവർത്തത്തിൽ ഇന്നു ജീവിക്കുന്ന ഏറ്റവും വലിയ പണ്ഡിതനെയാണ് നിങ്ങൾ അപഹസിച്ചു വിടുന്നത്. ഉത്തമനായ രാജ്യസ്നേഹിയാണീ മഹാൻ. ശുക്രനീതിയെന്ന മഹാഗ്രന്ഥത്തിനെ അപഹസിച്ച നിങ്ങൾ അന്ധരാണ്. എന്റെ കണ്ണുകൾപോലും തുറപ്പിച്ച മഹാഗ്രന്ഥമാണത്."

അല്പനേരത്തെ സംയമനത്തിനുശേഷം മുനി അച്ഛന്റെ കരം ഗ്രഹിച്ചരുളി: "മഹാത്മൻ മൂഢന്മാരായ ഇവരുടെ പ്രവർത്തിക്ക് ഞാൻ അങ്ങയോടു മാപ്പു യാചിക്കുന്നു."

ആ മഹാകരങ്ങൾ കവർന്നു അച്ഛൻ പറഞ്ഞു: "അരുത്, മഹാചാര്യരെപ്പോലെ ഞാൻ ബഹുമാനിക്കുന്ന അങ്ങ് സത്യശങ്കരന്റെ പാദം പിടിക്കരുത്."

ആ മഹാൻ അച്ഛനെ ഗാഢഗാഢം പുണർന്ന് ചെവിയിൽ മന്ത്രിച്ചു: "ശ്വാനന്മാർ കുരയ്ക്കുമെന്നു കരുതി വാനിൽ ചന്ദ്രനുദിക്കാതിരിക്കുന്നില്ല. വരാനിരിക്കുന്ന അയോധ്യ അങ്ങയുടെ വാക്കുകൾക്കായി കാതോർത്തിരിക്കുന്നു."

നമസ്കരിച്ചു നിൽക്കുന്നവരോടായി അവിടുന്ന് അറിയിച്ചു: "നീതിമാനും ധർമ്മിഷ്ഠനുമായ മഹാരാജാവ് ഈ അവഹേളനം ഒരിക്കലും സഹിക്കില്ല. ഞാൻ നിങ്ങളുടെ അവിവേകം രാജാവിനെ അറിയിക്കുന്നുണ്ട്.

അതു കേട്ടതും ദ്വിജന്മാർ ഒന്നായി യാജ്ഞവൽക്യപാദങ്ങളിൽ വീണുകേണു: "മഹാത്മൻ രക്ഷിക്കണം. രാജാവറിഞ്ഞാൽ ജീവിതം മുഴുവനും പട്ടിണിയാവും."

അച്ഛൻ പറഞ്ഞു: "മഹാത്മൻ, വിഡ്ഢികളെ കടുത്ത ശിക്ഷയ്ക്കു വിധേയമാക്കുന്നത് വിഡ്ഢിത്തമാണ്."

യാജ്ഞവൽക്യന്റെ മുഖത്ത് ഒരു പുഞ്ചിരി വിടർന്നു.

അദ്ദേഹം സൂതനെ വിളിച്ച് ആജ്ഞ കൊടുത്തു: "ആചാര്യരെ ഉടനെ ശുക്രാലയത്തിലെത്തിക്കുക."

രഥത്തിൽ കയറാൻ നേരം അദ്ദേഹം അറിയിച്ചു: "മഹാരാജാവ് യജ്ഞചിന്തയ്ക്കായി വിളിച്ചിരിക്ക നിമിത്തം അവിടുന്ന് ഒറ്റയ്ക്കു യാത്ര ചെയ്യേണ്ടി വരും. മടക്കം ശുക്രാലയത്തിലിറങ്ങുന്നതാണ്."

അഞ്ച്

ആ സംഭവത്തിനുശേഷം അച്ഛൻ കൂടുതൽ കർമ്മോത്സുകനായി. പാഠശാലയേക്കാൾ കൂടുതൽ പുതിയ ലേഖന രചനയിൽ ശ്രദ്ധ കേന്ദ്രീകരിച്ചു. മഹാഗ്രന്ഥം പലവുരു വായിച്ചു. ഓരോ അക്ഷരവും വാക്കും വാചകങ്ങളും പുതിയ മനനങ്ങൾക്കു വിധേയമാക്കി. പ്രജാക്ഷേമതൽപരനായ രാജാവിനെ വാർത്തെടുക്കുന്നതിൽ പ്രജകൾ വഹിക്കേണ്ടുന്ന പങ്ക് പ്രജകളെ ബോധ്യപ്പെടുത്താനുള്ള രചനകൾക്കു മുൻഗണന നൽകി. അതിനായി മഹാഗ്രന്ഥം അരിച്ചു കുറിച്ചു. രാജഭോഗങ്ങൾ ധൂർത്തടിക്കുന്ന രാജാവിന് ശുക്രനീതിയിൽ ഇടമില്ല. രാജാവ് ഉണരേണ്ടതെപ്പോൾ, സഭയും സമിതിയും ചേരേണ്ടതെപ്പോൾ തുടങ്ങി രാജാവിന്റെ മുഴുവൻ ഔദ്യോഗിക കൃത്യങ്ങളും നിഷ്കർഷിച്ച് രാത്രി ഉറങ്ങേണ്ടതെപ്പോൾ എന്നുവരെ തീരുമാനിക്കുന്നൂ നീതിശാസ്ത്രം. രാജാവിനെ വരച്ച വരയിൽ നിർത്തുന്ന നീതിശാസ്ത്രം പ്രജകളേയും രാജശാസനത്തിന് വിധേയമാക്കുന്നു. അന്നുവരെ നിലവിലില്ലാതിരുന്ന ഒരു ഭരണരീതി മഹാഗ്രന്ഥമായ ശുക്രനീതി വിഭാവനം ചെയ്യുന്നു. ഭരണത്തിൽ പ്രജകൾക്കും രാജാവിനും തുല്യനീതി സ്വപ്നം കാണുന്ന ഒരു പുതിയ ഭരണരീതി.

രാജാവിനെ സ്വേച്ഛാധിപത്യത്തിലേക്കു വഴുതി വീഴാതെ പ്രജാസമിതികൾ നിരീക്ഷിക്കുന്നു. രാജപ്രജാതുല്യനീതിയും പ്രജകൾ തമ്മിൽ തുല്യനീതിയും വിഭാവനം ചെയ്യുന്ന പുതിയ രാജനീതി ഗ്രന്ഥങ്ങളിൽ വച്ച് ശുക്രനീതിയെ മഹാഗ്രന്ഥമാക്കുന്നു. നീതിശാസ്ത്രങ്ങളൊന്നും ഉറപ്പാക്കാത്ത തുല്യനീതി മണ്ണിന്നടിയിൽ ഇനിയും തമസ്കരിക്കപ്പെടരുതെന്ന് ആചാര്യൻ തീർച്ചപ്പെടുത്തിയതുപോലെയാണ് തുടർന്നുള്ള ദിവസങ്ങളിലെ അദ്ധ്വാനം. പകൽ വായനയും രാത്രി രചനയുമെന്നത് ആചാര്യശീലമായി. ക്രമേണ രാത്രി ഏറെ വൈകിയായി ഉറക്കം. എന്തിനാണിത്ര അധ്വാനിച്ച് എഴുതിക്കൂട്ടുന്നതെന്ന് അമ്മ ചോദിച്ചപ്പോൾ മനുഷ്യരുടെ കാര്യമല്ലേ ജയേ, എഴുതി തീർന്നില്ല എന്നു പറഞ്ഞാൽ തീർന്നിട്ട് വരാമെന്നു പറഞ്ഞ് മടങ്ങുമോ മരണം എന്നാണ് മറുചോദ്യംചോദിച്ചത് "അപ്പോൾ ഞങ്ങളെയൊക്കെ വിട്ട് ഇഷ്ടംപോലെ പോകാമെന്നാണോ" യെന്ന അമ്മയുടെ പരിഭവത്തിന്, "അങ്ങനെയല്ല പറയാൻ ബാക്കി കിടക്കുന്നത് പറയാതെ പോയാൽ കർമ്മം ചെയ്യാതെ പോകുന്നതുപോലെയാണ്. അവനവൻ ചെയ്യേണ്ടത് അവനവൻ തന്നെ ചെയ്യുന്നതാണ് നല്ലത്." അതിനകം ഒച്ചിനെപ്പോലുള്ള എഴുത്ത് മാറ്റിയെടുക്കാൻ ഞാൻ നിർബ്ബന്ധിതയായി. അച്ഛൻ ധാരാളം ലേഖനങ്ങൾ എഴുതാൻ തുടങ്ങിയപ്പോൾ അമ്മയെകൊണ്ടു മാത്രം അവ പകർത്തി തീർക്കാൻ കഴിയാതെ വന്നു. ഒന്നു പരിശ്രമിച്ചു നോക്കൂ ദേവേ, കൈയിലെ അമ്മിക്കുട്ടി കളയാൻ പറ്റുമോയെന്ന് എന്ന് അച്ഛന്റെ പ്രോത്സാഹനം കൂടിയായപ്പോൾ ഞാൻ ഉറക്കവും മയക്കവും കുറച്ച് പകർത്തിയെഴുത്തിൽ മനസ്സുവച്ചു. ക്രമേണ

അച്ഛൻ എഴുതിയത് താമസിയാതെ പകർപ്പുകളായി. അച്ഛന്റെ ചിന്തകൾ ഭാവിയിലേക്കു തുളഞ്ഞു കയറുന്ന കുന്തമുനകളായി അനുഭവപ്പെട്ടു.

ഇതിനകം പുതിയ ചില വായനക്കാരേയും അച്ഛൻ കണ്ടെത്തി. അവരെല്ലാം അച്ഛന്റെ കടുത്ത എതിരാളികളും വിരോധികളുമാണെന്ന റിഞ്ഞിട്ടും അവർക്കൊക്കെ പകർപ്പുകളെത്തിച്ചു. അച്ഛനെ തേജോവധം ചെയ്ത ദ്വിജന്മാരിൽ പ്രമുഖർക്കും പകർപ്പുപോയി. "അറിഞ്ഞുകൊണ്ട് പാമ്പിൻവായിൽ വിരലിടണോ അച്ഛാ." എന്ന എന്റെ സംശയത്തിന് അങ്ങനേയും കുറെ വിഷം ഒഴിഞ്ഞു പോവട്ടെ മോളേ എന്നാണച്ഛൻ തന്ന ഉത്തരം.

ധാരാളം ലേഖനങ്ങൾ തുടർച്ചയായി എഴുതിവച്ചെങ്കിലും മൂന്നു ലേഖനങ്ങളാണ് സ്ഥിരവായനക്കാർക്കു കൊടുത്തയച്ചത്. മൂന്നോ നാലോ മാസങ്ങൾ ഇടവിട്ട്. കാലികമായ ഓരോ വിഷയങ്ങളോടും അപ്പപ്പോൾ ലേഖനമെഴുതി പ്രതികരിക്കുക എന്നതാണ് അച്ഛൻ പൊതുവെ സ്വീകരിച്ച നയം. അവയിൽത്തന്നെ രാജ്യത്തേയും സമൂഹത്തേയും ഏറ്റവും രൂക്ഷ മായി ബാധിക്കുന്നവയെ പൊതുചർച്ചയ്ക്കും വിമർശനത്തിനും കൊണ്ടു വന്നു. "ആർഷഋഷിയുടെ മറവിൽ." എന്ന ശീർഷകത്തിലെഴുതിയ ലേഖനം അത്തരത്തിൽ പ്രധാനമാണ്. ലേഖനത്തിന് യാജ്ഞവൽക്യ നിൽനിന്നു ലഭിച്ച മറുപടി അച്ഛനെ വല്ലാതെ ആകർഷിച്ചു. ദേവ യാജ്ഞ വൽക്യ പ്രതികരണം നീട്ടി: "നോക്കൂ ശംബുവേട്ടാ അച്ഛൻ നിധിപോലെ സൂക്ഷിച്ചു വച്ചിരിക്കുന്ന ഋഷിയുടെ കുറിപ്പ്." ഞാൻ കൈയിൽ കിട്ടിയ യാജ്ഞവൽക്യ ലിഖിതം നിവർത്തി നോക്കി. കണ്ടാൽതന്നെ ആദരവു തോന്നുന്ന കൈയക്ഷരം. ഒരു തെറ്റോ വെട്ടിത്തിരുത്തലോ ഇല്ല. ലിഖിത ത്തിനുചുറ്റും യാജ്ഞവൽക്യ ചിഹ്നമായ ശംഖും താമരപ്പൂവും.

മഹാത്മാവായ സത്യശങ്കരനെന്ന ശുക്രാചാര്യർ അവർകൾക്ക്, വിദേഹത്തിലെ ശതപതാരണ്യത്തിൽനിന്ന് യാജ്ഞവൽക്യൻ കുറിക്കു ന്നത്: ധന്യാത്മൻ, അവിടുന്ന് ഭൃത്യൻ വഴി കൊടുത്തയച്ച ലിഖിതം ആദര പൂർവ്വം കൈപ്പറ്റി. കിട്ടിയതും ലേഖനം വായിച്ചു. അമൃതുപോലെ അത്യന്തം രസകരമായി അനുഭവപ്പെട്ടു അവിടുത്തെ നിരീക്ഷണം. ലേഖനത്തിന്റെ സവിശേഷതകളിലേക്കു സഞ്ചരിക്കുന്നതിനു മുമ്പ് വ്യക്തിപരമായ ഒരു കാര്യം അങ്ങയുടെ ശ്രദ്ധയിൽ കൊണ്ടുവരട്ടെ. വാർദ്ധക്യസഹജമായ അസുഖങ്ങൾ നിമിത്തം ജനകസദസ്സിൽ ആണ്ടറു തിക്കു ചേരുന്ന മഹാഉപനിഷത് സംഗമത്തിലും പങ്കെടുക്കാൻ പറ്റാത്ത അവസ്ഥയിലാണ്. സ്വത്തുകൾ അനന്തരാവകാശികളെ ഏല്പിച്ച് പൂർണ്ണ മായ വിശ്രമത്തിലാണ്. അങ്ങയെപോലുള്ളവരുടെ അമൃതസമമായ നിരീക്ഷണങ്ങളാണ് വാർദ്ധക്യത്തിൽ മനോരഞ്ജനത്തിനുള്ള ഏകവഴി. എഴുതിയ ലേഖനങ്ങൾ ഭൃത്യൻ വഴി അപ്പോഴപ്പോൾ കൊടുത്തയയ്ക്കുന്ന തിൽ സന്തോഷമുണ്ട്. വായിച്ച് അഭിപ്രായങ്ങൾ അറിയിക്കുന്നതിലും അതുവഴി അയോധ്യയിലെ രാഷ്ട്രമീമാംസകരുമായി അഭിപ്രായങ്ങൾ

പങ്കുവക്കുന്നതിലും വലിയ ആഹ്ലാദം അനുഭവിക്കുന്നു. ഭാരതം അതിന്റെ പ്രാചീന ഋഷി സംസ്കൃതികൊണ്ടും ആദ്ധ്യാത്മിക തേജസ്സുകൊണ്ടും എക്കാലത്തും നിസ്തർക്കമായ സ്ഥാനം അലങ്കരിക്കുന്നുണ്ടെന്ന പ്രാരംഭ പ്രസ്താവനകൊണ്ട് അങ്ങ് യഥാർത്ഥ ഭാരതീയ സംസ്കാരത്തെ ആദരിക്കുന്നുവെന്ന് വ്യക്തമാക്കിയിരിക്കുന്നു. അതേസമയം വംശമേന്മ പറഞ്ഞ് ഊറ്റംകൊണ്ട് നിഷ്ക്രിയരായി അയോധ്യ മുഴുവനും തുപ്പൽക്കോളാമ്പിയാക്കി നടക്കുന്ന അഭിനവ പണ്ഡിതരെ ശരിക്കും പുറത്തു കാണിക്കുന്നു. തീർച്ചയായും ലേഖനം പാവപ്പെട്ട കൃഷിക്കാരെയും കാലി വളർത്തുകാരെയും ചൂഷണം ചെയ്യുന്ന അലസന്മാർക്കുള്ള താക്കീതുതന്നെ. കൃഷിക്കാർക്കും തൊഴിലെടുത്തു കഴിയുന്നവർക്കും രാജ്യഭരണത്തിൽ പങ്കാളിത്തം ഉറപ്പാക്കണമെന്ന അങ്ങയുടെ പുത്തൻ ആശയം മഹാചാര്യ ചിന്തയോടുള്ള സാമ്യത കാണിക്കുമ്പോഴും തനത് വ്യക്തിത്വം വിളിച്ചറിയിക്കുന്നു. അഭിനവ പണ്ഡിതന്മാർ ദക്ഷിണയ്ക്കുവേണ്ടി ഭസ്മപ്പാത്തിയിൽ മുങ്ങിവരുന്ന, താങ്കൾ വരച്ച, ചിത്രം കണ്ടപ്പോൾ ജനകസദസ്സിൽ നടന്ന ഒരു പാണ്ഡിത്യമത്സരം എന്റെ ഓർമ്മയിൽ തെളിഞ്ഞുവന്നതു കുറിക്കട്ടെ.

കൊമ്പുകളിൽ സ്വർണ്ണയുറയിട്ട ആയിരം ഗോക്കളായിരുന്നു സമ്മാനം. മത്സരിച്ചവരൊക്കെ സ്വർണ്ണയുറയുള്ള ഗോക്കളെ മോഹിച്ചു വന്നവർ മാത്രമെന്ന് മനസ്സിലാക്കാൻ ഏറെ നേരം വേണ്ടി വന്നില്ല. ജനകരാജന്റെ ഒരു ചോദ്യത്തിനുപോലും അവർക്ക് ശരിയുത്തരം പറയാൻ കഴിഞ്ഞില്ല. 'അങ്ങയുടെ അടുത്ത ലേഖനത്തിനു കാതോർത്തുകൊണ്ട്' എന്നെഴുതി തുല്യം ചാർത്തി അവസാനിപ്പിച്ചിരിക്കുന്നു മുനി. മുനിയുടെ പ്രതികരണം വായിച്ച് അച്ഛൻ ആട്ടുകട്ടിലിലിരുന്ന് ആശ്വാസംകൊണ്ടു. ആര്യാവർത്തത്തിൽ ആരാണോ അറിയേണ്ടത് ആ മഹാനുഭാവൻ അറിഞ്ഞല്ലോ. അതു മതി. അനേകം ഓലകൾ നഷ്ടപ്പെട്ടാലെന്താ, ഒരെണ്ണം പവിത്രമായല്ലോ. തുടർന്നെഴുതിയ രണ്ടു ലേഖനങ്ങൾ, ഒന്നു ചെറുതും മറ്റൊന്ന് ദീർഘമായതും വ്യത്യസ്തമായ അവതരണരീതി ഉൾക്കൊണ്ടു. ലേഖന രചനാരീതിയേക്കാൾ അവ കഥാകഥനരീതിയാണ് അവലംബിച്ചത്. എന്താണിങ്ങനെയൊരു ഭാവമാറ്റം അച്ഛാ എന്നു ചോദിച്ചതിന്: "ദേവേ, ശുക്രന്മാർ ദന്തഗോപുരവാസികളല്ല. അറിയേണ്ടത് എല്ലാവരും അറിയണം. പണ്ഡിതന്മാർ മാത്രം അറിയേണ്ടതല്ല രാജനീതിശാസ്ത്രങ്ങൾ. സാധാരണക്കാരനും വായിച്ചറിയട്ടെ. കഥാരീതിയായാൽ പറഞ്ഞറിഞ്ഞുകൊള്ളും. ആ രണ്ടു ലിഖിതങ്ങൾക്കും അനേകം പകർപ്പുകളെടുത്ത് എഴുതാനും വായിക്കാനും അറിയുന്നവരുടെ മുഴുവൻ കൈകളിലുമെത്തണമെന്നായിരുന്നു അച്ഛന്റെ മനസ്സിലിരിപ്പ്. അതിലൂടെ അച്ഛൻ ആവശ്യപ്പെട്ടത് മറ്റൊന്നാണ്. സാധാരണ മനുഷ്യരെ ഭരണകാര്യങ്ങളിലേക്കാകർഷിക്കുക. രാജഭരണം രാജാവിന്റേയും രാജകിങ്കരന്മാരുടേയും മാത്രം കാര്യമല്ല രാജ്യത്തെ പ്രജകളും ഇടപെടേണ്ട കാര്യമാണ് എന്ന അവബോധം സൃഷ്ടിക്കലാണ്. അച്ഛന്റെ ആഗ്രഹം ഏതാണ്ടു പൂവണിഞ്ഞു എന്നു പറയാം. വായിച്ചും

കേട്ടും പറഞ്ഞും അറിഞ്ഞും ഗ്രാമവീഥികൾക്കിരുവശത്തും അങ്ങാടിയിലും ആൾക്കാർ അനേകമനേക കാലമൗനങ്ങൾക്കുശേഷം ഭരണത്തെക്കുറിച്ചും പ്രജാക്ഷേമത്തെക്കുറിച്ചും സംസാരിക്കാൻ തുടങ്ങി. ഭരണകാര്യങ്ങൾ തങ്ങളുടേതുകൂടിയാണെന്ന് അവർക്കു തോന്നാൻ തുടങ്ങിയതുപോലെ. അച്ഛൻ ചിന്തിച്ചതുപോലെ രചനാരീതിമാറ്റം അതിനു വഴിവെട്ടിയെന്നു പറയാം. അവതരണത്തിലെ പുതുമകൊണ്ട് രണ്ടാം ലേഖനം കൃഷിക്കാരുടേയും കന്നുകാലി വളർത്തുകാരുടേയും മനസ്സിൽ മായാതെ നിന്നു. അവർ പരസ്പരം കണ്ടപ്പോൾ കഥയിലെ പരാമർശങ്ങൾ എടുത്ത് സംസാരിച്ചു. ലേഖകൻ അതിവേഗം ആഗ്രഹിച്ചത് അയൽക്കാർക്കും നാട്ടുകാർക്കുമിടയിൽ പരന്നു. കാട്ടിലേയും നാട്ടിലേയും മുഴുവൻ മൃഗഗണങ്ങളിൽ നിന്നും പ്രതിനിധികളെ തിരഞ്ഞെടുത്ത് ഗ്രാമപ്രമുഖരുടേയും ധനിക പ്രമാണികളുടെയും കച്ചവട പ്രമുഖരുടെയും മേൽനോട്ടത്തിൽ യാഗം നടത്തുന്ന ദുഷ്പ്രവണതയെ അത്യന്തം ഹാസ്യാത്മകമായി അവതരിപ്പിക്കുന്നതാണ് ലേഖനം.

കൊച്ചു മൃഗങ്ങളെപ്പോലും ശ്വാസം മുട്ടിച്ചാണ് കൊല്ലുന്നത്. മൃഗങ്ങൾ ശ്വാസം മുട്ടി മരിക്കുമ്പോഴേ യാഗയജമാനന് ഫലപുഷ്ടിയുണ്ടാവൂ എന്ന വിശ്വാസപ്പുറത്താണ് സാധുമൃഗങ്ങളെ വീർപ്പു മുട്ടിച്ചു കൊല്ലുന്നത്. രാജ്യത്തെ മുഴുവൻ ഗ്രാമങ്ങളിലും ദിവസവും ഇത്തരം വീർപ്പുമുട്ടലുകളുടെ കനത്ത പുകയേറ്റ് മൃഗങ്ങൾ ശ്വാസം മുട്ടി ചത്തു. ഈ സംഗതിയെയാണ് അച്ഛൻ ഇങ്ങനെ അവതരിപ്പിച്ചത്:

ഗ്രാമത്തിലെ കർഷകന്റെ നന്ദിനി പശു പൂർണ്ണ ഗർഭിണിയാവുന്നു. പ്രസവിക്കേണ്ട സമയം കഴിഞ്ഞിട്ടും കുട്ടി പുറത്തു വരുന്നില്ല. ഗ്രാമത്തിലുള്ളവരെല്ലാം കൂടി. ഗർഭത്തിൽ കിടന്ന് പശുക്കുട്ടി അവരോടു പറയുകയാണ്: ഇല്ല, ഞാൻ ഭൂമിയിലേക്കു വരുന്നില്ല. യാഗത്തിന് ശ്വാസം മുട്ടിച്ചു കൊല്ലാനല്ലേ. കുഞ്ഞ് ഗർഭപാത്രത്തിൽ കിടന്നുതന്നെ ചെറുതായി ഇല്ലാതാവുന്നു. ഗ്രാമത്തിൽ ഒരു പശുവും ആടും പ്രസവിക്കുന്നില്ല. മുഴുവൻ കുഞ്ഞുങ്ങളും ഗർഭത്തിൽ കിടന്നുതന്നെ ഇല്ലാതാവുന്നു. പാലും വെണ്ണയും കിട്ടാതായപ്പോൾ ശ്രേഷ്ഠ ജന്മങ്ങൾ എല്ലും തോലുമായി. അവസാനം ഗ്രാമത്തിലെ മുഴുവൻ ശ്രേഷ്ഠന്മാരും ഒന്നായി പശുക്കളോടു യാചിക്കുന്നു: ഗോവേ, നിർഭയം പ്രസവിച്ചു കൊള്ളുക. നിന്റെ കുഞ്ഞുങ്ങളെ ആരും ശ്വാസം മുട്ടിച്ചു കൊല്ലുകയില്ല. അതോടെ ഗ്രാമത്തിൽ സമ്പത് സമൃദ്ധിയും ഐശ്വര്യവും തിരിച്ചു വരുന്നു. ഈ ലേഖനം കൃഷിക്കാരിലും കാലി വളർത്തുകാരിലും പുതിയ ഉണർവ്വും അവബോധവും സൃഷ്ടിച്ചുവെങ്കിലും സമൂഹത്തിലെ മേൽത്തട്ടുകാരിൽ പലരേയും അത് അരിശം കൊള്ളിച്ചു. യാജ്ഞവൽക്യനും ഗൗതമനും രചനാമാറ്റത്തെ ശ്ലാഘിച്ചു പ്രതികരണങ്ങൾ അയച്ചുതന്നു.

എന്നാൽ ഏഴാം പക്കം വിദേഹത്തിൽനിന്നും അറിയിപ്പു വന്നു.

യാജ്ഞവൽക്യൻ അന്തരിച്ചു.

യാജ്ഞവൽക്യമരണം കാതോർത്തു കിടന്ന കരിനാഗങ്ങൾ മയക്ക മുണർന്നുറഞ്ഞാടി. മാളങ്ങൾക്കു പുറത്തു വന്ന അവ കരിയിലകൾക്കിട യിലും പുതുമണ്ണിനടിയിലും വിഷം ചീറ്റാൻ പതിഞ്ഞു കിടന്നു.

അച്ഛനാകട്ടെ മുനിമരണം കനത്ത പ്രഹരമായി. രക്തബന്ധത്തിൽ പെട്ട വേർപാടുപോലെ അച്ഛൻ പത്തുദിവസം മൗനിയായി. പൂജാമുറി യിൽപോലും കടക്കാതെ, ശുക്രപാഠശാല തുറക്കാതെ, പ്രാതലിനുമാത്രം അന്നമിട്ട ആഹാരം കഴിച്ച് വ്രതശുദ്ധിയിലിരുന്നു. പതിനൊന്നാം ദിവസം സരയുതീരത്തെ പടവിൽ ശ്രാദ്ധകർമ്മങ്ങൾ ചെയ്ത് പുലപോക്കി.

പതിനൊന്നിനു രാവിലെ പാഠശാലയിലേക്കു പുറപ്പെട്ട അച്ഛനു മുന്നിൽ മൂന്നു രഥങ്ങൾ ദ്ധടുതിയിൽ വന്നു നിന്നു. രണ്ടെണ്ണത്തിൽനിന്ന് വേങ്ങാ കാതൽ കടഞ്ഞെടുത്തതുപോലെ അഞ്ചെട്ടാളുകൾ ചാടിയിറങ്ങി. അവർ രഥത്തിലിരുന്ന നായകന്റെ ശബ്ദം ഏറ്റു ചൊല്ലി.

"അസുരഗുരുവിന് ദേവസന്തതികളെ പഠിപ്പിക്കാൻ അനുമതിയില്ല."

മുഖത്തു വന്നടിച്ച ശബ്ദത്തിന് മുഖമടച്ചുതന്നെ ആചാര്യന്റെ ഉത്തരം.

"ശുക്രാചാര്യന്മാർക്ക് ദേവാനുമതി ആവശ്യമില്ല."

"കാരണം?"

"നിങ്ങളുടെ തന്നെ ഹീനഭാഷയിൽ പറയട്ടെ; അസുരൻ ദേവന്റെ ജ്യേഷ്ഠനാണ്. അനുമതി വേണ്ടത് അനിയനാണ്."

"അസുരഗുരുവിന്റെ വിജ്ഞാനം ദേവന്മാർ ആവശ്യപ്പെട്ടില്ല."

"വിജ്ഞാനത്തിന് ദേവാസുര വ്യത്യാസമില്ല."

പിന്നീടു കേട്ടത് നേരെ മുന്നിൽവന്നു നിന്ന രഥത്തിൽ നിന്നുള്ള ആജ്ഞകളാണ്. ഉത്തരങ്ങൾ ആവശ്യപ്പെടാത്ത ആജ്ഞകൾ. ഓരോ ആജ്ഞയും സിംഹഗർജ്ജംപോലെ മുഴങ്ങി.

"അസുരഗുരു ലേഖനരചന നടത്താൻ പാടില്ല."

"അസുരഗുരു ശുക്രനീതി എന്ന ഗ്രന്ഥം സൂക്ഷിക്കാൻ പാടില്ല."

ചുറ്റും കൂടിയവരിൽനിന്ന് നാലഞ്ചുപേർ പൂജാമുറിയിലേക്കിരച്ചു കയറി. അടഞ്ഞ പൂജാമുറി വാതിൽ ചവിട്ടി തുറന്ന് ചെമ്പിന്റെ ആവരണത്തിൽ തിളങ്ങിയ മഹാഗ്രന്ഥം വലിച്ചെടുത്തു. മഹാചാര്യന്റെ വെങ്കല പ്രതിമ കടപുഴക്കി നിലത്തടിച്ചു. പ്രതിമ മൺകലംപോലെ ഉടഞ്ഞു ചിതറി. മഹാ ഗ്രന്ഥവുമായി പുറത്തുവന്നവർ അച്ഛനുചുറ്റും നിന്നു കറങ്ങി.

"ബ്രാഹ്മണനായ അസുരഗുരു പ്രഭാതത്തിലും സന്ധ്യക്കും എന്തു കൊണ്ട് അഗ്നിഹോത്രം ചെയ്യുന്നില്ല? എന്തുകൊണ്ട് ഗൃഹമുറ്റത്ത് ഹോമ കുണ്ഡം തീർക്കുന്നില്ല?"

"ശുക്രൻ അനുഷ്ഠാനങ്ങളുടെ അടിമയല്ല."

"യജ്ഞം ചെയ്യാത്തവനെങ്ങനെ ബ്രാഹ്മണനാകും?"

"യജ്ഞം ബ്രാഹ്മണ്യത്തിലേക്കുള്ള ഒരുവഴി മാത്രം. അഗ്നിക്കു മുമ്പിലിരുന്ന് വിയർത്താൽമാത്രം ബ്രാഹ്മണനാവില്ല."

"യജ്ഞിക്കുന്നവനാണ് ബ്രാഹ്മണൻ."

"യജ്ഞിച്ചാൽ മാത്രമായില്ല. അന്വേഷിക്കണം. ഉള്ളുരുകി അന്വേഷിക്കണം. "

"അസുരഗുരുവുമായി തർക്കത്തിനു വന്നതല്ല. അനുസരിച്ചാൽ മാത്രം മതി. ഹോമാഗ്നി ജ്വലിപ്പിക്കാത്ത ബ്രാഹ്മണൻ അയോധ്യയിൽ വേണ്ട."

"ശുക്രൻ ജന്മനാടുവിട്ട് എവിടേക്കും പലായനം ചെയ്യാൻ ഉദ്ദേശിക്കുന്നില്ല."

"നല്ലത്. എങ്കിൽ ഹോമം ചെയ്യാൻ തയ്യാറായിക്കൊള്ളുക."

കരിനാഗങ്ങൾ പലവഴിയിഴഞ്ഞ് മണ്ണു തുരന്ന് ഇഷ്ടികകൾ മുറ്റത്തു നിരത്തിയടക്കി. നടുമുറ്റത്തെ ഹോമകുണ്ഡത്തിനു മുമ്പിൽ വരിക്കപ്ലാവിന്റെ കാതൽവിറകുകെട്ടുകളെത്തി. ചമതക്കെട്ടിനു തീ പടരാൻ ഹവിസ്സെത്തിച്ചു.

"ഹും, ഇരിക്ക് അസുരഗുരോ."

ആജ്ഞ മുഴങ്ങി.

"ഇരിക്കാൻ..." ആജ്ഞ ആക്രോശമായി

തോളിലും അരയിലും ബലിഷ്ഠങ്ങളായ കൈകൾ അമർന്നു.

"അരണി കടഞ്ഞ് അഗ്നി ജ്വലിപ്പിക്ക്."

കൂട്ടിക്കെട്ടിയ കൈച്ചരടിൽ ബാഹ്യബലം വീണു

അരണയിൽ നിന്നഗ്നി നാവു നീട്ടി

"ങ്ഹും ചൊല്ല്.."

ആതു ന ഇന്ദ്ര വൃതഹന്നന് മാകമര് ധമാഗഹി മഹാത്മ ഹീ ഭിരുതിഭ്രഃ
ഭൃമിശ്ചിദ്ധാസിതു തുജിരാ ചിത്രചിത്രണീഷ്യാ ചിത്രം കൃണോ ഷ്യുതയേ
ഭദ്രേങിശ്ചിച്ഛശീയാം സം ഹ്രം സിവ്രാധന്ത മോജസാ സഖിഭിര്യേത്വേ സചാ..
വയമിന്ദ്രത്വേ സചാവയം ത്വാഭിനോനുമഃ അസ്മാങ് അസ്മാങ് ഇദുഭവ..
സനശ്ചി ത്രഭിരദ്രിവോ നവദ്യാഭിരുതിഭിഃ അനാധൃഷ്ട ഭിരാഗഹി..

വാമദേവന്റെ ഇന്ദ്രസ്തുതിക്കു പകരം അച്ഛൻ ചൊല്ലിയത് ശുക്രനീതിയിലെ നീതിശാസ്ത്രം.

ന ജാത്യാ ബ്രാഹ്മണാശ്ചേഹാത്ര ക്ഷത്രിയോ വൈശ്യ ഇവാന
ന ശൂദ്രോ നച വ മ്ലേച്ഛികോ ഭേദിതാ ഗുണ കർമ ബിഃ
ഷത്രോരപിഗുണ ഗുരോസ്ത്യാസ്തു ദുർഗുണാഃ

"അല്ല അല്ല.. ഇങ്ങനെ ചൊല്ല്.." രഥം അലറി.

"ഹേ ഇന്ദ്രാ, ഞങ്ങൾക്കായി അങ്ങ് വേഗം വന്നെത്തിയാലും. ഞങ്ങൾക്ക് അങ്ങ് എല്ലാ രക്ഷയും നൽകുക. എല്ലായിടവും സഞ്ചരിക്കുന്ന അങ്ങ് ഞങ്ങൾക്ക് അഭീഷ്ടദാതാവാണ്. ഞങ്ങളെ ധനം നൽകി രക്ഷിച്ചാലും. ശത്രുക്കളിൽനിന്നു ഞങ്ങളെ കരകയറ്റുക. ഞങ്ങൾ എല്ലായ്പ്പോഴും അങ്ങയെ സ്തുതിച്ചുകൊണ്ടിരിക്കുന്നു. ഞങ്ങളെ അങ്ങു കാത്തു പോന്നാലും. ഞങ്ങളെ എല്ലാ കാലത്തേക്കും രക്ഷിച്ചാലും."

അച്ഛൻ മഹാഗ്രന്ഥത്തിലെ നീതിവാക്യം തന്നെ ആവർത്തിച്ചു: "ആരും തന്നെ ക്ഷത്രിയനായോ ബ്രാഹ്മണനായോ വൈശ്യനായോ ശുദ്രനായോ ജനിക്കുന്നില്ല. കർമ്മവും ഗുണവുമാണ് ഒരുവനെ ബ്രാഹ്മണനും ക്ഷത്രിയനും വൈശ്യനും ശൂദ്രനുമാക്കുന്നത്. ശത്രുവിന്റെ നന്മയെ ആദരിക്കുമ്പോൾതന്നെ ഗുരുവാണെങ്കിലും ദുർഗുണങ്ങളെ അപലപിക്കുകയും വേണം."

കരിനാഗങ്ങൾ പത്തി വിരിച്ചാടി. അവ ഉഗ്രവിഷം ചീറ്റി. തലങ്ങും വിലങ്ങും വീണ വാൾവെട്ടേറ്റ് അച്ഛൻ യജ്ഞകുണ്ഡത്തിൽ കഷ്ണങ്ങളായി നുറുങ്ങിവീണു. ഒന്നായി ചൊരിഞ്ഞ ഹവിസ്സിൽ മുങ്ങിയ ചമത ക്കെട്ട് വൈക്കോൽകൂനപോലെ ആളിക്കത്തി. കരിഞ്ഞ ശവഗന്ധം ശുക്രാലയ മുറ്റത്ത് കട്ടപ്പുകയായി കെട്ടിനിന്നു. ആളുന്ന അഗ്നിയിലേക്ക് മഹാഗ്രന്ഥം വീണു ചിതറി. ചെമ്പോലകൾ തുരിശുപോലെ ഉരുകിയൊലിച്ചു. ഹോമകുണ്ഡത്തിൽനിന്നും ശുക്രാലയത്തിനു മീതേക്ക് തീ ചിറകുവച്ചു പറന്നു.

പുകയുടെ കാർമേഘങ്ങൾക്കിടയിൽനിന്ന് കരിനാഗങ്ങൾ ചീറ്റി:

ഇനി മഹാഗ്രന്ഥം മഹാചാരം.

ഇരയുടെ അപേക്ഷ കേട്ട് ധർമ്മബോധിയായ മഹാരാജാവ് വാൾ പിടിയിൽ കൈയമർത്തി വിജയീഭാവത്തിൽ ഉയർന്നു നിന്നു. ദാശരഥിയുടെ സുന്ദരകളേബരത്തിൽ മന്ദസ്മിതം നിറയുന്നതുകണ്ട് ദേവകാര്യത്തിനു വിഘ്നമില്ലെന്നൂഹിച്ച ഋഷി-ദേവന്മാർ "നന്ന് നന്ന്." എന്നു രാജാവിനെ വാഴ്ത്തി.

ഭാഗം നാല്

മരുന്ന്

ഒന്ന്

വർഷങ്ങളായി ശുക്രാലയത്തിൽ അടിഞ്ഞു കൂടിയ പൊടിയും മാറാലയും അടിച്ചുവൃത്തിയാക്കി, തുളസിത്തറ വീണ്ടുമുയർത്തി. പഴയ ശുക്രാലയ മാക്കിയെടുത്ത അധ്വാനത്തിൽ ദേവ ഉറങ്ങാൻ കിടന്നതേ ഓർമ്മയുള്ളൂ. ബ്രാഹ്മമുഹൂർത്തത്തിലുള്ള ഉണർച്ച മനസ്സിൽവന്നതേയില്ല. ഞാനെന്തൊ രുറക്കമാണുറങ്ങിയത്, ശംബുവേട്ടന് ചായ കൊടുക്കുന്നതിനിയെപ്പോൾ, അമ്മയുടെ കാര്യങ്ങൾ ഇനിയെപ്പോൾ, എന്നൊക്കെ സ്വയം ചോദിച്ചു കൊണ്ട് അവൾ പാൽമൊന്തയെടുക്കാനായി അടുക്കളവാതിൽ തുറന്നു. അടുക്കളയിൽ തിളച്ച പാൽ മൊന്തയിൽ കിടന്ന് ആവി പൊന്തുന്നു. ബാക്കി പാൽ കറവമൊന്ത നിറയെ. സാധാരണ ഇത്രയും പാൽ കിട്ടാറില്ല. കറക്കാൻ നല്ല വൈദഗ്ധ്യമുള്ളവർ കറന്നാൽ പാൽകൂടുതൽ കിട്ടുമെന്നു കേട്ടിരിക്കുന്നു. ഇവിടെയിപ്പോൾ ആരാണിത്ര വൈദഗ്ധ്യമുള്ള ആൾ? ആവശ്യക്കാർ കൊണ്ടുപോയാലും ധാരാളം ബാക്കിയുണ്ടാവും.

കഴിഞ്ഞ കുറേക്കാലമായി അങ്ങനെയുണ്ടായിട്ടില്ല. കൊണ്ടു പോകേണ്ടവർക്കു കൊടുത്തു കഴിഞ്ഞാൽ കാൽ ലോട്ടപോലും അവ ശേഷിക്കില്ല. അതുകൊണ്ടുവേണം പിറ്റേന്നു പുലരുന്നതുവരെ രണ്ടു പേർക്കു കഴിയാൻ. മോര്, തൈര്, വെണ്ണ, നെയ്യ് എന്നിവ അനുഭവിച്ച കാലം അങ്ങു വിദൂരതയിൽ. എന്നിട്ടും ഒരാൾക്കും പിടി കൊടുത്തിട്ടില്ല ശുക്രാലയത്തിലെ അടുക്കള വല്ലായ്മകൾ. അടുക്കളമൂലയിലെ പഴക്കുട്ട നിറയെ പഴുത്ത മാതളം, മധുരനാരങ്ങ, പേരക്കാ മാമ്പഴം. അച്ഛൻ പോയ തിനുശേഷം പഴക്കുട്ടയുടെ പ്രസക്തിതന്നെ ഇല്ലാതായതാണ്. അടുക്കള മൂലയിൽ അത് ജീവൻ ചോർന്നുപോയ അസ്ഥികൂടമായി കിടന്നു. വിരൽ തുമ്പുവരെ വിസ്മയവുമായി ദേവ കറമ്പിയുടെ ആലയിലേക്കോടി. കറമ്പി കുളിച്ചു കുറിയിട്ട് സുന്ദരിയായി ഇളം പച്ചപ്പുല്ലു തിന്ന് വാലാട്ടി നിൽ ക്കുന്നു. ദേവയെ കണ്ടപ്പോൾ മുൻവരിപ്പല്ലുകൾ അകത്തി ഇളിച്ചു കാണിച്ചു.

അവൾ വളഞ്ഞ പുരികക്കൊടികൊണ്ടു ചോദിച്ചു: “എല്ലാം കാമധേ നുവിന്റെ മായാജാലമോ?”

കിണറ്റിൻകരയിലെ മരുന്നുകല്ലിൽ അപൂർവ്വ മരുന്നുകൂട്ടുകൾ അരഞ്ഞു ചേർന്ന ഗന്ധം. പച്ചമരുന്നുകളുടെ ലേഹ്യം ഉണർവ്വിന്റെ പുതുശക്തിയുമായി ചുറ്റുപാടും വീശിയടിക്കുന്നു. ശുക്രാലയത്തിൽ വട്ടം ചുറ്റുന്ന കാറ്റിന് ദിവ്യൗഷധത്തിന്റെ വശ്യഗന്ധം.

ദേവ ഓടി പൂജാമുറിയിലെത്തി. അവൾ ഊഹിച്ചതു തെറ്റിയില്ല. "ഞാൻ മഹാചാര്യന്റെ തകർന്നുടഞ്ഞ വെങ്കലപ്രതിമ അപൂർവ്വ പച്ചില പശയിൽ കൂട്ടി യോജിപ്പിച്ച് പഴയതിലും ഉറപ്പാക്കിവച്ചിരിക്കുന്നു. ഒരിക്കൽ തകർന്നു കഷ്ണങ്ങളായതാണ് ഉടഞ്ഞ പ്രതിമയെന്ന് തിരിച്ചറിയാത്ത വിധം. മഹാചാര്യ നയനങ്ങളിൽ ഒരു പുതിയ തിളക്കം വന്നിരിക്കുന്നു."

ഞാൻ ദിവ്യൗഷധലേപനം മഹാദേവ മഹാചാര്യ അനുഗ്രഹത്തിനായി സമർപ്പിച്ച് പ്രാർത്ഥനയിൽ ലയിച്ചു കിടക്കുകയായിരുന്നു. പ്രാർത്ഥന കഴിഞ്ഞു: നമുക്കമ്മയെ ലേപനം പുരട്ടാം.

"ശരി ശംബുവേട്ടാ, എന്നു സമ്മതിച്ച് ദേവ എണീറ്റ് അബോധത്തിൽ നടക്കുന്നതുപോലെ കാലുകൾവച്ചു. "ഏട്ടനാണോ ഇതൊക്കെ ചെയ്തത്?"

"അല്ലാതെ? ശുക്രാലയത്തിലെ പണികൾ ചെയ്യാൻ ദൈവങ്ങൾ വരുമെന്നോ. ഇനിമേൽ ദേവ എട്ടനെ സഹായിച്ചാൽ മാത്രം മതി."

"ശരി ഏട്ടാ.. അതിനു ഭാഗ്യം കിട്ടിയതിൽ ഞാൻ മഹാദേവനോടും മഹാചാര്യനോടും കടപ്പെട്ടിരിക്കുന്നു."

"അച്ഛനോടും എന്നുകൂടി പറയണം."

"അതുപിന്നെ പറയേണ്ടതില്ലല്ലോ. അച്ഛന്റെ മകളായതാണ് ദേവയുടെ മഹാഭാഗ്യം. ആ ഭാഗ്യമാണല്ലോ ദേവയ്ക്ക് ഏട്ടനെ തന്നത്.."

"ദേവ വരൂ, വെളുക്കാൻ അരയാമം ബാക്കിയുള്ളപ്പോൾ ശരീരമാസകലം തേച്ചുപിടിപ്പിക്കണം അപൂർവ്വ മരുന്നുകളുടെ ഈ കൂട്ട്. ഈ ലേപനം എത്താത്തിടം പഴയതുപോലെ മരവിപ്പായി നിൽക്കും. അത്യപൂർവ്വമായ പഥ്യം ആവശ്യമാണിതിന്. ഉണർന്നിരിക്കുന്ന സമയം മുഴുവനും അമ്മ ഉരുവിടേണ്ട മന്ത്രവുമുണ്ട്. ഒരു കാരണവശാലും രോഗിയുടെ ശ്രദ്ധ മന്ത്രത്തിൽനിന്നും പിന്മാറാൻ പാടില്ല. ഇത് മൃതസഞ്ജീവനി തന്നെയാണ്."

അത്യാദരപൂർവ്വം അവൾ എന്റെ പിറകെ നടന്നു.

തലേന്നു രാത്രി അറിയിച്ചതനുസരിച്ച് അമ്മ ഉണർന്നു കിടക്കുന്നുണ്ടായിരുന്നു. പ്രഭാതകൃത്യങ്ങൾ കഴിഞ്ഞ് തിളപ്പിച്ചാറ്റിയ പാലിൽ മറ്റൊരപൂർവ്വ മരുന്നു കൂട്ടു ചേർത്തിളക്കി കുടിക്കാൻ കൊടുത്തു. ശരീരമാസകലം ലേപനം പുരട്ടി.

"അമ്മേ, ഞാൻ ചെവിയിൽ മന്ത്രിക്കുന്ന ദിവ്യാക്ഷരി ഒരു നിമിഷം ഒഴിവാക്കാതെ അറിഞ്ഞു മനസ്സിൽ ധരിച്ച് ഉരുവിടണം. തെറ്റാത്ത മന്ത്രോച്ചാരണമാണ് രോഗവിമുക്തിക്കു പ്രധാന കാരണം."

കത്തിച്ച നിലവിളക്കിനു മുന്നിലിരുത്തി പവിത്രമായ മൃതസഞ്ജീവനി മന്ത്രം അമ്മയുടെ ചെവിയിൽ മൂന്നാവർത്തി ചൊല്ലിക്കൊടുത്തു.

അമ്മ കൈകൾ കൂപ്പി മഹാദേവനിലും മഹാചാര്യനിലും മനസ്സുറപ്പിച്ച് മൃതസഞ്ജീവനി മന്ത്രം ഉരുവിട്ടു.

അമ്മയുടെ ശയനമുറി വാതിൽ ചാരി പുറത്തു കടന്നപ്പോൾ ദേവയ്ക്കു സംശയം: "മൃതസഞ്ജീവനി മന്ത്രമാണോ ഏട്ടൻ ഓതിക്കൊടുത്തത്? മഹാചാര്യർക്ക് മഹാദേവൻ വരദാനമായി നൽകിയ മൃതസഞ്ജീവനി?"

"മൃതസഞ്ജീവനി തന്നെ. അതു പലതരമുണ്ട്. ഏതു തരമായാലും അധ്വാനിക്കാതെ ആർക്കും ഒന്നും ലഭിക്കുകയില്ല."

"ദേവാ, നമുക്കിപ്പോൾ ആവശ്യമായ മൃതസഞ്ജീവനി പുറത്തെത്തിയിട്ടുണ്ട്."

"പുറത്തോ? മൃതസഞ്ജീവനിയോ?"

"അതെ. വന്നു നോക്കൂ..."

മുറ്റം നിറയെ നല്ല മെയ്ക്കൊഴുപ്പുള്ള പശുക്കൾ. അവയുടെ കുട്ടികൾ വീർത്തുരുണ്ട മുലകൾ ചപ്പിക്കുടിക്കുന്നു. ചില കിടാങ്ങൾ പാലൂട്ടും കഴിഞ്ഞ് മുറ്റത്ത് നിറഞ്ഞോടി കളിക്കുന്നു. കറുപ്പും ചുവപ്പും വെളുപ്പും സങ്കരമായ ഇനങ്ങൾ. അവയെ തെളിച്ചു നിൽക്കുന്നു കൗമാരക്കാരായ കാലിപ്പിള്ളേർ. പശുക്കൾക്കിടയിൽനിന്ന് ഗുഹൻ പുറത്തുവന്നു.

"എന്താ ഗുഹാ, പശുക്കളെ ചന്തയിലേക്കു കൊണ്ടുപോകുന്ന വഴിയാണോ?"

"അതല്ല ശംബുവേട്ടാ. ആചാര്യ ഗൃഹത്തിലെ കാര്യങ്ങൾ അടുത്താണറിയാൻ കഴിഞ്ഞത്. ഇവയെകൊണ്ട് ആചാര്യഗൃഹത്തിൽ ആവശ്യം കാണുമല്ലോ.."

"അതിനിവിടെ കറമ്പിയുണ്ടല്ലോ."

"ഒരുത്തിയുടെ പാലുകൊണ്ട് എന്താവശ്യങ്ങൾ തീരാനാണ്? ശംബുവേട്ടൻ ഇവയിൽ എത്രയെണ്ണത്തിനെ വേണമെന്നു പറഞ്ഞാൽ മതി."

"ഇവരൊക്കെ ഗുഹന്റെയാണോ...?"

"പത്തെണ്ണം എന്റെ, ബാക്കിയെല്ലാം അയൽക്കാരുടെ..."

"അപ്പോൾ ശുക്രാലയത്തിലെ സുഖത്തിനുവേണ്ടി അയൽക്കാർ കഷ്ടപ്പെട്ടോട്ടെയെന്നോ?"

"ആരേയും നിർബ്ബന്ധിച്ചു കൊണ്ടു വന്നതല്ല ശംബുവേട്ടാ. ആചാര്യരോടുള്ള സ്നേഹമാണിവരെ ഇവിടെ എത്തിച്ചിരിക്കുന്നത്. പാല് എത്തിക്കാൻ ദൂരക്കൂടുതൽ ഉള്ളതാണ് പശുക്കളെതന്നെ ഏല്പിക്കാൻ കാരണം."

"ആരു പറഞ്ഞു പാലുകൊണ്ടു വരാൻ? പശുവിനെ വളർത്തുക

പോലും ചെയ്യാതെ പാലു മോന്തുന്നത് ശുക്രാലയത്തിൽ ആർക്കും ഇഷ്ട മേയല്ല.."

"എങ്കിൽ എത്ര പശുക്കളെ ആലയിൽ കെട്ടണമെന്നു പറഞ്ഞാൽ മതി."

"ഏറിയാൽ ഒരെണ്ണം."

"ഒന്നുകൊണ്ട് ആവശ്യത്തിനു മതിയാകുമോ ഏട്ടാ?"

"ഗുഹൻ കാലിക്കൂട്ടത്തിൽനിന്ന് മൂന്നു കൊഴുത്തവരെ മാറ്റി നിർത്തി: ഇവര് മൂന്നുമായിക്കോട്ടെ.."

"വേണ്ട ഗുഹാ.. ഒരെണ്ണം ധാരാളം.. നന്നായി നോക്കിയാൽ ആവശ്യ ത്തേക്കാൾ കൂടുതൽ പാലുകിട്ടും."

കഴുത്തിൽ കറുപ്പും ദേഹത്ത് ചുമപ്പും പരന്ന ഒരുത്തിയെ ഗുഹൻ മാറ്റിനിർത്തി: "എന്നാൽ ലക്ഷ്മിധേനു തന്നെ ആയിക്കോട്ടെ ഏട്ടാ... കന്നു കുട്ടിയും മിടുക്കിയാണ്."

"ശരി ഗുഹാ.. എന്താണു ലക്ഷ്മിയുടേയും കിടാവിന്റേയും വില..."

ഗുഹൻ അന്തം വിട്ടുനിന്നു... "വിലയോ? ഇവറ്റകളെ മുഴുവനും ഏട്ടനു തരാൻ കൊണ്ടുവന്നിരിക്കയാണ്. എന്നിട്ടോ ഒരെണ്ണത്തിനു വില.."

"ഞാൻ തീരുമാനം പറഞ്ഞു. വില വേണ്ടെങ്കിൽ പശുവിനേയും വേണ്ട."

"ശംബുവേട്ടൻ അങ്ങനെ പറയരുത്. ആവശ്യസമയത്ത് സഹായി ക്കാൻ കഴിഞ്ഞില്ലെങ്കിൽ."

"അനിയനാണെന്നു മേനി പറയുന്നതിൽ എന്തർത്ഥം? കേട്ടാൽ അമ്മ എന്നെ വഴക്കു പറയും."

ഗുഹൻ നിരാശനാവാൻ തുടങ്ങി

"ഗുഹാ നിന്റെ സ്നേഹം അറിയാതെയല്ല. പക്ഷേ ശുക്രാലയത്തിലെ ആചാര്യന്മാരാരും ഇത്തിക്കണ്ണികളാവാൻ പാടില്ലെന്ന് മഹാചാര്യർ മുകളി ലിരുന്നു പറയുന്നു. വംശകാരണവരെ ധിക്കരിക്കുവാൻ ആർക്കും പാടില്ലല്ലോ അനിയാ..."

ഗുഹൻ ഒരുപായം കണ്ടുപിടിച്ചു എളുപ്പത്തിൽ: "ഏട്ടാ ഞങ്ങൾക്കിട യിൽ ഒരു നാട്ടുനടപ്പുണ്ട്. ഏട്ടനു സമ്മതമാവാതിരിക്കാൻ വഴിയില്ല. സ്നേഹവും സത്യവുമുള്ളവർ തമ്മിലുള്ള വാക്കാണ്. ഇപ്പോൾ ഏട്ടനു തരുന്ന ലക്ഷ്മിധേനുവിന്റെ കിടാവ് പ്രസവിക്കുമ്പോൾ ഗുഹൻ കൊണ്ടുപൊയ്ക്കോളും."

"അതുകൊള്ളാം. ഒരു പശുവിനേയും കിടാവിനേയും തരുന്നതിന് മറ്റൊരു പശുവിനേയും കിടാവിനേയും തന്ന് കടം വീട്ടുക. ഒന്നും വെറുതെ ആർക്കും കിട്ടുന്നില്ല. നല്ല ഉടമ്പടി. സമ്മതം."

“എങ്കിൽ ലക്ഷ്മിയേയും കിടാവിനേയും നോക്കി സംരക്ഷിക്കാൻ ഇവൻ ശുക്രാലയത്തിൽ നിൽക്കട്ടെ.”

“ഒരു കൗമാരക്കാരനെ മുന്നിലേക്കു നിർത്തി ഗുഹൻ.”

“വേണ്ട ഗുഹ.. പശുക്കളെ ഞാൻ തന്നെ പരിചരിച്ചുകൊള്ളാം.”

ഗുഹനു വിശ്വസിക്കാനാവാത്തതുപോലെ: “അയ്യോ ശംബുവേട്ടൻ പശുപാലകനോ? വേണ്ട വേണ്ട..”

ഞാൻ ഇറങ്ങിച്ചെന്ന് ഗുഹന്റെ തോളിൽ പതുക്കെ കുലുക്കി: “ഗുഹാ ജോലിയാണു മഹത്തായത്. അതു ചെയ്യുന്ന ആൾക്ക് രണ്ടാം സ്ഥാനം മാത്രം.”

“എന്നാലും ശംബുവേട്ടനെങ്ങനെ?”

“ഗുഹാ, സ്വയമറിയാത്ത വിധേയത്വമാണ് അധികാരകേന്ദ്രങ്ങൾ സൃഷ്ടിക്കുന്നത്. തൊഴിൽ മാഹാത്മ്യം അതെടുക്കുന്നവർ തിരിച്ചറിയാതിരിക്കുമ്പോൾ അവർ ചവിട്ടി താഴ്ത്തപ്പെടും. അന്യന്റെ കഷ്ടപ്പാടു തിന്നു കൊഴുക്കുന്നവൻ മറ്റുള്ളവരെ എക്കാലത്തും വഞ്ചിച്ചുകൊണ്ടിരിക്കും.”

ഗുഹനൊന്നും മനസ്സിലായില്ലെങ്കിലും ശംബുവേട്ടൻ ഒന്നും വെറുതെ പറയുകയില്ലെന്ന് അവനറിയാം. അവൻ കാലിക്കൂട്ടങ്ങളെ മുറ്റത്തുനിന്നു തെളിച്ചുകൊണ്ടുപോകുവാൻ കന്നുപാലകർക്ക് നിർദ്ദേശം നൽകി. ലക്ഷ്മി ധേനുവിനെമാത്രം തൊഴുത്തിൽ കൊണ്ടുപോയി കെട്ടി. തൊഴുത്തിൽ സഹോദരിമാരെപോലെ നിന്ന ധേനുക്കളെ ചൂണ്ടി ദേവയെ ഞാൻ ഓർമ്മിപ്പിച്ചു

“ദേവ, ഇവർ രണ്ടുപേരുമാണിന്ന് ശുക്രാലയത്തിലെ മൃതസഞ്ജീവനി.”

രണ്ടു മാസക്കാലത്തെ സൂക്ഷ്മമായ ചികിത്സയും പഥ്യവും കഴിഞ്ഞതോടെ ആരുടേയും സഹായമില്ലാതെ എണീക്കാനും പറ്റടി വച്ചു നടക്കാനും പ്രാപ്തി നേടി അമ്മ. തന്റേതായ ഒരു കാര്യത്തിനും അന്യസഹായം ആവശ്യപ്പെടാതെ എല്ലാം ചെയ്യുവാൻ കഴിഞ്ഞപ്പോൾ അമ്മയ്ക്കുണ്ടായ സന്തോഷം അളവറ്റതായി. അതിന്റെ നഗ്നമായ ആഹ്ലാദം അമ്മയെ ഊർജ്ജവതിയുമാക്കി. ഊർജ്ജവതി എന്നാണു തന്റെ പേരെന്ന് അമ്മ ഇടയ്ക്കൊക്കെ പറയുകയും ചെയ്തു. ഞാൻ അമ്മയുടെ കാതിൽ പറഞ്ഞു: “ചികിത്സ മുഴുവനായിട്ടില്ല. ഒരു മാസത്തെ നല്ലരിക്ക കൂടിയുണ്ട്. നല്ലരിക്കസമയം ലേപനം പുരട്ടേണ്ടെന്നേയുള്ളൂ മൃതസഞ്ജീവനി മന്ത്രം ചൊല്ലി പഴയതുപോലെ പഥ്യം കൊള്ളണം.”

“ഒരു മാസമല്ല ഇങ്ങനെ സുഖവും സമാധാനവും കിട്ടുമെങ്കിൽ എത്ര മാസം വേണമെങ്കിലും പഥ്യമാവാം.”

അമ്മയുടെ സന്തോഷം ദേവയെ പശുക്കുട്ടിയെപോലെ തുള്ളിച്ചു. ഒരു മാസത്തെ പഥ്യസമേതമായ നല്ലരിക്ക കഴിഞ്ഞതോടെ അമ്മ പഴയ

ഊർജ്ജവതി തന്നെയായി. നടുവിൽ ഉണ്ടായ വളവടക്കം നിവർന്നു. മുഖത്ത് ചുളിഞ്ഞു കൂടിയ തൊലി നിവർന്ന് പനിനീരിതളുകൾപോലെ സൗമ്യമായി. നെറ്റിക്കുമീതെ പറന്ന മുടിയിഴകളിൽ ചിലത് വെളുക്കാൻ തുടങ്ങിയെന്നല്ലാതെ കൺപുരികങ്ങൾക്കോ നീണ്ട നാസികക്കോ എന്തിന് ചുണ്ടുകൾക്കോ വലിയ പ്രായമാറ്റം കാണപ്പെട്ടില്ല. അമ്മ അകത്തും അടുക്കളയിലും പൂമുഖത്തും തൊടിയിലും പുതുവെളിച്ചം കാണുന്ന കുട്ടിയായി ഓടിനടന്നു. ഞാനും ദേവയുംകൂടി ചെയ്ത പച്ച ക്കറി ചെടികൾക്കിടയിൽ പൂമ്പാറ്റയായി പാറി. ഓരോ ചെടിയുടേയും അരികിൽചെന്ന് ചിരകാലമായി കാത്തുസൂക്ഷിച്ച വാക്കുകൾ അവയുടെ കാതിൽ മന്ത്രിക്കുന്നതുപോലെ കുനിഞ്ഞുനിന്നു. ഏറെ നേരത്തെ ചെടി കളോടും പക്ഷികളോടുമുള്ള സംഭാഷണശേഷം അമ്മയുടെ അടുത്തെ ത്തിയ ഞങ്ങളോടു പറഞ്ഞു: “തൊടിയെത്ര നന്നായി പച്ച പിടിച്ചിരി ക്കുന്നു. എത്രമാത്രം പച്ചക്കറികൾ. ആചാര്യനുണ്ടായിരുന്ന കാലത്തെ പോലെ തന്നെ.” പെട്ടെന്ന് അമ്മ ഓർമ്മകളിൽനിന്നു പൊക്കിയെടുത്തതു പോലെ: “പാഠശാല കഴിഞ്ഞു വീട്ടിലെത്തിയാൽ മണ്ണിലാണു പണി. ചെടികളോടും മരങ്ങളോടുമാണ് വർത്തമാനം. കറമ്പിക്ക് സംസ്കൃതം വരെ അറിയാം. ആവശ്യംകഴിഞ്ഞുണ്ടായവയെല്ലാം ചുറ്റുവട്ടത്തെ പാവങ്ങൾക്കു കൊടുത്തു.”

“ഇനി നമുക്ക് എത്രവേണമെങ്കിലും കൊടുക്കാമമ്മേ. ശംബുവേട്ടൻ ശുക്രത്തൊടി ഒരു ഫലോദ്യാനമാക്കി മാറ്റിയിരിക്കുന്നു.”

“ശംബു മാത്രം വിചാരിച്ചാൽ നടക്കാത്ത കാര്യമാണമ്മേ ഈ സുഭിക്ഷമായ തോട്ടം.”

അമ്മ രണ്ടുപേരേയും ഏറെ നേരം നോക്കി പറഞ്ഞു: “ഇനി എനിക്കും നിങ്ങളെ സഹായിക്കാൻ കഴിയും.”

അമ്മയുടെ ആത്മവിശ്വാസം കണ്ട് വലിയ പ്രതീക്ഷകൾ പൂക്കാൻ തുടങ്ങി മനസ്സിൽ.

“ആത്മവിശ്വാസമാണ് ദേവാ അമ്മയ്ക്കു മൃതസഞ്ജീവനി. മരുന്നു കളുടെ ഔഷധവീര്യം വർദ്ധിപ്പിക്കുവാൻ ചില ആത്മബോധങ്ങൾ ആവശ്യമാണ്. അമ്മ ഉരുവിട്ടിരുന്ന മൃതസഞ്ജീവനി മന്ത്രം എന്തായി രുന്നുവെന്ന് ഒരിക്കൽ ദേവ ചോദിച്ചില്ലേ?”

ചോദിക്കുമെന്നറിഞ്ഞ് ഏട്ടൻ മെയ്വഴക്കം കാണിച്ചു.

“ശരിയാണ് അന്നത് പറയാൻ സമയമായിരുന്നില്ല.”

“ഇന്നിപ്പോൾ സമയമായോ?”

“ആയി.. ഇനി അവ മന്ത്രങ്ങളായിരുന്നില്ലെന്നറിഞ്ഞാൽപോലും പഴയ നിലയിലേക്കു തിരിച്ചുപോവാൻ അമ്മയ്ക്കു കഴിയില്ല.”

“പറയൂ ഏട്ടാ, കേൾക്കട്ടെ.”

“ങ്ഹും മന്ത്രങ്ങൾ അങ്ങനെ ചറുപിറായെന്നു വിളിച്ചു പറയാൻ പാടില്ല. രഹസ്യ സൂക്ഷിപ്പിലാണവയുടെ ഫലസിദ്ധി. ചെവി കൊണ്ടു വരൂ. മന്ത്രിക്കാം...”

അവൾ അതീവ വിനയത്തിൽ ചെവി ചുണ്ടോടടുപ്പിച്ചു:

ഞാൻ മന്ത്രിച്ചു: “ഓം ശക്തി സ്വരൂപിണി, മഹാദേവ, മഹാചാര്യാ. ആചാര്യ, എനിക്കൊരസുഖവുമില്ല. ഞാൻ ചികിത്സകൊണ്ട് പഴയ ഊർജ്ജവതിയായി ഓടിച്ചാടി ഉന്മേഷവതിയാകും. തീർച്ച. തീർച്ച. തീർച്ച.

ശാന്തിഃ ശാന്തിഃ ശാന്തി”

ശുക്രപത്നി ഊർജ്ജവതി നെടുനാളത്തെ സർവ്വാംഗം തളർന്ന കിടപ്പിനു ശേഷം തൊടിയിൽ ഓടിച്ചാടി നടക്കുന്നതും പച്ചക്കറികൾക്ക് വളവും വെള്ളവും നൽകി വളർത്തുന്നതും ചിലപ്പോഴെങ്കിലും മൺവെട്ടി വീശി മണ്ണിളക്കി അധ്വാനിക്കുന്നതും കണ്ട അയൽക്കാരും ഗ്രാമവാസികളും മൃതസഞ്ജീവനി ചികിത്സ തേടി ശുക്രാലയത്തിലെത്തി. നന്നെ പുലർച്ച മുതൽ ശുക്രാലയത്തിനു മുന്നിൽ ശരീരമാസകലം ചിരങ്ങും ചൊറിയും ബാധിച്ചവർ, കൈകാലുകൾ വ്രണംകൊണ്ട് വിണ്ടുകീറിയവർ, നിർത്താത്ത ചുമയ്ക്കൊടുവിൽ ചുവന്ന കഫക്കട്ട തുപ്പുന്നവർ, കണ്ണിനു സൂക്ഷ്മമായി കാഴ്ചയില്ലാത്തവർ, ഉടലാകെ നനഞ്ഞ തുണിക്കെട്ടു പോലെ കുഴഞ്ഞുകൂടിയവർ. അവരിൽ കൈത്തണ്ടയിൽ കിടന്നു കരയുന്ന കുഞ്ഞുങ്ങൾ മുതൽ കാഞ്ഞിരവടിയിൽ ഇഴഞ്ഞെത്തിയ വൃദ്ധ കളും വൃദ്ധരുമുണ്ടായിരുന്നു. അവർക്കെല്ലാം തൊടിയിൽനിന്നും കുന്നിൻ പള്ളയിൽനിന്നും പറിച്ചെടുത്ത പച്ചിലച്ചെടി വേരുകൾ ചേർത്തരച്ച വിവിധ മരുന്നുകൾകൊണ്ട് ഔഷധമുണ്ടാക്കി ചികിത്സിച്ചു.

ചിലർക്ക് ശരീരത്തിൽ പുരട്ടാൻ ലേപനം. മറ്റു ചിലർക്ക് അകത്തേക്കു കഴിക്കാൻ. പാലിലോ ചുക്കുവെള്ളത്തിലോ കലക്കി കുടിക്കാൻ. രോഗ ത്തിന്റെ മൂർച്ഛകൾ അനുസരിച്ച് മരുന്നുകളിലും ചര്യകളിലും മാറ്റം. മാനസിക അവശത ബാധിച്ചവർക്ക് ചെവിയിൽ ഊർജ്ജമന്ത്രം. ശ്വാസം മാത്രമായി പനമ്പട്ടകളിൽ വച്ചുകെട്ടി നാലാൾ ചേർന്നുകൊണ്ടുവന്ന ചിലർക്ക് മരുന്നും മന്ത്രവും കൊടുത്തില്ല. പകരം കാച്ചിയ പാലും ഞാലിപ്പഴവും മാതളവും നൽകി. ഒരു മാസക്കാലം നിശ്ചയിച്ച മരുന്നു വന്നു സേവിച്ചു പോകാൻ നിർദ്ദേശം നൽകി. ഒരു മാസത്തെ ഭക്ഷണം ശരിക്കും ശരീരശേഷി നേടിക്കൊടുത്ത അവർ ആരുടെയും സഹായം കൂടാതെ നന്ദി അറിയിച്ചുപോയി. കാലിൽ വീണു കൃതജ്ഞത രേഖ പ്പെടുത്താൻ തക്കം പാർത്തു നിന്നവരോടു പറഞ്ഞു: “കൃതജ്ഞത മനസ്സിൽ സൂക്ഷിച്ചാൽ മതി. കാലിൽ വേണ്ട.”

അവർക്ക് തിന്നാനും കുടിക്കാനും മരുന്നു കൊടുക്കാനും അമ്മയും ദേവയും പുറകിൽ തയ്യാറായി നിന്നു.

രണ്ട്

കറമ്പി പ്രസവിച്ചു. കരാറുപ്രകാരം കറമ്പിയേയും "ചൊമല."കുഞ്ഞിനേയും കൂട്ടിക്കൊണ്ടുപോവേണ്ടത് ഗുഹന്റെ ചുമതലയാണ്. പ്രസവം വരെ വളർത്തേണ്ട ചുമതലയേ ശുക്രാലയത്തിനുള്ളൂ. അതുവരെ തീറ്റിപ്പോറ്റിയതിലൂടെ "കറമ്പിക്കടം." തീരുന്നു. പ്രസവിച്ച തള്ളയേയും കുട്ടിയേയും ശുക്രാലയത്തിലെത്തിച്ചതിനു പകരം മറ്റൊരു തള്ളയേയും കുട്ടിയേയും ഗുഹനു കിട്ടുന്നു.

കറമ്പിയെ വിലകൊടുത്തു വാങ്ങിച്ചുവെന്ന സമാധാനം ശുക്രാലയത്തിനുമുണ്ടാകുന്നു.

ഗുഹൻ വരാമെന്നേറ്റ സമയവും ദിവസവും കഴിഞ്ഞു. തക്കതായ കാരണമില്ലാതെ ഗുഹൻ വരാതിരിക്കുകയില്ല. അല്ലെങ്കിൽ ചൊമലയെ വഴി തെളിക്കാൻ ഏതെങ്കിലും കാലിച്ചെറുക്കനെയെങ്കിലും അയയ്ക്കുമായിരുന്നു. ഗുഹൻ വാക്കു പറഞ്ഞാൽ തെറ്റിക്കാത്തവനാണ്. ശനിയാഴ്ചയാണ് വരാമെന്നേറ്റ ദിവസം. കാലത്ത് വെയിലുറക്കുന്നതിനു മുമ്പ്. ഞായറാഴ്ചയായിട്ടും ഗുഹനെ കാണാതായപ്പോൾ പ്രാതൽകഴിഞ്ഞു ഞാൻ പറഞ്ഞു: "ദേവാ നമുക്ക് ഗുഹന്റെ വീടുവരെ പോയാലോ? എന്തെങ്കിലും തക്കതായ കാരണമില്ലാതെ ഗുഹൻ വരാതിരിക്കയില്ല."

"പോവാം ഏട്ടാ.."

"ഗുഹന്റെ വീട് സരയുവിനപ്പുറത്തല്ലേ?"

"അപ്പുറത്തല്ല. കടവിൽനിന്ന് പത്തുകാതം അകലമുണ്ടാവും."

"അകലം എത്രയായാലും ദേവയ്ക്കു സന്തോഷമേയുള്ളൂ. അത്രയും സമയം സരയുവിലെ കുളിർജലത്തിലൂടെ ചിറകടിച്ചു പറക്കാമല്ലോ."

സംഭാഷണം കേട്ടുവന്ന അമ്മ: "ഗുഹന്റെ വീട്ടിലേക്ക് അമ്മ വന്നാൽ അപാകതയാവുമോ മക്കളേ?"

അമ്മയുടെ ചോദ്യം കേട്ടപ്പോൾ അകതാരു നിറഞ്ഞു. എങ്ങനെ അമ്മയെ ഒറ്റയ്ക്കു നിർത്തി പോവുമെന്ന വിഷമമായിരുന്നു. പുറത്തിറങ്ങിയുള്ള സഹവാസം അമ്മയെ കൂടുതൽ ആരോഗ്യവതിയും ജീവിതമുഖിയുമാക്കുമെന്ന തോന്നൽ നിർബ്ബന്ധിക്കാതെതന്നെ സാധിച്ചിരിക്കുന്നു.

ഗുഹനോട് അമ്മയ്ക്ക് പ്രത്യേക വാത്സല്യം മനസ്സിലുണ്ടെന്ന് ഗുഹനെക്കുറിച്ചുള്ള അമ്മയുടെ പരാമർശങ്ങളിൽ നിഴലിച്ചിരുന്നു.

"അമ്മയുണ്ടെങ്കിൽ വളരെ നന്നായി. ഗുഹന് വലിയ സന്തോഷമാവും."

അമ്മയും ദേവയും പട്ടുവസ്ത്രങ്ങളണിഞ്ഞു പുറപ്പെട്ടു നിന്നപ്പോൾ ഞാൻ ദേവയെ ഓർമ്മിപ്പിച്ചു.

"ദേവ, സഞ്ജീവനി ചൂർണ്ണങ്ങൾ അഞ്ചും കരുതിക്കൊള്ളുക."

അവൾ മിഴിച്ചുനോക്കി. അല്പനേരം കഴിഞ്ഞ് ചോദ്യങ്ങളൊന്നും ചോദിക്കാതെ മൃതസഞ്ജീവനി ചൂർണ്ണങ്ങൾ അഞ്ചും കൊച്ചു പൊതികളായി മരുന്നുസഞ്ചിയിൽ വച്ചു.

സരയുവിലൂടെയുള്ള പ്രഭാതയാത്ര അമ്മയ്ക്കും ദേവയ്ക്കും വലിയ സന്തോഷം പകർന്നുവെന്ന് അവരുടെ പ്രതികരണങ്ങളിൽനിന്നു മനസ്സിലായി. ഓളങ്ങൾ മുറിച്ച് വള്ളം മുന്നേറുന്നതിനിടയിൽ എതിർദിശയിൽ വന്ന യാത്രാവള്ളങ്ങളും അവയുടെ സഞ്ചാരവും അവരെ പിടിച്ച് നിർത്തിയ വിമ്മിട്ടങ്ങളിൽനിന്ന് വിമോചിപ്പിച്ചതുപോലെ. പുഴവെള്ളത്തിലേക്ക് കൊക്കുതാഴ്ത്തി പറക്കുന്ന പൊന്മാനുകൾ, അവയുടെ കൊക്കിൽ കുടുങ്ങിയ മത്സ്യങ്ങൾ, അകലെ നിന്നു പതച്ചുവന്ന് തീരത്തോടുരുമ്മി പോവുന്ന ഓളങ്ങൾ. എല്ലാം ദേവയിലെ സ്കൂൾകുട്ടിയെ ചരടഴിച്ചുവിട്ടു. അമ്മയും പെട്ടെന്നൊന്നും ഗുഹന്റെ തീരമെത്തരുതെന്നു ആഗ്രഹിക്കുന്നതുപോലെ കാണപ്പെട്ടു.

കടവുവക്കിൽ കാണപ്പെട്ട പൂത്ത പാലയിൽ തോണി കയർ കെട്ടി നിർത്തി വള്ളക്കാരൻ.

ഞങ്ങൾ തോണിയിറങ്ങി മരങ്ങൾക്കിടയിലെ ഇടവഴിയിലൂടെ നടക്കാൻ തുടങ്ങി. വള്ളക്കാരൻ പറഞ്ഞ വഴി കുന്നിന്റെ താഴ്വരയിലെ നടപ്പാതയിൽ നിന്നപ്പോൾ ഗുഹന്റെ കൊച്ചു കുടിൽ തെളിഞ്ഞു. സ്വതവേ ഒറ്റപ്പെട്ടുനിന്ന കുടിലിനു മുന്നിൽ നിറയെ ഗ്രാമീണർ. അവർ നടപ്പാതയിലെ മരങ്ങൾക്കിടയിൽ നിശ്ശബ്ദരായി നിൽക്കുന്നു. ഏറെ നേരമായി നിൽക്കുന്നവർ കുന്തിച്ചിരിക്കുന്നു.

ഞങ്ങൾ നടവഴിയിലൂടെ കുടിൽ മുറ്റത്തെത്തുന്നതിനനുസരിച്ച് ഇരിക്കുന്നവരും നിൽക്കുന്നവരുമൊക്കെ എണീറ്റും മാറിനിന്നും വഴിയുണ്ടാക്കി. തീരെ അപ്രതീക്ഷിതമായ കാഴ്ച കാണുന്നതുപോലെ സകലരും സ്തംഭിച്ചു നിൽക്കുന്നു.

ഞങ്ങൾ കുടിൽ വാതിലിലെത്തി.

ഉണങ്ങിയ ഇലപ്പടർപ്പുകൊണ്ടുണ്ടാക്കിയ കുടിൽവാതിൽ മലർക്കെ തുറന്നിരിക്കുന്നു. അകത്ത് ചാണകം മെഴുകിയ നിലത്ത് ഗുഹന്റെ അമ്മയെ കിടത്തിയിരിക്കുന്നു. അമ്മയുടെ കഴുത്തുവരെ ചണകൊണ്ടുള്ള നിറം മങ്ങിയ ചാക്ക് പുതച്ചിട്ടുണ്ട്. ഗുഹനും അവന്റെ മക്കളും ചുറ്റുമിരിക്കുന്നു. ഗുഹന്റെ ഭാര്യ ലോട്ടയിൽനിന്നു ജലം കൂവളയിലകൊണ്ട് ഇടയ്ക്കിടക്ക് അളന്ന ചുണ്ടുകളിൽ നനച്ചു. രോഗിക്ക് സ്വബോധമില്ല. ഇടയ്ക്ക് വായു കോപിച്ചതുപോലെ ഹ്രൂം ശബ്ദമുണ്ടാക്കുമ്പോൾ മുറ്റത്തുനിന്നും മരങ്ങൾക്കിടയിൽനിന്നും ചടച്ചുനീണ്ട നിഴലുകൾ ഇലവാതിൽ പഴുതോളമെത്തി അകത്തേക്കു തലകൾ നീട്ടി. കഴുത്തുവരെ മൂടികിടക്കുന്ന ചണച്ചാക്ക് ശിരസ്സു മൂടിയോ എന്നതുമാത്രമാണ് അവരുടെ നോട്ടത്തിന്റെ ലക്ഷ്യം. ഇല്ലെന്നറിയുന്ന നിഴലുകൾ പഴയ സ്ഥാനങ്ങളിലേക്കുതന്നെ തിരിച്ചെത്തി.

ഞങ്ങളെ കണ്ടതും ഗുഹനുംഅവന്റെ പത്നിയും ചാടിയെണീറ്റ് വാതിൽ പഴുതിലൂടെ പുറത്തേക്കോടിവന്നു. അവിശ്വസനീയമായ കാഴ്ച കണ്ടതുപോലെ അവർ രണ്ടുപേരും നിന്നു വിറച്ചു. മുറ്റം നിറഞ്ഞ ഗ്രാമ വാസികളും വിസ്മയവിമുക്തരായി കഴിഞ്ഞിരുന്നില്ല.

“എന്താണീ കാണുന്നത് കാളി മാതാവേ. ആരൊക്കെ കൺമുമ്പിൽ..”

ഗുഹൻ ഞങ്ങളെ നോക്കി തൊഴുകൈയാൽ പിറുപിറുത്തു.

“ശംബുവേട്ടാ അമ്മയേയും തമ്പുരാട്ടിക്കുട്ടിയേയും ഞാൻ എവിടെ ഇരുത്തും? മഹാസങ്കടമായിപ്പോയല്ലോ.”

നിന്നു കെലിക്കുന്ന ഗുഹനേയും പത്നിയേയും സമാധാനപ്പെടുത്തി

“ഗുഹാ, ഞങ്ങളെപ്പറ്റി വേവലാതിപ്പെടാതിരിക്കൂ. പറയൂ അമ്മയ്ക്കെന്താണു പറ്റിയത്?”

അപ്പോഴേക്കും ഗ്രാമീണർ ഇരിക്കാൻ പറ്റിയ വേങ്ങാക്കുറ്റികൾ കൊണ്ടുവന്ന് മുറ്റത്തിട്ടു. അല്പാശ്വാസത്തിൽ ഗുഹൻ: “ഇരുന്നാലും അമ്മേ, ഇരുന്നാലും ശംബുവേട്ടാ, തമ്പുരാട്ടിക്കുട്ടി.”

“ഗുഹാ, ആതിഥ്യമര്യാദകൾ പിന്നെയാവാം. പറയൂ അമ്മയ്ക്കെന്താണ്?”

ഗുഹൻ ആകെ വിമ്മിട്ടപ്പെട്ടു. ശബ്ദം നനഞ്ഞൊട്ടി:

“കാര്യമറിയില്ല ശംബുവേട്ടാ. രണ്ടു ദിവസായി അമ്മ കുഴഞ്ഞു കെടക്കാൻ തൊടങ്ങീട്ട്. ഓർമ്മേം ഇല്ല. ഒന്നും കഴിക്കണുംല്യാ. ചാവാന്ള്ള വല്യാന്നാ മന്ത്രവാദി പറേണേ... അമ്മ പോയാ പിന്നെ...”

“വേറെ ആരേയും കാണിച്ചില്ലേ?”

“വൈദ്യൻ മൂസ്സാൻ അയിത്തപ്പെടുത്താണ്ട് കൊണ്ടുപോവാൻ പറഞ്ഞു.”

മുഴുവനാക്കുംമുമ്പ് ഗുഹൻ നനഞ്ഞ ചണക്കെട്ടുപോലെ കുഴഞ്ഞിരുന്നു.

“വിഷമിക്കാതെ ഗുഹാ..”

ഞങ്ങൾ അകത്തു കടന്നു. അകത്തുണ്ടായിരുന്ന അയൽപ്പക്കവീടുകളിലെ സ്ത്രീകൾ പരിഭ്രമിച്ച് വണ്ടുകൾപോലെ മൂളിപ്പരക്കം പാഞ്ഞു. അവർ അടക്കിപ്പിടിച്ചു പറയുന്നതു കേട്ടു: “ആചാര്യൻ അയിത്തപ്പെടും. മാറിനിൽക്ക്.”

യാതൊരു ബോധവുമില്ലാതെ കുഴഞ്ഞുകിടക്കുന്ന രോഗിയെ അകത്തുചെന്ന് ഞാൻ വീക്ഷിച്ചു. തളർന്ന കൈത്തണ്ടയിലും നെറ്റിത്തടത്തിലും ഊർജ്ജം എണ്ണി. മസ്തിഷ്കത്തിലേക്കു നീളുന്ന ഞരമ്പുകൾ സൂക്ഷ്മമായി പരിശോധിച്ചപ്പോഴാണ് രോഗതീവ്രത ബോധ്യപ്പെട്ടത്. രക്തത്തിന് ഞരമ്പുകളിൽ വേണ്ടതുപോലെ പ്രവാഹവേഗമില്ല. ഹൃദയധമനികളിൽ തിണർത്തു കിടക്കുകയാണ്.

സമാനമായ രോഗലക്ഷണം ആയുർവ്വേദത്തിലുണ്ട്. അഷ്ടാംഗ ഹൃദയവും പരിചയപ്പെടുത്തുന്നുണ്ട്. കൃത്യമായ മരുന്നും നിഷ്കർഷിക്കുന്നുണ്ട്.

മഹാചാര്യനും മഹാദേവനും ഒരേ സമയം നന്ദി പറഞ്ഞു മനസ്സ്. ദേവയോട് കരുതാൻ പറഞ്ഞ സഞ്ജീവനിചൂർണ്ണം തന്നെ ദിവ്യൗഷധം.

ശല്യകർണി ചൂർണം കറവച്ചൂടുള്ള പാലിൽ കലക്കാൻ ദേവയ്ക്കു നിർദ്ദേശം നൽകി.

ദേവ ചൂർണ്ണപ്പൊതികൾ പുറത്തെടുത്തു. നറുംപാലില്ലല്ലോ ഏട്ടാ?

കേട്ടുനിന്ന ഏതോ സ്ത്രീ പറഞ്ഞു: "ദാ എത്തി തമ്പ്രാട്ടി."

അവൾ പുറത്തു കടന്നതും കുടിൽമുറ്റത്ത് കറവപ്പശു എത്തി.

പ്രായം ചെന്ന ഒരു സ്ത്രീ ലോട്ട നിറയെ കറന്നെടുത്തു.

ശല്യകർണി കലക്കിയ നറുംപാൽ മൂന്നു ചെറിയ കവിൾ രോഗിയുടെ വയറ്റിലെത്തിച്ചു.

നിമിഷങ്ങൾ ഉദ്വേഗജനകമായ നിമിഷങ്ങൾ.

പൂഴിമണ്ണു വീണാലും കേൾക്കാവുന്ന നിശ്ശബ്ദത.

ശല്യകർണി ഫലം ചെയ്തു തുടങ്ങി. കഴുത്തിലും നെറ്റിക്കിരുവശത്തും തിണർത്തു കിടന്ന കരണ ഞരമ്പുകൾ വളവു നിവർന്ന് കനം കുറയാൻ തുടങ്ങി. രക്തം നേരിയ തോതിൽ സിരകളിലൂടെ പ്രവാഹ സുഖം അനുഭവിക്കുന്നതിന്റെ ലക്ഷണം.

ദേവയ്ക്കും ആചാര്യപത്നിക്കും കാര്യം മനസ്സിലായിയെന്ന് അവരുടെ മുഖത്തുവന്ന മൃദുസ്മേരം അടയാളമായി.

അഞ്ചു മാത്രകൾ കൂടി.

രോഗി രണ്ടു തവണ ശിരസ്സ് ഇടത്തോട്ടും വലത്തോട്ടും ചെരിച്ചു.

അല്പമാത്രകൾ കഴിഞ്ഞതും മുളഞ്ഞിൽ ഒട്ടിയതുപോലെ പതിഞ്ഞ കൺമിണ്ടകൾ ഉയർന്നു.

കൃഷ്ണമണി പുറത്തു കണ്ടു.

പകവാനേ വിഷ്ണേ എന്നും പകോതി കാളി എന്നും ഉള്ള വിളി അകത്തും പുറത്തും മുഴങ്ങി.

ഗുഹൻ ഇരുകൈകളും നെഞ്ചിൽ കൂട്ടി തിരുമ്മി: "അമ്മേ.. ശംബു വേട്ടാ.."

എന്റെ ആംഗ്യം ദേവയ്ക്കു മനസ്സിലായി.

ദേവ ലോട്ടയിൽ അവശേഷിച്ച മരുന്ന് മൂന്നു നാലു കവിളുകളായി രോഗിയെക്കൊണ്ടു കുടിപ്പിച്ചു. ഓരോ കവിൾ വയറ്റിലെത്തുന്നതനുസരിച്ച് രോഗി കൂടുതൽ കൂടുതൽ പ്രസന്നയാവുന്നതു കാണാൻ കഴിഞ്ഞു.

മരുന്നു കഴിഞ്ഞ് പത്തുമാത്ര കഴിഞ്ഞതേയുള്ളൂ. ഗുഹന്റെ അമ്മ തല ഉയർത്തി ചുറ്റും നോക്കി. അവർക്ക് പരിസരം തിരിഞ്ഞു കിട്ടിയെന്ന് ഭാവത്തിൽനിന്നും നോട്ടത്തിൽനിന്നും മനസ്സിലായി. ഗുഹനേയും അയാളുടെ പത്നിയേയും മക്കളേയും മാറിമാറി നോക്കിത്തിരിച്ചറിഞ്ഞതുപോലെ പുഞ്ചിരിച്ചു. എന്റെ നേർക്ക് അല്പനിമിഷങ്ങൾ നോക്കി സ്മരണയിലെ ചിത്രവുമായി സാമ്യം ചെയ്യുന്നതുപോലെ ആലോചിച്ച്: വിഷ്ണുമോൻ.. വിഷ്ണുമോൻ എന്നു പിറുപിറുത്തു.

“അതേ അമ്മേ...അമ്മയുടെ വിഷ്ണു തന്നെ.”

ആചാര്യപത്നിയെ നോക്കി സംശയിച്ച്; “ആചാര്യപത്നി?”

അമ്മ അവരുടെ അരികെ ഇരുന്ന് ശിരസ്സു മടിയിൽവച്ച്: “അമ്മേ അമ്മയുടെ ഊഹം ശരിയാണ്.”

ദേവയെ നോക്കി: “തമ്പുരാട്ടിക്കുട്ടീ.”

ആചാര്യപത്നി തിരുത്തി: “ദേവ.”

ഇതിനകം ആചാര്യപത്നി രോഗിയുടെ ശിരസ്സ് ഉയർത്തി അവരുടെ മടിയിൽവച്ച് കൈയിൽ കിട്ടിയ തേക്കിലകൊണ്ട് വീശി സാന്ത്വനിപ്പിച്ചു. രോഗിക്ക് എന്തോ പറയാനുണ്ടെന്നറിഞ്ഞ ആചാര്യപത്നി ചെവി അവരുടെ ചുണ്ടോടടുപ്പിച്ചു.

“ദേവീ അടിയൻ ചത്തുപോവും. ന്റെ മക്കളെ കണ്ടു മതിയായില്ല.. ന്റെ ശംബുമോനേ..”

ആചാര്യപത്നി എന്റെ മുഖത്തേക്കു നോക്കി.

“ഞാൻ അമ്മയ്ക്കു നിർദ്ദേശം കൊടുത്തു.”

“മൃതസഞ്ജീവനിക്കുള്ള സമയംതന്നെ അമ്മേ.”

ആചാര്യപത്നി പിന്നീടൊന്നും സന്ദേഹിച്ചില്ല. നിലത്തു വിരിച്ചു കിടന്ന ചണച്ചാക്കിൽ രോഗിയോടൊപ്പം ചേർന്നു കിടന്ന് ചെവിയിൽ അതീവ രഹസ്യമായി മൃതസഞ്ജീവനി മന്ത്രിച്ചു: “ഓം മഹാദേവായ.. മഹാചാര്യായ... മൃതസഞ്ജീവനീ മന്ത്രാഹാ...”

പിന്നീടൊന്നും ആർക്കും കേൾക്കാനായില്ല

അരനാഴിക നേരത്തെ സുഖനിദ്രയ്ക്കുശേഷം രാത്രിയുറക്കത്തിൽ നിന്നുണരുന്ന തെളിമയോടെ ഗുഹമാതാവ് ചണച്ചാക്കിൽനിന്നും ഉണർന്നെണീറ്റു.

അപ്പോഴേക്കും കുടിൽമുറ്റം ജനസാഗരമായി കഴിഞ്ഞിരുന്നു. പുഴക്കടവുവരെ ഗ്രാമീണർ, അവരിൽ കൈകുഞ്ഞുങ്ങൾ മുതൽ പടുവൃദ്ധന്മാർവരെ. വന്നവർക്കാർക്കും സന്തോഷം സഹിക്കാൻ വയ്യാതെ മുളപൊട്ടുന്നതുപോലെ കരയുന്നു. ഗുഹനും പത്നിയും ആചാര്യപത്നിയുടെ കാലിൽ വീണു കിടന്നു. ആചാര്യ പത്നി ഗുഹനെ പിടിച്ചെണീപ്പിച്ചു.

"എണീക്കൂ ഗുഹാ. നിന്റെ അമ്മയെ രക്ഷിക്കേണ്ടത് ഞങ്ങളുടെ കടമയാണ്. ആ മഹാമാതാവ് ശംബുവിന്റെ കൂടി അമ്മയാണ്..."

നിർദ്ദേശപ്രകാരം ദേവ ബാക്കി ചൂർണ്ണം ഗുഹന്റെ കൈയിൽ വച്ചു കൊടുത്തു. "ഒരു വാരമെങ്കിലും മരുന്നു കഴിക്കണം. എങ്കിലേ ആരോഗ്യം തിരിച്ചു കിട്ടൂ."

ഗുഹപത്നി ഭയഭക്തിപുരസ്സരം മരുന്നുപൊതി വാങ്ങി.

സ്ത്രീകളിൽ ആരോ വിലപിച്ചു.

ആചാര്യപത്നിയുടെ പട്ടുവസ്ത്രം നിറയെ അഴുക്കായി.

അമ്മ സമാധാനിപ്പിച്ചു

"നിങ്ങൾ സ്ഥിരം അഴുക്കുവസ്ത്രം ധരിക്കേണ്ടി വരുന്നതോർത്താണ് എന്റെ വിഷമം."

കുടിലിനു മുറ്റത്ത് കുന്നായി പഴവർഗ്ഗങ്ങൾ. വാർത്ത കേട്ടു വന്ന വരൊക്കെ ചികിത്സാസംഘത്തിനു കാഴ്ചവക്കാൻ കരുതിയ ഉപഹാരം.

ഗ്രാമവാസികൾ തൊഴുകൈയുമായി അകലം പാലിച്ചു.

"എന്തിനാണിത്രയധികം പഴങ്ങൾ?"

എന്റെ ചോദ്യം കേട്ട്: "അടിയങ്ങൾടെ സന്തോഷമാണ്."

"എന്നിട്ട് എന്താണെല്ലാവരും മാറി നിൽക്കുന്നത്? പഴം എടുത്തു തരാതെ."

'അയ്യോ'യെന്ന ഒരു ഞെട്ടൽ ശബ്ദം.

"അവിടുന്ന് അയിത്തപ്പെടും."

"നിങ്ങൾ പഴം തന്നാലോ?"

"അയിത്തജാതികൾ തൊട്ടാൽ."

"നിങ്ങൾതന്നെയല്ലേ പഴങ്ങൾ കൊണ്ടുവന്നത്?"

"അതെ ആചാര്യാ."

"പഴങ്ങൾക്കൊന്നും അയിത്തം കാണുന്നില്ലല്ലോ. പിന്നെ എന്തുകൊണ്ട് എടുത്തു തന്നുകൂടാ?"

അവർ നിന്നു പരുങ്ങി. ഏതോ വലിയ പാപം ചെയ്യാൻ പ്രേരിപ്പിക്കപ്പെടുന്നതുപോലെ.

"നിങ്ങൾ എടുത്തുതന്നാൽ ഞങ്ങൾ സ്വീകരിക്കും."

അവർ പുതിയതെന്തോ കേട്ടതുപോലെ അമ്പരന്നു നിന്നു.

ഞാൻ ഒരു വൃദ്ധന്റെ അടുത്തുചെന്നു. അദ്ദേഹം പിന്നോട്ടേക്കു പോയിക്കൊണ്ടിരുന്നു. വീഴാൻ തുടങ്ങിയ വൃദ്ധനെ ഞാൻ അരയിൽ പിടിച്ചു നിർത്തി.

"അയ്യോ അവിടുന്ന് അയിത്തപ്പെട്ടു!"

വൃദ്ധൻ നിന്നു കിതച്ചു.

"അയിത്തം എനിക്കല്ലേ... ഞാനതു സഹിക്കുന്നു. ഇനിയെങ്കിലും താങ്കൾക്ക് പഴമെടുത്ത് തന്നുകൂടെ?"

വൃദ്ധൻ മടിച്ചുമടിച്ചു പഴത്തിലൊന്നെടുത്ത് എനിക്കുതന്നു. അതു കണ്ട പലരും പഴങ്ങൾ എടുത്ത് ആചാര്യപത്നിക്കും ദേവയ്ക്കും കൊടുത്തു. അറച്ചും ഭയന്നും നിന്നവരെല്ലാം പഴങ്ങൾ എടുത്തു നീട്ടാൻ തുടങ്ങി.

ആചാര്യപത്നി കൈയിൽ വാങ്ങിയ പഴങ്ങൾ ഗ്രാമവാസി കുട്ടികളെ വിളിച്ച് അവരുടെ കൈയിൽ വച്ചുകൊടുത്തു.

"കഴിക്കൂ മക്കളേ.. സമൃദ്ധമായി കഴിക്കൂ."

ഞങ്ങൾ കടവിലേക്കു പുറപ്പെട്ടപ്പോൾ മുന്നിലും പിന്നിലുമായി ഗ്രാമവാസികൾ ആടിയും പാടിയും കൂടി. തോണി സരയു നടുവിലെത്തുമ്പോഴും ഗ്രാമവാസികൾ ഞങ്ങൾക്കുനേരെ പഴങ്ങൾ നീട്ടി നൃത്തം ചെയ്യുന്നതു കണ്ടു.

ഇരയുടെ അപേക്ഷ കേട്ട് ധർമ്മബോധിയായ മഹാരാജാവ് വാൾപിടിയിൽ കൈയമർത്തി വിജയീഭാവത്തിൽ ഉയർന്നു നിന്നു. ദാശരഥിയുടെ സുന്ദരകളേബരത്തിൽ മന്ദസ്മിതം നിറയുന്നതുകണ്ട് ദേവകാര്യത്തിനു വിഘ്നമില്ലെന്നൂഹിച്ച ഋഷി-ദേവന്മാർ "നന്ന് നന്ന്." എന്നു രാജാവിനെ വാഴ്ത്തി.

ഭാഗം അഞ്ച്

ഉദകക്രിയ

ഒന്ന്

ആചാര്യപത്നിയുടെ ദൃഢമായ മുൻനിശ്ചയവും ചങ്കുറപ്പും ഞങ്ങളെ അക്ഷരാർത്ഥത്തിൽ അദ്ഭുതപ്പെടുത്തി - ശുക്രപാഠശാല പുനർനിർമ്മിക്കാനുള്ള തീരുമാനം ആദ്യം വന്നത് ആചാര്യപത്നിയിൽ നിന്നാണ്. അതിനുവേണ്ടി എന്തുചെയ്യാനും എനിക്കു സന്തോഷമേയുള്ളൂ. ആചാര്യചിന്തകൾ പാഴ്‌വാക്കുകളായി മണ്ണോടു ചേർന്നുപോവുന്നത് തടയാൻ കഴിയുന്നതാണ് എന്റെ ജന്മസാഫല്യം - മരണശേഷം ആചാര്യചിന്തകൾ പകർത്തിയെഴുതുന്നതിലൂടെ അമ്മയാർജ്ജിച്ച അറിവ് ചില്ലറയല്ല. ശേഷിക്കുന്ന കാലം ആ മഹാദാർശനികന്റെ സാമൂഹികചിന്തകളും മാനവികസ്നേഹവും തലമുറകളിലൂടെ പരിരക്ഷിക്കപ്പെടണമെന്ന് അമ്മ ദൃഢമായി ആഗ്രഹിച്ചു. “ആചാര്യനെ ഒരു ഊർജ്ജയുടെ സ്വകാര്യദുഃഖമാക്കി ഏകാന്തമായ പൂജാമുറിയിൽ അടച്ചിടേണ്ടതല്ല, ആ വിശ്വമനുഷ്യൻ സ്വപ്നം കണ്ട സാർവ്വത്രികസ്നേഹം ലോകം അറിയേണ്ടതാണ്. അതിനായി മരിക്കേണ്ടി വന്നാൽ ഊർജ്ജ സന്തോഷിക്കുകയേയുള്ളൂ.” അമ്മ അസന്ദിഗ്ധമായി പറഞ്ഞു. ശുക്രപാഠശാലയുടെ പുനർനിർമ്മാണം കുന്നിൻചെരിവിലെ വിശാലമായ പച്ചപ്പിൽതന്നെയാവാം. ആചാര്യൻ വിശാലമായ പാഠശാല അവിടെയാണ് സ്വപ്നം കണ്ടിരുന്നത് എന്നു പറഞ്ഞപ്പോൾ അമ്മയും ദേവയും പറഞ്ഞു: ആചാര്യ സ്വപ്നം അവിടെത്തന്നെ പൂവിരിയട്ടെ.

അമ്മ കൈക്കോട്ടും മൺകോരിയും കാടുവെട്ടി തെളിക്കാനുള്ള അരിവാളും മടക്കത്തിയുമായി മുന്നേ നടന്നു. കാട്ടുചെടികൾ, പട്ടിൽ തലപ്പുകൾ, മുള്ളിലങ്ങൾ തുടങ്ങി നടവഴിയിലേക്കു തെറിച്ചുനിന്ന അനുസരണയില്ലാത്ത മരക്കൊമ്പുകൾ വെട്ടിയൊതുക്കുവാനും ഉയർന്നും താഴ്ന്നും കിടക്കുന്ന വഴികളെ ഒരേ തട്ടിൽ നിർത്താനും പരിചയ സമ്പന്നതയേക്കാൾ അമ്മയ്ക്കു പ്രേരണ നൽകിയത് പ്രതിജ്ഞാബദ്ധതയും മനസ്സിൽ പതഞ്ഞുയർന്ന ആത്മധൈര്യവുമാണ്. ശുക്രപാഠശാല കൊണ്ട് ഞാനും ദേവയും വിഭാവനം ചെയ്യാത്ത പലതും അമ്മയുടെ മനസ്സിലുണ്ടെന്നു തോന്നി, വഴിയരികിൽ കന്നുമേച്ചും ഭാരം ചുമന്നും പോകുന്ന വൃദ്ധരോട് ഇടപെടുന്നതുകണ്ടപ്പോൾ. ശുക്രാലയത്തിലെ

അകായിയിൽ രോഗാതുരയായി കിടന്ന ആചാര്യപത്നിയല്ല അമ്മയെന്ന് ഞങ്ങൾക്കു തോന്നി. കനത്ത തീയിൽ വെന്തു പുറത്തുവന്നതിന്റെ ആത്മധൈര്യമാണ് അമ്മയുടേതെന്ന് ഞങ്ങൾക്കുറപ്പായി. എങ്ങനെ യാണമ്മ അയോധ്യയിലെ കുശവന്മാരുടേയും കുംഭാരന്മാരുടേയും അലക്കുകാരുടേയുമെല്ലാം ഭാഷ മനസ്സിലാക്കിയത്? ആചാര്യപത്നിയെ കണ്ട അലക്കുകാർ സരയുതീരത്തുനിന്നും തല്ലുന്ന തുണി കല്ലിൽവച്ചു ഓടിവന്ന് കാലിൽ വീഴാൻ തുടങ്ങി. അവരെയൊക്കെ കാലിൽ വീഴുന്ന തിനു മുമ്പ് എണീപ്പിച്ചു പറഞ്ഞു "അരുത്, ആചാര്യർ ഇഷ്ടപ്പെടുക യില്ല." എന്തു ചെയ്യുമ്പോഴും എന്തു പറയുമ്പോഴും ഒരിക്കലും ആ പേരു പറഞ്ഞില്ലെങ്കിലും ആചാര്യർ അമ്മയ്ക്ക് വേണ്ട നിർദ്ദേശങ്ങൾ അടുത്തു നിന്നു നൽകുന്നുണ്ടെന്നു തോന്നുന്നപോലെയായിരുന്നു ഇടപെടലുകൾ മുഴുവനും. കനത്ത നിശ്ചയദാർഢ്യം അമ്മയ്ക്കുചുറ്റും ഇരുമ്പുവലയായി തൂങ്ങിക്കിടക്കുന്നതുപോലെ തോന്നി.

അരുന്ധകുന്നിന്റെ താഴെ ഞങ്ങൾ ചെല്ലുമ്പോൾ ഗുഹനും ചെറുപ്പ ക്കാരും മദ്ധ്യവയസ്കരുമടങ്ങിയ ഒരുകൂട്ടം പണിക്കാർ വെട്ടിയും മൺ വെട്ടിയും നീണ്ട പാരകളുമായി ഞങ്ങളെ കാത്തുനിൽക്കുന്നുണ്ടായിരുന്നു. ആദ്യംകണ്ട ആചാര്യപത്നിയെ വന്ദിച്ച് ഗുഹൻ ആദരവു പ്രകടിപ്പിച്ചു മാറിനിന്നപ്പോൾ അമ്മ ഗുഹന്റെ ശിരസ്സിൽ സ്പർശിച്ചറിയിച്ചു: "കുട്ടീ, നിന്റെ കറമ്പിയും ചൊമലയും ധാരാളും പാലും ചാണകവും തരുന്നുണ്ട്. ശുക്രാലയത്തിലെ ആവശ്യങ്ങൾ കഴിഞ്ഞ് വേണ്ടത്ര ബാക്കിയുണ്ട്. ഗുഹാ, നിന്റെ കുട്ടികൾക്കും അവരുടെ അമ്മയ്ക്കും ക്ഷേമം തന്നെയല്ലേ? അവരുടെ ആരോഗ്യ പാലനത്തിന് പാലോ വെണ്ണയോ മറ്റെന്തെങ്കിലും വേണമെങ്കിൽ ഒട്ടും അമാന്തിക്കാതെ ശുക്രാലയത്തിൽ വരണം." ഗുഹന് അമ്മയുടെ വാക്കുകൾ സ്നേഹസ്പർശമായി ഉള്ളകങ്ങളെ പുൽകി യിറങ്ങി. അമ്മയുടെ നല്ലവാക്കു കേട്ടപ്പോഴേ ഉള്ളം കുളിർത്തു. "എന്താ വശ്യമുണ്ടെങ്കിലും ഞാൻ ശുക്രാലയത്തിൽവന്നുകൊള്ളാം." അതു പറഞ്ഞ് ഗുഹൻ എന്നോട്: "ഏട്ടാ, കാടും പടലും തെളിയിക്കാൻ ഇവരേ ക്കാൾ മികച്ചവരില്ല. ഈ കാണുന്ന കുന്നിൻമാടം മുഴുവനും ഒറ്റദിവസം കൊണ്ടു നിരപ്പാക്കി തരും." ഞാൻ അവരെ ശ്രദ്ധിച്ചു. അമ്പതോളം ആൾക്കാർ വരും. കണ്ടാലറിയാം, പണിയുടെ കാഠിന്യം അവരെ തളർത്തു കയില്ല, അത്രയ്ക്ക് ശക്തർ. കറുത്തിരുണ്ട അവരുടെ നെഞ്ചും മുഖവും വിയർപ്പിന്റെ പാടയിൽ എണ്ണതേച്ചു പിടിപ്പിച്ചതുപോലെ തിളങ്ങുന്നു. വളരെ സന്തോഷത്തോടെ അവരെല്ലാം തൊഴുതുനിന്നു.

ആചാര്യപത്നി അല്പമാത്രകൾ ആകാശത്തേക്കും സൂര്യനിലേക്കും നോക്കി പറഞ്ഞു: "ഉണ്ണീ, നിമിത്തങ്ങളും ലക്ഷണങ്ങളും നന്നായിരി ക്കുന്നു. ആചാര്യന്മാരുടെ കൃപയും അനുഗ്രഹവുമുള്ള സമയമാണ്. സൂര്യൻ മേഘങ്ങളുടെ ഗുഹയിൽനിന്നും ഉയർന്ന് നല്ല പ്രകാശമാനമായ മുഹൂർത്തത്തിലെത്തിയിരിക്കുന്നു. കാടു വെട്ടിത്തെളിയിക്കുന്ന ആദ്യ ചുവടുവയ്പിനു പറ്റിയ സമയംതന്നെ."

അമ്മ തന്നെ സമയം നിശ്ചയിച്ചു. അമ്മ ഗുഹനോടും സംഘത്തോടുമായി പറഞ്ഞു: "കൂട്ടരേ, സൽക്കർമ്മം ആരംഭിക്കാം."

ഗുഹൻ ഒരു നിർദ്ദേശം വച്ചു: "ആചാര്യപത്നിയും ദേവയും ശംബുവേട്ടനും നിർദ്ദേശങ്ങൾ തന്നാൽ മതി. കാടും പടലും വെട്ടി ഭൂമി സമതലമാക്കി തരുന്ന പണി സംഘം ചെയ്തുകൊള്ളും."

അതിന് അമ്മ വഴിപ്പെട്ടു.

ഗുഹനും സംഘവും മുള്ളിലം, ഇലഞ്ഞി, പേരാൽ, മുള്ളംകൈനി അയനി, തേക്ക് തുടങ്ങിയ മരങ്ങൾ കാവൽ നിൽക്കുന്ന കാട്ടുചെടികൾ പുതഞ്ഞ അരുന്ധയുടെ താഴ്‌വരയിൽ കുതിരപ്പുറത്തെന്നപോലെ വെട്ടിയും ഇരുമ്പുവാളുകളും പടപടാ മിന്നിച്ചു. ആയുധമൂർച്ചയേറ്റ കാട്ടുചെടികൾ തുണ്ടങ്ങളായി മുറിഞ്ഞുവീണു. നല്ല കാതലുള്ള മരങ്ങൾ മറിഞ്ഞു വീണപ്പോൾ ഗുഹന്റെ നിർദ്ദേശപ്രകാരം അവയെല്ലാം കുന്നിൻപള്ളയിലേക്കു മാറ്റി ഒതുക്കി അടക്കി.

മൂന്നുദിവസത്തെ തീവ്രാധ്വാനംകൊണ്ട് താഴ്‌വര ഒറ്റനോട്ടത്തിൽ വിശാലമായ പരപ്പായി. സരയൂ വളരെ അടുത്തെത്തി. ഒറ്റ നോട്ടത്തിൽ ഒഴുകി പായുന്ന സരയുവരെ നീണ്ടു നിൽക്കുന്ന സമതലം.

"നാളെ മുതൽ നമുക്ക് പാഠശാല നിർമ്മാണം തുടങ്ങാം."

ഗുഹനും സംഘവും വള്ളത്തിൽ കരകയറി തുഴയാനാരംഭിച്ചു.

ഗുഹൻ പറഞ്ഞു: "നാളെ വാസ്തുശില്പിയുമായി വരണ്ട്."

വാസ്തുശില്പി വിശാലമായ അരുന്ധയുടെ താഴ്‌വര മുഴുവനും മഴുക്കോലും നീട്ടി അരിച്ച് പറുക്കി നടന്നു. സൂക്ഷ്മമായ മനഗണിതവുമായി നടന്നു നീങ്ങിയ ശില്പി ഭൂമിയുടെ മദ്ധ്യം കടന്നു അല്പ വിസ്തൃതിക്കുള്ളിൽ കാഞ്ഞിരക്കുറ്റിയടിച്ചു കയറ്റി ഉദ്ഘോഷിച്ചു: കേടുതീർന്ന ഭൂമിയാണ്. വാസ്തുദേവൻ പ്രസന്നമുഖനായി ചതുർദിശകളിലേക്കും ദൃഷ്ടി പായിച്ചു നിലകൊള്ളുന്നു. ശില്പിയുടെ സഹായി ചെറുശില്പി ഗുരുനാഥന്റെ നിർദ്ദേശപ്രകാരം കുറ്റിയിൽ നിന്ന് ചണച്ചരട് നാലു ഭാഗത്തേക്കും പിടിച്ചു. വലിയ ശാല. വലിയ ശാലയ്ക്കു ചുറ്റിനും ഉപശാലകൾ, പഠനമുറികൾ, കാര്യാലയങ്ങൾ, വിചാരശാല, ഗ്രന്ഥശാല. കുന്നിൻ ചെരിവാകെ ശുക്രപാഠശാലയുടെ തറ നിറഞ്ഞുനിന്നു. പടിഞ്ഞാറെ അതിരിൽ കുളിർ കാറ്റുംകൊണ്ടൊഴുകുന്നു സരയു.

വാസ്തുശില്പിയുടെ നിർദ്ദേശത്തിൽ കുന്നിൻ ചെരിവിലെ ചുവന്ന മണ്ണ് സരയുവിലെ കുളിർജലമേറ്റു നനഞ്ഞു കുഴഞ്ഞു. ചക്കയുടേയും മത്തന്റേയും വലിപ്പമുള്ള ഉരുളകളായി ഉരുണ്ടു. പൊരിവെയിലിൽ ഉണങ്ങി വരണ്ട ഗുണ്ടുകൾക്കു മീതെ വിറകിന്റെ അട്ടികൾ കുമിഞ്ഞു. തടികൾ കാട്ടുതീയേറ്റ വേഗത്തിൽ ആളിപ്പടർന്ന് മണ്ണിന്റെ ഗുണ്ടുകൾ പൊള്ളിച്ചു. പാറയുടെ ബലം കിട്ടിയ മണ്ണുണ്ടകൾ ചുമരുകളായി ഉയർന്നു. നേരത്തെ വെട്ടിയൊതുക്കിയ മരത്തടികളിൽ മേൽപ്പുര മഴയേയും വെയിലിനേയും കുടയായിനിന്ന് തടഞ്ഞു.

ഒരു മാസത്തെ കടുത്ത അധ്വാനംകൊണ്ട് അരുന്ധയുടെ മടിത്തട്ടിൽ ചന്തവും നിറപ്പകിട്ടുമാർന്ന പാഠശാല ഉയർന്നു.

ഗുഹൻ അരുവി വെള്ളത്തിൽ പങ്കായമെറിയുന്ന തുഴക്കാരൻ മാത്രമല്ല; കൈവച്ച പണികളിലൊക്കെയും മൗലിക മുദ്ര ചാർത്താൻ കഴിവുറ്റ കലാകാരൻ എന്നു പല തവണ തെളിയിച്ചു. വാസ്തുശില്പി യോടൊപ്പം ചേർന്നപ്പോൾ തനിമ നിറഞ്ഞ ശില്പിയായി. ഗുഹന്റെ നിർദ്ദേശമാണ് ശാലയുടെ മുൻഭാഗം വരാന്തപോലെ നീണ്ടുനിന്നത്. അത് കാണികൾക്ക് സമാനതകളില്ലാത്ത ശാലയാക്കി മാറ്റി. ഉണക്കി യെടുത്ത വേങ്ങയുടേയും അത്തിയുടേയും പച്ചിലയിൽ കാട്ടപ്പയും ഇലഞ്ഞിപ്പൂവും അരച്ച മിശ്രിതത്തിൽ ചിത്രങ്ങൾ രചിക്കാൻ ഗുഹൻ മുൻപൻ. ഗുഹൻ വരച്ച ചായം തേച്ചൊരു ചിത്രം കണ്ടപ്പോഴാണ് പുതി യൊരാശയം ഉദിച്ചത്. ഗുഹന് അക്ഷരങ്ങൾ അറിയില്ലെന്നേയുള്ളൂ. അക്ഷരങ്ങളെ ചിത്രങ്ങളായി സങ്കല്പനം ചെയ്ത് വരച്ചെടുക്കാൻ കഴിയും. വലിയ മരത്തോലിലും വലിയ തുണിയിലും ചായം തേക്കാ നുള്ള ചകിരിത്തൂലിക കൈവശമുണ്ട്. ചായത്തൂലികയുപയോഗിച്ച് ഗുഹൻ വരച്ചു "മൃതസഞ്ജീവനി പാഠശാല." ചായം തേച്ചുവന്നപ്പോൾ ദേവയും അമ്മയും അഭിപ്രായപ്പെട്ടു: "ആരും പറയില്ല ഗുഹന് അക്ഷര മറിയില്ലെന്ന്."

അവൻ വരച്ച മരത്തോൽ പാളി വരാന്ത മുകളിൽ ഒട്ടിച്ചപ്പോൾ വഴി പ്പോക്കർക്ക് പാഠശാല ശ്രദ്ധിക്കാതെ കടന്നുപോവാൻ പറ്റാതായി. അക്ഷരമറിയാത്തവർക്കുപോലും പാഠശാലയാണെന്ന് ഒറ്റനോട്ടത്തിൽ മനസ്സിലായി. പാഠശാലയിലേക്കു പോകുന്ന കുട്ടിയും ആചാര്യസന്നിധി യിലെ കുട്ടികളും ഏവരേയും ആകർഷിച്ചു. ആചാര്യപത്നിക്ക് ഗുഹന്റെ ചിത്രങ്ങൾ കണ്ടപ്പോൾ മറ്റൊരാശയം പൂവിട്ടു. അവർ ഗുഹനെ വിളിച്ച് ആചാര്യചിന്തകൾക്ക് ചിത്രങ്ങൾ വരക്കാനുള്ള അനുവാദം നൽകി. അക്ഷരാഭ്യാസമില്ലാത്ത വൃദ്ധരേയും വൃദ്ധകളേയും യുവതീയുവാക്ക ളേയും അറിവിന്റെ വഴിയിലേക്കു കൊണ്ടുവരുവാനുള്ള ഒരു പുതിയ ആശയം അമ്മ നടപ്പിലാക്കാൻ തീരുമാനിച്ചു. ഗുഹൻ ചിത്രങ്ങൾ വരച്ച് ചായം തേച്ചുകൊണ്ടു വരാമെന്നേറ്റാണ് പോയത്. പോകാൻ നേരം അവൻ ചോദിച്ചു: "എന്നാണു ഏട്ടാ, പാഠശാലയിൽ പഠനം ആരംഭിക്കു ന്നത്? കോസലത്തിലേയും അയോധ്യയിലേയും സാധുക്കൾ ചോദി ക്കാൻ തുടങ്ങിയിരിക്കുന്നു. ദിവസം അറിഞ്ഞാൽ പാഠശാലയ്ക്കു പുറത്തെങ്കിലും ഞങ്ങൾക്കു വന്നു നിൽക്കാമല്ലോ."

എനിക്കവന്റെ ചോദ്യം കേട്ടു ചിരിവന്നു.

"പുറത്തു വന്നു നിൽക്കുകയോ? അപ്പോൾ പിന്നെ ആരാണ് അകത്ത്?"

"ഗ്രാമങ്ങളിലെ ബ്രാഹ്മണരും ക്ഷത്രിയരും വൈശ്യരും അതിനായി കാത്തുനിൽക്കുന്നു."

“അതിനെന്ത്. അവരും ശുക്രപാഠശാലയിൽ വന്നുകൊള്ളട്ടെ. ഒപ്പം നിങ്ങളും.”

“അയ്യോ ഏട്ടാ, സ്നേഹംകൊണ്ട് അവിടുന്ന് എല്ലാം മറന്നുപോകുന്നുവോ?”

“ഒന്നും മറന്നിട്ടില്ല ഗുഹാ. നിനക്കെത്ര മക്കളാണ്? നാലല്ലേ. മൂത്തവൾ അരിനസ്വി. രണ്ടാമത്തവൻ ചയമാനൻ. മൂന്നാമത്തെ പെൺകുട്ടി കൗസ്യ. നാലാമത്തവൻ അഥർവ്വൻ. അഥർവ്വന് അഞ്ചു വയസ്സ്. അരിനശ്വിക്ക് എട്ടു വയസ്സ് അല്ലേ?”

“എത്ര ശരിയായാണ് ഏട്ടൻ മറക്കാതെ പറയുന്നത്. അദ്ഭുതം തോന്നുന്നു.”

“നാലുപേരേയും വിദ്യ അഭ്യസിപ്പിക്കേണ്ട സമയം തന്നെ. ആ നാലു പേരാണ് മൃതസഞ്ജീവനിയിലെ ആദ്യത്തെ കുട്ടികൾ.”

അയ്യോ ഏട്ടാ എന്നു വിളിച്ച് തന്റെ അദ്ഭുതം പ്രകടിപ്പിക്കുവാൻ വാക്കു കിട്ടാതെ നിന്ന ഗുഹൻ ഏറെ നേരത്തെ സ്തംഭനാവസ്ഥയ്ക്കു ശേഷം സ്ഥലമറിയാതെ ഉഴലുന്ന പഥികനെപ്പോലെ സംശയിച്ചു.

"അപ്പോൾ തമ്പുരാൻ കുട്ടികൾ?”

“ഗുഹാ, മൃതസഞ്ജീവനിയിൽ വിദ്യാർത്ഥികൾ മാത്രമേയുള്ളൂ.”

പിന്നെയും ചങ്കോളം നിറഞ്ഞ ചോദ്യങ്ങളുമായി നിന്ന ഗുഹനോട്: “എന്താ മക്കളെ മൃതസഞ്ജീവനിയിലേക്കയയ്ക്കാൻ നിനക്ക് സമ്മതമല്ലേ?”

ഗുഹൻ അസന്ദിഗ്ധമായി പറഞ്ഞു: “ഏട്ടൻ പറയുന്നതു ചെയ്യുവാൻ ഈ അനിയന് ഒട്ടും സംശയമില്ല.”

“നിന്റെ മക്കളെ മാത്രമല്ല ഗ്രാമത്തിൽ വിദ്യയാഗ്രഹിക്കുന്ന ആരു വന്നാലും മൃതസഞ്ജീവനിയിൽ വിദ്യയുണ്ട്.” ആശ്ചര്യത്തിനു മേലും കീഴുമായി സംശയങ്ങളുടെ തിരമാലത്തള്ളേറ്റു നീങ്ങിയ ഗുഹനെ വിളിച്ചു പറഞ്ഞു: “ഗുഹാ, വാസ്തുശില്പിയേയും കുശവമൂത്താരേയും കൃഷിമൂത്താരേയും നെയ്ത്താശാനേയും കൂട്ടി നാളെ കാലത്തു വരിക.”

ഗുഹൻ ആജ്ഞ സ്വീകരിക്കുന്നതുപോലെ വരാമെന്നേറ്റ് സരയു തീരത്തേക്കു നടന്നു.

പാതിരാ കഴിയുന്നതുവരെ ഞാനും ദേവയും അമ്മയും മൃതസഞ്ജീവനിയിലെ പുതിയ പാഠ്യക്രമങ്ങളെക്കുറിച്ചും പാഠ്യവിഷയങ്ങളെക്കുറിച്ചും ചർച്ച ചെയ്തു. അമ്മ അവസാനമായി ആചാര്യൻ എഴുതിവച്ച പനയോല പാളികൾ നോക്കി കുന്നിൻചെരിവിലെ പാഠശാലയുടെ പുതിയ മുഖത്തെക്കുറിച്ചുള്ള വീക്ഷണങ്ങൾ ഞങ്ങളെ വായിച്ചു കേൾപ്പിച്ചു. മഹാഗ്രന്ഥത്തിൽ മഹാചാര്യൻ നടപ്പിൽ വരുത്തിയ പാഠ്യക്രമവും പാഠ്യവിഷയങ്ങളുമായി ആചാര്യ കാഴ്ചകൾക്കുള്ള അഭേദ്യത എനിക്കു

ബോധ്യമായി. ആചാര്യാ, മഹാചാര്യ വീക്ഷണങ്ങൾ സംയോജിപ്പിച്ചു കൊണ്ട് പ്രാഥമിക പഠനം മുതൽ വിവിധ വിഷയങ്ങൾ പഠിപ്പിക്കുകയെന്ന പ്രധാന തീരുമാനത്തിൽ ഞങ്ങൾ ചെന്നെത്തി. അങ്ങനെയാവുന്ന പക്ഷം ഒരു വിഷയവും കുട്ടികൾക്ക് മുതിരുമ്പോൾ അന്യമാവുകയില്ല. തൊഴിലധിഷ്ഠിത വിദ്യാഭ്യാസമെന്ന അടിസ്ഥാന മാറ്റം എളുപ്പത്തിൽ സാധിച്ചെടുക്കുകയും ചെയ്യാം. അമ്മ ഗ്രന്ഥം നോക്കി വായിച്ചു: യുദ്ധത്തിനായി കരുക്കളെ സജ്ജമാക്കുന്ന ഹിംസാത്മക പഠിപ്പിന് തടയിടാത്തിടത്തോളം കാലം പുതിയ മനുഷ്യനെ സൃഷ്ടിക്കാനാവുകയില്ല. കേവലം മന്ത്രോച്ചാരണത്തിനുവേണ്ടിയുമാവരുത് ഗുരുകുലവാസം. ആചാര്യൻ തന്റെ അവസാനകാലത്ത് വിശ്വഗുരുവും സമാധാനത്തിന്റെ ആദർശപുരുഷനുമായി വളർന്നിരിക്കുന്നുവെന്നതിനു ആ ലേഖനങ്ങൾ സാക്ഷ്യം നിൽക്കുന്നു. ഞാൻ ആചാര്യപാദങ്ങളെ ഉറക്കം തളർത്തുന്നതുവരെ വന്ദിച്ചു കിടന്നു.

പ്രഭാതകൃത്യങ്ങൾ കഴിഞ്ഞ് ആട്ടുകട്ടിലിൽ വന്നിരുന്ന് തലേന്നു രാത്രിയിലെ തീരുമാനങ്ങൾ ക്രോഡീകരിക്കവേ ഓട്ടുമണിയിലടിയുയർന്നതു കേട്ടു പൂമുഖവാതിൽ തുറന്നു. ഗുഹൻ വാസ്തുമൂത്താരേയും കുശവമൂത്താരേയും കൃഷിമൂത്താരേയും നെയ്ത്തുമൂപ്പരേയും കൂട്ടി മുന്നിൽ വന്നു നിൽക്കുന്നു. അഞ്ചുപേരും കുളിച്ചു നല്ല ഉന്മേഷവാന്മാരായിരിക്കുന്നു. കണ്ടപാടെ എല്ലാവരും തൊഴുകൈയുമായി: "വന്ദനം ആചാര്യാ -വന്ദനം മഹാത്മാക്കളെ." ഗുഹൻ അവന്റെ സ്ഥിരം പല്ലവി ആവർത്തിച്ചു. "ഏട്ടന് സ്വസ്തി നേരുന്നു." "സ്വസ്തി ഗുഹാ." വിനയാന്വിതരായി നിൽക്കുന്ന അവരോടു പറഞ്ഞു: വരൂ അപ്പുറത്തിരുന്ന് സംസാരിക്കാം. അവർ അയ്യോയെന്നൊന്നായി പറഞ്ഞു: "ആചാര്യ ഗൃഹത്തിൽ ഞങ്ങൾ." അവരോടു തറപ്പിച്ചു പറഞ്ഞു: "വരൂ ധന്യാത്മാക്കളേ... ശുക്രാചാര്യർക്ക് ഭിന്നജാതി ചിന്തകളില്ല." അപ്പോഴേക്കും ആചാര്യപത്നി പൂമുഖത്തെത്തി അവരെ ക്ഷണിച്ചു: "വരൂ എല്ലാ മഹാന്മാരും."

അകത്ത് നിരത്തിയിട്ട പീഠങ്ങളിൽ മൂത്താന്മാരിരുന്നു. പൂർണ്ണ സ്വാതന്ത്ര്യം അനുഭവിക്കുന്നതുപോലെ തോന്നി അവരെ കണ്ടപ്പോൾ. അപ്പോഴേക്കും ദേവയും ആചാര്യപത്നിയും ചേർന്ന് കരിമ്പിൻ തണ്ടു ചെറുതാക്കിയതും നല്ല ഞാലിപ്പൂവൻ പഴവും കൊണ്ടുവന്നു വച്ചു.

"കഴിക്കൂ പ്രിയ ഗുരുജനങ്ങളെ..."

അവർ കേൾക്കുന്നതു വിശ്വസിക്കാൻ കഴിയാത്തതുപോലെയും കാണുന്നത് ബോധ്യപ്പെടാത്തതുപോലെയും ഇരുന്ന് വിഭവങ്ങൾ രുചിച്ചു.

ഞാൻ പറഞ്ഞു: "ഭവാന്മാർ ഓരോരുത്തരും അവനവന്റെ രംഗത്തെ കുലപതികളാണ്. നമ്മുടെ തെറ്റായ സാമൂഹികബോധമാണ് ഭവാന്മാർക്ക് അർഹിക്കുന്ന പരിഗണന ലഭിക്കാതെ പോകുന്നത്."

അവർ കണ്ണും കാതും തന്നു ശ്രദ്ധിച്ചു.

"മൃതസഞ്ജീവനി പാഠശാല എല്ലാ വിഷയങ്ങളിലും അദ്ധ്യയനം നൽകുന്നു. മാറിക്കൊണ്ടിരിക്കുന്ന ജീവിതസാഹചര്യത്തിൽ പരമ്പരാഗത വിദ്യാഭ്യാസം അതിജീവനത്തിന് പര്യാപ്തമാവുന്നില്ല. വിദ്യാർത്ഥിയെ വിവിധ തൊഴിലുകളിൽ പ്രവീണരാക്കുകയെന്ന കാഴ്ചപ്പാടാണ് മൃത സഞ്ജീവനി പാഠശാലയ്ക്കുള്ളത്. മരണത്തിനും ജീവിതത്തിനുമിടയിൽ മൃതപ്രായരായി ഉഴലുന്നവരെ വീര്യം പകർന്ന് ജീവിതത്തിലേക്കു കൊണ്ടു വരികയാണ് മൃതസഞ്ജീവനി പാഠശാല."

"ആചാര്യാ അവിടുന്നു പറയുന്നത് നൂറുമേനിയും ശരിയാണ്." കൃഷി മൂത്താർ പറഞ്ഞു: "ആർക്കും ഒന്നും അതിജീവനത്തിനു മതിയാകാത്ത കാലമാണിത്."

"ജന്മംകൊണ്ടു നിശ്ചയിക്കപ്പെടുന്ന ജീവിതമല്ല നമുക്കു വേണ്ടത്. കർമ്മമായിരിക്കണം ജീവിതത്തെ രൂപപ്പെടുത്തുന്നത്. ഒരു പുതിയ തൊഴിൽ സ്വായത്തമാക്കുവാൻ അനുവദിക്കാത്ത പാരമ്പര്യജന്മനിയമ ങ്ങൾ ശുക്രനീതിയുടെ സഹിഷ്ണുതയ്ക്കപ്പുറമാണ്."

"ആചാര്യ ദിവ്യമായ കലകളും സംസ്കാരവും പുറംതള്ളപ്പെടുന്നു. ഇതിനു പരിഹാരം അവിടുത്തെ മൃതസഞ്ജീവനിക്കു സാധിച്ചാൽ ഞങ്ങൾ ധന്യരായി."

മറ്റു മൂത്താന്മാർ അറിയിച്ചു.

"മൃതസഞ്ജീവനി പാഠശാല എല്ലാവർക്കും ഒരേ വിദ്യാഭ്യാസം വിഭാവനം ചെയ്യുന്നു. ഏതൊരു ശിഷ്യനും എല്ലാ വിഷയവും സ്വായത്ത മാക്കുന്നു."

"വളരെ നല്ല ആശയം. അവിടുന്ന് യഥാർത്ഥ ആചാര്യൻ തന്നെ."

"വിപ്ലവകരമായ ഈ വിദ്യാഭ്യാസ പദ്ധതിക്ക് പാരമ്പര്യവാദികൾ കഠിനമായ തടസ്സങ്ങൾ സൃഷ്ടിച്ചെന്നുവരും. അവയൊക്കെ അതിജീവി ക്കുവാനും പ്രതിരോധിക്കുവാനും ആചാര്യന്മാർ തയ്യാറാവേണ്ടതുണ്ട്."

"ഞങ്ങൾ അവിടുന്നു പറയുന്ന എന്തിനും തയ്യാറാണ്." അവർ എല്ലാവരും എണീറ്റുനിന്ന് നിസ്സംശയം ഉറപ്പിച്ചു പറഞ്ഞു.

"എങ്കിൽ നമുക്കൊരു തീരുമാനത്തിലെത്താം. ശില്പവും തച്ചു ശാസ്ത്രവും വാസ്തുശില്പി പരിശീലിപ്പിക്കട്ടെ. പാത്രനിർമ്മാണം കുശവമൂത്താർ അഭ്യസിപ്പിക്കട്ടെ. കൃഷിയും വിവിധ ഉത്പന്നങ്ങൾ വിളയിക്കലും കൃഷിമൂത്താർ. ചിത്രം വര, ചായം തേക്കൽ, കെട്ടിട ങ്ങൾക്കു ഭംഗിയേകൽ എല്ലാം ഗുഹന്റെ അദ്ധ്യാപനത്തിൽ. വസ്ത്ര നിർമ്മാണം നെയ്ത്താശാന്. കുട്ടികളും പാഠശാലയും വികസിക്കുന്ന തോടൊപ്പം ജീവസന്ധാരണത്തിനും വിജ്ഞാനദാഹത്തിനുമനുസരിച്ച് പുതിയ പുതിയ പാഠ്യവിഷയങ്ങൾ സ്വാഭാവികമായും ഉണ്ടായി ക്കോളും."

"പരിമിതമായ അറിവുകൊണ്ട് ഞാൻ കുട്ടികൾക്കു അങ്ങേയറ്റം ഭേദചിന്തയില്ലാതെ അഭ്യസിപ്പിച്ചുകൊള്ളാം പ്രഭോ..."

"ആത്മധൈര്യം ആദ്യം പ്രകടമാക്കിയത് കുശവമൂത്താരാണ്."

തുടർന്ന് ഓരോരുത്തരും അതുതന്നെ പറഞ്ഞു. അവസാനം എഴുന്നേറ്റ ഗുഹൻ ഇങ്ങനെയാണു പറഞ്ഞത്.

"ഭവാൻ ചിത്രമെഴുത്തും ഭംഗിയാക്കലും എന്നെയാണല്ലോ സദയം ഏല്പിച്ചു തന്നിട്ടുള്ളത്. വളരെ സന്തോഷമുണ്ട്. അതിലേറെ ശങ്കയും. ചിത്രകലയെക്കുറിച്ചോ ഭംഗിയാക്കലുകളെ കുറിച്ചോ ആധികാരികമായി ഒന്നും എനിക്കറിയില്ല. സരയുവിലെ യാത്രക്കാരേയുംകൊണ്ട് തോണി തുഴഞ്ഞ് ഗംഗയും സിന്ധുവും രേവയും നർമ്മദയുമൊക്ക ചുറ്റി വരുന്നതിനിടയിൽ നദീതീരത്തുകണ്ട ജീവിതങ്ങളേയും പ്രകൃതി ദൃശ്യങ്ങളേയും ഏകാന്തതയിലിരിക്കുമ്പോൾ കിട്ടിയ തുണികളിലും മരത്തോലുകളിലും കഥയറിയാതെ തോന്നിയതുപോലെ കോറുന്നുവെന്നുമാത്രം. കണ്ടു പതിഞ്ഞ ദൃശ്യങ്ങൾക്ക് മനസ്സിലുള്ള വർണ്ണങ്ങൾ തേക്കുന്നുവെന്നു മാത്രം. ഈ പരിമിതമായ അറിവുവെച്ച് കുട്ടികളെ അഭ്യസിപ്പിക്കാൻ കഴിയുമോയെന്നാണ് ആശങ്ക."

ഗുഹൻ അവന്റെ ആത്മാർത്ഥമായ സംശയം അവതരിപ്പിച്ച് ഇരുന്നപ്പോൾ മറ്റു മൂത്താന്മാർ എന്റെ നേരെ ആകാംക്ഷയോടെ നോക്കുന്നതു കണ്ടു. എന്റെ വാക്കുകൾക്ക് കാതോർത്തുകൊണ്ട് "ഗുഹാ, നിന്റെ സംശയം നിഷ്കളങ്കവും അങ്ങേയറ്റം ആത്മാർത്ഥവുമാണ്. എന്നാൽ ഗ്രാമജീവിതത്തിന്റെ വിശുദ്ധിയുയർത്തുന്ന നിന്റെ സംശയങ്ങൾ നിന്റെ സ്വഭാവത്തേയും മനസ്സിനേയും നാടിനേയും വെള്ളത്തിലൂറുന്ന നിഴലുപോലെ വെളിപ്പെടുത്തുന്നു. ലോകത്തിൽ പൂർണ്ണ അറിവു നേടിയ ആരുമില്ല. വിജ്ഞാനദാഹികൾ പുതിയ പുതിയ അറിവുകൾ തേടിക്കൊണ്ടിരിക്കയാണ്. ചിത്രകലയെക്കുറിച്ചും ഭംഗിയാക്കലുകളെക്കുറിച്ചും ധാരാളം അറിവുള്ള ചിത്രകാരന്മാർക്കുപോലും നിന്റെയത്ര മനോഹര രചനകൾക്കു കഴിയുന്നില്ല. നീ മരത്തോലിലും തുണിയിലും വരച്ചു ചായം തേച്ച ചിത്രങ്ങൾ സിന്ധു തീരത്തും ഗംഗാതീരത്തും എന്തിനേറെ കാശ്മീരത്തിലെ പട്ടുനെയ്ത്തുകാർക്കിടയിലെ പ്രസിദ്ധ കലാകാരന്മാർക്കുപോലും ചെയ്യാൻ കഴിയാത്തവയാണ്. കല നിന്റെയുള്ളിൽ ജന്മസിദ്ധമായി കിടപ്പുണ്ട്. സാങ്കേതിക പഠനം അവിടെ പരിപോഷിപ്പിക്കുകയല്ലാതെ ഉണ്ടാക്കുകയില്ല. അധ്യാപനത്തിനൊരു സാധ്യത കിട്ടുമ്പോൾ കൂടുതൽ പഠിക്കുവാൻ നീ സ്വയം സന്നദ്ധനാവും. സാങ്കേതികമികവു നിലനിർത്തുന്ന അനേകം രചനകൾ ക്രമേണ നിനക്കു സാധ്യമാവും. വേണ്ടത് അതിനുള്ള സന്നദ്ധതമാത്രം."

മറ്റുള്ളവർ പറഞ്ഞു: "ആചാര്യ, അങ്ങ് എത്ര വ്യക്തമായാണ് കാര്യങ്ങൾ ഗ്രഹിച്ചിട്ടുള്ളത്. ഇങ്ങനെ സഹപ്രവർത്തകരുടെ മനസ്സറിയുന്ന ആചാര്യനുണ്ടെങ്കിൽ പാഠശാലകളിൽ ഇരുപ്പൂവും മുപ്പൂവും

വിളയിക്കാം. ഗുഹന്റെ ചിത്രങ്ങൾ അയാളുടെ ഉള്ളകം പുറത്തു കാണിക്കുന്നുണ്ട്."

കൃഷിമൂത്താർ പറഞ്ഞത് ഏവരും അംഗീകരിച്ചു.

ഗുഹൻ പറഞ്ഞു: "എല്ലാം ഏട്ടൻ തീരുമാനിക്കുന്നതുപോലെ."

"ഇനി നമുക്ക് മൃതസഞ്ജീവനിയിലെ മുഴുവൻ ആചാര്യന്മാരേയും പരിചയപ്പെടേണ്ടതുണ്ട്."

ഞാൻ ദേവയോടും അമ്മയോടും അകായിയിലേക്കു വരാൻ അഭ്യർത്ഥിച്ചു.

അകായിയിലെത്തിയ അമ്മയെ കാണിച്ചുകൊണ്ടു പറഞ്ഞു: "ശുക്രാചാര്യരുടെ പത്നി ഊർജ്ജസ്വനയെന്ന ഞങ്ങളുടെ അമ്മ."

എല്ലാവരും അതീവ ഭവ്യതയോടെ എണീറ്റു തൊഴുതുനിന്നു.

"ആചാര്യപത്നി ഊർജ്ജസ്വനയാണ് മൃതസഞ്ജീവനിയുടെ നടത്തിപ്പുകാരിയും പ്രധാന ആചാര്യയും."

അവർ ആശ്ചര്യപൂർവ്വം സകല ബഹുമാനങ്ങളോടെയും പറഞ്ഞു: "തിങ്കൾക്കലപോലെ പ്രസന്നവതിയായ ആചാര്യപത്നി അതിനു തികച്ചും യോഗ്യയാണ്. അവിടുത്തെ ആജ്ഞ ഞങ്ങൾ ശിരസ്സാവഹിക്കും."

അമ്മ അവരെ നന്ദിപൂർവ്വം നോക്കി തൊഴുതു: "ആചാര്യന്മാരേ, ആജ്ഞയല്ല നമ്മെ നയിക്കേണ്ടത് പരസ്പര സ്നേഹത്തിലധിഷ്ഠിതമായ അർപ്പണബോധം..."

"അവിടുന്ന് മഹാവിദുഷിയാണ്. വിദുഷിയായൊരു സ്ത്രീക്കുമാത്രം വഴങ്ങുന്ന ഭാഷണം. ആചാര്യരിപ്പോൾ തീർച്ചയായും അദൃശ്യനായി അവിടുത്തെപ്രതി അഭിമാനിക്കുന്നുണ്ടാവും."

"ഇത് ആചാര്യപുത്രി ദേവയെന്നു ഞങ്ങൾ വിളിക്കുന്ന ദേവയാനി. ദേവ ഭാഷയും കവിതയും നന്നായി അഭ്യസിച്ചിട്ടുണ്ട്."

"നമസ്തെ പറഞ്ഞ് മൂത്താന്മാർ അഭിപ്രായം അറിയിച്ചു: "ആചാര്യരുടേയും ആചാര്യ പത്നിയുടേയും കനിഷ്ഠ പുത്രിയല്ലേ അറിവിന്റെ ഭണ്ഡാരമാവാനല്ലേ തരമുള്ളൂ." ദേവയും അവരെ ശിരസ്സു നമിച്ചു വന്ദിച്ചു.

ഇനി ശംബൂകനായ ഞാൻ. ജീവിതത്തിന്റെ അനാഥാലയങ്ങളിൽ ഒന്നിൽ നിന്നു മറ്റൊന്നിലേക്കൊഴുകിയൊഴുകി സരയുവിൽ കെട്ടുപന്തുപോലെ വീർത്തുകെട്ടിവന്ന മലിനഭാണ്ഡം ശുക്രാലയത്തിലെ മഹാസൂര്യോർജ്ജമേറ്റ് മേദസ്സകന്ന് ഇക്കോലമായി. പതിന്നാലു വർഷത്തെ ജീവിത പഠനത്തിനായി സിന്ധു തീരങ്ങളിലേക്കും ഹരിയൂപിയായിലേക്കും പ്രതീക്ഷയോടെ അയയ്ക്കപ്പെട്ട ആ യുവാവ് തിരിച്ചെത്തുമ്പോഴേക്കും ആ മഹാസൂര്യൻ യാനം നിർത്തി മേഘച്ചിതയിൽ എരിഞ്ഞടങ്ങി

കഴിഞ്ഞിരുന്നു. ആ മഹാമനസ്സിന് ഉദകക്രിയ ചെയ്യാൻ അനുവാദം കിട്ടിയ ശംബൂകൻ എന്ന എനിക്ക് ഇഹത്തിൽ ഒറ്റ ചിന്തമാത്രമേ യുള്ളൂ: മഹാചാര്യൻ സാക്ഷാത്കരിക്കാൻ വിട്ടുതന്നിരിക്കുന്ന സ്വപ്ന ങ്ങൾ പ്രാവർത്തികമാക്കുക. അതിനായി സർവ്വാംഗപരിത്യാഗത്തിനും ഞാൻ സന്നദ്ധനാണ്. അതിനു തയ്യാറുള്ളവർക്കെല്ലാം എന്നോടു ചേരാം."

ഞാൻ അറിയാതെ തൊഴുകൈയുമായി എണീറ്റുനിന്നു.

ഐന്ദ്രജാലികതയെന്നപോലെ എല്ലാവരും എനിക്കുചുറ്റും നിന്ന് മന്ത്രിച്ചു: "അങ്ങയെപ്പോലെ ഒരു ആചാര്യനെ കിട്ടിയ ഞങ്ങൾ ധന്യ രാണ്."

മൃതസഞ്ജീവനിയിൽ ഒരു വർഷത്തെ പാഠ്യക്രമം തീരുമാനിക്കൽ, വിവിധ വിഷയങ്ങളുടെ അദ്ധ്യയന സീമ നിശ്ചയിക്കൽ, ഓരോ വിഷയ ത്തിനും വാരാടിസ്ഥാനത്തിൽ നൽകേണ്ട സമയവിവരം നിശ്ചയിക്കൽ തുടങ്ങി പഠനകാര്യങ്ങളുമായി ബന്ധപ്പെട്ട കാര്യങ്ങൾക്കൊക്കെ അടുത്ത രണ്ടുമൂന്നു ദിവസങ്ങൾകൊണ്ട് തീരുമാനമായി. ഓരോ വിഷയത്തിന്റേയും വ്യാപ്തിയും സമയദൈർഘ്യവും അതാതു അദ്ധ്യക്ഷ ന്മാരാണ് ആലോചിച്ചുകൊണ്ടു വന്നത്. ഓരോ വിഷയത്തിന്റേയും അധ്യാപനരീതിയും അവർക്കുതന്നെ പൂർണ്ണമായും വിട്ടുകൊടുത്തു.

എല്ലാം തീരുമാനിച്ചുറച്ചു കഴിഞ്ഞ് വിദ്യാർത്ഥികളെക്കുറിച്ചുള്ള ചർച്ചയായി. ആദ്യ സംരംഭം എന്ന നിലയിൽ നാമമാത്ര സംഖ്യ വിചാരി ച്ചാൽ മതിയെന്നു ഞാൻ ആദ്യമേ പറഞ്ഞു. താഴെത്തട്ടിലുള്ളവർക്ക് വിദ്യ രുചിക്കാത്തതും ദഹിക്കാത്തതുമായ വിഷയമാണെന്ന് കുശവ മൂത്താർ. കുട്ടികൾ തയ്യാറായാലും മാതാപിതാക്കൾക്ക് ധൈര്യം മതി യാവില്ലെന്ന് വാസ്തുശില്പി. മേൽത്തട്ടിൽനിന്ന് ധാരാളം കുട്ടികൾ വരു മെന്നതുറപ്പാണ്. എന്നാൽ അതുതന്നെയാണ് മറ്റുള്ളവർ വരാതിരിക്കാ നുള്ള കാരണവുമാകുക. അഭിപ്രായം പറഞ്ഞത് ഗുഹനാണ്. നിരുത്സാഹ പ്പെടുത്തുവാൻ ആളുകളേറെയുണ്ടാവും. അതോടൊപ്പം അവൻ അസന്ദിഗ്ധമായി പറഞ്ഞു: "ആരു വന്നാലും വന്നില്ലെങ്കിലും ഗുഹന്റെ നാലു മക്കൾ മൃതസഞ്ജീവനിയിലെത്തും."

വലിയ ആവേശമായി അവന്റെ പ്രഖ്യാപനം.

"നാലുപേർ എന്റെ കുടിയിലുണ്ട്." നെയ്ത്താശാൻ

കുശവമൂത്താർ "മൂന്നുപേരുമായി ഞാനെത്തും."

വാസ്തുശില്പി "ആറു കുട്ടികളെ ഞാൻ ഇപ്പഴേ ചേർത്തുന്നു."

കൃഷിമൂത്താർ "രണ്ടു മക്കളുടെ മൂന്നു കുട്ടികൾ വീതം... അവരെ ഇപ്പഴേ ചേർക്കുന്നു."

"വലിയ പ്രചോദനമായല്ലോ. ഇനിയൊന്നും നോക്കാനില്ല." അമ്മേ പ്രഖ്യാപിച്ചു.

വിജയദശമിദിവസം മൃതസഞ്ജീവനി പാഠശാല തുടങ്ങുന്നു.

ഞങ്ങൾ തീരുമാനമെടുത്ത് പുറത്തുകടക്കുമ്പോൾ പാഠശാലയ്ക്കു മുമ്പിൽ ഒരു കൂട്ടം മനുഷ്യർ നിന്നു നിലവിളിക്കുന്നു. മുപ്പതോളം ബാല ന്മാരും ബാലികമാരുമുണ്ട് അവരുടെകൈത്തണ്ടുകളിൽ. കുട്ടികളും കരച്ചി ലാണ്. കുട്ടികളുടെ ശരീരം നിറയെ നീണ്ടു കരുവാളിച്ച ചൂരൽ പഴ ങ്ങൾ. കുട്ടികൾക്ക് നീറ്റം സഹിക്കാൻ വയ്യ.

രക്ഷിതാക്കൾ കരഞ്ഞു പറഞ്ഞു: "ആചാര്യാ രക്ഷിക്കണേ..."

"എന്തുപറ്റീ? ആരാണീ കുട്ടികളെ ഉപദ്രവിച്ചത് ഇത്ര നീചമായി."

ഒരു മദ്ധ്യവയസ്കൻ മുന്നോട്ടു വന്നു പറഞ്ഞു: "കിടാവിനെ പുലി പിടിച്ചതിന് ചേരിയിലുള്ള മുഴുവൻ കുട്ടികൾക്കും കിട്ടിയ ശിക്ഷയാണ്. കുട്ടികളുടെ ഉദാസീനതയ്ക്ക്."

"ആരാണ് മർദ്ദകർ?"

"ചേരിയുടയോനാണ് ആചാര്യാ. അവിടുന്ന് മൃതസഞ്ജീവനി മന്ത്രം ചൊല്ലി കുട്ടികളെ രക്ഷിക്കണേ... ഞങ്ങൾക്കാരും ശരണത്തിനില്ല."

"നിങ്ങൾ ആദ്യം കുട്ടികളെ പാഠശാല കോലായിലിരുത്തൂ."

അവർ ആചാര്യ നിർദ്ദേശമനുസരിച്ച് കുട്ടികളെ പാഠശാലയുടെ കോലായിലിരുത്തി. വസ്ത്രങ്ങൾ മാറ്റിയ കുട്ടികളുടെ കൈകാലുകളും പുറവും ഞാലിപ്പഴങ്ങൾ തൂങ്ങിനിൽക്കുന്ന വാഴക്കുലകൾപോലെ. ദേവ അപ്പോഴേക്കും കൂട്ടിക്കൊണ്ടുവന്ന പച്ചമരുന്നു ലേപം കുട്ടി കളുടെ ദേഹത്തു പുരട്ടി പിടിപ്പിച്ചു. നീറ്റലിലും സുഖം അനുഭവിച്ചു അവർ.

മൂന്നു ദിവസംകൊണ്ട് വ്രണങ്ങൾ ഉണങ്ങും. നാലാംനാൾ മുതൽ സുഖമാവും. രക്ഷിതാക്കൾ തൊഴുതുനിന്നു. അവിടുത്തെ മൃതസഞ്ജീ വനി പിഴക്കില്ല. "ഇവർക്കുവേണ്ട മൃതസഞ്ജീവനി വിജയദശമി ദിവസം മുതൽ പാഠശാലയിൽ നിന്നു ലഭിക്കും. എന്താ വന്നു വാങ്ങിച്ചുകൂടെ?" ചോദിച്ചത് ആചാര്യപത്നിയാണ്.

ഒന്നും തിരിയാതെ നിന്ന രക്ഷിതാക്കൾ ശിരസ്സാട്ടി. മനസ്സിലായില്ലെന്നു പറയാൻ അറിയാതെ.

"എന്താ ഇടയ്ക്കിടക്കീ ചൂരൽപ്പഴം മോഹമുണ്ടോ?"

"ഇല്ലേയില്ല അമ്മേ."

"മക്കൾക്കുവേണ്ടി ചൂരൽപ്പഴം മാതാപിതാക്കൾ സ്വീകരിക്കാൻ തയ്യാ റാണോ?"

"അതെ, അതെ... മക്കളെ ഇനി അടികൊള്ളിക്കാൻ വയ്യ. ഞങ്ങളെ എത്ര വേണമെങ്കിലും ദണ്ഡിച്ചോട്ടെ."

"നല്ലത്. മക്കളുടെ ഭാവിക്കുവേണ്ടി മാതാപിതാക്കൾ അല്പം ത്യാഗം സഹിക്കുക തന്നെവേണം. മക്കൾ പാഠശാലയിൽ വരട്ടെ, വിദ്യ

അഭ്യസിക്കട്ടെ. ഇനിയൊരിക്കലും ചൂരൽപ്പഴം കിട്ടാതിരിക്കാൻ വിദ്യയെന്ന മൃതസഞ്ജീവനിക്കേ കഴിയൂ."

അവർ മനസ്സിലാവാത്തതെന്തോ കേട്ടതുപോലെ നിശ്ശബ്ദരായി നിന്നു.

ആചാര്യ പത്നി അവർക്കു മുന്നിലേക്കിറങ്ങിനിന്നു പറഞ്ഞു: "പ്രിയ മാതാപിതാക്കളേ, നിങ്ങളും വിജയദശമി ദിവസം പാഠശാലയിലെത്തുക. മൃതസഞ്ജീവനി നിങ്ങളേയും രക്ഷാകരങ്ങൾ നീട്ടി കാത്തിരിക്കുന്നു."

മനസ്സിലായില്ലെങ്കിലും മുഴുവൻ രക്ഷിതാക്കളും ആചാര്യപത്നിയെ തൊഴുതു പറഞ്ഞു

"വരാം ആചാര്യപത്നി വരാം..."

രണ്ട്

പ്രധാന ആചാര്യയായ അമ്മ പാഠശാല തുറക്കുന്ന ദിവസം തന്നെ ഒരദ്ഭുതം കരുതി വച്ചിട്ടുണ്ടെന്ന് എനിക്കും ദേവയ്ക്കും തോന്നിയിരുന്നു. ഗുഹനാണ് അമ്മയുടെ വിശ്വസ്തനായ സഹായി. ആദ്യദിവസം മൃതസഞ്ജീവനി പാഠശാലയിൽ ചേർന്ന കുട്ടികളേയും അവരുടെ രക്ഷിതാക്കളേയും ആചാര്യ പാഠശാലയുടെ വിശാലമായ അങ്കണത്തിൽ ഇരുത്തി. കുട്ടികളുടെ വലുപ്പ ചെറുപ്പമനുസരിച്ച് അവരെ വിവിധ മുറികളിലേക്കു പറഞ്ഞയച്ചു. ശേഷിച്ചത് രക്ഷിതാക്കൾ. ഇനി ഞങ്ങൾ പൊയ്ക്കോട്ടെ എന്നു ചോദിച്ച അവരോട്: "പാഠശാലയിൽ കുട്ടികളെ കൊണ്ടാക്കിയാൽ തങ്ങളുടെ ഉത്തരവാദിത്വം തീർന്നു എന്നു കരുതുന്ന രക്ഷിതാക്കളല്ല നമുക്കു വേണ്ടത്. കുട്ടികൾ വീട്ടിലെത്തിയാൽ അറിവു പകരാൻ രക്ഷിതാക്കൾക്കും കഴിയണം." "അതിനു ഞങ്ങൾക്കറിവില്ലല്ലോ ആചാര്യേ." "അറിവ് ഉണ്ടാക്കാൻ ശ്രമിക്കുമ്പോഴേ ഉണ്ടാവൂ. വെറുതെയിരുന്നാൽ അറിവ് ആരേയും തേടി വരില്ല." "അവിടുന്നു പറയുന്നതു ശരിതന്നെ. എന്നാലും ഇനിയീ വയസ്സുകാലത്തു ഞങ്ങൾ എങ്ങനെ അറിവു ആസ്വദിക്കാനാണ്." "അതിനു നിരവധി വഴികളുണ്ട്. ആദ്യം അറിയേണ്ടത് അറിവു സമ്പാദിക്കാൻ നിങ്ങൾ തല്പരരാണോ എന്നതാണ്?" "ഞങ്ങൾ എല്ലാവരും തയ്യാറാണ് ആചാര്യേ. അവിടുന്നു പറയുന്നതുപോലെ അനുസരിക്കാനും." "അത്രയും ധാരാളം മതി. ബാക്കിയെല്ലാം നമുക്ക് ഉണ്ടാക്കാവുന്നതേയുള്ളൂ. ആചാര്യരുടെ മരണശേഷമാണ് ഞാൻ അദ്ദേഹത്തിന്റെ ചിന്തകൾ എത്ര നിസ്വാർത്ഥവും പ്രജാക്ഷേമകരവുമായിരുന്നെന്ന് മനസ്സിലാക്കിയത്."

പലരുടേയും കണ്ണുകൾ നിറയുന്നതും ശബ്ദം ആർദ്രമാകുന്നതും അറിഞ്ഞു. "മരണത്തെ ഭയപ്പെടാതെ നമ്മിൽനിന്നും പോയവരെയോർത്ത്

നിസ്സഹായരായി കണ്ണീരൊഴുക്കുകയല്ല ചെയ്യേണ്ടത്. വാർദ്ധക്യത്തിലും ആ വാക്കുകളിലെ മാനവസ്നേഹം അറിയുവാൻ പ്രാപ്തി നേടുകയാണു വേണ്ടത്. അതുപോലെ വിപരീത സാഹചര്യങ്ങളോടേറ്റു മുട്ടി ജീവിതം തന്നെ നഷ്ടപ്പെട്ടവരെപറ്റി നമുക്കറിയേണ്ടതുണ്ട്."

"ആചാര്യേ ഞങ്ങൾക്കിത്തരമൊന്നും ആരും ഇതേവരെ പറഞ്ഞു തന്നിട്ടില്ല. കുറേ പുരാണ കഥകളും ഐതിഹ്യങ്ങളും മാത്രമാണ് ഞങ്ങളുടെ അറിവ്. ഇടിവെട്ടുന്നതും മഴപെയ്യുന്നതും ഇന്ദ്രകോപപ്രീതിയെന്നും പനി വന്നാൽ മന്ത്രച്ചരടു കെട്ടണമെന്നുമാണ് ഞങ്ങളുടെ അറിവ്. അതിൽ കൂടുതൽ അറിവുണ്ടെന്നതുതന്നെ ഞങ്ങൾക്കറിയില്ല. അവിടുന്ന് പഠിപ്പിച്ചു തരുന്നത് ഗ്രഹിക്കാൻ ഞങ്ങൾ തയ്യാറാണ്."

പ്രധാന ആചാര്യ അവരേയും കൂട്ടി പാഠശാലയുടെ പിറകിലെ വിശാലമായ ഗ്രന്ഥശാലയിലെത്തി. അപ്പോഴേക്കും കുട്ടികളേയും കൊണ്ട് എല്ലാവരും ഗ്രന്ഥശാലയിലെത്തിയിരുന്നു. ഗ്രന്ഥശാലയുടെ നാലു വശത്തെ ചുമരുകളും ചായംതേച്ച ചിത്രങ്ങൾകൊണ്ട് അലങ്കരിച്ചിരിക്കുന്നു. എല്ലാ ചിത്രങ്ങളും ഗുഹന്റെ നിർമ്മിതികളാണ്. എന്റെ ശേഖരത്തിൽനിന്നും ഗുഹൻ കൊണ്ടുപോയ നിരവധി രേഖാചിത്രങ്ങളും അവയിലുണ്ട്. അവയെ ആസ്പദമാക്കി ശില്പി മൂത്താർ കൊത്തിയ ശില്പങ്ങളുണ്ട്. ചുമരുകൾ നിറഞ്ഞു നിൽക്കുന്ന ചിത്രങ്ങൾക്കോരോന്നിനും ഓരോരോ കഥകൾ പറയാനുണ്ടെന്നു തോന്നും കണ്ടാൽ. ഗുഹൻ എത്ര മനോഹരമായാണ് അവ ചായത്തിൽ വരച്ചു വച്ചിരിക്കുന്നത്. ചിത്രങ്ങളിലധികവും ആചാര്യ ചിന്തയുടെ ആവിഷ്കാരങ്ങൾ. യാതൊരറിവും ആവശ്യമില്ല അവ മനസ്സിലാക്കുവാൻ. ഏതോ ഭാഷയിലെ ചിത്രലിപിയാണെന്നു തോന്നും കണ്ടാൽ. ആചാര്യൻ എഴുതിയ മുഴുവൻ ലേഖനങ്ങളും ഗ്രന്ഥരൂപത്തിൽ മേശപ്പുറത്ത് നിരത്തിയിട്ടുണ്ട്. നല്ല പനയോല പാളികളിൽ എഴുതിവച്ച അവ അക്ഷരമറിയാത്തവരെ പോലും ആകർഷിക്കുന്ന രൂപത്തിലാണ് നിരത്തിയിരിക്കുന്നത്. ആചാര്യൻ ഇത്രയധികം എഴുതിക്കൂട്ടിയിരുന്നോ എന്ന് ആരും അദ്ഭുതപ്പെട്ടുപോകും അവ കണ്ടാൽ. മഹാദേവന്റേയും മഹാചാര്യരുടേയും ദാരുശില്പങ്ങൾക്കു താഴെയാണ് പ്രധാന ഗ്രന്ഥങ്ങൾ ഒരുക്കിവച്ചിരിക്കുന്നത്.

ഗ്രന്ഥങ്ങൾക്കു മധ്യത്തിൽ ചെമ്പോലയിൽ പൊതിഞ്ഞ ഒരു കൊച്ചു ഗ്രന്ഥം. ചെമ്പു പലകയിൽ തെളിഞ്ഞുനിന്ന വിഗ്രഹസമാന രൂപം കണ്ട് മുഴുവൻ കാണികളും വിസ്മയപ്പെട്ട് ആരീ മഹാനെന്നു സംശയമുതിർത്തു –

"ഇതാണ് പ്രിയപ്പെട്ടവരെ ശുക്രഗുരുവെന്ന മഹാചാര്യർ."

"അപ്പോൾ പട്ടുപോലെ വെട്ടിത്തിളങ്ങുന്ന ഗ്രന്ഥം?"

"മഹാഗ്രന്ഥമായ ശുക്രനീതിതന്നെ."

"ആചാര്യ മഹാഗ്രന്ഥമല്ലേ ചിതാകുണ്ഡത്തിലേക്കു വലിച്ചെറിഞ്ഞത്?"

ഉത്തരം പറഞ്ഞത് ആചാര്യപത്നിയായ അമ്മയാണ്.

"മഹാഗ്രന്ഥങ്ങൾ വിറകുചൂടിൽ കരിഞ്ഞുപോവില്ല കൂട്ടരേ. വിശ്വം നിറഞ്ഞ ആത്മാവു ചാരമാക്കുവാൻ അല്പബുദ്ധികളുടെ ചൂട്ടുവെട്ടത്തിനാവുകയില്ല."

രക്ഷിതാക്കൾ മഹാഗ്രന്ഥം വണങ്ങി തൊട്ടടുത്തുവച്ച ശില്പങ്ങളിലേക്കു നീങ്ങി.

ശില്പങ്ങൾ അവയുടെ കമനീയതകൊണ്ട് ആരേയും ആകർഷിച്ചു. എന്റെ ശേഖരത്തിൽനിന്നു കിട്ടിയ ദാരുശില്പ മാതൃകയിലാണവ തീർത്തിരിക്കുന്നത്. ഗുഹൻ അതെടുത്തു കൊടുത്തപ്പോൾ ശില്പി മൂത്താർ വിസ്മയപ്പെട്ടു ചോദിച്ചുവത്രെ... ഗുഹാ, ഇതേതു കാലത്തെ ശില്പം. ഇതിന്റെ നിർമ്മാണ രീതിയും ഗണിതവും കണ്ടിട്ട് ശില്പവിദ്യ ഏറ്റവും ഉന്നതമായ കാലത്തു നിർമ്മിച്ചതാണെന്നതിനു സംശയമില്ല. ഗുഹൻ പറഞ്ഞു: "മൂത്താരേ, ശംബുവേട്ടനെ അതെല്ലാം അറിയൂ. കാണാനുള്ള ചേതോഹരം കൊണ്ട് മാതൃകയാക്കാൻ എടുത്തു തന്നതാണു ഞാൻ. ചിത്രങ്ങളും ശില്പങ്ങളും കണ്ട രക്ഷിതാക്കൾ ഒരു വിസ്മയലോകത്തെത്തിയതുപോലെ നിന്നു തിരിഞ്ഞു. നിലാവെളിച്ചത്തിൽ നടക്കുന്ന കോഴികളെപ്പോലെ അവർ ഒന്നിൽനിന്നു മറ്റൊന്നിലേക്കു നീങ്ങി. എല്ലാം തങ്ങളുടെ ജീവിതവുമായി ബന്ധപ്പെട്ട ചിത്രങ്ങൾ. എന്നാൽ ഒരിക്കലും അത്തരം ചിത്രങ്ങൾ കണ്ടിട്ടേയില്ല.

പശുക്കളെ മേയ്ക്കുന്ന കന്നാലിപ്പിള്ളേർ അവരെ വടിവീശി ഭയപ്പെടുത്തുന്ന കാര്യസ്ഥന്മാർ. മണ്ണിൽനിന്നു കുടമുണ്ടാക്കുന്ന കുശവന്മാർ. കുംഭാരന്മാർ. അവരുടെ കുടങ്ങൾ തച്ചുടക്കുന്ന പ്രമാണിമാർ. അവരുടെ ചാട്ടയടിക്കു വിധേയരാവുന്ന മണ്ണു പണിക്കാർ. വസ്ത്രങ്ങൾ നെയ്യുന്ന നെയ്ത്തുകാർ. അവർ നെയ്ത വസ്ത്രങ്ങളുമായി കൂലിക്കുവേണ്ടി യജമാനനു മുന്നിൽ കാത്തു നിൽക്കുന്ന ചിത്രങ്ങൾ. ഗോതമ്പും തിനയും നാട്ടു പ്രമാണിക്കുമുമ്പിൽ കുന്നുകൂട്ടി പതമ്പിനുവേണ്ടി യാചിച്ചു നിൽക്കുന്ന കൃഷിക്കാർ. പ്രമാണിയെ കണ്ട് നടപ്പാതവക്കത്തേക്ക് ഒഴിഞ്ഞു മാറി പഞ്ചപുച്ഛമടക്കി നിശ്ശബ്ദരായി നിൽക്കുന്ന അടിയാന്മാർ. ചിത്രങ്ങൾ ഇങ്ങനെ പോകുന്നു. അവർ പരസ്പരം പറഞ്ഞു: ആചാര്യൻ ചിന്തിച്ചത് നമ്മളെപ്പറ്റിയോ? പ്രധാന ആചാര്യ എല്ലാവരോടുമായി അറിയിച്ചു: "ഗ്രന്ഥശാല എല്ലാവർക്കുമായി തുറന്നു കിടക്കും. ഒഴിവു കിട്ടുമ്പോൾ വന്ന് ആസ്വദിക്കാവുന്നതാണ്. പലവുരു കാണുമ്പോൾ അവ കൂടുതൽ വ്യക്തമാവും. പുതിയവയെ പരിചയപ്പെടുകയും ചെയ്യാം." ഒരു വൃദ്ധൻ പറഞ്ഞു: "തീർച്ചയായും ആചാര്യേ." ഞങ്ങൾ ഒഴിവു കിട്ടുമ്പോൾ ഇവയെല്ലാം കാണാൻ വരും. ഇത്ര സുഖം വേറെ എവിടെനിന്നു കിട്ടും? ഞങ്ങൾ ചിത്രങ്ങൾ കാണാൻ കൂട്ടാളികളെ കൂടി കൂട്ടട്ടോ?"

“തീർച്ചയായും. വാർദ്ധക്യംകൊണ്ടു വിരസതയും നിസ്സഹായതയും അനുഭവിക്കുന്നവർക്ക് ഇവയെല്ലാം വലിയ ജീവിതപ്രചോദനമായിരിക്കും. സരയുവിലെ കുളിർകാറ്റേറ്റ് നല്ല വിചാരങ്ങളോടു ചേർന്ന് കഴിയുകയും ചെയ്യാം.” ഒരു വൃദ്ധ മനസ്സ് തുറന്നു: “ആചാര്യേ, ജീവിതത്തിലൊരിക്കലും ഇങ്ങനെയൊന്നും കാണാൻ ഇടകിട്ടിയിട്ടില്ല. എത്ര കണ്ടാലും മതിയാവുന്നില്ല ചിത്രങ്ങളും ശില്പങ്ങളും. ഗ്രന്ഥശാലയിലേക്കു കടക്കുമ്പോൾതന്നെ മനം കുളിരുന്നു.”

ഏറ്റവും പ്രായം ചെന്ന രക്ഷിതാവു പറഞ്ഞു: “ആചാര്യ ചിന്തകൾ മുഴുവനും വായിച്ചറിയാൻ മനസ്സ് തുടിക്കുന്നു. വയസ്സുകാലത്ത് ആര് പഠിപ്പിക്കാൻ.”

അതുകേട്ട ആചാര്യ ഏറ്റവും പ്രസന്നയായി “ഏറ്റവും സന്തോഷകരമായ ആഗ്രഹമാണ് കേട്ടത്.”

“പ്രായം എത്രയായാലും ആഗ്രഹമുള്ളവർക്ക് മൃതസഞ്ജീവനി അക്ഷരവിദ്യ നൽകും.”

അതുകേട്ട എല്ലാവരും: “ഞങ്ങൾ വരും.. ഞങ്ങൾ വരും, ആചാര്യേ. ആചാര്യചിന്തകൾ ഞങ്ങൾക്കറിയണം. ആ മഹാത്മാക്കൾ ഞങ്ങളെക്കുറിച്ചാണല്ലോ ചിന്തിച്ചത്.”

ആചാര്യ എല്ലാവരോടുമായി അറിയിച്ചു. “കുട്ടികൾക്കും പ്രായമായവർക്കുമായി ദേശവിജ്ഞാനം താമസിയാതെ ആരംഭിക്കുന്നതാണ്.”

വലിയ സന്തോഷം അനുഭവിച്ച രക്ഷിതാക്കൾ, ഗുഹൻ എന്റെ ശേഖരത്തിൽ നിന്നെടുത്ത ചില ചിത്രങ്ങൾക്കു മുന്നിൽ വാപൊളിച്ചു നിൽക്കുന്നതു കണ്ടു. വിശാലമായൊരു നഗരചിത്രത്തിലേക്കു ചൂണ്ടി അവർ പരസ്പരം തർക്കിച്ചു: “സംശയമില്ല. ഇത് ഇന്ദ്രപുരി തന്നെ. ഇന്ദ്രപുരിയെന്നാൽ അമരാവതി.” “അല്ല ഇത് ഇന്ദ്രപുരിയല്ല ഇത് അളകാപുരിയായവാനേ തരമുള്ളൂ. അളകാപുരിയെന്നാൽ രാവണന്റെ നഗരം. ലങ്കാധിപതി രാവണന്റെ നഗരം. രാവണനു മാത്രമേ നഗരം നിർമ്മിക്കാനാവൂ. ലങ്ക നിറയെ സ്വർണ്ണവും രത്നവുമാണ്. നിങ്ങൾ പറഞ്ഞതു ശരിയല്ല. ദേവന്ദ്രന്റെ കൊട്ടാരമാണ് ഏറ്റവും വലിയ കൊട്ടാരം. ഇതിനേക്കാൾ വലിയ കൊട്ടാരം വേറെ എവിടെ കാണാൻ? ഇന്ദ്രപുരിയിൽ ഇത്ര വലിയ രാജപാതകളില്ല. രാജപാതകൾക്കിരുവശത്തും കൊട്ടാരംപോലുള്ള സൗധങ്ങളില്ല. ആചാര്യ എന്നെ ചൂണ്ടി അവരോടു പറഞ്ഞു: “ശംബു ആചാര്യനാണ് ഈ ചിത്രങ്ങൾ ഇവിടെ എത്തിച്ചത്. നിങ്ങളുടെ സംശയങ്ങൾക്ക് ആചാര്യൻ നിവർത്തി വരുത്തട്ടെ.”

രക്ഷിതാക്കൾ ആരാഞ്ഞു: “ആചാര്യാ ഈ അപൂർവ്വനഗരം സത്യമോ മിഥ്യയോ? അവിടുത്തെ ഭാവനാവിലാസമോ? ഇത്തരം ഒരു നഗരം ഞങ്ങളാരും കേട്ടിട്ടുപോലുമില്ല.”

ഞാൻ അവരോടു പറഞ്ഞു: “ഈ നഗരചിത്രം സത്യത്തിന്റെ

നേർചിത്രംതന്നെ എങ്കിൽ പുരാണങ്ങൾ ഉദ്ഘോഷിക്കുന്ന ഇന്ദ്രപുരി തന്നെ. സംശയമില്ല." എല്ലാവരും ഒറ്റത്തീർപ്പിലെത്തി.

"ഇന്ദ്രപുരിയല്ല ഇന്ദ്രൻ കരിച്ച പുരി."

"മഹാദേവാ."

"ഇന്ദ്രനുംമുമ്പ് പുരിയോ? സകല വളർച്ചയും നേടിയ വാസ്തു നിർമ്മാണമോ? ഏതാണാ കാലം? ആരാണാ അനുഗൃഹീതർ?"

"സൈന്ധവർ."

"എവിടെയായിരുന്നു അവർ ജീവിച്ചത്?"

"സിന്ധു തീരത്ത് ഹരിയൂപിയയിൽ."

"ഹരിയൂപിയ? ദേവദേവാ.. പിതൃക്കൾ പാഴ്വാക്കായി പറഞ്ഞു പോയതെന്നാണ് കരുതിയത് നമ്മുടെ പുണ്യഭൂമി. ആചാര്യാ വിസ്തരിച്ചറിയാൻ ദാഹമുണ്ട്. അവിടുത്തെ ശിഷ്യരാവാൻ അനുവദിക്കണം."

"തീർച്ചയായും. ദേശവിജ്ഞാനീയം താമസിയാതെ ആരംഭിക്കുന്നതാണ്."

"ഞങ്ങൾ കാത്തിരിക്കുന്നു ആചാര്യാ..."

മൂന്ന്

ഉച്ചഭക്ഷണം കഴിഞ്ഞ് വിശ്രമിക്കുകയായിരുന്നു ആചാര്യന്മാർ. മൂന്നു ബ്രാഹ്മണ രക്ഷിതാക്കൾ കാണാൻ വന്നിരിക്കുന്നുവെന്ന് അറിയിച്ചത് പാഠശാലയിലെ ഭൃത്യനാണ്.

"അവരെ പ്രധാന ആചാര്യയുടെ കാര്യാലയത്തിലേക്കു വിളിക്കൂ." ഞാൻ ഭൃത്യനോടു പറഞ്ഞു. അവരെത്തുമ്പോഴേക്കും ഞാനും അവിടെയെത്തി.

ബ്രാഹ്മണശ്രേഷ്ഠർ വല്ലാതെ പ്രകോപിതരായതുപോലെ തോന്നി മട്ടും ഭാവവും കണ്ടിട്ട്. മൂന്നുപേരും മദ്ധ്യവയസ്സു കഴിഞ്ഞവർ. ആദ്യത്തെയാൾ പൊട്ടിത്തെറിച്ചു: "ആചാര്യാ അവിടുന്ന് ഞങ്ങളെ വഞ്ചിച്ചു." ഞാൻ സൗമ്യമായി ചോദിച്ചു: "എങ്ങനെയെന്നുകൂടി ഭവാൻ പറഞ്ഞാൽ അറിയാമായിരുന്നു." അദ്ദേഹം വിറയ്ക്കുന്നതുപോലെ അനുഭവപ്പെട്ടു ക്രോധംകൊണ്ട്: "മൃതസഞ്ജീവനി മന്ത്രം നൽകാമെന്നു പറഞ്ഞല്ലേ ഭവാൻ കുട്ടികളെ ചേർത്തത്?" "മൃതസഞ്ജീവനി പാഠശാലയുടെ പേരു മാത്രമാണ്. മൃതസഞ്ജീവനി മന്ത്രം കുട്ടികൾക്കു നൽകുമെന്നാരും മുന്നേ പറഞ്ഞിട്ടില്ല." രണ്ടാമത്തെ ആൾ: "മൃതസഞ്ജീവനി മന്ത്രം ഒരു മാസക്കാലമായിട്ടും കുട്ടികൾക്കു കൊടുക്കാത്തതെന്താണ്." "മൃതസഞ്ജീവനി എന്നൊരു പ്രത്യേക മന്ത്രമല്ലാത്തതുകൊണ്ട്." "എന്നിട്ടിപ്പോൾ എന്താണു താങ്കളും ആചാര്യന്മാരും ഞങ്ങളുടെ കുട്ടികൾക്ക് നൽകി

ക്കൊണ്ടിരിക്കുന്നത്?" "എല്ലാ കുട്ടികളേയും മൃതസഞ്ജീവനി വിദ്യയാണ് അഭ്യസിപ്പിക്കുന്നത്."

"താങ്കൾ എന്താണർത്ഥമാക്കുന്നത്?"

"ശരിയായ അർത്ഥം തന്നെ. ശുക്രപാഠശാല കുട്ടികളെയെല്ലാം മൃതസഞ്ജീവനി വിദ്യയാണിപ്പോൾ അഭ്യസിപ്പിക്കുന്നത്."

ഗ്രഹിക്കാൻ ബുദ്ധിമുട്ടനുഭവപ്പെട്ട ബ്രാഹ്മണർ കോപാകുലരായി: "ബ്രാഹ്മണ ക്ഷത്രിയ കുട്ടികളെ ശൂദ്രരുമായി ഒന്നിച്ചിരുത്തലാണോ മൃതസഞ്ജീവനി അധ്യയനം?"

"കുട്ടികളെല്ലാം ഒന്നിച്ചിരുന്നാണ് അധ്യയനം സ്വീകരിക്കുന്നത്."

"അക്ഷരവിദ്യയോടൊപ്പം കരകൗശലം. ആദ്യമായി കേൾക്കുകയാണ്. ഇത്തരം മൂഢത്തം. ഞങ്ങളുടെ കുട്ടികളെ കുശവനും കുംഭാരനും ആശാരിയും മണ്ണുമാന്തിയുമാക്കാനാണോ പഠിപ്പിക്കുന്നത്?"

"അവരെല്ലാം അവരുടെ തൊഴിൽ രംഗത്തെ അതികായന്മാരാണ്."

"ഞങ്ങൾ ബ്രാഹ്മണരാണ്. ബ്രാഹ്മണക്കുട്ടികളെ കുംഭാരപ്പണി പഠിപ്പിക്കേണ്ടതില്ല. അവർ വേദം പഠിച്ചാൽ മതി."

"വേദം പഠിച്ചുകൊള്ളട്ടെ. എന്നാൽ വേദം വേണ്ടതുപോലെ സാധിക്കാതെ വരുന്നവരെ എന്തു പഠിപ്പിക്കും?"

"ബ്രാഹ്മണക്കുട്ടികളെ ആശാരിയും കുശവനുമാക്കാനല്ല പാഠശാലയിലേക്കയച്ചത്."

"ശരിയാണ് ഭവാന്മാർ പറയുന്നത്. ആരും അവരെ നിർബ്ബന്ധിച്ചു കുശവപ്പണിയും ആശാരിപ്പണിയും ചെയ്യിപ്പിക്കുന്നില്ല. ഒന്നു ചോദിച്ചു കൊള്ളട്ടെ.. ഇല്ലങ്ങളിൽ പാത്രങ്ങൾ ആവശ്യം വന്നാൽ എവിടെ നിന്നു കിട്ടും?"

"പാത്രങ്ങൾ ഇല്ലങ്ങളിൽ എത്തിക്കാൻ കുംഭാരന്മാരുണ്ട്. ജന്മനാൽ കുശവനായി ജനിച്ചവരുണ്ട്."

"അവരെല്ലാം മറ്റു പണികൾതേടി പോവുകയാണ്. കലവും കുടവും കിട്ടണമെങ്കിൽ നഗരത്തിലെ വാണിജ്യശാലകളിൽ പോവേണ്ടിവരും."

"അതെല്ലാം ഏതു കാലത്ത്? ഞങ്ങൾക്കു കാണേണ്ടി വരില്ല."

"അപ്പോൾ ഭവാന്മാരുടെ മക്കളുടെ ഭാവി എങ്ങനെ വേണമെങ്കിലും ആയിക്കൊള്ളട്ടെയെന്നാണ് അല്ലേ?"

"ബ്രാഹ്മണകുട്ടികൾ മന്ത്രംചൊല്ലി കഴിഞ്ഞുകൊള്ളും. ഗായത്രി ജന്മനാൽ വശപ്പെട്ടവരാണവർ. കുടവും കലവും അവർക്കു പറഞ്ഞിട്ടുള്ളതല്ല. ആര്യാവർത്തത്തിൽ കേൾവിപ്പെട്ട ആയോധനശാലകളില്ലാതെയല്ല മൃതസഞ്ജീവനിയിലയച്ചിരിക്കുന്നത്."

ഞാൻ പ്രധാന ആചാര്യയെ ഒന്നു നോക്കി. എന്നാലൊന്നു

നോക്കാമല്ലേ എന്ന അർത്ഥത്തിൽ. പ്രധാന ആചാര്യ ചോദിച്ചു: "ഭവാന്മാരുടെ മക്കളുടെ പേരെന്താണ്."

"പാർത്ഥിവൻ, പ്രഥു, വിഷ്ണുശർമ്മൻ."

പ്രധാന ആചാര്യ ഭൃത്യനെ വിളിച്ച് കുട്ടികളെ കൂട്ടിക്കൊണ്ടുവരാൻ നിർദ്ദേശം നൽകി.

കുട്ടികൾ മൂന്നുപേരും വന്നു നിന്നപ്പോൾ പ്രധാന ആചാര്യ പറഞ്ഞു: "അധ്യയനം തുടങ്ങിയിട്ട് ഒരു മാസമായി. ആദ്യംപഠിപ്പിച്ചത് ഗായത്രി തന്നെ. വിഷ്ണുശർമ്മൻ ഗായത്രി ഒന്നു ചൊല്ലി കേൾപ്പിക്കൂ." അവൻ കാലിന്നടിയിലെ തറ താഴ്ന്നുപോകുന്നതുപോലെ നിന്നു വിറച്ചു: "ഓം സത്ത്.. സത്ത്.. സ.. സ.." അവൻ കുഴഞ്ഞു വീഴുമെന്നായപ്പോൾ ഭൃത്യൻ വന്നു പിടിച്ചു.

"പ്രഥു ഗായത്രി ചൊല്ലൂ..."

അവൻ പറഞ്ഞു "അറിയൂല്ലാ..."

പ്രധാന ആചാര്യ പറഞ്ഞു: "കുട്ടികളെ കൊണ്ടുപോയി അവർ നിർമ്മിച്ച പാത്രങ്ങളും കൊണ്ടുവരൂ."

ഭൃത്യൻ കുട്ടികളെ കൂട്ടിക്കൊണ്ടുപോയി. തിരിച്ചു വരുന്നതുവരെ മൂന്നു പേരും താഴേക്കുതന്നെ നോക്കി ഇരുന്നു.

കുട്ടികൾ അവർ നിർമ്മിച്ച മൺകലവും കുടവും മരപീഠവുമായി വന്നു.

"നോക്കൂ.. എത്ര മനോഹരമായ കുടം. പാർത്ഥൻ തന്നത്താൻ ഉണ്ടാക്കിയെടുത്തതാണിത്."

പാർത്ഥന്റെ അച്ഛൻ എണീറ്റുവന്ന് കുടം പരിശോധിച്ചു. "ഭേഷ് അസ്സലായിരിക്കണ്... ഇല്ലത്ത് കുടത്തിന്റെ ആവശ്യമുണ്ട്. പുതിയതു വാങ്ങാൻ നിഷ്കവുമില്ല."

പ്രധാന ആചാര്യ പറഞ്ഞു: "മകന്റെ ആദ്യത്തെ നിർമ്മിതി അങ്ങു തന്നെ എടുത്തേക്കൂ." അയാൾ മൺകുടം ആദരപൂർവ്വം വാങ്ങി ചുംബിച്ചു.

"നോക്കൂ പാർത്ഥൻ സൃഷ്ടിച്ച മൺകലം."

പാർത്ഥന്റെ അച്ഛൻ എണീറ്റു ചെന്നു പരിശോധിച്ചു: "ഒന്നാംതരം കലംതന്നെ. ഇല്ലത്തുള്ളവർക്കെല്ലാം ഭക്ഷണം വേവും. ഇതുവരെ ഭക്ഷണം പാകം ചെയ്ത കലം ഉടഞ്ഞിരിക്കണ്."

മകന്റെ കന്നിപ്പണി കുടുംബത്തെ രക്ഷിച്ചിരിക്കണ്..

മരത്തിൽ പണിത് മിനുസപ്പെടുത്തിയ പീഠം കാണിച്ച്: "വിഷ്ണു ശർമ്മന്റെ പീഠനിർമ്മിതി വാസ്തുശില്പിയെപോലും ആശ്ചര്യപ്പെടുത്തുന്നു. അത്രയ്ക്കു പണി വൃത്തിയുണ്ട് പീഠത്തിന്. അവന്റ അച്ഛൻ അതീവ ലാളിത്യത്തോടെ മിനുസമേറിയ പീഠത്തിൽ വിരലുരസി. "എന്തു മിനുസമായിരിക്കുന്നു! ഗുരുജനങ്ങൾക്ക് ഇരിപ്പിടമാക്കാം. ഇതു ഞാൻ കൊണ്ടുപോയ്ക്കൊള്ളട്ടേ ആചാര്യേ."

“തീർച്ചയായും ഭവാന്റെ ഗൃഹത്തിലെ വിശിഷ്ട പീഠമാവട്ടെ പുത്ര നിർമ്മിതി.”

പ്രധാന ആചാര്യ ഭൃത്യനോടു പറഞ്ഞു: “ക്ലാസ്സിൽനിന്ന് അഥർവ്വനെ കൂട്ടിക്കൊണ്ടുവരൂ...”

നീണ്ടു മെലിഞ്ഞ അഥർവൻ വന്നു. അവനെ കണ്ട് മൂന്നു കുട്ടികളും ലൗകൃഭാവത്തിൽ പുഞ്ചിരിച്ചു.

“അഥർവൻ ഗായത്രി ചൊല്ലൂ.”

പ്രധാന ആചാര്യ ആവശ്യപ്പെട്ടു.

അവൻ നിവർന്നു നിന്നു ചൊല്ലി.

ഓം ഭൂർ ഭുവസ്വഃ
സത് സവിതുർ വരേണ്യം
ഭർഗോ ദേവസ്യധീമാർഃ
ധീയോ യോന പ്രചോദയാത്

“ഹാ എത്ര ചന്ദസു നിബന്ധം. അക്ഷരസ്ഫുടം. മഹാവിദ്വാന്മാർ പോലും തോറ്റുപോവും.”

ബ്രാഹ്മണ വൃദ്ധർ അദ്ഭുതം കൂറി.

“ഏതില്ലത്തെ ഉണ്ണിയാണിയാൾ? എവിടത്തെയായാലും നല്ല വിദ്വാന്മാരുടെ ഇല്ലമായിരിക്കും. സംശയല്ല്യാ.”

“ഇയാൾ തോണിക്കാരൻ ഗുഹന്റെ മകനാണ്. കടവത്താണ് കുടില്.”

മൂന്നു പേരും തുറന്ന വായ് അടക്കാൻ മറന്ന് മിഴിച്ചിരുന്നു.

അഥർവന്റെ കൈയിൽ ഉടഞ്ഞ മൺകലകഷ്ണങ്ങൾ. അവൻ കലവും കുടവുമുണ്ടാക്കാൻ തുടങ്ങിയിട്ട് വാരങ്ങളായി. ഇപ്പോഴും മുടന്തുന്നു.

തൊഴിലിൽ പ്രവീണരാവുന്നവരുടെ കാലമാണ് വരാനിരിക്കുന്നത്. അവരെ തേടി സമ്പത്തും യശസ്സും സരയുവിലെ ഓളങ്ങൾപോലെ ഒഴുകി വരും. തെറ്റായ മന്ത്രജപംകൊണ്ട് അർച്ചന ചെയ്യുന്നവരെ സർപ്പവിഷം പോലെ ദുഷ്കീർത്തിയും ദൈവകോപവും ആവേശിക്കും. മൃതസഞ്ജീവനി മൃതജീവനുകളെ രക്ഷിക്കുന്നതിനുള്ള വിദ്യയാണ്. കേവലം ശ്വാസം നിലച്ച ശവശരീരത്തെ ചാടിയെണീപ്പിക്കുന്നതിനുള്ള തട്ടിപ്പു മന്ത്രമല്ല. മൃതി പല തരത്തിലുംസംഭവിക്കുന്നു. അജ്ഞാനംകൊണ്ടുള്ള മൃതി, നീതിമൃതി അടിച്ചമർത്തലെന്ന മൃതി, അടിമത്തമെന്ന മൃതി, മാനനഷ്ടമെന്ന മൃതി, അസമത്വമെന്ന മൃതി, ഉച്ചനീചത്വമെന്ന മൃതി. മൃതി പല രൂപത്തിലും ഭാവത്തിലും സമൂഹത്തിന്റെ നാനാതുറകളിലും ചിറകു വിരിച്ചു പറന്നുകളിക്കുന്നു.

പ്രധാന ആചാര്യ തനിക്കു മുന്നിലിരിക്കുന്ന ആക്ഷേപകരെ ശ്രദ്ധിച്ചു നോക്കി. അവരിൽ നിഴലിക്കുന്ന ഭാവമാറ്റവും അവരുടെ ശ്രദ്ധയിൽപെട്ടു. അവരുന്നയിച്ച മറ്റാക്ഷേപങ്ങൾക്കു കൂടി ഉത്തരം നൽകാൻ ഉറച്ചു.

"ഇനി, ബ്രാഹ്മണകുട്ടികളെ പഠിപ്പിക്കാനിടമില്ലാഞ്ഞിട്ടല്ല മൃതസഞ്ജീവനിയിൽ വന്നത് എന്നാണെങ്കിൽ: സരയു മുതൽ ഗംഗവരെ നീണ്ടു കിടക്കുന്ന വിശാലഭൂമിയിൽ വേണ്ടത്ര ആയോധനക്കളരികളും ഗുരുകുല പാഠശാലകളുമുണ്ട്. ഇനിയും വിടരാൻ തുടങ്ങുന്ന പിഞ്ചുകൈകളിൽ അമ്പും വില്ലും തിരുകിയുറപ്പിച്ച് നിരപരാധികളെ കുത്തി കോർക്കണമെന്നാണോ? അപരിചിതരായ യാത്രക്കാരെ ആദ്യദർശനത്തിൽ തന്നെ അമ്പും വില്ലും വച്ച് കീറിമുറിവേൽപ്പിക്കണമെന്നോ? ഗുരുകുലവാസമെന്ന പേരിൽ അർത്ഥമറിയാത്ത കുറേ ശ്ലോകങ്ങൾ മക്കൾ ഉരുവിട്ട് ആര്യാവർത്തം മുഴുവനും തുപ്പൽകോളാമ്പിയാക്കി ഊട്ടുപുരകൾ തേടി നടക്കണമെന്നോ. ഏതാണ് ഭവാന്മാർ കൂടുതൽ അഭിലഷിക്കുന്നത്? മൃതസഞ്ജീവനി പോരാതെ തോന്നുന്നുവെങ്കിൽ ഭവാന്മാർക്ക് മക്കളെ പാഠശാലയിൽ നിന്ന് കൊണ്ടുപോവാം. എവിടെയായാലും കുട്ടികൾ നന്നാവുന്നതിൽ ആചാര്യന്മാർക്ക് സന്തോഷമേയുണ്ടാവൂ."

പ്രധാന ആചാര്യ പറഞ്ഞു നിർത്തിയതും മൂന്നു രക്ഷിതാക്കളും തൊഴുകൈയോടെ ചാടിയെണീറ്റ്: "പ്രധാന ആചാര്യയും ശംബു ആചാര്യനും പൊറുക്കണം. ഞങ്ങൾ ഒരു വലിയ കെണിയിൽ പെട്ടതാണ്."

പിന്നെ ഓരോരുത്തരായി മനസ്സു തുറക്കാൻ തുടങ്ങി - "ബ്രാഹ്മണന് സത്യത്തേക്കാൾ വലിയ ഉപാസനാമൂർത്തിയില്ല. ഏഷണി കൂട്ടി പറഞ്ഞയച്ചവർ പാഠശാലയ്ക്കു പുറത്തു കാത്തുനിൽപ്പുണ്ട്. ആചാര്യർ മാപ്പാക്കണം."

"അക്ഷരം ദഹിക്കാത്തവർ പടച്ചുണ്ടാക്കിയ കുനിഷ്ഠിൽ പെട്ടുപോയതാണ്. ആചാര്യന്മാർ ക്ഷമിക്കണം."

"മക്കൾ മിടുക്കന്മാരാവണമെന്നു മാത്രമേ ഞങ്ങൾക്കുള്ളൂ. ദാരിദ്ര്യമനുഭവിക്കുന്ന കുടുംബം രക്ഷപ്പെടണമെന്നും. അതിനുള്ള വിദ്യാഭ്യാസമാണ് ആചാര്യന്മാർ നൽകുന്നതെന്നു ബോധ്യമായി. അധിക്ഷേപങ്ങൾ സദയം കാര്യമാക്കാതിരിക്കണം."

പ്രധാന ആചാര്യ സ്വന്തം ഇരിപ്പിടത്തിൽ നിന്നുമെണീറ്റ് അതിഭവ്യമായ ഭാഷയിൽ അറിയിച്ചു: "ഭവാന്മാരുടെ നിഷ്കളങ്കതയും സത്യസന്ധതയും ഞങ്ങളെ കൂടുതൽ കർമ്മോത്സുകരാക്കുന്നു."

വൃദ്ധരക്ഷിതാക്കൾ അവരവരുടെ മക്കൾ നിർമ്മിച്ച ഗൃഹസാധനങ്ങളുമായി പാഠശാലാമുറ്റം കടന്നു കയറുന്നത് ആചാര്യ തെളിഞ്ഞ പുഞ്ചിരിയോടെ നോക്കിയിരുന്നു.

നാല്

ആചാര്യപത്നിക്കു സ്വപ്നവും യാഥാർത്ഥ്യവും തമ്മിൽ അന്തരം തോന്നിയില്ല. സ്വപ്നം കണ്ടത് പ്രാവർത്തികമാക്കലായിരുന്നു ജീവിതം.

ആചാര്യർ ശുക്രപാഠശാലയെപറ്റി കണ്ട സ്വപ്നങ്ങൾ മുഴുവനും ആചാര്യയുടേയും സ്വപ്നമായി. അതിൽ പ്രധാനമാണ് പാഠശാല കൂടുതൽ വിപുലീകരിക്കാനായി അരുന്ധ കുന്നിന്റെ താഴേത്തേക്കുള്ള മാറ്റം. പാഠശാലയുടെ പേരുമാറ്റംപോലും ആചാര്യ സ്വപ്നം. മൃതസഞ്ജീവനി. അരുന്ധയിൽനിന്നും ശുക്രാലയത്തിലെത്തുക ദുഷ്കരം. പാഠശാലയോടു ചേർന്ന് അരുന്ധയുടെ പടിഞ്ഞാറായി തണൽമരങ്ങൾ ധാരാളമായി നിറഞ്ഞു നിന്ന വിശാലമായ ഭൂമിയിൽ പുതിയ ശുക്രാലയം. അപ്പോൾ മുഴുവൻ സമയവും മൃതസഞ്ജീവനിക്കായി വിനിയോഗിക്കാം. നടത്തത്തിന്റെ ക്ഷീണമില്ലാതെ വായിക്കുകയും എഴുതുകയുമാവാം. മനസ്സിൽ പച്ചപിടിച്ചു നിന്ന ലോകം അവിടെത്തന്നെയിട്ട് ആചാര്യർ പോയെങ്കിലും ആ സ്വപ്നം പ്രാവർത്തികമാക്കണമെന്ന് ആചാര്യപത്നിക്കു നിർബ്ബന്ധം. ഭൗതികമായ വേർപാടു മാത്രമാണ് മരണം എന്ന് ദിവസം ചെല്ലുംതോറും കൂടുതൽ ബോധ്യമാവുന്നു. പുതിയ ശുക്രാലയത്തിനുള്ള സ്ഥലവും കെട്ടിടമാതൃകയുമൊക്കെ മഹാചാര്യന്റെ നീതിശാസ്ത്രഗ്രന്ഥത്തിൽ വാസ്തു നിർദ്ദേശമനുസരിച്ച് ആചാര്യൻ തന്നെ രൂപകല്പന ചെയ്തു വച്ചിട്ടുണ്ട്. നിരന്ന ഭൂമിയിൽ വടക്കു ഭാഗത്തായി മനോഹരമായ ഗൃഹം. തൂണുകളോ ഭിത്തികളോ വേർതിരിക്കുന്ന കോഷ്ഠങ്ങൾ.

ഈരണ്ടു കോഷ്ഠഭാഗങ്ങൾ മാർഗ്ഗമായി നാലുദിക്കിലും

മധ്യഭാഗത്തു തീർത്തെന്നാൽ ധനപുത്രപ്രദങ്ങളാം

വെവ്വേറെ കോഷ്ഠങ്ങൾക്ക് സുഖംപോലെ ജനാലകൾ. ശുദ്ധമായ തണ്ണീർ സാമിപ്യം ഉത്തമം. അരുന്ധയുടെ താഴ്‌വാരം വാസത്തിന് ഉത്തമ ഭൂമി.

ആചാര്യ വാസ്തു മൂത്താരേയും ശില്പിമൂത്താരേയും ഗുഹനേയും വരുത്തി നിർദ്ദേശങ്ങൾ നൽകി. ആചാര്യസ്വപ്നം ആറുമാസംകൊണ്ട് മനോഹരമായ ശുക്രാലയമായി ഉയർന്നുപൊങ്ങി. പുതിയ ശുക്രാലയത്തോടൊപ്പം മൃതസഞ്ജീവനിയിലെ ഗ്രന്ഥശാല കുറേക്കൂടി നവീകരിക്കുകയും ചെയ്തു.

വർഷാവസാനം പരീക്ഷയെന്ന സ്ഥിരം സ്വഭാവത്തിനു പകരം പ്രദർശനം എന്ന ആശയവും ആചാര്യയുടെ സ്വപ്നം. വിദ്യാർത്ഥികളും അദ്ധ്യാപകരും വർഷം മുഴുവനും നിർമ്മിച്ച സാധനങ്ങൾ പാഠശാലയിൽ പ്രദർശിപ്പിക്കുക. അവ കാണാൻ വരുന്ന ദേശക്കാർക്ക് കുറഞ്ഞ വിലയ്ക്കു കൊടുക്കുക. അങ്ങനെ മൃതസഞ്ജീവനിയിൽ തങ്ങളുടെ കുട്ടികൾ പഠിച്ചുണ്ടാക്കിയ ഉത്പന്നങ്ങൾ തങ്ങൾക്കുതന്നെ ഉപയോഗിക്കാൻ ലഭിക്കുക. അതുപോലെ കുട്ടികൾക്കു ഭാഷയിൽനിന്നു ലഭിച്ച അക്ഷരാറിവ് കവിതാലാപനമായും പ്രസംഗമായും കഥാവതരണമായും കാണികളെ രസിപ്പിക്കുക. ആചാര്യയുടെ സ്വപ്നം കേട്ടവർക്കൊക്കെ വളരെ സമ്മതമായി. അന്നേവരെ ഒരു പാഠശാലയിലും അരങ്ങേറിയിട്ടില്ലാത്ത പുതിയ

പരിപാടി. അദ്ധ്യാപകരും വിദ്യാർത്ഥികളും പ്രദർശനത്തിനും അവതരണത്തിനുമായി നന്നേ അധ്വാനിച്ചു. അവസാനത്തെ നാളുകളിൽ മൃതസഞ്ജീവനി രാത്രിയിലും സജീവമായി. ആചാര്യപത്നി അദ്ധ്യാപകർക്കും വിദ്യാർത്ഥികൾക്കും രാത്രിയിലും നിർദ്ദേശങ്ങൾ നൽകി എല്ലായിടത്തും സാന്നിദ്ധ്യം പ്രകടമാക്കി.

പ്രതീക്ഷിച്ചതിനേക്കാൾ വലിയ ശേഖരമാണ് പ്രദർശനത്തിനു തയ്യാറായത്. പാഠശാലയുടെ പ്രധാനശാല കലം, കുടം, ചട്ടി, വറവുചട്ടി, കറിക്കലം, കഞ്ഞിക്കലം, കൂജ, മൺവിളക്ക്, ചിരാത് തുടങ്ങി നിരവധി മൺ ഉത്പന്നങ്ങൾകൊണ്ടു നിറഞ്ഞു. അനുബന്ധ ശാലയിൽ മരം കൊണ്ടു നിർമ്മിച്ച മുക്കാലി, ഇരിപ്പുപീഠങ്ങൾ, കളിപ്പാട്ടങ്ങളായ പമ്പരം, ചക്രവണ്ടി, കൊച്ചു കസേരകൾ, മേശകൾ എന്നിവ. അതിനോടു ചേർന്ന ശാലകൾ നിറയെ നീരുവറ്റിയിട്ടില്ലാത്ത കൃഷിയുത്പന്നങ്ങൾ ചേന, ചേമ്പ്, കരിമ്പ്, കായ, ചീര, പയർ, തുവരപരിപ്പ്, വെണ്ട, വഴുതിന. എല്ലാറ്റിനും മുന്നിലായി കുട്ടികളും അധ്യാപകരും നിർമ്മിച്ച പരുത്തി വസ്ത്രങ്ങൾ. അവയിൽ തന്നെ ചായം തേച്ച പുതപ്പുകൾ, വേഷ്ടികൾ, തോർത്തുമുണ്ടുകൾ, തുന്നൽ പണികളുള്ള കൈലേസുകൾ. എല്ലാം വൃത്തിയായും വെടുപ്പായും അടുക്കിവച്ചിരിക്കുന്നു. അഴകളിൽ നിവർത്തിയിട്ട ഉടുമുണ്ടുകൾ. വെള്ള, മഞ്ഞ, ചുവപ്പ്....

വിപുലമായ കാര്യപരിപാടികളാണ് ആചാര്യ ആസൂത്രണം ചെയ്തിട്ടുള്ളത്. അഞ്ചു ദിവസത്തെ പ്രദർശനമാണ്. അഞ്ചു ദിവസത്തെ കാര്യപരിപാടികൾ നേരത്തെ തീർച്ചപ്പെടുത്തിയിട്ടുണ്ട്. പ്രദർശനത്തിനു മുന്നിലായി പാഠശാല മുറ്റത്ത് വലിയ തറയും അതിന് വർണ്ണപ്പകിട്ടുള്ള തുണിയുടെ തിരശ്ശീലയും. അവിടെയാണ് വിദ്യാർത്ഥികളുടെ ഭാഷാ വിജ്ഞാന പ്രകടനം. കവിതാലാപനം, കഥപറയൽ, പ്രസംഗം കൂടാതെ പഠിച്ച പാഠഭാഗങ്ങൾ വായിച്ച് അർത്ഥം പറയൽ. ഗ്രന്ഥശാല ഏറെ ഭംഗിയായി അലങ്കരിച്ചു. എന്റെ ശേഖരത്തിലുണ്ടായിരുന്ന മുഴുവൻ ചിത്രങ്ങളും വരകളും ശില്പങ്ങളും പ്രദർശനത്തിനു തയ്യാറാക്കി. കൂടാതെ എന്റെ ഭാണ്ഡത്തിലുള്ള ചെമ്പോലകൾ മേശപ്പുറത്തു നിരത്തി. അഞ്ചു ദിവസവും പ്രദർശനത്തിനു തയ്യാറാക്കിയിട്ടുള്ള വിഭവങ്ങൾ ചുറ്റുവട്ടത്തുള്ളവർക്ക് ആവശ്യാനുസരണം വില്പന നടത്താനുള്ള ചുമതല കൃഷി മൂത്താരെയാണ് ഏല്പിച്ചത്. നാട്ടുകാർക്ക് ഉത്പന്നങ്ങൾ വളരെ വിലക്കുറവിനു കൊടുക്കാം. രക്ഷിതാക്കൾക്ക് അതിലുംകുറവ്. അയോധ്യയിലേയും കോസലത്തേയും ചന്തകളിൽനിന്ന് കിട്ടുന്നതിനേക്കാൾ നാലിരട്ടി കുറഞ്ഞ നിഷ്കത്തിന്. അകലെയുള്ള ചന്തയിൽനിന്നു കൊണ്ടുവരികയെന്ന ദുഷ്കരയത്നവും വേണ്ട. കുട്ടികളുടെ മികവു തിരിച്ചറിയുന്നതിനുള്ള സുവർണ്ണാവസരമാക്കി പ്രദർശനം.

'സഞ്ചാരിയുടെ ചെപ്പ്' എന്ന അനുഭവ വിസ്താരം പ്രധാന പരിപാടിയായി ഉൾക്കൊള്ളിച്ചു. മറ്റേതിനേക്കാളും പ്രാധാന്യം ആചാര്യപത്നി

എന്റെ അനുഭവ വിസ്താരത്തിനായി കൊടുത്തിരിക്കുന്നതായി മനസ്സിലായി. അനുഭവ വിസ്താരം കേൾക്കാൻ വരുന്ന ചുറ്റുവട്ടത്തെ മുഴുവൻ രക്ഷിതാക്കൾക്കും ഇരിക്കാനുള്ള സൗകര്യം ഗ്രന്ഥശാലയിലൊരുക്കുന്നതിന് ഗുഹനെ പ്രത്യേകം ചട്ടംകെട്ടി. രക്ഷിതാക്കൾ അറച്ചറച്ചാണ് പ്രദർശനവും പ്രകടനവും കാണാനെത്തിയത്. വന്നപ്പോഴാകട്ടെ അവർ വിസ്മയത്തുരുത്തിൽ എത്തിപ്പെട്ടതുപോലെയായി. തങ്ങളുടെ മക്കൾ ഇങ്ങനെയൊക്കെ ചെയ്തുകൂട്ടുമെന്ന് ആരും പ്രതീക്ഷിക്കാത്തതുപോലെ. അവർ ശാലകൾ തോറും ആകാംക്ഷാഭരിതരായി നടന്നു നീങ്ങി. ഓരോന്നും നിർമ്മിച്ച കുട്ടികളുടേയും അതിനവരെ പ്രചോദിപ്പിച്ച ആചാര്യന്റേയും പേരുകൾ എഴുതിവച്ചത് അവർ ചോദിച്ചും വായിച്ചും അറിഞ്ഞു. ആദ്യമാദ്യം അറച്ചുനിന്നവർ പറഞ്ഞും പ്രോത്സാഹിപ്പിച്ചും ഉച്ചയായപ്പോഴേക്കും മൃതസഞ്ജീവനി ദേശക്കാരെകൊണ്ടു നിറഞ്ഞു. അവരാരും ഇങ്ങനെയൊരു പ്രദർശനവും പ്രകടനവും ജീവിതത്തിൽ കണ്ടിട്ടില്ല. പ്രധാന ആചാര്യ രക്ഷിതാക്കളെ സ്വാഗതം ചെയ്തും അവരോട് കുശലപ്രശ്നം നടത്തിയും പാഠശാലയുടെ മുറ്റത്തുതന്നെ നിന്നു.

കുട്ടികൾ മുറ്റത്തെ അത്തിമരചുവട്ടിൽ നിന്നും ഇരുന്നും കളിച്ചു. ഗുഹനും മൂത്താന്മാരും വ്യത്യസ്ത ശാലകളിലെ ഉത്പന്നങ്ങൾ രക്ഷിതാക്കൾക്കു പരിചയപ്പെടുത്തി. ഞാനും ദേവയും അല്പസമയം കഴിഞ്ഞാൽ ഗ്രന്ഥശാലയിൽ അരങ്ങേറുന്ന 'സഞ്ചാരിയുടെ ചെപ്പ്' തുറക്കാനാവശ്യമായ ഒരുക്കങ്ങളിൽ വ്യാപൃതരായി. മുഴുവൻ ചെമ്പു ഫലകങ്ങളും വേണ്ടവർക്കു കാണിച്ചു കൊടുക്കാനായി നിരത്തിവക്കുക, ഭാണ്ഡത്തിൽ അവശേഷിച്ച രേഖാചിത്രങ്ങൾ ചുമരിൽ തൂക്കിയിടുക തുടങ്ങിയ പരിപാടികൾ.

ഒരു കുട്ടിയുടെ 'ഹമ്മേ'യെന്ന ദീനാലാപവും ആചാര്യയുടെ 'മോനേ വിഷ്ണൂ' എന്ന നിലവിളിയും ഒപ്പമാണ് കേട്ടത്. തുടർന്ന് പാഠശാലയുടെ മേൽപ്പുരയിലും ഉപശാലപ്പുറങ്ങളിലും പേമാരിപോലെ വലിയ കല്ലുകൾ വന്നു വീഴുന്ന ശബ്ദം. പാഠശാലയിൽ നിരത്തിയ മൺപാത്രങ്ങൾ ഒന്നൊന്നായി കല്ലേറിൽ തകർന്നുടയുന്നു. കൂട്ടപ്പൊരിച്ചലിന്റെ കലമ്പലൊച്ച. നിലയ്ക്കാത്ത കല്ലുവീഴ്ചയിൽ നിന്നു രക്ഷ നേടുവാനായി ഉറുമ്പുകൂട്ടത്തിൽ തീ പടർന്നതുപോലെ കാണികൾ ചിതറിയോടി. ഏറേറ്റു ചിതറി തെറിച്ച കൽകഷ്ണങ്ങൾ ചവിട്ടിമെതിച്ച് പാഠശാല മുറ്റത്തെത്തിയപ്പോൾ കണ്ട കാഴ്ച: ശിരസ്സുമുതൽ പാദം വരെ കൂർത്ത കരിങ്കൽ കുത്തേറ്റ് ചോരയിൽ കുളിച്ചു നിൽക്കുന്നു ആചാര്യപത്നി. നെഞ്ചോടു ചേർന്ന് നനഞ്ഞ കിളിക്കുഞ്ഞുപോലെ ഒട്ടിനിൽക്കുന്ന വിഷ്ണു എന്ന കുട്ടിയെ വരിഞ്ഞു മുറുക്കി അവനെ കല്ലേറിൽനിന്നു രക്ഷിക്കുന്നു. അവന്റെ കുഞ്ഞുടലിൽ ഒരു കല്ലിനു പോലും കുത്താൻ അനുവദിക്കാതെ. അമ്മേയെന്ന അടഞ്ഞ അലർച്ചയുമായി അടുത്തെത്തുമ്പോഴേക്കും കണ്ടു ഗുഹനും ആചാര്യന്മാരും അമ്മയെ വലയം ചെയ്തു കഴിഞ്ഞിരുന്നു. എന്നാൽ ശാലകളിൽനിന്നും അവർ ഓടിയെത്തുന്നതിനു

മുമ്പേ വിഗ്രഹംപോലെ കൂർത്ത കരിങ്കൽപാളി ആചാര്യയുടെ ശിരസ്സു തുരന്ന് തലച്ചോറിളക്കി തറഞ്ഞിരുന്നു കഴിഞ്ഞു. ഗർഭപാത്രവും ഹൃദയവും തുരന്ന് മറ്റു രണ്ടെണ്ണവും. ഗുഹനും ആചാര്യന്മാരും ഏറ്റേറ്റ് ചോരയൊലിക്കുമ്പോഴും വലയം ഭേദിക്കാതെ നിന്നു.

ദേവയെത്തുമ്പോഴേക്കും കല്ലേറു നിലച്ചിരുന്നു. പാഠശാലയ്ക്കു ചുറ്റും നിന്ന് കുതിരകൾ വായുവേഗത്തിൽ കുളമ്പടിച്ചു പായുന്ന ശബ്ദം.

നെഞ്ചിൽ ഒട്ടിപ്പിടിച്ചു നിന്നു കിതച്ച വിഷ്ണുവിനെ അടർത്തിയെടുത്ത് അവന്റെ അമ്മയേയും അച്ഛനേയും ഏല്പിച്ചു. ആചാര്യേ എന്നൊരിടർച്ചയിൽ അവർ കുനിഞ്ഞിരുന്നു.

എന്റെ മടിയിൽ മലർന്നു കിടന്ന അമ്മയുടെ കാലിൽ ദേവയുടെ ശിരസ്സ്. കണ്ണീർമഴ.

ഉണ്ണീ.. സഞ്ചാരിയുടെ ചെപ്പ് തുറന്നു കാണിക്കണം - തെറുമ്പലിലും ഉറച്ച ശബ്ദം.

അമ്മേ... ഞാൻ ചെവിയിൽ മന്ത്രിച്ചു.. അമ്മ പറയുന്നതുപോലെ....

അമ്മയുടെ അടയുന്ന കണ്ണുകൾ എന്നെയും ദേവയേയും വലയം ചെയ്യുന്നതു കണ്ടു. എന്തോ പറയുവാൻ ഉരുണ്ടുകൂടുന്നതുപോലെ തോന്നി.

സഹിക്കാൻ വയ്യ. മോനേ കല്ലുകൾ ഊരിക്കളയൂ...

ചുറ്റും കൂടിയവരോടായി: തോൽക്കരുത് ആരും.

ശിരസ്സിൽ നിന്നൂരിയ കരിങ്കൽ പാളിക്കൊപ്പം രക്തവും തലച്ചോറും ചാടി. അതോടെ അമ്മയുടെ വായ് അടഞ്ഞു. കൺമിണ്ടകൾ വീണടഞ്ഞു. ശ്വാസം നിലച്ചു.

അഞ്ച്

ഞാൻ വിചാരിച്ചത് അമ്മയുടെ മരണം ദേവയെ ആകെ തളർത്തുമെന്നാണ്. മറിച്ചാണ് സംഭവിച്ചത്. പതിനൊന്നു ദിവസം ദേവ നിശ്ശബ്ദയായി കർമ്മങ്ങൾ മാത്രം ചെയ്ത് അകത്തിരുന്നു. അതികാലത്ത് സരയുവിന്റെ തീരത്തെത്തി പിണ്ഡകർമ്മങ്ങൾ മുടങ്ങാതെ ചെയ്തു. പൂജാദ്രവ്യങ്ങൾ മാത്രം നാക്കിലലിയിച്ച് ദിവസം മുഴുവനും ഉണ്ണാവൃതം അനുഷ്ഠിച്ചു. പതിനൊന്നാം ദിവസം വിപുലമായ ശ്രാദ്ധപിണ്ഡകർമ്മങ്ങൾ ചെയ്ത ശേഷം ദേവ ഉരിയാടി:

“ശംബുവേട്ടാ, മൃതസഞ്ജീവനിക്ക് പുതിയ മുഖം നൽകണം. അമ്മയുടെ അഭിലാഷമായ ദേശവിജ്ഞാനീയം ആരംഭിക്കാൻ ഇനിയും വൈകിക്കൂടാ.”

ഗുഹനും മൂത്താന്മാരും ദേവയുടെ നിർദ്ദേശത്തെ ബലമായി പിൻതാങ്ങി.

അവരെല്ലാം അമ്മയുടെ മരണത്തിനുശേഷം മൃതസഞ്ജീവനിയിൽ തന്നെയായിരുന്നു. അവരും എന്നെയും ദേവയേയുംപോലെ സരയു തീരത്ത് പതിനൊന്നു ദിവസവും പിണ്ഡകർമ്മങ്ങൾ ചെയ്തു. ഉച്ചക്കഞ്ഞി മാത്രം കഴിച്ച് വ്രതം അനുഷ്ഠിച്ചു. പന്ത്രണ്ടിന് അധ്യയനം ആരംഭിച്ചു. അധ്യയനത്തിനു പക്ഷേ കുട്ടികളായി ആകെ വന്നത് ഗുഹന്റേയും മൂത്താന്മാരുടേയും മക്കൾ മാത്രം. മറ്റാരും പാഠശാലയുടെ പടി കടന്ന് അകത്തേക്കെത്തിയില്ല.

ദേവ പറഞ്ഞു "നമുക്ക് കുട്ടികളുടെ കുടികളിൽ പോയി അന്വേഷിക്കണം."

"ഞാനും ദേവയും സമീപത്തുള്ള കുടികളിൽ ചെന്നുതിരക്കി."

"അയ്യോ ആചാര്യാ... പാഠശാലയിലേക്ക് കാലു കുത്തര്ത് ന്ന് ആജ്ഞാപിച്ചിരിക്കണ്."

വൃദ്ധരായ മാതാപിതാക്കൾ നിസ്സഹായത അറിയിച്ചു.

"ആര്?"

"കാവിലെ പൂജാരി."

"പൂജാരി അങ്ങനെ പറയാൻ?"

"ക്ഷേത്രം ഉടയോൻമാര് പറഞ്ഞിരിക്കണത്രെ."

"എന്താ കാര്യം?"

"കുടീ നറെ പനീം ഛർദ്ദീം വയറ്റീന്നു പോക്കും. ദിവസേന ചത്തൊടങ്ങണ്."

"അങ്ങനെയോ?"

"പ്രശ്നത്തിൽ കണ്ടിരിക്കണ് ആചാര്യാ."

"എന്താ കണ്ടത് പ്രശ്നത്തിൽ?"

"തേവി കോപിച്ചിരിക്കണന്ന്."

'എന്തിനാ ദേവി കോപിച്ചിരിക്കണ്?"

"ശൂദ്രരേം മ്ലേച്ഛരേം അച്ചരം പഠിപ്പിച്ചതിന്. തമ്പ്രാക്കടെ വേദം പഠിപ്പിച്ചേതിന്."

"ഓഹോ അതാണോ ദേവീകോപത്തിനു കാരണം?"

"അതോണ്ട് ആരും അച്ചരം പഠിക്കാൻ പോണ്ടാന്ന്. മന്ത്രിച്ച് ചരട് കെട്ടി പൂജിച്ചിര്ന്നാ രോഗം മാറും."

"അപ്പൊ ചീനനെ പനീം ഛർദ്ദീം ബാധിച്ചിട്ടില്ലല്ലോ. പാഠശാലയിൽ പറഞ്ഞയയ്ക്കാൻ പിന്നെയെന്താ?"

“കൊന്നു കളയും ആചാര്യാ.. പാഠശാലയോട് ഷ്ടംല്ല്യാണ്ടല്ല.”

“എന്നിട്ട് ചീനനെവിടെ?”

“അവനെ അമ്പലമിറ്റത്ത്ക്ക് കൊണ്ടുപോയിരിക്കണ്. മന്ത്രിച്ച ചരട് കെട്ടാൻ. ദെണ്ണം വരാണ്ടിരിക്കാൻ. ദിവസവും നിഷ്കം എത്തീക്കണം ന്നാ ആജ്ഞ.”

“എന്നിട്ട് ദിവസൂം നിഷ്ക്കം എത്തിക്കാൻ കഴിയുന്നുണ്ടോ?”

“ഇല്ലെങ്കി മന്ത്രവാദി കാര്യസ്ഥര് കുടീവന്ന് കിട്ടീത് കൊണ്ടോം. പാത്രായിട്ടും ഉരുപ്പിടിയായിട്ടും.”

“ശരി ഞങ്ങളിറങ്ങുന്നു. എല്ലാം നിങ്ങടെ ഇഷ്ടംപോലെ. പാഠശാലയിൽ വരണമെന്നു തോന്നുമ്പോ നിങ്ങളെ അവിടെ ആരും തടയില്ല.”

ചീനന്റെ അച്ഛനും അമ്മയും തൊഴുതുനിന്നു

കല്ലിലും മുള്ളിലും ചവിട്ടിയുള്ള ഏറെ നേരത്തെ നടത്തത്തിന്നൊടുവിലാണ് ചമേലുവിന്റെ കുടിൽമുറ്റത്തെത്തിയത്. മുറ്റത്തുനിന്ന് അകത്തേക്കു കടക്കാൻ വയ്യ. മണിയനീച്ചകൾ കുഞ്ഞു വീട്ടിനുള്ളിൽ ആർത്തു മൂളുന്നു. അവ തേനിച്ചക്കൂട്ടിൽ തീപിടിച്ചതുപോലെ ചുറ്റിപ്പറക്കുകയാണ്. അവയെ എന്തു ചെയ്തിട്ടും അകറ്റിമാറ്റാൻ പറ്റാത്തതുപോലെ. ഒരു കറുത്തകരിമ്പട പുതപ്പ് വീട്ടുമുന്നിൽ തൂക്കിയിട്ടതുപോലെ. ചമേലു അകത്ത് അബോധാവസ്ഥയിൽ തേരട്ടപോലെ ചുരുണ്ടുകൂടി കിടക്കുന്നു. ഞങ്ങളെ കണ്ടതും അവന്റെ അച്ഛൻ കുനിഞ്ഞുവന്ന് ആകെ ഭയന്നു വിറച്ച് മാറിമാറിപ്പോയി. ഞാൻ അയാളുടെ അടുത്തേക്കു നടക്കുംതോറും അയാൾ പിന്നോട്ട് അകലം പാലിച്ചു മറയുന്നു. അവസാനം ഞാൻ ചോദിച്ചു: “ചമേലുവിനിപ്പോൾ എങ്ങിനെയുണ്ട്. എന്നാണവന് പാഠശാലയിലെത്താൻ കഴിയുക?” അയാൾ മാരകായുധങ്ങൾ തന്റെ കഴുത്തിനുനേരെ പാഞ്ഞടുക്കുന്നതു കണ്ടിട്ടെന്നപോലെ വിക്കിവിക്കി പറഞ്ഞു: “ആചാര്യാ അവിടുന്ന് ചെയ്യാൻ പാടില്ലാത്തതു ചെയ്യിച്ചു. ന്റെ മോൻ ജപിച്ചുകെട്ട്യ നൂലിന്റെ ബലത്തിലാ ജീവിച്ചിരിക്കണ്.”

“ഞാൻ എന്തു ചെയ്തെന്നാ?”

”അടിയങ്ങൾക്ക് എയ്ത്തും വായനീം പാടില്ല്യാ. വേതംന്ന് പറയാൻ പോലും പാടില്ല്യാ.”

“തർമ്മം തെറ്റിച്ചോണ്ടാ ചെക്കൻ കെടപ്പായത്.”

“അക്ഷരം പഠിച്ചാൽ ആർക്കെങ്കിലും രോഗം വര്വോ?”

“അടിയങ്ങക്കൊന്നും അറീല്ല്യാ തമ്രാ. എല്ലാം തമ്രാക്കൾക്കേ അറീള്ളോ. ജപിച്ചു കെട്ട്യോണ്ടാ പ്പ അടിയന്റെ ചെക്കൻ ജീവിച്ചിരിക്കണ്. ദിവസൂം നൂല് മാറിമാറി കെട്ടണം. ഒരു നൂലിന് രണ്ടു നിഷ്കാ കണക്ക്.

അയിനുതന്നെ മന്ത്രവാദി തമ്പ്രാന്റെ കാലുപിടിക്കണം" - ശ്ശേയെന്നാർത്ത് ഒരു പുതിയ കൂട്ടം മണിയനീച്ചകൾ പറന്ന് അകത്തു കടന്നു. ഒരു കൂട്ടം പുറത്തേക്കു പറന്നുപോയി.

"ജപിച്ച് കെട്ടിട്ട് രോഗം മാറിയോ?"

"പത്തൂസായി കെട്ടണ്... ഛർദ്ദിക്കും പോക്കിനും ഒട്ടും കൊറവില്ല കാവില് നിറമാലീം അഷ്ടഗന്ധ പൂജീം കഴിയുമ്പോ തേവി കൊടത്തത് തിരിച്ചെടുക്കുംന്നാ അരുളപ്പാട്."

ഒരു കൂട്ടം പുതിയ ഈച്ചകൾ ചെണ്ടകൊട്ടുപോലെ ആർത്തുവന്നു.

"എന്താങ്ങനെ ഈച്ചകൾ?"

"അതിവിടെ പതിവാ തമ്രാ.. അവറ്റ വരീം പോവും ചെയ്യും.. ന്റെചെക്കനെ പകോതി രച്ചിച്ചാ മത്യാർന്നൂ - അയാൾ നടുവിൽ കൈകൾ കുത്തി നിവരാൻ ശ്രമിച്ചു മേലോട്ടു നോക്കി വിളിച്ചു. അതിനകം ആർത്തുവരുന്ന മണിയനീച്ചകളുടെ ഉറവിടം ദേവ എനിക്കു കാണിച്ചു തന്നു. മുറ്റത്തിന്റെ ഇടതുവശത്ത് അകത്തേക്കുള്ള കവാടത്തിനടുത്ത് ചീഞ്ഞു കൊണ്ടിരിക്കുന്ന ഒരു കുന്ന് പച്ചക്കറി തൊലികൾ, മടൽ. മത്സ്യ ങ്ങളുടെ ബാക്കി. പോരാത്തതിന് പഴങ്കഞ്ഞി പാട."

"ഒരു കൈക്കോട്ടോ മണ്ണുകോരിയോ കിട്ടുമോ?"

അയാൾ കെട്ടുപന്തുപോലെ ഉരുണ്ടുരുണ്ട് ചെറിയ മൺകോരിയു മായി വന്നു.

"എന്തിനാ ആചാര്യാ മൺവെട്ടി?"

"ഇങ്ങു തരൂ കാര്യമുണ്ട്."

ഞാൻ മൺവെട്ടി വാങ്ങി ചീഞ്ഞുകൊണ്ടിരിക്കുന്ന കൂനയിലേക്ക് നാലഞ്ചു കോരി മണ്ണു വെട്ടിയിട്ടു. മണിയനീച്ചകൾ മണ്ണിന്നടിയിൽ കുമിഞ്ഞ് ചിറകുയർത്താൻ കഴിയാതെ അമർന്നു. ചീഞ്ഞ കൂന മണ്ണിൽ അദൃശ്യമായി. മൂളിപ്പറന്ന് ഈച്ചകൾ കൂടാരം തേടി അകന്നകന്നു പറന്നു. വീടിനു മുൻവശം ഈച്ചകളുടെ മൂളിച്ചയില്ലാതായി. ഞാൻ മണ്ണു കോരു ന്നതുകണ്ട് അയാൾ ആകെ പരിഭ്രമിച്ച് ഓടിവന്നു എന്റെ അരികിൽ: "അയ്യോ ആചാര്യാ, അവിടുന്ന് ഇതൊന്നും ചെയ്യരുത്. അടിയൻ ചെയ്തോണ്ട്."

ഞാൻ അതു ശ്രദ്ധിക്കാൻ നിൽക്കാതെ എടുത്ത പണി മുഴുമിപ്പിച്ചു.

"ഇപ്പോൾ സുഖം തോന്നുന്നില്ലേ?" അയാൾ ഉവ്വ് എന്നുരുവിട്ടു കുനിഞ്ഞുനിന്നു. അകത്ത് ഈച്ചക്കൂട്ടത്തിന്റെ പൊതിച്ചലിൽ നിന്നും ആക്രമണത്തിൽനിന്നും വിടുതൽ കിട്ടിയ ചമേലു ഞരുങ്ങി തിരിഞ്ഞു കിടക്കുന്ന ശബ്ദം കേട്ടു. ഞാൻ ചോദിച്ചു: "ചൂടുള്ള കഞ്ഞിവെള്ളം ഉണ്ടാക്കാമോ?"

"ഉണ്ടാക്കാം ആചാര്യാ."

അകത്തുനിന്നും ഭവ്യമായ മാതൃശബ്ദം. വേലിപ്പടർപ്പിൽനിന്നും തേടിപ്പിടിച്ച പച്ചില ഞരിച്ചു ഞരിച്ച് കഞ്ഞിവെള്ളത്തിൽ പിഴിഞ്ഞത് ചമേലുവിന് കുടിക്കാൻ കൊടുത്തു. അവൻ കിടാങ്ങളെപ്പോലെ പച്ച നിറമുള്ള കഞ്ഞിവെള്ളം വലിച്ചു കുടിച്ചു. അവിടെത്തന്നെ കണ്ണടച്ചു കിടന്നു. രണ്ടുമാത്ര നേരം കഴിഞ്ഞില്ല. പഴുക്കടക്ക ചീഞ്ഞ ഗന്ധം വായുവിൽ പരന്നു. അസഹ്യമായ നാറ്റത്തിൽ നിന്നു രക്ഷയ്ക്കായി നാസികകനത്തിൽ അമർത്തിപ്പിടിച്ചു. രണ്ടു നിമിഷങ്ങൾകൊണ്ട് അന്തരീക്ഷത്തിൽനിന്ന് പഴുക്കടക്ക ചീഞ്ഞഗന്ധം അകന്നു. അകത്തുനിന്നും ഓടിവന്ന ചമേലുവിന്റെ അമ്മ കൃതജ്ഞതാസൂചകമായി കരഞ്ഞു പറഞ്ഞു: “ആചാര്യാ, അവിടുന്ന് ന്റെ കുട്ടിയെ രച്ചിച്ചു. ചമേലുപ്പോ കണ്ണു തൊറന്ന് ഉശാറായി. വയറ്റീന്ന് മൂയ്മൻ അശറും പോയീ സുഗ്ഗായി” അവന്റെ അച്ഛനും ഓടിവന്ന് കാലിൽ തൊട്ടു വന്ദിച്ചു.

ഞാൻ പറഞ്ഞു.. “ഇതുകൊണ്ടായില്ല്യാ. മൂന്നുനേരം ചെറുചൂടിൽ കഞ്ഞിവെള്ളം മരുന്നിട്ടു കഴിക്കണം. മരുന്ന് പാഠശാലയിൽ വന്നു വാങ്ങിക്കാമോ?”

“വന്നോളാം ആചാര്യാ..”

യാത്ര പറഞ്ഞിറങ്ങുമ്പോൾ അറിയിച്ചു: “ചരട് വലിച്ചു കളഞ്ഞേക്ക്. പകരം ഈച്ചയും കൊതുകിനീം അകറ്റി കളയുക.”

പിറ്റേന്നു മരുന്നു വാങ്ങാൻ പാഠശാലയിൽ വന്ന ചമേലുവിന്റെ അച്ഛനു കൂനില്ല. മുഖം സന്തോഷംകൊണ്ട് മൂത്തുവിളഞ്ഞ തിനവിത്തു പോലെ.

“ചമേലു പൊര നറെ ഓടി നടക്കണ്.. തൊടിയിലും വയലിലും നടക്കണ്..” അയാൾ പറഞ്ഞു.

“നാളത്തെകൂടെ മരുന്ന് അകത്തു ചെല്ലണം. ഈച്ചയോ കൊതുകോ അകത്തു വരുന്നുണ്ടോ?”

“ഇല്ലേയില്ല ആചാര്യാ മുഴുവൻ ചീഞ്ഞ സാധനങ്ങളും മണ്ണിട്ടു മൂടിയിരിക്കണ്.”

“നല്ലത്.”

മൂന്നാം ദിവസം അയാൾ വന്നത് ചമേലുവിനേയും അവന്റെ അമ്മയേയും കൂട്ടിയാണ്. അവന് പഴയതിനേക്കാൾ ഓജസ്സ്. ഉന്മേഷം. വന്നപാടെ അവൻ ദേവയുടെ അരികിലേക്കു നീങ്ങിനിന്നു. ദേവയുടെ കൈത്തലം അവന്റെ കോലൻ മുടിയിഴകളെ തളർത്തി നീങ്ങി.

മരുന്നു വാങ്ങുമ്പോൾ അവൻ പറഞ്ഞു: “എനിക്ക് പാഠശാലയിൽ വരണം.” ഒപ്പം അവന്റെ അച്ഛനും അമ്മയും “ആചാര്യാ അവനെ പാഠശാലയിൽ പഠിപ്പിക്കണം. അയിന്റെ പേരിൽ ഉയിരുപോയാലും മേണ്ടില്ല്യാ..”

ദേവ പറഞ്ഞു: "അവന്റെ ജീവൻ കാക്കാനാണ് ഞങ്ങൾക്ക് ജീവൻ."

അച്ഛനും അമ്മയും ദേവയ്ക്കു മുമ്പിൽ നമ്രശിരസ്കരായി നിന്നു.

ചമേലുവിന്റെ രോഗം ആചാര്യൻ മൃതസഞ്ജീവനി വിദ്യകൊണ്ട് നിഷ്പ്രയാസം മാറ്റിയെന്ന വാർത്ത കാട്ടുതീപോലെ കോസലത്തും പരിസരത്തും പടർന്നു. ഉച്ചയാവുമ്പോഴേക്കും മൃതസഞ്ജീവനി മുറ്റം രോഗികളെക്കൊണ്ടു നിറഞ്ഞു. തണ്ടുകളിലേറ്റിയും തലയിലേറ്റിയും കുട്ടയിലിരുത്തിയുമാണ് കുട്ടികളെ കൊണ്ടുവന്നിട്ടുള്ളത്. വൃദ്ധന്മാരും വൃദ്ധകളുമുണ്ട് രോഗികളായി. അധികം കുട്ടികളും മൃതസഞ്ജീവനിയിലെ വിദ്യാർത്ഥികൾതന്നെ. എല്ലാവരുടേയും കൈത്തണ്ടയിലും കഴുത്തിലുമുണ്ട് മൂരന്മാർക്കു വട്ടക്കെട്ടുപോലെ ജപിച്ച ചരടിന്റെ കെട്ട്.

ദേവ പറഞ്ഞു: "ശംബുവേട്ടാ, ഇവരെയിങ്ങനെ ദിവസവും കൊണ്ടുവരിക എളുപ്പമാവില്ല. ശുക്രാലയത്തിൽ കിടത്തി ചികിത്സിച്ചാലോ."

നല്ല നിർദ്ദേശമായി തോന്നി. ദേവയിപ്പോൾ ഒരു തൊട്ടാവാടിയല്ല.

ദേവയുടെ നിർദ്ദേശം കേട്ട മൂത്താന്മാരും ഗുഹനും രോഗികളെ ശുക്രാലയത്തിലും പാഠശാലയുടെ ഒഴിഞ്ഞ മുറികളിലും കിടത്താൻ വേണ്ട പണികളിൽ മുഴുകി. സരയുതീരത്തു നിന്നും അരുന്ധയുടെ താഴ്വാരങ്ങളിൽനിന്നും ശേഖരിച്ച പച്ചമരുന്നുകൾ ഇടിച്ചു പിഴിയുന്നതിലും പാൽ കാച്ചിയെടുക്കുന്നതിലും ആചാര്യന്മാർ സജീവമായി. ഓരോ ദിവസം കഴിയുംതോറും ആദ്യം വന്നവർ ആരോഗ്യം വീണ്ടെടുത്ത് പാഠശാല വിട്ടതനുസരിച്ച് പുതിയ തണ്ടുകളും നിറഞ്ഞ കുട്ടകളും തലച്ചുമടുകളും എത്തിക്കൊണ്ടിരുന്നു. അഞ്ചു ദിവസത്തെ ഇടതടവില്ലാത്ത വരവിനു വിരാമമുണ്ടായി പിന്നീടുള്ള ദിവസങ്ങളിൽ. ഫലപ്രദമായ ചികിത്സ കൈവന്നതോടെ പുതിയ ചുമടുകൾ നിലച്ചതുപോലെയായി.

പൂർണ്ണ ആരോഗ്യവാന്മാരായി തിരിച്ചുപോവാൻസമയം എല്ലാവരോടുമായി ഓർമ്മിപ്പിച്ചു: "ഈച്ചകളേയും കൊതുകുകളേയും വീട്ടിൽ വളർത്തരുത്." രണ്ടാമതായി, ദേവ തുടങ്ങിയപ്പോൾ നർമ്മബോധം തിരിച്ചു കിട്ടിയ ഒരു വൃദ്ധൻ കൂട്ടിച്ചേർത്തു: "കൈയും കഴുത്തും മന്ത്രവാദിക്കു കൊടുക്കരുത്." എല്ലാവരും കൂടി ചിരിച്ചപ്പോൾ പാഠശാലയും അതിൽ പങ്കു കൊള്ളുന്നതുപോലെ കാറ്റിലിളകി. എല്ലാവരും ജപനൂലുകൾ പൊട്ടിച്ച് നിലത്തിട്ടു.

മൂന്നാമതായി, ഒരു സുഖപ്പെട്ട വൃദ്ധ പറഞ്ഞു: "ഞങ്ങടെ കുട്ടികളെ ആചാര്യർ സ്വീകരിക്കണം."

ദേവ എല്ലാവരോടുമായി അറിയിച്ചു: "നാളെ മുതൽ മൃതസഞ്ജീവനിയിൽ ഒരു പുതിയ വിഷയം തുടങ്ങുകയാണ്. ദേശവിജ്ഞാനം. കുട്ടികളോടൊപ്പം രക്ഷിതാക്കൾക്കും ദേശവിജ്ഞാനം പഠിക്കാം."

"ഞങ്ങൾ വരുന്നുണ്ട്. ആചാര്യ പത്നി ആഗ്രഹിച്ചിരുന്നതാണ്. ഞങ്ങൾക്കും ദേശവിജ്ഞാനം വേണം."

വൃദ്ധരും വൃദ്ധകളും ഉത്സാഹത്തിമർപ്പിലായി.

***ഇ**രയുടെ അപേക്ഷ കേട്ട് ധർമ്മബോധിയായ മഹാരാജാവ് വാൾ പിടിയിൽ കൈയമർത്തി വിജയീഭാവത്തിൽ ഉയർന്നു നിന്നു. ദാശരഥി യുടെ സുന്ദരകളേബരത്തിൽ മന്ദസ്മിതം നിറയുന്നതുകണ്ട് ദേവകാര്യ ത്തിനു വിഘ്നമില്ലെന്നൂഹിച്ച ഋഷി-ദേവന്മാർ 'നന്ന് നന്ന്' എന്നു രാജാ വിനെ വാഴ്ത്തി.*

ഭാഗം ആറ്

ദേശവിജ്ഞാനം

ഒന്ന്

അന്ന് അയോധ്യ ഉണ്ടായിരുന്നില്ല അന്ന് കോസലമുണ്ടായിരുന്നില്ല. ഭൂമി അംഗമോ വംഗമോ കലിംഗമോ കാശ്മീരമോ പാഞ്ചാലമോ ആയി ചെറുതായി കിടന്നില്ല. ഉത്തരപഥമെന്നോ ദക്ഷിണപഥമെന്നോ പോലും തരം തിരിഞ്ഞു അറിയപ്പെട്ടില്ല. ആര്യാവർത്തമെന്നും ദക്ഷിണാർദ്ധമെന്നും ഒട്ടും നാമകരണം ചെയ്യപ്പെട്ടിട്ടില്ല. എന്തിനേറെ ഭാരതം എന്നു പോലും നമ്മുടെ രാജ്യത്തിന് പേരു ലഭിച്ചിട്ടില്ല.

"എന്താ മൂത്താന്മാർക്കതിശയം തോന്നുന്നതുപോലെ."

"ഞങ്ങൾക്കു മാത്രമല്ല ശംബുആചാര്യാ സകലരും അസ്തമയം പോലെ ചോന്നിരിക്കയാണ്." മൂത്താന്മാർ പറഞ്ഞതു ശരിയാണ്. കുട്ടികൾ മാത്രമല്ല ദേശവിജ്ഞാനം അറിയാനെത്തിയ മുഴുവൻ രക്ഷിതാക്കളും മാതാപിതാക്കളും അദ്ഭുതാവസ്ഥയിലിരുന്ന് എവിടേക്കോ സഞ്ചരിക്കുന്നതുപോലെ.

ദേശവിജ്ഞാനം ഭാഷപോലെയും ഗണിതംപോലെയും പാഠശാലയിൽ സ്ഥിരം പഠിപ്പിക്കാനായിരുന്നു ആദ്യം ഉദ്ദേശിച്ചത്. മൂത്താന്മാരും ഗുഹനും ദേവയും ഇരിക്കുന്നുവെന്നറിയിച്ചപ്പോഴും മുറിമാറ്റം നിശ്ചയിച്ചതല്ല. ആചാര്യപത്നി അനുവദിച്ചിരുന്ന രക്ഷിതാക്കളും മാതാപിതാക്കളും കൂടിയായപ്പോൾ സംഖ്യ ശതം കവിഞ്ഞു. അങ്ങനെയാണ് ഗ്രന്ഥശാല ദേശവിജ്ഞാനത്തിന്റെ ഉപശാലയായി മാറിയത്. കേൾവിക്കാർ വിദ്യാർത്ഥികളേക്കാൾ ഇരട്ടിയായപ്പോൾ അധ്യയനത്തിന്റെ രീതിക്കും മാറ്റം വന്നു. ദേശവിജ്ഞാനീയം സംവാദമായി.

"ഭാരതത്തിനുമുമ്പും ഭാരതരാജ്യമോ? വിചിത്രമായിരിക്കുന്നല്ലോ ആചാര്യ?" സംശയം വാസ്തു മൂത്താരുടേതാണ്.

"അതേ, വാസ്തുമൂത്താരെ. ഭാരതം എന്ന പേരു കിട്ടുന്നത് ഭാരതം ജനിച്ചിട്ടേറെ കഴിഞ്ഞിട്ടാണ്. ഭാരതം എന്ന പേരു രാജ്യത്തിനു ലഭിച്ചത് ഭരതർ എന്ന വംശം രാജ്യം ഭരിച്ചതുകൊണ്ടാണ്. അതിനുമുമ്പ് ഭാരതം ജംബുദ്വീപായിരുന്നു. മൂന്നു വശവും വെള്ളത്താൽ ചുറ്റപ്പെട്ട ജംബുദ്വീപ്."

“ആര്യാവർത്തത്തിനും ദക്ഷിണാപഥത്തിനും മുമ്പോ?“ കുശവ മൂത്താരാണ് ചോദ്യക്കാരൻ.

“ആര്യാവർത്തമെന്നും ദക്ഷിണാവർത്തമെന്നും ഭാരതത്തെ വിളിക്കാൻ തുടങ്ങിയത് കേവലം ആയിരം വർഷങ്ങൾകൊണ്ടുമാത്രം. ആര്യന്മാർ ഭാരതഭൂഖണ്ഡത്തിൽ അധിനിവേശത്തിനായി എത്തിപ്പെട്ടതിനുശേഷം മാത്രം.”

“ആര്യന്മാർ അധിനിവേശക്കാരെന്നോ? അപ്പോൾ ഭാരതത്തിൽ ഉണ്ടായിരുന്നവർ?”

കൃഷിമൂത്താർക്ക് അധിനിവേശം തലയിൽ കയറുന്നതേയില്ല

“അധിനിവേശ കഥ വഴിയേ പറയാം. അതിനുമുമ്പായി ചിലതുകൂടി അറിയാനുണ്ട്. ഏതൊരു രാജ്യത്തിനും ദേശവിജ്ഞാനീയമുണ്ട്. അങ്ങനെ ചിന്തിക്കുന്നവർ അതിനു പുരാണം എന്നു പേരു നൽകിയിരിക്കുന്നു. എന്നാൽ പുരാണം അപ്പാടെ യഥാർത്ഥ ദേശവിജ്ഞാനീയമല്ല. ദേശവിജ്ഞാനീയം രാജ്യത്തു സംഭവിക്കുന്ന സംഗതികളെ സത്യത്തിന്റെ അടിസ്ഥാനത്തിൽ മാത്രം വിലമതിക്കുന്നു. ദേശവിജ്ഞാനം വേണ്ടതുപോലെ ഉണ്ടായാൽ അന്ധവിശ്വാസവും സങ്കുചിതചേതനയും ഒരു വിദ്യാർത്ഥിയെ സ്വാധീനിക്കുകയില്ല. സത്യം എന്തെന്ന് തിട്ടപ്പെടുത്തുവാൻ കഴിയാത്തതുകൊണ്ടാണല്ലോ ഏച്ചുകെട്ടുകളുടേയും കല്പിത കഥകളുടേയും പിറകെ പോകേണ്ടി വരുന്നത്?”

“ശരിയാണ് ആചാര്യൻ പറഞ്ഞത്. ഞാനുണ്ടാക്കിയ കലത്തെപ്പറ്റി ഒന്നും അറിയുകയും കാണുകയും ചെയ്യാത്ത ഒരാൾ തീർപ്പു കല്പിക്കുന്നതുപോലെ.” കുശവ മൂത്താർ പറഞ്ഞു.

“വളരെ ശരിയായ ചോദ്യം. വളരെ ശരിയായ ഉത്തരവും. ദേശവിജ്ഞാനീയം അന്ധധാരണകൾക്കും മിഥ്യാധാരണകൾക്കുമെതിരെയുള്ള ഒറ്റമൂലിയാണ്. ഇവിടെ ഒരു കാര്യം പ്രത്യേകം ശ്രദ്ധിക്കേണ്ടതുണ്ട്. നമ്മുടെ രാജ്യത്തിലെ പ്രാചീന അറിവുകൾ ആരും എങ്ങും കൃത്യമായി രേഖപ്പെടുത്തിവച്ചിട്ടില്ല. കടലിനക്കരെയുള്ള പല രാജ്യങ്ങളിലും പ്രാചീന കാലത്തേ അങ്ങനെ ചെയ്തിട്ടുണ്ട്.”

“കടലിനക്കരെ രാജ്യമോ? ഭാരതം പോലെ വേറെ രാജ്യമോ?”

ചോദ്യം അദ്ഭുതത്തിൽ പിടിയുറക്കാതെ പുറത്തുചാടിയതാണ്. ഒരമ്മയിൽനിന്ന്.

“ഉണ്ടമ്മേ. കടലിനപ്പുറത്ത് കരകളുണ്ട്. അവിടെയൊക്കെ രാജ്യങ്ങളുണ്ട്. മനുഷ്യരുണ്ട്. അവർ യവനന്മാരെന്നും അറബികളെന്നും ഫൊനീഷ്യക്കാരെന്നും പറങ്കികളെന്നും പേർഷ്യക്കാരെന്നുമൊക്കെ അറിയപ്പെടുന്നു. ഭാരതം ദ്വീപായതുകൊണ്ട് അവർക്ക് ജലസഞ്ചാരം നടത്തി ഇവിടെയെത്തുവാൻ എളുപ്പമാണ്. അതവർ പുരാതനകാലത്തേ ചെയ്തിട്ടുണ്ട്. ഭാരതീയർ അവരുടെ രാജ്യങ്ങളിലും പോയി വന്നിരുന്നു

അക്കാലത്തുപോലും. കച്ചവടത്തിനായും സഞ്ചാരത്തിനായും മറ്റും. നമുക്ക് ചീനവല കിട്ടിയത് ചീനന്മാരിൽനിന്നാണ്. നമ്മുടെയൊക്കെ വീടുകളിൽ മാങ്ങയും അമ്പഴവും ഉപ്പിലിട്ടുവക്കുന്ന കളിമൺ ഭരണിയെ നമ്മൾ ചീനഭരണിയെന്നല്ലേ വിളിക്കുന്നത്?"

"ശരിയാ ആചാര്യാ, അവിടുന്നു പറഞ്ഞപ്പോഴാണ് ഓർമ്മ വന്നത്." ഒരമ്മ ആശ്വസിക്കുന്നതു കണ്ടു.

"അതുകൊണ്ട് നമ്മുടെ പഴയ കാലങ്ങളെ അറിയുവാൻ നമുക്കിടയിൽ കാലാകാലങ്ങളായി പ്രചരിച്ചിട്ടുള്ള നാടോടി വിജ്ഞാനീയം പ്രയോജനപ്പെടുത്തേണ്ടതുണ്ട്. പുരാണ കഥനങ്ങളിലെ അതിശയോക്തികളും സങ്കല്പങ്ങളും ഒഴിവാക്കി യാഥാർത്ഥ്യത്തെ കണ്ടെത്തേണ്ടതുണ്ട്. അതിനാണ് സൂക്ഷ്മനിരീക്ഷണം എന്നു പറയുന്നത്. സൂക്ഷ്മനിരീക്ഷണത്തിനുള്ള താത്പര്യമുള്ളവർക്ക് ദേശവിജ്ഞാനം അതിന്റെ സത്യമായ അവസ്ഥയിൽ വായിച്ചെടുക്കുവാൻ കഴിയും."

"ആചാര്യ, ഇങ്ങനെയൊക്കെ കേൾക്കുമ്പോൾ തന്നെ വലിയ ഇരുട്ട് അകന്നു പോവുന്നതു പോലെ." - ഒരു മദ്ധ്യവയസ്കനായ രക്ഷിതാവു പറഞ്ഞു: "തീർച്ചയായും ഞങ്ങൾക്കു കിട്ടാതെപോയ അറിവ് ഞങ്ങളുടെ പൈതങ്ങൾക്ക് അവിടുന്ന് നൽകണം."

"രക്ഷിതാവായ അങ്ങയുടെ ജ്ഞാനദാഹം എന്നെ സന്തോഷിപ്പിക്കുന്നു. ശരിയായതറിയുമ്പോഴേ സത്യം എത്രമാത്രം വികലമാക്കി വച്ചിരിക്കുന്നുവെന്നറിയുകയുള്ളൂ."

"പറയൂ ആചാര്യാ, കേൾക്കാൻ മനം തുടിക്കുന്നു." - ഒരമ്മയാണ് ആവശ്യപ്പെട്ടത്.

"പുരാണപ്രസിദ്ധമായ ജംബുദ്വീപ് വടക്ക് ഹിമവാനായും മറ്റു മൂന്നതിരുകളും സമുദ്രത്താലും ചുറ്റപ്പെട്ടു കിടക്കുന്നതുകൊണ്ട് വിദേശികളായ കച്ചവടക്കാർക്കും സഞ്ചാരികൾക്കും കടൽമാർഗ്ഗം ഇവിടെയെത്തുക എളുപ്പമായിരുന്നു. ഹിമാലയനിരകളിലെ വൻഗർത്തങ്ങളിലൂടെയും അന്യരാജ്യക്കാർക്ക് ജംബുവിലെത്തുവാൻ പ്രയാസമുണ്ടായില്ല. ചീനന്മാരും യവനന്മാരും ഫറോവയുടെ നാട്ടുകാരുമൊക്കെ അങ്ങനെയാണ് നമ്മുടെ രാജ്യത്ത് അതിപ്രാചീനകാലം മുതലേ വന്നുപോയത്. പേഴ്സ്യക്കാർക്കും ചീനക്കാർക്കുമെല്ലാം ജംബു ദ്വീപിലേക്കു കടന്നു കയറുകയായിരുന്നു മറ്റു രാജ്യങ്ങളിലേക്കു പോവുന്നതിനേക്കാൾ എളുപ്പം. അവർ അങ്ങനെ ചെയ്തതിന് ഒരു കാരണംകൂടിയുണ്ട്. ആർക്കു പറയാൻ പറ്റും?"

കുട്ടികളോടൊപ്പം മൂത്താന്മാരും ഉത്തരത്തിനായി തമ്മിൽ തിരഞ്ഞു.

"ജംബുദ്വീപ് അന്ന് ലോകത്തിലെ ഏറ്റവും സമ്പന്നമായ രാജ്യമായിരുന്നു. ഇവിടെ വന്നാൽ ധനവും അളവറ്റ സമ്പത്തും കൈക്കലാക്കാൻ കഴിഞ്ഞിരുന്നു. സുഗന്ധദ്രവ്യങ്ങളായ ഏലം, കർവ, ഗ്രാമ്പൂ, ഇഞ്ചി,

മഞ്ഞൾ, കുരുമുളക് കൂടാതെ തേക്ക്, ഈട്ടി, ചന്ദനം തുടങ്ങിയ വില പിടിപ്പുള്ള വനസമ്പത്തുകൊണ്ട് നിറഞ്ഞതായിരുന്നു ജംബു. ഇതിനും പുറമെ ജംബു വലിയ സംസ്കാരത്തിന്റെ ഉറവിടം കൂടിയായിരുന്നു."

"സംസ്കാരത്തിന്റെ ഉറവിടമോ? അതെന്താ ആചാര്യാ?" ചോദിച്ചത് മറ്റൊരമ്മ.

"ഇന്നു നമ്മൾ ജീവിക്കുന്ന ജീവിത സാഹചര്യങ്ങളില്ലേ വീടുകൾ, യാത്ര ചെയ്യാൻ രഥങ്ങൾ കുതിരവണ്ടികൾ, കാളവണ്ടികൾ ഭക്ഷണ ത്തിന് നെല്ല്, തിന, ഗോതമ്പ് തുടങ്ങിയ ധാന്യങ്ങൾ, നല്ല വസ്ത്രം, നല്ല വിദ്യാഭ്യാസം, നല്ല കരകൗശലം, കൂടാതെയുള്ള മറ്റു ജീവിത സാഹ ചര്യങ്ങൾ. ഇവയെക്കാളൊക്കെ മുന്തിയ സാഹചര്യങ്ങൾ പണ്ട് ഇവിടെ യുണ്ടായിരുന്നു."

"ശിവ ശിവ.. കേൾക്കുമ്പോൾ വിസ്മയം തോന്നുന്നു."

"എത്രകാലം മുമ്പാണാചാര്യ അത്? ഒരു ശതവർഷംമുമ്പ്?"

"പോരാ."

"രണ്ട്?"

"പോരാ."

"മൂന്ന്?"

"ചുരുങ്ങിയത് മൂന്നു സഹസ്രാബ്ദങ്ങളെങ്കിലും മുമ്പ്."

"ശംഭോ, ശിവശങ്കരാ.. മൂന്നു സഹസ്രാബ്ദം മുമ്പ് ഇന്നത്തേക്കാൾ മുന്തിയ ജീവിതസാഹചര്യമോ? വിദ്യാഭ്യാസമോ?"

"ഓരോ തലമുറയുടേയും വിചാരം അവരാണ് മുന്തിയ ജീവിത സാഹചര്യമുള്ളവരെന്നാണ്. എന്നാൽ കാലത്തെ പരിശോധിച്ചാൽ സഹസ്രാബ്ദങ്ങൾക്കു മുമ്പും മനുഷ്യൻ ഇതേ ചോദ്യം ചോദിച്ചിരുന്ന തായി കാണാം. ഇന്നു നമ്മൾ പറയുന്ന സപ്തസിന്ധു എന്ന പേര് എവിടെനിന്നു വന്നുവെന്നാർക്കു പറയുവാൻ കഴിയും?"

ഉത്തരം കേൾക്കായ്കയാൽ ഞാൻ തന്നെ പറഞ്ഞു: "നമ്മുടെ മഹാ നദിയായ സിന്ധുവിന്റെ പേരിൽ നിന്നാണ് സപ്തസിന്ധു ഉണ്ടായത്. സിന്ധുവിന്റെ തീരത്തെ ഫലഭൂയിഷ്ടമായ മണ്ണിലാണ് ആ പ്രാചീന ജനത വസിച്ചത്. അവരാണ് ഭാരതത്തിലെ ആദ്യത്തെ നിവാസികൾ. അവരിൽ പല നിറക്കാരും രൂപക്കാരും വർഗ്ഗക്കാരുമുണ്ടായിരുന്നു. അവർ നിറങ്ങളെപ്പറ്റിയോ വർഗ്ഗത്തെപ്പറ്റിയോ രൂപഗുണങ്ങളെപറ്റിയോ ഭിന്നചിന്ത യില്ലാതെ സിന്ധുവിന്റെ തീരത്ത് കൃഷിയും കന്നുകാലി വളർത്തലും കരകൗശലനിർമ്മാണങ്ങളുമായി ജീവിച്ചുപോന്നു."

"ഇതു കേൾക്കുമ്പോൾ അദ്ഭുതം തോന്നുന്നു ആചാര്യാ. അവർക്ക് ജാതിയുണ്ടായിരുന്നില്ലേ?"

ചോദിച്ചതൊരു അമ്മൂമ്മയാണെങ്കിലും എല്ലാവർക്കും കൂടി

വേണ്ടിയായിരുന്നുവെന്ന് ഉത്തരത്തിനായുള്ള ആകാംക്ഷ ബോധ്യപ്പെടുത്തി. എല്ലാവിധ ആൾക്കാർക്കും പരസ്പരം തൊടാമായിരുന്നോ?

"അവർക്ക് ജാതിയോ മതമോ വേറെ വേറെ ഉണ്ടായിരുന്നില്ല. എല്ലാവരും ചേർന്ന് ഒറ്റ ജാതിയായിരുന്നു. മനുഷ്യജാതി."

"ഹാ, എന്തൊരു നല്ലകാലം? ആരും ആരെക്കാളും വലിയവനാകാതിരുന്ന കാലം. ആർക്കും ആരേയും ശിക്ഷിക്കാൻ അവകാശമില്ലാതിരുന്ന കാലം."

"അതെ. ആരും താഴ്ന്ന ജന്മമെന്നോ ഉയർന്ന ജന്മമെന്നോ കണക്കാക്കിയിരുന്നില്ലാത്ത കാലം."

"വിശ്വസിക്കാൻ കഴിയുന്നില്ല ആചാര്യാ." ഒരു വൃദ്ധൻ തന്റെ അദ്ഭുതം വിളിച്ചു പറഞ്ഞപ്പോൾ എല്ലാവരും അതേറ്റു പറഞ്ഞു.

"വിശ്വസിക്കാൻ പ്രയാസമായ ഒരുപാടു പ്രതിബന്ധങ്ങൾ തരണം ചെയ്താണ് മനുഷ്യൻ ഇന്നത്തെ അവസ്ഥയിലെത്തിയിട്ടുള്ളത്. ആദ്യമായി മനുഷ്യൻ എവിടെ ജനിച്ചുവെന്നുപോലും ആർക്കും വ്യക്തമായ അറിവുകളില്ല. ഭൂമിയുണ്ടായിട്ട് കോടാനുകോടി വർഷങ്ങളായിട്ടുണ്ടെങ്കിലും ഭൂമുഖത്ത് മനുഷ്യരുണ്ടായിട്ട് കേവലം അഞ്ചു ലക്ഷം വർഷങ്ങൾ മാത്രമേ ആയിട്ടുള്ളൂ. മലമുകളിലും ഗുഹകളിലും കാടുകളിലും വസിച്ച് മൃഗങ്ങളോടു പൊരുതി കഴിഞ്ഞുവന്ന മനുഷ്യർ മൃഗങ്ങളേക്കാൾ വലിയ മികവൊന്നും ആദ്യകാലങ്ങളിൽ പുലർത്തിയില്ല. പ്രാകൃതരെന്നു പറയാവുന്ന ഇവർ ഗുഹാവാസികളായിരുന്നു. കല്ലും മണ്ണും മരത്തടിയും മാത്രം ആയുധമായ ഇവർ ശിലായുഗമനുഷ്യർ എന്നറിയപ്പെട്ടു. കാലം കഴിഞ്ഞപ്പോൾ പാറയും മരങ്ങളും കൊണ്ട് മിനുസമേറിയ ആയുധങ്ങൾ നിർമ്മിച്ചു ഇവർ. ഗുഹകളിൽനിന്നും പുറത്തുവന്ന നവശിലായുഗന്മാരായി ഇവർ വാസത്തിനായി ശാലകൾ പ്രയോജനപ്പെടുത്തി. ഗുഹകളിൽ നിന്നും ശാലകളിലേക്കു താമസം മാറ്റിയത് മനുഷ്യവർഗ്ഗത്തിന്റെ പുരോഗതിയിലെ ഒരു നാഴികക്കല്ലാണ്. കൂട്ടത്തിൽ ഒരുകാര്യം ചോദിച്ചുകൊള്ളട്ടെ. ആർക്കു പറയാൻ കഴിയും ശാല എന്നാൽ എന്താണെന്ന്?"

എല്ലാവരും ചിന്തയിൽ മുഴുകി. നിശ്ശബ്ദതയെ മുറിച്ച് മറ്റൊരു ചോദ്യം എറിഞ്ഞു: "ശാലയെന്ന പദം വച്ച് രണ്ടു പേരുകൾ പറയാമോ?"

പാഠശാല, പണിശാല. ഭോജനശാല.. വാസ്തുമൂത്താർ പറഞ്ഞപ്പോൾ എല്ലാവരുടെ ചുണ്ടുകളിലും ശാലാപദങ്ങൾ നിറഞ്ഞു. ഗോശാല, നൃത്തശാല, അഗ്രശാല, സംവാദശാല, വായനശാല.

"ശരി, സമ്മതിച്ചു. എല്ലാവർക്കും ശാലയെന്നാൽ നല്ല പരിചയം തന്നെ. അർത്ഥം മാത്രമേ അറിയാതുള്ളൂ. ശാലയെന്നാൽ മരക്കൊമ്പ് എന്നാണർത്ഥം. ഗുഹയിൽനിന്നു പുറത്തു കടന്ന മനുഷ്യൻ കാട്ടുമരക്കൊമ്പുകളിലാണ് വാസമുറപ്പിച്ചത്. അതിവർഷവും കൊടുങ്കാറ്റും

അവനെ വീട് എന്ന ശാലയിലേക്ക് താമസമാകാൻ നിർബന്ധിതനാക്കി. തുടർന്ന് അവൻ കണ്ടെത്തിയ മുഴുവൻ വികാസങ്ങളിലും ശാല കടന്നു വരുന്നു. ക്രമേണ സമൂഹം തന്നെ അവനെ സംബന്ധിച്ചിടത്തോളം വലിയ ശാലയായി മാറി. ശിലയിൽ നിന്നു ലോഹത്തിലേക്കുള്ള പരിവർത്തനമാണ് മനുഷ്യജീവിതത്തിലെ നിർണ്ണായക പുരോഗതിക്കു നാന്ദി കുറിച്ചത്. മണ്ണിനടിയിൽനിന്ന് ചെമ്പും വെങ്കലവും കണ്ടെത്തി കഴിഞ്ഞതോടെ അസാധ്യമെന്ന വാക്ക് മനുഷ്യനിൽ നിന്നും വിട്ടകന്നു. ഇരുമ്പു കൂടി ഖനനം ചെയ്തുപയോഗിക്കാൻ ത്രാണി നേടിയ മനുഷ്യൻ പുരോഗതിയിലേക്ക് കുതിച്ചുയർന്നു. മനുഷ്യജീവിതത്തിലെ വളർച്ചയുടെ ഓരോ നാഴികക്കല്ലും അവന്റെ സംസ്കാരത്തിന്റെ അടയാളങ്ങളായി നിലനിൽക്കുന്നു.

സപ്തസാഗരതീരത്ത് പിറവികൊണ്ട മനുഷ്യൻ അനേകസഹസ്രാബ്ദങ്ങളുടെ പരിണാമ വളർച്ചയ്ക്കുശേഷമാണ് വിവിധ രാജ്യങ്ങളിലേക്കൊഴുകിയെത്തിയത്. അവിടെനിന്നു വിവിധ രാജ്യാതിർത്തികൾ കടന്നുപോയതുപോലെ ജംബുവിലേക്കും പലപ്പോഴായി പ്രാഗ് മനുഷ്യൻ അവന്റെ കൂട്ടപ്രയാണം നടത്തിപ്പോന്നു. അങ്ങനെ ജംബുവിലെത്തിയവരിൽ ഭൃഗുക്കളുണ്ടായിരുന്നു. അംഗിരസ്സുകളുണ്ടായിരുന്നു. പുലസ്ത്യന്മാരും പുലഹന്മാരുമുണ്ടായിരുന്നു. വെളുത്തു നീണ്ട ഭൃഗുക്കൾ. ആജാനുബാഹുക്കളും വെളുത്തവരുമായ അംഗിരസ്സന്മാർ. കറുത്ത് കുറുകിച്ച പതിയൻ മൂക്കന്മാരായ പുലസ്ത്യന്മാർ, പുലഹന്മാർ. അവർ പിന്നെ കാലപ്രവാഹത്തിൽ യാദവരും വ്രജകരും ഭരതരും ഒക്കെയായി വളർന്നു പന്തലിച്ചു. മിശ്രഗോത്രങ്ങളായി പടർന്നു വ്യാപിച്ചു. ഒന്നായി ഭിന്നഭാവങ്ങളില്ലാതെ കഴിഞ്ഞുകൂടി.

“ആചാര്യാ, ഭൂമിയുണ്ടായ അന്നുമുതൽ മനുഷ്യൻ ബ്രാഹ്മണനും ക്ഷത്രിയനും വൈശ്യരും ശൂദ്രരുമായി വിഭജിക്കപ്പെട്ടിരുന്നുവെന്നാണ് ഞങ്ങളെ പഠിപ്പിച്ചു തന്നിരിക്കുന്നത്. എത്ര അബദ്ധമായ ധാരണയാണ് ഞങ്ങളിൽ വിതച്ചു വിട്ടത് എന്ന് ഇപ്പോൾ ബോധ്യമാകുന്നു. അവിടുന്ന് യഥാർത്ഥത്തിൽ അന്ധതകൊണ്ട് മൂടിയ ഞങ്ങളുടെ കണ്ണുകൾ തുറന്നു തന്നു” - മനുവിന്റെ ചാതുർവർണ്ണ്യനിയമം ഭൂമിയുണ്ടായ അന്നുണ്ടായിയെന്നാണ് ഏവരുടേയും ധാരണ. വൈവസ്വതമനുവിന്റെ ചാതുർവർണ്ണ്യനിയമം മനുഷ്യൻ ഉണ്ടായി സഹസ്രാബ്ദങ്ങൾ കഴിഞ്ഞാണ് ഉടലെടുക്കുന്നത്.

സപ്തസാഗര തീരങ്ങളിൽ നിന്നും ഉന്നതങ്ങളായ ഹിമവൽ ശിഖരങ്ങളിൽനിന്നും അനന്തവിസ്തൃതമായ കാനനഗഹ്വരങ്ങളിൽനിന്നും സിന്ധുതീരത്തെത്തി ഭിന്നഭേദങ്ങളില്ലാതെ വാസമുറപ്പിച്ച ചെറുസംഘങ്ങൾ കാലാന്തരത്തിൽ പെറ്റു പെരുകി. സിന്ധുതീരം കഴിഞ്ഞ് ഗംഗാതടത്തിലേക്കും സരയു തീരങ്ങളിലേക്കും നർമ്മദയിലേക്കും ഗോത്രങ്ങൾ വളർന്നും പിളർന്നും പരന്നൊഴുകി. വിരലിലെണ്ണാമായിരുന്ന ഗോത്രനാമങ്ങൾ ഊഹത്തിനുപോലും വഴങ്ങാതെ അനേകമിരട്ടിയായി

വർദ്ധിച്ചു. സ്വയം ആചരിച്ച നിയന്ത്രണ രേഖകൾ മഞ്ഞുമലകൾ കനത്ത വെയിലിലിലെന്നപോലെ ഒലിച്ചിറങ്ങി അപ്രത്യക്ഷമായി - ഗോത്രജനതക്കിടയിൽ, സത്യത്തിലേക്കുള്ള വഴികൾ വളഞ്ഞു. നീതിധർമ്മങ്ങൾ മുടന്തി. കൊള്ളക്കാർ പെരുകി. കൊള്ളിവെപ്പുകൾ നിത്യമായി. പട്ടിണിയിൽ സിന്ധുതീരം കുളിച്ചു. ആർക്കും ആരിൽനിന്നും സംരക്ഷണമില്ലാതായി. കുടുംബ സുരക്ഷ അന്യമായി. എങ്ങും എവിടെയും അരാജകത്വം. ജിവനും സ്വത്തിനും സുരക്ഷതേടി വിലാപസേനയായെത്തിയ സ്വന്തം പുത്രപൗത്രകളത്രാദികളെ കണ്ട് പരമവയോധികനും ജ്ഞാനവൃദ്ധനുമായ ഭൃഗുകുല കാരണവർ ഭൃഗുമഹർഷി ജനസംരക്ഷണത്തിനായി രാജ്യം വിരജസ്സിനെയേൽപ്പിച്ചു. മഹാഭാഗനായ വിരജസ്സ് രാജഭാരം കൈയേറ്റില്ല. അവന്റെ ബുദ്ധി സന്ന്യാസത്തിലേക്കു തിരിഞ്ഞു. വിരജസ്സിന്റെ കീർത്തിമാനെന്ന പുത്രനും രാജ്യഭാരം നീതിപൂർവ്വം നിർവഹിക്കാനാവാതെ സന്ന്യാസിയായി. അയാളുടെ മകൻ കർദ്ദമൻ വലിയ തപസ്വിയായി. അയാളുടെ മകനും രാജാവായി പ്രശോഭിച്ചില്ല. കർദ്ദമന്റെ പേരക്കുട്ടി അനംഗൻ സാധുജനസംരക്ഷണാർത്ഥം രാജഭാരമേറ്റു. അനംഗരാജാവ് ദണ്ഡനീതിയിൽ വിശാരദനായി. പ്രജാവത്സലനായി. പ്രജാക്ഷേമം സ്വപ്നം കണ്ട രാജാവ്, പ്രജകളുടെ ഇഷ്ടഭാജനമായ രാജാവായി. പ്രജകൾ പരമസന്തുഷ്ടരായി. ഹരിയൂപിയയും സപ്തസിന്ധുവും ജനക്ഷേമ ഐശ്വര്യങ്ങളിൽ വിളഞ്ഞുനിന്ന ധാന്യനിലയങ്ങളായി. അനംഗരാജാവിന്റെ മരണാർത്ഥം മകൻ അംഗൻ യശസ്സും പ്രജാക്ഷേമവും നിലനിർത്തി. രാജ്യം സമ്പദ്സമൃദ്ധിയിലും സുഖശാന്തിയിലും ആടിലയിച്ചു.

അംഗരാജൻ ദിവംഗതനായതോടെ മകൻ വേനൻ പുരോഹിതരാജാവായി അഭിഷേകം ചെയ്യപ്പെട്ടു കിരീടമണിഞ്ഞു. അതോടെ കുളിനീർ പ്രവാഹമായ സപ്തസിന്ധു കലങ്ങിമറിഞ്ഞു.

അല്പനിമിഷങ്ങൾ ദേശവിജ്ഞാനത്തിനു വിശ്രമം നൽകി, നിർത്തിയപ്പോൾ ഗാഢശ്രദ്ധയിൽ ലയിച്ചിരുന്ന കുട്ടികളും മാതാപിതാക്കളും ഒന്നായി ആവശ്യപ്പെട്ടു - പറയൂ ആചാര്യാ, വേനന്റെ ദുഷ്കൃത്യങ്ങൾ. അറിയാൻ മോഹമായി.

ഗ്രന്ഥശാലയുടെ ചവിട്ടുകളിലേക്ക് മദ്ധ്യാഹ്നസൂര്യൻ കയറുന്നുതു കണ്ട് പറഞ്ഞു: "വാസ്തു പഠനത്തിനുള്ള സമയമായി. വേനരാജാവിന്റെ ഭരണദുഷ്കൃതം നാളെ മുതലാവാം."

മനസ്സില്ലാമനസ്സോടെ എല്ലാവരും എണീറ്റു.

രണ്ട്

ജംഭാരി കുന്നിന്റെ മുകളിൽ പണിതുയർത്തിയ മഹാസൗധത്തിന്റെ വിശാലമായ തുറന്ന മട്ടുപ്പാവിൽ ചിറകുകൾ വിരിച്ച ഗരുഡനെപ്പോലെ മേഘങ്ങളിൽ തൊട്ടുനിന്ന് വേനമഹാരാജാവിന്റെ സിംഹഗർജ്ജനം:

ജംബു ദ്വീപുനിവാസികളേ, നിങ്ങളുടെ മുഴുവൻ ഉടയോളും സംരക്ഷക യുമായ ക്രന്ദസിയെന്ന ദേവത പുരോഹിതരാജനായ നാമാകുന്നു. ദേവി പ്രീതനായ നമ്മെയൊഴിച്ച് നിങ്ങളാരും മറ്റൊരു ദേവനേയോ ദേവി യേയോ പ്രാർത്ഥിക്കാൻ പാടുള്ളതല്ല. മറ്റൊരു ബിംബവും പൂജാമുറി യിൽ പ്രതിഷ്ഠിക്കരുത്. മറ്റൊരു ദേവനാമത്തിൽ യാഗം ചെയ്യരുത്, ദാനവും ഹോമവും ചെയ്യരുത്. മുഴുവൻ ദാനവും മുഴുവൻ ഹോമങ്ങളും നമ്മ ളുടെ നാമധേയത്തിൽ അർപ്പിക്കുക. എന്തെന്നാൽ യജ്ഞത്തെ ഭുജി ക്കുന്ന യജ്ഞപുരുഷൻ നാമല്ലാതെ മറ്റാരുമല്ല. യജ്ഞത്തിന്റെ നായ കനും ഭോക്താവും നാം തന്നെ. സ്തുതിച്ചു വരുന്നവർക്ക് വേന മഹാ രാജാവിൽനിന്ന് ജലം നിർലോപം ലഭിക്കും. അവകാശങ്ങളുടെ പിൻ ബലത്തിൽ കൊട്ടാരപ്പടവു ചവിട്ടുന്നവരുടെ ഗതി മഹാസൗധത്തിനു ചുറ്റും കുത്തി നിർത്തിയിരിക്കുന്ന നോക്കുകുത്തികളുടേതുതന്നെ."

തമ്പോറുകളും ദുന്ദുഭികളും സിന്ധുതീരങ്ങളെ കുലുക്കി വിറപ്പിക്കു മ്പോൾ സപ്തസിന്ധുവിൽ നിറഞ്ഞുനിന്ന ജംബുനിവാസികളുടെ നയന ങ്ങൾ മഹാസൗധത്തിനു ചുറ്റും ഇമയടയാതെ ഓടി നടന്നു. സിന്ധു വിലേയും ഗംഗാതടത്തിലേയും നൂറുകണക്കായ ചുണക്കുട്ടികളെ ജീവ നോടെ, കുന്തത്തിൽ പറങ്കിമാങ്ങകൾ ഈർക്കലിൽ എന്നപോലെ കുത്തി നിർത്തിയിരിക്കുകയാണ്. തലച്ചോറിൽനിന്നും ഇറ്റു വീഴുന്ന മഞ്ഞദ്രവം ഗുദത്തിലൂടെ ഒലിച്ചിറങ്ങി സിന്ധുവിന്റെ മണ്ണിൽ ചുവന്ന കറയായി പടരു കയാണ്. പുരോഹിതരാജന്റെ സ്വേച്ഛാഭരണത്തെപ്പറ്റി രഹസ്യമായി വിയോജിപ്പു പ്രകടിപ്പിച്ചതിനുള്ള ശിക്ഷ. കല്ലുകൾക്കും മരങ്ങൾക്കും സപ്തസിന്ധുവിലെ മുഴുവൻ മണൽത്തരികൾക്കും കാതും കണ്ണുമുള്ള കാലം. മനസ്സിന്റെ ഏകാന്തമൂലയിലിരുന്ന് സ്വയം മന്ത്രിക്കുന്നതുപോലും കേട്ട് ആകാശചാരികളെപ്പോലെ പറന്നെത്തുന്ന കഴുകൻ രാജഭടന്മാർ. രാജാജ്ഞയ്ക്കു മറുവാക്കു ചൊല്ലിയവരെ മുഴുവനും കുടിലുകളിൽ നിന്നും ഗുഹകളിൽനിന്നും ശിവലുറുണികായയിൽ നിന്നും പൊക്കി യെടുത്ത് മഹാസൗധത്തിനു ചുറ്റും കുന്തമുനയിൽ കുത്തി നിർത്തി.

മഹാസൗധത്തിന്റെ തുറന്ന വിഹായസ്സിൽ മഹാരാജാവിനു ചുറ്റും നിന്ന പുരോഹിത വൃന്ദത്തിൽനിന്ന് പുരോഹിതശ്രേഷ്ഠന്റെ തുടർ ബോധനം: സിന്ധുതീരനിവാസികളേ, രാജാധിരാജൻ വേനമഹാരാജാവ് ക്രന്ദസിതന്നെ. മേഘങ്ങളെ വെട്ടിപ്പിളർന്ന് മഴ പെയ്യിക്കുന്നതും മുകളിൽ തൂങ്ങിനിൽക്കുന്ന ആകാശങ്ങളെ നിലംപതിക്കാതെ താങ്ങിനിർത്തു ന്നതും നിങ്ങൾ നിൽക്കുന്ന ഭൂതലം പാതാളത്തിലേക്ക് താഴ്ന്നുപോകാതെ ഉറപ്പിച്ചു നിർത്തിയിരിക്കുന്നതും മഹാരാജൻതന്നെ. നിങ്ങൾക്കു ചുറ്റും തലോടലായി ഒഴുകിപ്പോകുന്ന കുളിർകാറ്റ് പ്രചണ്ഡമായ കൊടുങ്കാറ്റായി ചീറിയടിക്കാതിരിക്കുന്നതും സിന്ധുവിലെ കുളിരോളങ്ങൾ മാരകമായ അലകളായി ആകാശത്തേക്കുയരാത്തതും നിങ്ങളുടെയൊക്കെ അടു ക്കളയിൽ എരിയുന്ന സൗമ്യാഗ്നി അഗ്നിക്കാറ്റായി ചുഴറ്റിയടിക്കാത്തതും

തിരുമേനിയുടെ പ്രജാവാത്സല്യംകൊണ്ടു മാത്രം. നിസ്സാരരായ ജംബു നിവാസികളേ, ആയതിനാൽ സ്പതസിന്ധുതീരങ്ങളിലെ പ്രജകളാവാൻ ഭാഗ്യം സിദ്ധിച്ച നിങ്ങൾ മഹാരാജാവിന്റെ അനുഗ്രഹത്തിനായി പ്രാർത്ഥിക്കുവിൻ. തിരുമേനിയുടെ ഏതു ചെറിയ അനിഷ്ടവും നിങ്ങളെ അഗ്നി കുണ്ഡത്തിൽ വീണ പാറ്റകളെപ്പോലെ കരിച്ചു ചാമ്പലാക്കും. അതിനാൽ സർവ്വരും പ്രാർത്ഥിക്കുവിൻ. ഓം വേനരാജായ നമ: ഓം വേനരാജായ നമഃ ഓം വേനരാജായ നമഃ

സിന്ധുവിന്റെ തീരത്ത് മണൽത്തരികൾ പോലെ നിരന്ന വേനപ്രജ കളിലെ വൃദ്ധമനസ്സുകൾ വർഷങ്ങൾക്കു മുമ്പു അരങ്ങേറിയ ഒരഭിഷേക രംഗം ഓർത്ത് ഖിന്നരായി. പ്രജാവത്സലനും സ്നേഹസ്വരൂപനും നീതി മാനുമായ അംഗരാജന്റെ മരണശേഷം രാജാവായി സത്യപ്രതിജ്ഞ ചെയ്യുവാനെത്തുന്നതിനു മുമ്പ് യുവാവായ രാജകുമാരൻ നടത്തിയ അർച്ച നയാണത്.. ആദ്യോവും പ്രഥിയും തങ്ങളുടെ രക്ഷാർത്ഥം ഏതൊരു പ്രജാപതിയെ വിളിച്ചിരിക്കുന്നുവോ അദ്ദേഹത്തിനു ഞങ്ങൾ ഹവിസ്സു സമർപ്പിക്കുന്നു. യാതൊരുത്തന്റെ മഹിമയാൽ ആകാശം, ഭൂമി, അന്ത രീക്ഷം ഇവ വിശാലമായിരിക്കുന്നുവോ അതുപോലെ ഈ സൂര്യൻ പ്രത്യക്ഷവും ദർശനീയവുമായിരിക്കുന്നുവോ ആ പ്രജാപതിയെ ഞങ്ങൾ ഹവിസ്സിനാൽ പൂജിക്കുന്നു. യാതൊരുത്തന്റെ മഹിമയാൽ ഈ പവനൻ ഉദ്ഭവിച്ചിരിക്കുന്നുവോ നദികൾ സമുദ്രത്തിൽ പരിണമിച്ചിരിക്കുന്നുവോ യാതൊരുത്തന്റെ ഭുജാരൂപങ്ങൾ ചതുർദിക്കുകളായിരിക്കുന്നുവോ ആ പ്രജാപതിയെ ഞങ്ങൾ ഹവിസ്സുദ്വാരാ പൂജിക്കുന്നു.

സുവർണ്ണകിരീടം ശിരസ്സിലും അധികാരചിഹ്നമായ ചെങ്കോൽ കൈയിലും ഇരിക്കാൻ സിംഹാസനവും കിട്ടിയതോടെ അംഗന്റെ പുത്രൻ ആസകലം മാറി. അധികാരം മനുഷ്യനെ എത്ര വികലമാക്കാമെന്നതിന് വേനനെപ്പോലെ പറ്റിയ ഉദാഹരണങ്ങളില്ല. അവർ സ്വയം ഓർമ്മകളുടെ തീച്ചൂളയിൽ കിടന്നു കരിഞ്ഞു. ക്രന്ദസിക്കു ക്ഷേത്രം നിർമ്മിക്കാനെന്ന വ്യാജേന തുടങ്ങിയതാണ് സകലതട്ടിപ്പുകളും പ്രഖ്യാപനങ്ങളും. പ്രജ കളെ ഭയപ്പെടുത്താൻ ഇത്രമാത്രം സാധ്യമാകുന്ന മറ്റൊരുപാധിയില്ല. പരമദയാലുവും ആരാധ്യനുമായ ഭൃഗുമഹർഷിയുടെ വംശപാരമ്പര്യം വേനനെ എതിരില്ലാത്ത നായകനാക്കി. അതിനാൽ ക്രന്ദസിക്ക് ജംബാരി ക്കുന്നിന്റെ നെറുകയിൽ മഹാക്ഷേത്രം വേണമെന്നു പറഞ്ഞപ്പോൾ സിന്ധു നിവാസികൾ ഗുണവാനായ പുരോഹിതന്റെ മുഖമാണു കണ്ടത്. മഹാദേവതയായ ക്രന്ദസി പ്രസാദിച്ചാൽ സിന്ധുതീരജീവിതങ്ങൾക്ക് ശാന്തിയും ശ്രേയസ്സും കിട്ടുമെന്നും ജംബുവിന് ഐശ്വര്യമുണ്ടാകു മെന്നും പറഞ്ഞ പുരോഹിതവാക്കുകൾ അവർക്ക് വേദവാക്യമായി. അതോടെ ആരംഭിച്ചു വേനഹിംസകൾ. സിന്ധുവിന്റെയും ഗംഗയുടേയും സരയുവിന്റേയും രേവയുടേയും തീരങ്ങളിൽ ചിതറിക്കിടന്ന പ്രജകൾക്ക് കുടിലൊന്നിന് ക്രന്ദസി ക്ഷേത്രനിർമ്മാണത്തിന്റെ വിഹിതം ഭടന്മാർ

ദേശദേശാന്തരം കുതിരപ്പുറങ്ങളിലേറി ദുന്ദുഭി കൊട്ടി വിളംബരം ചെയ്തു. രാജാജ്ഞ ലംഘിക്കുന്നവരെ മരണദണ്ഡനത്തിന് വിധേയരാക്കുമെന്നും മുന്നറിയിപ്പു നൽകി. മഹാക്ഷേത്ര നിർമ്മിതിക്കായി സിന്ധുവിനും ഗംഗയ്ക്കും രേവയ്ക്കുമപ്പുറത്തുനിന്നും ശില്പികളേയും വാസ്തു വിദഗ്ധരേയും ചങ്ങാടങ്ങളിലും കേവുവള്ളങ്ങളിലും കൊണ്ടുവന്നു. ക്ഷേത്രത്തിനു മുന്നിൽവച്ച ഭണ്ഡാരപ്പുരയിൽ നിഷ്കങ്ങളും ധാന്യങ്ങളും വന്നു നിറഞ്ഞു. ക്ഷേത്രത്തോടു ചേർന്ന വിചാരപ്പുരകളിലിരുന്ന് പുരോഹിതന്മാരും ബ്രാഹ്മണ, ക്ഷത്രിയ പ്രമുഖരും ഉണ്ടും ഉറങ്ങിയും വെടിപറഞ്ഞും ദിവസങ്ങൾ ആഘോഷിച്ചു. നിഷ്കമടയ്ക്കാൻ വീഴ്ച വരുത്തിയ ജംബുദ്വീപിലെ കുടിലുകളിൽ നിന്ന് രാജഭടന്മാർ പാത്രങ്ങളും ധാന്യങ്ങളും വലിച്ചു പുറത്തിട്ടു. കാളവണ്ടികളിൽ ധാന്യചാക്കുകൾ കയറ്റിക്കൊണ്ടു പോയപ്പോൾ എതിർത്ത യുവാക്കളേയും മദ്ധ്യവയസ്കരേയും വൃദ്ധരേയും കുന്തങ്ങളിൽ കോർത്ത് രാജമുഖത്തെത്തിച്ചു.

കൈയിലിരിപ്പുള്ള മുഴുവൻ സമ്പാദ്യങ്ങളും ഭണ്ഡാരത്തിലിട്ടിട്ടും പുരോഹിതന്മാർ അലറി: "കൊണ്ടുവാ ഇനിയും." ധാന്യശേഖരങ്ങളിലെ അവസാന മണി പൊലിച്ചിട്ടും പുരോഹിതപ്രമാണികൾ തെളിഞ്ഞില്ല. കൊടുക്കാനില്ലാത്തവരെ ചാട്ടവാറുകൊണ്ടടിച്ച് ക്ഷേത്രവഴിപ്പണിയിലേക്കു തള്ളി. ജംബാരിക്കുന്നിലെ മഹാക്ഷേത്രത്തിലേക്ക് സിന്ധുവിന്റെ തീരത്തുനിന്നും വഴിവെട്ടുകയാണ്. തളർന്നവശരായ പണിക്കാർക്ക് വിശപ്പടക്കാൻ ചാട്ടവാറടിയും കുന്തംകൊണ്ടുള്ള കുത്തും. രാജ്യനിവാസികളെ വിശ്വാസമില്ലായിരുന്ന വേനൻ വിളവുകാലത്ത് പാടഭൂമിക്കു മുകളിൽ ഭടന്മാരെ കാവൽനിർത്തി.

ധാന്യം ചെടികളിൽ നിന്നുതിർത്തു വീഴ്ത്തുന്നതോടെ ചാക്കുകളിലാക്കി അശ്വരഥങ്ങൾ കൊട്ടാരത്തിലേക്കു പാഞ്ഞു. വാസ്തുശില്പികളുടെ പണിശാലകളിൽ പുതിയ ശില്പങ്ങൾ രൂപംകൊണ്ട മുറയ്ക്ക് അവ വാരിവലിച്ച് കാളവണ്ടികളും രഥങ്ങളും രാജവീഥിയിലൂടെ ഓടി. ഭടന്മാരെ നോക്കി കണ്ണിറുക്കിയവരെ കുത്തി നിലത്തിട്ടു. കുത്തേറ്റിട്ടും അനുസരണ പാലിക്കാൻ വിസമ്മതിച്ചവരെ അശ്വരഥത്തിൽ കെട്ടി വഴിനീളം വലിച്ച് കൊട്ടാരമുറ്റത്തെത്തിച്ചു. അവരുടെ ചെറുപ്പക്കാരികളായ ഭാര്യമാരെ കാളവണ്ടികളിൽ പൊതിഞ്ഞിരുത്തി അജ്ഞാതസ്ഥലങ്ങളിലേക്കു കൊണ്ടുപോയി. ഭടന്മാരും കാര്യസ്ഥന്മാരും രാവുപകൽ ചമ്മട്ടിയും ചാട്ടയും വീശി കാവൽ നിന്നപ്പോൾ ഹരിയൂപിയയിലെ മുഴുവൻ ദരിദ്രരും കാടുംമേടുമൊതുക്കി കുണ്ടും കുന്നുമിളക്കി ജംബാരുവിന്റെ നെറുകയിലേക്ക് വഴിവെട്ടി. ജംബുദ്വീപിലെ മുഴുവൻ ശൂദ്രജാതികളുടേയും കഠിനാധ്വാനംകൊണ്ട് ദശവത്സരക്കാലംകൊണ്ട് ജംബാരിക്കുമേലേക്ക് സിന്ധുവിന്റെ തീരത്തുനിന്നും വിശാലമായ രാജപാതയുണ്ടായി. രാജപാത അവസാനിക്കുന്ന കുന്നിൽ നെറുകയിൽ ആകാശത്തെ തൊട്ടുനിൽക്കുന്ന മഹാക്ഷേത്രമുയർന്നു. ഹിമവാന്റെ ശീതളച്ഛായയിൽനിന്നും ഹരിയൂപിയയിലേയും സരയുവിലേയും

വെണ്ണക്കൽ ശേഖരങ്ങളിൽനിന്നും അടർത്തിയെടുത്ത ഇന്ദ്രനീലക്കല്ലുകളിൽ ക്രന്ദസി മഹാക്ഷേത്രം വെട്ടിത്തിളങ്ങി. സിന്ധുവിന്റെ തീരത്തുനിന്നു നോക്കിയവരുടെ കണ്ണുകൾ വൈഡൂര്യക്കല്ലുകളിൽനിന്നുള്ള തിളക്കമേറ്റ് ചിന്നി. പണിതീർന്ന അദ്ഭുതസൗധം കണ്ട് അന്ധാളിച്ച രാജാവു പ്രഖ്യാപിച്ചു: "രാജ്യത്തുള്ള ഏറ്റവും ചന്തമേറിയതൊക്കെയും രാജാവിനവകാശപ്പെട്ടതാണ്. ക്രന്ദസിക്കുവേണ്ടി പണിതീർത്ത മഹാസൗധം വേനരാജാവിന്റെ വേനൽക്കാല കൊട്ടാരം. രാജ്യത്തെ ഏറ്റവും മുന്തിയസൗധത്തിൽ വേനൽക്കാല വിശ്രമത്തിന് ഹരിയൂപിയയിലെ സ്ത്രീരത്നങ്ങളെ വേണം." വേനാജ്ഞ കേട്ട ചെറുപുരോഹിതന്മാർ ചുറ്റും നിന്നു തിമർത്തു – "രാജാവെന്നാൽ പുരുഷാർത്ഥ കാമനകൾ മുഴുവനും അനുഭവിക്കാൻ ദൈവം പറഞ്ഞയച്ചവൻ. ചെല്ലിൻ രാജാജ്ഞ നടപ്പാക്കുവിൻ" – ഭടന്മാർ കുന്തങ്ങളുയർത്തി അശ്വങ്ങളിലേറിയപ്പോൾ വേനന്റെ ഇളയപുത്രൻ പ്രഥു രാജസദസ്സിൽ എഴുന്നേറ്റുനിന്ന് ആദരവോടെ പിതാവിനോടുണർത്തിച്ചു: "താതാ, ക്രന്ദസി സൗധം നമുക്കു വേണ്ട. രാജ്യത്തെ നിവാസികളുടെ അധ്വാനം കൊണ്ടുയർന്ന പുണ്യഗേഹം രാജാവ് തട്ടിപ്പറിക്കുന്നതു നീതിയല്ല" – രാജാവ് മണ്ണിൽനിന്നു മേലോട്ടു പൊന്തുന്ന വിരയെയെന്നവണ്ണം ചെറുമകനെ നോക്കി പരിഹാസേന പറഞ്ഞു: "കുഞ്ഞുറുമ്പോ വെമ്പാലയെ കടിക്കുന്നത്" – പ്രഥു പിന്നേയും അപേക്ഷിച്ചു: "അച്ഛാ രാജ്യത്തെ സ്ത്രീകളെ അപമാനിക്കാൻ രാജാവിനധികാരമില്ല" – വേനൻ ക്രോധാഗ്നിയിൽ പഴുത്ത നാകത്തകിടായി – "പൊടിപൈതലേ നീ പിതാവിനെ ഉപദേശിക്കുന്നോ?"

അപ്പോൾ തിരുമുമ്പിൽ കൈയാമം വച്ചു കൊണ്ടുവന്ന ഒരു യുവാവിനെ ചൂണ്ടി രാജമന്ത്രി അറിയിച്ചു – "തിരുമേനീ, ഇവന് രാജാജ്ഞയിൽ എതിർപ്പുണ്ട്. രാജാവ് വഞ്ചനയാണു ചെയ്യുന്നതെന്ന്. അവിടുന്ന് ക്രന്ദസിക്ഷേത്രം കൊട്ടാരമാക്കുന്നത് അധർമ്മമാണെന്ന്. ഇവന് അർഹിക്കുന്ന ശിക്ഷ നൽകിയാലും" – മഹാരാജാവ് രാജസദസ്സിലിരിക്കുന്ന മൂത്ത പുത്രനായ നിശാന്തനെ നോക്കി. ആജാനുബാഹുവും കരിമല്ലനുമായ നിശാന്തൻ കടലിൽനിന്നു പൊന്തിവന്ന നീർനായപോലെ രാജസദസ്സിനു മീതെക്കു ഉയർന്നു നിന്നു. അയാൾ ഭടന്മാരെ നോക്കി ആജ്ഞാപിച്ചു: "രാജശത്രുവായ ഇവനുള്ള ശിക്ഷ ഇവന്റെ കൂട്ടാളികൾക്കൊരു ഭയപാഠമാകട്ടെ. ഇവന്റെ ശിരസ്സിൽ വിഷം പുരട്ടിയ കുന്തം കയറ്റി രാജവീഥിയിൽ കുത്തിനിർത്തട്ടെ. തലച്ചോറു ചിതറിയൂർന്നുവീണ് ഇവൻ വാരങ്ങൾ നീണ്ട മരണം അനുഭവിക്കട്ടെ" – രാജാവ് ഇരുകൈകളും ഉയർത്തി ആഹ്ലാദാരവം പുറപ്പെടുവിച്ചു. ക്രന്ദസി ഉചിത ശിക്ഷ നൽകിയിരിക്കുന്നു – നിശാന്തൻ ബാക്കിയാജ്ഞ കൂടി പുറപ്പെടുവിച്ചു: "ഇവന്റെ കൂട്ടാളികളെ തിരഞ്ഞു പിടിച്ച് രാജദ്രോഹ അടയാളമായി ഇടത്തെ പള്ളയിൽ വിഷം പുരട്ടിയ കുന്താഗ്രംകൊണ്ട് ഒരു കുത്ത്. രാജനിന്ദയ്ക്കുള്ള സമ്മാനം ഓർത്തോർത്ത് മരിക്കാതെ മരിക്കട്ടെ" – രാജാവ് ഇരുകൈകളും തമ്മിലടിച്ച് ഭാവി രാജാവിന്റെ ഭരണമികവിൽ അതീവ സംതൃപ്തനായി വിളിച്ചു പറഞ്ഞു: "ഉഗ്രൻ വേനരാജാവിനു പറ്റിയ പുത്രൻതന്നെ"–

പ്രഥുവാകട്ടെ ജേഷ്ഠന്റേയും അച്ഛന്റേയും ആജ്ഞകൾ കേട്ട് മോഹാലസ്യനായി തറയിൽ വീണു. അല്പനേരത്തെ തലക്കറക്കത്തിൽനിന്നുമുണർന്ന കുമാരൻ വിനാശകരമായ ശബ്ദങ്ങൾ അകത്തു കടക്കാതിരിക്കാൻ ചെവികൾ പൊത്തി . അവൻ അച്ഛനുനേരെ നടന്നുചെന്ന് അഭ്യർത്ഥനാരൂപത്തിൽ അറിയിച്ചു: "അച്ഛാ, അങ്ങനെയൊന്നും ചെയ്യരുതെന്ന് ഉത്തരവു നൽകൂ. പ്രജകളെ പരിപാലിക്കേണ്ടവനാണ് രാജൻ. സംഹരിക്കേണ്ടവനല്ല" – അതിനുത്തരം നിശാന്തന്റെ പൊട്ടിച്ചിരിയായി. "പ്രജകളെ മര്യാദ പഠിപ്പിക്കാനല്ലെങ്കിൽ പിന്നെയെന്തിനു രാജാധികാരം? മണ്ടശിരോമണിയായ ഇവൻ കുലമേന്മ മുടിക്കും" – രാജാവിന്റെ ചിരിയിൽ രാജസദസ്സും പങ്കുചേർന്നു – "നമുക്കുണ്ടായ രണ്ടു മക്കളിൽ ഒരാൾ സിംഹവും മറ്റവൻ കഴുതയുമായിപ്പോയി" – നിശാന്തന്റെ ചിരി സദസ്സ് ഏറ്റെടുത്തു കുറച്ചുനേരത്തേക്ക്. അതു ശ്രദ്ധിക്കാതെ പ്രഥു തുടർന്നു: "അച്ഛാ, നായകനില്ലാതെ നരകമായ രാജ്യത്തെ രക്ഷിക്കാൻ ബ്രഹ്മാവു കണ്ടെത്തിയ ഉപാധിയാണ് രാജപദവി. ദണ്ഡനീതിയെന്നത് നിഷ്കരുണം പ്രയോഗിക്കാനുള്ളതല്ല, പ്രജാപരിപാലനത്തിനുവേണ്ടിയാണു ഉപയോഗിക്കേണ്ടത്" – "നിർത്ത്, ഇനിയൊരക്ഷരം മിണ്ടാൻ നിനക്കവകാശമില്ല. വേനമഹാരാജാവിന് കഴുതയുടെ ഉപദേശം ആവശ്യമില്ല" – ഇത്തവണ സദസ്സിൽനിന്ന് പരിഹാസച്ചിരിയുയർന്നില്ല. മഹാരാജന്റെ കണ്ണുകളിൽ കരിവാന്റെ ആലയിൽനിന്നെന്നവണ്ണം തീ പറക്കുന്നു. ചൂടേറ്റ് സകലരും പൊള്ളി. ചുട്ടുപഴുത്ത രാജാവ് അലറി – "കഴുതയായ നിന്നെ കുറ്റം പറയുന്നില്ല. എല്ലാറ്റിനും കാരണം അവനാണ്. ആചാര്യനെന്നവകാശപ്പെട്ടു നടക്കുന്ന അവൻ. മകനെ പഠിപ്പിച്ചു മിടുക്കനാക്കാനാണ് അവനെ ഏല്പിച്ചത്. തിരിച്ചു തന്നതോ രാജശത്രുവാക്കിയിട്ട്. എവിടെ അവൻ? പുറത്തെവിടെയെങ്കിലുമുണ്ടെങ്കിൽ കൈയാമം വച്ചു കൊണ്ടുവരുവിൻ" – കുന്തമുയർത്തിയ ഭടന്മാർ ചടപിടാ പായുന്നതും അശ്വങ്ങളിലേറി പറക്കുന്നതും ഏറെ നേരത്തേക്കു സദസ്സിൽ മുഴങ്ങി കേട്ടു. അല്പനേരശേഷം തിരിച്ചുവന്ന സേനാനായകൻ അറിയിച്ചു: "പ്രഭോ അവനെ എവിടെയും കാൺമാനില്ല" – രാജാവ് പല്ലിറുമ്മി – "അവനെ എന്നെങ്കിലും നമ്മുടെ കൈയിൽ കിട്ടും. നമ്മുടെ മകനെ വഴിതെറ്റിച്ചതിനുള്ള മരണശിക്ഷ അന്നവനു നൽകിയിരിക്കും. അതുവരെ നാം കല്പിക്കുന്നു: വേനരാജാവിന് രണ്ടു വാക്കുകളില്ല; രണ്ടു ഭരണമില്ല. പ്രഥുവിനെ മനസ്സുമാറുംവരെ കൽത്തുറുങ്കിലടക്കുക. നിശാന്തിനെ അടുത്ത രാജാവകാശിയായി നാം ഇതിനാൽ പ്രഖ്യാപിക്കുന്നു."

കുന്തം പിടിച്ച ഭടന്മാർ ഇളയ മകനെ കൽത്തുറുങ്കിലേക്കു കൊണ്ടുപോവുമ്പോൾ മൂത്തമകന്റെ കിരീടാവകാശത്തിനായി സിന്ധുതീരം കുളിച്ചൊരുങ്ങി. ഒപ്പം ഭടന്മാരുടെ കണ്ണുകൾ കാട്ടുപാതകളിലും മലഞ്ചെരിവുകളിലും തെരച്ചിലിന്റെ സൂക്ഷ്മതയുമായി അരിച്ചിറങ്ങി: എവിടെ രാജ്യദ്രോഹിയായ ആചാര്യൻ?

മൂന്ന്

നേരം പാതിര കഴിഞ്ഞിരിക്കും. ചുറ്റുവട്ടത്തുള്ള കുറ്റിക്കാടുകളിൽ നിന്ന് ചീവിടുകൾ മാത്രം ഉറങ്ങാതെ മൂളിക്കൊണ്ടിരുന്നു. കുളക്കോഴികളും ചെമ്പൻകിളികളും മഞ്ഞുവീഴ്ചയിൽനിന്നു കുഞ്ഞിക്കിളികൾക്കു ചൂടു കിട്ടാൻ ഉൾച്ചിറകുകൾ മേലോട്ടുയർത്തി പന്തുപോലെ ഉരുട്ടി അകിടിറുക്കി. പുറത്ത് ഉരുളൻ കല്ലുകൾപോലെ മഞ്ഞ് വന്നു വീഴുന്നതിനാൽ വഴിയാത്രക്കാരോ വേനഭടന്മാരോ ഉണ്ടാവുകയില്ല. വെട്ടമാവുമ്പോഴേക്കും വേനന്റെ നഗരാതിർത്തി കടന്ന് സിന്ധുവിന്റെ കരയിലെത്താം. രാത്രിയാണെങ്കിലും ആരെങ്കിലുമൊക്കെ തോണി കടക്കാൻ സഹായിക്കാനുണ്ടാവും. കടവത്ത് ആരുമില്ലെങ്കിലും ഞാവൽമരത്തിൽ കെട്ടിയൊതുക്കിയ തോണി സ്വയം തുഴഞ്ഞ് വെളുക്കുന്നതോടെ മറുകരയെത്താം. സിന്ധുവിന്റെ മറുകരയെത്തിയാൽ കാര്യങ്ങൾക്കു സമാധാനം കൈവരും. വേനഭടന്മാരുടെ കൂലംകഷമായ ശ്രദ്ധയ്ക്ക് കുറവു വരും. ഗംഗയിലെ തുടർന്നുള്ള യാത്ര ഹിമാലയസാനുക്കളിലെത്തിക്കും. വേനരാജ്യത്തുനിന്ന് ബലമായി നിഷ്കാസിതനാകുന്നതിലും നല്ലത് സ്വയം മാറി നിൽക്കുന്നതാണ്. തീരുമാനം ആവർത്തിച്ചു കേട്ടപ്പോൾ ഊർജ്ജ യാഥാർത്ഥ്യബോധത്തിലേക്കു വന്നതുപോലെ തോന്നി. എന്നാലും ഭർത്തൃസാമീപ്യത്തിനായി അവർ പരമാവധി പ്രയത്നിച്ചു നോക്കി.

“വേനദുഷ്കൃതം എന്നും പറയുന്നതുതന്നെയല്ലേ?”

“എന്നും പറയുന്നതുതന്നെ ഊർജ്ജ. ഒരിക്കലും നല്ലതുചെയ്യാത്ത രാജാവിനെപ്പറ്റി എന്നും വിമർശിക്കാതിരിക്കാൻ എങ്ങനെയാവും?” ശുക്രമഹാചാര്യർ തന്റെ നിസ്സാഹായാവസ്ഥയോർത്ത് ഇരുകൈകളും മലർത്തി.

“ഇന്നു പ്രത്യേകിച്ചെന്തെങ്കിലും?”

“പ്രഥുവിനെ കാരാഗ്രഹത്തിലടച്ചു കഴിഞ്ഞിരിക്കുന്നു.”

“അങ്ങനെയോ?”

ഊർജ്ജയുടെ പുരികക്കൊടികൾ അമ്പുപോലെ വളഞ്ഞു. “സ്വന്തം മകനെ കാരാഗൃഹത്തിലടയ്ക്കാൻ മടിക്കാത്ത രാജാവ് സതീർത്ഥ്യനെ തുറുങ്കിലടയ്ക്കാൻ മടിക്കുമോ? മകന്റെ ആചാര്യനെ കണ്ടെത്താൻ രാജാവ് ആജ്ഞാപിച്ചിരിക്കയാണ്.”

“സചിവനായ അംഗിരസ്സനും വേനനൊപ്പമായിരിക്കും അല്ലേ?”

“അംഗിരസ്സന് എന്നും അധികാരക്കൊതിയല്ലേയുള്ളത് ഊർജ്ജ? അംഗിരസ്സിന് ഒറ്റ ലക്ഷ്യം മാത്രം. വേനനെ പിൻപറ്റി ശുക്രനെ തുരത്തുക. കൊച്ചിലേ ശീലിച്ച സൂക്കേട് കൈമോശം വരാതെ അയാൾ സൂക്ഷിക്കുന്നു. സ്വന്തം ദേശത്ത് പേടിച്ചും ഭയന്നും രാജ്യദ്രോഹിയെപ്പോലെ ജീവിക്കാൻ വയ്യ ഊർജ്ജേ.”

"അങ്ങു പറയുന്നതിൽ കാര്യമുണ്ട്" - അല്പനിമിഷനേരത്തെ ആലോചനയ്ക്കുശേഷം ഊർജ്ജ പറഞ്ഞു. "ഇവിടെ നിന്നാൽ അങ്ങയുടെ കഴിവുകൾ മുരടിക്കുകയേയുള്ളൂ. മാറിനിന്നു ശക്തി സംഭരിക്കുന്നതാണു ബുദ്ധി."

മഹാചാര്യർ ആശ്വസിച്ചു: ഊർജ്ജയ്ക്ക് എത്ര സ്പഷ്ടമായാണ് കാര്യങ്ങൾ മനസ്സിലായത്. മനസ്സിൽ നിറഞ്ഞുനിന്ന ചിന്തകളും സന്ദേഹങ്ങളും മഹാചാര്യർ ഊർജ്ജയുമായി പങ്കുവച്ചു. വേനാധിപത്യത്തിൽ നിന്നും ഹരിയൂപിയയെ രക്ഷിക്കാൻ ആരെങ്കിലുമൊക്കെ ആത്മാഹുതി ചെയ്യേണ്ടിവരും. മറ്റുള്ളവരെ ഭാരമേല്പിച്ച് ശുക്രനെങ്ങനെ ഗൃഹസ്ഥാശ്രമ പാലനവുമായി നീങ്ങാൻ കഴിയും? ഒന്നോർക്കുമ്പോൾ മാത്രമാണ് അകതാരിൽ കമ്പനം. കുഞ്ഞുദേവ. അച്ഛനില്ലാത്ത അവൾക്കനുഭവിക്കേണ്ടി വരുന്ന നൊമ്പരങ്ങൾ മഹാചാര്യരുടെ പൊള്ളുന്ന നെഞ്ചിൽ കൈപ്പത്തി വച്ചു തഴുകി ഊർജ്ജ സാന്ത്വനിപ്പിച്ചു.

"കുഞ്ഞു ദേവയെയോർത്ത് അവിടുന്ന് ആശങ്കപ്പെടരുത്. കർത്തവ്യപാലനത്തിന് കുഞ്ഞുദേവ വിഘാതമായിക്കൂടാ. മഹാമാന്ത്രികനായ ശുക്രാചാര്യരുടെ മകളെ അകലെനിന്നുപോലും നോക്കാൻ വേനഭടന്മാർക്കു ധൈര്യമുണ്ടാവില്ല. ദേവയെ സംരക്ഷിക്കുക വിഷമം പിടിച്ച പണിയാവില്ല." ശരിക്കും ചിരിവന്നു പൊട്ടി ശുക്രമഹാചാര്യർക്ക്. മന്ത്രവാദി എന്ന ശത്രുഭാഷണം ഒരു കാര്യത്തിനെങ്കിലും ഗുണപ്പെട്ടല്ലോ. "അങ്ങ് അതികായനായി തിരിച്ചുവരുന്നതു കാത്ത് ഊർജ്ജയും ദേവയും കണ്ണടയ്ക്കാതിരിക്കും." ഊർജ്ജയുടെ ദൃഢമായ തീരുമാനത്തിനു പുറകിൽ കാലത്തുണ്ടായ സംഭവം ശക്തിസ്രോതസ്സായി. മഹാചാര്യരോർത്തു: അച്ഛൻ ഭൃഗുമഹർഷിയുടെ ശ്രാദ്ധ ഊട്ടു കഴിഞ്ഞ് ഏട്ടന്മാർ പടിയിറങ്ങിയതേയുള്ളൂ. ച്യവനേട്ടനും ഔർവ്വേട്ടനുമൊഴിച്ച് ബാക്കിയെല്ലാവരും തറവാട്ടാശ്രമത്തിൽ എത്തിയിരുന്നു. ച്യവനേട്ടനും ഔർവ്വേട്ടനും ശാരീരികാസ്വാസ്ഥ്യം നിമിത്തം ശ്രാദ്ധത്തിനെത്തുവാൻ സാധിക്കുകയില്ലെന്ന് മുൻകൂട്ടി അറിയിച്ചിരുന്നു. അവർ ഇത്തവണ അമരകണ്ടകത്തിൽ രേവയുടെ തീരത്താണ് ബലിയിട്ടത്. വജ്രസൂചിക്കും ശുചിക്കും സവനനും ആശ്രമങ്ങളിൽ തിരക്കായതിനാൽ കർമ്മം കഴിഞ്ഞ വഴി പോയി. വിഭു മാത്രം കുറച്ചുനേരമിരുന്നു. ഓരോ വർഷം കഴിയുംതോറും സഹോദരന്മാർക്ക് പ്രായമേറി വരികയാണെന്ന് ഓർത്തുകൊണ്ടിരിക്കുമ്പോഴാണ് അടുക്കള പുറകിലെ ഞാറ്റുകണ്ടങ്ങൾക്കപ്പുറത്തുനിന്ന് മുള ചീന്തുന്നതുപോലെ കരച്ചിൽ. ഊർജ്ജ വന്നു പറഞ്ഞപ്പോഴാണ് കാര്യങ്ങൾ വ്യക്തമായത്. നാലു കുടിലുകൾക്കപ്പുറത്തെ വിശ്വകർമ്മരുടെ വീട്ടിൽ നിന്നാണ് കരച്ചിൽ.

വൃത്രന്റെ വൃദ്ധമാതാവ് പാർത്തുവാണ് അണമുറിയാതെ കരയുന്നത്. പാർത്തു ശുക്രാലയത്തിലെ നിത്യസന്ദർശക. ഊർജ്ജയുമായി നാട്ടുവിശേഷങ്ങൾ പങ്കിടുന്ന ശുദ്ധഗതിക്കാരി. അവരുടെ മകന്റെ ഭാര്യയെ

പ്രസവം കഴിഞ്ഞ് കുട്ടിക്കൊണ്ടു വന്നിട്ട് മൂന്നു ദിവസമേ ആയിട്ടുള്ളൂ. വൃത്രന്റെ ഭാര്യ കാണാൻ നല്ല മെയ്യഴകുള്ളവൾ. മുഖത്ത് സൂര്യകാന്തിപ്പൂ തെളിച്ചം. അവളുടെ ശരീരവടിവിനെപ്പറ്റി വിശ്വകർമ്മർക്കിടയിൽ നല്ല മതിപ്പാണ്. പ്രസവവും പ്രസവശുശ്രൂഷയും കഴിഞ്ഞപ്പോൾ സ്വതേ പ്രസന്നവദനയായ അവൾ കുന്നിനു മുകളിൽ പൂത്ത കൊന്നമരമായി. കാവിലെ കുളത്തിൽ കുളിക്കാൻ പോയ അവളെ വേനഭടന്മാർ കുതിരപ്പുറത്തു കയറ്റി തട്ടിക്കൊണ്ടുപോയി. വിവരമറിഞ്ഞ് ശക്തിദേവികാവിന്റെ വഴിയിൽ വച്ചു തടുത്തു നിർത്തിയ വൃത്രനെ വേനഭടന്മാർ ഇടത്തേ പള്ളയിൽ വേനക്കുത്തു നൽകി വീഴ്ത്തി. കരയുന്ന അവളെ നോക്കി ഭടന്മാർ ആക്രോശിച്ചത്രെ - "കൂത്തിച്ചീ, പൂങ്കണ്ണീരൊഴുക്കാതെ അടങ്ങിയിരി. നാട്ടിലെ മുന്തിയതൊക്കെ മഹാരാജനുള്ളതാണെടീ. നിന്നെ കാഴ്ച വച്ചാൽ ഞങ്ങൾക്കു കിട്ടുന്നത് കഴിയാൻ തക്ക നിഷ്കം."

കേട്ടതും രക്തം നിറംതലയിലേക്ക് ഒന്നായി ഇരച്ചുകയറി. പൂജാമുറിയിൽ കയറി വംശപൂർവ്വികന്റെ അംശവടി കൈയിലെടുത്ത് വേനസംഹാരത്തിനായി പടിയിറങ്ങാൻ വ്യഗ്രനാവുമ്പോൾ കനത്ത ആഴമുള്ള മുഖവുമായി ഊർജ്ജ: "അങ്ങയുടെ ദയാവായ്പ് പ്രശംസനീയം തന്നെ. എങ്കിലും അങ്ങ് ഇപ്പോൾ ചെന്നാൽ ചെന്നായ്ക്കളുടെ പല്ലുകൾക്ക് നല്ല കുശാലാവുക മാത്രമേ ഫലമുണ്ടാവൂ. അമ്മപെങ്ങമ്മാരില്ലാത്ത സംസ്കാരശൂന്യർക്ക് ആചാര്യഭക്തി പറഞ്ഞിട്ടേയില്ല. ശക്തിയാണ് ക്രൂരതയെ നിർമ്മാർജ്ജനം ചെയ്യാൻ ദയാവായ്പിനേക്കാൾ ആവശ്യം. കേവലം ഒരു സ്ത്രീയുടെ മാത്രം സംരക്ഷകനാവേണ്ട ആളല്ല അങ്ങ്. ഹരിയൂപിയയിലെ മുഴുവൻ സ്ത്രീകളുടേയും പുരുഷന്മാരുടേയും സംരക്ഷകനാകേണ്ട ആൾ. ഹരിയൂപീയ അങ്ങയെ കാത്തിരിക്കുന്നു. കൂടുതൽ ശക്തി സംഭരിച്ച് അങ്ങ് പരമശക്തനാവൂ. കുഞ്ഞുദേവയെ ഓർത്തെങ്കിലും അങ്ങ് പുനർചിന്തിക്കണം." ഊർജ്ജയുടെ വാക്കുകൾ പുതിയ കരുത്തും ഉന്മേഷവും നൽകി. കാൽ വിരലഗ്രത്തു നിന്നു മുറുകിയ ഞരമ്പ് ശിരസ്സിൽ പിണഞ്ഞാടി. അപ്പോൾ ഇറങ്ങി പുറപ്പെടാത്തതിന് ഊർജ്ജ തന്നെ മനസാ സമ്മതമാണ് തിരോധാനം. പോവാൻ നേരം ഊർജ്ജ ഒരു ഉപാധി വച്ചു. "അവിടുന്ന് പോകുന്നതു കാണാൻ ഉർജ്ജയ്ക്കു കരുത്തില്ല. ഞാനും ദേവയും ഉറങ്ങിക്കഴിയുമ്പോഴാവട്ടെ തിരോധാനം" - മനസ്സും മസ്തിഷ്കവും ഒരുപോലെ തിളച്ചുരുകുകയായിരുന്നതുകൊണ്ട് തണുത്തുറഞ്ഞ സരയുവിലെ ജലപ്പരപ്പിലൂടെ ഒറ്റവഞ്ചി തുഴഞ്ഞു നീങ്ങിയതും മുന്നിൽ കണ്ട കാട്ടിലൂടെ എരടി നീങ്ങിയതും ഓർമ്മയിലേയില്ല. തുടർന്നുള്ള രാവുപകലുകളിൽ കാടും ജലവും മാറി മാറി സാന്നിദ്ധ്യമറിയിച്ചുവെന്നല്ലാതെ സ്ഥലജല തിരിച്ചറിവ് അന്യമായി. നീണ്ട യാത്ര മഞ്ഞുമലകളിൽ നിരന്തരം ചെന്നു മുട്ടിയപ്പോൾ ഹിമാലയമാണെന്ന ബോധമുണർന്നു.

കാലുകളിൽ തളർച്ചയനുഭവപ്പെട്ടപ്പോൾ ചുറ്റും വകഞ്ഞു കെട്ടിയ അത്തിമരച്ചുവട്ടിലെ പാറയിൽ മലർന്നു കിടന്നു. അത്തിപ്പഴങ്ങൾ തിന്നു

വിശപ്പടക്കിയപ്പോൾ ദാഹം തീർക്കാൻ പാറപ്പിളർപ്പിലെ നീർപ്രവാഹം അനുഗ്രഹമായി.

മനസ്സിൽ ഒരാശയം നാമ്പിട്ടു വന്നു. പാറയിലിരുന്ന് തപസ്സനുഷ്ഠിക്കുക. തപസ്സിനവസാനം ഇഷ്ടദേവനിൽനിന്നും സിദ്ധി സമ്പാദിക്കുക. എല്ലാ മഹർഷിമാർക്കും സിദ്ധി ലഭിച്ചതുപോലെ താനും അങ്ങനെ മഹർഷിയായി തീരും. അനുഗ്രഹ നിഗ്രഹ ശക്തിയുള്ള മഹർഷി. കൗപീനധാരിയായി വേനസദസ്സിലെത്തി പാപിയായ വേനനെ ശപിച്ച് രാജ്യത്തെയും രാജ്യവാസികളേയും രക്ഷിക്കാം.

പാറയിൽ എണീറ്റിരുന്ന് കണ്ണടച്ചു. ഇടതിങ്ങിയ അത്തിമരങ്ങൾക്കിടയിലൂടെ ചൂളമടിച്ചുവന്ന കാറ്റല്ലാതെ അലോസരങ്ങളുണ്ടാക്കാൻ ചുറ്റും മറ്റൊന്നുമില്ല. ദാഹവും വിശപ്പുമടങ്ങിയിട്ടുള്ളതുകൊണ്ട് ഏറെ നേരമിരിക്കാനും പ്രയാസമില്ല. അകലെ പാറയിടുക്കുകളിലൂടെ ഊർന്നിറങ്ങി കയറ്റമിറങ്ങുന്ന കാട്ടരുവിയുടെ നേരിയ ആരവം സംഗീതംപോലെ കേൾക്കാം. മരങ്ങളിൽ സല്ലപിക്കുന്ന പക്ഷികളുടെ ചിറകടിയും കൂജനങ്ങളും പെരുങ്കാടിന്റെ ഭയാനക രൂപത്തിൽ നിന്ന് അല്പം മാറ്റമുണ്ടാക്കി.

കണ്ണടച്ച് ധ്യാനനിമഗ്നനാവാൻ മനസ്സിനെ പ്രേരിപ്പിച്ചു മഹാചാര്യർ. പറന്നുപോകുന്ന കിളികളെ കൂട്ടിലേക്കടുപ്പിക്കുവാൻ ശ്രമിക്കുന്നതുപോലെയാണാ പരിശ്രമം തോന്നിയത്. കൂട്ടിലടുപ്പിക്കുന്തോറും പക്ഷി ചിറകു പരത്തി പരത്തി അനന്തമായ വിഹായസ്സുതേടി പാറിപ്പറക്കുന്നു. ദിവസവും വേനരാജ്യത്തു കണ്ട ദുരന്താനുഭവങ്ങളുടെ ഹോമകുണ്ഡത്തിൽ വീണു ചിറകുകൾ കരിയുന്ന ശലഭങ്ങൾ, അവയുടെ നിശ്ശബ്ദ രോദനങ്ങൾ. വാരിയെല്ലിനു താഴെ ഇടതുവശത്തായി വേനമുറിവിൽനിന്ന് അഴുകിയ ചലം ഒലിച്ചു കിതയ്ക്കുന്ന വൃത്രന്മാർ. അരനേരത്തെ കഞ്ഞിക്ക് ധാന്യശേഖരമില്ലാത്ത കർഷക കുടുംബങ്ങൾ. ഇരിക്കാൻ പീഠങ്ങളില്ലാത്ത ശില്പികുടിലുകൾ. മഹാസൗധത്തിനു ചുറ്റും ഇനിയും ജീവൻ പൂർണ്ണമായും ഒലിച്ചിറങ്ങിയിട്ടില്ലാത്ത നോക്കുകുത്തികൾ.

കാടിന്റെ ചൂളംവിളി വിദൂരതയിൽനിന്നുള്ള വിലാപമായി. കാട്ടരുവിയുടെ സാന്ദ്രസംഗീതം കുഞ്ഞുങ്ങളുടെ അടക്കാനാവാത്ത ആക്രന്ദനമായി. അവയ്ക്കെല്ലാമിടയിലൂടെ നിവർത്തിപ്പിടിച്ച കുന്തമുനയുമായി വേനഭടന്മാരുടെ ആക്രോശം, ഹുങ്കാരശബ്ദങ്ങൾ. ഓം ശിവശങ്കരാ, മഹാദേവാ... ഏകാന്തധ്യാനത്തിന്റെ പടവുകൾ ഒന്നൊന്നായി ചവിട്ടി കയറുമ്പോൾ പിറകിൽ നിന്നുള്ള വിളി താഴേക്കു വീഴ്ത്തുന്നു. അതുവരെ കയറിയ പടവുകളിൽനിന്ന് ചടപിടാ വഴുതി പാറയിൽതന്നെയെത്തുന്നു. "ആചാര്യാ എന്നെ അവർ കുന്തമുയർത്തി ആട്ടിയോടിച്ചു. എനിക്കും കിട്ടി വേനക്കുത്ത്. ദാ നോക്കൂ." ഇടത്തെ പള്ളയിൽനിന്ന് ചലവും ചോരയുമൊലിക്കുന്നത്. "ഞങ്ങൾക്കിനി ഒരു പണിയും ചെയ്തു കഴിയാൻ പറ്റുകയില്ല. മുറിവുണങ്ങാതെ മാംസം അളിഞ്ഞു വീഴുകയാണ്."

ചുമയ്ക്കുമ്പോൾ രക്തം കഫക്കട്ടകൾപോലെ താഴെ വീഴുകയാണ്. ശംബരനാണ് കരയുന്നത്. അയാളുടെ ചുറ്റും തെരുവിലെ മുഴുവൻ യുവാക്കളുമുണ്ട്. വേനക്കുത്തു കിട്ടി കിടപ്പിലായ ശില്പിത്തെരുവിലെ മുഴുവൻ കൂട്ടുകാരും. മഹാസൗധത്തിന്റെ പൂജാവേളയിൽ പങ്കെടുക്കാൻ ആഘോഷമായി കുന്നിൻമുകളിലെത്തിയതാണവർ. അവരാണ് ഉളിയും ചുറ്റികയും കൊട്ടുടിയും പിടിച്ച് മഹാസൗധം പണിതുയർത്തിയത്. രാവും പകലും വിയർത്തു കുളിച്ച് കുന്നിൻ നെറുകയിൽ നക്ഷത്രബംഗ്ലാവു തീർത്തത്. തിരക്കിൽ സൗധപിതാക്കളായ അവർ തിക്കിത്തിരക്കി. പൂജാമുറിയിലെത്തിയപ്പോൾ കഴുകന്മാരെപ്പോലെ പുരോഹിതക്കണ്ണുകൾ അവരിൽ കുത്തിയിറങ്ങി. ഭടന്മാരുടെ കുന്തമുനകളിൽ കോർക്കപ്പെട്ട അവർ കുന്നിനു താഴേക്കു വലിച്ചെറിയപ്പെട്ടു. ശൂദ്രർക്ക് പുരോഹിതശാലയിൽ കടക്കാൻ പാടില്ല. പവിത്രരായ പുരോഹിതന്മാർ അയിത്തപ്പെടും. രാജാജ്ഞയാണ്. ഇടത്തെ പള്ളയിൽ വേനക്കുത്തുമായി ചോര വീഴ്ത്തി അവർ ചാവാലിപട്ടികളെപ്പോലെ ഞൊണ്ടി ഞൊണ്ടി കുന്നിറങ്ങി.

വേനൻ അതേ ചെയ്യൂ. അവനെ പിൻപറ്റി നിൽക്കുന്ന അംഗിരസ്സനും അതേ ചെയ്യൂ. മറിച്ചു വിചാരിച്ചതാണബദ്ധം. പട്ടിയുടെ വാൽ പന്തീരാണ്ടു കുഴലിലിട്ടാലും.... പരമപവിത്രനായ ഭൃഗുമഹർഷിയുടെ ആശ്രമത്തിൽ ഗുരുകുല വാസത്തിനെത്തിയ നാൾമുതലേ അറിയാം രണ്ടുപേരേയും. രാജ്യം ഭരിക്കുന്ന മഹാരാജന്റെ പുത്രനെന്ന അഹംഭാവം വേനനെങ്കിൽ രാജപുരോഹിത പുത്രനെന്ന ഉൾക്കനം അംഗിരസ്സുപുത്രൻ ബൃഹസ്പദിക്ക്. രണ്ടുപേരും ഒരേ ഞെട്ടിലെ പൂപോലെ ഒന്നിച്ചു നടന്നു, ഒന്നിച്ചു കളിച്ചു, ഒന്നിച്ചുണ്ടുറങ്ങി. രാജകുമാരൻ പറഞ്ഞതിനപ്പുറത്ത് അംഗിരസ്സുപുത്രനഭിപ്രായങ്ങളില്ല; ഭിന്നാഭിപ്രായങ്ങളുണ്ടാവാതിരിക്കാൻ അവൻ പ്രത്യേകം ശ്രദ്ധിച്ചു. രാജാവിനെ സന്തുഷ്ടനാക്കുക മാത്രമാണ് പുരോഹിത ലക്ഷ്യമെന്ന് കുഞ്ഞുനാളിലെ അവനു വേണ്ടതുപോലെ ശിക്ഷണം കിട്ടിയിരിക്കുന്നു. ഭൃഗുപുത്രനായ തനിക്കോ മറിച്ചും: "ഉണ്ണീ, സത്യം കണ്ടെത്താനുള്ള വഴി മാത്രമാണ് പഠനം. സത്യവഴിയിൽ രാജാവുപോലും വിഘാതമാവരുത്."

അനുസരണക്കേടിനും ഗുരുനിന്ദയ്ക്കും സ്ഥലം മാറ്റിയിരുത്തുകയെന്ന ശിക്ഷ ഗുരു നടപ്പാക്കിയതിനെ ചൊല്ലിയാണ് ഒരുച്ചയ്ക്ക് വിവാദം തുടങ്ങിയത്. ഗുരുവിനോടുള്ള ഈർഷ്യ അവൻ തീർത്തത് ഗുരുപുത്രനോടാണ്. വസിഷ്ഠ ഗോത്രത്തിൽപെട്ട ഒരു കുട്ടിയുടെ അരികലേക്കാണ് വേനനെ മാറ്റിയത്. അവൻ വാശി പിടിച്ചു പുതിയ സ്ഥലത്ത് ഇരിക്കുകയില്ലെന്ന്. കാരണം ചോദിച്ചപ്പോൾ അവൻ പറഞ്ഞതിങ്ങനെ. "ആ കറമ്പന്റെയടുത്ത് രാജകുമാരനിരിക്കാനോ? ബ്രാഹ്മണനായ എന്റെ ദേഹത്തിൽ അവന്റെ കറുപ്പുനിറം പകരും. തവളയെപ്പോലെ പതിഞ്ഞ മൂക്കും കുറിയ കൈകാലുകളുമുള്ള അവൻ മ്ലേച്ഛനാണ്. ബ്രാഹ്മണർ മ്ലേച്ഛന്മാരുടെ അടുത്തിരുന്നാൽ ദേവന്മാർ ശപിക്കും." അതുവരേയും കുട്ടികൾ തമ്മിൽ

ജാതിവ്യത്യാസം ആശ്രമത്തിൽ കൊണ്ടുവന്നതായി കേട്ടിട്ടില്ല. പുറത്ത് ജനങ്ങൾക്കിടയിൽ സവർണ്ണൻ, അവർണ്ണൻ എന്നൊക്കെ തരംതിരിവുകൾ തുടങ്ങിയിട്ടുണ്ടെന്ന് ആരോ പറഞ്ഞു കേട്ടു. എന്തായാലും മഹർഷിയായ ഭൃഗുവിന്റെ ആശ്രമത്തിൽ അങ്ങനെയൊരു തരംതിരിവ് സ്വപ്നത്തിൽപോലും വന്നുപെട്ടിട്ടില്ല.

വേനന്റെ നിശിതമായ തീരുമാനം കേട്ടപ്പോൾ പറഞ്ഞു: "ബ്രാഹ്മണനും മ്ലേച്ഛനും എന്നൊന്നില്ല. കുട്ടികൾ എല്ലാവരും ഒരുപോലെയാണ്." വേനനും അംഗിരസ്സും മുഖം കോട്ടി. വേനൻ വാദിച്ചു. "എങ്കിൽ പിന്നെ ബ്രാഹ്മണപുത്രനായ ഞാൻ എന്തുകൊണ്ട് കറുമ്പനും പതിമൂക്കനുമായില്ല. കുള്ളനും പിരിയൻ മുടിയുമായില്ല." "അതെല്ലാം ജീവിത സാഹചര്യങ്ങൾ കൊണ്ടു സംഭവിക്കുന്ന ശാരീരിക പരിണാമങ്ങൾമാത്രം." "ഒന്നുമല്ല." അവൻ വാദിച്ചു "ബ്രാഹ്മണർ ശ്രേഷ്ഠ ജന്മമാണ്. ക്ഷത്രിയൻ തൊട്ടു താഴെ. അതിലും താഴെ വൈശ്യർ. ശൂദ്രരും മ്ലേച്ഛരും നാല്ക്കാലികൾക്കു സമം. ജന്മനാൽ ഇതൊക്കെ തീരുമാനിക്കപ്പെടുന്നു." അവനോടു പറഞ്ഞു: "ജന്മനാൽ ആരും ശ്രേഷ്ഠരും പാപികളുമൊന്നുമല്ല. ഓരോരുത്തരുടെ കർമ്മമാണ് അവനെ ശ്രേഷ്ഠനും പാപിയുമാക്കുന്നത്." – അവൻ വഴക്കിനുള്ള പുറപ്പാടായി.

തന്നേക്കാൾ ശാരീരിക ബലമുള്ളതുകൊണ്ട് സംസാരത്തിലും വലിയ കരുത്തു കാട്ടി. പോരാത്തതിന് അംഗിരസ്സന്റെ മൗനാനുവാദവും: "എങ്കിൽ ആചാര്യനോടു ചോദിക്കാം." മനസ്സില്ലാ മനസ്സോടെ അവൻ അംഗീകരിച്ച് ആചാര്യസന്നിധിയിലെത്തി. മഹാവൃദ്ധനായ അച്ഛൻ ആശ്രമപ്രാന്തത്തിലെ വേപ്പുമരച്ചുവട്ടിലിട്ട ചാരുകസേരയിൽ കിടന്നു വിശ്രമിക്കുകയായിരുന്നു. കുട്ടികൾക്ക് പഠിത്തത്തിൽ സംശയമുണ്ടെന്നറിഞ്ഞു സന്തോഷത്തിലായ പരമാചാര്യർ അതീവസൗമ്യമായി പരമസത്യം മന്ത്രിച്ചു: "ഉണ്ണീ വേനാ, ബ്രാഹ്മണൻ ഒരു ജാതിയല്ല. മനുഷ്യന്റെ പരിണാമത്തിന്റെ പരമോന്നത തലത്തിലുള്ള മഹാത്മാവ് എന്ന അവസ്ഥയാണ്. മഹാത്മാവായ ബ്രാഹ്മണൻ സമൂഹത്തിന്റെ ഗുരുവാണ്. വിശ്വഗുരു." വേനൻ അതൊന്നും ശ്രദ്ധിക്കുകയോ മനസ്സിലാക്കുകയോ ചെയ്യാൻ താത്പര്യമില്ലാതെ അലസനായി നിന്ന് മഹാഋഷി അവസാനം ഉരുവിട്ട വാക്കിൽ പിടിച്ച് ആഹ്ലാദിച്ചു: "കേട്ടോ, ബ്രാഹ്മണൻ ഗുരുവാണെന്ന്. വിശ്വഗുരു. ഇപ്പോൾ മനസ്സിലായോ മണ്ടൻ ശുക്രാ." അമിതമായി ആഹ്ലാദിച്ച് താൻ പറഞ്ഞതിൽതന്നെ പിടിച്ചു നിൽക്കുന്ന ശിഷ്യനെ ശ്രദ്ധിച്ചുകൊണ്ടു പറഞ്ഞു: "ആദ്യം വന്നവർ എന്ന നിലയ്ക്ക് എവിടെയും കിട്ടുന്ന പ്രാധാന്യം മരീചി ഗോത്രത്തിനും ഭൃഗു ഗോത്രത്തിനും കിട്ടിയിരിക്കും. ഒരു പുരുഷന്റെ ശരീരാവയവങ്ങളെ ബന്ധിപ്പിച്ചുകൊണ്ടാണ് നീതിശാസ്ത്രകാരൻ മനുഷ്യപ്രകൃതിയെ ഉപമിച്ചിരിക്കുന്നത്. മരീചികളും ഭൃഗുക്കളും അങ്ങനെയാണ് പ്രഥമപരിഗണനക്കർഹരായത്. അംഗിരസ്സുകൾ രണ്ടാമത്തെ കൂട്ടമായാണെത്തിയതെങ്കിൽ പൗലസ്ത്യരും പുലഹരും വാണിജ്യവുമായി പിന്നാലെയെത്തിയവരാകുന്നു.

വസിഷ്ഠഗോത്രക്കാരായ മറുദേശക്കാരും മലവാസികളും ശേഷമാണെത്തിയത്. ശാലകളിൽ ഒന്നായി എല്ലാവരും താമസിച്ച ഗ്രാമയുഗത്തിൽ ആരും തമ്മിൽ വലുപ്പചെറുപ്പമോ ഭിന്നതകളോ കണ്ടില്ല. ഗ്രാമയുഗം വളർന്ന് നഗരയുഗമായപ്പോൾ, ജനസംഖ്യയിലെ പെരുപ്പ് അനിവാര്യമായ ഒരുപാടു സ്ഥാപിത സങ്കുചിത ചിന്തകൾക്കു വിത്തു പാകി. അത്തരം ചില സങ്കുചിത ചിത്തക്കാരാണ് ഗ്രാമയുഗത്തിൽ കർമ്മഗുണത്തിന്റെ ഔന്നത്യത്തെ വേർതിരിച്ചെഴുതിയതിൽ സങ്കുചിത താത്പര്യങ്ങൾ ചികഞ്ഞെടുക്കാൻ തുടങ്ങിയത്. ജന്മംകൊണ്ട് ഒരാളുടേയും ജാതി ഉറപ്പിക്കുകയല്ല ഭൃഗുവംശജനായ ഞാൻ ചെയ്യുന്നത്. എത്ര അർത്ഥശങ്കയ്ക്കിടയില്ലാതെയാണ് ബ്രാഹ്മണനെന്ന ചിന്ത അവതരിക്കപ്പെട്ടിട്ടുള്ളത്. നോക്കൂ ശിഷ്യരേ," ഋഷി ഗ്രാമയുഗത്തിലെ വയലേലയുടെ കുളിർമ്മ മുറ്റി നിൽക്കുന്ന തന്റെ നിഷ്ക്കളങ്ക മനസ്സ് ഒന്നുകൂടി തുറന്നു കാണിക്കുവാൻ ശ്രമിച്ചു.

ബ്രാഹ്മണായോ യജ്ഞേ
പ്രഥമോ ദശശീർഷോ ദശാസ്യഃ
മ സോമം പ്രഥതഃ
പപൗ സ ചകാരാരസം വിഷം

മന്ത്രം ജപിക്കുന്നവരിൽ ഒന്നാമനും, പത്തു ശിരസ്സുകളും പത്തു മുഖങ്ങളും ഉള്ളവനും സ്വർഗ്ഗസ്ഥമായ സോമപാനം ചെയ്തിട്ടുള്ളവനും ആണ് ബ്രാഹ്മണൻ. പത്തു ശിരസ്സുകളും പത്തു മുഖങ്ങളും ഒരിക്കലും മാന്ത്രികമുഖം നൽകാനല്ല എഴുതി പിടിപ്പിച്ചിരിക്കുന്നത്. മനുഷ്യശിരസ്സ് അഥവാ ബുദ്ധി ജ്ഞാനത്തെ പ്രകാശിപ്പിച്ച് മറ്റുള്ളവർക്ക് കൊടുക്കുകയാണല്ലോ ചെയ്യുക. ബ്രാഹ്മണന്റെ പത്തു ശിരസ്സുകളും പത്തു മുഖങ്ങളും യഥാക്രമം ജ്ഞാനത്തിന്റെ, ആദാനപ്രദാനത്തിന്റെ പ്രതീകങ്ങളാകുന്നു. അതായത് ബ്രാഹ്മണന്റെ പത്തു ശിരസ്സുകൾ ജ്ഞാനസമ്പാദനത്തിനുള്ള അയാളുടെ കരുത്തിന്റെ, ബൃഹദ് രൂപത്തിന്റെ പ്രതീകമാണ്, പത്തു മുഖങ്ങളാവട്ടെ ജ്ഞാനപ്രദാനത്തിനുള്ള അയാളുടെ കാരുണ്യത്തിന്റെയും ബൃഹദ് രൂപത്തിന്റേയും പ്രതീകം. അതായത് ജ്ഞാനത്തിന്റെ ആദാനപ്രദാനങ്ങൾക്കുള്ള ബ്രാഹ്മണന്റെ കഴിവുകൾ മനുഷ്യന്റേതിനേക്കാൾ പത്തിരട്ടി അധികമാണെന്നാകുന്നു."

"കണ്ടോ, കണ്ടോ ശുക്രാ, ബ്രാഹ്മണന്റെ കഴിവ് മറ്റുള്ളവരേക്കാൾ പത്തിരട്ടി അധികമാണെന്ന്.

മഹാഗുരു ഒരിക്കൽകൂടി ഒഴുക്കവെള്ളത്തിനു ചിറകെട്ടാൻ പരിശ്രമിച്ചു.

"ബ്രാഹ്മണനു സ്വർഗ്ഗസ്ഥമായ സോമം പാനം ചെയ്യാൻ - ധ്യാനമനനങ്ങളിലൂടെ ബ്രഹ്മജ്ഞാനം നേടാൻ സാധ്യമായത് മേൽപ്പറഞ്ഞ കഴിവുകൾകൊണ്ടാണ്. ബ്രാഹ്മണൻ മന്ത്രം ജപിക്കുന്നവരിൽ ഒന്നാമനായതും അതുകൊണ്ടാണ്. സ്വർഗ്ഗസ്ഥമായ സോമപാനമാകുന്ന ബ്രഹ്മജ്ഞാന സിദ്ധിയിലൂടെ അതിജീവന പ്രസാദവും അമരത്വവും

ആർജ്ജിക്കുമ്പോഴാണ് മനുഷ്യൻ ബ്രാഹ്മണപദം പ്രാപിക്കുക. മനുഷ്യന്റെ ആന്തരിക പരിണാമപ്രാപ്തിയാണ് അതിന്റെ പരമോന്നതാവസ്ഥയാണ് ബ്രാഹ്മണത്വം."

എന്നെ ഈർഷ്യയോടെ നോക്കിനിൽക്കുന്ന രാജകുമാരനോടായി ഋഷി തുടർന്നു.

"തന്റെ മന്ത്രശക്തിയാൽ, മന്ത്രയുക്തമായ വാണിയാൽ കന്ദമൂലഫലാദികളിലും ഔഷധങ്ങളിലും ഭക്ഷണങ്ങളിലും ജലത്തിലും മനുഷ്യശരീരത്തിലുമെല്ലാം കലർന്നിരിക്കുന്ന വിഷത്തെ നീക്കുവാനും വിഷോത്പത്തിയുടെ കാരണരൂപങ്ങളായ പർവ്വതാദികളെ പോലും നിർവ്വീര്യമാക്കുവാനും ബ്രാഹ്മണതേജസ്സിനു കഴിയുന്നു. ശ്രദ്ധിക്കൂ ഉണ്ണീ." ഭൃഗുഋഷി അലംഭാവത്തിലിരിക്കുന്ന ശിഷ്യനെ വിളിച്ചു തന്നിലേക്കാകർഷിച്ചു. "പവിത്രാഗ്നിയുടെ താപത്തിൽനിന്നും അജൻ ജനിച്ചു. ഇത് അജൻ അഥവാ ജീവാത്മാവിന്റെ ആത്മസമർപ്പണമന്ത്രം. ഇങ്ങനെ എന്റെ പൂർണ്ണമായ ശരീരം എല്ലാ ദിക്കുകൾക്കുംവേണ്ടി സമർപ്പിച്ചിരിക്കുന്നതായും എല്ലാ വിശ്വത്തിനും വേണ്ടി ജീവിക്കുകയും ചെയ്യുന്നു. ഇപ്രകാരം സമ്പൂർണ്ണമായ വിശ്വത്തിനുവേണ്ടിയുള്ള എന്റെ ആത്മസമർപ്പണം പൂർണ്ണമായിരിക്കുന്നു എന്നർത്ഥം ഉണ്ണീ. തപസ്സാകുന്ന പവിത്രാഗ്നിയിലൂടെയാണ് മനുഷ്യൻ ബ്രാഹ്മണനായി പുനർജ്ജനിക്കുന്നത്. ആ ബ്രാഹ്മണൻ എല്ലാ ദിക്കുകൾക്കുംവേണ്ടി ആത്മസമർപ്പണം ചെയ്യുന്നവനാണ്. വിശ്വത്തിനുവേണ്ടി ജീവിക്കുന്നതും. അതായത് ബ്രാഹ്മണൻ മനുഷ്യസമൂഹത്തിന്റെ വഴികാട്ടിയാണ്. അല്ലാതെ കേവലം ഒരു ജന്മജാതിയല്ല." അപ്പോഴേക്കും ക്ഷമയുടെ നെല്ലിപ്പടി പൊട്ടിപ്പോയ വേനൻ വേപ്പുമരത്തിൽ നിന്നും ഒരു കൊമ്പോടിച്ച് "അല്ല, അല്ല ബ്രാഹ്മണന്റെ മകൻ ബ്രാഹ്മണനാണ്, ബ്രാഹ്മണനു മാത്രമേ ബ്രാഹ്മണനു ജന്മം നൽകാനാവൂ" എന്നാക്രോശിച്ച് ആശ്രമമുറ്റത്തേക്കിരച്ചു. അവനോടൊപ്പം അംഗിരസ്സനും അതു വിളിച്ചു പറഞ്ഞു പിറകേ പാഞ്ഞു. മനനത്തിന്റെ മൗനവാത്മീകങ്ങളിൽ നിന്ന് നിതാന്ത പ്രകൃതി അനുഗ്രഹിച്ചു തെളിയിച്ച ജ്ഞാനമുത്തുകൾ തന്റെ കൺമുന്നിൽവച്ചുതന്നെ തകർത്തുടക്കുന്നതു കണ്ട മഹാഋഷി വരാനിരിക്കുന്ന വിപത്തുകൾ മനക്കണ്ണിൽ വീക്ഷിച്ച് വേപ്പുമരച്ചുവട്ടിൽ കിടന്നു നിശ്ശബ്ദമായി ഏങ്ങലടിച്ചു. ആർത്തുവന്ന രാജകുമാരൻ കൺമുന്നിൽ കണ്ട ഗുരുപുത്രന്റെ കണ്ണിൽ മരക്കൊമ്പുകൊണ്ടാഞ്ഞു കുത്തി പരിഹസിച്ചാർത്തു: "പൊട്ടിപ്പോട്ടെ, വേദത്തിൽ പുതിയതു കാണുന്ന നിന്റെ കണ്ണ്." ഇടം കണ്ണിൽനിന്നു ചോര നിലയ്ക്കാൻ അച്ഛൻ പിഴിഞ്ഞു കൊണ്ടുവന്ന നമ്പ്യാർപൂ ചാർ ഒഴിച്ച് കണ്ണ് തുണിയിൽ കെട്ടേണ്ടിവന്നു. ഏഴാംദിവസം അഴിച്ചപ്പോൾ ഇടംകണ്ണിന് നിഴൽപാകവെളിച്ചം മാത്രം. കാക്കയെപോലെ ചെരിച്ചുനോക്കിയാൽ മാത്രം വസ്തുക്കൾ ഗോചരം. വിമ്മിട്ടപ്പെട്ടിരിക്കുമ്പോൾ മഹർഷിയുടെ സാന്ത്വനം: "ഇപ്പോൾ മനസ്സിലായില്ലേ അവൻ നീചനാണെന്ന്. അനുഗ്രഹിച്ചൊരു വരവും: "ശുക്രാ, ഒറ്റക്കണ്ണുകൊണ്ട് നീ ഇരട്ടി കാണും."

അന്നുചെയ്ത അതേ ഹീനകർമ്മങ്ങൾതന്നെ വേനൻ ഇന്നും അനുഷ്ഠിക്കുന്നു. രാജഭരണം കൈയിൽ കിട്ടിയപ്പോൾ ഹീനത്വം പതിന്മടങ്ങു വർദ്ധിച്ചുവെന്ന വ്യത്യാസം മാത്രം. ശുക്രൻ ഒരിക്കൽ കൂടി കണ്ണടച്ച് ധ്യാനനിർവൃതനായി ഇരിക്കാൻ ശ്രമിച്ചു. മനസ്സ് ധ്യാനത്തിലേക്കു താഴ്ന്നു പോകുമ്പോൾ കൃഷ്ണമണിയിൽ കുത്തേറ്റവരുടെ കരച്ചിൽ... അടിവയറ്റിൽ പാദുക താഴ്ത്തനുഭവപ്പെട്ടവരുടെ ദീനാലാപം.. "ആചാര്യാ രക്ഷിക്കൂ."

ശുക്രൻ പാറയിൽ നിന്നെണീറ്റു. നിബിഡമായ മരങ്ങൾക്കിടയിലൂടെ രാത്രിയോ പകലോയെന്നറിയാതെ മരങ്ങൾ കൊടുത്ത കാട്ടുപാതകളിലൂടെ മുന്നോട്ടും വശങ്ങളിലേക്കും നടന്നു. ലക്ഷ്യസ്ഥാനമില്ലാത്ത നടത്തത്തിൽ നദീതടങ്ങളും തീർത്ഥക്കരകളും ഇടത്താവളങ്ങളായി. വിടർന്ന താമരപ്പൂവുകളുടെ തടങ്ങൾ കണ്ട് അവിടെ അല്പസമയമാവാമെന്നു നിനച്ച് നിശ്ശബ്ദതയിൽ ലയിക്കാൻ തുടങ്ങുമ്പോൾ തലച്ചോറിന്റെ ബന്ധനങ്ങൾ തട്ടിമാറ്റി ശിരോസുഷിരങ്ങളിലൂടെയും ശരീര സുഷിരങ്ങളിലൂടെയും വിദൂര സന്ദേശംപോലെ ദീനാലാപം നുരച്ചുപൊന്തി പുറത്തുവന്നു. "രക്ഷിക്കണേ ആചാര്യാ." കാടാണോ താനാണോ അവസാനിക്കുകയെന്ന സംശയത്തിലുള്ള നടത്തം. ഭൂമിയുടെ അവസാനംവരെയും കാടാണെന്നു തോന്നി, നടന്നതിനേക്കാൾ അനേകമിരട്ടി മരയിരുൾ മുന്നിൽ കണ്ടപ്പോൾ.

നാല്

"എന്താ, ശംബുആചാര്യാ നിർത്തിയത്?"

"ദേശവിജ്ഞാനം നിങ്ങൾക്കു പീഡനമാകുന്നുണ്ടോ?"

"പീഡനമോ? ശുക്രമഹാചാര്യർ എന്നു കേട്ടിട്ടേ ഉണ്ടായിരുന്നുള്ളൂ. ഇത്ര വലിയ ദീനാനുകമ്പയുള്ള ആളാണെന്നു അറിയില്ലായിരുന്നു. മഹാചാര്യരെപറ്റി പറയൂ മുഴുവനും. കേൾക്കാൻ മനം തുടിക്കുന്നു."

വൃദ്ധനായ ഒരാളാണു പറഞ്ഞതെങ്കിലും ശാലയിലുള്ള എല്ലാവരുടേയും ആഗ്രഹമാണെന്ന് അവരുടെ മുഖവും ഭാവവും അറിയിച്ചു.

ഞാൻ പറഞ്ഞു. "പറയാം."

മലയിടുക്കുകളും മുളങ്കൂട്ടങ്ങളും ഓടക്കാടുകളും ചുറ്റും മതിലായി നിന്ന ഒരു തടാകതീരത്ത് പനിനീർപ്പൂക്കളുടേയും സൂര്യകാന്തിയുടേയും കുടത്തണലിൽ സ്വൈരതപസ്സിനായി മഹാചാര്യർ തിരയുമ്പോൾ നിലത്ത് കൗപീനധാരിയായ ഒരു പടുകിഴവൻ. കരിയിലകളിൽ പാദപതനം കേട്ട് വൃദ്ധനയനങ്ങൾ മിഴിഞ്ഞു. കൺമിഴികൾ പ്രയാസപ്പെട്ടു വിടർന്നു സൂക്ഷ്മദൃക്കായി. വൃദ്ധന്റെ വയസ്സ് അനുമാനത്തിനുമപ്പുറം. അച്ഛൻ ഭൃഗുമഹർഷിയേക്കാൾ ഇരട്ടിയെങ്കിലും വരുമെന്നു തോന്നി മഹാചാര്യർ.

എങ്കിൽ നൂറ്റിയിരുപത് എന്ന മനുഷ്യായുസ്സു ധാരണ തെറ്റായിരിക്കു മെന്നും തോന്നി. വൃദ്ധൻ കിടന്ന കിടപ്പിൽ ആരാഞ്ഞു: "തപസ്സിരിക്കാൻ സ്ഥലമന്വേഷിക്കുകയായിരിക്കും അല്ലേ? പനിനീർ പൂക്കളുള്ള തടാക മുണ്ട്. തീരത്ത് വള്ളിക്കുടിലും തറയുമുണ്ട്. തപസ്സിനു പറ്റിയ സ്ഥലം തന്നെ. എളുപ്പം ശിവനേയോ ബ്രഹ്മാവിനേയോ വിഷ്ണുവിനെയോ മുന്നിൽ വരുത്താം. ഇഷ്ടവരം വാങ്ങി നാട്ടുകാർക്കിടയിൽ സിദ്ധിയുള്ള ഋഷിയായി പരിലസിക്കാം." വാക്കുകൾ അവസാനമെത്തി തുടങ്ങുമ്പോൾ വൃദ്ധൻ ആശയത്തിൽ ഒളിപ്പിച്ചുവച്ച പരിഹാസം വ്യക്തമായും പുറത്തു വന്നു.

"യാതൊരു ബുദ്ധിമുട്ടും കൂടാതെ നേടാവുന്ന ഏറ്റവും വലിയ സമ്മാനമാണ് വരം. ചമ്രം പടിഞ്ഞിരുന്ന് ഓം എന്നുരുവിട്ടാൽ മതി. അധ്വാ നമേ വേണ്ട. കിട്ടുന്നതോ മഹാസിദ്ധിയും - ഒന്നും മറിച്ചു പറയാൻ കഴി ഞ്ഞില്ല മഹാചാര്യന്. പറയാൻ വൃദ്ധൻ സമ്മതിച്ചതുമില്ല. എല്ലാം വൃദ്ധന റിയാവുന്നതുപോലെയാണ് - പുരത്തിൽ പ്രശ്നമുണ്ടായാൽ പാതി രാത്രിക്ക് മകളേയും ഭാര്യയേയും ഒഴിവാക്കി കാട്ടിലേക്കു കടന്നു കള യുക. ദേശക്കാർ അരപ്രാണനോ കാൽപ്രാണനോ ആയി നരകിക്കുന്നതു കാണേണ്ടല്ലോ. തപഃസിദ്ധിയുമായി തിരിച്ചെത്തി ശത്രുക്കളെ ശാപാഗ്നി യിൽ ദഹിപ്പിക്കാം. വേണ്ട സമയത്ത് വേണ്ടിടത്തു നിൽക്കുന്ന, വേണ്ടതു ചെയ്യുന്നവനാണ് യഥാർത്ഥ തപസ്വി."

മഹാചാര്യർ ധൈര്യം സംഭരിച്ചു ചോദിച്ചു: "പറയൂ മഹാൻ, അവിടുന്ന് ആരാണ്." വൃദ്ധൻ നീട്ടിനീട്ടി ചിരിച്ചു. കാട് ഒപ്പം ചിരി ക്കുകയാണെന്ന് മനസ്സിലായി. "ശിവനോ ബ്രഹ്മാവോ വിഷ്ണുവോ ആണെന്ന സംശയം അല്ലേ? ദേശത്തു പോയി പറയാമല്ലോ ശിവപ്രസാദം കിട്ടി, ബ്രഹ്മവരം കിട്ടി. വിഷ്ണു പ്രത്യക്ഷപ്പെട്ടനുഗ്രഹിച്ചു. യുവാവേ എനിക്കു പ്രത്യേകമായുണ്ടായിരുന്ന പേരുപോലും വാർദ്ധക്യം കൊണ്ടു മറന്നുപോയി. എന്നെ നിങ്ങൾ പടുവൃദ്ധൻ എന്നുതന്നെ വിളിച്ചു കൊള്ളുക. ശുക്രനായ നിങ്ങൾക്ക് തപസ്സനുഷ്ഠിക്കുവാൻ മനഃ സംയമനം കിട്ടുന്നില്ല അല്ലേ?" അദ്ഭുതത്തോടെ ആരാഞ്ഞു മഹാചാര്യർ: "അങ്ങേക്കെല്ലാം അറിയാമെന്നു തോന്നുന്നു." "അതിന് അവതാര മൊന്നും ആവേണ്ട യുവാവേ. സിദ്ധി ഒറ്റയിരിപ്പിനു സാധ്യമാവുന്ന മാന്ത്രികമൊന്നുമല്ല. തപസ്സ് ഏകാന്തമായ ഇരിപ്പുമല്ല. ആമയും മുയലും ഓടിയ കഥതന്നെയാണ്. കുറേശ്ശെ കുറേശ്ശെ. പതുക്കെ പതുക്കെ. ധൃതി ഒന്നിനേയും വശത്താക്കാൻ ഉപകരിക്കുകയില്ല. അവസാനം കേൾവി ക്കാർക്കു കഥകൾ കെട്ടാം. ബ്രഹ്മാവിനെ തപസ്സുചെയ്ത് പ്രത്യക്ഷ പ്പെടുത്തി." വൃദ്ധന്റെ പൊട്ടിച്ചിരി തടാകതീരത്തെ മണൽത്തരികളെ പോലും കുലുക്കി. പൊടുന്നനെ വൃദ്ധന്റെ കാതുകൾ കൂർക്കുകയും കണ്ണു കളിൽ നീർപൊടിയുകയും ചെയ്തു. വൃദ്ധൻ നിലത്തുനിന്നു തട്ടിപ്പിട ഞ്ഞെണീറ്റു. കരിയിലകളിൽ ഉയർന്നുനിന്നു. പടുവൃദ്ധന് യുവാവിന്റെ കരുത്ത് കിട്ടിയതുപോലെ തോന്നി കാഴ്ചയ്ക്ക്. നിലത്തുകിടന്ന ഭാണ്ഡം ചൂണ്ടി വൃദ്ധൻ പറഞ്ഞു: "തപസ്സു പിന്നീടാവാം. ഭാണ്ഡമെടുത്തുവരൂ."

ശുക്രമഹാചാര്യർ ഭാണ്ഡവുമെടുത്ത് വൃദ്ധന്റെ പിറകെ ഓടി. കുന്നുകളും ഇടുക്കുകളും നിബിഡമായ വനമേഖലകളും പിന്നിട്ട് വിശാലമായ പുൽമേടിലെത്തിയപ്പോൾ വൃദ്ധൻ നിന്നു. പുൽമേടിന്റെ ഒരറ്റത്തായി പിടഞ്ഞുകൊണ്ടിരിക്കുന്ന ഒരു മാൻകുഞ്ഞ്. അതിന് ജീവൻ പോവാൻ ഇനി കേവലം നിമിഷങ്ങൾ മാത്രം. കഴുത്തിലാണ് ചെന്നായുടെ കടി ആഴ്ന്നിറങ്ങിയിരിക്കുന്നത്. രക്തം കട്ടയായി ഒലിച്ചിറങ്ങുകയാണ്. ചെന്നായ് പിടിമുറുക്കിയശേഷം ശ്രദ്ധ മറ്റെന്തിലേക്കോ തിരിഞ്ഞനേരം മാൻകുഞ്ഞ് കുറ്റിക്കാട്ടിൽ ഒളിഞ്ഞതാണ്. പക്ഷേ അതുകൊണ്ടൊന്നും രക്ഷയില്ല മാൻകുഞ്ഞിന്. നഖവും കൂർത്ത പല്ലുകളും കഴുത്തിൽ തീർത്തിരിക്കുന്ന മുറിവ് അത്ര മാരകമാണ്.

വൃദ്ധനെ കണ്ടതോടെ ചുറ്റും കൂടിനിന്ന മാനുകൾ ആശ്വാസസൂചകമായി തുള്ളിച്ചാടി. വൃദ്ധന് വഴിയൊരുക്കി മാറിനിന്നു. വൃദ്ധൻ ഭാണ്ഡത്തിൽ കൈയിട്ട് ഒരു മരുന്നു പുറത്തെടുത്ത് കുഞ്ഞുമാനിന്റെ മുറിവിൽ ഇറ്റിച്ചു. വിടർന്നകന്ന തോൽ കൂട്ടിയോജിപ്പിച്ച് താഴ്‌വരയിൽ കണ്ട ഒരു പച്ചില പിഴിഞ്ഞൊഴിച്ചു. ബാക്കി പച്ചില തൊലിപ്പുറത്തു പതിച്ച് അതൊട്ടി നിൽക്കാൻ ഭാണ്ഡത്തിൽ നിന്നെടുത്ത ഒരു പശ കഴുത്തിൽ തേച്ചു. മൂന്നു നാലു മാത്രകളെയെടുത്തുള്ളൂ കുഞ്ഞുമാൻ ചാടിയെണീറ്റു കഴുത്തു കുടഞ്ഞ് വൃദ്ധനെ ഒരു വട്ടം ചുറ്റി വന്ന് കാലിൽ ശിരസ്സു നമിച്ചു നിന്നു. വൃദ്ധൻ കുഞ്ഞുമാനിന്റെ തലയിൽ സ്പർശിച്ചു മന്ത്രിച്ചു "ശരി, ശരി ഒറ്റപ്പെട്ട ആഴങ്ങളിലേക്ക് തനിയെ പോവണ്ട." മാൻകൂട്ടം കുഞ്ഞുമാനിനേയും കൂട്ടി ഹരിതവനത്തിലേക്കു പാഞ്ഞപ്പോൾ ഭാണ്ഡത്തിൽനിന്നു മരത്തോലും മരക്കുറ്റിയിൽ തീർത്ത എഴുത്താണിയും തന്ന് വൃദ്ധൻ പറഞ്ഞു: "എഴുതി വെക്കൂ ശുക്രാ, തപസ്സൊന്ന്, മാൻരക്ഷ -ദേവത-ചെറിയ ആടലോടകം."

ചിരി വിടരാൻ കാത്തുനിന്ന മുഖത്തേക്കൊരു ചോദ്യം:

"മാനിന്റെ ചെവിയിൽ മന്ത്രിച്ചത്?"

"മൃതസഞ്ജീവനി മന്ത്രം."

വൃദ്ധന്റെ ചിരികേട്ട് കാനനം പൊട്ടിച്ചിരിച്ചു:

"അതല്ലേ ഏവർക്കും ആവശ്യം?"

വൃദ്ധൻ നേരെ പോയത് കുന്നിൻ നെറുകയിലേക്ക്. മഞ്ഞുകട്ടകൾ അടരുകളായി നിന്ന പാറക്കെട്ടുകൾ അതിരിട്ട ചാലുകൾ. മഞ്ഞിൽ കുളിച്ച മരത്തലപ്പുകൾ. പാറയ്ക്കു മോളിലെത്തുന്നതിനു മുമ്പേ നാലഞ്ചുപേർ ഓടിയണഞ്ഞറിയിച്ചു: "അമ്പേറ്റ രണ്ടവശരെ കൊണ്ടുവന്നിട്ടുണ്ട്."

വൃദ്ധന്റെ നടത്തം വേഗത്തിലായി.

പുല്ലുമേഞ്ഞ ശാലയ്ക്കു മുമ്പിൽ വാരിപ്പള്ളകളിൽ തറഞ്ഞ അമ്പുമായി രണ്ടുപേർ. അമ്പ് നല്ല ആഴത്തിൽ കുത്തിയുറപ്പിച്ചതുപോലെ പള്ളയിലെ മാംസത്തിൽ തറഞ്ഞു നിൽക്കുന്നു. അമ്പു വലിച്ചൂരിയാൽ ഉടൻ

മരണമെന്നു തോന്നിയ കാട്ടുവാസികൾ സാഹസത്തിനു നില്ക്കാതെ വൃദ്ധന്റെ കാരുണ്യത്തിനായി കൊണ്ടുവന്നിരിക്കയാണ്.

വൃദ്ധൻ അബോധത്തിൽ കുഴഞ്ഞു കിടക്കുന്ന കാട്ടുവാസികളെ സൂക്ഷ്മമായി പരിശോധിച്ചു. ഭാണ്ഡത്തിൽ നിന്നു മറ്റൊരു തുള്ളിമരുന്നെടുത്ത് അമ്പു പറിച്ച മുറിവിൽ ഇറ്റിച്ചു. നിമിഷങ്ങൾ കൊണ്ട് അവർ കണ്ണു തുറന്നു. അവരുടെ കാതുകളിൽ വൃദ്ധൻ പരമരഹസ്യമായി എന്തോ മന്ത്രിച്ചു.

രണ്ടുപേരും ജീവിതത്തിലേക്കുണർന്നു. രണ്ടുപേരേയും ശാലയ്ക്കുള്ളിലേക്ക് കൊണ്ടുപോയി; മുറിവുണങ്ങുന്നതുവരെ പൂർണ്ണവിശ്രമത്തിനായി.

വൃദ്ധൻ പറഞ്ഞു: “ശുക്രാ, തപസ്സു രണ്ട്- വിഷം പുരട്ടിയ അമ്പ് - ദേവത - കാട്ടമൃത്.”

“ഗുരോ ചെവിയിൽ മന്ത്രിച്ചത്?”

“അവർക്കു വേണ്ട മൃതസഞ്ജീവനി.”

വൃദ്ധന്റെ ചിരി ചികിത്സാശാലയിൽ കിടന്നു മുഴങ്ങി.

വളരെ കുറഞ്ഞ ദിവസങ്ങൾകൊണ്ട് വൃദ്ധനുമായി അകലാനാവാത്ത അടുപ്പം വർദ്ധിച്ചു ശുക്രാചാര്യർക്ക്. വൃദ്ധൻ ചെറുമകനെപോലെയാണ് തന്നെ കരുതുന്നതെന്നും മനസ്സിലായി. ചിലപ്പോൾ വലിയ ദേഷ്യത്തിൽ കണ്ണും മുഖവും ചുവപ്പിച്ച് പരുഷമായി നോക്കും. അടുത്ത ക്ഷണത്തിൽ വെളുത്ത ചെമ്പരത്തിപ്പൂപോലെ വെളുക്കെ ചിരിക്കും. തോന്നുമ്പോൾ തമാശകൾ പറഞ്ഞ് ഉറക്കെ പൊട്ടിച്ചിരിച്ചു. അല്ലാത്തപ്പോൾ ചെടികൾക്കിടയിലും മരങ്ങൾക്കിടയിലും എന്തോ പോയതുപോലെ ചികഞ്ഞു നടന്നു. അപ്പൂപ്പനെന്താ അന്വേഷിക്കണേയെന്നു ചോദിച്ചാൽ കുഞ്ഞേ തപസ്സെന്നാൽ അന്വേഷണമാണെന്നു പറയും. അപ്പൂപ്പന്റെ തോൾസഞ്ചി എപ്പോഴും നിറഞ്ഞിരിക്കുന്നതു കാണാം. അതൊന്നു തട്ടിക്കുടഞ്ഞു നോക്കാൻ ഒരിക്കലും പറ്റുകയില്ല. പട്ടിണിയായി അതിന്റെ വയർ ഒരിക്കലും കണ്ടിട്ടില്ല. അധികവും പച്ചമരുന്നുകളാണ്. ഇലയും പൂവും വേരുകളും. അതിലും അടിയിൽ ലിഖിതങ്ങളുള്ള മരത്തോൽ. എന്തിനെപ്പറ്റിയുള്ള ലിഖിതങ്ങൾ എന്നു പറഞ്ഞിട്ടില്ല. പറയാത്ത കാര്യങ്ങളെപ്പറ്റി അധികം ചോദിക്കുന്നത് ഇഷ്ടമല്ലെന്ന് പല അനുഭവങ്ങളും പഠിപ്പിച്ചു. അതുകൊണ്ട് ഇഷ്ടമില്ലാത്തതൊന്നും ചോദിച്ചില്ല മഹാചാര്യർ. ആവശ്യം വരുമ്പോൾ പറയുമായിരിക്കും. അങ്ങനെയാണ് ഒരു വെളുപ്പിന് പറഞ്ഞത്. “ശുക്രാ നീ കാട്ടിൽ തപസ്സു ചെയ്യാനല്ലേ വന്നത്?”

“അതേ, അപ്പൂപ്പാ.”

“എന്നാൽ വാ.”

അപ്പൂപ്പൻ മുൻവിധികളില്ലാതെ മുന്നിൽ നടന്നു - കാട് അതിന്റെ ലാസ്യഭാവം വിട്ട് കറുത്തിരുളാൻ തുടങ്ങി. കാലുകൾ നീട്ടണോ കുറുക്കണോ പൊക്കണോ എന്നൊന്നും മുൻകൂട്ടി നിശ്ചയിക്കാൻ വയ്യാത്ത

അവസ്ഥ. ചിലപ്പോൾ ഉയർത്തിവച്ച പാദങ്ങൾ കുണ്ടിലേക്കു വഴുതി വീണു, മറ്റു ചിലപ്പോൾ താഴ്ത്തിവച്ച കല്ലിലേക്കുയർന്നു. അപ്പൂപ്പ നാകട്ടെ നിമ്നോന്നതങ്ങളൊന്നുമില്ലാത്തതുപോലെ തികച്ചും സരളമായ നടത്തം. നടക്കുന്നതിനിടയിൽ കണ്ണിൽപെട്ട വ്യത്യസ്തതയുള്ള ചെടി യിലകൾ പൊട്ടിച്ചു മണത്ത് പറഞ്ഞു: "തപസ്സ് തൊണ്ണൂറ് - രോഗം- അജീർണ്ണം, ദേവത-ഇഞ്ചിപ്പുല്ല്." ദിവസങ്ങളും ആഴ്ചകളും അങ്ങനെ പൊയ്പോകവെ തോളിലെ ഭാണ്ഡത്തിൽ മരുന്നിലകൾ കുമിഞ്ഞുകൂടി. അപ്പൂപ്പന് വലിയ ആവേശം ശിരസ്സിലടിച്ചതുപോലെ. നടക്കാനോ ഓടാനോ യാതൊരു പ്രയാസവുമില്ലാത്തതുപോലെ. മരങ്ങൾക്കു മോളിൽ സൂര്യനെ കാണാൻ തുടങ്ങുമ്പോൾ ശേഖരിച്ച ഇലകളുടേയും വേരുകളുടേയും ഔഷധ മൂല്യങ്ങൾ കണ്ട തടാകതീരത്തിരുന്ന് അപ്പോൾ പറഞ്ഞു ബോധ്യപ്പെടുത്തി. ഏതോ ആശ്രമത്തിലെ മരച്ചുവടും ശ്ലോ കങ്ങൾ ചൊല്ലി വിശദീകരിക്കുന്ന ഋഷിയേയുമാണ് മഹാചാര്യമനസ്സിൽ തെളിഞ്ഞു വന്നത്. അവസാന നിർദ്ദേശം എന്നും ഒരുപോലെ "എഴുതി വെക്കൂ ശുക്രാ, മരത്തോലിൽ. പലതുള്ളി പെരുവെള്ളമാവുന്നതു കാണാം."

അപ്പൂപ്പൻ നടക്കാൻ തുടങ്ങിയപ്പോൾ തടാകതീരത്ത് അല്പനേരം കൂടി വിശ്രമിച്ചാൽ കൊള്ളാമെന്നു തോന്നി മഹാചാര്യർക്ക്. കാലുകളിൽ നിറയെ ഒരംകൂടിയ ചെടികളും കാട്ടുവള്ളികളും വരിഞ്ഞു മുറുകിയ വേദന. വലംകാലിന്റെ വണ്ണയിൽ കനത്ത നീര്. പലപ്പോഴായി കാട്ടു കൊതുകുകളും കീടങ്ങളും ഉപദ്രവിച്ചതിന്റെ ബാക്കിപത്രം. മഹാചാര്യർ മുടന്താൻ തുടങ്ങിയപ്പോൾ അപ്പൂപ്പന്റെ സരസഭാഷണം: "തപസ്സായിരുന്നു വെങ്കിൽ ഈവക പൊല്ലാപ്പൊന്നുമുണ്ടാവുമായിരുന്നില്ല അല്ലേ? സുഖ മായ ഇരുത്തവും വരവും." അതിനുത്തരമെന്നപോലെ അപ്പൂപ്പന്റെതന്നെ ഉറക്കെയുള്ള പൊട്ടിച്ചിരി. ഏറെ ദൂരം ചെന്നപ്പോൾ ഒരു കൂട്ടം തിണർത്ത പുല്ലുപോലുള്ള ചെടിക്കൂട്ടത്തിലേക്കു ചൂണ്ടി അപ്പൂപ്പൻ പറഞ്ഞു: "ശുക്രാ, പുൽക്കൂട്ടത്തിന് നിന്റെ വലംകാൽ ഒന്നു കാണിച്ചു കൊടുക്ക്." മഹാ ചാര്യർ വലംകാൽ അവയ്ക്കിടയിലേക്കു വച്ച് ഒന്നു തഴുകി പുറത്തെടു ത്തപ്പോൾ കാലിൽ നീരില്ല. വ്രണങ്ങളുമില്ല - എത്രവേണമെങ്കിലും ഓടി നടക്കാം. മരത്തോലിൽ നാരായംകൊണ്ട് കുറിക്കാൻ തുടങ്ങിയപ്പോൾ അപ്പൂപ്പൻ പറയുന്നതു കേട്ടു: "തപസ്സ് - തിരിച്ചറിവ് - ദേവത - കാട്ടിഞ്ചി."

ആഴ്ചകളും മാസങ്ങളും പോയതറിഞ്ഞില്ല. യാത്രയുടെ പല ഇട ങ്ങളിലുംവച്ച് പച്ചിലകൾ മൊരൽകല്ലിൽ ചതച്ച് നീരെടുത്ത് കൊച്ചു ഓട കുംഭങ്ങളിലാക്കി ഭാണ്ഡത്തിലിട്ടപ്പോൾ ഭാണ്ഡം നിറഞ്ഞു. ഇലച്ചാറിന് മുൻകൂട്ടി നിശ്ചയിച്ച പേര് കുംഭത്തിനുമേൽ എഴുതിവച്ചു. അവ ഏതു തരം രോഗത്തിനുള്ള ദേവതാസംഹാരിയെന്ന് നല്ല സ്പഷ്ടം. ഒരിക്കൽ ഒരു ഓടക്കാടു ചവിട്ടി കടക്കവേ കരിയിലകൾ തറഞ്ഞ കാലിലേറ്റ കടി യിൽ മെയ്യാസകലം പരന്നു കയറിയ നീലനിറത്തിൽ മലർന്നടിച്ചു വീണു മഹാചാര്യർ. അപ്പൂപ്പൻ തൊട്ടടുത്തുനിന്ന ഒരപൂർവ്വ ചെടി സമൂലം

പിഴുതുകൊണ്ടുവന്ന് കടിക്കുഴിയിൽ അരച്ചു പുരട്ടി. നേരത്തോടു നേര മെത്തുമ്പോഴേക്കും സർവ്വാംഗം പഴയ നിറം തിരിച്ചു കിട്ടി. യാത്ര കൂടുതൽ സുഗമവുമായി. അപ്പൂപ്പൻ ചോദിച്ചു: "പാറയിലിരുന്നുള്ള തപസ്സുതന്നെ യായിരുന്നു ഭേദം അല്ലേ?"

മഹാചാര്യർ ഇക്കുറി ദൃഢമായി പറഞ്ഞു: "അല്ല അപ്പൂപ്പാ, ഒരിക്ക ലുമല്ല." അപ്പൂപ്പൻ വലിയ തോതിൽ ചിരിക്കാൻ തുടങ്ങിയ വായ താനേ അടഞ്ഞു പുഞ്ചിരിയായി മാറുന്നതു കണ്ടു.

ഏറെ പാറക്കെട്ടുകളും ചോലതീരങ്ങളും കയറിയിറങ്ങി അപൂർവ്വ മരുന്നുകൾ ശേഖരിച്ചു വന്നതേയുണ്ടായിരുന്നുള്ളൂ മഹാചാര്യർ. കുന്നിന്റെ താഴ്‌വരയിലെ വിശാലമായ പുൽമേട്ടിലിരുന്ന് ശേഖരിച്ചവയുടെ പേരും ഔഷധ ഗുണവും മരത്തോലിൽ കുത്തിക്കുറിക്കുമ്പോൾ താഴെ കാട്ടുചോലയിൽ തട്ടിവന്ന കാറ്റിൽ മയങ്ങി വീണു. അടുത്തുള്ള കുന്നിൻ മോളിലെ ആശ്രമത്തിലെ താമസക്കാരനായ ഒരു പരിചയക്കാരനെ കണ്ടു വരാൻ പോയതാണ് അപ്പൂപ്പൻ. മയക്കം സുഖകരമായൊരു നിദ്രയായി ഒഴുകിയിറങ്ങാൻ തുടങ്ങിയപ്പോൾ ഇരുകൈകളുടേയും ഇടയിൽ വന്നു തറച്ച കുന്തം അത്ര മാരകമായ ആയുധമായി തോന്നിയില്ല. രണ്ടു കുന്ത മുന കൂടി അരയിലും ഏതാണ്ട് അടിവയറ്റിലും വന്നു തറച്ചതോടെ ജീവൻ പറിഞ്ഞുപോവുകയാണെന്നു മനസ്സിലായി.

ഹയ്യോയെന്ന ആർത്തിപൂണ്ട വിലാപം പുറത്തേക്കു വരുന്നതിനു മുമ്പേ നിലത്ത് കുത്തിയിറക്കുന്നതുപോലെ നെഞ്ചിൻ കൂടു തകർത്ത് ആഞ്ഞു കിട്ടി മറ്റൊരു കുത്ത്. അതോടെ കാഴ്ചയും ഓർമ്മയും അസ്ത മിക്കുന്നതുപോലെ മങ്ങിയിറങ്ങി മഹാചാര്യർക്ക്. കണ്ണടച്ചാണ് കിടക്കു ന്നതെങ്കിലും ആജാനബാഹുക്കളായ രണ്ടു മൂന്നു ഭീകരരൂപികൾ ചുറ്റും ചാടിത്തുള്ളുകയും ആഹ്ലാദഭാവം എന്നു മനസ്സിലാവുന്ന ശബ്ദങ്ങൾ പുറപ്പെടുവിക്കുകയും ചെയ്തു. ഹിംസ്രജന്തുക്കളോ കാട്ടുമനുഷ്യരോ എന്നു വ്യക്തമായില്ലെങ്കിലും അവ ഇരയിൽ അവശേഷിക്കുന്ന ജീവൻ തീരുന്നതിനു മുമ്പ് വെട്ടി തീറ്റ തുടങ്ങരുതേയെന്നു മാത്രം പ്രാർത്ഥിച്ചു മഹാചാര്യർ.

മരണവേദനയ്ക്കിടയിൽ അവ താഴ്‌വരയിലൂടെ വലിച്ച് കൊണ്ടു പോവുകയാണെന്നു മനസ്സിലായി. ഏറെ നേരത്തെ വലിച്ചിഴക്കലിനൊടു വിൽ ശരീരത്തിനുമേൽ ഇരുട്ട് ഒരു പുതപ്പുപോലെ വന്നു വീഴുകയും കിണറിന്റെ ആഴമുള്ള ഇരുൾ വിഴുങ്ങുകയും ചെയ്തു. ആരുടെയൊ ക്കെയോ വയറ്റിലേക്ക് കയറിക്കയറി പോവുകയാണ്. ഒരു വലിയ ആന യുടേയോ കരടിയുടേയോ അതോ മലമ്പാമ്പിന്റേയോ വയറ്റിലാകാ മെന്നു തോന്നി. ക്രമേണ എല്ലാ ബോധങ്ങളും കിണറ്റിൽവീണ കല്ലു പോലെ താഴ്ന്നുതാഴ്ന്നു പോവുകയാണ്. അപ്പോഴും ഇരുവശങ്ങളിലും നിന്ന് ആ ഭീകരരൂപികൾ കാട്ടുകുടങ്ങളിലും തോൽക്കലങ്ങളിലും ആഞ്ഞടിച്ച് ആഹ്ലാദം പങ്കിടുന്നു. അതിനിടയിൽ ആരോ പുറത്തേ ക്കുന്തിനിന്ന ഇരയുടെ പാദകപ്പെരുവിരലിൽ പിടി മുറുക്കി കിണറ്റിൽ വീണ മരത്തടി വലിച്ചെടുക്കുന്നതുപോലെ വലിച്ചു പുറത്തുകൊണ്ടു

വന്നതും ശുക്രായെന്നുറക്കെ വിളിച്ചതും മഹാചാര്യശിരസ്സിൽ മുഴങ്ങി. അത് അപ്പൂപ്പന്റെ ശബ്ദമാണെന്നുമാത്രം ഓർമ്മയുണ്ട്. അതോടെ മഹാചാര്യരുടെ സകല ബോധവും പൂർണ്ണമായും അസ്തമിച്ചു.

തികച്ചും ശൂന്യമായ ഒരു മഹാകാലത്തിനുശേഷം ബാഹ്യമായ ഒരു ദുർബല ശബ്ദതരംഗം കാതിലൂടെ കടന്ന് മസ്തിഷ്കത്തിലെത്തി മഹാചാര്യർക്ക്. അവിടെനിന്നും ഹൃദയാകാശത്തിലേക്ക് ചെറുതെന്നൽസ്പർശമായി പോകുന്ന അവസ്ഥ. ഭൗതികമായ മറ്റൊരു സ്വാധീനത്തിനും മനസ്സ് വശപ്പെട്ടില്ലെങ്കിലും ദുർബ്ബല ശബ്ദതരംഗത്തിന് വഴിപ്പെട്ടതുപോലെ. ക്രമേണ ശബ്ദതരംഗം അല്പാല്പം ബലപ്പെട്ടുവന്ന് ബാഹ്യതരംഗത്തിനെ കനത്തിൽ ഏറ്റുവാങ്ങുവാൻ ശക്തി പ്രാപിച്ചു. കുറേക്കൂടി ദിനരാത്രങ്ങൾക്കുശേഷം ശബ്ദതരംഗാർത്ഥം തിരിച്ചറിയുവാനും അതിന്റെ അർത്ഥശക്തിയിൽ മനസ്സ് താഴ്ന്നുപോവാതെ പിടിമുറുക്കി നിൽക്കാനും കഴിവുനേടി. ക്രമേണ ആരോ തന്റെ ജീവനെ ശരീരത്തിൽനിന്നു വിട്ടുകൊടുക്കാതെ പിടിച്ചു നിർത്തിയിരിക്കുന്നതുപോലെ.

പിന്നെ, ഇനിയുണർന്നാലും ജീവൻ പറന്നുപോകില്ലെന്ന് ആ ശബ്ദതരംഗം ഉറപ്പു നൽകിയ ധൈര്യത്തിൽ മഹാചാര്യമിഴികൾ വിടർന്നു. ചുറ്റും കൂടി നിന്ന ആശ്രമവാസികൾക്കിടയിലിരുന്ന് അപ്പൂപ്പൻ ചെവികളിൽ മാറി മാറി ആ മന്ത്രം ശബ്ദതരംഗമാക്കി ഊതിയിറക്കുകയാണ്. ആരോ പറയുന്നതു കേട്ടു "മൃതസഞ്ജീവനി മന്ത്രം ഫലിച്ചു. ഇനി ഒന്നും പേടിക്കാനില്ല." ആരൊക്കെയോ നാക്കിൻ തുമ്പിൽ ജലം ഇറ്റിക്കുകയും വായിലേക്ക് നാരങ്ങനീര് പിഴിയുകയും ചെയ്തു. നാക്കിലൊഴിച്ച വെള്ളം തടസ്സമില്ലാതെ പോകുന്നുവെന്നറിഞ്ഞപ്പോൾ ബാർലി വെള്ളവും തിനവെന്ത കഞ്ഞിവെള്ളവുമൊക്കെയായി. വാരങ്ങൾ കഴിഞ്ഞതോടെ ചോളക്കഞ്ഞിയും ഗോതമ്പു നുറുക്കു കഞ്ഞിയുമായി കനപ്പെട്ടു. അപ്പോഴേക്കും തളർന്ന ഞരമ്പുകളിലും ഉള്ളവയവങ്ങളുടെ ഓരോ തരികളിലും ആദ്യം കേട്ട ശബ്ദതരംഗം മൂർത്തമായ ശബ്ദമായി രക്തത്തോടൊപ്പം സർവ്വാംഗം ഒഴുകിയിറങ്ങി. മനസ്സും ശരീരവും ഊർജ്ജമന്ത്രത്തിൽ സദാ മുങ്ങിക്കുളിച്ചു. വിശപ്പും ദാഹവുമൊന്നും ഏൽക്കാതെ അത് ശരീരകോശങ്ങളെയും സിരകളേയും ഉത്തേജിപ്പിച്ച് ഉടലിൽ ജ്വലിക്കുന്ന തീക്കണ്ണായി, ശരീരച്ചൂടായി നിലനിന്നു. അതിന്റെ പ്രേരണയിൽ നാക്ക് സദാ ആ ശബ്ദങ്ങൾ ഉരുവിട്ടു. അങ്ങനെ മനസ്സിൽ നിറഞ്ഞ മന്ത്രം ഉരുവിട്ടപ്പോൾ സകല ഭൗതിക ദുർബ്ബലതകളിൽനിന്നും വിമുക്തി കിട്ടുന്നപോലെ അനുഭവപ്പെട്ടു.

മൂന്നു മാസത്തെ നിരന്തര ചികിത്സയ്ക്കുശേഷം മഹാചാര്യന് എണീറ്റിരിക്കാനും അത്യാവശ്യം നടക്കാനും കഴിഞ്ഞുവെങ്കിലും ചില മുറിവുകൾ ഉണങ്ങാൻ വിസമ്മതിച്ചു നിന്നു. അവ പ്രത്യേകിച്ച് പള്ളയിലെ കുന്തക്കുത്തു മുറിവു തടിച്ചു പഴുക്കാനുള്ള പ്രവണത കാണിച്ചു. അപ്പൂപ്പൻ ശ്രദ്ധാപൂർവ്വം വീക്ഷിച്ചു പറഞ്ഞു: ''വിഷദ്രാവകം പുരട്ടിയ കുന്തമാണ് പ്രയോഗിച്ചിരിക്കുന്നത്. ആൾ ചാവാതെ ദിവസവും മാംസം

അറുത്തുതിന്നാൻ വേണ്ടിയുള്ള സംവിധാനമാണ്. അങ്ങനെയായാൽ മൂന്നോ നാലോ മാസംവരെ ചാവാത്ത മനുഷ്യ ഇറച്ചി ഭക്ഷണമാക്കാം. അത് കാട്ടുജാതിയിലെ ഏറ്റവും പഴക്കമേറിയ വിഭാഗത്തിന്റെ സ്വഭാവമാണ്. ആഴ്ചയിലോ രണ്ടാഴ്ചയിലോ ഒരിക്കലേ അവർ വേട്ടയ്ക്കിറങ്ങൂ. മനുഷ്യമാംസം കിട്ടിയാൽ ഏറ്റവും സന്തോഷമായി. കുരങ്ങാണ് രണ്ടാമത്തെ ഇഷ്ടവിഭവം."

അപ്പൂപ്പൻ പറഞ്ഞു: "ഒട്ടും അധീരനാവേണ്ടതില്ല. എല്ലാ പ്രതിസന്ധികളേയും മനസ്സ് അതിജീവിച്ചു കഴിഞ്ഞു. ഇനിയുള്ളത് ശരീരത്തിന്റെ കുസൃതി മാത്രം. അതിന് മറ്റവനെത്തന്നെ കൊണ്ടുവരേണ്ടിവരും. ഞാൻ പുറപ്പെടുകയായി. വരുന്നതുവരെ മൃതസഞ്ജീവനി മന്ത്രം മുടങ്ങാതെ മന്ത്രിക്കുക." അതു പ്രത്യേകം പറയേണ്ടതുണ്ടായിരുന്നില്ല. മഹാചാര്യനെ സംബന്ധിച്ചിടത്തോളം മനസ്സ് സദാ അതൊരു ശീലമാക്കി കഴിഞ്ഞു. വേണ്ടെന്നു പറഞ്ഞാലും സഞ്ജീവനി മന്ത്രം ഉൾഹൃദങ്ങൾ ഉരുക്കഴിച്ചിരിക്കും.

അപ്പൂപ്പൻ വന്നത് ഒന്നരമാസം കഴിഞ്ഞാണ്. അപ്പോഴേക്കും എണീക്കാനും തെല്ലുനേരമൊക്കെ സഹായം കൂടാതെ നടക്കാമെന്നുമായി മഹാചാര്യർക്ക്. പള്ളയിലെ മുറിവിൽമാത്രം മരുന്നുവച്ച് പതിച്ചിരിക്കും.

അപ്പൂപ്പൻ വന്നപാടെ കൊണ്ടുവന്ന പച്ചമരുന്നുകൾ ചതച്ചരച്ച് മുറിവിൽ ഇറ്റിച്ചു. ദിവ്യൗഷധം ഉള്ളിലേക്കിറങ്ങുംതോറും അകന്നു നിന്ന കോശങ്ങൾ വന്നടുക്കുന്നതും കൂട്ടിപ്പിടിക്കുന്നതും അനുഭവപ്പെട്ടു. ബാക്കിയുണ്ടായിരുന്ന മരുന്ന് പാലിൽ ഇറ്റിച്ച് അകത്താക്കിയതോടെ വ്രണത്തിൽ നീറ്റം അനുഭവപ്പെട്ടു. മയക്കം കണ്ണുകളെ തഴുകാൻ തുടങ്ങി. അപ്പൂപ്പൻ പറഞ്ഞു: "ഒന്നുറങ്ങിക്കോളൂ, ഉണരുമ്പോൾ എല്ലാം ശരിയാവും."

അതികാലത്താണുണർന്നത്. ഇടത്തേ പള്ളയിൽ തടവിയപ്പോൾ മുറിവിന്റെ പാടുപോലുമില്ല. ആദ്യത്തേക്കാൾ മിനുസം. യാതൊരു വിഷമവും കൂടാതെ സുഖമായി നടക്കാം. കാലിന് തീരെ പിടിച്ചു വലിയില്ല. പണ്ടത്തേക്കാൾ സുഖമായി നടക്കാനും കഴിഞ്ഞു. ഒരാഴ്ച കഴിഞ്ഞതോടെ കുന്നുകൾ ഓടിക്കയറാനും നദീതീരങ്ങളിൽ തുള്ളിയോടാനും തീരെ വിഷമമില്ലാതായി മഹാചാര്യർക്ക്.

അഞ്ച്

"**ഞാ**ൻ ഉറുക്ക്വാഗിന. മെസോപ്പൊട്ടോമിയക്കാരൻ. കൃത്യമായി പറഞ്ഞാൽ രണ്ടു നദികളുടെയുമിടയിൽ മുളച്ചുവന്ന വിത്ത്. ജംബുദ്വീപിലെ മൃതസഞ്ജീവനി തേടിയെത്തിയ മുറിവേറ്റ ഭടൻ."

ശുക്രമഹാചാര്യർ കാതുകൾ മുറിവേറ്റ അവശഭടന്റെ ചുണ്ടുകളോടു ചേർത്തു പിടിച്ചു. അങ്ങേയറ്റത്തെ ശ്രദ്ധയില്ലെങ്കിൽ അക്ഷരങ്ങളും

വാക്കുകൾതന്നെയും കാതിലെത്താതെ കാറ്റിൽ അലിഞ്ഞുപോവും. അത്രയ്ക്കു ദുർബ്ബലമായ ശബ്ദം. നാലോ അഞ്ചോ മാസങ്ങൾക്കു മുമ്പ് താനും ഇതേ ദൈന്യാവസ്ഥയിലായിരുന്നതുകൊണ്ട് പറയാനുള്ള ശക്തി മുറിവേറ്റ ആൾക്ക് എത്ര കുറവായിരിക്കുമെന്നും എത്രമാത്രം അധ്വാനിച്ചാണ് അത്രയും പുറത്തു വരുന്നതെന്നും നന്നായി അറിയാമായിരുന്നു. ഏതാണ്ട് ഒരേ അവസ്ഥയിലൂടെ കടന്നുപോവുന്ന രണ്ടു പടയാളികൾ. ശുക്രമഹാചാര്യർ രണ്ടുപേരെയും തമ്മിൽ ഒരു നിമിഷം വിലയിരുത്തി.

"താങ്കളുടെ പേര്?" - അപരിചിതനായ വിദേശിയുടെ സംശയം.

"ശുക്രൻ."

എവിടെയോ കേട്ടിട്ടുള്ളപോലെ ഭടൻ ചിന്തയിലാണ്ടു.

-യുദ്ധം വിജയിപ്പിച്ചുവെന്ന അതിയായ ആഹ്ലാദമായിരുന്നു. പക്ഷേ അമിതാഹ്ലാദം ആപത്താണെന്ന പഴമൊഴി വേണ്ടതുപോലെ ബഹുമാനിച്ചില്ല. പത്തുവർഷംകൊണ്ട് കൊഴിഞ്ഞുപോയ പൂവായി ജയം. ജയത്തിനുമുമ്പ് വേണ്ടത്ര ഗൃഹപാഠം ചെയ്യാത്തതിന്റെ ദാരുണ അന്ത്യം. ഏകാധിപതിയെ താഴെയിറക്കാനുള്ള അതിയായ വ്യഗ്രതയിൽ നീതിശാസ്ത്രങ്ങൾക്കായി കാതോർക്കാൻ മനസ്സുണ്ടാവാതെ പോയതിന്റെ ദുരന്തം.

അവശഭടൻ ശിരസ്സു നിലത്തിട്ടുരുട്ടി ഒരിക്കലും തിരിച്ചു പിടിക്കാനാവാത്ത പൊയ്പോയ ബുദ്ധിയോർത്ത്. ഭടന് തീരെ വയ്യെങ്കിലും പിന്നേയും പിന്നെയും തികട്ടി വന്നതൊക്കെ പറയണമെന്നുണ്ടെന്ന് മുഖം വിളിച്ചറിയിച്ചു. ഒരുപക്ഷേ സമാനനായൊരു മനുഷ്യനെ മുന്നിൽ കിട്ടിയതുകൊണ്ടുള്ള ആശ്വാസമായിരിക്കാം.

അവശഭടന്റെ ചെവിയിൽ മന്ത്രിച്ചു: "ഇപ്പോൾ മൃതസഞ്ജീവനി മന്ത്രം സദാ ഉരുവിടുക. രണ്ടു നാൾകൊണ്ട് സർവ്വശേഷിയും തിരിച്ചു കിട്ടും. മൃതസഞ്ജീവനി മരുന്ന് താങ്കളുടെ മുറിവുകൾ ഉണക്കിക്കൊണ്ടിരിക്കുകയാണ്. ധൈര്യമായി മൃതസഞ്ജീവനിയിൽ ബുദ്ധി കേന്ദ്രീകരിക്കുക."

ഭടൻ മനസ്സില്ലാമനസ്സോടെ മന്ത്രജപത്തിൽ മുഴുകി കണ്ണുകളടച്ചു.

ഗുഹാവാസികളുടെ കുന്തക്കുത്തുകളിൽ നിന്ന് പൂർണ്ണമായും വിമുക്തമായപ്പോൾ മൃതസഞ്ജീവനി വളരുന്ന മലഞ്ചെരിവുകൾ കണ്ടാൽ കൊള്ളാമെന്ന് അറിയിച്ചതനുസരിച്ച് അപ്പൂപ്പൻ പാതി കളിയായും പാതി ഗൗരവമായും പറഞ്ഞ നിർദ്ദേശം അപ്പോൾ ഒരു സൂചനയും തന്നില്ലെങ്കിലും അതിലെ ചൂണ്ടുകൾ ഉറുക്കാഗിനയുടെ ആത്മഗതം വെളിപ്പെടുത്തി: "ശരീരരോഗ സംഹാരിയായ മൃതസഞ്ജീവനിയേ മലഞ്ചെരിവിലുണ്ടാവൂ ശുക്രാ. ദേശനിവാസികളെ ഒന്നായി ബാധിക്കുന്ന രോഗത്തിനുള്ള മൃതസഞ്ജീവനി കണ്ടെത്തുകതന്നെ

വേണം.'' മൃതസഞ്ജീവനി എത്ര തരമുണ്ടെന്നു ചോദിക്കാൻ മഹാചാര്യർ നാക്കെടുക്കുമ്പോഴേക്കും അപ്പൂപ്പൻ മുഴുമിപ്പിച്ചു: "ഓരോ രോഗത്തിനും ഓരോ മരുന്നാണു കുഞ്ഞേ - പുരങ്ങളെ ഒന്നായി ബാധിച്ച രോഗത്തിനുള്ള മൃതസഞ്ജീവനി മനനം ചെയ്തെടുക്കുകതന്നെ വേണം. എന്നാൽ മുന്നറിവുകൾ അതിനെ മഹത്തരവും കേടറ്റതു മാക്കും." സാധാരണ വിഷയമാണു സംസാരിക്കുന്നതെങ്കിലും അവസാ നിക്കാറാവുമ്പോഴേക്കും അപ്പൂപ്പൻ ദുർഗ്രാഹ്യതയുടെ വക്കിലെത്തുക സാധാരണമായതുകൊണ്ട് തീർച്ചയായും അതിലെന്തെങ്കിലും ഉണ്ടാവു മെന്ന ഉറപ്പിൽ അപ്പൂപ്പനെ പിന്തുടർന്നു. മലകൾ ഒന്നിനു മീതേ ക്കൊന്നായി പൊങ്ങിപ്പൊങ്ങി പോവുകയാണ്.. അവസാനിക്കുക ആകാശത്തിൽ ചെന്നായിരിക്കുമെന്നു തോന്നി.

മലകൾ, അവ കല്ലും മുള്ളും നിറഞ്ഞതായാലും മണ്ണിൽ മൂടിപ്പുതച്ച തായാലും കയറുമ്പോൾ അപ്പൂപ്പന് പതിനാറു വയസ്സിന്റെ ഉന്മേഷം. എത്ര തവണ അപ്പൂപ്പൻ ഈ മല ചവിട്ടി കയറുകയും ഇറങ്ങുകയും ചെയ്തിട്ടുണ്ടെന്ന് പറയാൻ കഴിയില്ല. അപ്പൂപ്പന്റെ ആരോഹണ അവ രോഹണ സിദ്ധി കാണുമ്പോൾ. മൂന്നുവാരം മലയിൽനിന്നു മലയിലേക്ക് ആരോ കയറിട്ടുയർത്തുന്നതുപോലെ പൊങ്ങുകയയായിരുന്നു. ഇനി ചന്ദ്രനെ തൊടാൻ അധികമില്ലല്ലോയെന്ന വിചാരം തറഞ്ഞപ്പോൾ അപ്പൂപ്പന്റെ ശബ്ദം: "ശുക്രാ നമ്മളിപ്പോൾ ഭൂമിയുടെ നെറുകയിലാണ്. ഇവിടെ നിന്ന് നേരെ നോക്കുക." അപ്പൂപ്പന്റെ നിർദ്ദേശപ്രകാരം മഹാ ചാര്യർ നേരെ നോക്കി. മുന്നിൽ അനന്തമായ സാഗരം. മദ്ധ്യധരണ്യാഴി. അതിരുകളില്ലാത്ത, വിഘ്നങ്ങളില്ലാത്ത അന്തമില്ലാത്ത ആഴിപ്പരപ്പ്. ജലം ആകാശമെന്ന പന്തലിൽ കെട്ടിപ്പിടിച്ചു കിടക്കുകയാണ്. അനന്തമായ കടൽ തീരത്ത് മെസോപ്പട്ടേമിയ, മാറ്റ്അക്കാദി, ഷൂമർ. അഷൂർ. അവിടെയാണ് ജീവന്റെ നാമ്പുകൾ ആദ്യമായി കിളുർത്തു പൊന്തിയത്, മനുഷ്യവാസം തുടങ്ങിയത്. നവീന മനുഷ്യന്റെ ഉറവിടം. നദികളിലെ വെള്ളപ്പൊക്കം അവിടുത്തെ നിവാസികളെ കൂട്ടം ചേർന്ന പലായനത്തിനു പ്രേരിപ്പിച്ചു. അവർ അയ്ജിറ്റോസിലേക്കും പേഴ്സ്യയിലേക്കും ജംബുവിലേക്കും കേവുവള്ളങ്ങളിലും പായക്കപ്പലുകളിലും യാത്രയായി. ജീവന്റെ മുത്തു കൾ ഭൂമണ്ഡലമാകെ ചിതറിത്തെറിച്ചു "മദ്ധ്യധരണ്യാഴിയിലൂടെ ഒരു ചുവന്ന പൊട്ടായി മുന്നേറി വരുന്ന പായ്വഞ്ചി ശുക്രാ, നിനക്കു കാണാ നുണ്ടോ?" മഹാചാര്യർ അതീവശ്രദ്ധയോടെ നോക്കി. ഒരു പൊട്ട്. ഒരു പൂമ്പൊടിപ്പൊട്ടുപോലെ നേരിയ ഒരു കുത്ത്.

"കാണുന്നു അപ്പൂപ്പാ."

"ഷൂമരു പായ് വഞ്ചിയാണത്. അത് വരുന്നത് ജംബുവിലേക്കാണ്. ജംബുവിലെ കച്ചവടക്കാരാണ് മദ്ധ്യധരണ്യാഴിയിൽ ദിശ തെളിയിക്കു ന്നത്. കച്ചവടക്കാരായ അവർക്ക് സുപരിചിതമായ പണി. രണ്ടു പൗർണ്ണമി കാലമെടുക്കും അതിവിടെയെത്താൻ." അപ്പൂപ്പൻ കണക്കാക്കി പറഞ്ഞു

"അതിനിടയിൽ നിനക്ക് മൃതസഞ്ജീവനി ചെടികൾ കാണിച്ചുതരാം." നിധി കാക്കുന്ന ഭൂതങ്ങൾപോലെ അഞ്ചു മലകളുടെ കാവലിൽ വളരുന്ന മൃതസഞ്ജീവനി കണ്ടെത്തുവാൻ ഒരു പൗർണ്ണമി കാലത്തെ മഞ്ഞു കട്ടകളിലൂടെയുള്ള നടത്തം വേണ്ടിവന്നു. കൈകാലുകൾ മരവിച്ച അവസ്ഥയായി മഹാചാര്യർക്ക് മൃതസഞ്ജീവനിക്കു മുന്നിലെത്തിയപ്പോൾ. വാഴയുടെ കുടപ്പനുണ്ണിപോലെ അനേകം ചെടികളാൽ അടരുകളായി പൊതിഞ്ഞു കെട്ടി നിൽക്കുന്ന മൃതസഞ്ജീവനിക്കു നാലു നാഴികയടുത്തെത്തിയപ്പോൾ തുടങ്ങി അന്തരീക്ഷത്തിൽ അതിയായ രശ്മിക്കുത്ത്. ആരൊക്കെയോ നാലുവശങ്ങളിൽനിന്നും ആകർഷണം കൊണ്ട് പിടിച്ചുലക്കുന്നതുപോലെ. ആകർഷണത്തിന്റെ ഒരിടുങ്ങിയ വൃത്തത്തിലേക്ക് കടന്നുകൂടുന്നതുപോലെ. ആരും ആർക്കും മനസ്സിലാക്കി കൊടുക്കേണ്ട, അവിടെ ഏതോ അപൂർവ്വ ഔഷധച്ചെടി നിറഞ്ഞു നിൽക്കുന്നുണ്ടെന്ന്.

മലയിടുക്കിന്റെ ഒരു പ്രത്യേക വശത്താണ് മൃതസഞ്ജീവനി. സമാനതകളുള്ള അഞ്ചു ചെടികൾ പിഴുതെടുത്ത് ഭാണ്ഡത്തിൽ വച്ച് അപ്പൂപ്പൻ പറഞ്ഞു: "ഏറെ പറിച്ചുവച്ചിട്ടു കാര്യമില്ല. ഏറെ നാൾ കഴിഞ്ഞാൽ ഔഷധഗുണം നഷ്ടപ്പെടും. മനുഷ്യർ താമസിക്കുന്നിടത്തു വളരുകയുമില്ല. ഒരു പ്രത്യേക പരിതഃസ്ഥിതിയിൽ മാത്രമേ അവ തെളിഞ്ഞു നിൽക്കൂ. അത്യന്തം മഞ്ഞുറഞ്ഞു നിൽക്കുന്ന അന്തരീക്ഷം വേണം. സൂര്യൻ യാതൊരു തടസ്സവും കൂടാതെ മഞ്ഞുകട്ടകൾക്കിടയിൽ തെളിഞ്ഞു നിൽക്കുന്ന അവയുടെ മേൽ തെളിഞ്ഞ രശ്മികൾ നിർലോപം ചൊരിയുകയാണ്. കുഞ്ഞേ, ശുക്രാ ലോഹങ്ങളിൽനിന്നുള്ള മുറിവുകളും വിസ്ഫോടനങ്ങളിൽനിന്നുള്ള വ്രണങ്ങളും കരിച്ചു കളയുവാൻ മൃതസഞ്ജീവനിക്കു മാത്രമേ കഴിയൂ." "അപ്പോൾ മന്ത്രത്തിനോ?" "മൃതസഞ്ജീവനി രോഗശമനിയും മന്ത്രം ഊർജ്ജദായിനിയുമാണ്. ആദ്യം വേണ്ടതു മരുന്ന്. മന്ത്രത്തിനു രണ്ടാം സ്ഥാനം. നിനക്കിപ്പോൾ മരുന്നും മന്ത്രവുമായി. ഇനി പറയാം, ശിവവരംകൊണ്ട് മൃതസഞ്ജീവനി വിദ്യ കിട്ടിയെന്ന്." ഇത്തവണ അപ്പൂപ്പനൊപ്പം മഹാചാര്യർക്കും ചിരി വന്നു. നന്നായി ചിരിക്കുവാൻ തുടങ്ങിയപ്പോഴേക്കും കാലിൽ തുളച്ചു കയറാൻ തുടങ്ങി ഒരു മഞ്ഞു വേട്ടാളൻ. അവനെ കാലിൽനിന്നടർത്തിയെടുത്തപ്പോൾ തലച്ചോറുപോലും മുൾക്കുത്തേറ്റ ക്ഷതത്തിൽ നീറി. തിരിച്ചു പുറപ്പെടാൻ രണ്ടു വാരം എടുത്തു. മലയുടെ നെറുകയിൽ നിന്നു നോക്കിയിപ്പോൾ അങ്ങകലെ ഒരു ചുവന്ന പൊട്ടായി കണ്ട പായ്‌വഞ്ചിക്ക് കേവുവള്ളത്തിന്റെ വലിപ്പം. മൂന്നു ദിവസംകൊണ്ട് പായ്‌വള്ളം തീരത്തണഞ്ഞു.

അവർ ധൃതിയിൽ തീരത്തെത്തി.

പായ്‌വഞ്ചിയിൽനിന്ന് രണ്ടുപേർ തീരത്തിറങ്ങി അപ്പൂപ്പനെ വന്ദിച്ച് ചെവിയിൽ എന്തോ പറഞ്ഞു. അപ്പൂപ്പന്റെ നിർദ്ദേശപ്രകാരം അവർ തീരെ അവശനായൊരു ഭടനെ പലകയിൽ കിടത്തി താഴെയിറക്കി. അവർ

അയാളെ തൊട്ടടുത്തുള്ള മരക്കുടിലിൽ കൊണ്ടു കിടത്തി. അവർ പായ് വഞ്ചിയിൽനിന്ന് എന്തോ നിറച്ച ഒന്നു രണ്ടു സഞ്ചികളും ചെമ്പുപാത്രങ്ങളും ഇറക്കിവച്ചു. അത്തരത്തിലുള്ള ലോഹപ്പാത്രങ്ങൾ ആദ്യമായി കാണുകയാണ് മഹാചാര്യർ. കടലിനക്കരെയുള്ള രാജ്യത്തെവിടെയോ ചെമ്പും വെങ്കലവും ആയുധങ്ങൾക്കും പാത്രങ്ങൾക്കുമായി ഉപയോഗിക്കപ്പെടുന്നുണ്ടെന്ന് കേട്ടിരുന്നു. അവിടെ ഭൂമിയിലില്ലാത്ത വലിയ സംസ്കാരവുമുണ്ടെന്നു കേട്ടു. അവർ നല്ല നേരിയ വസ്ത്രങ്ങളും ആഭരണങ്ങളും ഉപയോഗിക്കുന്നുണ്ടത്രെ. കേട്ടത് മുഴുവനും കിംവദന്തികളല്ലെന്ന് നേരിൽ ബോധ്യമായി. എങ്കിൽ എങ്ങനെയാണവർ സാംസ്കാരികമായി ഇത്ര പുരോഗമിച്ചത്? ഹരിയൂപിയയും യയ്യാവതി തീരവും അങ്ങനെയായെങ്കിൽ എന്നൊരു സ്വപ്നത്തിൽ മുഴുകി നിന്നു മഹാചാര്യർ.

അപ്പൂപ്പൻ പറഞ്ഞു: “ശുക്രാ, നീയാണ് അവശനായ അയാളെ ചികിത്സിക്കുന്നത്.”

വലിയ ആഹ്ലാദവും ഒപ്പം ചങ്കിടിപ്പും അനുഭവപ്പെട്ടു മഹാചാര്യർക്ക്. അപ്പൂപ്പൻ അനവധി വർഷത്തെ അധ്യാപനത്തിനുശേഷം ശിഷ്യന്റെ മികവ് കാണിച്ചുകൊടുക്കുവാൻ നൽകിയിരിക്കുന്ന സന്ദർഭം.

സന്ദേഹത്തോടെ മരക്കുടിലിൽ കടന്നു മഹാചാര്യർ. ബോധമുണർന്നപ്പോൾ തന്റെ അവസ്ഥയെപ്പറ്റി ചുറ്റുമുള്ളവർ പറഞ്ഞതുവച്ചു നോക്കിയാൽ അതേ അവസ്ഥതന്നെ ഭടന്റേത്. മഹാചാര്യർ വിശദമായി പരിശോധിച്ചു.. നാഡി പിടിച്ചും മൂക്കിനു താഴെ വിരൽവച്ചും ഹൃദയത്തിനു മീതെ ചെവി വച്ചും സൂക്ഷ്മപരിശോധന നടത്തി. ജീവന്റെ ഒരു ലക്ഷണവും കാണുന്നില്ല. അപ്പൂപ്പനോടു പറഞ്ഞാലോ? വേണ്ട വൈദ്യൻ ഏതു സാഹചര്യത്തിലും സംയമനം നഷ്ടപ്പെടുത്തരുത് എന്ന അപ്പൂപ്പന്റെ ഉപദേശം തലയിൽ എലിക്കുഞ്ഞുങ്ങളെപോലെ കരണ്ടു. ഇനിയെന്താണു ചെയ്യാനുള്ളത്? ജീവനില്ലാത്ത ഒരാളെ എങ്ങനെ ജീവിപ്പിക്കും. മൃതസഞ്ജീവനിക്ക് അങ്ങനെ ഒരു വിശേഷണം പറഞ്ഞു കേട്ടിട്ടുണ്ട്. ഒരിക്കൽകൂടി നാഡിമിടിപ്പു പരിശോധിച്ചു. വളരെ വളരെ നിമിഷങ്ങൾ കഴിയുമ്പോൾ വല്ലപ്പോഴും അനങ്ങുന്ന ഒച്ചുപോലെ പതിഞ്ഞ ശബ്ദത്തിൽ ഹൃദയം പ്രവർത്തിക്കുന്നുണ്ട്.

ചില അത്യപകട സന്ദർഭങ്ങളിൽ ജീവൻ നട്ടെല്ലിലും ഞരമ്പുകളിലും ഒളിഞ്ഞിരിക്കുമെന്ന അപ്പൂപ്പന്റെ ഉപദേശം രക്ഷയ്ക്കായി ഓടിയെത്തി പരിശോധകന്. അത്തരം സന്ദർഭങ്ങളിൽ ഉപയോഗിക്കാനുള്ള തുള്ളിമരുന്നുണ്ട്. മരുന്ന് നട്ടെല്ലിൽ കഴുത്തുമുതൽ ഗുദമൂലംവരെ പുരട്ടി. ചെറുതായി തിരുമ്മിയപ്പോൾ ഞരമ്പുകൾ തടിച്ചു. നാഡിമിടുപ്പിൽ വർദ്ധനയുണ്ടായി. ഒന്നരയാമംകൊണ്ട് ഹൃദയമിടിപ്പ് സാധാരണ നിലയിലായി. ഒരു വാരക്കാലത്തെ നീണ്ട പരിശ്രമംകൊണ്ട് ഭടന് ബോധം കിട്ടുകയും സംസാരശേഷി വീണ്ടു കിട്ടുകയും ചെയ്തു. സംസാരിക്കാൻ

നല്ലവണ്ണം സാധിച്ചപ്പോൾ ഭടൻ ആദ്യമായി ചോദിച്ച ചോദ്യം മഹാചാര്യരെ വിഭ്രമക്കടലിലാഴ്ത്തി.

"ശുക്രൻ അല്ലേ?"

"ആഴിക്കപ്പുറത്തെ അജ്ഞാത രാജ്യത്തുനിന്നുമെത്തിയ തികച്ചും അപരിചിതനായ ഒരാൾ. എങ്ങനെ ഹരിയൂപിയയിൽ കഴിയുന്ന മറ്റൊരജ്ഞാതനെ?"

"അറിയാം. ധാരാളം കേട്ടിട്ടുണ്ട്."

കൂടുതൽ അദ്ഭുതം. കൂടുതൽ പരിഭ്രമം.

"വേനന്റെ ദുർഭരണത്തെക്കുറിച്ചും കേട്ടിട്ടുണ്ട്. വേനൻ ഈയുടനെ പണിതീർത്ത മഹാസൗധം. ക്രന്ദസിക്ക് അർപ്പിക്കാനായി ഭക്തരിൽ നിന്നു പിരിച്ചെടുത്ത നിഷ്കങ്ങൾ. ക്രന്ദസിയെ മാറ്റിനിർത്തി സ്വന്തമാക്കിയത്."

എല്ലാം ഭടൻ അറിഞ്ഞിരിക്കുന്നു. എങ്ങനെ?

"നാം തമ്മിൽ വലിയ അകലമൊന്നുമില്ല ശുക്രാ. പറഞ്ഞുവന്നാൽ കടലിന്റെ അകലമൊക്കെ എഴുത്തു ഭാഷയിൽ മാത്രം. നമ്മൾ അജ്ഞാതരോ അപരിചിതരോ അല്ല. നമ്മൾ സഹോദരങ്ങളാണ്."

"സഹോദരങ്ങൾ?"

"ഭൃഗുമുത്തച്ഛൻ ഞങ്ങളെ വിട്ട് ആദ്യം പോന്ന പിതൃകൂട്ടം. നിനക്ക് ഭൃഗുമുത്തച്ഛന്റെ തനിപ്പകർപ്പ്."

"എങ്ങനെ അച്ഛനെ?"

"ഭൃഗുമുത്തച്ഛനെ കണ്ടിട്ടുള്ള എന്റെ പിതാമഹന്മാർ കല്ലിലും മരത്തടിയിലും അവരുടെ ഭൃഗുവിനെ ചിത്രണം ചെയ്തുവച്ചത് ഇപ്പോഴും അവിടെയുണ്ട്."

എല്ലാം തെളിച്ചു കേൾക്കാൻ മഹാചാര്യർക്ക് ഉള്ളം തുടിച്ചു. കടൽ കടന്നുവന്ന ഉറുക്കാഗിന എന്ന ഈ മനുഷ്യൻ പറയുന്നതെന്തൊക്കെയാണ്? യക്ഷിക്കഥയോ അതോ ഒരിക്കലും സാംഭവിക്കാത്ത നാടോടിക്കഥയോ ആണോ ശ്രവിക്കുന്നത്? ചെവികൾ കേൾക്കാനായി വട്ടം പിടിച്ചു. ശരീരങ്ങൾ തമ്മിൽ അകലം കുറച്ചു.

"തീരത്തിരുന്ന് മറുകരയെക്കുറിച്ചോർത്ത് സ്വപ്നം കാണുന്നവർക്ക് കടലെന്നും ഭയത്തിന്റെ മാറാവ്യാധി. പത്തേമാരികളിലേറി പങ്കായമെറിയുന്ന വണിക്കുകൾക്കും സഞ്ചാരികൾക്കും പൗർണ്ണമികാലം ഹ്രസ്വദൈർഘ്യംമാത്രം. തിരകളെ കൂടുതൽ വേഗം മറികടക്കാൻ കഴിയുന്ന പായ്ക്കപ്പലുകാരന് പത്തുനാളുകൾമാത്രം. ആധുനിക യാത്രാചരക്കുകൾ അത് എട്ടും ഏഴുമായി കുറയ്ക്കും. ആകാശമാർഗ്ഗേ ഒരു യന്ത്രം ചിറകടിച്ചാലോ, സമയം ഗരുഡനെപ്പോലെ ചിറകിനുള്ളിൽ മണിക്കൂറുകളുമായി ഒതുങ്ങിപ്പോയേക്കാം. ഭീരുവിനേയും കടൽയാത്ര

ചെയ്യാത്തവനേയും അകലം ഭയക്കടലിലാഴ്ത്തുമ്പോൾ കച്ചവടക്കാരനെ സമുദ്രത്തിലാഴ്ത്തുന്നു. അടുത്ത കാലത്തായാണ് ശുക്രാ, മദ്ധ്യധരണ്യാഴിയിലൂടെയുള്ള യാത്രയ്ക്ക് അകലം കൂടിയത്. പ്രപിതാക്കൾക്കത് ഹ്രസ്വദൈർഘ്യം മാത്രം. അവർ വർഷത്തിൽ പലതവണ പരസ്പരം തൊട്ടുരുമ്മി."

ഉറുക്ബാഗിനയുടെ കേട്ടോർമ്മകളോടൊപ്പം കണ്ണുകളും വിദൂരകാലയാത്ര നടത്തി. രണ്ടു നദീതീരങ്ങളിലെ സമതലപരപ്പിൽ പിതൃക്കൾ ഒന്നായി ജീവിച്ചുപോന്നു. യാഫ്രാത്തും ടൈഗ്രീസും ഷൂമറെപ്പോലെ അഷൂറും മാറ്റക്കാദിയും ജലസ്രോതസ്സിന്റെ പുഷ്ടിമയിൽ ഹരിതാഭമായി. പുതിയ കൃഷിരീതികളും ക്ഷീരോത്പാദനത്തിലെ നവീന രീതികളും കരകൗശല കൈത്തറികളിൽ ആരോഗ്യകരമായ നവപരീക്ഷണങ്ങളും വേരുപിടിക്കാൻ തുടങ്ങുമ്പോഴാണ് നദീതീരങ്ങൾ പ്രളയജലത്തിൽ മുങ്ങിത്താഴ്ന്നത്. വല്ലപ്പോഴുമാവർത്തിക്കുന്നതിനാലാണ് ഇന്നും ഭൃഗുക്കൾക്ക് ജന്മനാട്ടിൽ ആദരണീയ സ്ഥാനം നൽകിയിരിക്കുന്നത്. അഷൂർ മന്നനായ ബനിപാലിന്റെ വായനാമുറിയിൽനിന്നു കണ്ടുകിട്ടിയിട്ടുള്ള മുപ്പതിനായിരം കളിമൺ പലകരേഖകളിൽ ഭൃഗുക്കളെപ്പറ്റി പരാമർശമുണ്ട്. ശുക്രാ, പ്രളയകാലശേഷം നാനാദിക്കുകളിലേക്ക് മാതൃസംഗമത്തിൽ നിന്ന് ഗോത്രങ്ങൾ പിരിഞ്ഞു പോയി. അയ്ജിറ്റോസും അറബിനാടുമെല്ലാം അങ്ങനെ സജീവമായ ഭൂപ്രദേശങ്ങളാണ്. ഇന്ദുവിലേക്ക് ഏറ്റവും അവസാനം പിരിഞ്ഞു വന്ന ഗോത്രം വൃദ്ധന്റെ മുതുമുത്തച്ഛൻ നയിച്ച കൂട്ടമാണ്. ഇന്ന് മാതൃരാജ്യത്തുനിന്നു പിരിഞ്ഞുപോന്ന ഗോത്രങ്ങളിൽ സജീവമായി വൃദ്ധനായ അപ്പൂപ്പൻ മാത്രമാണുള്ളത്. അപ്പൂപ്പൻ മെസോപ്പട്ടേമിയയെ ഇന്ദുവുമായി കൂട്ടിയിണക്കുന്ന അനുബന്ധകണ്ണിയാണ്.

അപ്പൂപ്പൻ മരക്കുടിലിലേക്കു കടന്നുവന്നതും അറിയാതെ ആ പാദങ്ങളിൽ നമ്രശിരസ്കനായി വീണു. "മുത്തശ്ശാ." അപ്പൂപ്പൻ എന്നെ പിടിച്ചു മാറോടുചേർത്ത് അനുഗ്രഹിച്ചു. ഉറുക്ബാഗിന ഒരു പാത്രത്തിലെ മൂടി മാറ്റി അതിൽനിന്നും ഒന്നുരണ്ടു നാണയങ്ങൾ എടുത്തു പുറത്തു കാണിച്ചു "നോക്കൂ. ഇതിൽ ആലേഖനം ചെയ്തിരിക്കുന്നത് ആരെയാണെന്നു പറയാമോ?"

ഒറ്റ നോട്ടത്തിൽ ഞാൻ പറഞ്ഞു: "ശക്തിയും ശിവനുമാണല്ലോ. ശിവതാണ്ഡവം കണ്ടാൽ ആർക്കാണു മനസ്സിലാവാത്തത്?"

അപ്പൂപ്പനും ഉറുക്ബാഗിനയും കൈയടിച്ചു സമ്മതിച്ചു "മിടുക്കൻ, ശരിയാണ്. എന്നാൽ ഒരു ചോദ്യം കൂടി. ശിവൻ ജംബുദൈവമല്ലേ? പിന്നെയെങ്ങനെ അഷൂറിലെ നാണയത്തിലെത്തി" "മുഴുവൻ ഭൂമിയിലേയും ചൈതന്യമാണ് ശിവൻ. ആദിപിതാക്കളുടെ കാലത്തും ആരാധിച്ചിരുന്ന ചൈതന്യം. മനുഷ്യകുലത്തിന്റെ ഏകത്വം തെളിയിക്കുന്ന മൂർത്തി." "നീ വലിയ ബുദ്ധിമാനാണ് ശുക്രാ." രണ്ടുപേരും ഒരേ സമയം

അഭിനന്ദിച്ചു. ഇനി ഭാവിയിൽ സംഭവിക്കാനുള്ള ഒരു ചോദ്യം "കേൾക്കട്ടെ അപ്പൂപ്പാ. ആവുന്നതാണെങ്കിൽ ശ്രമിക്കാം." "ശുക്രനായ നീ ജംബുവിലെ മഹാപുരോഹിതസ്ഥാനത്തെത്തിയാൽ പുറത്തിറക്കുന്ന രാജമുദ്രയിൽ ആരുടെ ചിത്രം ആലേഖനം ചെയ്യും?" വളരെ കുഴക്കുന്ന ചോദ്യമെങ്കിലും വലിയ ആലോചനയില്ലാതെ ഉത്തരം തെളിഞ്ഞു മഹാചാര്യർക്ക് "ഗിൽമഷിന്റേയും സഹോദരൻ എൽഡുവിന്റേയും ചിത്രങ്ങൾ." അവശനായി കിടന്ന ഉറുക്ക്വാഗിനയും തളർന്നിരിക്കുന്ന അപ്പൂപ്പനും കൂടി ശുക്രമഹാചാര്യരെ കരഘോഷത്തിൽ പിടിച്ചുയർത്തി മൂർദ്ധാവിൽ ചുണ്ടമർത്തി അനുഗ്രഹിച്ചു: "ശരിയായതു പറഞ്ഞു നീ ശുക്രാ. നീ തീർച്ചയായും ജംബുദ്വീപിലെ മഹാപുരോഹിതനാവും തീർച്ച. ഒന്നായി കഴിഞ്ഞ മനുഷ്യകുലത്തിന്റെ ആരാധനാപാത്രമായ ഗിൽമേഷിന്റയും എൽഡുവിന്റേയും ചിത്രങ്ങൾ സൈന്ധവതലമുറയെ ബോദ്ധ്യപ്പെടുത്തുമെന്ന നിന്റെ ചിന്ത മനുഷ്യോത്പത്തിയിലുള്ള നിന്റെ ഏകതാവിശ്വാസമാണ് പ്രകടമാക്കുന്നത്. നീ ശരിക്കും മനുഷ്യകുലത്തിന്റെ തന്നെ ആചാര്യനാവാൻ യോഗ്യനാണ്."

എന്നാൽ അപ്പൂപ്പന്റെ ആഹ്വാനം ഉറുക്ക്വാഗിനയിൽ മറ്റൊരു ചിന്തയ്ക്ക് തിരി കൊളുത്തി. വേനൻ അതിനീചനും തത്ത്വദീക്ഷയില്ലാത്ത നയവഞ്ചകനുമാണ്. അവനെ അധികാര ഭ്രഷ്ടനാക്കുക അത്ര എളുപ്പമല്ല. മറ്റൊന്ന് വേണ്ടത്ര മുന്നൊരുക്കങ്ങളില്ലാതെ അധികാരഭ്രഷ്ടനാക്കിയെന്നിരിക്കട്ടെ, പുരനിവാസികളെ ശാശ്വത സമാധാനത്തിലേക്ക് വഴി തിരിച്ചെത്തിക്കുമ്പോഴേക്കും പുതിയ ഭരണക്രമത്തിന്റെ ചക്രങ്ങൾ ചതുപ്പുമണ്ണിൽ പൂഴ്ന്നുപോയെന്നു വരും. ഷൂമറിയയിൽ തനിക്കും യുദ്ധ വിജയികളായ അനുയായികൾക്കും സംഭവിച്ചതുപോലെ. കാലം ഒരു പക്ഷേ മഹത്തരമെന്നും ആദ്യത്തെ പ്രജാവിജയമെന്നും ആഘോഷിച്ചേക്കാം. എങ്കിലും കേവലം പത്തു വർഷംകൊണ്ട് ക്ഷേമഭരണമെന്ന ആ മഹാപുഷ്പം വാടി നിലത്തു വീണു. ശുക്രന് അത്തരം ഒരു അവസ്ഥ വരരുത്. നീ ഉറുക്ക്വാഗിനയുടെ കനിവു സഹോദരൻ. പാഠങ്ങൾ ഉൾക്കൊണ്ട് പരിശീലിക്കുമ്പോഴേ കുറ്റമറ്റ ഭരണരീതികൾ രൂപം കൊള്ളൂ. അനുഭവം ഉറുക്ക്വാഗിനയെ ഗുരുവാക്കി "ശുക്രാ നിന്റെ ബുദ്ധിയും അർപ്പണബോധവും വേനനെ അധികാരഭ്രഷ്ടനാക്കാൻ പര്യാപ്തം തന്നെ. പക്ഷേ രാജ്യത്തെ ശാശ്വതമായ സമാധാനത്തിനും ഐശ്വര്യത്തിനും പുതിയ നീതിശാസ്ത്രങ്ങൾ ഉണ്ടായേ തീരൂ."

"അവിടുത്തെ ഉപദേശം എന്നെ അതിനു പ്രാപ്തനാക്കുകയില്ലേ?" – മഹാചാര്യർ.

"ശുക്രാ, ഉറുക്ക്വാഗിനയെ സ്വേച്ഛാധിപതിയായി ജയിച്ച നായകനായി കാലം രേഖപ്പെടുത്തും. എന്നാൽ ശാശ്വത സമാധാനം എന്നത്തേക്കും പുനർജ്ജീവിപ്പിക്കാൻ എനിക്കു കഴിഞ്ഞില്ല. അതെന്തുകൊണ്ട് എന്ന് എനിക്കിപ്പോഴും മനസ്സിലാക്കാൻ കഴിയുന്നില്ല."

“അവിടുന്ന് വിപ്ലവം സാധ്യമാക്കാൻ ചെയ്തതെന്താണ്? നമുക്ക് കൂട്ടമായി ആലോചിച്ചാൽ തീർച്ചയായും പുതിയ വഴികൾ ഉരുത്തിരിയും.”

അപ്പൂപ്പനും ആ അഭിപ്രായം ശരിവച്ചു: പുരനിവാസികളെ ഒന്നായി ബാധിച്ച മൃതരോഗത്തിനുള്ള മരുന്ന് മൃതസഞ്ജീവനി മന്ത്രമല്ല, മൃതസഞ്ജീവനി ചെടിയുമല്ല.

ഉറുക്കാഗിന താൻ നടപ്പിലാക്കിയ പദ്ധതികൾ ഓർമ്മിച്ചെടുത്തു: “ശുക്രാ, എല്ലാ ഏകാധിപതികളുടേയും സ്വഭാവം ഒരുപോലെയാണ്. പ്രകൃതിശക്തികളെപ്പോലും തന്റെ നിയന്ത്രണത്തിലാക്കി അധികാരത്തിന്റെ അച്ചാണിയിലിട്ടു തിരിക്കുക. ഒരു കാരണവശാലും തന്നെ ചോദ്യം ചെയ്യാൻ ആരേയും അനുവദിക്കാതിരിക്കുക. ആരേയും വിശ്വസിക്കാത്ത അവർ സ്വന്തം നിഴലിനെ പോലും സംശയിക്കുന്നു. അധികാരം അവരെ മത്തുപിടിപ്പിക്കുമ്പോഴും ആരുമായി അത് പങ്കിടുകയുമില്ല. തലയറുക്കലും തടങ്കലിലിടലുമാണ് ശത്രുക്കളോടുള്ള അവരുടെ സമീപനം. അവർ പുരോഹിത രാജാക്കളായതുകൊണ്ട് മന്ത്രതന്ത്രങ്ങളെ ആയുധങ്ങളേക്കാൾ കൂടുതൽ പ്രയോജനപ്പെടുത്തി. വേനനായാലും ഷൂമറിലെ ഉദ്ദണ്ഡനായ പുരോഹിതരാജാവായാലും ഈ വക കാര്യങ്ങളിൽ മാറ്റമില്ല. പുരനിവാസികളുടെ ദയാദാക്ഷിണ്യം നേടി അധികാരസ്ഥാനത്തെത്തിയ അവർ ദൈവംതന്നെയാണെന്ന് പ്രചരിപ്പിക്കും. പിന്നെപ്പിന്നെ സ്തുതിച്ചു ചെല്ലുന്നവനു മാത്രമേ ജലവും അന്നവും ധനവും ക്ഷേമവും കിട്ടുവെന്ന് ചെണ്ടകൊട്ടും.

ഷൂമറിൽ കൊയ്തെടുത്തത് അക്ഷരാർത്ഥത്തിൽ രക്തരൂഷിത ജയംതന്നെയായിരുന്നു. ലോഹനിർമ്മിത ആയുധങ്ങൾ ഷൂമർ യുദ്ധത്തിന്റെ വിജയശില്പികളായിരുന്നു. വെങ്കലത്തിലും ചെമ്പിലും തീർത്ത വാൾ, കുന്തം, കത്തി, അരിവാൾ തുടങ്ങിയ മൂർച്ചയേറിയ ആയുധങ്ങൾക്കു മുമ്പിൽ നവീന ശിലായുധങ്ങളായ പരശ്, കൂർത്ത കല്ല്, അമ്മിക്കുട്ടി, ഗദ തടുങ്ങിയ പ്രാകൃതായുധങ്ങൾ നിഷ്പ്രഭമായി. ആയിരം സഹസ്രം വരുന്ന ജയസേനയുടെ ആയുധബലത്തിനു മുന്നിൽ പുരോഹിത രാജാവും രണ്ടു സഹസ്രസൈനികരും കുഴഞ്ഞുപോയി. രാജാവടക്കം മുഴുവൻ സേനാംഗങ്ങളേയും കൊട്ടാരം പരിചാരകരേയും സന്ധുബന്ധുക്കളേയും പുരനിവാസികൾക്കു മുന്നിലിട്ട് വാളുകൊണ്ടു വെട്ടി കൊലപ്പെടുത്തി. രാജധാനിയും രാജവീഥിയും മറ്റൊരു രക്തക്കളവും രക്തപ്പുഴയുമായി. പുരോഹിത രാജാവുമായി ബന്ധപ്പെട്ട മുഴുവൻ പേരേയും കഴുത്തു വെട്ടിതന്നെ കൊലപ്പെടുത്തി. ജയത്തിൽ വലിയ വിശ്വാസം തോന്നി. തുടർന്നുണ്ടായ ഭരണത്തിൽ പത്തുവർഷത്തേക്ക് രാജ്യം പുഷ്ടി പ്രാപിച്ചു. കാര്യക്കാർ പുരനന്മയ്ക്കായി വർത്തിച്ചു. എന്നാൽ പത്തുവർഷം കഴിഞ്ഞതോടെ എവിടെ

നിന്നെന്നറിഞ്ഞില്ല പഴയ പുരോഹിത രാജവംശത്തിന്റെ ഉയിർത്തെഴുന്നേൽപ്പിൽ, പുതിയ ആയുധങ്ങളുടെ ബലത്തിൽ മറ്റൊരു യുദ്ധം അഗ്നിപർവ്വതംപോലെ പൊട്ടിത്തെറിക്കുന്നതാണു കണ്ടത്."

"അഗ്നിലാവയുടെയിടയിൽനിന്ന് ഭരണക്കാർ തിനയിടയ്ക്കാണ് ജീവൻ രക്ഷപ്പെടുത്തിയിട്ടുള്ളത്. ശുക്രാ, ഇന്നും അജ്ഞാതമാണ് ഉറക്കാഗിന ഭരണത്തിനുനേരെയുള്ള അജ്ഞാതശക്തികളുടെ ഉയിർപ്പിന്റെ രഹസ്യം. എന്റെ അനുഭവം നിനക്കു പാഠമായാൽ സിന്ധുതീരം നക്ഷത്രംപോലെ സദാ പ്രശോഭിക്കും."

തകർന്നുപോയൊരു സ്വപ്നത്തിന്റെ ചിറകുകൾ വീണ്ടും തുന്നിച്ചേർക്കുവാൻ വഴി തേടുന്ന ഉറുക്കാഗിനയോട് മഹാചാര്യർക്ക് ഉള്ളിൽ സഹാനുഭൂതി നിറഞ്ഞു.

"മഹാനായ ഷൂമറിലെ വിപ്ലവനായകാ, അങ്ങയുടെ അന്വേഷണത്തിന് എളിയവനായ ഈയുള്ളവനു തോന്നിയ അഭിപ്രായങ്ങൾ കേട്ടാലും. ഒന്നാമതായി സുമേറിയയിൽ നടന്നത് ജനകീയ സമരമേയല്ല. പഴയതും പുതിയതുമായ ആയുധങ്ങളുടെ മത്സരമാണ്. പുതിയ ആയുധങ്ങൾ അരങ്ങിലെത്തുന്നതുവരേയേ പഴയ ആയുധങ്ങൾക്ക് പിടിച്ചു നിൽക്കാനാവൂ. കേവലം സഹസ്രം ഭടന്മാരെ വച്ചുള്ള പുരോഹിതരാജയുദ്ധം സഹസ്രം ഭടന്മാരെ മാത്രമേ ബാധിച്ചുള്ളൂ. ലക്ഷക്കണക്കായ പുരനിവാസികൾക്ക് ആയുധത്തിലോ വിപ്ലവത്തിലോ ഒന്നും ചെയ്യുവാനുണ്ടായില്ല. പരമാവധി നിവാസികളെ വിപ്ലവത്തിൽ പങ്കെടുപ്പിക്കേണ്ടതായിരുന്നു. രണ്ടാമതായി ഹിംസ ഹിംസക്കേ വഴിവെക്കുകയുള്ളൂ. കഴുത്തറുക്കൽ, അതും പൊതുനിവാസികൾക്കു മുന്നിൽ വച്ചുള്ള കഴുത്തറുക്കൽ, മറ്റൊരു സ്വേച്ഛാഭരണത്തിന്റെ മുഖമുദ്രയാണ് നിവാസികളിൽ ഉണ്ടാക്കിയിരിക്കുക. ഹിംസ അനിവാര്യമാകുന്ന അവസരത്തിൽ മാത്രമേ ബദൽശക്തി പ്രയോഗിക്കാവൂ. രാജഭരണവുമായി അകന്ന ബന്ധമുള്ളവരെപ്പോലും കഴുത്തറുത്തത് വംശഹത്യാധാരണ നിവാസികളിലുണ്ടാക്കിയിരിക്കും. ഒരുനാൾ ഉയിർത്തെണീക്കാൻ അവരുടെ ബന്ധുക്കൾ ഉത്സുകരാകും. സ്നേഹം കൊണ്ടു നേടിയെടുക്കേണ്ടത് ആയുധംകൊണ്ട് അങ്ങ് ആവശ്യപ്പെട്ടു. ഉദ്യോഗസ്ഥരും മരണപ്പെട്ടവരുടെ ബന്ധുക്കളും പ്രതികാരത്തിനു തക്കം പാർത്തിരിക്കുകയായിരുന്നു. ഏറ്റവും പ്രധാനമായി ഷൂമർ നിവാസികൾക്ക് ഭരണത്തിൽ പങ്കാളിത്തമില്ലായെന്ന തോന്നൽ അരക്ഷിതാവസ്ഥയ്ക്ക് അവരെ നിശ്ശബ്ദസഹായികളാക്കിയിരിക്കും. പരമാധികാരം രാജാവിലല്ല ജനങ്ങളിലാണെന്ന വിശ്വാസം ഒന്നുകൊണ്ടു മാത്രമേ രാജ്യത്ത് നീണ്ട ക്ഷേമം സൃഷ്ടിക്കാനാവൂ.

അതുപോലെ പ്രധാനമാണ് വിപ്ലവത്തിൽ മുറിവേറ്റവരുടെ ചികിത്സ. മുറിവേൽപ്പിച്ച് അവരെ നിത്യനരകത്തിലേക്കെറിഞ്ഞ്, തലമുറകളെ

പ്പോലും വിപ്ലവവിരുദ്ധരാക്കാൻ പ്രേരിപ്പിച്ചു. മറിച്ച് മുറിവേറ്റവർക്ക്, പുരോഹിത രാജാവിൽനിന്നും വിപ്ലവകാരികളിൽനിന്നും സാന്ത്വന ചികിത്സ നൽകിയിരുന്നെങ്കിൽ, ഫലം മറിച്ചാകുമായിരുന്നു. മൃതസഞ്ജീവനി ജീവൻ സംഹരിക്കാനല്ല, മരണത്തെ സംഹരിക്കാനാണ് ശുക്രൻ ഉപയോഗപ്പെടുത്തുക.

വിപ്ലവശേഷം നടപ്പിലാക്കേണ്ട ഭരണരീതിയെക്കുറിച്ച് പലപ്പോഴായി കുത്തിക്കുറിച്ചു വച്ച മരത്തോൽപാളികൾ മഹാചാര്യർ ഉറുക്കാഗിനക്കു കൊടുത്തു.

ദാഹാർത്തനായ യാചകനെപ്പോലെ ഉറുക്കാഗിന ഒറ്റയിരിപ്പിനു വായിച്ചു തീർത്ത് ഇരുകൈകളും നീട്ടി വാ പൊളിച്ച് ഏറെ നേരം നിന്നു, അവസാനം നാക്കു ചലിച്ചു: "ഇത്തരം ഒരു നീതിശാസ്ത്രത്തിന്റെ അഭാവമാണ് ഷൂമറിൽ പ്രതിവിപ്ലവം വിതച്ചത്. ഇത് ദണ്ഡനീതി ശാസ്ത്രമാണ്. നീതിധർമ്മശാസ്ത്രം. ഭൂമിയിൽ ഇന്നേവരെയുണ്ടായിട്ടില്ലാത്ത ദണ്ഡനീതിശാസ്ത്രം. അത്യപൂർവ്വമായ ഈ ഭരണനിയമത്തെ ഞാൻ ശുക്രനീതിശാസ്ത്രമെന്നു വിളിക്കുന്നു. അങ്ങ് ഇന്നുമുതൽ വെറും ശുക്രനല്ല, മഹാശുക്രാചാര്യർ."

മഹാചാര്യർ ഉറുക്കാഗിനയുടെ നഷ്ടപ്പെട്ട വീര്യം തിരിച്ചുവരുന്നതു കണ്ട് സന്തോഷസാഗരത്തിലായി.

"ശുക്രാ, ഷൂമറിലെത്താൻ എനിക്കു ധൃതിയായി. ശുക്രനീതി ദീനരും അവശരും രോഗികളുമായി നിത്യനരകത്തിൽ കിടക്കുന്നവർക്കു നൽകാൻ. വിപ്ലവംകൊണ്ടു പുഴുക്കുന്ന ജീവിതങ്ങളെ സാന്ത്വനമെന്ന മൃതസഞ്ജീവനി നൽകി സമാശ്വസിപ്പിക്കാൻ. അനിയാ, നീ അഹിംസയുടെ പാഠംതന്ന് എന്റെ കണ്ണു തുറന്നു. ഞാൻ മനുഷ്യസ്നേഹത്തിന്റെ മഹാസമുദ്രത്തിൽ നീന്തിത്തുടിക്കുകയാണിപ്പോൾ." ഉറുക്കാഗിന നീണ്ടുതടിച്ച കരങ്ങൾ ശുക്രമഹാചാര്യരുടെ അരയിൽ ചുറ്റിവരിഞ്ഞ് നെറുകയിൽ തുരുതുരാ ചുംബിച്ചു.

ശുക്രമഹാചാര്യർ ആ കാലുകളിൽ തൊട്ട് മന്ത്രിച്ചു. "ഏട്ടാ..."

രംഗം കണ്ടുനിന്ന അപ്പൂപ്പൻ പറഞ്ഞു.. "ഏട്ടനും അനിയനും പരസ്പരം തിരിച്ചറിഞ്ഞല്ലോ. ഇനിയീ വൃദ്ധന് അരങ്ങൊഴിയാം."

മഹാചാര്യൻ പറഞ്ഞു: "അപ്പൂപ്പനെ വിടാനോ, മൃതസഞ്ജീവനി മന്ത്രംകൊണ്ടു ഞാൻ തിരിച്ചുകൊണ്ടുവരും."

"എങ്കിൽ നാളെത്തന്നെ മന്ത്രശക്തി പരീക്ഷിക്കാം" അപ്പൂപ്പൻ

അന്നുരാത്രി മൂന്നുപേരും ഒന്നിച്ചാണ് മരക്കുടിലിലെ നിലത്ത് ഉണങ്ങിയ പുല്ലുവിരിച്ചു കിടന്നത്. നടുക്ക് അപ്പൂപ്പൻ, ഇടതും വലത്തുമായി സഹോദരന്മാർ. നല്ല മഞ്ഞിന്റെ വീഴ്ചയുണ്ടായിരുന്നതുകൊണ്ട് ദർഭപ്പുല്ലിൽ നിന്നുള്ള നറും ചൂടേറ്റ് കനത്ത ഉറക്കത്തിലായി മൂന്നു

പേരും. അവർ ഉണർന്നിട്ടും അപ്പൂപ്പൻ നല്ല ഉറക്കംതന്നെ. ഏറെ കഴിഞ്ഞിട്ടും ഉണരാത്തതു കണ്ട് ഉറുക്ബാഗൻ അപ്പൂപ്പനെ തട്ടിവിളിച്ചു. മഹാചാര്യർ മരത്തോലിൽ കുറച്ചുകൂടി ലിഖിതങ്ങൾ കുത്തിക്കൊള്ളിക്കയായിരുന്നു. ഉറുക്ബാഗിനന്റെ പതറിയ വിളികേട്ട് ഓടിച്ചെല്ലുമ്പോൾ അപ്പൂപ്പൻ സന്ദിഗ്ധമായ പുഞ്ചിരിയോടെ നിശ്ശബ്ദനായി കിടക്കുന്നു. ഞരമ്പുകളിൽ നേരിയ സ്പന്ദനംപോലുമില്ല. കൺമിണ്ടകൾ അകത്തിവിടുമ്പോൾ പഴയതുപോലെതന്നെ കൂടുന്നു. ചെവിചേർത്ത് ശ്രദ്ധിച്ചപ്പോൾ ഹൃദയസ്പന്ദവുമില്ല. ജീവൻ നട്ടെല്ലിൽ ഒളിച്ചിരിക്കുകയായിരിക്കും. ചെവിയിൽ മൃതസഞ്ജീവനി മന്ത്രം ഉരുവിട്ടു പ്രിയശിഷ്യൻ. അനക്കമില്ല. നേരിയ ശ്വാസത്തിന്റെ ചലനംപോലുമില്ല. മറ്റേ ചെവിയിലും മന്ത്രിച്ചു. അനക്കമില്ല. ഭാണ്ഡത്തിൽനിന്നും മൃതസഞ്ജീവനി മരുന്നെടുത്ത് വായിലും ചെവികളിലും നാസികയിലുമിറ്റിച്ചു. അനക്കമില്ല...

കുന്നിൻ പള്ളയിൽ തയ്യാറാക്കിയ ചിതയിലേക്കെടുക്കുമ്പോൾ സന്ദിഗ്ധമായ ചിരിയോടൊപ്പം പറയുന്നതുപോലെ തോന്നി: "മൃതസഞ്ജീവനിയെപ്പറ്റിയുള്ള തെറ്റിദ്ധാരണ ഇതോടെ മാറി കിട്ടട്ടെ."

ചിത എരിഞ്ഞു തീർന്നപ്പോൾ ഉറുക്ബാഗൻ ചേട്ടൻ പറഞ്ഞു: "ശുക്രാ, ഷൂമറുമായി പുതിയ കണ്ണി വിളക്കി ചേർത്താണ് അപ്പൂപ്പൻ യാത്രയായത്. ഞാൻ ശുക്രനീതി നടപ്പാക്കാൻ യാത്രയാവുകയാണ്. സിന്ധുതീരത്ത് ശുക്രനീതി തഴച്ചു വളരുന്നത് യാത്രയിലെ എന്റെ കൈമുതലാണ്. സൈന്ധവജീവിതത്തിന്റെ ഏതാവശ്യഘട്ടത്തിലും ഷൂമർ ഒപ്പമുണ്ടായിരിക്കും."

"തീർച്ചയായും. ഇനി നമ്മൾ നിരന്തരം ബന്ധപ്പെടുകതന്നെ ചെയ്യും. മദ്ധ്യധരണ്യാഴിക്ക് നമ്മെ അകത്തി നിർത്താനാവില്ല ചേട്ടാ."

ഉറുക്ബാഗൻ കയറിയ പായ്ക്കപ്പൽ മദ്ധ്യധരണ്യാഴിയിൽ ഒരു കൊച്ചു ലോഹപ്പാത്രമായി മാറുന്നതു നോക്കി മഹാചാര്യർ ഹിമതീരത്തു തനിച്ചു നിന്നു. അപ്പോഴും സ്നേഹവായ്പ്പോടെ പായ്ക്കപ്പലിൽ നിന്നു കാറ്റിലാടുന്ന കൈത്തലം വ്യക്തമായും കാണാമായിരുന്നു.

വിജനമായ മരച്ചുവട്ടിൽ മഹാചാര്യരിരുന്നു. മനസ്സ് ഓളങ്ങളടങ്ങിയ തടാകംപോലെ ശാന്തമായി. ഇരുന്നിരുന്ന് നിദ്രയിലാണ്ടു. നിദ്രയല്ല. ധ്യാനം. കഠിനമായ ധ്യാനം. ധ്യാനത്തിൽ നക്ഷത്രത്തിളക്കത്തിൽ സിന്ധുവിന്റെ തീരത്തൊരു നഗരം തെളിഞ്ഞുവന്നു. സകല നാഗരികതകളും ഒന്നിച്ച് രാജവീഥികൾക്കിരുവശത്തും ഉയർന്നു നിൽക്കുന്ന ബഹുനില കെട്ടിടങ്ങളുള്ള അന്നേവരെ കണ്ടിട്ടില്ലാത്ത നഗരം.

ധ്യാനത്തിൽനിന്നുമുണർന്ന മഹാചാര്യർ ആ സ്വപ്നനഗരം അതിന്റെ മുഴുവൻ ചാതുരിയും ചോർന്നു പോവാതെ മരത്തോലിലേക്കു

വരച്ചെടുത്തു. മനസ്സിൽ ഒരു പേരും തെളിഞ്ഞു – സൈന്ധവ നാഗരികത.

ഇരയുടെ അപേക്ഷ കേട്ട് ധർമ്മബോധിയായ മഹാരാജാവ് വാൾപിടിയിൽ കൈയമർത്തി വിജയീഭാവത്തിൽ ഉയർന്നു നിന്നു. ദാശരഥിയുടെ സുന്ദരകളേബരത്തിൽ മന്ദസ്മിതം നിറയുന്നതുകണ്ട് ദേവകാര്യത്തിനു വിഘ്നമില്ലെന്നൂഹിച്ച ഋഷി-ദേവന്മാർ "നന്ന് നന്ന്." എന്നു രാജാവിനെ വാഴ്ത്തി.

ഭാഗം ഏഴ്

യയ്യാവതി

ഒന്ന്

പരുഷ്ണി തീരം ഹരിയൂപിയ നിവാസികളെകൊണ്ടു നിറഞ്ഞു. ഹരിയൂപിയക്കാരിലാരെങ്കിലും നദീതീരത്തെത്താതെ കുടിലുകളിൽ കഴിഞ്ഞാൽ കനത്ത ദണ്ഡനശിക്ഷയ്ക്കു വിധേയരാകേണ്ടി വരുമെന്ന് വേന മഹാരാജാവ് പെരുമ്പറ കൊട്ടി അറിയിച്ചു. രാജാജ്ഞ അണുവിട തെറ്റാതെ സിന്ധുവിന്റെ മുഴുവൻ തീരങ്ങളിലും ഗ്രാമഗ്രാമാന്തരങ്ങളിലും എത്തിക്കാൻ യുവരാജാവ് നിശാന്തൻതന്നെ രഥയോട്ടം നടത്തി ഉറപ്പു വരുത്തി. എന്തിനാണ് ഇങ്ങനെ മുഴുവൻ ഹരിയൂപിയക്കാരേയും നദീതീരത്തെ മണലിലേക്ക് വലിച്ചെത്തിക്കുന്നതെന്നൊന്നും ആരും അറിഞ്ഞില്ലെങ്കിലും അവിടെ ചെല്ലാതെ കുടിലിലിരുന്നാൽ വേനക്കുത്തു കിട്ടി ജീവിതം മുഴുവനും മുട്ടുകാലിൽ ഇഴയേണ്ടി വരുമെന്നറിഞ്ഞു. മുളന്തണ്ടുകളിൽ കെട്ടിയും തലയിലേറ്റിയും പാളയിലിരുത്തി വലിച്ചും മുഴുവൻ പുരനിവാസികളും തീരത്തെത്തി പൊരിവെയിൽകൊണ്ടുരുകി. വിയർത്തും കാൽകഴച്ചും തല കറങ്ങിയും വിവശരായ ദേശവാസികൾക്കിടയിൽ ആരാലുമറിയാതെ അപരിചിതനായി ശുക്രമഹാചാര്യർ നിന്നു.

നീണ്ട താടിയും ജട പിടിച്ച തലയും ശരീരം മുഴുവൻ മറച്ച പീതവസ്ത്രവുമണിഞ്ഞുനിന്ന മഹാചാര്യരെ ആർക്കും തിരിച്ചറിയാനായില്ല. അത്രയ്ക്കു മാറ്റമാണ് മഹാചാര്യർക്ക് ബാഹ്യമായും ആന്തരികമായും സംഭവിച്ചിട്ടുള്ളത്. എന്നാൽ തനിക്കു ചുറ്റും നിൽക്കുന്ന വിവശരും മൃതപ്രായരുമായ ഹരിയൂപിയക്കാരെ മഹാചാര്യർക്ക് ഒറ്റനോട്ടത്തിൽ തിരിച്ചറിയാൻ കഴിഞ്ഞു. വർഷങ്ങൾ ഏറെ കടന്നുപോയപ്പോൾ പുരനിവാസികളുടെ ജീവിതം കുറേക്കൂടി അവശമായിരിക്കുന്നുവെന്നല്ലാതെ മറ്റു യാതൊരു മാറ്റവും ഹരിയൂപിയയിൽ സംഭവിച്ചിട്ടില്ല. ഉണ്ണാനും ഉടുക്കാനും കിട്ടാത്ത ജനത വിരകളെപ്പോലെ നിലത്തിഴയുന്നു. അതേസമയം പരുഷ്ണിയുടെ തീരത്ത് ആളുയരത്തിൽ കണ്ണെത്താത്ത പാടശേഖരം നിറയെ ചോളവും ഗോതമ്പും മദിച്ചു നിൽക്കുന്നു. ചോളവും ഗോതമ്പും തീരുമ്പോൾ പുല്ലിൽ പായുന്ന പശുക്കളെപ്പോലെ ബലിഷ്ഠങ്ങളായ കരിമ്പിൻ തണ്ടുകൾ. ഇത്ര ഫലഭൂയിഷ്ഠമായ കൃഷിയിടങ്ങളിൽനിന്നു കൊയ്തു കയറുന്ന ഒരു മണി ഗോതമ്പോ, ഒരു തുണ്ട്

കരിമ്പോ അനുഭവിക്കാൻ വിധിയില്ലാത്ത കൃഷിക്കാർ. മഹാചാര്യരോർത്തു: ഫലഭൂയിഷ്ഠമായ നദീതീരങ്ങളാണ് മനുഷ്യസംസ്കാരത്തിന്റെ ഉറവിടങ്ങളാവുക. മെസോപ്പൊട്ടേമിയായുടെ പ്രത്യേകതതന്നെ അതാണ്. രണ്ടു നദികളുടെ ഇടയ്ക്കുള്ള സമതലം. എക്കൽ മണ്ണു കൊണ്ടു നിറഞ്ഞ സമതലത്തിൽ വിത്തിട്ടാൽ മതി അമ്പതും നൂറും ഇരട്ടിയായി കൊയ്തു കയറ്റാം. അതാണ് ഉർ, ഉറ്റ് തുടങ്ങിയ ഷൂമർ നഗരങ്ങൾ സംസ്കാരത്തിന്റെ ഉറവിടങ്ങളായി വളർന്നതിന്റെ രഹസ്യം എന്നാണ് ഉറുക്കാഗിന പറഞ്ഞത്. ഫലഭൂയിഷ്ഠത കാരണമാണ് മുഴുവൻ മനുഷ്യരും അവിടങ്ങളിൽ തമ്പടിച്ചത്. അങ്ങനെയെങ്കിൽ ഹരിയൂപിയ എത്ര സമ്പന്നമായ ഗ്രാമമാക്കി മാറ്റാം ഭൂമിയിൽ ഇത്രയും ഫലഭൂയിഷ്ഠമായ മണ്ണും തെളിഞ്ഞ സൂര്യപ്രകാശവും ആവശ്യാനുസരണം ജലവും കിട്ടുന്ന മറ്റൊരു നദീതീരമില്ല. മഹാചാര്യരുടെ മനക്കണ്ണിലൂടെ, വിളഞ്ഞു നിൽക്കുന്ന വയലേലകളിലൂടെ മനസ്സും വയറും നിറഞ്ഞ ഗ്രാമീണർ പനംതത്തകളെപ്പോലെ പാടിപറന്നു കളിക്കുന്ന ചിത്രം കടന്നു പോയി. കൊയ്തെടുത്ത ചോളവും തിനയും കരിമ്പുമെല്ലാം ഒന്നായി സ്വരൂപിച്ച് ഗ്രാമക്കലവറയിൽനിന്ന് ആവശ്യാനുസരണം സ്വീകരിക്കുന്ന കർഷകർ.

ഗ്രാമവാസികളെ രാജാധിരാജൻ വേനമഹാരാജാവ് അരുളിയാജ്ഞാപിക്കുന്നതെന്തെന്നാൽ - തമ്പോറടികളുടേയും ആരവങ്ങളുടേയും അവസാനത്തിൽ വന്ന രാജമന്ത്രിയുടെ വിളംബരം ആചാര്യസ്വപ്നങ്ങൾ മുറിച്ചു.

“ഹരിയൂപിയ നിവാസികൾക്കൊരു പാഠമാവാനായി ധിക്കാരിയും രാജ്യദ്രോഹിയുമായ രാജപുത്രൻ പ്രഥുവിനെ പുരനിവാസികൾക്കു മുന്നിൽവച്ച് കുന്തംകൊണ്ടു കുത്തി വധിക്കുന്നതാണ്.”

വിളംബരം കേട്ടുനിന്ന പുരനിവാസികൾക്ക് കരയാനോ ഗദ്ഗദപ്പെടുവാനോ പോലും കഴിഞ്ഞില്ല. മൃതജീവികളുടെ ഒരു കൂട്ടം. അസ്ഥികൂടക്കൂട്ടം എന്നുതന്നെ മഹാചാര്യർക്ക് തോന്നി. ഇവരെ ഏതു മൃതസഞ്ജീവനികൊണ്ട് പുനർജ്ജീവിപ്പിക്കും? അങ്ങനെ ചിന്തിച്ചപ്പോൾ ഉറുക്കാഗന്റെ ശബ്ദം ചെവിയിൽ മുഴങ്ങി “എല്ലാ ഏകാധിപതികളും അടിസ്ഥാനപരമായി ഭീരുക്കളാണ്. അതാണ് ഏറ്റവും ദുർബ്ബലനായ എതിരാളിയെപ്പോലും അവർ നിർമ്മാർജ്ജനം ചെയ്യുന്നത്.”

അടുത്ത ക്ഷണം ഊർജ്ജയും മകൾ ദേവയും മൃതജനതയ്ക്കിടയിലുണ്ടാവുമെന്ന് മഹാചാര്യർ ഓർത്തു. ഒരുപക്ഷേ ഊർജ്ജയ്ക്കുപോലും തന്നെ തിരിച്ചറിയാൻ കഴിയാതെ? ഒരു രാജഭടൻ വന്ന് പ്രഥുവിനെതിരെ ചുമത്തിയ കുറ്റങ്ങൾ അണിച്ചുരുൾ നിവർത്തി വായിച്ചു: “ഹരിയൂപിയ നിവാസികളറിയുന്നതിനായി രാജകുമാരൻ പ്രഥുവിനു മേൽ ചുമത്തിയിട്ടുള്ള ഗുരുതരമായ കുറ്റങ്ങൾ അറിയിക്കുന്നു എന്തെന്നാൽ - കാരാഗൃഹത്തിൽ കിടന്ന രാജകുമാരൻ ദാഹജലത്തിനായി സഹതടവുകാരെ

ധാർഷ്ട്യഭാഷ പ്രോത്സാഹിപ്പിച്ചു. വെള്ളം തടവുകാരന്റെ അവകാശമാണെന്നും ദൈവികമായത് രാജാവിനു നിഷേധിക്കാൻ അവകാശമില്ലെന്നും തടവുകാരെ ബോധവൽക്കരിച്ചു. സ്തുതിക്കുന്നവനു മാത്രമേ യഥാർത്ഥത്തിൽ വേനരാജൻ ജലം കൊടുക്കേണ്ടതുള്ളൂ. വെള്ളവും വായുവും വേനരാജ്യത്ത് രാജാവിന്റെയാണ്. രാജകുമാരൻ യയ്യാവതിയും പരുഷ്ണിയും സിന്ധുവും ഇന്ദുമതിയും ദണ്ഡകവനവും ഭംഗാരിവനവും നിവാസികളുടേതാണെന്നു വാദിച്ചു. യഥാർത്ഥത്തിൽ ഇവയൊക്കെയും മഹാരാജാവിന്റേതാണ്. ബോധം മാറ്റാൻ തയ്യാറാവാതെ രാജ്യദ്രോഹം പുലമ്പിയതിന് വേനൻകുത്തുമാത്രമാണ് പ്രതിവിധി. ജംബാരിമലയുടെ മുകളിലെ മഹാസൗധത്തിന്റെ വിശാലാങ്കണത്തിലിരുന്നു മഹാരാജാവ് പ്രഥുവധം വീക്ഷിക്കുന്നു."

ഹരിയൂപിയ സമതലത്തിൽ നിന്നു നോക്കുമ്പോൾ അനേകയോജന അകലെ ഇരുൾ മൂടിയ ജംബാരിമലയ്ക്കു മുകളിൽ മഹാസൗധത്തിന്റെ രത്നക്കല്ലിൽ തിളങ്ങുന്ന താഴികക്കുടം ഒറ്റക്കൽ കമ്മലുപോലെ വെട്ടിത്തിളങ്ങി. മഹാസൗധത്തിനു മുകളിലെ മട്ടുപ്പാവിൽ നിന്നാൽ മഹാരാജാവിന് ഹരിയൂപിയ ചുരുൾ നിവർത്തിയിട്ട വിളംബരപത്രംപോലെ ഗോചരം.

അനേകം ഭടന്മാരുടെ അകമ്പടിയോടെ കയ്യാമം വച്ചുകൊണ്ടുവന്ന പ്രഥുവിനെ പലകത്തട്ടിൽ കയറ്റി സ്തൂപത്തോടു ചേർത്തു കെട്ടി. പ്രഥുവിനോടൊപ്പം ദാഹജലം അവകാശമാണെന്നു വാദിച്ച പുരനിവാസികളായ ബാണനേയും ശംബരനേയും പ്രഥുവിന് ഇടത്തും വലത്തുമായി ഉയർത്തിയ സ്തൂപങ്ങളിലും വരിഞ്ഞുമുറുക്കി. പലകത്തറയിലേക്കു കയറിയ നിശാന്തയുവരാജൻ ആക്രോശിച്ചു: "ജലവും വായുവും വേനരാജാവിന്റേയല്ലേ!" പ്രഥു ദുർബ്ബലമായ ശരീരത്തിൽനിന്നും പരമാവധി ഉറക്കെ വിളിച്ചു പറഞ്ഞു: "വായുവും വെള്ളവും പ്രകൃതിയുടേതാണ്. രാജാവിനവയിൽ പ്രത്യേക അധികാരാവകാശങ്ങളില്ല." യുവരാജാവിന്റെ പല്ലുകൾ മേഘങ്ങൾപോലെ കൂട്ടിയിടിച്ച് ഇടിവെട്ടുണ്ടായി: "കുത്തിക്കൊല്ലിൻ രാജ്യദ്രോഹികളായ ഇവരെ." ആദ്യം ഇടതുപള്ളകളിൽ ഭടന്മാരുടെ കുന്തങ്ങൾ വേനൻകുത്തു നൽകി. മൂന്നുപേരുടേയും ചോര ചീറ്റിച്ചു. വലിച്ചെടുത്ത കുന്തവായിലൂടെ വെള്ളംപോലെ ചോര ഉയർന്നു ചീറ്റി. പിന്നെ തെരുതെരാ കുത്തുകളുടെ വർഷം. മൂന്നുപേരും വരിഞ്ഞു കെട്ടിയ സ്തൂപത്തോടെ കമിഴ്ന്നടിച്ചു വീണു.

അല്പനിമിഷത്തെ പിടച്ചിലൊടുങ്ങിയപ്പോൾ ഭടന്റെ പരിശോധന. നാസികയ്ക്കു കീഴെ വിരൽ വച്ചും കൈത്തണ്ടയിൽ വിരൽ അമർത്തിയും ഹൃദയത്തിനുമേൽ ചെവിവെച്ചും മരണം ഉറപ്പാക്കി. ഭടൻ യുവരാജനെ അറിയിച്ചു: "മൂന്നു രാജ്യദ്രോഹികളും യമലോകം പൂകി കഴിഞ്ഞിരിക്കുന്നു തിരുമേനി."

"ഭേഷ് നല്ലത്..." നിശാന്തൻ കൈകൊട്ടി കൊലയാളികളെ

അഭിനന്ദിച്ചു വിളംബരം മുഴക്കി... "മൂന്നുപേരേയും കാക്കയ്ക്കും കഴുകനും കൊത്തിവലിക്കാൻ വലിച്ചെറിയുക."

രാജാജ്ഞ കേട്ട ഭടന്മാർ മൂന്നു പേരുടേയും ശവശരീരങ്ങൾ മണൽക്കാട്ടിലേക്കെറിഞ്ഞു. യുവരാജാവും ഭടന്മാരും മഹാസൗധത്തിനു നേരെ കുതിരകളെ പായിച്ചപ്പോൾ പുരനിവാസികൾ നദീതീരം വിജനമാക്കി. മാത്രകൾകൊണ്ട് പരുഷ്ണി തീരം മണൽത്തരികളുടെ മൗനനൊമ്പരത്തിലമർന്നു.

പരുഷ്ണി തീരത്ത് കാറ്റ് ചീറിയടിക്കാൻ തുടങ്ങിയപ്പോൾ മണൽക്കാറ്റു ഭയന്ന് സർവ്വ മൃഗങ്ങളും പക്ഷികളും കാടുകയറിയ നേരം കരിമ്പിൻ കാട്ടിൽനിന്നും ഉയർന്നു വന്ന ശുക്രമഹാചാര്യർ മണൽക്കാട്ടിൽ അനാഥരായ മൂന്നുപേരേയും പെറുക്കിക്കൂട്ടി. ഓരോരുത്തരെയായി ശ്വാസപരിശോധനയ്ക്കു വിധേയരാക്കി. ഭാണ്ഡത്തിൽ നിന്നും തുള്ളി മരുന്നെടുത്ത് ശ്വസിപ്പിച്ച് നെഞ്ചിൽ തടവി സുഷുമ്നയിൽ ഒളിഞ്ഞിരുന്ന പ്രാണനെ പെരുപ്പിച്ചു. ഓരോരുത്തരെയായി ചുമന്ന് മഹാവനത്തിലേക്കു കയറി.

രണ്ട്

ഇരുട്ടിന് മുടിനാരു വണ്ണമേ ആയിട്ടുള്ളൂവെങ്കിലും ആശാരിത്തെരുവിൽ പാതിര കഴിഞ്ഞതുപോലെ മൂകത പരന്നു. ജീവജാലങ്ങൾ പൂർണ്ണമായും മൃതമായി കിടക്കുന്ന ശ്മശാനപ്പറമ്പുകളിലൂടെ നടന്നു കയറുന്നതുപോലെ തോന്നി ശുക്രമഹാചാര്യർക്ക്. ചാവാൻ പോലും ശക്തിയില്ലാത്ത ചാവാലിപ്പട്ടികളുടെ ശ്വാസംവലി ഇടയ്ക്ക് വിദൂരങ്ങളിൽ നിന്നെന്നപോലെ കേട്ടു. പട്ടിണിയുടെ അടയാളങ്ങൾപോലെ കണ്ണുകൾ പുറത്തേക്കുന്തി, നാക്ക് നീട്ടി, കിതച്ചു വലിക്കുന്ന അവയുടെ ഓലിശബ്ദം. തെരുവിലെ ഒരു കുടിലിൽപോലും തിരിവെട്ടമോ സംസാരമോ ഇല്ല.

തനിക്കു വളരെ പരിചിതമായ ഇടുങ്ങിയ തെരുവിലൂടെ ഓർമ്മയുടെ നിലാവിൽ വഴിതെറ്റാതെയും കുണ്ടുകളിലും കിടങ്ങുകളിലും വീഴാതെയും ശുക്രാചാര്യർ നടന്നു. കുട്ടിയായിരിക്കുമ്പോൾ സഹപാഠിയായ വൃചീകനെ അന്വേഷിച്ചും അവന്റെ അച്ഛനായ ശില്പിമൂത്താരെത്തേടിയും പലവുരു കടന്നുപോയിട്ടുള്ള ഇടുക്കുകൾ. വൃചീകന്റെ അച്ഛനെപ്പോലെ മരത്തിൽ ശില്പം കൊത്തുവാൻ മറ്റൊരാളുമില്ല ഹരിയൂപിയയിൽ. ശില്പി മൂത്താർ മരത്തിൽ ശിലായുധങ്ങൾ കൊണ്ടും അടുത്തിടെ പാകപ്പെടുത്തിയെടുത്ത വെങ്കലായുധങ്ങൾകൊണ്ടും ദൈവത്തിന്റേയായാലും നർത്തകിയുടെയായാലും ആന, കടുവ, സിംഹം തുടങ്ങിയ വന്യമൃഗങ്ങളുടെയായാലും കൊത്തിയെടുത്ത ശില്പങ്ങൾക്കു ജീവനുണ്ടെന്നു തോന്നും. ഈട്ടിത്തടിയിൽ മൂത്താർ പണിത

ശിവമഹാദേവ വിഗ്രഹം ഹരിയൂപിയ മുഴുവനും അദ്ഭുതം വിതച്ചു. ചുറ്റും സപ്തർഷിമാരെയിരുത്തി താണ്ഡവം ചവിട്ടുന്ന ശിവബിംബം വേനൻ മഹാസൗധം സ്വന്തമാക്കിയപ്പോൾ മൂത്താന്റെ പണിശാലയിൽ നിന്നും ബലമായി എടുത്തുകൊണ്ടു പോയി എന്നു കേട്ടു. തടയാൻ ചെന്ന മൂത്താന്റെ പള്ളയിൽ വേനൻകുത്തു നൽകി ഭടന്മാർ. പിന്നീടങ്ങോട്ട് മരത്തടികൾ നോക്കി, അവയിൽ നിദ്രകൊണ്ട ബിംബങ്ങൾ പുറത്തെടുക്കാൻ കഴിയാതെ, നെടുവീർപ്പിട്ടു കിടക്കുവാൻ മാത്രം കഴിഞ്ഞു മൂത്താർക്ക്. ശേഷം മകൻ വൃചീകനാണ് പണികൾക്കു ചുക്കാൻ പിടിക്കുന്നതെന്നു കേട്ടു. വൃചീകനും കിട്ടിയിട്ടുണ്ട് അച്ഛന്റെ കലാബോധവും ശില്പസൃഷ്ടി മികവും. പലപ്പോഴും അത് മരച്ചുവട്ടിലെ ആശ്രമാധ്യായന ഇടവേളകളിൽ അവൻ പ്രദർശിപ്പിച്ചിട്ടുണ്ട്. ഒന്നുരണ്ടു തവണ തേക്കിൻ കഷണത്തിലും മരച്ചീളുകളിലും അവൻ നിർമ്മിച്ചുവച്ച ഗുരുവിന്റേയും ശിഷ്യരുടേയും ബിംബങ്ങൾ കണ്ട് ഗുരു അഭിനന്ദിക്കുകയുമുണ്ടായി: "ശില്പി മൂത്താരുടെ അനുഗ്രഹം നിന്നെ മിടുക്കനാക്കാതിരിക്കയില്ല." ആശ്രമത്തിലെ പീഠങ്ങളുടെ കാലുകൾ ഉറപ്പിക്കാനും കസേരകൾക്ക് ഇളക്കം ഇല്ലാതാക്കാനും പുതിയതായി ഇരിപ്പിടങ്ങൾ ഉണ്ടാക്കാനും മറ്റുമായി പലപ്പോഴും ശില്പി മൂത്താന്റെ ആലയിലേക്ക് അച്ഛൻ പറഞ്ഞുവിട്ടതുകൊണ്ട് രാത്രിപോലും തെരുവിലൂടെ നടന്നെത്തുക പ്രയാസമില്ലാത്ത കാര്യമായി.

ഭൃഗുമഹർഷി ശില്പിമൂത്താരെ ആശ്രമത്തിൽ വിളിച്ചു വരുത്തി പ്രത്യേകം നിഷ്കർഷിച്ച് കൊത്തിച്ചതാണത്രെ മഹാദേവനുചുറ്റും സപ്തർഷിമാർ ആരാധനാഭാവത്തോടെ തൊഴുത് ഇരിക്കുന്ന ശില്പം. ശില്പി മൂത്താരോട് ഒന്നു മാത്രമേ ആവശ്യപ്പെട്ടുള്ളൂ ഭൃഗുമുനി. "കാലമേറെ കഴിയുമ്പോൾ ഞാനും നിങ്ങളും ഈ പ്രകൃതി തന്നെയും മാറ്റങ്ങൾക്കു വിധേയമാവും. പുതിയ ജനതയും പുതിയ പ്രകൃതിയും പഴയതിൽനിന്ന് ജനിച്ചുണ്ടാവും. അന്ന് ചിന്തിക്കുന്നവർക്കായി ഇന്നത്തെ ചില ജീവാംശങ്ങൾ രേഖപ്പെടുത്തി വെയ്ക്കുക നമ്മുടെ കർത്തവ്യമാണ്. ജീവിതങ്ങളും കാലവും മാറിയാലും മാറാതെ നിൽക്കാൻ കഴിയുന്ന ഒന്നാണ് കല. പുഴുക്കുത്തേൽക്കാത്ത നല്ല ഈട്ടിക്കാതലിൽ മൂത്താരെ നമുക്കൊരു ശില്പം തീർക്കണം. നമ്മുടെ കാലത്തിന്റെ ഒരു നേർചിത്രം. അതിനു ശില്പി മൂത്താർക്കു മാത്രമേ കഴിയൂ."

ശില്പി മൂത്താർ അത്തരം ഒരു സൃഷ്ടിക്കുവേണ്ടി തപം ചെയ്യുവാൻ തയ്യാറായി. പ്രപഞ്ച സ്രഷ്ടാവായ വിശ്വകർമ്മനെ നാല്പത്തൊന്നു നാൾ ധ്യാനിച്ച്, ഉപവസിച്ച് ആശ്രമത്തിലിരുന്ന് ഈട്ടിക്കാതലിൽ കൊത്തിയെടുത്തതാണ് സപ്തർഷി ശില്പം. യയ്യാവതിയിലൂടെ കാലമെത്ര ഒഴുകിപ്പോയാലും മാനവന്റെ സ്മൃതിയിൽ പച്ചപിടിച്ചുനിൽക്കുന്ന ആദിവംശചരിത്രവും ആദിദേവാരാധനയും ജീവത്തായി നിലനിൽക്കുന്ന ശില്പം. സപ്തർഷിമാരുടെ കാലഗണനയനുസരിച്ച് ഋഷി നിർദ്ദേശിച്ചതുപോലെ വാർത്തെടുത്ത ചരിത്രരേഖ. മദ്ധ്യധരണ്യാഴി തീരത്തുനിന്ന്

ജംബുവിലെത്തിയ പൂർവ്വികരുടെ കാലഗണന കൃത്യമായി അടയാളപ്പെട്ടു കിടക്കുന്ന ചരിത്രസ്മാരകം. ജംബുവിലെത്തിയ ആദ്യത്തെ ഏഴു ഗോത്രങ്ങൾ ഭൃഗുഗോത്രം. മരീചി ഗോത്രം, അംഗിരസ്സു ഗോത്രം അത്രിഗോത്രം, പുലസ്ത്യഗോത്രം, പുലഹഗോത്രം വസിഷ്ഠഗോത്രം. നിർമ്മാണം കഴിഞ്ഞ ശില്പം കൈയിലെടുത്ത് മഹാഋഷി ആശ്വസിച്ചു: കാലം ആരെല്ലാം ചേർന്ന് മാറ്റിയൊഴുക്കിയാലും അതിന്റെ ആദ്യ സ്രോതസ്സ് ഇതിൽ മാറാതെ നിൽക്കും - മഹാഋഷി ഭാവികാലങ്ങളെ മുഖദാവിൽ ദർശിച്ചിട്ടെന്നപോലെ ആകാശങ്ങളിലേക്കു കണ്ണുനട്ട് നിർവൃതികൊണ്ടു നിന്നു. ആ മഹാശില്പം ഇന്ന് വേനന്റെ കലവറപ്പുരയിൽ പൊടിയിൽ പുതഞ്ഞു കിടക്കുന്നു. അത് വീണ്ടെടുക്കേണ്ടത് വരാനിരിക്കുന്ന കാലത്തിന്റെ പോലും ആവശ്യമാണ്. മഹാചാര്യർ മനസ്സിൽ കുറിച്ചു. തെരുവിലെ അവസാനത്തെ കുടിലാണ് വൃചീകന്റേത്. ഇരുവശങ്ങളിലുമുള്ള കുടിലുകളിൽ ശില്പിമൂത്താരുടെ ശിഷ്യഗണങ്ങളാണധികവും. ആശാരിത്തെരുവു കഴിഞ്ഞാൽ പിന്നെ കൂട്ടമായി താമസിക്കുന്നത് കുശവന്മാരും കൃഷിക്കാരും. ഒന്നായെടുത്താൽ ആയിരം കുടിലുകളെങ്കിലും കാണും. ഹരിയൂപിയയുടെ പ്രത്യേകതയാണത്."

കണ്ണെത്താത്ത ദൂരത്തോളം പരന്നു കിടക്കുന്ന ചോളം, തിന, കരിമ്പു വയലുകളിൽ കൃഷിയിറക്കുന്ന കർഷകർ കാതങ്ങൾക്കകലെ ഒന്നായി താമസിക്കുന്നു. കാലത്ത് വയലിലേക്കു പോയാൽ സന്ധ്യയോടെ മാത്രമേ കരയിലേക്കു തിരിച്ചുവരൂ. ഉച്ചക്കഞ്ഞിയും വിശ്രമവുമെല്ലാം വയലിൽ തന്നെ. ശില്പികളുടേയും കുശവന്മാരുടേയും നെയ്ത്തുകാരുടേയും ജീവിതം വിപരീതമാണ്. കുടിൽ തൊഴിലാളികളായ അവർ കുടിലിനു മുന്നിൽ വച്ചുകെട്ടിയ ആലകളിൽ രാവുപകലുണ്ടാവും. കളിമണ്ണു ശേഖരിക്കാനും പരുത്തിയും മറ്റും ശേഖരിക്കാനും വല്ലപ്പോഴും മാത്രമേ അവർ ആലവിട്ടു പുറത്തുപോവുകയുള്ളൂ. ബാക്കി സമയം മുഴുവനും കുടിലിലുണ്ടാവുന്നതുകൊണ്ട് ആശാരിത്തെരുവും കുശവത്തെരുവും നെയ്ത്ത് കുടിലുകളും സദാസമയം മുഖരിതമാണ്. ഗോക്കളെ മേക്കുന്ന പുലസ്ത്യരുടേയും കച്ചവടം തൊഴിലാക്കിയ പുലഹന്മാരുടേയും തെരുവുകൾ പകൽ മൃതശരീരംപോലെ നിശ്ശബ്ദമാണ്.

സൂക്ഷിച്ചു നോക്കിയപ്പോൾ ഓലപ്പഴുതിലൂടെ വിളക്കു നാളം കണ്ടു മഹാചാര്യർ. വലിയ പ്രതീക്ഷയോടെ അടുത്തെത്തിയപ്പോൾ വളരെ അടക്കിപ്പിടിച്ച സംസാരം. എന്താണു പറയുന്നതെന്നൊന്നും വ്യക്തമല്ല. ആകെ ഭയന്നു വിറച്ചാണ് എല്ലാവരും സംസാരിക്കുന്നതെന്നു മനസ്സിലായി. പുരഭിത്തിയോടടുത്തു തുടങ്ങിയപ്പോൾ മാംസം ചീയുന്ന ദുർഗന്ധം മൂക്കിലേക്കിരച്ചുകയറി. എലിയോ മറ്റോ ചത്തു ചീഞ്ഞ ദുർഗന്ധം. അത്തരം ഒരു ദുർഗന്ധം തെരുവിലൂടെ നടന്നു കയറുമ്പോൾതന്നെ അലോസരപ്പെടുത്താൻ തുടങ്ങിയതാണ്. എങ്ങനെയാണിവർ മാംസം ചീയുന്ന ഗന്ധത്തിൽ കഴിയുന്നതെന്നോർത്തു. ഒരുപക്ഷേ കാലങ്ങളായി അവിടെ കഴിയുന്നവർക്ക് ദുർഗന്ധം തിരിച്ചറിയാൻ കഴിയാതായി

പോയിരിക്കുമോ? മഹാചാര്യർ ചെറ്റയുടെ വാതിൽ മറയിൽ കൊട്ടി വിളിച്ചു: "വൃചീകാ, വൃചീകാ..." അകത്ത് അടക്കിപ്പിടിച്ച സംസാരം വെട്ടിക്കളഞ്ഞ വാഴത്തണ്ടുപോലെ മുറിഞ്ഞു വീണു. സംശയത്തിന്റേയും ഭയത്തിന്റേയും അന്തരീക്ഷം കുടിലിലാകെ വീശിയടിച്ചു "വാതിൽ തുറക്കൂ വൃചീകാ." അകത്ത് കളിമൺപാത്രങ്ങൾ കൂട്ടിമുട്ടുകയും ധൃതിപിടിച്ച് സ്ഥലം മാറ്റുകയും ചെയ്യുന്ന തിടുക്കവും വെപ്രാളവും. അല്പനേരത്തെ നച്ചനെലികളുടെ പരാക്രമശേഷം വിറയ്ക്കുന്ന ചോദ്യം "ആരാ? എന്താ വേണ്ടത്?" "ഞാനാണ് വൃചീക.. നിന്റെ സഹപാഠി." അകത്ത് നിശ്ശബ്ദതയിൽ പൊതിഞ്ഞ ശകാരങ്ങൾ. അവസാനം അല്പം വിറ കുറഞ്ഞ ശബ്ദം: "സഹപാഠി എന്നു പറഞ്ഞാൽ?" "ശുക്രൻ.. ഭൃഗുമഹർഷിയുടെ മകൻ ശുക്രൻ... വൃചീകാ.. "സുഹൃത്ത് ശുക്രൻ" എന്നു കേട്ടതും ചെറ്റയുടെ പനമ്പുവാതിൽ മലർന്നു. ഇരുളിൽ ആടിയുലഞ്ഞ തിരിനാളത്തിൽ സ്ഥാനമുറയ്ക്കാത്ത രൂപങ്ങൾ. വൃചീകൻ കേട്ടതും കാഴ്ചയും തമ്മിൽ പൊരുത്തപ്പെടാത്തതുപോലെ: "ശുക്രനോ. സന്ന്യാസിവേഷത്തിൽ?" "പതിന്നാലു വർഷത്തെ കാട്ടുജീവിതം ആരെയാണ് സന്ന്യാസിയാക്കാതിരിക്കുക സുഹൃത്തേ?" ആദ്യ സന്ദേഹങ്ങൾ മാറാൻ തുടങ്ങിയപ്പോൾ വൃചീകൻ: "അങ്ങ് ഈ അസമയത്ത്, ഇങ്ങനെയൊരു വേഷത്തിൽ?"

മഹാചാര്യർ പറഞ്ഞു: "ആദ്യം നീ എനിക്കൊരു പാത്രം ശുദ്ധജലം തരൂ. ഞാനൊന്ന് ദാഹം തീർക്കട്ടെ." കഠിനമായ ദാഹത്തിൽ നാക്കു വരളുന്നു. ദേഹമാസകലം കള്ളിമുള്ളു കൊളുത്തിവലിക്കുന്നതുപോലെ. അസഹ്യമായ വേദനയിലെന്നവണ്ണം വൃചീകൻ ഞെളിപിരികൊണ്ടു "ആചാര്യാ, ഇവിടെ ഒരു തുള്ളി ശുദ്ധജലമില്ലെന്നു ഞാൻ അങ്ങയോടെങ്ങിനെ പറയും?" "ഓഹോ പച്ചവെള്ളം തന്നെ വേണമെന്നില്ല. നിങ്ങൾ കഴിക്കുന്ന സമൃദ്ധമായ അത്താഴത്തിൽനിന്നും ഒരു പങ്കു തന്നാലും മതി." അന്നം കഴിച്ചിട്ട് വാരങ്ങളായി സതീർത്ഥ്യാ." തങ്ങൾ കഴിക്കാൻ വച്ചിരിക്കുന്ന ഭക്ഷണം പാത്രങ്ങളിലാക്കി വച്ചിരിക്കുന്നത് ഗുരുപുത്രൻ കണ്ടിരിക്കെ ഇനി ഒരൊഴിവുകഴിവും ഏശുകയില്ലെന്നു ബോധ്യമായ വൃചീകൻ അല്പം നീരസത്തോടെ തന്നെ പ്രതിവചിച്ചു "ആചാര്യപുത്രാ ക്ഷമിക്കണം. ഞങ്ങൾ ഏഴുപേർക്കു കഴിക്കാനുള്ള ഭക്ഷണം മാത്രമേ പാത്രത്തിലുണ്ടാവൂ. അതിഥിയായ താങ്കൾക്കു പങ്കു വച്ചാൽ ഞങ്ങളിൽ ഒരാൾ പട്ടിണിയാവും." അപ്പോഴാണ് കുടിലിനകത്ത് ഏഴുപേരുണ്ടെന്ന് മഹാചാര്യർ അറിയുന്നത്.

വൃചീകന്റെ വൃദ്ധപിതാവും മാതാവും കൂടാതെ ഭാര്യയും മൂന്നു മക്കളും. അവരെല്ലാം ഒരു വൃത്തം വരച്ചതുപോലെ അകത്തളത്തിന്റെ നടുക്ക് ഭക്ഷണത്തിനായി ഒത്തിരിക്കയാണ് "വൃചീകാ, നീ ആ പഴയ ഗുരുകുലകാലത്തെ പിശുക്കനായ ശിഷ്യൻതന്നെ. ആശ്രമത്തിലെ നാട്ടുമാവിൽ നിന്ന് ചെന കയറിയ മാങ്ങകൾ പറിച്ചു തിന്നുമ്പോൾ താഴെ നിന്നു കൈനീട്ടി യാചിച്ച സഹപാഠിക്ക് തരിമ്പും ഇട്ടുകൊടുക്കാത്ത പിശുക്കൻ." "മഹാചാര്യാ" എന്ന ഇടറിയ വിളിമാത്രം ഉറക്കെ കേട്ടു

വൃചീക കണ്ഠത്തിൽനിന്ന്. ബാക്കി ശബ്ദമെല്ലാം കഴുത്തിൽ കുടുക്കു മുറുകിയ നച്ചനെലിയുടെ ഓലിപോലെ മുറിഞ്ഞു മുറിഞ്ഞ് നേർത്തു നേർത്ത് – എന്തായാലും ഇത്തവണ എനിക്കു സഹിക്കാൻ ക്ഷമയില്ല. സഹിച്ചാൽ ചങ്കുപൊട്ടും. വയർ ഒട്ടിപ്പിടിക്കും. "നീ ക്ഷമിക്ക്, ഞാനല്പം അകത്താക്കട്ടെ നിന്റെ അനുമതിയില്ലെങ്കിലും." ഇത്രയും പറഞ്ഞ് മഹാചാര്യർ ഒരു കുടുക്കയെടുത്ത് വായിൽ കമിഴ്ത്താനായി പൊന്തിച്ചു. ചുറ്റും കൂടിയിരുന്ന വൃചീക ഭാര്യയും മക്കളും അയ്യോയെന്നാർത്തതും വൃചീകൻ കുടുക്കയിൽ കയറി ബലമായി പിടിച്ചു പറിച്ച് ദൂരേക്കു മാറ്റിയതും ഒന്നിച്ച്. വൃചീകൻ സതീർത്ഥ്യപാദങ്ങളിൽ കമിഴ്ന്നടിച്ചു വീണു കേണു: "ഗുരുപുത്രാ.. വൃചീകനോടു ക്ഷമിക്കണം. സതീർത്ഥ്യന് ദാഹിച്ച വെള്ളം കൊടുക്കുവാൻപോലും ഭാഗ്യമില്ലാത്ത ജന്മമായി പോയി എന്റേത്. സത്യം പറയാൻപോലും ഭാഗ്യമില്ലാത്ത ജന്മം." മഹാചാര്യർ തന്റെ പാദങ്ങൾ അശ്രുകണങ്ങൾകൊണ്ടു കുളിപ്പിക്കുന്ന സതീർത്ഥ്യനെ ഇരുകൈകൾകൊണ്ടും പൊക്കിയുയർത്തി "പറയൂ വൃചീകാ നിന്റെ വിഷമാവസ്ഥ. സതീർത്ഥ്യനോടല്ലാതെ മറ്റാരോട് പറയാൻ?" "ആചാര്യാ, വേനൻകുത്തുകൊണ്ട് ശരീരം ചീഞ്ഞുനാറുന്ന എന്റെ അച്ഛൻ മരണം വരാത്തതോർത്ത് അനുനിമിഷം ജീവിതത്തെ ശപിച്ചു കിടക്കുകയാണ്."

വൃചീകന്റെ നീട്ടിയ വിരൽത്തുമ്പിനുമുന്നിൽ, ജീവനുണ്ടെന്ന വിശ്വാസത്തിൽ കിടക്കുന്ന വൃദ്ധ ശില്പിമൂത്താർ. ചോര ചലമായി വിണ്ടു നിൽക്കുന്ന മുറിവ് ഇടതുവശം മുഴുവനും ചീച്ചു കഴിഞ്ഞ് നെഞ്ചിലേക്കും വ്യാപിച്ചിരിക്കുന്നു. മണിയനീച്ചയും കൊതുകും മാംസം തിന്നാൻ കൂട്ടമായി ശരീരത്തിൽ തമ്പടിച്ചിരിക്കുന്നു. അവ പറക്കുമ്പോൾ കുടിലിലാകമാനം ചീഞ്ഞ മാംസച്ചൂര് തളം കെട്ടുന്നു. ശ്വസിക്കാൻ മാത്രം ജീവനുപയോഗിക്കുന്ന അച്ഛന് ഒരു മരക്കഷ്ണത്തിൽ മുറുകെ പിടിക്കാൻ പോലും വയ്യ: മൂന്നു മാസങ്ങൾക്കു മുമ്പ് കൊട്ടാരം അലങ്കരിച്ചുവെക്കാനുള്ള ആനക്കുട്ടിയെ പണിതീർത്തുകൊണ്ടു ചെല്ലാൻ ഒരു ദിവസം വൈകിയതിന് യുവരാജാവ് നിശാന്തൻ തന്ന വേനൻകുത്താണിത്.

വൃചീകൻ ഇടത്തേ പള്ള തിരിച്ചപ്പോൾ ചോര കട്ടകുത്തി നീരിൽ തിണർത്ത ഇടംപള്ള ഹോമകുണ്ഡംപോലെ. കിട്ടാവുന്ന പച്ചമരുന്നുകൾ പിഴിഞ്ഞിറക്കിയിട്ടും മുറിവായ ഉണങ്ങാതെ ചുറ്റും പഴുത്തു കയറുകയാണ്. വേദനയും നാറ്റവും സഹിച്ച് നിത്യാന്നത്തിനായി ഇഴയുമ്പോഴാണ് മകൾ ഋതുമതിയായത്. അമ്മു മഞ്ഞൾപൊടിയിട്ട വെള്ളത്തിൽ കുളിച്ചു കയറിയ ദിവസം രാജഭടന്മാർ മലവെള്ളംപോലെ ഇരച്ചുവന്ന് ആജ്ഞ മുഴക്കി. പൗർണ്ണമി ദിവസം ഋതുമതിയായ അമ്മുവിനേയും കൊണ്ട് അവളുടെ അച്ഛൻ യുവരാജാവിന്റെ തിരുമുമ്പിലെത്തണമെന്ന്. കൂടാതെ പൗർണ്ണമിക്കു പൂജ ചെയ്യാനുള്ള വേനൻപ്രതിമ ശില്പി കൊട്ടാരമുറ്റത്ത് എത്തിക്കുകയും വേണം. ആജ്ഞാലംഘനമുണ്ടായാൽ വേനൻകുത്ത് ഒന്നല്ല ജീവൻ പറന്നു പോകുന്നതുവരെ. അമ്മയ്ക്കും

അനിയന്മാർക്കുമിടയിൽ ഒച്ചുപോലെ പതിഞ്ഞു കിടക്കുന്ന കൊച്ചു പെൺകുട്ടി - അവളുടെ മുഖത്തിന് നക്ഷത്രങ്ങളുടെ തിളക്കം. നിഷ്കള ങ്കതയുടെ അപൂർവ്വചാരുത. അവൾക്ക് ദേവയുടെ തനിച്ഛായ. ഏതാണ്ട് അതേ പ്രായം. പെട്ടെന്ന് ദേവ ഓടിവന്നു. പ്രസവിച്ചിട്ട് അധിക നാളുകൾ കഴിയുന്നതിനു മുമ്പു മലകേറിപ്പോയ അച്ഛൻ. അവൾക്ക് അച്ഛൻ വെറും കേൾവിപ്പാട്ടം. അവൾ സുരക്ഷിതയായിരിക്കുമോ അതോ വേനൻകുത്തു കൾക്കു നടുവിൽ മാംസം ചീഞ്ഞ് അതോ നിശാന്തന്റെ കാമവെറിയിൽ... അത്രയും ആയപ്പോൾ താൻ ഉടനെ വീട്ടിൽ ചെല്ലേണ്ടതല്ലേയെന്ന ഉൾ വിളി ആചാര്യരെ പിടിച്ചുലച്ചു. അടുത്ത നിമിഷത്തിൽ ഇങ്ങനെ മറു ചിന്തയിലുറച്ചു. ദേവ സുരക്ഷിതയായിരിക്കും. അവൾ ഊർജ്ജയുടെ സംരക്ഷണയിൽ നിർഭയയായിരിക്കും. ഒന്നുമില്ലെങ്കിൽ കുറഞ്ഞ പക്ഷം ഭൃഗുവംശ കവചം അവളെ സുരക്ഷിതയാക്കും. സഹായം വേണ്ടത് വൃചീക കുടുംബങ്ങൾക്കാണ്. അമ്മുക്കുട്ടികൾക്കാണ്. അല്ലെങ്കിൽതന്നെ ദേവയും അമ്മുക്കുട്ടിയും തമ്മിൽ ശുക്രാചാര്യർക്കെന്തു വ്യത്യാസം?

ബുദ്ധിമതിയായ ഊർജ്ജ പരുഷ്ണീതീരത്തു വച്ചു തന്നെ കണ്ടി രിക്കും. തിരിച്ചറിഞ്ഞിരിക്കും. വ്യക്തിഗത സേവനത്തിനായി അവൾ ഒരിക്കലും ചന്ദനമരത്തിന്റെ വളർച്ച മുരടിപ്പിക്കുകയില്ല. “ആചാര്യാ, അഭിമാനം പോയിട്ടും ജീവനെപ്പോലെ വളർത്തുന്ന മകൾ പോയിട്ടും പിന്നെ ജീവിക്കാൻ ഞങ്ങളെക്കൊണ്ടാവില്ല. പൗർണമിക്ക് വേനൻപ്രതിമ യുണ്ടാക്കിയെത്തിക്കാനും ഈ സാഹചര്യത്തിൽ കഴിയുകയില്ല. ഉളി കൈയിൽ ഉറയ്ക്കുന്നില്ല. കൂട്ടമായി എടുത്ത തീരുമാനമാണ്. ജീവൻ ഒടുക്കുക കുടുംബത്തോടെ. വിഷം കലക്കാൻ അന്നമില്ല. പച്ചവെള്ളം പോലുമില്ല. നാലടി കുഴിച്ചാൽ മണ്ണിൽ സുലഭമായി ജലമുണ്ട്. കിണറു ണ്ടാക്കണമെങ്കിൽ വേനന്റെ സമ്മതം വേണം. അല്ലാത്തവർക്ക് വാര ത്തിൽ ഒരു തകരപ്പാട്ട വെള്ളം കിട്ടും. അതിന് വലിയ നിഷ്കവും വേണം. അല്ലാതെ കിട്ടണമെങ്കിൽ കൊട്ടാരത്തിൽ ചെന്ന് സ്തുതി പാടണം. സഹപാഠിയായ വേനനെ സ്തുതിക്കാൻ പോകണം. ഒരു മൊന്ത വെള്ളം അയൽക്കാരന്റെ കൈയിൽനിന്നു കടം വാങ്ങി. കുറ്റിക്കാട്ടിൽ പുളഞ്ഞാ ടിയ എട്ടടിമൂർഖനെ വാഴപ്പോളയിൽ കൊത്തിച്ച് വീര്യം ചോരാത്ത വിഷം എടുത്തു.

ഏഴു മൊന്തകളിൽ സമൃദ്ധമായ ഭക്ഷണം.”

അത്രയും ആയപ്പോൾ ഒരക്ഷരംകൂടി പറയാനാവാതെ വൃചീകൻ കുഴഞ്ഞു വീണു. അയാളുടെ ഭാര്യയും മക്കളും അച്ഛായെന്നാർത്തു. അല്പം മാറി കിടന്നിരുന്ന ശില്പി മൂത്താർ പ്രതികരിക്കാൻ ശേഷി യില്ലാതെ കിടന്ന് ദീർഘദീർഘമായി ശ്വസിച്ചു.

ശുക്രമഹാചാര്യർ നിലത്ത് ചുരുണ്ടു കിടക്കുന്ന സതീർത്ഥ്യനെ ഇരുകൈകൾകൊണ്ടും എടുത്ത് തോളിലിട്ട് കൊച്ചുകുഞ്ഞിനെയെന്ന പോലെ തട്ടി ആശ്വസിപ്പിച്ചു. തോളും പുറവും നനയുന്നതറിഞ്ഞ

മഹാചാര്യർ സതീർത്ഥ്യന്റെ ചെവിയിൽ പറഞ്ഞു: "വൃചീകാ, ആദ്യം വിശപ്പടക്കൂ. ശേഷമാകാം ശുശ്രൂഷകൾ." മഹാചാര്യർ സതീർത്ഥ്യനെ ഭാര്യയേയും അമ്മയേയും മക്കളേയും ചേർത്തിരുത്തി ഭാണ്ഡത്തിൽ നിന്നും ചുട്ട കിഴങ്ങെടുത്ത് തളികയിൽ വച്ചു "നല്ല കാട്ടുകിഴങ്ങാണ്, ഔഷധവീര്യവുമുണ്ട്. ഒരിക്കൽ കഴിച്ചാൽ രണ്ടു നേരത്തേക്ക് വിശപ്പ് അരികിൽ വരില്ല. കഴിക്കൂ." മഹാചാര്യർ ചുട്ടകിഴങ്ങ് ഓരോരുത്തർക്കും വിളമ്പി. നല്ല രുചിയോടെ എല്ലാവരും കഴിച്ചു. വിശപ്പകന്നപ്പോൾ വൃചീക കുടുംബം ഇളംവെയിലേറ്റുണർന്നതുപോലെ തെളിഞ്ഞു. ശില്പി മൂത്താർക്കു മാത്രം ഒന്നും കഴിക്കാൻ കഴിഞ്ഞില്ല "അച്ഛന് പൊടിച്ചു കൊടുത്താലും ഇറങ്ങില്ല. നെഞ്ചിൽ തടഞ്ഞ് ശ്വാസതടസ്സം ഉണ്ടാവും. വെള്ളം മാത്രമേ ഇറങ്ങൂ." വൃചീകൻ ദീനതയോടെ അറിയിച്ചു.

"ഇറങ്ങുമോയെന്നു ഞാനൊന്നു നോക്കട്ടെ."

മഹാചാര്യർ ഭാണ്ഡത്തിൽനിന്നും എടുത്ത തുള്ളി മരുന്ന് ശില്പിമൂത്താരുടെ വായിൽ താഴ്ത്തി ഇറ്റിച്ചു. നാലോ അഞ്ചോ തുള്ളികൾ ഉള്ളിലെത്തിയതോടെ വായ് അളന്ന് നാക്ക് ചലിപ്പിക്കാൻ തുടങ്ങി. മറ്റൊരു തൈലമെടുത്ത് മുറിവിലാകെ തൂവൽകൊണ്ടു പുരട്ടി. ശേഷം മുറിവിൽ ഒരു പച്ചമരുന്നുലേപം ഒന്നായി കുളിർപ്പിച്ചു.

അല്പ നിമിഷങ്ങൾകൊണ്ട് ശില്പി മൂത്താർ കണ്ണു തുറന്ന് വ്യക്തമായ ശബ്ദത്തിൽ ആവശ്യപ്പെട്ടു. "വിശക്കണ്. വല്ലതും കൊണ്ടുവാ..."

തുറന്ന വായിലേക്ക് വെന്ത കാട്ടുകിഴങ്ങിന്റെ തരികളിറങ്ങി. രോഗി അതു മുഴുവനും നാക്കിൽ ഏറ്റുവാങ്ങി രുചിച്ചിറക്കി. പിന്നെ ഇരുകൈകളും കൂപ്പി മന്ത്രിച്ചു. ഗുരുപുത്രന് ആയിരം നമസ്കാരം.

"നമസ്കാരം ശില്പിമൂത്താരേ... ഒരു കാര്യം പറഞ്ഞാൽ ചെയ്യുമോ?."

"ഗുരുപുത്രനെ അനാദരിക്കാമോ? ഒരിക്കലുമില്ല..."

"പൗർണ്ണമിയുത്സവത്തിന് മഹാവേനശില്പമുണ്ടാക്കണം."

"അയ്യോ മൃതമായ ഉടലും വച്ച്?."

"ഉടലെല്ലാം സജീവമാകും."

"എങ്കിൽ തീർച്ചയായും ഗുരുപുത്രനുവേണ്ടി ചെയ്തിരിക്കും."

"എന്നാൽ ഉടൽ സുഖത്തിന് കാതിൽ മന്ത്രം ജപിക്കുന്നു. നിമിഷം കളയാതെ ജപിച്ചിരിക്കുക. രണ്ടു വാരം കൊണ്ട് ഉടൽ ഉണരും."

മഹാചാര്യർ വൃദ്ധകാതുകളിൽ പരമരഹസ്യമായി മന്ത്രം ജപിച്ചിറക്കി. എണീറ്റ് വൃചീക കാതുകളിലും മന്ത്രം ഇറ്റിച്ചു. വൃചീകന്റെ മുറിവിലും മരുന്നിറ്റിച്ച് ലേപനം പുരട്ടി.

"മഹാചാര്യ, ഇപ്പോൾ മുറിവുണങ്ങുന്നതുപോലെ." - വൃചീകന്റെ ശബ്ദം സന്തോഷത്തിൽ മുങ്ങിക്കുളിച്ചതുപോലെ.

"വൃചീക എനിക്കൊരു വിഷമമേയുള്ളൂ."

"പറയൂ ആചാര്യാ."

"വേനനോടെതിർക്കാൻ ശുക്രൻമാത്രം മതിയെന്നു നീ തീരുമാനിച്ചല്ലോ."

"അയ്യോ ആചാര്യാ, നിവർത്തികേടുകൊണ്ടുണ്ടായ അവിവേകം മാത്രമാണ്."

"ഹരിയൂപിയയെ രക്ഷിക്കാൻ നിനക്കും ബാധ്യതയില്ലേ?."

"തീർച്ചയായും ആചാര്യാ."

"എങ്കിൽ എനിക്കു വാക്കു തരണം ഇനിയൊരിക്കലും മരണം വരിക്കാൻ മോഹിക്കയില്ലെന്ന്."

"ഒരിക്കലുമുണ്ടാവില്ല ആചാര്യാ. ഏതു വിപരീതസാഹചര്യത്തിലും. അവിടുത്തെപോലെ ഒരു മഹാമനസ്കനെയാണ് ഈ നാടു കാത്തിരിക്കുന്നത്. ഇനി വൃചീകന് മുന്നും പിന്നും നോക്കാനില്ല. വരൂ മഹാചാര്യാ, വേനൻകുത്തു കിട്ടിയവരെ മുഴുവനും നമുക്കുണർത്താം. മൃതസഞ്ജീവനിയേറ്റ് ഈ മൃതശരീരങ്ങൾ ഉണർന്നുയരട്ടെ.

അന്നു രാത്രി വെളുക്കുന്നതിനു മുമ്പ് ആശാരിത്തെരുവിലെ മുഴുവൻ കുടിലുകളിലും വേനൻകുത്തുകൾ മൃതമാക്കിയ ശരീരങ്ങൾക്കുമേൽ മൃതസഞ്ജീവനി മരുന്നും കാതുകളിൽ മൃതസഞ്ജീവനി മന്ത്രവും ജപിച്ചു ശുക്രാചാര്യർ. മുപ്പതു രാത്രികളിലെ തീവ്രാധ്വാനത്തിൽ ഹരിയൂപിയയിലെ വേനൻകുത്തുകൾ മുഴുവനും വലിഞ്ഞുണങ്ങി. മൃതമായ മനസ്സുകൾ മൃതസഞ്ജീവനി മന്ത്രമേറ്റ് ഞെട്ടിയുണർന്നു.

മൂന്ന്

വള്ളിക്കുടിലിന്റെ മുറ്റത്ത് കാൽപെരുമാറ്റം കേട്ട് മഹാചാര്യർ പുറത്തേക്കു വന്നു. അത്തിമരത്തണലിൽ വൃചീകനോടൊപ്പം നാലു ചെറുപ്പക്കാർ. സൂക്ഷ്മമായി നോക്കിയപ്പോൾ മനസ്സിലായി വേനൻകുത്തു കിട്ടി കിടപ്പിലായ നാലുപേർ. രാത്രിവളരെ തെളിച്ചം കുറഞ്ഞു കത്തിയ തിരിനാളത്തിൽ കണ്ടതാണ് മെലിഞ്ഞൊട്ടിയ മുഖങ്ങൾ. മരുന്നു പുരട്ടി പഥ്യം നിഷ്കർഷിച്ച് മൃതസഞ്ജീവനി മന്ത്രം കാതിൽ ഇറ്റിച്ച് അടുത്ത കുടിലിലേക്കു തിരിക്കുമ്പോൾ പുതിയ പുതിയ വേനൻകുത്തുകൾ മാത്രമായിരുന്നു കണ്ണിൽ. എത്രയും വേഗം കുത്തിന്റെ ആഴമുറിവിൽനിന്ന് ഹരിയൂപിയയെ രക്ഷിച്ചെടുക്കണം എന്ന ഒറ്റ വിചാരം. രക്തവും ചലവുമൊഴുകുന്ന നാടിന്റെ മുറിവുകൾ ഉണക്കണം. വൃചീകൻ പറഞ്ഞ നാലുപേരുടെ ധർമ്മരോഷം മനസ്സിൽ ഇടംപിടിച്ചു. ചെറുപ്പക്കാർ അങ്ങനെ തന്നെ വേണം എന്നു തോന്നി. പാതിര കഴിഞ്ഞ് കൃഷിക്കാരുടെ വസതികളിൽനിന്ന് ബലാൽ കാളവണ്ടികളിൽ കയറ്റിക്കൊണ്ടുപോയ പെൺകുട്ടികളെ രക്ഷിക്കാനായി ഭടന്മാർക്കു മുന്നിൽ ചാടി വീണവരാണവർ.

അവരെ കുത്തിമലർത്താതെ വേനഭടന്മാർക്ക് മുന്നോട്ടു രഥം തെളിക്കാൻ കഴിഞ്ഞില്ല. അവരെ രക്ഷിക്കാൻ കഴിഞ്ഞതിൽ വലിയ സംതൃപ്തി തോന്നി മഹാചാര്യന്.

"വൃചീകനോ ...? കൂടെ സംഘമുണ്ടല്ലോ."

"ഇവർ അവിടുത്തോട് നന്ദി പറയാൻ വന്നവരാണ്."

"എന്നോടോ... നന്ദി പറയേണ്ടത് ഹരിയൂപിയയോടാണ്. നിങ്ങൾ മൂലം രക്ഷപ്പെടാൻ പോകുന്നത് ഹരിയൂപിയയാണ്."

"തീർച്ചയായും, മഹാചാര്യർ പറയുന്നതെന്തും ഞങ്ങൾ അനുസരിക്കും."

അവർ തൊഴുകൈയുമായി നിന്നു.

"നിങ്ങളിപ്പോൾ ഇവിടെ വന്നത് വനപാലകർ അറിഞ്ഞിരിക്കില്ലേ? വേനഭടന്മാർക്കു ശരീരം നിറയെ കാതുകളാണ്."

"ഞങ്ങൾ മരുന്നുപറിക്കാരാണ് മഹാചാര്യാ. പച്ചമരുന്നുകൾ മലമുകളിൽ തിരഞ്ഞ് പറിച്ചെടുത്ത് നാട്ടുവൈദ്യന്മാർക്കു കൊടുത്ത് കഴിയുന്ന മരുന്നുകൂട്ടം."

"അതുകൊള്ളാം.. അപ്പോൾപിന്നെ ഭടന്മാർ കൂടുതൽ തിരക്കുകയില്ല. മരുന്ന് അവർക്കും ആവശ്യമുള്ളതാണല്ലോ. എന്നിട്ടെവിടെ മരുന്നു തൊട്ടിയും ഭാണ്ഡവുമൊക്കെ?"

"അതാ അവിടെ, വള്ളിക്കുടിലിനു മുന്നിൽ വച്ചിരിക്കുന്നു."

"മരുന്നുശേഖരണക്കാരുടെ കുട്ടകളും വട്ടികളും തൊട്ടികളും ചെടികൾ കെട്ടാനുള്ള പനംവള്ളികളിലേക്കും നോക്കി സംഘം പറഞ്ഞു - "നാടിനിപ്പോൾ നാക്കിൽ ഒറ്റ മന്ത്രമേയുള്ളൂ."

"എന്താണാ മന്ത്രം സുഹൃത്തുക്കളേ?."

"മഹാചാര്യർ.. അതു മാത്രം."

"നാടിപ്പോൾ ആകെ പൂത്ത കൊന്നമരംപോലെ സന്തോഷത്തിലാണ് മഹാചാര്യാ. ആരും വയ്യായെന്നോ വേദനിക്കുന്നുവെന്നോ പറയുന്നില്ല. ഏതു കഠിനാദ്ധ്വാനത്തിനും തയ്യാർ. വലിയതായി എന്തോ ഒന്നു നേടാൻ പോകുന്നു എന്ന തോന്നലാണെല്ലാവരിലും. വൻപ്രതീക്ഷയുടെ ഓളത്തല്ലലിൽ പഴയ ജഡാവസ്ഥയും നിരാശയും കടൽ കടന്നു പോയതുപോലെ."

"എങ്ങനെയുണ്ട് ആശാരിത്തെരുവ് വൃചീകാ? പഴയതുപോലെ കൊതുകും മണിയനീച്ചകളും മാംസം തുളച്ചു തിന്നാൻ വരുന്നുണ്ടോ?"

സന്ധ്യയ്ക്കുമുമ്പ് തെരുവാകെ അടിച്ചു വൃത്തിയാക്കുന്നു. ഓരോ വീടിനു മുന്നിലും വിളക്കു കത്തിച്ച് സുഗന്ധധൂപം പരത്തുന്നു. സന്ധ്യയ്ക്ക് കത്തിച്ച ദീപങ്ങൾ പാതിരാവരെ തെളിമയോടെ കത്തുന്നു. സർവ്വകുടികളിലും മരക്കൊത്തുകളുടെ ബഹളം. എല്ലാവരും വരാനിരിക്കുന്ന നല്ല നാളെയെപ്പറ്റി പാടുന്നു. ഊഞ്ഞാലിലാടി ആഘോഷിക്കുന്നു.

ആർക്കും അറിയില്ല എന്താണു വരാനിരിക്കുന്ന നന്മയെന്ന്. എന്നാലും ദുരിതദിനങ്ങൾ മാറി നല്ലതു വരാൻ പോകുന്നുവെന്ന് എല്ലാവർക്കും ഉറപ്പു തോന്നുന്നു.

നാലുപേരിൽ ശബരൻ പറഞ്ഞു: "മഹാരോഗങ്ങൾ മാറിപോയതു തന്നെ ഏറ്റവും വലിയ സന്തോഷകാരണം. വേനൻകുത്തിൽ വേദനിക്കുന്ന ഒരുകുടിലുമിന്നില്ല മഹാചാര്യാ."

"ശില്പി മൂത്താരുടെ അവസ്ഥ?."

"അച്ഛനാണ് ഏറ്റവും സന്തുഷ്ടൻ. ഓടിയും പാടിയും പണിശാലകളിലും ശിഷ്യക്കുടിലുകളിലും അദ്ദേഹം ആശയുടെ കെടാവിളക്കായി കയറിയിറങ്ങുന്നു. മഹാചാര്യ കീർത്തനങ്ങൾ ആലപിച്ച് ഭക്തി സാന്ദ്രമാക്കുന്നു. അച്ഛൻ വിഷമം പിടിച്ച ഏതു കൊത്തുപണിക്കും ചുക്കാൻ പിടിക്കുന്നു."

"അപ്പോൾ ശില്പി മൂത്താർ എന്നെ ദൈവമാക്കി മാറ്റുകയാണോ?"

"അവിടുന്ന് മഹാചാര്യനല്ലേ? മഹാദേവവരം കിട്ടിയ മഹാചാര്യൻ."

"തൽക്കാലം എല്ലാം രഹസ്യമായിരിക്കട്ടെ ശബരാ. പൗർണ്ണമിയുത്സവത്തിന് വേനൻപ്രതിമ ദൈവമായി മാറട്ടെ. അതു കഴിഞ്ഞിട്ടാവാം എല്ലാ വെളിപ്പെടുത്തലുകളും. അതിനു മുമ്പ് ഹരിയൂപിയയിലെ രോഗങ്ങൾ മുഴുവനും വേരറ്റു പോകട്ടെ. ഇനിയും രോഗമുള്ളവർക്ക് മരുന്നുകൾ നൽകുക. നിങ്ങൾ മരുന്നു കൂട്ടങ്ങളല്ലേ. വരൂ, മരുന്നു ചെടികൾ തന്നയയ്ക്കാം."

വൃചീകൻ അരയിൽ രഹസ്യമായി ഒളിപ്പിച്ച ഒരു മരത്തോൽ ലിഖിതമെടുത്ത് ആചാര്യസമക്ഷം വച്ചു "വായിച്ച് മറുപടി വേണം ആചാര്യ..."

വടിവൊത്ത അക്ഷരങ്ങളിൽ തെളിഞ്ഞു നിൽക്കുന്നു ഊർജ്ജയും ദേവയും "മഹാചാര്യാ, പരുഷ്ണീ തീരത്തെ കരിമ്പിൻ കൂട്ടത്തിൽനിന്നു വന്ന സന്ന്യാസിയെ കണ്ടു. ആർക്കും തിരിയുകയില്ല. പക്ഷേ ഊർജ്ജയ്ക്ക് ആ കണ്ണുകൾ, കണ്ണുകളിലെ ദൈന്യത, നിശ്ചദാർഢ്യം, മുഖത്തെ ഹൃദയവിശാലത എങ്ങനെ തിരിച്ചറിയാതിരിക്കാൻ കഴിയും? അദ്ഭുതം അതല്ല. ദേവ തിരിച്ചു ശുക്രാലയത്തിലെത്തിയപ്പോൾ ചോദിക്കാതെതന്നെ പറഞ്ഞു. "അച്ഛൻ വെറും ആചാര്യരല്ല അമ്മേ. മഹാചാര്യരാണ്. കരിമ്പു വയലാകെ അപൂർവ്വ പ്രഭയിൽ കുളിച്ചു നിൽക്കുന്നതു കണ്ടു. മഹാചാര്യാ കടലോളം ദുഃഖമുണ്ടെങ്കിലും ഞങ്ങൾ അഭിമാനിക്കുന്നു അങ്ങയെയോർത്ത്. ഹരിയൂപിയ മുഴുവനും ഇന്ന് അങ്ങയുടെ ആരോഗ്യത്തിനായി പ്രാർത്ഥിക്കുകയാണ്. സന്ധ്യാപ്രാർത്ഥനയിൽ മഹാദേവനാമത്തോടൊപ്പം അങ്ങുണ്ട്." അവസാനത്തിൽ കുഞ്ഞുദേവയുടെ അക്ഷരങ്ങൾ "അച്ഛാ, മഹാചാര്യാ, കുഞ്ഞുദേവയെപ്പോലെ ഭാഗ്യവതിയായ കുട്ടി ഇന്ന് ഹരിയൂപിയയിൽ ആരുണ്ട്? അവൾ മഹാചാര്യന്റെ സ്വന്തംപുത്രി. കർമ്മങ്ങൾക്കിടയിൽ വിഘാതമായെങ്കിൽ ക്ഷമിക്കുക." മഹാചാര്യരുടെ കണ്ണും മുഖവും കാലവർഷ

മേഘംപോലെ ഇരുണ്ടു. മരലിഖിതം നനഞ്ഞ് അക്ഷരങ്ങൾ വികൃതമായി.

നിമിഷനേരത്തെ പറക്കലിനുശേഷം തിരിച്ചുവന്ന് മഹാചാര്യ പറഞ്ഞു: "അതീവരഹസ്യമായി ചിലതു പറയാനുണ്ട് അകത്തിരിക്കാം."

വള്ളിക്കുടിലിന്റെ ഉൾവാതിൽ അകന്നു. നിരത്തിയിട്ട വൈക്കോലിൽ നാൽവരും ഇരുന്നു. അവർക്കു കുടിക്കാൻ മൺകുടുക്കകളിൽ കരിമ്പിൻ നീര് നിരന്നു. വിശപ്പ് മാറാൻ പഴങ്ങൾ മൺചട്ടികളിൽ നിറഞ്ഞു. "കഴിക്കൂ സുഹൃത്തുക്കളേ ആദ്യം," മഹാചാര്യർ പരമഹൃദ്യനായ ആതിഥേയനായി.

"മഹാചാര്യാ ഇതെല്ലാം ആരൊരുക്കി? എങ്ങനെ വന്നു? നമ്മൾ സംസാരിച്ചിരിക്കുകയായിരുന്നില്ലേ?"

മഹാചാര്യരുടെ കണ്ണിലും മുഖത്തും കുസൃതിച്ചിരി നിറഞ്ഞു.

"സുഹൃത്തുക്കളേ, ശുക്രാചാര്യനിപ്പോൾ പ്രേതങ്ങളുടേയും പിശാചുക്കളുടേയും കൂടെയാണു താമസിക്കുന്നത്. ഒരു നാടിനാവശ്യമായ മരുന്നുകൾ മുഴുവനും എനിക്കൊറ്റയ്ക്കു കണ്ടെത്തി പിഴിഞ്ഞെടുക്കാൻ കഴിയുമെന്നു കരുതിയോ? അദൃശ്യാത്മാക്കളായ ഇവർ മരുന്നുകൾ തേടികൊണ്ടുവന്ന് പാകപ്പെടുത്തി തരുന്നു. ആചാര്യർ അത് ഹരിയൂപിയക്കാർക്ക് നൽകുന്നു."

കേട്ടതൊന്നും മനസ്സിലാവാതെ വായ് അളന്ന് ഇരുന്ന സുഹൃത്തുക്കളോട് ആചാര്യർ ആവർത്തിച്ചു: "പ്രേതങ്ങളേയും പിശാചുക്കളേയും നിങ്ങൾക്കും കാണിച്ചുതരണ്ട്... സമയമാകട്ടെ."

അവർ കരിമ്പിൻ നീരും പഴങ്ങളും യഥേഷ്ടം കഴിച്ചു കഴിഞ്ഞപ്പോൾ ആചാര്യർ ശബ്ദമടക്കി രഹസ്യം പറഞ്ഞു: "വേനൻപ്രതിമ നിർമ്മിക്കാൻ ശില്പി മൂത്താർക്കു പറ്റുകയില്ലേ?."

"തീർച്ചയായും. മൂത്താരിപ്പോൾ ഇരട്ടി ഉഷാറിലാണ്."

"നിങ്ങൾ എല്ലാവരും കൂടെ വേണം."

"തീർച്ചയായും മഹാചാര്യാ."

"പ്രതിമയ്ക്ക് പത്തടി പൊക്കവും എട്ടടി വീതിയും വേണം."

"ശരി ആചാര്യാ."

"പ്രതിമയുടെ ഉള്ളകം പൊള്ളയായിരിക്കണം"

"അങ്ങനെയാവാം."

"കനമുള്ള മരത്തിനു പകരം കനം കുറഞ്ഞ മരം മതി"

"ആവാം."

"പൗർണ്ണമിക്കു രണ്ടുനാൾ മുമ്പ് നിർമ്മാണം കഴിയണം."

"കഴിക്കാം മഹാചാര്യാ."

"എത്രനാൾ മുമ്പാണ് ഭടന്മാരുടെ കാവൽ ആരംഭിക്കുക?."

"തലേന്നു മുതൽ."

"അങ്ങനെയെങ്കിൽ രണ്ടുനാൾ മുമ്പ് പണി തീരട്ടെ."

"ശരി ആചാര്യരേ."

"യഥാവിധി അറിയിക്കുക."

"അറിയിക്കാം."

ശബരൻ ചോദിച്ചു – "പൗർണ്ണമി രാത്രി മുഴുവൻ ഹരിയൂപിയക്കാർ ആയുധവുമായി നിന്നാലോ?."

"ഒരിക്കലും വേണ്ട ശബരാ.. രക്തച്ചൊരിച്ചിൽ ഒന്നിനും പരിഹാര മല്ല. മൃതിയെ പോലും ജീവിപ്പിക്കാനാണ് മൃതസഞ്ജീവനി മന്ത്രം. എങ്കിലും നിങ്ങൾ നാലുപേർക്കും പുതിയ ആയുധം കിട്ടും. തലേന്നു രാത്രി."

"ശരി ആചാര്യരേ."

"രോഗങ്ങളില്ലാത്ത ഹരിയൂപിയയാണു നമുക്കു വേണ്ടത്. മരുന്നു കൾക്കിടയിൽ ഒരു മരത്തോൽക്കഷ്ണവും വച്ചേക്ക്."

ആചാര്യർ അരയിൽ സൂക്ഷിച്ച മരത്തോലിൽ കുറിച്ചു

"പ്രിയപ്പെട്ട ഊർജ്ജാ, പ്രിയ ദേവാ

കർമ്മഗുണം തിരിച്ചറിയുന്ന നിങ്ങളെ കിട്ടിയതാണ് ശുക്രഭാഗ്യം.

പൗർണ്ണമിക്ക് ശുക്രൻ മഹാമാന്ത്രികനെന്ന പേരും സമ്പാദിക്കും

പ്രേതങ്ങളെ ഉള്ളംകൈയിൽ പേറുന്ന മഹാമാന്ത്രികൻ.

ശുക്രമഹാചാര്യർ യുവാക്കളുമായി പൗർണ്ണമി പരിപാടികൾ വിശദമായി ചർച്ചയ്ക്കിരുന്നു.

"യുവാക്കളേ, ഇനി പരമ രഹസ്യമായൊരു മന്ത്രം നിങ്ങൾക്കു ഞാൻ ഉപദേശിച്ചു തരാം. തിനയിട തെറ്റാതെ അനുവർത്തിക്കേണ്ട മന്ത്രം. ശുക്ര മഹാചാര്യർ ഓരോരോ കാതുകളിലും വേറെ വേറെയായി മന്ത്രം ഉപദേ ശിച്ചു. മഹാചാര്യാ ഇതു മൃതസഞ്ജീവനി തന്നെയോ? – യുവാക്കളേ, ഇതാണ് പൗർണ്ണമിദിവസം ആവശ്യമായി വരുന്ന മൃതസഞ്ജീവനി. ഇതിനെ തത്കാലം മഹാപാശമന്ത്രം എന്നു വിളിക്കുക. മഹാപാശമന്ത്രം അതീവരഹസ്യമായി വേനൻകുത്തു കിട്ടിയ യുവാക്കൾക്ക് നിങ്ങൾ ഉപദേശിക്കുക."

"അങ്ങനെ ചെയ്യാം മഹാചാര്യാ."

"ഇനി മറ്റൊരു രഹസ്യം കൂടി അറിയുക. നാമിപ്പോൾ കൊട്ടാരത്തിൽ കൈലാസത്തിൽനിന്നും മഹാദേവദർശനം ലഭിച്ച മഹാസിദ്ധനാണ്.

പുൽക്കൊടിയിൽ സംഹാരമന്ത്രം ജപിച്ചെറിഞ്ഞു പ്രപഞ്ചം കത്തിക്കാൻ സിദ്ധിയുള്ള മഹാമാന്ത്രികനായ സിദ്ധൻ."

"മഹാചാര്യാ, അവിടുന്ന് യഥാർത്ഥത്തിൽ അങ്ങനെത്തന്നെയല്ലേ?"

യുവാക്കളുടെ സംശയംകേട്ട് ശുക്രമഹാചാര്യർക്കു ചിരിയടക്കാൻ കഴിഞ്ഞില്ല.

നാല്

രാജഭടന്മാരുടെ അകമ്പടിയോടെ ആരവമുയർത്തി കൊണ്ടുവന്ന വേനൻപ്രതിമ കണ്ട് ഹരിയൂപിയ അന്തം വിട്ടു. ഇത്രയും വലിയ ഗംഭീരമായൊരു പ്രതിമ അവരിന്നേവരെ കണ്ടിട്ടില്ല. വേനമഹാരാജാവിന്റെ മുഴുവൻ പ്രൗഢിയും മുഖഗൗരവവും ശരീരപുഷ്ടിയും ശരിക്കും ഒപ്പിയെടുത്തതുപോലെ സജീവമായ പ്രതിമ. ദുന്ദുഭികൊട്ടി രാജഭടന്മാർ ഗ്രാമമുക്കുകളിൽ വിളംബരം ചെയ്തറിയിച്ചത് ഹരിയൂപിയയിൽ വിഘ്നങ്ങളില്ലാതെ മുഴങ്ങി "പരുഷ്ണി നിവാസികളറിയുവാൻ വേനൻ മഹാരാജാവ് അറിയിക്കുന്നത്... ഇനിമേൽ ഹരിയൂപിയയിൽ മഹാരാജാവിന്റെ പ്രതിമയിലാണ് നിവാസികൾ അർച്ചന ചെയ്യേണ്ടത്. പ്രാർത്ഥിക്കാൻ ഹരിയൂപിയ നിറയെ മഹാരാജാവിന്റെ ബിംബങ്ങൾ പ്രതിഷ്ഠിക്കുന്നതാണ്. ആദ്യ ബിംബപ്രതിഷ്ഠ പൗർണ്ണമി സന്ധ്യയ്ക്ക് പരുഷ്ണി തീരത്ത് നടക്കുന്നു." തുടർന്നുള്ള ദിവസങ്ങളിൽ രാജഭടന്മാരുടെ ചവിട്ടേറ്റ് ഹരിയൂപിയയിലെ മുഴുവൻ തെരുവുകളും കുടിൽമുറ്റവും മുഖരിതമായി.

കൊട്ടാര കോൽക്കാരന്മാർ കുടിലുകളിൽ കയറി കണക്കെടുപ്പും തൊടികളിൽ നടന്ന് വിളവെടുപ്പു കണക്കും തയ്യാറാക്കി. ഓരോ വീട്ടിലേയും അംഗസംഖ്യയും തൊഴിലിൽ നിന്നുള്ള വരുമാനവും ചോദിച്ചറിഞ്ഞു. കറവപ്പശുക്കളുടെ എണ്ണവും കരിമ്പ്, തിന, റാഗി, ഗോതമ്പു വയലുകളുടെ വിസ്തീർണ്ണവും ചോദ്യങ്ങളായി. എഴുതിയെടുത്ത കണക്കിന്റെ അടിസ്ഥാനത്തിൽ ഓരോ കുടിലിനും ആരാധനാ നിഷ്കം രേഖപ്പെടുത്തിയ കൊട്ടാര ശീട്ട് കിട്ടി. രാജാവിന്റെ പ്രതിമയിൽ ദിവസവും അർപ്പിക്കേണ്ട പൂവ്, സുഗന്ധ ദ്രവ്യങ്ങൾ, ധൂപങ്ങൾ കൂടാതെ ഭണ്ഡാരപ്പെട്ടിയിൽ നിക്ഷേപിക്കേണ്ട നിഷ്കത്തിന്റെ എണ്ണത്തിനും ആജ്ഞയുണ്ടായി. ദിവസവും രണ്ടു നേരം വേനാരാധന ചെയ്തിരിക്കണമെന്ന നിബന്ധന കിട്ടി. സന്ധ്യയ്ക്ക് കുടിലുകളിൽ മുഴങ്ങേണ്ട പ്രാർത്ഥനാമന്ത്രം "മേഘങ്ങളെ മഴയായി പെയ്യിക്കുന്നതും നീയേ, കടലിലും കാട്ടിലും ഒളിച്ച കാറ്റിനെ നാട്ടിലെത്തിക്കുന്നതും നീയേ, തലയ്ക്കുമുകളിൽ കുടപോലെ കമിഴ്ന്നു നിൽക്കുന്ന ആകാശം വീഴാതെ നിർത്തുന്നതും നീയേ, പരുഷ്ണിയിൽ വെള്ളം കയറ്റി ഹരിയൂപിയ മുങ്ങാതെ കാക്കുന്നതും നീയേ, ആകാശം മുട്ടുന്ന മലകൾ തലയിൽ

വീഴാതെ നിർത്തുന്നതും നീയേ, സകല ജീവജാലങ്ങളേയും കാത്തു കൊള്ളുന്ന വേനരാജാവേ, അങ്ങയെ എത്ര സ്തുതിച്ചാലും അധികമാവു കയില്ല. ഞങ്ങൾ ഒരിക്കലും അങ്ങയെ ധിക്കരിക്കുകയില്ല, അങ്ങയുടെ അമാനുഷിക കഴിവിൽ സന്ദേഹരാവുകയില്ല, നിസ്സീമമായ പ്രജാ സ്നേഹത്തിൽ സംശയാലുക്കളാവുകയില്ല. ഭൂമിയും അതിലെ മലകളും നദികളും വായുവും വെള്ളവും നിൽക്കുന്ന കാലത്തോളം അങ്ങ് ഹരി യൂപിയയിലുണ്ടാവും. അങ്ങേക്ക് മരണമോ ക്ഷയമോ ഇല്ല – ഓം വേന മഹാരാജ നമഃ"

പരുഷ്ണി തീരത്തെ മണൽത്തരികളെ ഞെരിച്ചു പൊടിച്ചുകൊണ്ട് രാജ രഥം പുതുതായി നിർമ്മിച്ച വേനൻക്ഷേത്രത്തിനു മുന്നിൽ നിന്നു. കുന്തം ഉയർത്തിയ രാജഭടന്മാർ രാജാവിനെ വലയം വച്ചു നിന്നു. സർവ്വാഭരണ വിഭൂഷിതനായി വേനമഹാരാജാവും യുവരാജാവ് നിശാന്തനും രഥത്തിൽ നിന്നു താഴെയിറങ്ങി. കുന്തക്കാർ പരുഷ്ണി നിവാസികളെ അകലേക്കു തള്ളിമാറ്റി ക്ഷേത്രാങ്കണത്തിനു വിശാലതയുണ്ടാക്കി നിവാസികൾക്കു മുമ്പിൽ ചുവന്ന കണ്ണുകളുമായി കാവൽനിന്നു. ഇരുപത്തിനാലു ചക്ര ങ്ങളുള്ള വണ്ടിയിൽ ഒരു ചെറുകുന്നുപോലെ നിൽക്കുന്ന സ്വന്തം പ്രതിമ തൃക്കൺപാർത്ത് വേനൻ കോൾമയിർ കൊണ്ടു. "ബലേ ഭേഷ്..അതി ഗംഭീരമായിരിക്കുന്നു. വേനൻ ഏതു കാലത്തും ഏതു യുഗത്തിലും ക്ഷയ മില്ലാത്ത ദൈവമായി നിലനിൽക്കാൻ പറ്റിയ പ്രതിമ തന്നെ. ഇത്തരം പ്രതിമകൾ ഹരിയൂപിയയിൽ നിറയണം. ശില്പിമൂത്താന്റെ ചാതുരി അപാരം തന്നെ." രാജാവ് സ്വകാര്യമായി മനസ്സിലുറച്ചു. എല്ലാ നിർമ്മാ ണവും കഴിഞ്ഞാൽ അയാൾക്ക് ഒന്നാംതരം വേനൻകുത്തു നൽകി യിരിക്കും. ഇതുപോലെ മറ്റൊരു ശില്പം കൊത്താതിരിക്കാൻ – മഹാ രാജാവ് വിളംബരമന്ത്രിയെനോക്കി അരുളിചെയ്തു: "ആരംഭിക്കട്ടെ മന്ത്രീ... പൗർണ്ണമി സന്ധ്യ അസ്തമിക്കാൻ തുടങ്ങുന്നു."

തമ്പോറുകൾ മുഴങ്ങി. വിളംബരം വന്നു: "ഹരിയൂപിയ നിവാസി കളേ, നിങ്ങൾ ഭാഗ്യവാന്മാരാണ്. എന്തെന്നാൽ ഇനി മുതൽ നിങ്ങൾക്ക് നിങ്ങളുടെ സംരക്ഷകനെ കണ്ണിൽ കണ്ടു പ്രാർത്ഥിക്കാം. മഹാരാജാവു തിരുമനസ്സിന് എപ്പോഴും നിങ്ങളെ കാണാൻ പരുഷ്ണിയിലെത്താൻ പറ്റുകയില്ല. നിങ്ങളുടെ പ്രാർത്ഥന അവിടുന്ന് കേട്ടുകൊള്ളും."

ഭടന്മാർ ഹാ ഹായെന്നാർത്ത് ഒച്ചവച്ചു. ഉപപുരോഹിതർ രാജാ വിനു ചുറ്റും ഈച്ചകൾപോലെ തൊട്ടുനിന്നു പറന്നു. കൊട്ടാരവാസി കൾ ഹോ ഹോയെന്നാർത്തു. പരുഷ്ണി മൂകമായി ഒഴുകി.

കൊട്ടാര അറിയിപ്പു മുഴങ്ങി. ബിംബ പ്രതിഷ്ഠയ്ക്ക് കൈലാസനാഥ പ്രസാദം കിട്ടിയ മഹാസിദ്ധൻ തന്നെ എത്തിയിട്ടുണ്ട്. രാജാവിന്റെ ചൈതന്യം പ്രതിമയിലേക്കാവാഹിക്കേണ്ടതുണ്ട്. ദിവ്യമായ ആവാഹന ത്തിന് മഹാളർഷി എഴുന്നള്ളുന്നു.

കരിമ്പിൻ കാടുകൾ ഉലച്ച് കത്തിച്ച മഹാപന്തപ്രഭയിൽ മുങ്ങി ദിക്കുകൾ ചുവന്ന പ്രഭയിൽ മുക്കി, കാഷായ വസ്ത്രത്തിൽ കഴുത്തറ്റം മുങ്ങി പൊക്കിൾകൊടിവരെ നീണ്ട വെഞ്ചാമരത്താടിയിൽ വിരലുകൾ ഉരസി ഭടന്മാർകാട്ടിയ വഴിയിലൂടെ പരുഷ്ണി ജനതയെ പകുത്ത് കൈലാസ നാഥമഹാസിദ്ധനെത്തി. നടന്നു കയറുന്നിടം മുഴുവനും വിഭൂതി വിതറി ചന്ദനവും മട്ടിയും പുകച്ചെത്തിയ സിദ്ധനു മുമ്പിൽ വേനമഹാരാജൻ കൈകൾ കൂപ്പി. അനുഗ്രഹവർഷങ്ങൾ കൈപ്പത്തിയിലൂടെ വർഷിച്ച് സിദ്ധൻ മൗനവ്രതത്തിനു ഭംഗം വരാതെ സുഗന്ധദ്രവ്യങ്ങൾ പുകച്ച് പൂജാമണി മുഴക്കി പ്രതിഷ്ഠ ശുദ്ധി വരുത്തി പ്രതിമ കെട്ടിപ്പൊക്കിയ തറയിലുയർത്തി നിർത്തി. ചക്രം അടർത്തി മാറ്റിയ പ്രതിമയിൽ ചന്ദനവും ഭസ്മവും പൂശി. പൂജാമണികളുടെ നിരന്തര ശബ്ദത്തിന്നിടയിൽ അകിലും ചന്ദനവും ചരളവും മട്ടിയും കുന്തിരിക്കവും ദേവദാരവും പുകക്കുന്നായി ക്ഷേത്രം നിറഞ്ഞു. ചുറ്റും കൂടിയ പുരോഹിതർ പൂജാ മന്ത്രങ്ങൾ നിർലോപം ഉരുക്കഴിച്ചു.

നിർത്താത്ത മണിയടിയൊച്ചയ്ക്കിടയിൽ മഹാസിദ്ധന്റെ മാന്ത്രിക ശബ്ദം മുഴങ്ങി: "ആവാഹനം ആരംഭിക്കുകയായി. ഭടന്മാർക്കു പുറത്തു പോകാം." കുന്തം പിടിച്ച മുഴുവൻ ഭടന്മാരും വേനാജ്ഞയിൽ ക്ഷേത്രപ്പുറത്തെത്തി. "ആവാഹനം കഴിയുന്നതുവരെ ആരും ആയുധം തൊടരുത്." മഹാസിദ്ധന്റെ പൂജാനിർദ്ദേശം വന്നു. മുഴുവൻ ഭടന്മാരും ആയുധങ്ങൾ താഴെവച്ചു. "സർവ്വരും രാജഭക്തിയിൽ കണ്ണുകൾ പൂട്ടി ആവാഹന മന്ത്രം ഉറക്കെ ചൊല്ലുക: മേഘങ്ങളെ മഴയാക്കുന്ന ദേവാ, പരുഷ്ണിയിൽ ജലമുയർത്താതെ കാക്കുന്ന ദേവാ, ഇടിവെട്ടും ഇടിമിന്നലും സൃഷ്ടിക്കുന്ന ദേവാ, ആകാശത്തെ വീഴാതെ തടുത്തു നിർത്തുന്ന ദേവാ, മഴകൊണ്ട് വയലുകൾ കുളിപ്പിക്കുന്ന ദേവാ, അങ്ങയെ ഞങ്ങൾ കൈതൊഴുന്നു."

വേനൻ അഹന്തകൊണ്ടു വീർപ്പുമുട്ടി. തന്നെ പ്രകീർത്തിക്കുന്ന ശ്ലോകങ്ങൾ മുഴുവൻ നിവാസികളും മെയ്യും മനസ്സും നിറഞ്ഞു പ്രാർത്ഥിക്കുന്നു. വിർപ്പുമുട്ടുണ്ടാക്കുന്ന അഭിമാനം. മഹാരവത്തിന്നിടയിൽ മഹാസിദ്ധ നിർദ്ദേശം: "രാജൻ അവിടുന്ന് പ്രതിമയെ ആശ്ലേഷിച്ചാലും. മഹാചൈതന്യം പ്രതിമയിലേക്കു പ്രവേശിക്കട്ടെ. ആവാഹന പൂജ പൂർണ്ണമാവട്ടെ. അങ്ങ് അനശ്വരനാവട്ടെ." തന്നെ അനശ്വരനാക്കുന്ന മഹാസിദ്ധന്റെ വാക്കുകൾ വേനരാജാവിന് അമൃതംപോലെ മധുരിച്ചു. രാജാവ് പ്രതിമയെ കെട്ടിപ്പിടിച്ചു. നിർത്താത്ത മണിയൊച്ച. ധൂപക്കൂട്ടത്തിന്റെ പുകയുന്ന കുന്നുകൾ. ആവാഹനമന്ത്രം അലതല്ലുന്ന ആരവം. മെയ്യും മനസ്സും മറന്ന പുരോഹിതവൃന്ദത്തിന്റെ ഭജനാലാപനം. പരുഷ്ണിനിവാസികളുടെ ഉച്ചത്തിലുള്ള പ്രാർത്ഥന മഹാസിദ്ധൻ പൂജിച്ച പുൽക്കൊടി വിരലുകൾക്കിടയിൽ വച്ച് സംഹാരമന്ത്രം ജപിച്ച് പ്രതിമയിലേക്കു വിട്ടു. രണ്ടായി പിളർന്ന പ്രതിമയിൽനിന്നും ത്രിശൂലമേന്തി തൃക്കണ്ണിൽ തീപ്പന്തവുമായി മഹാശിവരൂപം ഉണർന്നുയർന്നു. ഇടത്തും വലത്തും രൗദ്ര

രൂപികളായ വീരഭദ്രനും നന്ദികേശനും. തൃശൂലമേന്തി നാക്കു നീട്ടി ശിവ ശിഷ്യർ ആർത്തലച്ചു. ഞെട്ടിത്തെറിച്ച വേനൻ ഭയന്നലറി - "പ്രേതങ്ങൾ." "പിശാചുക്കൾ." കൈ അരയിൽ തിരുകിയ കഠാരയിലെത്തും മുമ്പേ വീരഭദ്രശൂലം വേനനെഞ്ചിൽ ആഞ്ഞുതറച്ചു. കനത്ത കുത്തേറ്റ വേനൻ പിറകോട്ടു മലയ്ക്കുന്നതു കണ്ട യുവരാജൻ അച്ഛായെന്നാർത്തു മുന്നോട്ട ടുത്തതും നന്ദികേശശൂലം എണ്ണയിൽനിന്നും പപ്പടം കുത്തിയെടുക്കും പോലെ നിശാന്തഗളം കുത്തികോർത്തു. നെഞ്ചിൽനിന്നും ശൂലമെടു ക്കാതെ നിന്നു വീരഭദ്രനന്ദികൾ. ഒരുകുടം ചോര ചീറ്റി പിടഞ്ഞു ചാവു ന്നതിനിടയിൽ വേനൻ പിറുപിറുത്തു - "പ്രേതങ്ങൾ." ഓടാൻ തുടങ്ങിയ പുരോഹിതന്മാർക്കും കിട്ടി പപ്പടക്കുത്ത്. മഹാസിദ്ധന്റെ ശബ്ദം ക്ഷേത്രാ ങ്കണത്തിൽ ആവാഹനമന്ത്രമുതിർക്കുന്നവരുടെ ചെവിയിൽ മുഴങ്ങി. വേന രാജാവും യുവരാജാവും പ്രേതബാധയേറ്റു മരിച്ചു കഴിഞ്ഞു. സട കുട ഞ്ഞുണർന്ന യുവാക്കൾ, ഭടന്മാർ കുന്തങ്ങൾ കൈവശപ്പെടുത്തുന്നതിനു മുമ്പ് അവരെ ചണപാശത്തിൽ ഇരുകൈകളും കാലുകളും കെട്ടി ചലനം മുടക്കി കിടത്തി. മരണവെപ്രാളത്തിൽ ഓടിയകന്നവർ പരുഷ്ണിയിൽ വീണു നീന്തിത്തുടിച്ചു.

പാട്ടുപാടി, ഹർഷാരവം മുഴക്കി, ആനന്ദനൃത്തം ചെയ്ത് ഹരിയൂപിയ ക്കാർ ശുക്രമഹാചാര്യരേയും പ്രഥുവിനേയും വൃത്രനേയും വലനേയും കൊണ്ട് മഹാസൗധത്തിനു മുന്നിലെത്തി. മതി മറന്ന അവർ വിളിച്ചു പറഞ്ഞു: "ഹരിയൂപിയയുടെ രാജൻ ശുക്രമഹാചാര്യർ." പ്രഥുവും ശംബ രനും വലനും വൃത്രനും ശബരനും വൃചീകസുഹൃത്തുക്കളും ബാണാ ദികളും അവർക്കൊപ്പം ആരവത്തിൽ പങ്കുചേർന്നു. ആരവത്തിനല്പം അയവു വന്നപ്പോൾ മഹാചാര്യർ പ്രസ്താവിച്ചു: "ഹരിയൂപിയ നിവാസി കളേ, ഇനിയും ഒരു വേനരാജാവ് നമുക്കുണ്ടായിക്കൂടാ. അതിനാൽ ഞാൻ ശുക്രാചാര്യരായി നിൽക്കുവാൻ ആഗ്രഹിക്കുന്നു."

"അവിടുന്നില്ലാതെ ഞങ്ങളില്ല. അവിടുന്ന് ഞങ്ങളെ കൈവിടരുത്. അവിടുന്ന് ഞങ്ങളുടെ ദൈവമാണ്."

മഹാചാര്യർ തിരുത്തി: "ആരും ദൈവമല്ല. ആരേയും അമിതാരാധന കൊണ്ട് ദൈവമാക്കുകയുമരുത്. രാജഭരണത്തിന് പുതിയ അർത്ഥ ങ്ങളുണ്ടാവണം. അത് കൂടുതൽ ചിന്തിച്ചു നമുക്ക് ഉറപ്പിക്കാം. തൽക്കാലം ഞാൻ നിങ്ങളെ നിരാശരാക്കുന്നില്ല. പുതിയ രാജാവുണ്ടാകുന്നതുവരെ ശുക്രമഹാചാര്യർ രാജാവാകുന്നു. വെളുത്തിട്ട് നമുക്കൊന്നായി രാജ കാര്യങ്ങൾ ആലോചിക്കാം."

"മഹാചാര്യ, അവിടുന്നു പറയുന്നതെന്തും ഞങ്ങൾക്കു സ്വീകാര്യം." ശില്പി മൂത്താരുടെ ശബ്ദമാണ്. അതേയെന്നാവർത്തിച്ചു മുഴുവൻ നാക്കു കളും.

ശുക്രമഹാചാര്യർ പറഞ്ഞു: "ഒരു താൽക്കാലിക രാജാവ് ഉത്തര വിടുന്നു: വേനരാജാവ് ഏർപ്പെടുത്തിയ മുഴുവൻ അധിക നികുതികളും

ഇതിനാൽ തള്ളിക്കളയുന്നു. ജലത്തിന്മേലും വായുവിന്മേലും പ്രകൃതി ശക്തികളിലും രാജാവിന് യാതൊരു അധികാരവും ഈ നിമിഷംമുതൽ ഉണ്ടായിരിക്കുന്നതല്ല. എല്ലാവരും സമാധാനമായി ഉറങ്ങുവിൻ. ഒരു പുതിയ നാളെ സ്വപ്നം കണ്ടുകൊണ്ട്."

മുളങ്കാടുകളുലയുന്ന ആരവം. അതിവർഷത്തിൽ വസന്തം വന്ന ഉന്മേഷം. ഹരിയൂപിയക്കാർക്ക് ആടാതെയും പാട്ടുപാടി ചുവടുവെക്കാതെയും വയ്യ.

അഞ്ച്

ഏതു നിമിഷവും ഊർജ്ജ വാതിലിൽ കൊട്ടു പ്രതീക്ഷിച്ചു. ഒറ്റ സംശയമേ ഉണ്ടായിരുന്നുള്ളൂ. മകൾ ദേവ പ്രതീക്ഷിക്കുന്നതു പോലെയായിരിക്കുമോ സമാഗമം എന്നു മാത്രം. വേനൻവധം കഴിഞ്ഞു വീട്ടിലെത്തിയതും ദേവ വീട്ടിലാകമാനം ഓടി നടന്നു നൃത്തം ചെയ്തു. പുതിയകളിപ്പാട്ടം കിട്ടിയ കുട്ടിയെപ്പോലെ കളിക്കിടയ്ക്കു നിന്ന് കളിപ്പാട്ടത്തോടു വീമ്പടിച്ചു: "ഇനി ആരാണു നിന്റെ ദേവായെന്നാണു വിചാരം, രാജാവിന്റെ മകൾ. ജംബുവിലെ മഹാരാജാവിന്റെ മകൾ. രാജകുമാരിയെ കാണുമ്പോൾ നീ പഴയതുപോലെ നിന്നാൽ പോരാ. തൊഴുതു പ്രാർത്ഥിച്ചു നിൽക്കണം. ഇല്ലെങ്കിൽ കളിക്കൂട്ടുകാരി എന്നൊന്നും കണക്കാക്കുകയില്ല. രാജകുമാരി നിന്നെ തടങ്കൽ പാളയത്തിലിട്ട് ശിക്ഷിക്കും. കേട്ടോടീ ധിക്കാരീ."

"ആരോടാ ദേവാ നീ സംസാരിക്കണേത്? തന്നത്താൻ സംസാരിക്കാൻ തുടങ്ങിയോ ശുക്രപുത്രി."

"ശുക്രപുത്രിയെന്നല്ല രാജപുത്രിയെന്നു പറയൂ അമ്മേ.. ഞാനിവളോടും അതുതന്നെയാണ് പറഞ്ഞുകൊണ്ടിരുന്നത്."

ദേവ വലിയ ദിവാസ്വപ്നത്തിലാണെന്നു മനസ്സിലായി. കിട്ടാത്ത നർത്തകീ ശില്പത്തോട് ഭാവനയിൽ സംവദിക്കുകയാണവൾ. ഒരുപക്ഷേ പ്രഭുകുമാരികളെപ്പോലെ അവൾക്ക് പിതൃവാത്സല്യവും കളിപ്പാട്ട സുഖവും കുഞ്ഞുനാളിൽ കിട്ടാത്തതുകൊണ്ടായിരിക്കും ഇത്തരം ഒരു ഭാവന ചിറകുവച്ചത്.

"ഓഹോ, ഞാൻ വിചാരിച്ചു ദേവ സ്വപ്നത്തിൽ അതുമിതും വിളിച്ചു പറയുകയാണെന്ന്. ശരി ശരി നടക്കട്ടെ ഭാവനാവിലാസം" എന്നു പറഞ്ഞ് ശുക്രപത്നി അടുക്കളയിലേക്കു തിരിയുമ്പോൾ ദേവ മുന്നിൽ നിന്നു: "രാജപത്നീ, ഇനി വാതിലിൽ കൊട്ടുന്നതാരായിരിക്കുമെന്നറിയാമോ? രാജരഥത്തിന്നകമ്പടി സേവിച്ചു വരുന്ന മന്ത്രിയും സായുധരായ ഭടന്മാരും. മഹാസൗധത്തിലേക്ക് രാജപത്നിയേയും പുത്രി ദേവയെന്ന ദേവയാനിയേയും രാജകീയമായി കൊണ്ടുപോവാൻ. ഒരുങ്ങിയിരുന്നോളൂ. ഏതു

നിമിഷവും." കേൾക്കാൻ ഇമ്പമുണ്ടെങ്കിലും മകളിൽനിന്ന് ഇങ്ങനെയുള്ള മോഹവാക്കുകൾ കേട്ടപ്പോൾ മനസ്സിൽ ഒരസ്വാസ്ഥ്യം നിഴൽ വിരിച്ചു ശുക്രപത്നിക്ക്. മഴമേഘങ്ങൾ നിറഞ്ഞു പ്രകാശാംബരം കറുത്തതു പോലെ. ആ വിശാലമായ മനസ്സ് അടുത്തറിഞ്ഞിട്ടുള്ളതുകൊണ്ട് പതിവു പ്രയോഗങ്ങൾക്കൊന്നുമർത്ഥമില്ലെന്ന് പൂർണ്ണവിശ്വാസം.. എന്നിരുന്നാലും അമിതമായ പുത്രീവാത്സല്യവും നെടുനാളായുള്ള പ്രിയതമ വിരഹവും അനന്തമായ മനസ്സിൽ ഗൃഹാതുര സങ്കുചിത ഭാവങ്ങൾ വേലിയേറ്റങ്ങൾ ഉണ്ടാക്കുമോ? മഹാദേവാ, അങ്ങനെ സംഭവിക്കരുതേ. നൈമിഷികമായ ലൗകിക ദൗർബ്ബല്യങ്ങൾ ആ മഹാപ്രതിഭയെ വെട്ടിച്ചുരുക്കരുതേ. മഹാ ദേവസന്നിധിയിൽ പ്രാർത്ഥിച്ചിരിക്കുമ്പോഴാണ് വാതിലിൽ ഒറ്റപ്പെട്ട മുട്ട്. കാണാൻ, സംസാരിക്കാൻ, രാജ്യകാര്യങ്ങളറിയാൻ ഉള്ളംതുടിച്ചു. സ്ത്രീകൾ കേവലം അടുക്കള ജീവികളായി ചെറുതാവരുതെന്നും രാജ്യകാര്യങ്ങൾ അറിയാൻ വ്യഗ്രതരായിരിക്കണമെന്നും വേണ്ടിവന്നാൽ സാമൂഹികനന്മയ്ക്കായി തെരുവിലിറങ്ങാൻ തയ്യാറാവണമെന്നും ആ മഹാമനസ്സ് തന്നെയാണ് ഒരിക്കൽ ആവശ്യപ്പെട്ടത്.

ശുക്രപത്നി ഓടി ചെല്ലുമ്പോഴേക്കും ദേവ വാതിൽക്കലെത്തി. തുറന്ന വാതിൽ പഴുതിൽ നീണ്ട വിരഹംകൊണ്ടു മെലിഞ്ഞ ഉടലും കർമ്മബോധത്താൽ ജ്വലിക്കുന്ന കണ്ണുകളും ആത്മജ്ഞാനംകൊണ്ടു തിളങ്ങുന്ന മുഖവുമായി ശുക്രമഹാചാര്യർ. പൊക്കിൾവരെ നീണ്ട താടി വിരഹദൈർഘ്യത്തിനു സാക്ഷ്യംപോലെ. എന്തൊരഭൗമ തേജസ്സ്.

പിടിച്ചു നിൽക്കാനാവാതെ കുമ്പിട്ടുപോയി ശുക്രപത്നി... "മഹാ ചാര്യാ, പ്രണാമം."

മഹാചാര്യൻ പത്നിയെ തോളിൽ പിടിച്ചുയർത്തി "എന്തു വിഡ്ഢി ത്തമാണു ഊർജ്ജേ? എന്നെ അകറ്റി നിർത്തുന്നോ? ശുക്രേട്ടാ എന്നു വിളിച്ചുകൂടെ നിനക്ക്?"

"രത്നങ്ങളെ ആരും വെറും കല്ലെന്നു വിളിക്കാറില്ല മഹാചാര്യാ. അങ്ങിപ്പോൾ യഥാർത്ഥത്തിൽ മഹാചാര്യൻ തന്നെയാണ്. പത്നിയായ ഭാഗ്യം ഊർജ്ജ ഏകപക്ഷീയ അവകാശമാക്കിയാൽ അജ്ഞതയാകും. ആചാര്യാ നമ്മുടെ മോൾ." ശുക്രാചാര്യർ ശരിക്കും വിസ്മയപ്പെട്ടു. കണ്ണു കൾ നിറഞ്ഞു. മകൾ ദേവ അച്ഛന്റെ കാലുകളിൽ തൊട്ടു. "അച്ഛാ..."

"നീയും മഹാചാര്യ എന്നു വിളിച്ചെങ്കിൽ അച്ഛൻ കുഴഞ്ഞുപോയേനെ മോളേ."

മകളെ ഇരുകൈകൾകൊണ്ടും പൊക്കിയുയർത്തി തുള്ളി ശുക്രമഹാ ചാര്യർ. പതിന്നാലു വർഷങ്ങളുടെ ഭാരം അറിയുകയായിരുന്നു അച്ഛൻ.

"വരൂ ആചാര്യാ." ശുക്രപത്നി പറഞ്ഞു. "വരൂ അച്ഛാ." ദേവ അച്ഛന്റെ കൈ പിടിച്ച് അകത്തേക്കു നടത്തി.

"അച്ഛൻ ഇരിക്കൂ." പൊട്ടി ചിതലുറുമ്പുതിന്നു കഴിയാറായ ഒരു പീഠം കൊണ്ടുവന്ന് ദേവ അകത്ത് വച്ചു. മഹാരാജാവായ അച്ഛനെ

അങ്ങനെയൊരു പീഞ്ഞ മരപ്പലകയിൽ ഇരുത്തേണ്ടി വന്നതോർത്ത് ദേവ മുഖം മറച്ചു വിഷാദിച്ചു. മകളുടെ മനോഗതം അറിഞ്ഞ അച്ഛൻ പറഞ്ഞു: "മോളേ ദേവാ, നിന്നെ അച്ഛൻ പഴിക്കുകയില്ല. നിന്റെ പ്രായത്തിലുള്ള ഏതു കുട്ടിയും അങ്ങനെത്തന്നെയേ ചിന്തിക്കൂ. രാജരഥത്തിൽ കൊട്ടും കുഴലാരവുമായി വരുന്ന മഹാരാജൻ. രാജകീയ സുഖഭോഗങ്ങൾ കാത്തിരിക്കുന്ന മഹാസൗധത്തിലെ വാഴ്ച.. "അച്ഛാ ഞാൻ..." മകൾ പൂർത്തിയാക്കുന്നതിനു മുമ്പ് അച്ഛൻ തുടങ്ങിക്കഴിഞ്ഞിരുന്നു. "പിതൃകർത്തവ്യങ്ങൾ വേണ്ടതുപോലെ അനുഷ്ഠിക്കാൻ ഭാഗ്യമില്ലാതെപോയ അച്ഛനാണു ഞാൻ. സ്വന്തമെന്ന് എന്തിനെപ്പറ്റി ഓർക്കാൻ തുടങ്ങുമ്പോഴേക്കും ഹോമകുണ്ഡത്തിലെരിയുന്ന പരശ്ശതം ഈയലുകൾ അച്ഛനെ പൊതിഞ്ഞു. ഇരിക്കാൻ ഒരു കസേരയും കിടക്കാനൊരു കിടക്കയും പോലും മകൾക്കും പ്രിയപത്നിക്കും നൽകാനാവാത്ത അവശൻ. ഇനിയും മറിച്ചാവാൻ കഴിയാത്ത ദരിദ്രജന്മം."

ശുക്രപത്നി ഇടയിൽ കയറി തടഞ്ഞു: "ആചാര്യാ, അവിടുന്നിങ്ങനെ വിഷാദിക്കരുത്. ദേവ അങ്ങനെയൊന്നും ചിന്തിച്ചിരിക്കയില്ല."

"ഊർജ്ജേ, ദേവ നന്മയുള്ളവളാണ്. എങ്കിലും അവൾ ശുക്രനും ഊർജ്ജയുമല്ലല്ലോ. വേനൻവധം കഴിഞ്ഞതോടെ ഉഴുതുമറിച്ച വയലേലയായി കിടക്കുകയാണ് ഹരിയൂപിയ. ശരിയായ രീതിയിൽ കൃഷിയിറക്കിയില്ലെങ്കിൽ വിഷച്ചെടികൾ വളർന്നുപൊങ്ങും. ഒരു ജനതയെ മുഴുവനും നിരാലംബരും ലക്ഷ്യബോധമില്ലാത്തവരും നിസ്സഹായരുമാക്കിയ മഹാപാപിയാവും ശുക്രൻ. അച്ഛന്റെ ഹൃദയം പൊട്ടിപ്പിളരുകയാണ്. നുറുങ്ങി ചീളാവുകയാണ്. ഞാനിപ്പോൾ പഴയതിനേക്കാൾ കൂടുതൽ പിടച്ചിലനുഭവിക്കുന്നു. ഒരു രാജ്യം മുഴുവനും എന്റെ തോളിൽ കൈകാലിട്ടടിക്കുകയാണ്. മഹാസൗധത്തിലിരുന്ന് ഉല്ലാസനൗക തുഴയാൻ ശുക്രനെ കൊണ്ടാവില്ല."

"ആചാര്യാ അങ്ങ് ഞങ്ങളെയോർത്ത് ഒട്ടും വിഷാദിക്കരുത്. നല്ല ഇടയന് പറ്റത്തിനെ പറ്റിയേ ചിന്തിക്കാനാവൂ. മറിച്ചു ചെയ്യുന്നത് അയാളെ ചീത്ത ഇടയനാക്കും. അങ്ങിപ്പോൾ മഹാസൗധത്തിലേക്കു ഞങ്ങളെ ക്ഷണിച്ചിരുന്നുവെങ്കിൽ എനിക്കങ്ങയെപ്പറ്റി പുച്ഛമുണ്ടാകുമായിരുന്നു. അങ്ങ് മഹാചാര്യനാവുന്നത് ഹരിയൂപിയയോളം വിശാലമായ മനസ്സുള്ളതുകൊണ്ടാണ്. ഹരിയൂപിയയ്ക്കുവേണ്ടി എന്തു സുഖഭോഗങ്ങൾ ത്യജിക്കാനും അങ്ങയുടെ ഊർജ്ജ തയ്യാറാണ്."

ദേവ അച്ഛന്റെ നെഞ്ചിൽ മുഖംവച്ചു തേങ്ങി: "അച്ഛാ, ദേവയുടെ അജ്ഞതയോടു ക്ഷമിക്കൂ. അവിടുന്ന് അച്ഛൻ മാത്രമാണെന്ന് ഒരു നിമിഷം ദേവ വിചാരിച്ചുപോയി. വാസ്തവത്തിൽ അമ്മ പറഞ്ഞതാണു ശരി. അവിടുന്ന് ആചാര്യനാണ്. മഹാചാര്യൻ. ഹരിയൂപിയയ്ക്ക് പകരം വെക്കാനില്ലാത്ത മഹാചാര്യൻ. മഹാചാര്യനെ നഷ്ടപ്പെടുവാൻ ദേവ കാരണമാവുകയില്ല."

നെഞ്ചിൽ കിടന്നു തേങ്ങിക്കരയുന്ന മകളെ പുറത്തുതട്ടി സാന്ത്വനിപ്പിച്ചു വാത്സല്യനിധിയായ പിതാവ്.

"മകളെ നിന്നെയും അമ്മയേയും ഓർക്കാത്ത ഒരു നിമിഷവും അച്ഛനുണ്ടായിരുന്നില്ല. നിങ്ങൾ രണ്ടുപേരുമാണ് അച്ഛന്റെ കരുത്ത്. ദേവയ്ക്കു കിടക്കാനും വച്ചെഴുതാനും ഇരിക്കാനും ഏതു തരം ഉരുപ്പടികൾ വേണമെങ്കിലും അച്ഛൻ ഞൊടിച്ചാൽ പാവം തച്ചന്മാർ ഇവിടെയെത്തിക്കും. ആ പാവങ്ങളെകൊണ്ട് അതു ചെയ്യിപ്പിക്കണോയെന്നതു മാത്രമാണു പ്രശ്നം."

ദേവ തെളിഞ്ഞ മനസ്സോടെ സ്നിഗ്ധമായ ശബ്ദത്തിൽ പറഞ്ഞു: "വേണ്ടച്ഛാ... ഒരിക്കലും വേണ്ട. ശുക്രാചാര്യർ മറ്റൊരു വേനനാവുന്നതിലും നല്ലത് മരണമാണ്. ഹരിയൂപിയയിൽ ഒരു സാധാരണ വീട്ടിലുള്ളതൊക്കെ മതി ശുക്രാലയത്തിലും."

ശുക്രമഹാചാര്യർ മകളെ മാറോടുചേർത്തു പുണർന്നു: "മോളേ ദേവാ നീ ശരിയായതു പറഞ്ഞു. അച്ഛന് സമാധാനമായി."

"ഇനി പറയൂ, അച്ഛാ വേനവധശേഷം നടന്ന കാര്യങ്ങൾ." ദേവയോടൊപ്പം ശുക്രപത്നിയും രാജ്യകാര്യങ്ങൾക്കായി കാതോർത്ത് ഭർത്താവിനടുത്ത് ഇരുന്നു.

ശുക്രമഹാചാര്യർ തറയിൽ ഇരുന്നു. ഒപ്പം ഇടത്തും വലത്തുമായി പത്നിയും മകളും. "വേനൻവധം കഴിഞ്ഞ് മഹാസൗധം തിരക്കൊഴിഞ്ഞപ്പോൾ ഞാൻ വീട്ടിലേക്കു പോരുവാൻ താത്പര്യപ്പെട്ടു. മഹാസൗധത്തിൽ കിടന്നുറങ്ങാനുള്ള സ്വസ്ഥതയില്ലാത്തതുപോലെ. എന്റെ തീരുമാനം അറിഞ്ഞപ്പോൾ പ്രഥുവും മനസ്സിലുള്ളതു പറഞ്ഞു. അയാൾക്കും അവിടെ കിടക്കാൻ പ്രയാസം. കുഞ്ഞുനാളിൽ വളർത്തി വലുതാക്കിയ പോറ്റമ്മയുടെ അടുത്തു പോകാൻ മോഹം. പാവം പ്രഥു ചത്തുപോയിരിക്കുമെന്നു കരുതി ആ അമ്മ കുറേ കണ്ണീരു കുടിച്ചിട്ടുണ്ടാവും. ഇപ്പോൾ ജീവനോടെയിരിക്കുന്നുവെന്നറിയുമ്പോൾ പതിഞ്ഞ മുലകളിൽനിന്ന് പാൽ ഒഴുകുന്നുണ്ടാവും. ആ പാവത്തിന്റെ മുലപ്പാൽ ഏറെ അകത്താക്കിയിട്ടുള്ളതാണ്. നെഞ്ചിലെ ചൂടും ഏറെ ഏറ്റിട്ടുണ്ട്. ശരഭനും ശംബരനും വൃത്രനും വലനും വൃചീകനുമൊക്കെ മുള്ളിൽ നിൽക്കുന്നതുപോലെയാണ് മഹാസൗധത്തിൽ നിന്നത്. എല്ലാവരും പോന്നുകഴിഞ്ഞപ്പോൾ മഹാസൗധം കുറെ കാവൽക്കാരുടെ കൈയിലെ മൃതശരീരംപോലെ. ഇനി മനസ്സിനെ അലട്ടുന്ന ഒരു രാജകാര്യം. കേട്ടിട്ട് രണ്ടുപേരും അഭിപ്രായം പറയണം."

"പറയൂ ആചാര്യാ... അഭിപ്രായം പറയാൻ വഴങ്ങുമോയെന്നു നോക്കട്ടെ..." ഊർജ്ജ പറഞ്ഞു

"വേനവധത്തിൽ അപൂർവ്വം ചില പുരോഹിതരുടേയും അടുത്ത ഭടന്മാരുടേയും ജീവൻ പോയിട്ടുണ്ടല്ലോ. പൊതുവെ നോക്കിയാൽ

അഹിംസാത്മകമായിരുന്നു ഏറ്റുമുട്ടൽ. എന്നിരുന്നാലും അനിവാര്യമായ ചില മരണങ്ങൾ സംഭവിച്ചിട്ടുണ്ട്. അവരെ കൊല്ലാതെ ജയം സാധിക്കുമായിരുന്നില്ല.”

“ആയിരങ്ങളുടെ ചോര ചിന്താതെ അധികാരമാറ്റം ആദ്യമായിരിക്കും.”

“ശരിയാണ് ഊർജ്ജ പറഞ്ഞത്. അതുതന്നെയായിരുന്നു ലക്ഷ്യവും. ഷൂമറിലെ ഉറുക്കാഗിനയാണ് രക്തച്ചൊരിച്ചിൽ കുറഞ്ഞ ഇത്തരം ഒരു വിപ്ലവത്തിനു കാരണക്കാരൻ. മെസോപ്പട്ടേമിയൻ വിപ്ലവത്തിൽ ആയിരങ്ങൾ കൊല്ലപ്പെട്ട രക്തക്കറ ഉറുക്കാഗിനയെ മാനസിക തകർച്ചയിൽ വരെ എത്തിച്ചു. തിരിച്ചുചെന്നാൽ മുറിവേറ്റവരെ ശുശ്രൂഷിക്കുവാനാണ് ശിഷ്ടജീവിതം എന്നു പറഞ്ഞാണ് പോയത്. അത്തരം ഒരു മാനസികാവസ്ഥ ഇവിടെ ഉണ്ടാകാതിരുന്നതിന് ഉറുക്കാഗൻ സഹോദരനോട് നന്ദി പറയാതെ വയ്യ. വളരെയേറെ ഭടന്മാരെ നമ്മൾ തടവിലാക്കിയിട്ടുണ്ട്. അവരെ എന്താണു ചെയ്യേണ്ടതെന്നാണു ചോദ്യം. സാധാരണ യുദ്ധത്തടവുകാർക്ക് കാരാഗൃഹം എന്ന പതിവു വേണോ അതോ അവരെ നിർമ്മാണപ്രവർത്തനങ്ങൾക്ക് ഉപയോഗിക്കാമോ? എന്താണ് ഊർജ്ജയുടെ അഭിപ്രായം?

അല്പനേരത്തെ ചിന്തയ്ക്കുശേഷം ഊർജ്ജ പറഞ്ഞു: “ആചാര്യാ, എനിക്കു തോന്നുന്നത് യുദ്ധത്തടവുകാരെപോലെ അവരെയെല്ലാം നീണ്ട തടവിലിട്ടാൽ രാജ്യത്തിനു തന്നെയാണ് നഷ്ടമുണ്ടാവുക. അവർ വേനനുവേണ്ടി കാവൽ കളിച്ചത് വേനൻസ്നേഹം കൊണ്ടല്ല, ഭയം കൊണ്ടാണ്. ജീവിതകാലം മുഴുവനും അവരെ അടിമകളാക്കി വെയ്ക്കുന്നത് പുതിയ ദണ്ഡനീതിക്ക് അഭികാമ്യമല്ല. ആയതുകൊണ്ട് അവരെ ആദ്യം അപ്രധാനമായ കാവലിനും പിന്നെപ്പിന്നെ പ്രധാനമായ കർമ്മങ്ങളിലേക്കും പ്രയോജനപ്പെടുത്താം. അതേസമയം ആദ്യത്തെ ഒരു വർഷം അവർക്കാർക്കും മൂർച്ചയേറിയ ആയുധങ്ങൾ കൈവശം വക്കാൻ അനുവദിക്കുകയുമരുത്. അവരുടെ പുതിയ രാജാവിലുള്ള അർപ്പണബോധം ശങ്കകൾക്കതീതമായി തീരുന്ന മുറയ്ക്കുമാത്രം ഗൗരവമുള്ള കാര്യങ്ങളിലേക്കു നിയോഗിക്കുന്നതായിരിക്കും നല്ലത്.”

“ദേവ യോജിക്കുന്നുണ്ടോ?”

“എന്റെ അഭിപ്രായത്തിൽ അവരെ ഇപ്പോൾതന്നെ പറഞ്ഞു വിടുന്നതാണു നല്ലത്.”

“അങ്ങനെ വന്നാൽ സമൂഹത്തിൽ അരക്ഷിതാവസ്ഥയ്ക്കു ശ്രമിക്കും അവർ. അവരിൽ പുതിയ ഭരണകൂടത്തിന് ആധിപത്യം സ്ഥാപിക്കാൻ കഴിയണം. അല്ലെങ്കിൽ അവർ ശത്രുപാളത്തിൽ ചേർന്ന് ബുദ്ധിമുട്ടുണ്ടാക്കും.”

“ഊർജ്ജ രാജ്യതന്ത്രജ്ഞയെപ്പോലെ സംസാരിക്കുന്നു.”

ആചാര്യർ വിസ്മയത്തോടെ പറഞ്ഞു. “തീരുമാനം ഇപ്പോൾ വേണ്ട.

മറ്റുള്ളവരുമായി ആലോചിച്ചാവാം. മറ്റൊരു പ്രധാന കാര്യം." "എന്താണാചാര്യാ അറിയാനാവുന്നതാണെങ്കിൽ കേൾക്കാം."

"ഷൂമർ യുദ്ധവിജയശേഷം സുഖകരമായ ഭരണം കേവലം ഒരു ദശാബ്ദക്കാലം മാത്രമേ നീണ്ടു നിന്നുള്ളൂ. പത്തുവർഷങ്ങൾ കഴിഞ്ഞപ്പോഴേക്കും ചെറിയ ചെറിയ പ്രാദേശിക ഭരണകൂടങ്ങൾ തമ്മിൽ തല്ലിയും മാത്സര്യം കാണിച്ചും ജനജീവിതം ദുസ്സഹമാക്കി. ഭരണം യഥാർത്ഥത്തിൽ പൊട്ടിപ്പൊളിഞ്ഞു. അതിനുകാരണം ഉറുക്കാഗിനയ്ക്കു പറ്റിയ ഭരണസംവിധാനമൊരുക്കലിലെ തകരാറുതന്നെയെന്ന് അദ്ദേഹംതന്നെ പറഞ്ഞു. ചെറിയ പ്രാദേശിക ഭരണകൂടങ്ങൾക്ക് പരമാധികാരം നൽകിയതാണ് തകർച്ചയ്ക്കു കാരണമായത്. അവയെ കേന്ദ്രീകരിച്ചുകൊണ്ടുള്ള അധികാരകേന്ദ്രം ഉണ്ടായിരുന്നില്ല. മാത്രവുമല്ല അടിസ്ഥാനപരമായി അവർക്ക് യാതൊരു നീതിശാസ്ത്രവുമുണ്ടായിരുന്നില്ല.

"നമുക്കോ?"

"അതു പരിഹരിക്കാനുള്ള നീണ്ട ധ്യാനത്തിൽ തെളിഞ്ഞു കിട്ടിയ നീതിശാസ്ത്രങ്ങൾ ഞാൻ മരത്തോലിൽ എഴുതിവച്ചിട്ടുണ്ട്. ദണ്ഡനീതിയെന്നു പറയാവുന്ന നീതിശാസ്ത്രങ്ങൾ."

ശുക്രാചാര്യർ ഭാണ്ഡത്തിൽ നിന്നും അടുക്കിവച്ച മരത്തോൽ ലിഖിതങ്ങൾ പുറത്തെടുത്തു "ദേവ, നീയിവ തുണിയിൽ ഭംഗിയായി എഴുതിയാൽ കൊണ്ടു നടക്കുവാൻ എളുപ്പമായി തീരും. നീതിശാസ്ത്രം വായിച്ച് ബോധ്യപ്പെടേണ്ടതുമുണ്ട്. ഭരണത്തിന്റെ അടിസ്ഥാനശിലയായി നീതിശാസ്ത്രം അംഗീകരിക്കേണ്ടതുണ്ട്. എങ്കിൽ മാത്രമേ രാജാവു പോയാലും നിയമം മാറാതെ നിൽക്കൂ. രാജാവല്ല ഭരിക്കേണ്ടത്, രാജനീതിയാണ്."

"കേട്ടിടത്തോളം ഇതൊരു വലിയ സംഭവം തന്നെയാണ്."

ശുക്രാചാര്യർ പറഞ്ഞു "പതിന്നാലു വർഷത്തെ മനനവും ധ്യാനവും നൽകിയ മൃതസഞ്ജീവനി."

ദേവ അച്ഛന്റെ കൈയിൽനിന്നും ലിഖിതച്ചുരുളുകൾ ഏറ്റുവാങ്ങി.

"മൃതസഞ്ജീവനി മന്ത്രമല്ലേ അച്ഛാ."

ആചാര്യർ പൊട്ടിച്ചിരിച്ചു.. "മന്ത്രംകൊണ്ടും മരുന്നുകൊണ്ടും നീതിശാസ്ത്രംകൊണ്ടും മൃതസഞ്ജീവനിയുണ്ടാക്കാം മോളേ. മൃതമായതെന്തോ അതിനെ ജീവിപ്പിക്കുന്നത് മൃതസഞ്ജീവനി."

"രാത്രി ഏറെയായി. അവിടുന്ന് കിടന്നുകൊള്ളുക."

ചാണകം മെഴുകിയ നിലത്ത് ഊർജ്ജ വിരിച്ച കൈതോലപ്പായയിൽ നടുക്കു ദേവയുമായി മഹാരാജകുടുംബം കിടന്നുറങ്ങി. അച്ഛനെപ്പറ്റി കൈലാസം കയറിയെന്നും മഹാദേവദർശനം കിട്ടിയെന്നും മഹാദേവൻ മൃതസഞ്ജീവനി മന്ത്രമോതികൊടുത്തെന്നും പുൽക്കൊടിയിൽ

സംഹാരമന്ത്രം ജപിച്ച് പ്രപഞ്ചത്തെ കത്തിക്കാൻ ത്രാണിയുണ്ടെന്നും മറ്റുംകേട്ട കഥകൾ പ്രത്യക്ഷത്തിൽ കാണുമ്പോൾ ചോദിച്ചറിയണമെന്നു കരുതിവച്ച ചോദ്യങ്ങളൊക്കെയും ദേവയ്ക്കു തനിയെ കെട്ടുപോയി. അവൾക്കുറപ്പായി അച്ഛൻ മഹാദേവൻ തന്നെയാണ്. സ്നേഹത്തിന്റെയും ദയയുടെയും ക്ഷമയുടേയും നീതിയുടേയും മഹാദേവൻ.

പ്രഭാതത്തിലുണർന്ന് ശുക്രമഹാചാര്യർ ശുചിയായി പ്രാതലിനിരിക്കുമ്പോൾ ദേവ പൊട്ടിപ്പൊളിഞ്ഞ ഇരുപ്പുപീഠം മടിയിൽവച്ച് എഴുത്തുമുറിയിൽ ചുമരിൽ ചാരിയിരുന്ന് തുണിയിൽ തൂവലുകൊണ്ട് അതീവ ശ്രദ്ധയോടെ എഴുതുന്നു.

മഹാചാര്യർ ഒന്നേ നോക്കിയുള്ളൂ. എവിടെയൊക്കെയോ പൊള്ളുന്നതുപോലെ തോന്നി. മകളെ പ്രാതൽ കഴിക്കാൻ വിളിച്ചു. ദേവ അച്ഛനൊപ്പമിരുന്ന് വേഗം അവസാനിപ്പിച്ച് എഴുത്തു മുറിയിലേക്കുതന്നെ പോയി. അല്പം കഴിഞ്ഞ് കൈകഴുകി എഴുത്തു മുറിയിലെത്തിയ മഹാചാര്യർ മകൾ എഴുതി ഉണക്കാൻ മാറ്റിവച്ച തുണിച്ചുരുൾ സാകൂതം നോക്കി. എത്ര മനോഹരമായാണ് ദേവ എഴുതിയിരിക്കുന്നത്. തന്റെ കൈയക്ഷരം കൊക്ക് ചിക്കിയതുപോലെയാണെങ്കിൽ ദേവയുടേത് മുല്ലപ്പൂ വിതറിയതുപോലെ. സൈന്ധവലിപിക്ക് ഇത്ര വശ്യതയുണ്ടെന്ന് മുമ്പ് അറിഞ്ഞിട്ടില്ലാത്തതുപോലെ. എഴുതി ചായം ഉണ്ടാക്കാൻ വച്ച ചുരുളിലേക്കു വിരൽ നീട്ടി ദേവ: "എഴുത്തൊക്കെ വായിക്കാൻ പറ്റുന്നുണ്ടോ? തെറ്റുണ്ടോയെന്ന് പരിശോധിക്കണം. ചായം ഉണങ്ങിയാലേ വേണ്ടത്ര നിറം വരൂ."

ആചാര്യൻ പറഞ്ഞു: "വളരെ നന്നായിരിക്കുന്നു ദേവാ നിനക്ക് തീർച്ചയായും ഗുരുവാകാനുള്ള യോഗ്യതയുണ്ട്."

"ഗുരുവാകാനോ?"

"എവിടെ പഠിപ്പിക്കാൻ? ആരെ പഠിപ്പിക്കാൻ?"

"അങ്ങനെ ഒരു സാഹചര്യം ഒരുങ്ങി വന്നാൽ ദേവ തയ്യാറല്ലേ?"

"വന്നാൽ തയ്യാറാണ്. അമ്മ എന്നേക്കാൾ നന്നായി എഴുതുകയും വായിച്ചു മനസ്സിലാക്കുകയും ചെയ്യും."

"അമ്മയേയും നമുക്കു ക്ഷണിക്കാം - സമയമാവട്ടെ. ഈ ഇരുൾ പോവണമെങ്കിൽ കുറേ തിരികൾ കത്തിക്കേണ്ടിവരും."

അച്ഛൻ വിദൂരത്തിൽ എന്തോ കാണുന്നുവെന്ന് ദേവയ്ക്കു തോന്നി - "ദേവ എഴുതിവച്ചതിൽ തെറ്റുകളുണ്ടോ അച്ഛാ?"

"തെറ്റുകളില്ലെന്നു മാത്രമല്ല ഞാൻ എഴുതിവച്ചതിൽ തലക്കെട്ടുകളും അടിയിൽ വരയും മറ്റുമിട്ട് ദേവ അർത്ഥവത്താക്കിയിട്ടുണ്ട്."

ശുക്രമഹാചാര്യർ മകൾ എഴുതിയത് കുറച്ചു ദൂരം വായിച്ചുനോക്കി. ദണ്ഡനീതിശാസ്ത്രം അഥവാ നീതിധർമ്മ ശാസ്ത്രം. ഒന്ന് ദണ്ഡനീതി.

അടിയിൽ വരയിട്ട്. ദണ്ഡനീതിയെന്നാൽ വിദ്യ. ദണ്ഡനീതിയിൽ സകല വിദ്യകളുടേയും സാരങ്ങൾ അടങ്ങിയിരിക്കുന്നു. സാംഖ്യായോഗം ലോകായതം ഇവയാണ്. ധർമ്മാധർമ്മാദികളുടെ ബലാബലങ്ങളെ യുക്തികളാൽ അന്വേഷണം ചെയ്തുകൊണ്ട് അന്വേഷികി ലോകത്തിന് ഉപകാരം ചെയ്യുന്നു. വ്യസനം വരുമ്പോഴും അഭ്യുദയം വരുമ്പോഴും വികാരം ഭവിക്കാത്തവിധം ബുദ്ധിയെ നിലനിർത്തുന്നു. പ്രജ്ഞ വാക്ക്, പ്രവൃത്തി ഇവയ്ക്ക് നൈപുണ്യമുണ്ടാക്കുന്നു.

രാജാവ് രാജധർമ്മം - വലിയ അക്ഷരങ്ങളിൽഎഴുതിയിരിക്കുന്നു. അവയ്ക്കു താഴെ വരയും കൊടുത്തു

പ്രജാപരിപാലകൻ രാജൻ. രാജ്യപരിപാലകൻ രാജൻ. ധർമ്മപരി പാലകൻ രാജൻ. രാജാവ് സംരക്ഷകനായ മർത്ത്യൻ. അരിഷഡ്വർഗ്ഗ ങ്ങളെ അകറ്റി ഇന്ദ്രിയജയത്തെ സാധിക്കണം രാജാവ്. വൃദ്ധസംയോഗം കൊണ്ട് പ്രജ്ഞയെ ഉത്തേജിപ്പിക്കണം. ചാരനെക്കൊണ്ട് ചക്ഷുസ്സിന്റെ കാര്യം നിർവ്വഹിക്കണം. ഉത്ഥാനംകൊണ്ട് യോഗക്ഷേമങ്ങളെ സാധി ക്കണം. കാര്യാനുശാസനംകൊണ്ട് പ്രജകളെ സ്വധർമ്മങ്ങളിൽ പ്രവർ ത്തിപ്പിക്കണം. വിദ്യോപദേശംകൊണ്ട് വിനയത്തെ ഉണ്ടാക്കണം. അർത്ഥ സംയോഗംകൊണ്ട് ലോകരുടെ പ്രീതിയെ സമ്പാദിക്കണം ഹിതം കൊണ്ട് ലോകയാത്രയെ നിർവ്വഹിക്കുകയും വേണം. ഇപ്രകാരം ഇന്ദ്രിയ ങ്ങളെ വശപ്പെടുത്തിയ രാജാവ് പരസ്ത്രീയേയും പരദ്രവ്യത്തേയും പര ഹിംസയേയും പരിത്യജിക്കണം. ഉചിതമല്ലാത്ത ഉറക്കം, അനുചിത വിഷയങ്ങളിൽ ലോലത, അസത്യഭാഷണം, ഔദ്ധത്യം തോന്നിക്കുന്ന വേഷം അർത്ഥസംയോഗത്തിനു വിപരീതമായ നടപടി, അധർമ്മത്തേയും അനർത്ഥത്തേയും ഉളവാക്കുന്ന ഇടപാട് എന്നിവയും വർജ്ജിക്കണം.

ധർമ്മാധർമ്മങ്ങൾക്കു വിരോധം വരാത്ത വിധത്തിൽ വേണം കാമത്തെ സേവിക്കുവാൻ. കേവലം സുഖരഹിതനായിരിക്കുവാൻ പാടില്ല. അന്യോന്യാശ്രയമായിട്ടുള്ള ത്രിവർഗ്ഗത്തെ സമമാകുംവണ്ണം സേവി ക്കയും ആകാം. ആചാര്യന്മാരേയോ അമാത്യന്മാരേയോ പരമമായ മര്യാദയായിട്ടു കല്പിക്കണം. അവർ അദ്ദേഹത്തെ അപായസ്ഥലങ്ങളിൽ നിന്നു നിവർത്തിപ്പിക്കണം. രഹസ്യസ്ഥലങ്ങളിലെ പെരുമാറ്റംകൊണ്ട് രാജാവ് കാര്യങ്ങളിൽ പ്രമാദം വരുത്തുന്നതായി കണ്ടാൽ ഛായ, നാളിക എന്നിവയാകുന്ന ചാട്ടകൊണ്ട് അദ്ദേഹത്തെ അസഹ്യപ്പെടുത്തുകയും വേണം - ധ്യാനനിർവൃതിയിൽ തനിക്കു കിട്ടിയ വെളിച്ചം വീണ്ടും വായിച്ച പ്പോൾ ദേവ ചുരുളുകളായി എഴുതിവച്ച അമാത്യോത്പത്തി, മന്ത്രി പുരോഹിതോത്പത്തി, സഞ്ചാരോത്പത്തി തുടങ്ങിയ മുഴുവൻ ശീർഷ കങ്ങളും വായിക്കാൻ തോന്നിയെങ്കിലും പുറത്തുവന്നുനിന്ന രഥചക്ര സ്വരം രാജാവിനെ നേരത്തെ തീരുമാനിച്ച ഗ്രാമയാത്ര ഓർമ്മപ്പെടുത്തി.

“നന്നായിരിക്കുന്നു മോളേ, എഴുതിയിടത്തൊന്നും തെറ്റുകൾ കാണു ന്നില്ല. ബാക്കി വന്നിട്ടു വായിക്കാം.”

ആറ്

ചുണക്കുട്ടന്മാരായ കാളക്കൂറ്റന്മാർ വലിക്കുന്ന രഥം ജനപ്പാർപ്പുള്ള നിരത്തുകൾ പിന്നിട്ട് കാനനപ്രദേശങ്ങളിലൂടെ ഓടാൻ തുടങ്ങിയപ്പോൾ അതീതകാലത്തിലേക്കു തിരിച്ചു പോകുന്നതുപോലെ അനുഭവപ്പെട്ടു ശുക്രമഹാചാര്യർക്ക്. ഇരുവശങ്ങളിൽനിന്നും ഒഴുകിയെത്തിയ കുളിർ കാറ്റ് രഥമറകൾ ഉലച്ച് അകത്തേക്കെത്തിയപ്പോൾ കാളക്കുട്ടന്മാരല്ല മനസ്സാണ് സഞ്ചരിക്കുന്നതെന്ന തോന്നൽ ബലവത്തായി. രാജവിളം ബരമില്ല. എഴുന്നള്ളത്തും ഘോഷയാത്രകളും ഇല്ല. ചാട്ടവാർ ഗർജ്ജനങ്ങളില്ല. ഒരു സാധാരണ ഹരിയൂപിയക്കാരന്റെ ശാന്തമായ യാത്ര. ഇരുവശങ്ങളിലും രാജാവിനെ കാണുവാനോ കൈകൾ ഉയർത്തി അഭിവാദ്യം ചെയ്യാനോ ആരുമില്ല. നിബിഡവനങ്ങൾ ഇരുളിൽ പൊതിഞ്ഞുവച്ച കാട്ടുവഴികൾ. ഇടയ്ക്കും തലയ്ക്കും വനത്തിലൂടെ രഥശബ്ദംകേട്ട് ഭയന്നോടുകയും പാറപ്പുറത്തും മരങ്ങൾക്കു മുകളിലുമിരുന്ന് സംഭീതിയോടെ ഉറ്റു നോക്കുന്ന കുരങ്ങന്മാർ, ചെറുജീവികൾ. ഞാണങ്ങാ പുല്ലുകൾ ഉയർന്ന് ചൂലുകൾപോലെ നിറഞ്ഞു നിൽക്കുന്ന യോജനകളോളം വന്ന പുൽമേടെത്തിയപ്പോൾ കുത്തനെ നിന്ന പാറപ്പുറത്തുനിന്ന് തലയുയർത്തി രഥത്തിലേക്ക് സംഭ്രമിച്ചു നോക്കിയ സിംഹങ്ങൾ. അവയുടെ ഭയന്നു വിറച്ച കണ്ണുകൾ ആചാര്യരെ പ്രകൃതിനിയമത്തിന്റെ ധാർമ്മികതയിലേക്ക് ഒരു നിമിഷം കൂട്ടിക്കൊണ്ടു പോയി.

പ്രകൃതിവിഭവങ്ങളൊക്കെയും മനുഷ്യനു പഠിക്കാനും അറിവു നേടുവാനുമായി സൃഷ്ടിക്കപ്പെട്ടിരിക്കുകയാണെന്ന ബോധം നിലാവുപോലെ വെളിച്ചമുണ്ടാക്കി. പ്രകൃതിയിലെ ഒരു ചെറിയ പുൽക്കൊടിപോലും അത്തരം ഒരു ധർമ്മം നിറവേറ്റുന്നുണ്ട്. തിരക്കു പിടിച്ച മനുഷ്യന്, അതു കാണുവാനും പഠിക്കുവാനും നേരമില്ലെന്നു മാത്രം. വനരാജാവായ സിംഹം യഥാർത്ഥത്തിൽ വനത്തിലുള്ള എല്ലാവരേയും ഭയപ്പെടുന്നുവെന്നതാണു സത്യം. ഏതു നിമിഷവും ഉഗ്രവിഷഹാരിയായ സർപ്പത്താൽ ദംശിക്കപ്പെടാം. കൂർത്ത കൊമ്പുള്ള ആനയാൽ കുത്തി കോർക്കപ്പെടാം. ഏറ്റവും ചെറിയ ചീവീടുകളാലും കടന്നൽ കൂട്ടങ്ങളാലും നോവിക്കപ്പെടാം. അവയുടെ മുഴുവനും ആക്രമണങ്ങളെ പ്രതിരോധിക്കാൻ ജാഗ്രത പാലിക്കുമ്പോഴും അവയുടെയെല്ലാം സംരക്ഷണം ഉറപ്പാക്കുകയും ചെയ്യുന്നു. വനം അങ്ങനെ അതിന്റെ നിലനില്പ് സാധ്യമാക്കി തീർക്കുന്നു.

രാജ്യഭാരം നടത്തുന്ന രാജനും അത്തരം ഒരു ജനഭയം അത്യാവശ്യമല്ലേ? അതില്ലാതാവുമ്പോഴല്ലേ പീറ മന്ത്രവാദത്തിന്റെ പേരുപറഞ്ഞ് മന്ദബുദ്ധികളായ വേനന്മാർ പ്രജകളുടെ മേൽ അധീശത്വം സ്ഥാപിക്കുന്നത്? മറിച്ച് പ്രജകളിൽ ആനകളും സർപ്പങ്ങളും കടന്നലുകളും കട്ടുറുമ്പുകളും ഉണ്ടെന്നു വരുമ്പോൾ മര്യാദക്കാരായി ക്ഷേമഭരണം

നടത്തുകയില്ലേ? ആരാണ് പ്രജകളിലെ സർപ്പങ്ങളും കടന്നലുകളുമൊക്കെ? നടുക്ക് രാജനെയിരുത്തി ഭരണം ശരിയായ വഴിയിലൂടെ ചരിക്കാൻ രാജനെ പ്രേരിപ്പിക്കുന്ന കടന്നലുകൾ? പ്രഥു, നമ്മൾ കടന്നലുകളേയും സർപ്പങ്ങളേയും സൃഷ്ടിക്കാനാണ് പോകുന്നത്. അപഥസഞ്ചാരം നടത്തുന്ന രാജാവിനെ കൊത്താനുള്ള സർപ്പങ്ങളെ, കടന്നലുകളെ "എവിടെ സർപ്പം? എവിടെ കടന്നൽകൂട്ടം?" കാട്ടുകാറ്റിൽ സുഖമയക്കത്തിലുറഞ്ഞ പ്രഥുവും വൃചീകനും ഞെട്ടിയുണർന്ന് ചോദിച്ചു. ഉത്തരമെന്നോണം മുഴങ്ങിയ ആചാര്യന്റെ ചിരി അവരെ ഭയത്തിൽ നിന്നും രക്ഷിച്ചു.

നദീതീരത്തെ ഇളം നനവാർന്ന മണൽത്തിട്ടിൽ ഒന്നിച്ചു നടന്നും ഒന്നിച്ചോടിയും തോളിൽ കൈകൾ പടർത്തി കാട്ടുകിഴങ്ങുകൾ കടിച്ചു പറിച്ചും കഴിഞ്ഞ പിതൃക്കൾ. പ്രജകളും രാജാവുമല്ലാത്ത മനുഷ്യർ. അവർ ഒന്നിച്ച് പുഴയിലെ വെള്ളം കുടിച്ചു. കാട്ടുകിഴങ്ങുകൾ വേവിച്ചു കഴിച്ചു. വയലുകൾ ഉഴുതുമറിച്ച് വിത്തെറിഞ്ഞു. വിളവെട്ടാൻ വന്ന കൊറ്റിക്കൂട്ടങ്ങളെ ഒന്നിച്ചോടിച്ചു. കതിർ വിളഞ്ഞപ്പോൾ ഒന്നിച്ചു കൊയ്തു. രാത്രിയുറങ്ങിയ ശാലകളിൽ പതിരു കളഞ്ഞുണ്ടാക്കിയ വിത്തു സംഭരിച്ചു. മഴക്കാലത്ത് കൂട്ടിയിട്ട നെല്ലെടുത്ത് കഞ്ഞിയും ചോറുമുണ്ടാക്കി. അളന്നുകൊടുക്കാൻ മൂപ്പനില്ല. കണക്കു വെക്കാൻ കോൽക്കാരനില്ല. കണക്കിനപ്പുറത്തേക്ക് ആർക്കും ആവശ്യവുമില്ല. അവർ തമ്മിൽ തമ്മിൽ ഭിന്നരാണെന്ന് സ്വപ്നം കണ്ടതുപോലുമില്ല അവർ രാജാവിനെ മറ്റൊരാളായി കണ്ടതേയില്ല. രാജാവിനും അവർ അന്യരായില്ല.

രാജാവ് അവരുടെ സംരക്ഷകൻ. അവരുടെ തോളിൽ കൈയിടുന്ന കളിക്കൂട്ടുകാരൻ. അവരിൽ ഒരുവൻ. അവരുടെ ജീവനും സ്വത്തും കവർച്ച ചെയ്യപ്പെടാതെ കാത്തുരക്ഷിച്ച കാവൽക്കാരൻ അവരുടെ നിലങ്ങളുടെ, വയലുകളുടെ, കൃഷിയിടങ്ങളുടെ, സൂക്ഷിപ്പുകാരൻ. നിലം കിട്ടാത്തവർക്ക് നിലമെത്തിച്ചുകൊടുക്കാൻ, കൃഷിയിടങ്ങളില്ലാത്തവർക്കു കൃഷിയിടം കൊടുക്കാൻ, വിളകൾ നശിച്ചവർക്ക് വിളയെത്തിച്ചു കൊടുക്കാൻ, രോഗബാധിതതർക്ക് വൈദ്യസഹായമെത്തിച്ചു കൊടുക്കാൻ, അശരണർക്കു ശരണമാവാൻ, നിസ്സഹായരെ സഹായിക്കാൻ, അധർമ്മികളെ ധർമ്മം പഠിപ്പിക്കാൻ, ദുർബ്ബലർക്കു ബലം നൽകാൻ അവരേല്പിച്ച ചങ്ങാതി മാത്രം. അവരെപ്പോലെയുള്ള മറ്റൊരു മനുഷ്യൻ. ആവശ്യമെങ്കിൽ, ആഗ്രഹിക്കുന്നുവെങ്കിൽ ആർക്കും ആകാവുന്ന മറ്റൊരു മനുഷ്യൻ.

രാജാവെന്നാൽ പ്രജാപരിപാലകൻ, ധർമ്മപരിപാലകൻ, രാജ്യപരിപാലകൻ.

രാജാവ് സ്വത്വഗുണമുള്ളവനാകുമ്പോൾ പ്രജകളും സ്വത്വഗുണമുള്ളവരാകുന്നു. രാജ്യം അഭിവൃദ്ധിപ്പെടുന്നു. ധർമ്മം ശ്രേയസ്കരമാകുന്നു. രാജാവ് തമോഗുണം പേറുമ്പോൾ പ്രജകളും രാജ്യവും

തമസ്സിന്റെ കേന്ദ്രമായി മാറുന്നു. ധർമ്മം ക്ഷയിച്ച് രാജ്യം വ്രണം പോലെ ജീർണ്ണിക്കുന്നു.

യഥോ രാജഃ തതോ പ്രജഃ
യഥോ രാജഃ തതോ ധർമ്മഃ
യഥോ ധർമ്മഃ തതോ രാജഃ
യഥോ രാജഃ തതോ രാജ്യഃ.

ശുക്രമഹാചാര്യർ കാനനവാസക്കാലത്ത് തനിക്കുണ്ടായ ധ്യാന വെളിച്ചത്തിൽ തെളിഞ്ഞതും ദണ്ഡനീതി ശാസ്ത്രത്തിൽ ലിഖിതം ചെയ്തതുമായ രാജർഷി വൃത്തം സ്മരിച്ചു. രാജാവ് പിൻതുടർച്ചാവ കാശിയാവാൻ പാടില്ല. പാരമ്പര്യം നന്മ ഉറപ്പാക്കുന്നില്ല. മന്ദനും ധിക്കാ രിയും ക്ഷമയറ്റവനും ദുഷ്ടനും ഭരണത്തിൽ വന്നെന്നു വരും. രാജാവ് പ്രജകളാൽ തീരുമാനിക്കപ്പെടണം. ദുഷ്ടരാജാവിനെ, പ്രജാദ്രോഹി യായ രാജാവിനെ, അധർമ്മിയും അധികാരാന്ധനുമായ രാജാവിനെ നിഷ്കാസിതനാക്കാൻ പ്രജകൾക്കു കഴിയണം. രാജ്യമാണ് സ്ഥായി യായത്. രാജാവ് അസ്ഥിരനായ മനുഷ്യൻ മാത്രം. രാജാക്കന്മാർ വരി കയും പോവുകയും ചെയ്യും. രാജ്യം അവർക്കൊക്കെയും ശേഷവും അനന്തമായി നിലനിൽക്കും. ഒന്നും രാജാവിനുവേണ്ടി ചെയ്യരുത്. രാജ്യ ത്തിനുവേണ്ടിയാണ് ചെയ്യേണ്ടത്. രാജാവല്ല പ്രജയാണ് പരിപാലിക്ക പ്പെടേണ്ടത്. ശുക്രനീതി വാക്യങ്ങൾ. ഉറുക്കാഗിന, മാറ്റങ്ങളുടെ നീതി ശാസ്ത്രം എന്നു പ്രകീർത്തിച്ച വരികൾ.

"പ്രഥു അതിനാണീ യാത്ര. പ്രജാപരിപാലനം സിന്ധുവിന്റെ തീരത്തുനിന്നുതന്നെ ആരംഭിക്കട്ടെ."

ശുക്രമഹാചാര്യർ ആലോചിച്ചു: സർവ്വതും തലകീഴായാണ് വച്ചിരി ക്കുന്നത്. എല്ലാം ശരിയാക്കേണ്ടതുണ്ട്. കാര്യങ്ങൾ ശരിയാക്കുന്നതിന് വിശ്രമമില്ലാത്ത അദ്ധ്വാനം തന്നെവേണം. ദണ്ഡനീതിയിൽ മഹാദേവൻ തെളിയിച്ചുതന്ന കർമ്മസിദ്ധാന്തം തനിക്കും ബാധകമാണ്. ആർക്കും കർമ്മം ചെയ്യാതെ അലസനായി ഇരിക്കുവാൻ അവകാശമില്ല. സ്വധർമ്മം ചെയ്യാത്തതിനു നിയമവാദങ്ങൾ നിരത്തി ഒഴിഞ്ഞുമാറുന്നവനാണ് മ്ലേച്ഛൻ - ചസ്ഥാ വച ഹിൻസ കഃ നിത്യം മ്ലേച്ഛാസ്ത്

കാട്ടുവഴി കഴിഞ്ഞ് ഒറ്റയടിപ്പാതകളും വീതികൂടിയ നടപ്പാതകളും പ്രത്യക്ഷപ്പെടാൻ തുടങ്ങി. സമയം ഏതാണ്ട് സന്ധ്യയാവാനും. കഴുത പ്പുറത്തു സഞ്ചരിച്ചിരുന്ന ഭടന്മാരിൽ ഒരാൾ വേഗം കുറച്ച് രാജരഥത്തിനു വേണ്ടി കാത്തു നിൽക്കുന്നതു കണ്ടു. രഥം അടുത്തെത്തിയപ്പോൾ ഭടൻ ഭക്തിപൂർവ്വം അറിയിച്ചു: "പ്രഭോ ഇനി അരുഥമലയടിവാരമാണ്. അരുഥ കഴിഞ്ഞാണ് അടിവാരഗ്രാമം. രാത്രിയിൽ യാത്ര മോശമായിരിക്കും. രാത്രി ഇവിടെ തങ്ങുന്നതാണു ബുദ്ധിയെന്ന് ചാരനിർദ്ദേശമുണ്ട്" "ശരി എങ്കിൽ വനഗ്രാമത്തിൽ രാത്രി തങ്ങാം. തുടർയാത്ര നാളെയാവാം." തേരിൽനിന്നിറങ്ങുമ്പോഴേക്കും വനയോരഗ്രാമീണർ രാജാവിനെ തൃക്കൺപാർക്കാൻ നമ്രശിരസ്കരായി നിൽക്കുന്നതു കണ്ടു. അവരെ യെല്ലാം രാജാവും സംഘവും കൂപ്പുകൈയോടെ പ്രത്യഭിവാദ്യം ചെയ്തു.

അപ്പോഴേക്കും ഗ്രാമത്തിലെ പ്രഭു കാണിക്കയും വാടാത്ത പഴങ്ങളും നീർമാതളക്കുലകളും മുന്തിരിക്കുലകളുമായി വന്നു തൊഴുതു. "മഹാരാജൻ ദയവുണ്ടായി അർച്ചനകൾ സ്വീകരിച്ച് പാർക്കാൻ പ്രഭുമന്ദിരത്തിലേക്ക് എഴുന്നള്ളണം."

സ്വർണ്ണാഭരണങ്ങൾകൊണ്ട് അരയും കഴുത്തും അലങ്കരിച്ച്, ഇരു കൈത്തണ്ടകളിലും രത്നക്കല്ലുകൾ പതിച്ച വളകൾ അണിഞ്ഞ്, നെറ്റിത്തടത്തിൽ ചുവപ്പും പച്ചയും കലർന്ന സിന്ദൂരക്കുറികൾ നീട്ടിയിട്ട്, കാതുകളിൽ തിളങ്ങുന്ന, സ്വർണ്ണവളയമിട്ടു നിൽക്കുന്ന ഗ്രാമപ്രഭുവിനെ മഹാരാജൻ ശുക്രാചാര്യർ സാകൂതം നോക്കി. മഹാരാജവേഷങ്ങളൊന്നും അണിയാതെ നീണ്ട താടി തടവി നിൽക്കുന്ന ആചാര്യരുടെ കണ്ണുകളിൽ തെളിഞ്ഞ പ്രകാശം കണ്ട് തെല്ലൊന്ന് പിറകോട്ടു തള്ളി നിന്ന പ്രഭു അയാൾ പറഞ്ഞതിന് അനുബന്ധമായി കൂട്ടിച്ചേർത്തു "രാജകീയ സൗകര്യങ്ങൾ എല്ലാം മന്ദിരത്തിൽ ഒരുക്കിയിട്ടുണ്ട്. അങ്ങേക്കും പരിവാരത്തിനും സ്വാഗതം." മഹാരാജാവ് തനിക്കു മുന്നിൽ അവശരായി നിൽക്കുന്ന ഗ്രാമീണരെ നോക്കി ചോദിച്ചു "നിങ്ങളിൽ ഒരാളെപോലും സ്വീകരിക്കാൻ സൗകര്യമില്ലാത്തതാരാണ്?" ഒരു മെലിഞ്ഞ വൃദ്ധ മുന്നോട്ടുവന്നു. "മഹാരാജാവേ, ആഗ്രഹമുണ്ട് നാലും ഒരാളെപോലും ഉൾക്കൊള്ളാൻ ഉള്ള സൗകര്യമില്ല അടിയന്റെ കുടിലിൽ." "കുടിലിനു മുറ്റമുണ്ടല്ലോ അല്ലേ?" "ഉവ്വ്, വേപ്പുമരങ്ങൾ തണൽ വിരിച്ച മുറ്റമുണ്ട്. മുറ്റം പണ്ടാരവകയാണെന്നു മാത്രം." "എങ്കിൽ രാജാവും സംഘവും വലിയമ്മയുടെ അതിഥികളാണ് ഇന്നുരാത്രി." ഗ്രാമീണർ അവിശ്വസനീയമായി ഹായ് എന്നാർത്തു. പ്രഭു പറഞ്ഞു "അവിടുത്തേക്കു ഭക്ഷിക്കാൻ സ്വർണ്ണത്തളികയിൽ പഴങ്ങൾ എത്തിക്കാം." മഹാരാജാവ് ആരാഞ്ഞു "വലിയമ്മയുടെ വീട്ടിൽ പച്ചവെള്ളം കിട്ടുമോ." "കിണറില്ല യയ്യാവതി തൊട്ടുപിറകിലുണ്ട്." "ധാരാളം മതി. എത്ര കുടിച്ചാലും മതിവരാത്ത ശുദ്ധസ്രോതസ്സ്." പ്രഭുവിനെ നോക്കി പറഞ്ഞു: "താങ്കളുടെ ആദരവിനു നന്ദി.. സൽക്കാരം മറ്റൊരവസരത്തിലാകാം."

വലിയമ്മയുടെ വീട്ടുമുറ്റത്ത് ഗ്രാമീണർ കുഞ്ഞുകുട്ടികളടക്കം സർവ്വരും ആട്ടവും പാട്ടും കൂത്തും നടത്തി മഹാരാജപാദങ്ങൾ നമസ്കരിച്ചു. ഓരോരുത്തരും തലയിലേറ്റി കൊണ്ടുവന്ന കാട്ടുഫലങ്ങൾകൊണ്ട് കുടിൽ മുറ്റം നിറഞ്ഞു. വെളുക്കുന്നതുവരെ മഹാരാജനു കാവലായി എല്ലാവരും വേപ്പുമരച്ചുവട്ടിൽ കിടന്നു. വേപ്പുകാറ്റിന്റെ കുളിർമ്മയിൽ സുഖനിദ്ര. ഗ്രാമീണരോട് കുശലം പറഞ്ഞ് വെളുപ്പിന് മലയോരഗ്രാമത്തിലേക്കു യാത്ര. അരുന്ധമലയുടെ താഴ്വാരത്തിലൂടെയുള്ള യാത്ര തികച്ചും ഉന്മേഷപ്രദമായിരുന്നു. വഴികൾ നദീതീരത്തുകൂടെയായതോടെ ഉന്മേഷത്തിന് പതിന്മടങ്ങു വർദ്ധനവായി. വനഗ്രാമത്തിൽനിന്നു കാലത്തു പോരുമ്പോൾ മലയോരഗ്രാമത്തിൽനിന്ന് കോൽക്കാരന്മാർ കൊടുത്തയച്ച ഗ്രാമത്തെക്കുറിച്ചുള്ള രേഖകൾ മഹാരാജാവ് ചുരുളഴിച്ചു പരിശോധിക്കാൻ തുടങ്ങി. പ്രഥുവിനേയും വൃചീകനേയും വായിച്ചു കേൾപ്പിച്ചു.

മലയോരഗ്രാമത്തിന് നൂറോളം യോജന വിസ്താരം. ഭൂമിയുടെ മുക്കാൽ ഭാഗവും ഫലഭൂയിഷ്ടമായ നദീതീരവും മലയോരവുമായതിനാൽ ഗോതമ്പ്, തിന, നെല്ല്, കരിമ്പ്, കടുക് തുടങ്ങിയ ധാന്യങ്ങളും മലയോരത്ത് സുഗന്ധവിളകളായ ഏലം, കരയാമ്പൂ, ഇഞ്ചി, മഞ്ഞൾ, കുങ്കുമം തുടങ്ങിയവയും സമൃദ്ധമായി കൃഷി ചെയ്യുന്നു. കാൽഭാഗം ഭൂമി മാത്രമാണ് വനപ്രദേശവും വിജനമായ ചതുപ്പുമായി കിടക്കുന്നത്. ശരിയായി കൃഷിചെയ്യുന്ന പക്ഷം ഹരിയൂപിയയുടെ ഭക്ഷ്യക്ഷാമം ഈ ഗ്രാമക്കൃഷികൊണ്ടു തന്നെ പരിഹരിക്കാൻ കഴിയും. കൃഷിഭൂമിയായ ഗ്രാമത്തിൽ ജനസംഖ്യ വളരെ തുച്ഛം മാത്രം. ആയിരത്തിനും അല്പം മേലെ. മുന്നൂറോളം സ്ത്രീകൾ. അത്രയുംതന്നെ കുട്ടികൾ. ആകെ ആയിരത്തി മുന്നൂറ്. ഇവർ താമസിക്കുന്നത് കൃഷിയിടത്തുനിന്നും അകലെയല്ലാത്ത താഴ്‌വാരത്ത്. ജനങ്ങളിൽ മുക്കാൽ പങ്കും കൃഷിപ്പണിക്കാർ. കുശവന്മാരും മരപ്പണിക്കാരുമായി നൂറിനു താഴെ മാത്രം. “രാജാജ്ഞ വേണ്ടതുപോലെ വിളംബരം ചെയ്തിട്ടില്ലേ പ്രഥു?” “ഉണ്ട് മഹാചാര്യാ തീർച്ചയായും നിവാസികൾ എല്ലാവരുമെത്തും. നദീതീരത്തെ മണൽത്തിട്ടിലാണ് സ്ഥലം പറഞ്ഞിട്ടുള്ളത്.” “അതു നന്നായി. അപരാഹ്നമാകുമ്പോൾ മണൽതീരം തണുക്കാൻ തുടങ്ങും.” ഉറുക്കാഗിനയുടെ വാക്കുകൾ ഓർമ്മ വന്നു മഹാചാര്യർക്ക് “എന്താണാചാര്യാ, മെസോപ്പൊട്ടേമിയ നായകന്റെ വാക്കുകൾ?” “ഉറുക്ക്വൻ ജനതയെ മൂന്നായാണത്രെ തിരിച്ചത്. പ്രഭുക്കൾ, ഇടത്തരക്കാർ, അടിമകൾ.”

പ്രഥു ചോദിച്ചു: “ശുക്രനീതി എന്താണ് അനുശാസിക്കുന്നത് മഹാചാര്യാ?”

“ശുക്രൻ മനുഷ്യരെ ഒന്നായി മാത്രം കാണുന്നു.”

“വളരെ നല്ലത് ആചാര്യാ. അതുതന്നെയാണ് അഭികാമ്യം.”

“വൃചീകന്റെ അഭിപ്രായം കേൾക്കട്ടെ.”

“ഇത്രയും ശരിയായ, ഉദാത്തമായ തീരുമാനം വേറെയില്ല. ശുക്രനീതി ഹരിയൂപിയയുടെ മൃതസഞ്ജീവനി തന്നെ.”

ഏഴ്

ഹൃദയം പൊട്ടിപ്പിളർന്ന് ചീളുകളായി തെറിക്കുന്നതായി തോന്നി ശുക്രമഹാരാജാവിന്. യയ്യാവതിയുടെ തീരത്ത് ചുറ്റുമിരിക്കുന്ന അവശരെ കണ്ട് രാജാവ് സ്തംഭിച്ചുപോയി. നൂറുകണക്കിന് സ്ത്രീപുരുഷന്മാർക്ക് നഗ്നത മറക്കാൻപോലും വസ്ത്രങ്ങളില്ല. പലരും മരത്തോലുകൊണ്ടും ഭൂർജ്ജപത്രത്തിന്റെ ഇലകൾകൊണ്ടും അരയും മാറും മറച്ചിരിക്കുന്നു. അപൂർവ്വം ചിലർക്കുമാത്രം മുട്ടിറങ്ങുന്ന ദോത്തികൾ. തോലും അരയും മൂടുന്ന വേഷ്ടിയുള്ളവർ വിരലിൽ എണ്ണാവുന്നവർ മാത്രം. രണ്ടോ മൂന്നോ പേർക്കുമാത്രം ആവശ്യത്തേക്കാൾ കൂടുതൽ പട്ടുവസ്ത്രങ്ങളും

തിളങ്ങുന്ന ആഭരണങ്ങളും. കണ്ടാൽതന്നെ അറിയാം. അവർ പ്രഭു കുടുംബത്തിലേതാണെന്ന്. അവർ ശുഷ്കവസ്ത്രധാരികളായ മഹാഭൂരിപക്ഷത്തിൽനിന്നും വളരെ അകലം പാലിച്ചാണു ഇരിപ്പ്. ഭാവത്തിലും മട്ടിലും ഭൂരിപക്ഷനിവാസികളിൽ നിന്നും വ്യത്യസ്തരെന്ന നിലയിലാണ്. പാരമ്പര്യധാരണയനുസരിച്ചായിരുന്നു വേദിയൊരുക്കിയിരുന്നത്. ഉയർത്തികെട്ടിയ പലകവേദിക്കു താഴെയായി ഗ്രാമവാസികൾ. മിന്നുന്ന പട്ടുവസ്ത്രങ്ങളും കർണ്ണകണ്ഠാഭരണങ്ങളണിഞ്ഞ് കാഴ്ചയ്ക്ക് കേമന്മാരെന്നു തോന്നിപ്പിക്കുന്ന കുബേരന്മാർ മുൻനിരയിലും മദ്ധ്യഭാഗക്കാരെന്നു തോന്നിപ്പിക്കുന്നവർ രണ്ടാം നിരയിലും അല്പവസ്ത്രധാരികളും മെലിഞ്ഞൊട്ടിയവരും മൂന്നാം നിരയിലുമായാണ് ഉറപ്പിച്ചിരിക്കുന്നത്. മഹാരാജാവ് ജനങ്ങൾക്കിടയിലിരിക്കാനാണ് താത്പര്യമെന്നു പറഞ്ഞപ്പോഴാണ് സംഘാടകർ വിഷമിച്ചത്. ആർഭാടത്തിൽ വന്നവർ ഇപ്പോൾ രാജാവിന്റെ പിൻനിരയിലായി. ആൾക്കാരെ ചുറ്റുമിരുത്തിയപ്പോഴും അവർ പിറകിൽ തന്നെ. യയ്യാവതി തീരത്ത് രഥം നിന്നപ്പോൾ ചുറ്റിനും പറന്നു കാഴ്ചകണ്ട ശുക്രനയനങ്ങൾ വാസ്തവത്തിൽ സന്തോഷക്കടലിൽ ആറാടിയതാണ്.

നദീതീരത്തെ എക്കൽമണ്ണിന്റെ ഫലഭൂയിഷ്ഠത സർവ്വ ഞരമ്പുകളിലും സന്തോഷത്തിന്റെ തിരമാലകളുയർത്തി. അതും കണ്ണെത്താത്ത അകലംവരെ അരുഥമലയുടെ അടിവാരംവരെ നീണ്ടു കിടക്കുന്ന പശിമയുള്ള മണ്ണ്. കരിഞ്ഞ വിത്തുപോലും മുളപൊട്ടി ശതമേനി ഫലം വിളയിക്കുന്ന സ്വർണ്ണഭൂമി. ഗ്രാമത്തിന് അതിരായി നിൽക്കുന്ന മല നിറയെ സുഗന്ധദ്രവ്യങ്ങൾ. യയ്യാവതിയുടെ തീരം നിറഞ്ഞ അപൂർവ്വ സുഗന്ധം. ഉറുക്കാഗിനയുടെ ഷൂമർപോലെ അഷൂർപോലെ വിള സമ്പന്നമായ ഗ്രാമം. മെസോപ്പൊട്ടേമിയ ഇരുനദികൾക്കിടയിലെ സുവർണ്ണഭൂമിയാണെങ്കിൽ മലയടിവാര ഗ്രാമം കുളിർ നദികളുടേയും സുഗന്ധമലയുടേയും താരാട്ടിൽ വിരാജിക്കുന്ന രത്നഭൂമി.

മെസോപ്പൊട്ടേമിയയിൽ യഫ്രാത്ത്, ടൈഗ്രീസ് നദികൾ കവിഞ്ഞ് വെള്ളപ്പൊക്കം ഭീഷണിയായി തലയ്ക്കുമുകളിൽ നിൽക്കുമ്പോൾ അരുഥ മലയടിവാരം പ്രളയഭീഷണിയില്ലാത്ത സുഗന്ധമതിലായി നിൽക്കുന്നു. ഭാഗ്യവാന്മാരാണ് ഗ്രാമവാസികളെന്ന് സന്തോഷിച്ചു നിൽക്കുമ്പോഴാണ് മുന്നിൽ തൊഴുകൈയാൽ നിശ്ശബ്ദരായി ഇരിക്കുന്ന ജനക്കൂട്ടം കണ്ണിൽ പെട്ടത്. എന്തൊരു ദയനീയ ചിത്രം! പട്ടിണികൊണ്ട് എല്ലുന്തി നിൽക്കുന്ന കൂരച്ച നെഞ്ചുകൾ. നച്ചെനെലികളെപ്പോലെ കാട്ടുകിഴങ്ങിനായി പരക്കം പായുന്ന വൃദ്ധജനങ്ങൾ. എവിടേക്കു പോകുന്നു ഇവർ കൊയ്തു കയറ്റുന്ന ഗോതമ്പുമണികൾ? ഏതു പത്തായമാണിവരുടെ നെൽമണികൾക്കുമേൽ കനത്ത മരപ്പലകയടിപ്പിച്ചുറപ്പിച്ചു കിടക്കുന്നത്? ഏതെലികളാണിവരുടെ തിനവിത്തുകൾ തിന്നു വീർക്കുന്നത്?

മഹാരാജാവ് ഗ്രാമനിവാസികൾക്കു നടുവിൽ ചെന്നിരുന്നു. ഭടന്മാർ രാജാവിന് സംരക്ഷണവൃത്തം നിർമ്മിച്ച് സായുധരായി നിലയുറപ്പിച്ചു.

അതുകണ്ട രാജൻ ഭടന്മാരോടു കല്പിച്ചു: "നിങ്ങൾപോയി നിസ്സഹായ രായ ഗ്രാമനിവാസികൾക്കു ചുറ്റും നിൽക്കൂ. രാജാവ് മക്കൾക്കിട യിലാണ്." ഭടന്മാർ അർദ്ധവൃത്തമായി ഇരുന്ന ഗ്രാമവാസികളെ സംരക്ഷിക്കാനെന്ന വണ്ണം ചുറ്റും നിന്നു. ആൾക്കാർ തമ്മിൽ പറഞ്ഞു: "ഇങ്ങനെയൊന്നും ഇതുവരേയും കണ്ടിട്ടില്ല. കേട്ടുകേൾവിപോലുമില്ല." മഹാരാജൻ അടുത്തിരിക്കുന്നതു കണ്ട് ഒരു വൃദ്ധൻ മണ്ണു കുഴിച്ച് താഴോട്ടുപോകുന്നപോലെ പിറകോട്ടു പിറകോട്ടുപോയി. ഏറെ ദൂര ത്തെത്തി കണ്ണിറുക്കി നോക്കി.

"ഇവിടെ സ്ഥലമുണ്ടല്ലോ, എന്തിനാണ് വലിയമ്മാവൻ നിങ്ങി പ്പോയത്?" രാജാവാരാഞ്ഞു. വൃദ്ധൻ ഭയന്നു വിറച്ചുകൊണ്ടു പറഞ്ഞു: "ക്ഷമിക്കണം രാജൻ.. അടിയൻ കൃഷിപ്പണിക്കാരനാണ്. തൊട്ടാൽ അവിടുത്തെ ശരീരം മലിനമാകും." "നിങ്ങൾ മനുഷ്യനല്ലേ? മനുഷ്യൻ മനുഷ്യനെ സ്പർശിച്ചാൽ മലിനമാകുന്നതെങ്ങിനെ? പറയൂ, താങ്കളെ സങ്കോചപ്പെടുത്തുന്നതെന്താണ്?" "മഹാരാജൻ, മുൻരാജന്റെ രഥം വഴി യിലൂടെ പായുമ്പോൾ വയലേലകളിൽ നിന്നു നോക്കിയതിനു കിട്ടിയ താണ് അടിവയറ്റിലെ മുറിവ്." വൃദ്ധൻ ഊർജ്ജപത്രയിലകൊണ്ടു മറച്ചു പിടിച്ച അടിവയറ്റിലെ മുറിവു കാണിച്ചു. മുറിവിൽ ചോര ചലമായി തിണർത്തു കിടന്നു. "സൈ്വര്യമായി മരിക്കാൻ കിടക്കാനും ആരും അനുവദിക്കുന്നില്ല. പുതിയ രാജനെ കാണാൻ വന്നില്ലെങ്കിൽ ഇനിയും കുത്തു കിട്ടിയാലോ എന്നു ഭയന്നാണ്..." വൃദ്ധനു മുഴുമിപ്പിക്കാൻ വയ്യാ തായി. ആൾക്കാർ അയാൾ പറയുന്നതു മുഴുവനും ശരിയാണെന്ന അർത്ഥത്തിൽ മൗനസമ്മതത്തിൽ. രാജാവ് വൃദ്ധന്റെ അടുത്തു ചെന്നി രുന്നു. "കാണട്ടെ മുറിവ്."

വൃദ്ധൻ ഭുർജ്ജപത്രം നീക്കി കാണിച്ചു. മഹാരാജാവ് ചെറിയ ഭാണ്ഡത്തിൽനിന്നെടുത്ത കൊച്ചു കുംഭത്തിൽനിന്ന് മരുന്നെടുത്ത് വ്രണത്തിൽ ഒഴിച്ച് ചുറ്റും പുരട്ടി. വൃദ്ധന്റെ ചെവിയിൽ നിമിഷങ്ങളോളം സാന്ത്വനമന്ത്രം ജപിച്ചു. അല്പസമയശേഷം വൃദ്ധൻ ഉത്സാഹവാനായി എണീറ്റുനിന്ന് മഹാരാജനെ തൊഴുത് ഇടറിയിടറി അറിയിച്ചു "മഹാ രാജാവേ, ഇപ്പോൾ അടിയന് നല്ല സുഖം തോന്നുന്നു." യയ്യാവതി തീരം ഒന്നായി കൃതജ്ഞതാ സ്വരത്തിൽ കുളിച്ചു. "മഹാരാജനു നന്ദി."

യോഗം ആരംഭിച്ചു.

പ്രഥുവാണ് ആദ്യം സംസാരിച്ചത്:

"മലയോര ഗ്രാമനിവാസികളേ, മഹാചാര്യനായ മഹാരാജാവ് നിങ്ങളെ ഏവരേയും കാണാനും സംസാരിക്കാനുമാണ് ഗ്രാമത്തിലെത്തി യിരിക്കുന്നത്."

അദ്ഭുതം ഇന്നേവരെയുണ്ടാവാത്ത മഹാദ്ഭുതം. ഗ്രാമനിവാസികൾ തമ്മിൽ പറഞ്ഞു.

"ഹരിയൂപിയയിൽ പാരമ്പര്യ രാജവാഴ്ച അവസാനിച്ചിരിക്കുന്നു. ജനഹിതമാണ് ഇനി രാജാവിനെ തീരുമാനിക്കുക. ഓരോ ഗ്രാമവും ഭരിക്കുക ഗ്രാമനിവാസികൾതന്നെയാണ്. രാജാവിനെ നിശ്ചയിക്കാൻ ഗ്രാമനിവാസികൾക്കും അധികാരമുണ്ട്. ഹരിയൂപിയയിൽ മനുഷ്യർ തമ്മിൽ വിവേചനമുണ്ടാവില്ല. രാജാവിന്റെ സ്വേച്ഛയല്ല രാജ്യഭരണം നടത്തുക. ദണ്ഡനീതിയാണ് ഭരണത്തിന്റെ ആധാരശില. ദണ്ഡനീതിയെന്നാൽ ശുക്രനീതി ശാസ്ത്രം. രാജ്യത്തെ നിവാസികളാണ് പരമാധികാരികൾ. അവർ മഹാഭൂരിപക്ഷമായി ആവശ്യപ്പെട്ടാൽ രാജാവ് നിഷ്കാസിതനാവും. ഗ്രാമങ്ങൾക്കും മേൽസ്ഥാനങ്ങൾക്കും സൈനികശേഷിയോ പരമാധികാരമോ ഉണ്ടാകില്ല. ഹരിയൂപിയ ഏതു നിർണ്ണായക നിമിഷത്തിലും ഗ്രാമങ്ങളെ സംരക്ഷിക്കും."

ഏതോ സ്വർഗ്ഗരാജ്യത്തു ചെന്നുപെട്ട് അമൃതവാണി കേൾക്കുന്നതുപോലെ ഗ്രാമനിവാസികളിരുന്നു. രാജാവിനെ തങ്ങൾ എങ്ങനെ നിശ്ചയിക്കുമെന്നതറിയാതെ മിഴിച്ചിരിക്കുന്നവർക്കു മുമ്പിൽ നിയമമുഖ്യനെന്ന സർവ്വകാര്യക്കാരൻ വിശദീകരിച്ചു.

"രാജ്യത്തെ മേഖലകളെന്നും പ്രാന്തങ്ങൾ എന്നും ഗ്രാമങ്ങളെന്നുമായി വേർതിരിച്ച് ഭരണസൗകര്യത്തിനായി ഓരോ സ്ഥാനങ്ങളിലും ഭരണം നടത്തുക സഭയും സമിതിയും കൂടിയായിരിക്കും. അവയ്ക്കെല്ലാം ഉപദേശം നൽകി ആക്രമണങ്ങളിൽനിന്നും കലഹങ്ങളിൽനിന്നും പരിരക്ഷിക്കാൻ രാജസ്ഥാനമുണ്ടാവും. ഓരോ സ്ഥാനത്തേയും നിവാസസംഖ്യയുടേയും ഭൂവിസ്തൃതിയുടേയും അടിസ്ഥാനത്തിലാണ് വേർതിരിച്ചിരിക്കുന്നത്. ഉദാഹരണമായി മലയടിവാരഗ്രാമമായ ഈ ഗ്രാമത്തിന്റെ ഭരണകാര്യവും ജനക്ഷേമവും നടപ്പിലാക്കുക ഗ്രാമനിവാസികൾ തന്നെ തീരുമാനിക്കുന്ന ഇരുപതിൽ കൂടാത്ത സഭയും പത്തിൽ കൂടാത്ത സമിതിയും ചേർന്നായിരിക്കും. സഭയും സമിതിയും ചേർന്ന് ഗ്രാമസഭാദ്ധ്യക്ഷനേയും ഉപാധ്യാക്ഷനേയും തീരുമാനിക്കും. അവർ സഭയും സമിതിയും വിളിച്ച് ഗ്രാമാവശ്യങ്ങൾ തീരുമാനിച്ച് നടപ്പിൽ വരുത്തും. സഭയിൽനിന്നും സമിതിയിൽനിന്നും അംഗങ്ങളെയെടുത്ത് പ്രവർത്തന സംഘങ്ങൾ രൂപീകരിക്കാനും ഗ്രാമസഭയ്ക്ക് അധികാരമുണ്ടാവും.

ഗ്രാമസഭയും സമിതിയും ഗ്രാമാദ്ധ്യക്ഷനേയും ഉപാധ്യാക്ഷനേയും തിരഞ്ഞെടുക്കുന്നതിനു ശേഷം നിർദ്ദേശങ്ങൾ ഹരിയൂപിയയിലെ മുഖ്യവരണാധികാരി ഗ്രാമനിവാസികൾക്ക് ബോധ്യപ്പെടുത്തുന്നതായിരിക്കും. നിയമമുഖ്യൻ ഇരുന്നപ്പോൾ മുഖ്യവരണാധികാരി വിശദമാക്കി: "ഗ്രാമസഭയിലേക്ക് ഇരുപതുപേരേയും സമിതിയിലേക്ക് പത്തുപേരേയും നിശ്ചയിക്കണം. ഗ്രാമനിവാസികൾ അവർക്കേറ്റവും അനുഭാവം തോന്നുന്ന മുപ്പതു പേരുടെ പേരുകൾ പറയണം.

പറയുന്ന ആളോട് അനുഭാവമില്ലാത്തവരുണ്ടെങ്കിൽ തെളിച്ചു പറയണം. അയാൾ സഭയിലോ സമിതിയിലോ അംഗമാകുവാൻ

യോഗ്യനാവുകയില്ല. ഗ്രാമാദ്ധ്യക്ഷനേയും ഉപാദ്ധ്യക്ഷനേയും നിശ്ചയിക്കാൻ ഗ്രാമവാസികൾക്കൊക്കെയും അവകാശമുണ്ട്. ജംബുദ്വീപിൽ ഇന്നേവരെ ഉണ്ടായിട്ടില്ലാത്ത, കീഴ്‌വഴക്കങ്ങളില്ലാത്ത ഒരു രാഷ്ട്രീയ കാര്യത്തിനു തുടക്കം കുറിക്കുകയാണ് ഈ മഹാവേദി.

യഥാർത്ഥ തിരഞ്ഞെടുപ്പ് ആരംഭിക്കുന്നതിനു മുമ്പ് മഹാരാജാവുമായി ഗ്രാമവാസികൾക്ക് സംവദിക്കാം. എന്തു സംശയവും മഹാരാജാവിനോട് ചോദിച്ച് സംശയനിവർത്തി വരുത്താം."

നിശ്ശബ്ദമായ നിമിഷങ്ങൾ ഒന്നിനു പിറകെ ഒന്നായി കടന്നുപോയി. പാരമ്പര്യമായ നിശ്ശബ്ദതയുമായി വിഘടിച്ചു പുറത്തു വരുവാൻ അല്പം താമസമുണ്ടാകുമെന്നറിയുന്ന രാജാവ് ഗ്രാമവാസികളോടു പറഞ്ഞു: "ഗ്രാമവാസികളായ മക്കളേ, ഭരണകാര്യം എന്റേതല്ലെന്ന് വിചാരിച്ച് മാറി നിൽക്കുന്ന കാലം മാറി. ഗ്രാമവാസികളുടെ ഇടപെടലുകൾകൊണ്ടേ ഭരണം രാജ്യത്തെ മനുഷ്യർക്ക് പ്രയോജനപ്രദമാവൂ. ഭരണം രാജാവിന്റെ കുടുംബകാര്യം എന്ന അലസധാരണയാണ്, ഏകാധിപതിമാരെയും അടിമവർഗ്ഗത്തേയും സൃഷ്ടിച്ചത്. ഭരണത്തിൽ നിതാന്ത ജാഗ്രത രാജ്യനിവാസികളിൽ നിന്നുണ്ടാവുമ്പോഴേ രാജാവിന്റേയും ഭരണകൂടങ്ങളുടേയും അപക്വ സഞ്ചാരങ്ങൾക്കു തടയിടാനാവൂ. രാജാവു മാത്രമല്ല ജനങ്ങളും അവരുടെ കർമ്മങ്ങൾ വീഴ്ചയില്ലാതെ അനുഷ്ഠിച്ചിരിക്കണം. ഭരണവിമർശനവും കർമ്മം തന്നെ." ഇത്രയും പറഞ്ഞപ്പോൾ വ്യത്യസ്തനായൊരു രാജാവിനെ കാണുകയും കേൾക്കുകയും ചെയ്ത ഗ്രാമവാസികളിൽ പാമ്പിഴയുന്നതുപോലെ സീൽക്കാരമുണ്ടായി. എന്നാലും ആർക്കും രാജാവിനോടൊന്നും ചോദിക്കാൻ കഴിഞ്ഞില്ല.

"ജനങ്ങൾ മൗനികളായതുകൊണ്ടാണ് അവർക്ക് ചീത്ത അനുഭവങ്ങൾ ഉണ്ടായത്." പ്രഥു പറഞ്ഞു "അതെ, അതുതന്നെയാണ് അതിനുള്ള കാരണം" രാജാവ് അഭിപ്രായപ്പെട്ടു.

നിവാസികൾക്കിടയിൽനിന്ന് ഒരു ദീനംപിടിച്ച ശബ്ദം വന്നു: "പിതൃതുല്യനായ മഹാരാജാവേ, അങ്ങേക്ക് ഗ്രാമവാസികളുടെ ദാരിദ്ര്യവും വസ്ത്രമില്ലായ്മയും അകറ്റാൻ എന്തെങ്കിലും ചെയ്യുവാൻ സന്മനസ്സുണ്ടാവണം." വളരെ ദീനത നിറഞ്ഞതെങ്കിലും തെളിമയും വ്യക്തതയും നിറഞ്ഞ അപേക്ഷ. ശബ്ദം ഒരു സ്ത്രീയുടേതാണ്. എന്നാൽ ആളെ കാണാനുമില്ല. രാജാവ് ചിന്തിച്ചു, ദുർബ്ബലയും അതീവഖിന്നയുമാണെങ്കിലും സാമൂഹികബോധമുള്ള വ്യക്തിയാണ് ചോദ്യകർത്താവ്. താനെന്ന ഒരാളുടെ ദാരിദ്ര്യമല്ല പ്രശ്നം സമൂഹത്തിന്റെ ദാരിദ്ര്യവും ദൈന്യവുമാണ് ഉയർത്തി കാണിച്ചിരിക്കുന്നത്. മഹാരാജാവ് ആരാഞ്ഞു "ആരാണ് ചോദ്യകർത്താവ്. ഒന്ന് എണീക്കാമോ?" "ക്ഷമിക്കണം മഹാരാജാവേ, വേണ്ടതുപോലെ നാണം മറക്കാൻ വകയില്ലാത്തൊരു സ്ത്രീയാണ്. പ്രഥയെന്നാണ് എന്റെ പേര്. സദസ്സിൽ എണീറ്റു നിൽക്കാൻ ജംബൂസ്ത്രീയുടെ സംസ്കാരം അനുവദിക്കുന്നില്ല. നിർഭാഗ്യയായ ഞാൻ കൈ ഉയർത്താം." സദസ്സിൽനിന്നുമുയർന്ന കൈനോക്കി മഹാരാജാവ്

നടുങ്ങിപ്പോയി. ഭുർജ്ജപത്രങ്ങൾ നാണഭാഗങ്ങളിൽ നിന്നു മാറിപ്പോവാതിരിക്കാൻ പാടുപെടുന്ന മദ്ധ്യവയസ്ക. മഹാരാജാവ് തന്റെ തോൾ മൂടി കിടന്ന വേഷ്ടിയെടുത്ത് അവരെ പുതപ്പിച്ചു. യയ്യാവതി തീരം അതു കണ്ട് കൃതജ്ഞതാബാഷ്പം തൂകി. അവൾ രാജപാദങ്ങളിൽ നമ്രശിരസ്കയായി. ഗ്രാമവാസികൾ ഒന്നായി എണീറ്റു. രാജപാദങ്ങളെ നമിച്ചു.

"അനിയത്തീ, നിർഭയം ഉത്തരം പറയണം. മക്കളെ ഉപദ്രവിക്കാനല്ല. സഹായിക്കാൻ പറ്റുമോയെന്നറിയാനാണ്."

"തീർച്ചയായും മഹാരാജൻ. അവിടുന്ന് രാജ്യനിവാസികളുടെ വാത്സല്യ പിതാവുതന്നെയാണ്."

"ഗ്രാമം വിശാലമായ കൃഷിവേലയായിട്ടും നിവാസികൾക്കെന്തുകൊണ്ടു പട്ടിണി? വസ്ത്രത്തിനെന്തുകൊണ്ടു ക്ഷാമം?."

"മഹാരാജൻ.. ഗ്രാമം നിറയെ കൃഷിവേലതന്നെ. ഫലഭൂയിഷ്ഠമായ മണ്ണുമുണ്ട്. വിളയും അതിഗംഭീരമാണ്. പക്ഷേ പരുത്തികൃഷിയില്ല. അതുകൊണ്ടു നെയ്ത്തുകാരുമില്ല. അന്യഗ്രാമങ്ങളിൽ നിന്ന് വസ്ത്രങ്ങൾ കൊണ്ടു വരുവാൻ ആരും ശ്രദ്ധിക്കലുമില്ല."

"ധാന്യത്തിന്റെ കാര്യമോ? പട്ടിണിയുടെ?."

"കർഷകരും കൃഷിപ്പണിക്കാരും ധാന്യം മെതിച്ച് പ്രഭുവിന്റെ ധാന്യപ്പുരയിൽ കൊടുത്തു കഴിഞ്ഞാൽ പിന്നെ അവിടെ കാര്യമൊന്നുമില്ല. തുച്ഛമായ മാമൂൽ പ്രതിഫലം രണ്ടു വാരത്തേക്കുപോലും തികയില്ല. അതുകൊണ്ട് അടുത്ത കൃഷിവരെ കഴിയണം."

"ധാന്യപ്പുരയിൽ ഉണ്ടായിരിക്കുമ്പോഴും?."

"നിറഞ്ഞ ധാന്യപ്പുരയിൽ കൊള്ളാതെ ആയിരക്കണക്കിനു ചാക്കുകൾ യയ്യാവതിയിൽ ഒഴുക്കി കളഞ്ഞാലും കൃഷിക്കാർക്ക് ഒരു മണിപോലും കിട്ടാറില്ല."

"കൃഷിക്കാർ ധാന്യം ആവശ്യപ്പെടാറില്ലേ?"

"ഒരിക്കൽ ആവശ്യപ്പെട്ടതിന് ഈയുള്ളവളുടെ ഭർത്താവിനെ ധാന്യചാക്കുകളോടൊപ്പം യയ്യാവതിയിൽ മുക്കി താഴ്ത്തി."

ചുറ്റുമിരുന്നവർ ശരിയാണു മഹാരാജൻ ശരിയാണ് എന്നു തലയാട്ടി സമ്മതിച്ചു.

"ഭർത്താവിനെ മുക്കി താഴ്ത്തിയതിന് സാക്ഷിയുണ്ടോ അനിയത്തീ?"

"ഞാൻ തന്നെയാണ് സാക്ഷി പിതാവേ."

"ഞങ്ങളും സാക്ഷികളാണ് മഹാരാജാവേ..." നിവാസികളിൽ പലരും എണീറ്റുനിന്നു.

"ആരാണീ ഗ്രാമത്തിലെ പ്രഭു?"

"ഞാനാണ് മഹാരാജാവേ" എന്നു പറഞ്ഞുകൊണ്ട് മുൻനിരയിൽ നിന്ന് പട്ടുവസ്ത്രധാരിയും നെഞ്ചാകെ സ്വർണ്ണമാലയും കൈവിരലുകൾ നിറയെ രത്നക്കല്ലു വച്ച മോതിരവുമണിഞ്ഞ ആജാനുബാഹുവായ ഒരാൾ

എണീറ്റുനിന്നു. കൊമ്പൻമീശയും ചുവന്നു കലങ്ങിയ മത്തക്കണ്ണുകളുമുള്ള അയാളുടെ മുഖത്തേക്കു നോക്കാൻ ധൈര്യമില്ലാതെ ഗ്രാമവാസികളിൽ പലരും താഴേക്കുനോക്കി ഇരുന്നു.

"ഗ്രാമപ്രഭുവായ താങ്കളെന്താണ് കൃഷിചെയ്തു ധാന്യപ്പുര നിറച്ചവർക്ക് ജീവിക്കാനാവശ്യമായ ധാന്യം കൊടുക്കാത്തത്?."

"പണിക്കാർ പണിത അളവിൽ ധാന്യം കൊടുക്കുന്നുണ്ട്."

"ആരാണളവു പറയുന്നത്? ആരു പറഞ്ഞ അളവിൽ..?."

"പാരമ്പര്യം."

"വളരെ പഴയ അളവല്ലേ അത്. ജീവിതാവശ്യങ്ങൾ വർദ്ധിക്കുകയല്ലേ പ്രഭു?"

"അത് പ്രഭുവിനറിയേണ്ട കാര്യമില്ല...." തികച്ചും ധാർഷ്ട്യം നിറഞ്ഞ ഉത്തരം കേട്ട് വൃചീകന്റെ കൈ തരിച്ചു. വിരലുകൾ അരയിൽ തൂങ്ങിയ കത്തിയിലേക്കു നീങ്ങുന്നതു കണ്ട രാജാവ് വിലക്കി – "പ്രഭു സംസാരിക്കട്ടെ വൃചീകാ."

"കൃഷിക്കാരുടെ വേതനം വർദ്ധിപ്പിക്കുന്നതല്ലേ ഉചിതം?"

"അതിന്റെ ആവശ്യമില്ല രാജാവേ. അടിമകൾക്ക് അടുക്കളപ്പുറത്ത് പഴങ്കഞ്ഞിയോ എച്ചിലിലയോ വേണ്ടത്രയുണ്ടാവും."

"അടിമകളോ.. ആരാണ് അടിമകൾ?"

"പണിക്കാരെല്ലാം അടിമകളാണ് രാജൻ."

"ഹരിയൂപിയയിൽ ആരും അടിമകളല്ലെന്ന പുതിയ രാജവിളംബരം താങ്കൾ അറിഞ്ഞിട്ടില്ലേ?."

പ്രഭു അലസമായ മട്ടിൽ – "ആ.. അറിവിൽപെട്ടില്ല."

"രാജാജ്ഞ അറിവിൽപെട്ടില്ലെന്നോ? നിങ്ങൾ പറയുന്നതെന്താണെന്ന് അറിയുന്നുണ്ടോ?."

ചോദ്യത്തിലെ ഗൗരവം മനസ്സിലാക്കിയ പ്രഭു.. "മേലിൽ മനസ്സിലാക്കാം രാജൻ."

"ഗ്രാമപ്രഭൂ, ഞങ്ങൾ ഇവിടെ ഗ്രാമനിവാസികളുടെ ജീവിതപുരോഗതിയെക്കുറിച്ച് ഗൗരവമായ ചർച്ച നടത്തുകയാണ്. ഇത്രയും നാൾ ഗ്രാമത്തിലെ വരുമാനം കൈപ്പറ്റി കൊഴുത്ത താങ്കൾക്ക് ഗ്രാമക്ഷേമത്തെപറ്റിയുള്ള ചർച്ചയിൽ പങ്കെടുക്കണമെന്നില്ലേ?."

അടഞ്ഞ ശബ്ദത്തിൽ ഒട്ടും താത്പര്യമില്ലാത്ത ഭാവത്തിൽ ഉത്തരം – "പങ്കെടുക്കാം."

"എങ്കിൽ അനിയത്തീ, വലിയമ്മാവാ ഗ്രാമത്തിലെ കൃഷിക്കാർക്കും നിവാസികൾക്കും ഭക്ഷ്യക്ഷാമം ഇല്ലാതാക്കാൻ എന്തു പുതിയ പദ്ധതി നമുക്കു സാധിക്കും?."

“അളന്നെടുക്കലിൽ കുറവു വന്നാൽ കൃഷിക്കാരനു ധാന്യം കൂടുതൽ കിട്ടും പ്രഭോ.” വലിയമ്മാവൻ അഭിപ്രായപ്പെട്ടു.

“നടക്കില്ല രാജാവേ.” പിരിഞ്ഞ കൊമ്പൻമീശ ഒന്നുകൂടെ വളച്ചു വച്ച് പ്രഭു മുരണ്ടു.

“കുറച്ചുകൂടെ ധാന്യം തരുവാൻ പ്രഭുവിന് സന്മനസ്സുണ്ടായാൽ മതി.” ഒരു ഗ്രാമീണൻ

“നടക്കില്ല.” കൂടുതൽ ധാർഷ്ട്യത്തോടെ.

“ധാന്യപ്പുര ഇപ്പോൾ എവിടെയാണ്?.”

“ പ്രഭുവിന്റെ കൊട്ടാരത്തൊടിയിൽ.” മറ്റൊരു ഗ്രാമീണൻ.

“ധാന്യപ്പുര അവിടെനിന്നു മാറ്റി ഗ്രാമാദ്ധ്യക്ഷന്റെ കാര്യാലയത്തോടു ചേർന്നാക്കിയാലോ?.”

“നടക്കില്ല.”- പ്രഭു കുലുങ്ങിച്ചിരിച്ചു. “അതിനെവിടെ ഗ്രാമാദ്ധ്യക്ഷൻ?” - കുലുങ്ങിച്ചിരി പ്രഭുകുടുംബത്തിലുമെത്തി.

പ്രഥു രാജാവിന്റെ കാതുകളിൽ ആരാഞ്ഞു - “മഹാരാജാവേ, ഇത്രയും ധിക്കാരം അനുവദിക്കണോ?.”

“അവനുള്ള കുഴി അവൻതന്നെ കുഴിക്കട്ടെ പ്രഥൂ. ക്ഷമിച്ചു കാണുക.”

“ഗ്രാമത്തിൽ വേണ്ടത്ര ധാന്യം ഉത്പാദിപ്പിക്കുന്നുണ്ട്. കൃഷിക്കാർക്കു കിട്ടുന്നില്ലെന്നതാണു പ്രശ്നം. ധാന്യം ഇവിടെത്തന്നെയുണ്ട്. വസ്ത്രം അടുത്ത ഗ്രാമങ്ങളിലും. ഫലത്തിൽ രണ്ടുമില്ല ഗ്രാമവാസികൾക്ക്.”

“ശരിയായതു അവിടുന്ന് പറഞ്ഞു.” - വളരെ പ്രായമായൊരു വൃദ്ധ വിറച്ചാണെങ്കിലും പറഞ്ഞൊപ്പിച്ചു.

“അതുകൊണ്ട് ധാന്യപ്പുരയിൽ ധാന്യം നിറയട്ടെ. ഗ്രാമസഭ ആവശ്യാനുസരണം ഗ്രാമവാസികൾക്ക് ധാന്യം വിതരണം ചെയ്യട്ടെ. ബാക്കി വരുന്ന ധാന്യം ആവശ്യമുള്ള ഗ്രാമത്തിനു നൽകി അവരിൽനിന്ന് പരുത്തിയും വസ്ത്രവും അടിവാരഗ്രാമം വാങ്ങട്ടെ. സുഭിക്ഷമാവും കാര്യങ്ങൾ. വസ്ത്രക്ഷാമവും തീരും.” - മഹാരാജാവ് അഭിപ്രായപ്പെട്ടു.

“അങ്ങനെ ചെയ്താൽ ഗ്രാമനിവാസികൾ രക്ഷപ്പെട്ടു. മഹാരാജൻ അങ്ങ് മഹാരാജൻ മാത്രമല്ല മഹാദേവനാണ്.” അനിയത്തിയടക്കം ഗ്രാമവാസികൾ മുഴുവനും തൊഴുകൈയുമായി നൃത്തമാരംഭിച്ചു.

“നടക്കില്ല രാജാവേ.. പൊതുധാന്യപ്പുര നിറയ്ക്കാൻ അവർക്കെവിടെ ഭൂമി? ഭൂമി മുഴുവൻ പ്രഭുവിന്റെയല്ലേ?”

രാജധിക്കാരമെന്നു തോന്നിയ പ്രധാന ഭടന്റെ കൈ കുന്തത്തിലേക്കു നീങ്ങുന്നതു കണ്ട് മഹാരാജാവ് കൈകൊണ്ട് ആംഗ്യം കാട്ടി വിലക്കി. ഗ്രാമവാസിയെന്ന നിലയ്ക്ക് പ്രഭുവിനും സംസാരിക്കാനുള്ള അവകാശമുണ്ട്.

കോപം വരാത്ത രാജാവിനെ കണ്ട് ഭടന്മാർ കണ്ണഞ്ചിനിന്നു.

"ഇത്രയും ഭൂമി പ്രഭുവിനെവിടെനിന്നു കിട്ടി?."

"എന്റെ പിതാവിൽനിന്ന്."

"താങ്കളുടെ പിതാവിൽനിന്നോ?"

"അദ്ദേഹത്തിന്റെ...."

"അദ്ദേഹത്തിന്റേയോ..."

"അദ്ദേഹത്തിന്റെ."

"അങ്ങനെ നോക്കുമ്പോൾ ഭൂമി മുഴുവനും ആദ്യരാജാവിന്റെയാണ്. രാജാവിന്റെ അവകാശമാണ് താങ്കൾ അനുഭവിച്ചിരുന്നത്. ഇന്നുമുതൽ രാജാവ് ഭൂമി താങ്കളിൽനിന്നും തിരിച്ചെടുക്കുന്നു. ഇത്രയും നാൾ ഭൂമി മുഴുവനും അനുഭവിച്ചെങ്കിലും സാധാരണ ഗ്രാമീണന്റെ തോതിൽ താങ്കൾക്കും സ്വന്തമായി ഒരുഴം ലഭിച്ചിരിക്കും."

"ഞാൻ സമ്മതിക്കില്ല. കിരീടം വെക്കാത്തൊരു താടിക്കാരൻ വന്നാൽ കാലങ്ങളായി കൈവശം വച്ച ഭൂമി പ്രഭു വിട്ടുതരികയില്ല."

ഭടന്മാർ നെഞ്ചു വിരിച്ചു നിന്നു. കൈകൾ കുന്തത്തിലേക്കു നീങ്ങി. 'മഹാരാജൻ' എന്നു മന്ത്രിച്ചു. "കിരീടം വെച്ച രാജാവിന്റെ ധൈര്യ ത്തിലാണോ താങ്കൾ ഈ നിൽക്കുന്ന സ്ത്രീയുടെ ഭർത്താവിനെ ധാന്യച്ചാക്കുകളോടൊപ്പം യയ്യാവതിയിൽ മുക്കിത്താഴ്ത്തിയത്?"

"ആണത്തമുള്ള പ്രഭുക്കന്മാർ ധാന്യച്ചാക്കുകളിലെ പാറ്റകൾ ചാവുന്നതോർത്ത് വിലപിക്കാറില്ല."

"പാറ്റകളല്ലല്ലോ. ഇവർ മനുഷ്യരല്ലേ..."

"അത് താടിനീട്ടിയ ആചാര്യർക്ക്. നാടു ഭരിക്കുന്ന പ്രഭുക്കന്മാർക്ക് പാറ്റകളെ ഒന്നായി കൊല്ലേണ്ടിവരും."

മഹാരാജാവിന്റെ നീലക്കണ്ണുകൾ കലങ്ങിമറിഞ്ഞു. നെറ്റിത്തടത്തിൽ തുറന്ന മൂന്നാം കണ്ണു ജ്വലിച്ചു. കത്തുന്ന വൈക്കോൽകുണ്ഡം പോലെ തീയാളി. ആരവിടെയെന്നലർച്ച യയ്യാവതിയെ വിറപ്പിച്ചു. പാഞ്ഞുവന്ന ഭടന്മാർ ആജ്ഞ കേട്ടു - "ഇവന് ഗ്രാമവാസികൾക്കു മുന്നിലിട്ട് ചാട്ട വാറുകൊണ്ട് അമ്പത് അടി കൊടുക്കുക."

ഭടന്മാർ വളഞ്ഞ പ്രഭു സംഭ്രമംകൊണ്ടു വിളിച്ചു പറഞ്ഞു: "മഹാ രാജാവേ പൊറുക്കണം." ചാട്ടവാറടി ആരംഭിച്ചു കഴിഞ്ഞിരുന്നു. അമ്പതടി കഴിഞ്ഞപ്പോൾ മഹാരാജാവിന്റെ ആജ്ഞ വന്നു. "ഇവനെ രാജധാനിയിലേക്ക് വലിച്ചു കൊണ്ടു പോവുക." തളർന്നവശനായ പ്രഭു കരഞ്ഞു കേണു "മഹാരാജൻ രക്ഷിക്കണേ മാപ്പ്... മാപ്പ്..."

മഹാരാജാവ് അവന്റെ പ്രാർത്ഥന കേൾക്കുന്നതേയുണ്ടായിരു ന്നില്ല. അഗ്നികുണ്ഡം പോലെ പൊള്ളിനിന്ന മഹാരാജന്റെ ചെവിയിൽ പ്രഥു ആരാഞ്ഞു: "എങ്കിൽ ധിക്കാരിയെ ഇവിടെവച്ചുതന്നെ..."

"അരുത് പ്രഥു.. ശുക്രനീതി അപരാധിക്കും വിചാരണ അനുവദി ക്കുന്നുണ്ട്."

എട്ട്

അഗ്നികുണ്ഡം കെട്ടടങ്ങി. ശുക്രാചാര്യർ മുന്നേപോലെ സുസ്മേരവദന നായി.

ശിരസ്സിനുമേൽ തൂങ്ങിനിന്ന മൂർച്ചയേറിയ പരശു എടുത്തു മാറ്റിയതു പോലെ ഗ്രാമവാസികളാകെ ഭയനിഴലിൽനിന്നു വിമുക്തരായി. ജഡാ വസ്ഥയിൽ നിന്നും ഉണർന്ന അവർ ഊർജ്ജാവസ്ഥയിൽ ചൈതന്യ വത്തായി. ഏറ്റവും കടുത്ത ശത്രു ഒഴിഞ്ഞുപോയ ആശ്വാസം. യയ്യാ വതി തീരത്ത് ഉണർവ്വും ഉന്മേഷവും പരന്നു.

മുൻനിരയിലെ ഇരിപ്പുകാരിലുമുണ്ടായി പ്രതികരണങ്ങൾ. ചെറുപ്പ ക്കാരനായ ഒരാൾ എണീറ്റുവന്ന് മഹാരാജപാദം തൊട്ടു വന്ദിച്ചു പറഞ്ഞു "മഹാരാജാവേ പ്രഭുകുടുംബത്തിലെ ഒരംഗമാണു ഞാൻ. പ്രഭു ചെയ്തി രുന്നത് ശരിയാണെന്ന അഭിപ്രായമുണ്ടായിരുന്നില്ല. എതിർക്കാൻ വേണ്ട പിൻബലവുമില്ലായിരുന്നു. ഇന്നിപ്പോൾ അവിടുന്ന് അതിനുള്ള പ്രചോദ നമായി. എനിക്കാവശ്യത്തിനേക്കാൾ കൂടുതലുള്ള ഭൂമി ഞാൻ കൊടു ക്കാൻ തയ്യാറാണ്. ഗ്രാമത്തിലെ പട്ടിണി മാറ്റാൻ മറ്റെന്തു ചെയ്യുവാനും തയ്യാർ. എന്റെ ശരീരത്തിൽ ആവശ്യത്തേക്കാൾ പട്ടുവസ്ത്രങ്ങളുണ്ട്. അവയും ഞാൻ ഉപേക്ഷിക്കുകയാണ്. അവ നഗ്നത മറക്കാൻ തുണി യില്ലാത്തവർക്ക് ഉപകരിക്കുമെങ്കിൽ കൃതാർത്ഥനായി." യുവാവ് ഇത്രയും പറഞ്ഞ് തന്റെ ശരീരത്തിലുണ്ടായിരുന്ന വേഷ്ടിയും പുതപ്പും തലപ്പാവു മെല്ലാം അഴിച്ച് രാജപാദങ്ങളിൽ വച്ചു. മഹാരാജാവു ചോദിച്ചു: "യുവാവേ, ഭയമാണോ നിങ്ങളെ ഇതിനു പ്രേരിപ്പിച്ചത്?"

"ഒരിക്കലുമല്ല മഹാരാജൻ. അങ്ങ് ആരേയും ഭയപ്പെടുത്തിയില്ല. ഗ്രാമത്തിൽ വേരാഴ്ന്നുനിന്ന ഒരു മുൾച്ചെടി വേരോടെ പറിച്ചു കളയുക യല്ലേ? അങ്ങ് സേവനം മാതൃകയാക്കി കാണിച്ചുതന്നു. സ്വയം വേഷ്ടി പുതച്ച് മറ്റുള്ളവരുടെ നഗ്നത കാണാതെ രാജാജ്ഞ മുഴക്കുകയായി രുന്നുവെങ്കിൽ ഞാൻ അങ്ങയെ പിൻതുടരുമായിരുന്നില്ല. അങ്ങ് സ്നേഹ ദൂതനായതുകൊണ്ടാണ് എന്റെ ഈ പിൻതുടരൽ..."

"നല്ലത് യുവാവേ, ത്യാഗവും സേവനസന്നദ്ധതയും മനസ്സാക്ഷിയിൽ നിന്നു വരേണ്ടതുതന്നെ.

"കുഞ്ഞേ, നിന്റെ പ്രവർത്തിയെ രാജാവ് സ്വീകരിച്ചു. നിനക്കു നന്ദി." തുടർന്നു വന്ന് അലങ്കാര വസ്ത്രങ്ങൾ അഴിച്ചു നൽകിയവരിൽ ഒരാൾ പറഞ്ഞു: "സമ്പത്തിന്റെ മദ്ധ്യത്തിൽ ആറാടി സമജീവി ബോധം നഷ്ട പ്പെട്ട ഞങ്ങളെ അങ്ങ് ശരിയായ കാഴ്ചയുള്ളവരാക്കി. അധ്വാനിക്കുന്ന വന്റെ വിയർപ്പിൽ സുഖിച്ചു കഴിയുകയായിരുന്ന ഞങ്ങളുടെ തെറ്റ് ബോധ്യമാക്കി. നാളെ മുതൽ ഞങ്ങളും ഗ്രാമവാസികൾക്കൊപ്പം പണിയായുധങ്ങളുമായി വയലേലകളിൽ ഇറങ്ങും." മറ്റൊരാൾ പറഞ്ഞു: "രാജാവിൽനിന്ന് ഞങ്ങൾക്കും ശാസന മാത്രമേ കിട്ടിയിരുന്നുള്ളൂ.

ഇന്നാദ്യമായി സ്നേഹം കണ്ടു. അങ്ങ് ഞങ്ങൾക്ക് സ്നേഹനിധിയായ മഹാദേവൻ തന്നെ."

കുന്നുകൂടിയ വസ്ത്രങ്ങൾ ഏറ്റവും കൂടുതൽ നഗ്നരായവർക്കു നൽകി ആചാര്യൻ പറഞ്ഞു: "രാജാവ് ആരുടേയും ഭൂമിയും വസ്ത്രവും പിടിച്ചു പറിക്കുന്നില്ല. ആരും ആരേയും ചൂഷണം ചെയ്യാത്ത അവസ്ഥ സൃഷ്ടിക്കുക മാത്രം. രാജ്യത്തിൽ നിലനിൽക്കുന്ന നിവാസാനുപാതത്തിന്റേയും ഫലഭൂയിഷ്ഠതയുടേയും അടിസ്ഥാനത്തിൽ തുല്യമായി വീതിക്കുന്നുവെന്നുമാത്രം. ധാന്യം ചിതൽ കയറി നഷ്ടപ്പെടാതിരിക്കാൻ ധാന്യപ്പുരയുണ്ടാക്കുന്നു. ഗ്രാമത്തിലെ മുഴുവൻ നിവാസികൾക്കും വീതിച്ചു കൊടുക്കുന്നു."

അതിയായ ഉന്മേഷത്തിൽ സദസ്സ് ഒന്നായി കൈയടിച്ചു. "ഇനി ഭൂമിയിൽനിന്ന് നല്ല വിളവുണ്ടാക്കി ഗ്രാമം കൂടുതൽ ഐശ്വര്യവത്താക്കേണ്ടത് എല്ലാവരുടേയും ചുമതലയാണ്. കൂട്ടായ പ്രയത്നംകൊണ്ട് ഗ്രാമത്തെ സ്വർഗ്ഗമാക്കാം. അധ്വാനിക്കാത്ത ആരും ഉണ്ടാവാൻ പാടില്ല. കർമ്മം ചെയ്യാത്തവന് കഞ്ഞിയില്ല." എല്ലാവരും അതേറ്റു ചൊല്ലി "കർമ്മം ചെയ്യാത്തവനു കഞ്ഞിയില്ല." യയ്യാവതി തീരത്താകെ മന്ത്രംപോലെ അതു പരന്നു. കാറ്റും വെയിലും ഇരുളും പകലും അതേറ്റുപാടി "കർമ്മം ചെയ്യാത്തവന് കഞ്ഞിയില്ല."

ഒരു വൃദ്ധൻ എണീറ്റുനിന്നു: "മഹാചാര്യനായ മഹാരാജാവേ - അരുഥമലയ്ക്കടിയിലേക്ക് യയ്യാവതിയിൽനിന്നു വെള്ളം തുറന്നു കിട്ടിയാൽ ഇന്നത്തേക്കാൾ പത്തിരട്ടി ധാന്യങ്ങൾ വിളയിക്കാം."

"വളരെ നല്ല നിരീക്ഷണം. രാജ്യത്തെ പട്ടിണിമാറ്റാൻ പറ്റിയ നിർദ്ദേശം. അതിനുവേണ്ട ജലസേചന പദ്ധതി ഗ്രാമസഭയ്ക്കാരംഭിക്കാം. സഭയിൽ അതിനുപറ്റിയ വിദഗ്ധരെ ഉൾക്കൊള്ളിക്കണം. സാമ്പത്തികവും വിദഗ്ധ സഹായവും രാജാവിൽനിന്നുണ്ടാവും. മെസോപ്പൊട്ടേമിയയിൽനിന്നോ മാറ്റ്അക്കാദിയിൽനിന്നോ അഷൂറിൽ നിന്നോ ആവശ്യമാണെങ്കിൽ വിദഗ്ധരെ വരുത്തി തരാം. അവർക്ക് ജലസേചന പദ്ധതികൾ ധാരാളമുണ്ടെന്നറിയുന്നു. ആദ്യം നിങ്ങൾ ഗ്രാമത്തിനു സഭയും സമിതിയുമുണ്ടാക്കൂ. ഗ്രാമാദ്ധ്യക്ഷനേയും ഉപാധ്യാക്ഷനേയും തീരുമാനിക്കൂ."

തിരഞ്ഞെടുപ്പുകാര്യക്കാരൻ പ്രഖ്യാപിച്ചു: "ആദ്യം ഗ്രാമവാസികളെല്ലാവരും ചേർന്ന് ഗ്രാമസഭ അദ്ധ്യക്ഷനെ തീരുമാനിക്കാം. സമ്മതമായ ഒരാളുടെ പേര് പറയണം. മറ്റൊരാൾ അതു പിന്തുണയ്ക്കണം. അതാണ് ചട്ടം. എതിരുണ്ടെങ്കിൽ പകരനിർദ്ദേശിയുടെ പേരും പിന്തുണയും വിളിച്ചു പറയണം."

കുറച്ചു നേരത്തേക്ക് നിശ്ശബ്ദത പരന്നു. ആരും പേരുകളൊന്നും പറയാതെ വന്നപ്പോൾ മഹാരാജാവ്: "എന്തുകൊണ്ട് പ്രഥയുടെ പേര് പരിഗണിച്ചുകൂടാ."

“അയ്യോ മഹാരാജാവേ, പ്രഥ അനാഥയായൊരു സ്ത്രീ മാത്രം.”

“അനാഥരും സനാഥരാവേണ്ടേ കുഞ്ഞേ.” അപ്പോഴേക്കും ഗ്രാമവാസികളിൽ ഒരാൾ വിളിച്ചു പറഞ്ഞു “പ്രഥയെ ഞങ്ങൾ പിന്താങ്ങുന്നു.” ഗ്രാമവാസികൾ ഒന്നായി വിളിച്ചു പറഞ്ഞു. “പ്രഥ നമ്മുടെ ഗ്രാമാദ്ധ്യക്ഷ.” കാര്യക്കാരൻ ഓരോന്നും എഴുതിവച്ചു. ആരവം അടങ്ങിയപ്പോൾ ഇനി ഗ്രാമഉപാദ്ധ്യക്ഷനെ കണ്ടുപിടിക്കണം. നിശ്ചയിക്കുന്ന രീതി മനസ്സിലായ ഗ്രാമവാസികൾ നന്നായി ഉണർന്നു. ഒരാളിൽനിന്നു നിർദ്ദേശം വന്നു. വലിയമ്മാവൻ “അയ്യോ ഞാൻ വയസ്സൻ, പോരാത്തതിന് മുറിവേറ്റ രോഗിയും.” വലിയമ്മാവൻ നിസ്സഹായത നിരത്തി “മുറിവെല്ലാം ഉണങ്ങിത്തുടങ്ങിയില്ലേ? ഒരു വാരത്തിനുള്ളിൽ മൃതസഞ്ജീവനി പൂർണ്ണമായും ഉണക്കും. വയസ്സും കുറയും. ഇനിയുള്ള കാലം ഗ്രാമത്തിന്റെയും രാജ്യത്തിന്റെയും മുറിവുണക്കാൻ ശ്രമിച്ചുകൂടെ വലിയമ്മാവന്യ താങ്കളുടെ അറിവ് ഇളംതലമുറയ്ക്ക് വലിയ ഗുണം ചെയ്യില്ലേ?” വലിയമ്മാവൻ പറഞ്ഞു: “അവിടുന്നു ആജ്ഞാപിച്ചാൽ ജീവൻപോലും കളയാൻ തയ്യാറാണ്.” “ജീവൻ കളഞ്ഞിട്ടെന്തു കാര്യം, പ്രവർത്തിക്കുകയല്ലേ വേണ്ടത്?” രാജാവിനോടൊപ്പം ഗ്രാമവാസികൾ ചിരിയിൽ മുങ്ങി. വലിയമ്മാവനും ചിരിയിൽ പങ്കുചേർന്നു. നാമനിർദ്ദേശത്തെ തുടർന്നു വന്ന പിൻതാങ്ങലോടെ വലിയമ്മാവൻ ഗ്രാമഉപാധ്യക്ഷനായി പ്രഖ്യാപിക്കപ്പെട്ടു.

ഗ്രാമസഭയിലേക്ക് ഇരുപതു പേരേയും സമിതിയിലേക്ക് പത്തു പേരേയും തെരഞ്ഞെടുക്കാൻ ഗ്രാമനിവാസികൾ വലിയ ഉന്മേഷം കാണിച്ചു. സഭയിൽനിന്നും സമിതിയിൽനിന്നും വിദഗ്ധരേയും വാസനയുള്ളവരേയും തിരഞ്ഞ് ഗ്രാമീണർ ജലസേചനത്തിനും ധാന്യപ്പുരയ്ക്കും ഈടുവെപ്പു നോട്ടത്തിനുമായി വിവിധ കമ്മിറ്റികളും ഉണ്ടാക്കി. സമിതിയുടെ തലപ്പത്ത് വന്നത് കർഷക യുവാവാണ്.

മലയടിവാരത്തുനിന്നു വന്ന ഗ്രാമീണർ കൊണ്ടുവന്ന മൂത്തു പഴുത്ത നല്ല പഴങ്ങൾ എല്ലാവർക്കും വിതരണം ചെയ്യപ്പെട്ടു. മഹാരാജാവും അവരോടൊപ്പം പഴങ്ങൾ രുചിച്ചു ഭക്ഷിച്ചു. കൃഷിക്കാരെ അഭിനന്ദിക്കുകയും ചെയ്തു. നല്ലവണ്ണം വെള്ളം നൽകി വളർത്തിയ പഴങ്ങൾ.

സദസ്സു പിരിയാറായപ്പോൾ അതുവരെ കണ്ടതിൽ നിന്നു ധൈര്യം കിട്ടിയ രണ്ടു പണിക്കാർ വേച്ചുവേച്ച് രാജസന്നിധിയിലെത്തി താഴ്മയായി അറിയിച്ചു.

“മഹാപ്രഭോ, അടിയങ്ങൾ ഗ്രാമത്തിൽ പാത്രം പണിയുന്നവനും മരപ്പണി നടത്തുന്നവനുമാണ്.”

ആചാര്യൻ തിരുത്തി: “അടിയങ്ങൾ എന്നല്ല, ഞങ്ങൾ എന്നു പറയൂ.”

അല്പസമയത്തെ ഞെട്ടലിനൊടുവിൽ –“ പ്രഭോ ഞങ്ങൾ.”

“ശരി എന്താണ്. നിങ്ങൾക്കു പറയുവാനുള്ളതെന്തെന്ന് രാജാവു പറയും. കേട്ടുകൊള്ളുക ഇതുതന്നെയല്ലേയെന്ന്. പണിയുന്ന കലങ്ങളും

മരസാധനങ്ങളും മുഴുവനും മൂപ്പൻ കൈയോടെ കൊണ്ടുപോകുന്നു. പ്രതിഫലമായി വളരെ കുറഞ്ഞ നിഷ്കം കിട്ടുന്നു. അതുകൊണ്ട് പത്തും പന്ത്രണ്ടും പേരുള്ള വീട് പുലർത്താൻ കഴിയുന്നില്ല. പട്ടിണിയും രോഗവും മാത്രം ഈടുവെപ്പ് അല്ലേ?" "അവിടുന്ന് എല്ലാം അറിയുന്ന മഹാദേവനാണ്." രാജാവ് പുതിയ ഗ്രാമാദ്ധ്യക്ഷനേയും ഉപാധ്യക്ഷ നേയും അടുത്തേക്കു വിളിച്ചു വരുത്തി. "പറയൂ ഗ്രാമാദ്ധ്യക്ഷേ, ഉപാ ധ്യക്ഷാ, ഇത്തരം അപേക്ഷകളിൽ നിങ്ങൾ എന്തു ചെയ്യാനാണ് ഭാവം?" ഗ്രാമാദ്ധ്യക്ഷ അല്പനേരത്തെ ആലോചനയ്ക്കുശേഷം പറഞ്ഞു: "കൃഷി ക്കാരുടെ ദൈന്യതയ്ക്കു പരിഹാരം കണ്ട നീതിശാസ്ത്രംതന്നെ ഇവിടെയും പ്രയോഗിച്ചുകൂടെ, മഹാരാജൻ?"

"എങ്ങനെ?"

"കരകൗശലക്കാരേയും കലാകാരന്മാരേയും മൂപ്പൻ ചൂഷണത്തിൽ നിന്നും രക്ഷിക്കുവാൻ പ്രദർശനശാലയും സൂക്ഷിപ്പുപുരയും നടപ്പിലാ ക്കുക." "വളരെ നല്ലത്. എല്ലാ പ്രവർത്തികൾക്കും ഒരേ നീതി - ഇക്കാര്യ ത്തിൽ രാജാവിന് സഹായിക്കാൻ കഴിയും. കരകൗശലവസ്തുക്കൾ നിവാസികൾ നിഷ്ക്കം നൽകി വാങ്ങും. ആവശ്യക്കാർക്ക് ആദായ വിലയ്ക്കു കിട്ടും. കൂടാതെ ബാക്കി വരുന്നവയും വില കൂടിയവയും കടലിനക്കരേക്ക് നമ്മുടെ വാണിഭക്കാർ കൊണ്ടുപൊയ്ക്കോളും. അവർ തരുന്ന നല്ല വില നിർമ്മിതാക്കൾക്ക് നൽകുകയും ചെയ്യാം. വിപണന സഹായം രാജാവിൽനിന്ന് ഉറപ്പുതരുന്നു."

"നിങ്ങൾ വിഷമിക്കാതെ നിർമ്മാണം നടത്തിക്കൊള്ളുക. ഇനിയു ണ്ടാക്കുന്നവ ഗ്രാമകാര്യാലയം ഏറ്റെടുത്തുകൊള്ളും. നല്ല വിലയും തരും."

"അതുമതി പ്രഭോ. അതുമതി. ഞങ്ങൾ രക്ഷപ്പെട്ടു. അവിടുന്ന് ഞങ്ങടെ വിഷമം കണ്ടു."

അവർ മഹാരാജാവിനെ വണങ്ങി സ്ഥാനങ്ങളിലേക്കുതന്നെ പോയി.

വിഹ്വലയായൊരു സ്ത്രീ ഓടിവരുന്നതു കണ്ടു. നെഞ്ചിലിടിച്ചു കര ഞ്ഞാണു വരവ്. വന്നപാടെ രാജപാദങ്ങളിൽ വീണു.

"എണീക്കൂ കുഞ്ഞേ.. പറയൂ എന്താണു നിന്റെ പ്രശ്നം?"

"മഹാരാജാവേ. മൂന്നു കുഞ്ഞുങ്ങളുടെ അമ്മയാണു ഞാൻ. ഇപ്പോൾ കെട്ടിയോൻ പറയുന്നു പുതിയ പെണ്ണിനെ കൂട്ടിക്കൊണ്ടു വരുമെന്ന്. ഞാനും മക്കളും കൂടി വിട്ടുപോണമെന്ന്. പോയില്ലെങ്കിൽ അടിച്ചിറക്കു മെന്ന്."

"എവിടെയാണിവരുടെ ഭർത്താവ്? വരാൻ പറയൂ."

ഭടൻ അവരുടെ ഭർത്താവിനേയും കൂട്ടി വന്നു.

"ശരിയാണോ ഇവർ പറയുന്നത്? നിങ്ങൾ ഭാര്യയേയും കുഞ്ഞു ങ്ങളേയും ഉപേക്ഷിച്ച് മറ്റൊരു സ്ത്രീയെ കൂട്ടിക്കൊണ്ടു വരുവാൻ പോകുന്നോ?"

''രാജാവേ, ആണുങ്ങൾക്ക് എത്ര കല്യാണവും ആകാമല്ലോ.''

"എന്ന് ആര് എവിടെയാണു പറഞ്ഞിരിക്കുന്നത്."

"നാട്ടുനടപ്പ് അതല്ലേ."

"അങ്ങനെ ഒരു നാട്ടുനടപ്പില്ല. അധർമ്മികളും കമിതാക്കളും പറഞ്ഞു പരത്തിയതാണ്." രാജാവ് ഗ്രാമാദ്ധ്യക്ഷനേയും ഉപാദ്ധ്യക്ഷനേയും നോക്കി: "ഇത് രാജ്യത്തെ മുഴുവൻ മനുഷ്യരേയും ബാധിക്കുന്നതു കൊണ്ട് രാജാവുതന്നെ തീരുമാനമുണ്ടാക്കാം."

"ശരി മഹാരാജൻ."

"നീതിശാസ്ത്രത്തിൽ രാജാവിനും റാണിക്കും ഏകഭാര്യാവ്രതവും ഏകഭർതൃവ്രതവുമാണ് നിശ്ചയിച്ചിട്ടുള്ളത്. ഭാര്യയെ തമസ്കരിച്ച് അന്യസ്ത്രീകളെ കാമിക്കുന്നവൻ കാരാഗൃഹവാസം അനുഭവിക്കേണ്ടി വരും. സ്വന്തം ഭാര്യയേയും കുടുംബത്തേയും സംരക്ഷിക്കുന്നുവോ അതോ ഹരിയൂപിയയിലെ തടങ്കലിലേക്ക് യാത്രയാകുന്നോ?"

അയാൾ രാജപാദങ്ങളിൽ വീണു കരഞ്ഞു: "ക്ഷമിക്കണം മഹാ രാജാവേ. ബുദ്ധിഹീനതയ്ക്കു ക്ഷമിക്കണം. മേലിൽ ഇങ്ങനെയൊരു തെറ്റുണ്ടാവില്ല."

"എന്തു പറയുന്നു കുഞ്ഞേ? ഭർത്താവിനെ കാരാഗൃഹത്തിലേക്ക് വലിച്ചിഴയ്ക്കട്ടെ?"

"വേണ്ട മഹാരാജാവേ, അവിടുത്തെ ബോധ്യപ്പെടുത്തൽകൊണ്ട് ബുദ്ധിയുദിച്ചല്ലോ."

മഹാരാജാവു ഗ്രാമാദ്ധ്യക്ഷയെ നോക്കി പറഞ്ഞു – "പ്രഭേ, ഇയാൾ വാക്കു മാറി അധർമ്മം പ്രവർത്തിക്കുന്നോവെന്ന് നിരീക്ഷണത്തിലൂടെ ഉറപ്പാക്കണം. വിപരീതമായി കണ്ടാൽ രാജാവിനെ അറിയിക്കണം."

"അങ്ങനെ ചെയ്യാം മഹാരാജൻ."

ഒരു മധ്യവയസ്ക തന്റെ പേരക്കുട്ടിയേയുംകൊണ്ട് സധൈര്യം രാജ സന്നിധിയിൽ വന്നു.

"മഹാരാജൻ, ഇവൾ നിർത്താതെ വാശിപിടിക്കുന്നു. ഇവൾക്കു രാജാവിനെ ഒന്നു തൊടണമെന്ന്. ശാസിച്ചു നിർത്താൻ പറ്റുന്നില്ല. പാവ ത്തിന്റെ അച്ഛനും അമ്മയും പട്ടിണി കിടന്ന് ദീനപ്പെട്ടു മരിച്ചുപോയി."

മഹാരാജാവ് കുഞ്ഞിക്കണ്ണുകളിലേക്കു നോക്കി. രണ്ടു വയസ്സായ ദേവതന്നെ. തനിക്കൊരിക്കലും ലാളിക്കാൻ കഴിയാതെ പോയ കുഞ്ഞു ദേവ. കുഞ്ഞിനെ ഇരുകൈകളിലും വാങ്ങി നെറുകയിലും ശിരസ്സിലും ഉമ്മ വച്ചു. കൂവളത്തളിർപോലെ സാന്ദ്രമായ കവിളിൽ ശിരസ്സുരുമ്മി. അവളെ ഉയർത്തി ഗ്രാമവാസികളോടു പറഞ്ഞു: "ഇവൾ രാജാവിനെ കാണാൻ ആഗ്രഹിച്ചവൾ. രാജസ്പർശം ആഗ്രഹിച്ചവൾ. ഇവൾ പുതിയ കാലത്തിലെ ആദ്യയാത്രിക."

ഗ്രാമവാസികൾ നിർത്താതെ ഹർഷാരവം മുഴക്കി. "രാജാവ് നീണാൾ വാഴട്ടെ."

ശുക്രമഹാരാജാവിന്റെ മനസ്സ് ദൈന്യതയുടെ കാറ്റേറ്റുലഞ്ഞു. യയ്യാവതി തീരത്തു വന്നിറങ്ങിയ നിമിഷം മുതൽ കാണുകയാണ്. നാണം മറയ്ക്കാൻപോലും വസ്ത്രമില്ലാത്ത കുട്ടികൾ സദസ്സിലിരുന്ന് അസ്വസ്ഥരാവുന്നു. അവരിൽ ആൺകുട്ടികളും പെൺകുട്ടികളുമുണ്ട്. അധികവും പത്തിനു താഴെയുള്ളവർ. അവരെല്ലാം ഗ്രാമത്തിൽ അലഞ്ഞുതിരിഞ്ഞു നടക്കുകയാണ്. ചന്തപ്പട്ടികളെപ്പോലെ തീറ്റകളിൽ മുഖം പൂഴ്ത്തി മണപ്പിച്ചുകൊണ്ട്. അവരെല്ലാം ചേറ്റുകണ്ടങ്ങളിൽ കട്ടതല്ലുന്നു. കള പറിക്കുന്നു. തലയിൽ എടുക്കാചുമടുമായി വേച്ചു നടക്കുന്നു. എവിടെയെങ്കിലും തീറ്റ സാധനങ്ങൾ കണ്ടാൽ അവിടെ ദാഹക്കണ്ണുകളുമായി ചുറ്റിപ്പറ്റി നിൽക്കുന്നു. അച്ഛനുമമ്മയ്ക്കുപോലും അറിയില്ല അവർ എവിടെയാണെന്ന്. കാലത്തു വീടുവിട്ടുപോയാൽ രാത്രി തൊഴുത്തണയുന്ന കാലിക്കൂട്ടങ്ങൾ. രാത്രി കൂടണഞ്ഞില്ലെങ്കിലും അറിയുക പോലുമില്ല. കൂടണഞ്ഞവർക്ക് പ്രത്യേക പരിഗണനകളൊന്നുമില്ല.

ഗ്രാമം വിട്ടുപോരുമ്പോൾ ആചാര്യൻ ചോദിച്ചു: "കുട്ടികളുടെ കാര്യത്തിൽ എന്തെങ്കിലും ചെയ്യേണ്ടേ പ്രഭൂ?"

"വേണം ആചാര്യാ, അവിടുന്ന് വല്ലാതെ അസ്വസ്ഥനായി കണ്ടു. ഗ്രാമസഭയ്ക്കു മാത്രം ചെയ്യാൻ പറ്റുന്നതല്ല അത്. രാജാവ് എന്തെങ്കിലും ചെയ്തേ പറ്റൂ."

മഹാരാജനെ യാത്രയാക്കാൻ അപ്പോഴേക്കും ഗ്രാമവാസികൾ മുഴുവനും പങ്കെടുക്കുന്ന ആഘോഷം ആരംഭിച്ചു. ദുന്ദുഭിയും ഗ്രാമവാദ്യവും കൂടാതെ മുഴുവൻ നിവാസികളും മുഖത്തു ചായം തേച്ച് ഗ്രാമനൃത്തം ചെയ്യാൻ തുടങ്ങി.

ഗ്രാമം വിട്ടുപോരാൻ സമയം രാജാവ് പറഞ്ഞു: "ഗ്രാമാദ്ധ്യക്ഷേ സഭാസമിതിയംഗങ്ങളേയും കൊണ്ട് താമസിയാതെ യയ്യാവതി തീരത്തെത്തേണ്ടിവരും. രാജാവിനെ തിരഞ്ഞെടുക്കാൻ."

"നിസ്സാരരായ ഞങ്ങളോ മഹാരാജൻ?"

"ആരു പറഞ്ഞു നിങ്ങൾ നിസ്സാരരെന്ന്? ഇനിമേൽ നിങ്ങളാണ് ഹരിയൂപിയ ഭരിക്കാൻ പോകുന്നത്."

ഗ്രാമം പുതിയ രാജ്യം രൂപപ്പെടുത്താൻ കാത്തുനിന്നു.

മൂന്നു മാസക്കാലത്തെ നിരന്തര സന്ദർശനങ്ങൾകൊണ്ട് ഹരിയൂപിയയിലെ ഗ്രാമങ്ങളിൽ മുഴുവനും ഗ്രാമസഭയും സമിതികളും രൂപപ്പെടുത്തി ശുക്രമഹാരാജൻ. നഗരമേമേഖലകളിൽകൂടി ഭരണനിർവ്വഹണ സഭാസമിതികൾ ഉദയംകൊണ്ടതോടെ പുതിയ രാജാവിനേയും മന്ത്രിസഭയേയും നിശ്ചയിക്കാൻ ഹരിയൂപിയ തയ്യാറായി.

ഒമ്പത്

ശുക്രനീതി പ്രബോധനം വിചാരിച്ചതിനേക്കാൾ നീണ്ടുപോയി. മൂന്നോ നാലോ ദിവസങ്ങൾകൊണ്ട് അംഗങ്ങളിൽ ഏകദേശ ധാരണയുണ്ടാക്കാൻ കഴിയുമെന്നതായിരുന്നു അധ്യാപകരായ പ്രഥുവിന്റേയും വൃചീകന്റേയും അനുമാനം. കേട്ടിട്ടില്ലാത്ത അറിവിന്റെ അപാരത സഭാസമിതികളെ പുതിയ മാനങ്ങളിലേക്കുയർത്തി പറത്തി. സംശയങ്ങളും പുതിയ ചോദ്യങ്ങളുമായി വാരംതന്നെ കഴിഞ്ഞുപോയി. സഭാസമിതികളുമായി വിചാരം ആരംഭിക്കുന്നതിനു മുമ്പ് ആചാര്യർ കൃത്യമായി നിർബന്ധിച്ചിരുന്നു. ആർക്കും ശുക്രനീതിയിൽ ഒരു സംശയവും അവശേഷിക്കരുത്. ഓരോ വാക്കും ഹരിയൂപിയ നിവാസികളെ സംബന്ധിച്ചിടത്തോളം മൃതിയിൽ നിന്നുള്ള ഉത്തേജക ഔഷധമാണ്. ഗ്രാമങ്ങളിലും നഗരപ്രദേശങ്ങളിലും മേഖലകളിലും പതിരുവിത്തുകൾ വീഴരുത്. ഭരണാധികാരി എറിയുന്ന വിത്താണ് നിവാസ ഹൃദയങ്ങളിൽ ചെടിയായി വളരുക. അതുകൊണ്ട് സഭാസമിതി അംഗങ്ങളുടെ മുഴുവൻ സംശയങ്ങളും ദുരീകരിക്കുക തന്നെ വേണം.

കണ്ണടച്ച് സ്വീകരിക്കുന്ന വിത്തുകൾക്ക് വിള നൽകാൻ കഴിവു കുറയും. സൂക്ഷ്മമായി പരിശോധിച്ച് ഉറപ്പു വരുത്തിയ വിത്ത് പതിന്മടങ്ങു വിള നൽകും. അതിനായി എത്ര സമയം ആവശ്യം വന്നാലും അധികമാണെന്നു വിചാരിക്കരുത്. ദണ്ഡനീതി കേവലം രാജാവിനെക്കുറിച്ചുള്ള സ്തുതിഗീതമല്ല. രാജാവിനു നേരെയുള്ള താക്കീതുകളാണ്. തുടികൊട്ടി വാഴ്ത്തുപാട്ടു പാടുന്ന മലമ്പണ്ടാരങ്ങളുടെ, ഭിക്ഷ സ്വീകരിച്ചു പടിയിറങ്ങുന്ന അധരവ്യായാമമല്ല. ഭരണത്തിന്റെ സമഗ്രഭാവങ്ങളേയും ഭരണത്തിലനുഷ്ഠിക്കേണ്ട സൂക്ഷ്മഭാവങ്ങളേയും ആധികാരികമായി അടയാളപ്പെടുത്തിയ നീതിശാസ്ത്രമാകുന്നു.

പരമ്പരാഗതമായ പുരോഹിത രാജഭരണത്തിൽനിന്നും രാജ്യത്തെ രക്ഷിക്കുന്ന രാഷ്ട്രീയ തത്ത്വസംഹിത. അന്നേവരെ ആവശ്യമാവാത്ത നിരവധി കാര്യങ്ങൾ പ്രജകളിൽനിന്നും സഭാസമിതികളിൽനിന്നും ആവശ്യപ്പെടുന്നു അത്. രാജ്യഭരണം കേവലം രാജാവിന്റേയും രാജകുടുംബത്തിന്റേയും സ്വകാര്യ കാര്യം മാത്രമെന്ന ധാരണയിൽ നിന്നുള്ള വ്യതിയാനം. കർത്തവ്യബോധമില്ലാതെ, മണിമഞ്ചങ്ങളിൽ സുഖസുഷുപ്തിയിലാറാടി കഴിഞ്ഞ സഭാസമിതികളെ ഉത്തരവാദിത്വം ബോധ്യപ്പെടുത്തുന്ന അറിവുകളുടെ സഞ്ചയം. ചുമതലകൾ വേണ്ടതുപോലെ വിനിയോഗിക്കാതെ സ്വേച്ഛാധിപത്യത്തിലേക്ക് വഴുതിപോയതിന് രാജാവിനെ മാത്രം പഴി പറഞ്ഞിട്ടു കാര്യമില്ല. കർമ്മം ഓരോരുത്തരും വിട്ടു കളയാൻ പാടില്ലാത്ത കടമയാകുന്നു. കർമ്മം ചെയ്യാത്തവനു കഞ്ഞിക്കർഹതയില്ല.

ശുക്രനീതി ആദ്യം മഹാചാര്യർ പ്രഥുവിനും വൃചീകനും ശംബരനും ശരഭനും വലനും വൃത്രനും ഉപദേശിച്ചു.. ഗ്രാമയാത്രകൾക്കിടയിലെ സാന്നിദ്ധ്യം പ്രഥുവിനും കൂട്ടർക്കും പരിചിതമായി. നീതിവ്യവസ്ഥകൾ മൂന്നു നാലു ദിവസങ്ങൾകൊണ്ട് അവർക്ക് ഹൃദിസ്ഥമായി. അവശ്യ രക്ഷ, ചാരവൃത്തി രാജപുത്രലക്ഷണം, വിവിധ ഉപായത്തോടുകൂടിയ

ചാരപ്രയോഗം, സാമം, ദാനം, ഭേദം, ദണ്ഡം, ത്യാഗം എന്നിവ വിശദമായി ഉപയോഗിക്കാറായി. തേര്, ആന, കാലാൾ, അടിമകൾ, കപ്പൽ, ചാരന്മാർ, ആചാര്യന്മാർ, സൈന്യത്തിന്റെ പ്രത്യക്ഷംഗങ്ങളെപ്പറ്റിയും ജംഗമം, അജംഗമം, വിഷം, ചൂർണ്ണം എന്നിവയെപ്പറ്റിയും ശത്രുക്കൾ, മിത്രങ്ങൾ, ഉദാസീനന്മാർ എന്നിവരെപ്പറ്റിയും മാർഗ്ഗഗുണം, ഭൂമിഗുണങ്ങൾ, ആത്മസംരക്ഷണം, ആശ്വാസം, നിർമ്മാണങ്ങളുടെ നോട്ടം എന്നിവയും വിശദമായി ഉപദേശിച്ചു. വേട്ട, ചൂതാട്ടം, മദ്യപാനം, അമിത സ്ത്രീസേവ എന്നീ കാമജങ്ങളെപ്പറ്റി വേണ്ടതുപോലെ ധരിപ്പിച്ചു. പരുഷത, ഉഗ്രത, ദണ്ഡപാരുഷ്യം, ദേഹനിഗ്രഹണം, ത്യാഗം, അർത്ഥദൂഷണം എന്നിവയും വിശദീകരിച്ച് രാജാവും പ്രജകളും തമ്മിലുണ്ടാവേണ്ട ആത്മൈക്യത്തേയും വിശദീകരിച്ചു.

തുടർന്നുള്ള ദിവസങ്ങളിൽ ആനകം, പ്രണവം, ഭേരി, ശംഖ് ഇവകളും മർദ്ദനം, ലബ്ധപ്രശമനം, ശത്രുപൂജനം, ദാനം, ജ്ഞാനം, മംഗളായംദനം, ദേഹാലങ്കാരം, ആഹാരയോജനം, ആസ്തിക്യബോധം, ഉത്ഥാതനവിധി, സത്യത്വം, ശുദ്ധവാക്കുകൾ, സഭോത്സവാദിക്രിയകൾ, കേതനക്രിയ, യുക്തിചിന്ത, ഗുണവാന്മാരെ പൂജിക്കൽ, പൗരരക്ഷണം, രാഷ്ട്രവർദ്ധനം തുടങ്ങി നീതിശാസ്ത്രങ്ങളായിരവും വ്യക്തമാക്കി. എല്ലാറ്റിനുമുപരി അവരെ പ്രത്യേകമായി ജനനന്മയും ദുർമ്മാർഗ്ഗങ്ങളിൽ വീണവരെ സന്മാർഗ്ഗത്തിലേക്കു കൊണ്ടുവരുവാനുള്ള ശാസ്ത്രബോധം പ്രത്യേകമായും പഠിപ്പിച്ചു.

രാജ്യത്തെ പുൽക്കൊടിയോടുവരെ രാജാവ് അനുഷ്ഠിക്കേണ്ട നീതിധർമ്മം മുഴുവനും പുൽക്കൊടി മുതൽ മുഴുവൻ മനുഷ്യരും രാജ്യത്തോടു കാണിക്കേണ്ട നീതിബോധവും ഒന്നൊഴിയാതെ പഠിപ്പിച്ചു. അത്യപൂർവ്വമായ നീതിധർമ്മങ്ങൾ അറിഞ്ഞ പ്രഥുവും കൂട്ടരും ഗുരുവിന്റെ കാല്പാദങ്ങളിൽ സാഷ്ടാംഗം പ്രണമിച്ച് പ്രാർത്ഥിച്ചു: “മഹാദേവൻതന്നെയായ മഹാത്മാവേ, അങ്ങിപ്പോൾ ഉപദേശിച്ച നീതിബോധമുണ്ടായിരുന്നുവെങ്കിൽ ഒരു രാജാവും സ്വേച്ഛാധിപതിയാവുമായിരുന്നില്ല. അതിനുമുമ്പേ രാജ്യനിവാസികൾ അയാളെ ശരിയായ വഴിയിലൂടെ നടത്തുമായിരുന്നു. ഹരിയൂപിയ ഇനിമുതൽ ഭാഗ്യം ചെയ്ത രാജ്യമാവുകയാണ്. നാളിതുവരെ കേട്ടിട്ടില്ലാത്ത അനുഭവംകൊണ്ടും തീവ്രമായ മനനംകൊണ്ടും അങ്ങ് കണ്ടെത്തിയ നീതിശാസ്ത്ര, ധർമ്മശാസ്ത്രങ്ങൾ ഭരണത്തിന്റെ ആധാരശിലയാവും. രാജാവ് വന്നാലും പോയാലും ദണ്ഡനീതി ധർമ്മശാസ്ത്രം നിലനിന്നുകൊള്ളും. അങ്ങ് പറഞ്ഞത് എത്ര ശരി. രാജാവല്ല ഭരിക്കേണ്ടത്, ധർമ്മനീതിയാണ്. ഇന്നേവരെ കേട്ടിട്ടില്ലാത്ത ഈ ദണ്ഡനീതിശാസ്ത്രത്തെ ജനങ്ങൾ ശുക്രനീതിശാസ്ത്രം എന്നു വിളിക്കുന്നു.” മഹാചാര്യർ നീതി ശാസ്ത്രങ്ങൾ ഗ്രഹിച്ച് അവരെ ഓരോരുത്തരേയും ശിരസ്സിൽ തൊട്ടനുഗ്രഹിച്ച് എണീപ്പിച്ച് അരുളി: “പ്രിയശിഷ്യരെ, നിങ്ങൾ നീതിശാസ്ത്രം മഹാസൗധത്തിലെത്തിയിട്ടുള്ള മുഴുവൻ സഭാസമിതിയംഗങ്ങൾക്കും വേണ്ടതുപോലെ വേണ്ട സമയം എടുത്ത് പറഞ്ഞു

കൊടുക്കുവിൻ. അവർ ഹരിയൂപിയയുടെ മുഴുവൻ പ്രദേശങ്ങളിൽ നിന്നും എത്തിയിട്ടുള്ളവരാണ്."

അവർക്ക് സംശയങ്ങൾ വന്നപ്പോൾ ശുക്രമഹാചാര്യർതന്നെ ദണ്ഡനീതിയിൽ സംശയനിവർത്തി വരുത്തി. ദുരൂഹമായി തോന്നിയ നീതിവാക്യങ്ങൾ വ്യക്തമാക്കി. സൂചക കഥകൾ വിവരിച്ച് സുഗ്രാഹ്യമാക്കി.

രാജാവ് അന്യസ്ത്രീകളിൽ ഭ്രമിക്കരുത്. അന്യരുടെ സ്വത്ത് കാമിക്കരുത്. ദേഷ്യത്തിനും കാമത്തിനും അടിപ്പെട്ട പ്രജകളെ ഹിംസിക്കരുത്. കാമം, അത്യാർത്തി, ദ്വേഷം എന്നിവ നാശകാരണങ്ങളാണ് എന്ന നീതിവാക്യത്തിന് ഉദാഹരണങ്ങൾ ആവശ്യപ്പെട്ടപ്പോൾ ജംബുവിൽനിന്നു മാത്രമല്ല അയ്ജിറ്റോസിൽനിന്നും പേർഷ്യയിൽനിന്നുപോലും ഉദാഹരണങ്ങൾകൊണ്ട് സമർത്ഥിച്ചു. ഷൂമറിൽനിന്ന് ഉറുക്കാഗിന വാണിജ്യക്കാർ വഴി കൊടുത്തയച്ച ഗിൽമേഷിന്റെ ഇതിഹാസം അനുഭവങ്ങൾകൊണ്ട് നിറഞ്ഞതാണ്.

ശിവകഥയിൽനിന്നും വേണ്ടുവോളം സമർത്ഥനങ്ങൾ നിരത്തി - ആരും ഭാര്യയോടോ മകനോടോ രോഗങ്ങളോടോ വേലക്കാരോടോ വീട്ടുമൃഗങ്ങളോടോ വനത്തോടോ അറിവിനോടോ പഠനത്തോടോ അവഗണനയോ അനാദരവോ ഒരു നിമിഷനേരം കാണിക്കരുത്. സദാ അവരെയെല്ലാം സ്നേഹത്തോടെ കാണണം എന്ന സാമൂഹികനീതി യാമങ്ങളോളം നീണ്ട സംവാദത്തിനു വഴിയൊരുക്കി. ചർച്ച ചെയ്തു ചെയ്ത് വിശ്വസ്നേഹത്തിലേക്കും പ്രകൃതിയോടാവശ്യമായ ആദരവിലേക്കുമെത്തി. പ്രപഞ്ചസൃഷ്ടിമന്ത്രമായ അഹിംസയും സഹജീവി സ്നേഹവും പരാമർശിക്കപ്പെട്ടു. അന്നേവരെ കേട്ടിട്ടില്ലാത്ത സാമൂഹിക പ്രതിബദ്ധത വിഷയമായി. സർവ്വജീവജാലങ്ങളും ഒരേ പ്രകൃതിയുടെ മക്കളെന്ന വിശ്വദർശനവും സദസ്സിനെ കോൾമയിർ കൊള്ളിച്ചു. ഒരേ മാതാപിതാക്കളുടെ സന്തതികളെന്ന ആദിയാഥാർത്ഥ്യം എതിരു വാക്മുഖം അവതരിപ്പിക്കാനാവാതെ ഏകകണ്ഠമായി അംഗീകരിക്കപ്പെട്ടു. മസ്തിഷ്കം നിറഞ്ഞ സഭാംഗങ്ങൾ ഒന്നായി വിളിച്ചു പറഞ്ഞു: "മഹാത്മാവായ മഹാരാജാവേ, ഇത്തരം ഒരു ധർമ്മഗ്രന്ഥം ഞങ്ങളാരും ഇന്നോളും അറിഞ്ഞിട്ടില്ല. ഇങ്ങനെയൊരു നീതിധർമ്മഗ്രന്ഥം നിലവിൽ നിൽക്കുന്നിടത്തോളം രാജ്യനിവാസികൾ അർത്ഥശങ്കയ്ക്കിടയില്ലാതെ സുരക്ഷിതരും സ്വതന്ത്രരുമായിരിക്കും. ഹരിയൂപിയയിലെ ഭരണശാസ്ത്രം അവിടുത്തെ ആത്മതേജസ്സായ ശുക്രനീതിതന്നെ. ശുക്രനീതി മൃതമായ രാജ്യത്തെ ഉണർത്തുന്ന മൃതസഞ്ജീവനിതന്നെ." പ്രഥു പറഞ്ഞു: "ശുക്രനീതി മുഴുവൻ ഗ്രാമങ്ങളുടേയും പ്രദേശങ്ങളുടേയും മേഖലകളുടേയും ഭരണകർത്താക്കളെ നയിക്കട്ടെ ഹരിയൂപിയയെ നയിക്കട്ടെ."

മഹാസൗധത്തിലെ മാഹാശാല നിറഞ്ഞ സഭാസമിതിയംഗങ്ങൾ ഒന്നായി കൈയടിച്ചു സമ്മതമറിയിച്ചു. മഹാസൗധം ആഹ്ലാദമുഖരിതമായി.

ശുക്രനീതി വെളിച്ചമേറ്റ സഭ ഒന്നടങ്കം ആവശ്യപ്പെട്ടു: "മഹാത്മാവായ മഹാരാജാവേ, അങ്ങ് ഹരിയൂപിയയുടെ രാജാവായി ഞങ്ങളെ തുടർന്നും കാക്കണം." പ്രഥുവും വൃചീകനും മറ്റെല്ലാവരും സഭയുടെ ആവശ്യത്തോട് ഐക്യദാർഢ്യം പ്രഖ്യാപിച്ചു. "അവിടുന്നല്ലാതെ ഞങ്ങളെ നയിക്കാൻ മറ്റാരേയും കാണുന്നില്ല. ധന്യാത്മൻ, രാജചിഹ്നവും കിരീടവും അണിഞ്ഞാലും ഹരിയൂപിയയെ നയിച്ചാലും."

ആവശ്യം അടങ്ങാത്ത പ്രാർത്ഥനയായി മാറിയതു കണ്ട ആചാര്യർ സഭയ്ക്കു മുന്നിൽ തൊഴുകൈയുമായി നിന്നു: "ജംബുനിവാസികളായ എന്റെ മിത്രങ്ങളേ, നിങ്ങൾ എന്നിൽ അർപ്പിച്ച വിശ്വാസത്തിനും ആദരവിനും നന്ദി. എങ്കിലും രാജസ്ഥാനം തുടർന്നുകൊണ്ടുപോകുവാൻ എനിക്കു കഴിയുകയില്ല. ശുക്രന് മറ്റു പല കാര്യങ്ങളും ഹരിയൂപിയയിൽ ചെയ്തു തീർക്കാനുണ്ട്." ഹയ്യോ മഹാചാര്യായെന്നൊരു ദാരുണ ശബ്ദം ശാലയിലാകെ വീശിയടിച്ചു. "അങ്ങില്ലെങ്കിൽ ഞങ്ങൾ പിന്നെ എന്തു ചെയ്യും?" "ഞാനില്ലയെന്നല്ല പറഞ്ഞത് മറ്റു പല പ്രധാന കാര്യങ്ങളും ചെയ്തു തീർക്കാനുണ്ട് എന്നാണ്. രാജാവിന് പ്രജാപരിപാലനവും ഭരണകാര്യങ്ങളും കഴിഞ്ഞ് സാമൂഹിക പുരോഗതി ശ്രദ്ധിക്കാൻ സമയമുണ്ടാവുകയില്ല. നീറുന്ന രാജ്യത്തെ വേദനാമുക്തമാക്കാൻ രാവു പകൽ അധ്വാനിക്കേണ്ടിവരും. അതേസമയം രാജ്യം വിത്തെടുത്തു ഭോജനം കഴിക്കുന്ന അവസ്ഥ വരാനും പാടില്ല. അക്ഷരാഭ്യാസമില്ലാത്ത പുതിയ തലമുറകളെ വിദ്യകൊണ്ട് സജീവരാക്കേണ്ടതുണ്ട്. അറിവുള്ള ഒരു തലമുറ വേരുപിടിച്ചുവരുമ്പോഴേ ജനഹിതം എക്കാലത്തും ഭരണത്തിൽ പ്രതിഫലിക്കൂ. രാജാവ് അപകഥനാവുമ്പോൾ രാജ്യത്തെ യുവാക്കൾ അദ്ദേഹത്തെ നീതി പഠിപ്പിക്കേണ്ടിവരും. നീതിശാസ്ത്രങ്ങൾ ഒരു കാലത്തേക്കുള്ളതു മാത്രമല്ല, എല്ലാ കാലത്തേക്കുമുള്ളതായതിനാൽ ശുക്രന് രാജാവായി മഹാസൗധത്തിൽ വിരാജിക്കാനാവില്ല." ആഴത്തിലുള്ള ചിന്ത പാകിയ വാക്കുകൾകേട്ട് സഭാവാസികൾ അറിയിച്ചു: "മഹാചാര്യാ, അവിടുന്ന് വിളക്കാണ്. വിളക്ക് കെട്ടുപോയാൽ ഞങ്ങളെല്ലാം ഇരുട്ടിലാവും." "ഒരിക്കലുമില്ല. രാജ്യം ഇരുട്ടിലാവാതെ നീതിശാസ്ത്രം നോക്കിക്കൊള്ളും. നിങ്ങൾ നിതാന്തകാവൽക്കാരായി ജാഗ്രത പാലിച്ച് ശ്രദ്ധിച്ചാൽ മതി." "എങ്കിൽ അവിടുന്നു തന്നെ രാജാവാരെന്ന് തീരുമാനിച്ചു തന്നാലും." "അതിനാണ് നിങ്ങളേവരേയും വിളിച്ചു വരുത്തിയിരിക്കുന്നത്. നിങ്ങൾ നിങ്ങളുടെ കർത്തവ്യം നിറവേറ്റുക. കൂട്ടത്തിൽ ഏറ്റവും പ്രായം ചെന്ന ശില്പി മൂത്താർ രാജാവിന്റെ പേരു പറയട്ടെ." ശില്പി മൂത്താർ പറഞ്ഞു: "ഞാൻ പ്രഥുവിന്റെ പേർ നിർദ്ദേശിക്കുന്നു", വൃചീകൻ അതു പിൻതാങ്ങി. ആചാര്യർ പറഞ്ഞു: "സഭാംഗമെന്ന നിലയിൽ ഞാനും ശില്പി മൂത്താരുടെ നാമനിർദ്ദേശം പിൻതാങ്ങുന്നു." സഭാംഗങ്ങൾ മുഴുവനും ഹർഷാരവംകൊണ്ട് തുള്ളിയാർത്തു. "പ്രഥു നമ്മുടെ രാജാവ്." സഭാവാസികൾക്കിടയിൽ എല്ലാം കണ്ടു നിന്നിരുന്ന പ്രഥു ശരംവിട്ടതുപോലെ പാഞ്ഞുവന്ന് ആചാര്യ പാദങ്ങളിൽ വീണ് ഗദ്ഗദകണ്ഠനായി പറഞ്ഞു: "അരുത് മഹാചാര്യാ അരുത്.

അങ്ങയുടെ കാലിലെ പൊടി തുടയ്ക്കാൻപോലും യോഗ്യനല്ലാത്ത പ്രഥുവിനെ രാജാവാക്കരുത്. അങ്ങയെ സേവിക്കാൻ മാത്രമാണ് ഈ ജന്മം." കാലുകൾ നനച്ചു കുഞ്ഞിനെപോലെ വിതുമ്പുന്ന പ്രഥുവിനെ പിടിച്ചുയർത്തി മഹാചാര്യർ സദസ്സിനോടായി പറഞ്ഞു: "ഇതാണു നമ്മുടെ രാജാവ്, ജംബുവിലെ പുതിയ രാജാവ്. രാജാവെന്നാൽ പ്രജാദാസൻ എന്നറിയുന്ന രാജാവ്." എന്നിട്ട് പ്രഥുവിനെ നോക്കി: "പ്രഥൂ, സ്വേച്ഛാഭരണത്തിന്റെ കുന്തമുനയേറ്റു മരിച്ചുവീണ നിന്നെ ജീവിതത്തിലേക്കു തിരിച്ചു കൊണ്ടു വന്നത് പ്രപഞ്ചശക്തിയാണ്. ദുർഭരണത്തിന്റെ വായ്ത്തലയേറ്റ് ഇനിയൊരിക്കലും ഒരു രാജ്യനിവാസിപോലും ദുരന്തമനുഭവിക്കാതിരിക്കാൻവേണ്ടി. രാജാവേ, കർമ്മത്തിൽ നിന്നും ഒളിച്ചോടുവാൻ അങ്ങേക്കു അവകാശമില്ല." കർത്തവ്യബോധിയായ രാജാവ് മഹാചാര്യവാക്കുകൾ അനുസരണയോടെ കേട്ടുനിൽക്കുന്നതു കണ്ട് സഭയാകമാനം ഹർഷാരവത്തിൽ മുങ്ങി.

താൻ ഒരിക്കൽപോലും ശിരസ്സിൽ വക്കാത്ത ജംബു ദ്വീപിന്റെ സ്വർണ്ണ കിരീടം മഹാചാര്യർ പ്രഥുവിന്റെ ശിരസ്സിലണിയിച്ചപ്പോൾ സഭ ആഹ്ലാദം കൊണ്ട് അലയടിച്ചുയർന്ന കടലായി.

ഹരിയൂപിയയിലെ ഏറ്റവും പ്രായംചെന്ന നിവാസിയായ ശില്പി മൂത്താരെ മുഖ്യമന്ത്രിയായി നാമനിർദ്ദേശം ചെയ്യപ്പെട്ടപ്പോഴും ആചാര്യർ ഇടപെട്ടു.

"ശില്പി മൂത്താരേ, അങ്ങയുടെ പക്വതയും അനുഭവസമ്പത്തും രാജ്യത്തിനു വേണം. ശില്പം കൊത്തുന്നത് പോരായ്മയല്ല യോഗ്യതയാണ്."

മൂത്താർ അഞ്ജലീബദ്ധനായി മുഖ്യമന്ത്രിസ്ഥാനം ഏറ്റെടുത്തു. പ്രഥയടക്കമുള്ള നാലു സ്ത്രീകളും, വൃചീകൻ, വ്രത്രൻ, വലൻ, ബാണൻ, ശംബരൻ, ശഭരൻ എന്നിവരടങ്ങുന്ന ഇരുപതു മന്ത്രിമാരേയും രാജ്യവരുമാനം, രാജ്യപദ്ധതി, പൊതുകാര്യം, ആരോഗ്യം, സുരക്ഷ എന്നിവയ്ക്ക് തലവന്മാരേയും നിശ്ചയിച്ചതോടെ ഭരണസഭ പൂർണ്ണരൂപം കൈകൊണ്ടു.

സഭ പിരിയാൻ നേരം ഹരിയൂപിയയിലെ പുതിയ രാജാവ് സഭാവാസികളെ അഭിസംബോധന ചെയ്തു:

"മഹാന്മാരേ, മഹതികളേ, ഇന്നുമുതൽ ശുക്രനീതിയാണ് ഹരിയൂപിയയിലെ ഭരണഘടന. ശുക്രമഹാചാര്യർ പ്രധാന പുരോഹിതനും. പ്രഥു അനുയാത്രികൻ മാത്രം. സഭാസമിതി അംഗങ്ങളും ഗ്രാമപ്രാദേശിക മേഖല അദ്ധ്യക്ഷന്മാരും എന്നും അതോർക്കട്ടെ.

ഒരു അഭ്യർത്ഥന അനുവദിക്കണം: ഹരിയൂപിയയിലെ മനുഷ്യരെ മുഴുവനും കൊടിയ ദണ്ഡനയ്ക്കും പിഴയ്ക്കും വിധിച്ച് പടുത്തുയർത്തിയ ഈ മഹാസൗധത്തിൽ പ്രഥു താമസിക്കുകയില്ല. രാജാവ് മഹാസൗധത്തിനടുത്തുള്ള കൊച്ചു പോറ്റമ്മ ഗൃഹത്തിലാണ് വസിക്കുക. മഹാസൗധം ഹരിയൂപിയയിലെ മുഴുവൻ നിവാസികളുടേയും വിശ്രമ

സങ്കേതമാണ്. അവരുടെ നിർമ്മാണ വസ്തുക്കൾ സൂക്ഷിക്കുവാനും പ്രദർശിപ്പിക്കുവാനുമുള്ള സങ്കേതവും."

മഹാചാര്യർ പറഞ്ഞു: "രാജാവേ അങ്ങ് ഉചിതമായതു പറഞ്ഞു."

ശാല ഹർഷാരവത്തിൽ ഇളകി മറിഞ്ഞു

ജനങ്ങളുടെ രാജാവിനേയും മന്ത്രിമാരേയും ആലിംഗനം ചെയ്ത് ആശിർവദിച്ചുകൊണ്ട് ശുക്രമഹാചാര്യർ ദേവയോടും ഊർജ്ജയോടും ചേർന്ന് ശാലയിലൂടെ പുറത്തേക്കു നടന്നു കയറി. തൊഴുകൈയുമായി എണീറ്റു നിൽക്കുന്ന മുഴുവൻ അംഗങ്ങളേയും വിനയത്തോടെ അനുഗ്രഹിച്ചു നീങ്ങുമ്പോൾ ശിരസ്സിൽ നിന്ന് അനേകകാലമായി കെട്ടിനിന്ന പുഴ ഒഴുകിയിറങ്ങുന്ന സുഖമറിഞ്ഞു ശുക്രമഹാചാര്യർ.

ഇരയുടെ അപേക്ഷ കേട്ട് ധർമ്മബോധിയായ മഹാരാജാവ് വാൾപിടിയിൽ കൈയമർത്തി വിജയീഭാവത്തിൽ ഉയർന്നു നിന്നു. ദാശരഥിയുടെ സുന്ദരകളേബരത്തിൽ മന്ദസ്മിതം നിറയുന്നതുകണ്ട് ദേവകാര്യത്തിനു വിഘ്നമില്ലെന്നൂഹിച്ച ഋഷി-ദേവന്മാർ "നന്ന് നന്ന്." എന്നു രാജാവിനെ വാഴ്ത്തി.

ഭാഗം എട്ട്

ഹരിയൂപിയ

ഒന്ന്

“ദേവ പോരുന്നോ?” പ്രാതൽ കഴിഞ്ഞ് ഭാണ്ഡം തോളിലിട്ടു യാത്ര യായ അച്ഛൻ മകളോടാരാഞ്ഞു.

“ഞാൻ പുറപ്പെട്ടു കഴിഞ്ഞു അച്ഛാ.”

“എവിടേക്കെന്നു കരുതിയാ?.”

“എവിടേക്കും.. അച്ഛൻ പോകുന്നിടത്തേക്ക്.”

“അകലേക്കാണ്. ലക്ഷ്യവുമില്ല.. ചെല്ലുന്നിടം.”

“ആയിക്കോട്ടെ.”

“നടന്നിട്ടാണ് കാട്ടിൽ കല്ലുണ്ട്, മുള്ളുണ്ട്, പാമ്പുണ്ട്.”

“മുന്നിൽ അച്ഛനുണ്ടല്ലോ അതുമതി.”

“ഇനി തനിച്ചു വിടുന്ന പ്രശ്നമില്ല.” പറഞ്ഞത് ശുക്രപത്നിയാണ്

“ഓഹോ, ഊർജ്ജയും യാത്രയായിട്ടുണ്ടല്ലോ.”

“ഇനിയങ്ങോട്ട് ഞങ്ങളും കൂടെയുണ്ട്.”

“നല്ലവണ്ണം ആലോചിച്ചിട്ടാണോ?”

“നല്ലവണ്ണം ആലോചിച്ചു. ഇനി മാറി നിൽക്കാൻ വയ്യ.”

“എങ്കിൽ നല്ല തോലുള്ള പാദരക്ഷ കരുതിക്കോളൂ. പാദങ്ങൾ തേഞ്ഞു കഴിയണ്ട.”

“പറയുന്ന ആൾക്കും ബാധകമാണ്.”

“ശരി സമ്മതിച്ചിരിക്കുന്നു.”

ശുക്രമഹാചാര്യരും കുടുംബവും വാതിൽ അടച്ചു കുറ്റിയിട്ടു പുറത്തു വന്നു. ഭാര്യയും മകളും മറുവസ്ത്രംപോലുമെടുക്കാതെ പുറപ്പെട്ടതുകണ്ട് ആചാര്യർ അത്യധികം സന്തോഷിച്ചു. കൊള്ളാം, രണ്ടുപേർക്കും വേണ്ട വളർച്ചയെത്തിയിരിക്കുന്നു.

മുളംപടി കടന്ന് ഇടവഴി മുഖത്ത് നിന്നപ്പോൾ മുന്നിൽ വന്നു നിൽക്കുന്നു രാജരഥം. തൊഴുകൈയുമായി ഇറങ്ങിവന്ന സൂതൻ അറിയിച്ചു: “രഥത്തിൽ കയറിയാലും മഹാചാര്യാ. മഹാചാര്യപത്നിക്കും മകൾക്കും സ്വാഗതം.”

“ആരു പറഞ്ഞയച്ചതാണ് താങ്കളെ?.”

“പ്രഥു മഹാരാജാവ്.”

“എന്തു പറഞ്ഞ്?.”

“മഹാചാര്യനേയും കുടുംബത്തേയും കൊണ്ടുചെന്നാക്കാൻ. യാത്രാമംഗളവും നേരുന്നു.”

“എവിടെ?.”

“അവിടുന്ന് ആഗ്രഹിക്കുന്നതുവരെ. രഥം അങ്ങയുടേയും കുടുംബത്തിന്റേയും ആവശ്യത്തിനായി അയച്ചിരിക്കുന്നതാണ്.”

“എന്നേക്കും?.”

“അതെ, മഹാചാര്യാ.”

ശുക്രാചാര്യരുടെ മുഖത്ത് കൊച്ചു മന്ദസ്മിതം തെളിഞ്ഞു. ആചാര്യർ ദേവയേയും പത്നിയേയും സാകൂതം നോക്കി. രണ്ടുപേരും അലസമായാണു നിൽക്കുന്നത്.

മഹാചാര്യർ പറഞ്ഞു: “മാന്യനായ സൂതാ, മഹാരാജാവിന്റെ സ്നേഹവാക്കുകൾക്കു നന്ദി. ഔദാര്യം സ്വീകരിക്കാൻ നിർവ്വാഹമില്ലെന്നറിയിച്ചേക്കുക. ഒരാൾക്കുവേണ്ടി ചിലവാക്കുന്ന നിഷ്കം രാജാവിന് എവിടെനിന്നുണ്ടാക്കാൻ കഴിയും? രാജ്യം അതെന്തിനു താങ്ങണം? താങ്കൾ വന്ന വഴിയേ തിരിച്ചു പൊയ്ക്കൊള്ളുക.”

“ആജ്ഞപോലെ മഹാചാര്യരെ” എന്നു വണങ്ങി സൂതൻ രഥമോടിച്ചു പോയി.

വഴികൾ തെളിയുന്നതേയുള്ളൂ. ഇളംകാറ്റിൽ മഞ്ഞിന്റെ തണുപ്പുണ്ട്. മരവുരിക്കുപ്പായം പുതച്ച് വഴിവക്കിൽ വെളിച്ചം കാത്തു നിൽക്കുന്നവരും യാത്രക്കാരും തിരിച്ചറിഞ്ഞ് പ്രണാമം പറഞ്ഞുപോയി. മൂന്നു ചെറിയ വഴികൾ ഒന്നായി സംഗമിക്കുന്ന മൂലയിൽ ചെറിയ തിരക്കു കണ്ടു. ആടുമാടുകളെ വിൽക്കുന്ന മുക്കവലകൾ, മരസാധനങ്ങളുമായി നിൽക്കുന്ന തച്ചന്മാർ. അങ്ങനെ കാഴ്ചകൾ മാറി മാറി വന്നു. ഏറ്റവും നയനാന്ദകരമായത് മരങ്ങളിൽ തൂങ്ങിനിൽക്കുന്ന മഞ്ഞുതുള്ളികൾ കാറ്റിലും കിളികളുടെ ചിറകടിയിലും പറന്നു കളിക്കുന്നതാണ്. ദേവയ്ക്കും ശുക്രപത്നിക്കും പുതിയ കാഴ്ചകൾ വലിയ ഉന്മേഷം പകർന്നു. വെയിൽ ഉറയ്ക്കാൻ തുടങ്ങിയപ്പോഴേക്കും നന്നേ പരിചയമുള്ള ഇടവഴികൾ പിന്നിട്ടു കഴിഞ്ഞിരുന്നു. അതിനാൽ പ്രണാമം പറച്ചിലും പാദനമസ്കാരവും കുറഞ്ഞുവന്നു. അത് ആചാര്യർക്കും കുടുംബത്തിനും നൽകിയ ആശ്വാസം ചെറുതല്ല.

നാട്ടുവഴികൾ കാട്ടുവഴികളാവാൻ തുടങ്ങിയപ്പോൾ ആചാര്യർ ഭാണ്ഡത്തിൽനിന്നുമെടുത്ത ഒരു മിനുസക്കഷ്ണം കാട്ടി ദേവയോടു ചോദിച്ചു

"ദേവയ്ക്കറിയാമോ ഇതെന്തു പദാർത്ഥമാണെന്ന്."

ദേവ പദാർത്ഥം അച്ഛന്റെ കൈയിൽനിന്നും വാങ്ങി സൂക്ഷ്മമായി പരിശോധിച്ചു. ആചാര്യർ മകളുടെ കുലംകഷത ഒളിഞ്ഞുനോക്കി വില യിരുത്തി

"ഇതു പാറയാണെന്നു തോന്നുന്നു അച്ഛാ." അവൾ പറഞ്ഞു.

"ഊർജ്ജയ്ക്കു പറയാമോ എന്താണെന്ന്."

ശുക്രപത്നിയും പദാർത്ഥ പരിശോധന കുലംകൂഷമായിതന്നെ നടത്തി. അവസാനം പറഞ്ഞു

"ഇത് പാറയേക്കാൾ കടുപ്പമുള്ളതാണ്."

ദേവ മറ്റൊരു പേര് വിളിച്ചു പറയാൻ തുടങ്ങുന്നതു കണ്ട് ആചാര്യൻ

"ഒരാൾക്ക് ഒരു തവണ മാത്രം."

"എങ്കിൽ ആചാര്യൻ പറയൂ, കേൾക്കട്ടെ."

"ഊർജ്ജയും ദേവയും തോറ്റു എന്നു പറയണം."

"ശരി ഞങ്ങൾ തോറ്റു."

വിജയീഭാവത്തിൽ ആചാര്യൻ പറഞ്ഞു.

"ഇത് മണ്ണാണ്, വെറും മണ്ണ്."

"വെറും മണ്ണോ, അതിശയമായിരിക്കുന്നു. മണ്ണിന് ഇങ്ങനെയൊരു കട്ടിഭാവമോ?"

"കുഴച്ച മണ്ണ് അനേക ദിവസം കത്തിച്ചു വേവിച്ച് അച്ചിൽ നിരത്തി വെയിലും മഴയും കൊള്ളിച്ച് വീണ്ടും ചുട്ടെടുത്ത് തണുപ്പിച്ചതാണ്."

"അതിശയംതന്നെ. ആർക്കാണ് ഇത്ര ബുദ്ധിയുദിച്ചത്?"

"ഫറോമാരുടെ രാജ്യത്താണ് ഈ പുതിയ പരീക്ഷണം."

"ഫറോമാരുടെ രാജ്യമോ അതെവിടെ?"

"കടലിനക്കരെയാണ്. ഫെറോവ നാടിനെ അയ്ജിറ്റോസ് എന്നും അജിപ്റ്റോസ് എന്നും പറയും. മിസറൂ എന്നു വിളിക്കാനാണ് അവിട ത്തുകാർക്കു കൂടുതൽ ഇഷ്ടം. അവിടെ എക്കൽ മണ്ണും അവശേഷിക്കു ന്നത് മണലാരണ്യവുമാണ്. നമ്മുടെ നാട്ടിലെപോലെ പാറകൾ സുലഭ മല്ല. അവരുടെ അന്വേഷണമാണ് ഇത്തരം ഒരു പദാർത്ഥം കണ്ടെത്താൻ കാരണം."

"ആചാര്യന് ഈ അപൂർവ്വ വസ്തു എങ്ങനെ കൈവന്നു, ഉറുക്കാ ഗിന വഴിയാണോ."

"അല്ല ഊർജ്ജേ.. വാണിജ്യക്കാർ അക്കരെനിന്നും കൊണ്ടുവന്ന താണ്."

"ഇതുകൊണ്ട് നമുക്കു ഗുണമുണ്ടാവുമോ?" ആചാര്യർ ഹ്രസ്വ മായൊരു ചിന്തയ്ക്കുശേഷം അഭിപ്രായപ്പെട്ടു.

“വിദൂരസാധ്യത മനസ്സിൽ തെളിയുന്നുണ്ട്. രണ്ടുപേരും ഒന്ന് ആലോചിക്കുകയും ചെയ്തു നോക്കൂ. നമുക്ക് ധാരാളം പാറകളുണ്ട്. പക്ഷേ അവ വെട്ടിയെടുക്കാൻ അത്യധ്വാനം വേണം. അതിനേക്കാൾ എളുപ്പമല്ലേ മണ്ണ് ചുട്ടെടുക്കൽ. ദശസഹസ്രം കഴിഞ്ഞാലും ഗുണം കുറയില്ല. ഇത്തരം ചുടുകട്ടകൾകൊണ്ടാണ് അയ്ജിറ്റോസിൽ ഫറവോന്മാരുടെ പിരമിഡുകൾ. പിരമിഡ് എന്നാൽ - നമ്മൾ മരിച്ചവരെ പലകക്കൂട്ടിൽ വെക്കുന്നില്ലേ ഫറോമാരെ ചുടുകട്ട ഉയർത്തിയ കൂമ്പാരത്തിനുള്ളിൽ സൂക്ഷിക്കുന്നു. ഈ ചുടുകട്ടയ്ക്കുള്ളിൽ മൃതദേഹം ചീഞ്ഞളിയാതെ പരിരക്ഷിക്കപ്പെടുന്നു. നമ്മുടെ ശവപ്പെട്ടികൾ ഒരു മാസംകൊണ്ടുതന്നെ ചിതൽ തിന്നുപോവും “ശരിയാണ് ലോകത്ത് മറ്റു വല്ലവരുമുണ്ടോ പുതിയ കണ്ടുപിടുത്തങ്ങളുമായി ആചാര്യാ? വാണിജ്യക്കാർ അറിയാത്തതായി ഒന്നുമുണ്ടാവില്ല. അവർക്കല്ലേ അതൊക്കെ അറിയാൻ കഴിയൂ.”

കാട്ടിലൂടെതന്നെയായി വഴി. ചെറിയ മുയലുകളും കീരികളും ദേവയെ ഉത്സാഹവതിയാക്കി. ഒരു പാറയിടുക്കിലൂടെ ശുദ്ധജലം വെള്ളിനാണയങ്ങൾപോലെ വീഴുന്നു. താഴെയുള്ള പാറയിൽ വീണ് വെള്ളിത്തുണ്ടുകൾ ചിതറി പരക്കുന്നു. ദാഹം തീർത്ത് നടക്കാൻ തുടങ്ങിയപ്പോൾ ആചാര്യർ ഭാണ്ഡത്തിൽനിന്ന് മറ്റൊരു ചെറിയ പലകക്ഷ്ണം എടുത്തു കാണിച്ചു. “പറയാമോ ഇതെന്താണെന്ന്?” ദേവയും ശുക്രപത്നിയും പരിശോധനയിൽ മുഴുകി. ഊർജ്ജയുടെ നെറ്റി ചുളിഞ്ഞു. തകരത്തേക്കാൾ കനവും ശക്തിയും കൂടുതൽ. മറ്റേതോ ലോഹമാണ്. ഈയവുമല്ല. ദേവ ഈയത്തിൽ ഉറച്ചു നിന്നു. “രണ്ടുപേർക്കും പറയാൻ പ്രയാസമായിരിക്കും. ഇതൊരു പുതിയ ലോഹമാണ്. മെസോപ്പൊട്ടേമിയയിൽ അടുത്തിയിടെ കണ്ടെത്തിയ ലോഹം. ചെമ്പ് എന്നാണവർ പേരു നൽകിയിരിക്കുന്നത്.” “കൊള്ളാം, ഇതിന് സ്വർണ്ണത്തിന്റെ ചെറിയ തിളക്കം. ചെമ്പുകൊണ്ടെന്താണ് ഉപയോഗം?” “മോളേ, അനന്തമായ സാധ്യതയാണ് മെസോപ്പൊട്ടേമിയക്കാർ ചെമ്പിൽ കാണുന്നത്. അവിടത്തെ അഷൂറുകൾ വലിയ യുദ്ധപ്രിയരാണ്. ചെമ്പിൽ തീർത്ത ആയുധങ്ങൾക്ക് ശിലായുധങ്ങളേക്കാൾ പത്തിരട്ടി മൂർച്ചയും കൈകാര്യം ചെയ്യാൻ എളുപ്പവുമാണ്. ചെമ്പിന്റെ പലകകൾകൊണ്ട് പാത്രങ്ങളും വീട് മേയൽ പോലും അവർ തുടങ്ങിക്കഴിഞ്ഞു.” “ചെമ്പുകൊണ്ടുള്ള പാത്രങ്ങൾ! എത്ര മനോഹരങ്ങളായിരിക്കും!” ദേവ ചെമ്പുപാത്രങ്ങൾ സ്വപ്നം കണ്ടു. വഴിയിൽ കല്ലു തട്ടി വീഴാൻ തുടങ്ങിയപ്പോൾ ആചാര്യർ തടഞ്ഞുനിർത്തി - “ഇതാണ് സ്വപ്നത്തിൽ നടക്കാൻ തുടങ്ങിയാൽ ഉള്ള കുഴപ്പം.” “ആചാര്യാ, നമ്മുടെ നാട്ടിലും ചെമ്പുണ്ടാവില്ലേ.” “തീർച്ചയായും. കണ്ടെത്തി അയിരു കുടഞ്ഞ് ഉത്പാദിപ്പിക്കണമെന്നു മാത്രം. ആവിധ ഉപദേശങ്ങളെല്ലാം നമുക്ക് ഷൂമറിൽനിന്നും അഷൂറിൽനിന്നും ആവശ്യപ്പെടാം. ഇനിയുമുണ്ട് അവിടങ്ങളിലൊക്കെ നമുക്കറിയാത്ത പലതും.”

“പറയൂ അച്ഛാ...”

"അതിനു മുമ്പ് വൃക്ഷത്തണലിൽ അല്പമിരുന്ന് ഒന്നുരണ്ടു പഴങ്ങൾ കഴിച്ചുപോവാം." എവിടെയാണിപ്പോൾ പറ്റിയ പഴങ്ങൾ എന്നാലോചിച്ച് മേലോട്ടുനോക്കിയപ്പോൾ ഒരണ്ണാൻ യാത്രക്കാരുടെ ആവശ്യം മനസ്സിലാക്കിയിട്ടെന്നപോലെ ഛിൽ ഛിൽ എന്നു വിളിച്ച് പഴുത്ത മാതളപ്പഴങ്ങളിലേക്ക് ശ്രദ്ധ ക്ഷണിച്ചു. ആവശ്യത്തിനു പഴങ്ങൾ പറിച്ച് അണ്ണാരക്കണ്ണനോടു നന്ദി പറഞ്ഞ് ആചാര്യനും കുടുംബവും വിശപ്പു തീർത്തു. വിശ്രമശേഷം യാത്ര തുടർന്നു. മരത്തണലിലൂടെയുള്ള യാത്രയായതിനാൽ ഒട്ടും ക്ഷീണം അനുഭവപ്പെട്ടില്ല ആർക്കും. വീടുവിട്ടിറങ്ങി ഇങ്ങനെയൊരു യാത്ര ഉണ്ടായിട്ടില്ലാത്തതിനാൽ ദേവയ്ക്കും ശുക്രപത്നിക്കും ഒരു വിനോദയാത്രയുടെ ഉണർവ്വും സുഖവും അനുഭവപ്പെട്ടു. സൂതൻ കൊണ്ടുവന്ന രഥത്തിൽ കയറിയിരുന്നെങ്കിൽ വലിയ അനുഭവങ്ങൾ നഷ്ടപ്പെടുമായിരുന്നുവെന്നു തോന്നി രണ്ടുപേർക്കും.

"അച്ഛാ ശുക്രനീതി ശാസ്ത്രപ്രകാരം രാജാവിനെ ജനങ്ങൾ കണ്ടെത്തുകയാണല്ലോ. മെസോപ്പൊട്ടേമിയയിലോ ഫറോവാ നാട്ടിലോ അഷൂറിയിലോ അങ്ങനെയാണോ? അച്ഛനെവിടെനിന്നാണ് പുതിയ നീതിശാസ്ത്രബോധം കിട്ടിയത്." "ദേവ, നീ ചോദിച്ച ചോദ്യം മറ്റാരും ഇന്നേവരെ ചോദിച്ചിട്ടില്ല. രാജാവിനെ രാജ്യനിവാസികളുമായി സമനാക്കാനുള്ള ചേതന കിട്ടിയത് ശിവപുരാണത്തിൽനിന്നാണ്. പരമശിവൻ ഒരിക്കലും നന്ദികേശ്വരനിൽനിന്നോ വീരഭദ്രനിൽനിന്നോ സഹധർമ്മിണിയായ സതിയിൽനിന്നോ ഉയർന്നവനായി സ്വയം കണ്ടില്ല. ഒരേപോലെ കണ്ടതാണ് ഭാര്യമാർക്കുപോലും മഹാദേവനോട് അമർത്താൻ കഴിയാത്ത ആരാധനയുണ്ടാക്കിയത്. മകൻ സുബ്രഹ്മണ്യനിൽനിന്നുപോലും മഹാദേവൻ വിദ്യ സ്വീകരിക്കുന്നു. സുബ്രഹ്മണ്യന് ഗുരുസ്ഥാനം കല്പിച്ചുകൊണ്ട്. രാജാവ് രാജ്യനിവാസികളോടു സമനായി പെരുമാറിയാൽ യശസ്സും ശ്രേയസ്സും പ്രജാസ്നേഹവും കൂടുകയേയുള്ളു. പ്രജാസ്നേഹബന്ധത്തിൽ രാജ്യം വലിയ അഭിവൃദ്ധി പ്രാപിക്കുകയും ചെയ്യും."

"ഏതു രാജ്യത്താണ് ജംബുവിനേക്കാൾ വലിയ അറിവും വളർച്ചയും നിലവിലുള്ളത്?" "ബാബിലോണിയക്കാർക്ക് നല്ലതുപോലെ ഗണിതശാസ്ത്രത്തിൽ വിജ്ഞാനമുണ്ട്. ഗുളികരൂപത്തിലുള്ള അക്ഷരങ്ങളുണ്ട് അവർക്ക്. ക്ഷേത്രങ്ങളോടനുബന്ധിച്ച് പാഠശാലകളുണ്ട്. വാനശാസ്ത്രജ്ഞന്മാരുണ്ട്. വിദഗ്ധരായ കാര്യകർത്താക്കളുണ്ട്. അഷൂറുകാർക്ക് പുതിയ ലോഹമായ ചെമ്പിനെക്കുറിച്ചറിയാം. ഖനനം ചെയ്തെടുക്കാനുള്ള തൊഴിലാളികളും വിദഗ്ധരുമുണ്ട്. അഷൂറുകാർക്ക് ഭൂമി ഉഴുവാനുള്ള ലോഹക്കലപ്പയുണ്ട്. നാരായം ഉപയോഗിച്ചുള്ള എഴുത്തറിയാം. സമയം കണ്ടെത്താൻ അറിയാം. നവീന രീതിയിൽ കെട്ടിടങ്ങൾ നിർമ്മിക്കാനറിയാം. കാലഗണനാരീതികളുമുണ്ട്. ഫറോവനാട് ഗണിതത്തിന്റേയും എഴുത്തിന്റേയും കാര്യത്തിൽ മുന്നിലാണ്. പാപ്പിറസ് എന്ന പ്രതലത്തിൽ അവർക്ക് എഴുതാൻ കഴിയും. അവർ ശസ്ത്രക്രിയകൾ നടത്തുന്നു. അവരുടെ കലാപരമായ കഴിവുകൾ ലോകശ്രദ്ധ ആകർഷിക്കുന്നു."

"അങ്ങനെ നോക്കുമ്പോൾ ജംബു എത്ര പരിതാപാവസ്ഥയിലാണ് അല്ലേ അച്ഛാ..."

"തീർച്ചയായും മോളേ.. രാജ്യത്തെ പുരോഗതിയിലേക്കു നടത്തണമെങ്കിൽ പുതിയ തലമുറ അറിവുള്ളവരായിരിക്കണം. അറിവാണെങ്കിൽ പലതരവും."

അച്ഛൻ തനിക്കൊന്നും കാണാൻ കഴിയാത്ത എന്തൊക്കെയോ കൺമുമ്പിൽ കാണുന്നുണ്ടെന്നും തങ്ങൾക്കദൃശ്യമായി കിടക്കുന്ന പാതയിലൂടെയാണു നടക്കുന്നതെന്നും ദേവയ്ക്കും ആചാര്യപത്നിക്കും തോന്നി.

വെയിലിന്റെ നിറം മഞ്ഞയാവാൻ തുടങ്ങിയപ്പോൾ കാട്ടുവഴികൾ കടന്ന് മൂന്നും കൂടിയ മുഖത്തെത്തി അവർ. കുറച്ചൊന്നു വെളിവായ മൂലയിൽ വെളിച്ചം നിലംമുട്ടി നിൽക്കുന്നതുപോലെ തോന്നി. രാത്രി അവിടെ തങ്ങണോ അതോ കഴുതവണ്ടിയിൽ കയറി കടുകു വയലുകളിലൂടെ സഞ്ചരിക്കണോ? - ശുക്രപത്നി പറഞ്ഞു - "നമുക്കിവിടെ ഏതെങ്കിലും സത്രത്തിൽ തങ്ങാം. പ്രഭാതകൃത്യങ്ങൾക്ക് അതല്ലേ നല്ലത്. വെളിച്ചമായാൽ കാൽനടയുമാകാം. രാത്രി യാത്ര വണ്ടിയിലായാൽ അടച്ചിട്ട തിരശ്ശീല മുഴുവൻ വനദൃശ്യങ്ങളേയും അഗോചരമാക്കിക്കളയും." പത്നിനിർദ്ദേശമനുസരിച്ച് അടുത്തുള്ള ഒരു സത്രത്തിൽ അവർ രാത്രി തങ്ങി. മുക്കവലയിലും സത്രത്തിലും പരിചയക്കാരാരേയും കാണാത്തതുകൊണ്ട് ആചാര്യനും കുടുംബത്തിനും ദൂരദിക്കിന്റെ സുഖവും സ്വാതന്ത്ര്യവും ശരിക്കനുഭവപ്പെട്ടു. രാത്രിയിൽ ഗോതമ്പു പരത്തിയതും ചോളത്തിന്റെയും ഉരുളക്കിഴങ്ങിന്റെയും കുഴമ്പും കഴിച്ച് കിടന്നു. യാത്രാക്ഷീണത്തിൽ നല്ല ഉറക്കവുംകിട്ടി.

പിറ്റേന്നത്തെ യാത്ര കൂടുതൽ ഉന്മേഷപ്രദമായി. ക്ഷീണം നന്നേ പോയിരുന്നു. നല്ല ഒഴുക്കുള്ള പരുഷ്ണി നദീതീരത്തുകൂടെയുള്ള യാത്ര. ചോളവയലുകൾ കഴിഞ്ഞപ്പോൾ ഗോതമ്പും കടുകും സൂര്യകാന്തി ചെടികളുമായി നീണ്ടു. നദീതീരത്ത് നിർത്തിയിട്ടിരുന്ന ഓടവള്ളം കണ്ടപ്പോൾ യാത്രാരീതിക്കൊരു മാറ്റമാവാമെന്ന് ആചാര്യപത്നി നിർദ്ദേശിച്ചു. പിന്നീട് മദ്ധ്യാഹ്നം വരെ പരുഷ്ണി യാത്ര. ഉച്ചയ്ക്കു കടവിൽനിന്നു കിട്ടിയ തേൻ പുരട്ടിയ പുഴുങ്ങിയ ചോളവും കരിമ്പുനീരിൽ ഇഞ്ചിനീരും ഏലപ്പൊടി വിതറി സുഗന്ധപൂരിതമാക്കിയ ലഡ്ഡുവും. അപരാഹ്നം വരെ തോണിയിൽതന്നെ. സന്ധ്യായാവാൻ തുടങ്ങിയിരുന്നു ഭൃഗുതുംഗയിലെ തറവാട്ടു വീട്ടിലെത്തിയപ്പോൾ.

മൃതസഞ്ജീവനി പാഠശാലയുടെ മുറ്റത്ത് ചുറ്റും കൂടിനിന്ന കുട്ടികളോടും അവരെ കൊണ്ടുവന്ന രക്ഷാകർത്താക്കളോടുമായി ശുക്രമഹാചാര്യർ ചോദിച്ചു - നമ്മുടെ രാജ്യത്തിന്റെ പേരു പറയാമോ?

മറുചോദ്യം വന്നു - "രാജ്യമെന്നാൽ എന്താണ് ആചാര്യാ?."

"കടലിന്നപ്പുറത്ത് എന്തെന്നു പറയാമോ?."

മറുചോദ്യമുണ്ടായി: "കടലിന് അക്കരയോ?."

"ജംബുവിലെ രാജാവ്?."

"ആങ്.. അതെല്ലാം നമ്മളെന്തിനറിയുന്നു."

"ഞാനൊരു കഥ പറയാം. കേൾക്കാമോ? ദണ്ഡനീതിയെന്നു കേട്ടിട്ടുണ്ടോ?."

"ദണ്ഡനീതിയോ അതെന്താണപ്പാ?'

എല്ലാവരും പാഠശാലമുറ്റത്ത് ചമ്രംപടിഞ്ഞിരുന്നു. ശുക്രപത്നിയും ദേവയും അവർക്കുവേണ്ട സൗകര്യങ്ങളൊരുക്കി.

ശുക്രമഹാചാര്യർ കഥനം തുടങ്ങി

പണ്ടു പണ്ട്...

രണ്ട്

ആയിരത്തിലേറെ വർഷങ്ങൾ ശുക്രനീതി ജംബു ഭരിച്ചു. രാജാക്കന്മാർ വരികയും പോവുകയും ചെയ്തു. വന്നവരും പോയവരും പ്രഥുവെന്നറിയപ്പെട്ടു. വന്നവരും പോയവരും ശുക്രനീതി ശാസ്ത്രമനുസരിച്ച് ഭരണം നടത്തി.

ആയിരത്തിലേറെ വർഷങ്ങൾ ശുക്രാചാര്യന്മാർ ആശ്രമമുറ്റത്തിരുന്ന് കഥ പറഞ്ഞു. കഥയറിയാൻ വന്ന ജംബുവിലെ നിരക്ഷരരായ കുട്ടികൾക്കും മുതിർന്നവർക്കും അക്ഷരവിദ്യ ഇറ്റിച്ച് പുനർജ്ജനി നൽകി. അവർ രാജ്യമെന്നാൽ എന്തെന്നറിഞ്ഞു. രാജാവെന്നാൽ ആരെന്നും ആരാകണമെന്നുമറിഞ്ഞു. രാജനിവാസികളായ തങ്ങളുടെ ധർമ്മവും കർമ്മവും അറിഞ്ഞു. കടലിനക്കരെ ആരെല്ലാമെന്നറിഞ്ഞു. അവർക്ക് മെസോപ്പൊട്ടേമിയ എവിടെയെന്നു ബോധ്യമായി. ഷൂമറും അഷൂറും മാറ്റ് അക്കാദിയും മനസ്സിലായി. ഫറവോമാരേയും യവനന്മാരേയും പറ്റി ബോധമുണ്ടായി. അവർ ചിത്രലിപിയിലൂടെ മറ്റു രാജ്യഭാഷകൾ വായിച്ചെടുത്തു. ഗണിതം പഠിച്ചു. വാനശാസ്ത്രവും ജ്യോതിഷവും അഭ്യസിച്ചു. അവർക്ക് സമയബോധമുണ്ടായി. സമയഗണനയ്ക്കു സൂര്യഘടികാരമുണ്ടാക്കി. ദിവസത്തേയും വാരത്തേയും മാസത്തേയും കണക്കാക്കാൻ ത്രാണിയായി. വർഷം മുന്നൂറ്റി അറുപത്തിയഞ്ചേകാൽ ദിവസമെന്നു നിശ്ചയമുണ്ടായി.

അവർ സിന്ധുവിലെ പശിമരാശിയുള്ള എക്കൽ മണ്ണു ചുട്ടുപഴുപ്പിച്ച് ചുടുകട്ടകളുണ്ടാക്കി. പാറയേക്കാൾ കടുപ്പംകൂടിയ ചുടുകട്ടകൾ നിരത്തി വലിയ കെട്ടിടങ്ങൾ നിർമ്മിച്ചു. കെട്ടിടങ്ങൾ വൃത്തിയായും വെടിപ്പായും സൂക്ഷിച്ചു. കെട്ടിടങ്ങൾക്കു മുന്നിലും ഇടകളിലും വീതിയേറിയ നിരത്തുകളുണ്ടാക്കി.

സിന്ധുവിലേയും യയ്യാവതിയിലേയും വിജനമായ പ്രദേശത്തെ ചുവന്ന മണ്ണിൽനിന്ന് ചെമ്പു കണ്ടെത്തി. ചുവന്ന മണ്ണിൽനിന്ന് ചെമ്പു പുറത്തു കൊണ്ടുവരുവാൻ ഷൂമറിന്റേയും അഷൂറിന്റേയും സഹായം തേടി. നദീതീരത്ത് അടിഞ്ഞുകൂടിയ കറുത്ത മണ്ണിനടിയിൽ നിന്ന് വജ്രവും വൈഡൂര്യവും ഇന്ദ്രനീലവും പുഷ്യരാഗവും കണ്ടെത്താൻ അവരേയും പഠിപ്പിച്ചു. അവർ ശുക്രനീതി വച്ച് രാജാക്കന്മാരെ പ്രജാപ്രേമികളും രാജ്യസ്നേഹികളുമാക്കി.

ശംബൂകൻ,

ഞാൻ അല്പനേരം നിർത്തി ശ്രദ്ധിച്ചു. വായനശാലയിൽ നിരന്നിരുന്ന് കഥ കേൾക്കുന്ന അയോധ്യാനിവാസികൾ ശ്വാസം വിടുന്നുണ്ടോയെന്നുപോലും സംശയം തോന്നി. അത്രയ്ക്ക് നിശ്ശബ്ദമായി അവർ എന്നെ കേൾക്കുകയാണ്. ഞാൻ നിർത്തിയെങ്കിലും കേൾക്കുകയാണവർ. എന്റെ നിശ്ശബ്ദതയെപോലും അറിയാതെ ശ്രവിക്കുകയാണവർ.

ഏറെ നേരത്തെ നിശ്ശബ്ദത അവരെ തിരിച്ചുകൊണ്ടുവന്നു. ജിജ്ഞാസയോടെ അവർ ആവശ്യപ്പെട്ടു: "നിർത്തിയതെന്ത് പറയൂ ശംബൂകാചാര്യാ." മറ്റൊരാൾ: "വിശ്വസിക്കാൻ പറ്റുന്നില്ല ഒന്നും. എല്ലാം ഇവിടെ നടന്ന കാര്യങ്ങളെന്ന്." വേറെ ഒരാൾ "എത്ര ധന്യരായിരുന്നു നമ്മുടെ പൂർവ്വികർ. ഒരേ മനസ്സായി കഴിഞ്ഞവിവിധ തരക്കാർ. ഒന്നും വിശ്വസിക്കാൻ കഴിയുന്നില്ല." തലയിൽ പിടിച്ചു വലിച്ചുകൊണ്ട് ഒരു സ്ത്രീ – "ശംബു ആചാര്യാ കഥകളേക്കാൾ അദ്ഭുതം തോന്നുന്നു. നശിച്ച ജാതികളുടെ വ്രണമില്ലാത്ത കാലം. ഉള്ളവനും ഇല്ലാത്തവനും ഒരേപോലെ സ്വാതന്ത്ര്യം. ഹാ! യെന്തൊരു ഭാഗ്യകാലം – എനിക്കു വിശ്വസിക്കുവാനേ പറ്റുന്നില്ല. ശംബുവേട്ടാ." ഗുഹൻ സംയമനങ്ങൾ മുഴുവനും മാറ്റിയിട്ടുകൊണ്ട് വിളിച്ചു പറഞ്ഞു. "മഹാദ്ഭുതം. ഭൂതകാലത്തെ അവിശ്വസനീയമായി ഓർത്തുകൊണ്ടിരിക്കുന്നവരുടെ ശ്രദ്ധ വായനശാലാ ചുവരിൽ അടിച്ചുറപ്പിച്ച വലിയ ചെമ്പുതകിടുകളിലെ ചിത്രങ്ങളിൽ തറഞ്ഞു. നോക്കുക കൂട്ടരേ, ഇവ കവിയുടെ വെറും ഭാവനയല്ല. സൈന്ധവ മനുഷ്യർ ആയിരത്താണ്ടു വർഷങ്ങൾകൊണ്ട് സിന്ധുതീരത്ത് ഉണ്ടാക്കിയ നഗരത്തിന്റെ നേർചിത്രമാണ്. അന്നത്തെ ഏതോ കലാകാരനായ ചിത്രകാരൻ ചിത്രണം ചെയ്തുവച്ച നഗരത്തിന്റെ നേർചിത്രം. അവയുടെ പേരുതന്നെ ബോധ്യപ്പെടുത്തുന്നു, സൈന്ധവനാഗരികത. ഒരുപക്ഷേ നഷ്ടപ്പെട്ട് മണ്ണിന്നടിയിൽ കിടക്കുന്ന അവ കാലമേറെ ചെല്ലുമ്പോൾ മനുഷ്യപ്രയത്നംകൊണ്ട് പുറത്തുവന്നുകൂടെന്നില്ല. അതുവരെ നമുക്കീ ചിത്രങ്ങൾവച്ച് സൈന്ധവ കലാകാരന്മാരെ ക്രാന്തദർശികളായ ചരിത്രകാരന്മാരെന്നു കണക്കാക്കാം. ഞാൻ ഒരു നീണ്ട ചൂരൽവടിയെടുത്ത് ചുമരിൽ വച്ച ചിത്രങ്ങളിൽ ഒന്നിൽ ചൂണ്ടി അടയാളപ്പെടുത്തുന്നതുപോലെ കാണിച്ചു. കാണാമല്ലോ വ്യക്തമായി എല്ലാവർക്കും അല്ലേ?" "കാണാം ശംബൂ ആചാര്യാ. കുന്നിൻപുറത്തു കാണുന്ന വലിയ കെട്ടിടത്തിനു ചുറ്റുമാണ് സൈന്ധവനഗരം പടർന്നു

കിടന്നത്. സൈന്ധവന്മാർ സിന്ധുതീരം നിറഞ്ഞു കിടന്നിരുന്നുവെങ്കിലും നഗരത്തിന് ഏകദേശം ഇരുപത്തിയെട്ടു യോജന വിസ്തീർണ്ണമായിരുന്നു. ചുറ്റും സാംസ്കാരികമായി ഉയർന്ന നിലവാരം പുലർത്തിയ രാജാക്കന്മാർ ജംബു മഹാരാജാവിന്റെ പരമാധികാരത്തിനു കീഴിൽ അവരവരുടെ മേഖലകളെ പരിപുഷ്ടമാക്കി. നഗരത്തെ അവർ സിന്ധുവിന്റെ പൂന്തോട്ടം എന്നു വിളിച്ചു. നോക്കൂ, ഈ കാണുന്ന വൻമതിൽ. അത് നഗരത്തെ മുഴുവനും വലംവച്ചു സംരക്ഷിച്ചു. അയ്ജിറ്റോസിലെ ഫറോവന്മാരുടെ പിരമിഡുകൾ കെട്ടിപ്പടുക്കാനുപയോഗിച്ച ചുടുകട്ട കൊണ്ടാണ് അവർ നഗരമതിൽ കെട്ടിയത്. ഒന്നും രണ്ടും മുറികളുള്ളവ മുതൽ പടുകൂറ്റൻ രമ്യഹർമ്മ്യങ്ങൾവരെ ചിത്രണം ചെയ്തിട്ടുള്ളതുപോലെ, അവർക്കുണ്ടായിരുന്നു. വലിയ ചതുരത്തിലുള്ള രണ്ടു ചുടുകട്ടകളുടെ വിസ്താരമുള്ള ചുമരുകൾ രമ്യഹർമ്മ്യങ്ങളെ ഏതു ചുഴലിക്കാറ്റിനോടും പോരടിച്ചു നിലയ്ക്കു നിർത്തി. രണ്ടോ അതിലധികമോ നിലകളുള്ള മാളികകൾ ചിത്രത്തിൽ കാണുന്നതുപോലെ നഗരത്തിലുണ്ടായിരുന്നു.

തറക്കല്ലു പാകിയ മുറ്റങ്ങൾ. കതകുകളുള്ള വീടുകൾ, ഇടുങ്ങിയ കോണിപ്പടികൾ, വെളിച്ചം നല്ലവണ്ണം കടക്കാൻ അനുവദിക്കുന്ന വാതായനങ്ങൾ എന്നിവ വീടുകളുടേയും കെട്ടിടങ്ങളുടേയും പ്രത്യേകതകളാണ്. എല്ലാ വീടിനും കിണറുകൾ, ഓടകൾ, കുളിമുറികൾ. വാസഗൃഹങ്ങൾ കൂടാതെ വിസ്തൃതങ്ങളായ എടുപ്പുകളുള്ള വിശാലങ്ങളായ പ്രൗഢസൗധങ്ങൾ. വീടുകളുടേയും പൊതുഹർമ്മ്യങ്ങളുടേയും മുൻചുമരുകളിലും മരംകൊണ്ടുള്ള വാതിലുകളിലും ശിവപാർവ്വതിമാരുടേയും കാളിയുടേയും നന്ദിയുടേയും രൂപം കൊത്തിയ ചിത്രങ്ങൾ സർവ്വസാധാരണം. കണ്ടോ, വൻതൂണുകളിൽ നിൽക്കുന്ന വിശാലങ്ങളായ സൗധങ്ങൾ. തൂണുകൾക്ക് ആനയുടെ വയറിന്റെ കനമെങ്കിലുമുണ്ട്. വലിയ വലിയ കൊട്ടാരങ്ങൾ, ശാലകൾ. ഇവിടെയിരുന്ന് രാജ്യത്തിന്റെ ക്ഷേമത്തെക്കുറിച്ചുള്ള സഭാസമിതി ചിന്തകൾ നടന്നു.

ഇനി നമ്മൾ കാണുന്ന ബൃഹത്തായ കുളം. സിന്ധു ജനതയുടെ വൃത്തിയുടേയും വെടിപ്പിന്റേയും മകുടോദാഹരണം. നോക്കൂ, വിശാലമായ ഈ കുളത്തിനു ചുറ്റും നിർമ്മിക്കപ്പെട്ടിട്ടുള്ള വീടുകൾ. എല്ലാ വശങ്ങളിലും മുറികളും ഇരിപ്പിടങ്ങളുമുള്ള തുറസ്സായ ഒരു വലിയ ചതുരാങ്കണം തന്നെ. കണ്ടില്ലേ? ചതുരാങ്കണത്തിന്റെ നടുക്ക് നിർമ്മിച്ചിരിക്കുന്ന വലിയ നീന്തൽക്കുളം. രണ്ടറ്റത്തും കോണിപ്പടികൾ. അതിനടുത്ത നീർച്ചാലിലൂടെ അടുത്ത മുറിയിലുള്ള കിണറ്റിൽനിന്നും ശുദ്ധജലമെത്തിക്കുന്നു. മറുഭാഗത്തുള്ള നീർച്ചാലിലൂടെ കുളത്തിൽനിന്നുള്ള മലിനജലം പുറത്തേക്കൊഴുകുന്നു. "എത്ര വലിയ കുളമാണിത്? അതിന്റെ നീളവും വീതിയും പുറംചുവരുകളുടെ കനവും വല്ലാതെ അമ്പരപ്പിക്കുന്ന തരത്തിലാണല്ലോ." ഒരു സ്ത്രീക്ക് നീന്തൽകുളം കണ്ടിട്ടും കണ്ടിട്ടും അദ്ഭുതം മാറുന്നില്ല. അതിന്റെ ഗണിതാനുപാദം താഴെ രേഖപ്പെടുത്തിയിട്ടുണ്ട്. കുളത്തിന്റെ നീളം 185 അടിയും വീതി

100 അടി പുറംചുമരുകളുടെ കനം ഒമ്പതടിയുമാണെന്നാണ്. വിസ്തൃതങ്ങളായ നഗരവീഥികളുടെ ഒരു വശത്തുകൂടി നഗരമാലിന്യം ഊറിയിറങ്ങാനുള്ള കൂപങ്ങളോടുകൂടിയ സങ്കീർണ്ണങ്ങളായ ജലനിർഗ്ഗമന സംവിധാനങ്ങൾ. വിശാലമായ നഗരവീഥികളിലൂടെ യഥേഷ്ടം സഞ്ചരിച്ചു രഥങ്ങളിലും കാളവണ്ടികളിലും മൃഗങ്ങളുടെ പുറത്തുമായി സൈന്ധവജനത. നഗരവീഥികളിലൂടെ യഥേഷ്ടം സഞ്ചരിക്കുന്നതിന് ആർക്കും വിലക്കുകളുണ്ടായിരുന്നില്ല. സ്ത്രീയും പുരുഷനും പണക്കാരനും പാവങ്ങളും വിഭിന്നചിന്തയില്ലാതെ അവനവന്റെ കാര്യങ്ങൾ നടത്തിപ്പോന്നു. വാഹനങ്ങളിലേറിയും കാൽനടയായും നഗരവീഥികളിലൂടെയുള്ള സന്ധ്യാസവാരി സർവ്വസാധാരണമായിരുന്നു. വലിയ കൊട്ടാരസദൃശമായ സൗധത്തിനു മുന്നിലെ മനോഹരമായ പൂന്തോട്ടം. ഹരിയൂപിയ സന്ദർശിക്കാനെത്തിയ മുഴുവൻ സഞ്ചാരികളുടേയും സായം സന്ധ്യയ്ക്കു നഗരം ചുറ്റാനിറങ്ങിയ മുഴുവൻ സൈന്ധവരുടേയും വിശ്രമകേന്ദ്രമായിരുന്നു. സിന്ധുവിന്റെ പൂന്തോട്ടമെന്ന് മഹാനഗരത്തിനു നൽകിയ പേര് ഒട്ടും അതിശയമില്ല - രക്ഷിതാക്കളിൽ ആരോ പറഞ്ഞു. സിന്ധുതീരത്തെ കുളിർകാറ്റുകൊണ്ട് മഹാനഗര ദർശനം സാധിച്ച് സൈന്ധവ ജനത അല്ലലില്ലാതെയും ഭിന്നഭേദങ്ങളില്ലാതെയും ജീവിച്ചു പോന്നു.

"ആചാര്യാ, നമ്മുടെ പൂർവ്വികരുടെ കാര്യങ്ങൾ കേട്ടിട്ട് ഒട്ടും മതിയാവുന്നില്ല. സൈന്ധവർ ഈ നിലയ്ക്ക് നമ്മേക്കാൾ മികച്ച വസ്ത്രങ്ങളും ആഭരണങ്ങളുമൊക്കെ അണിഞ്ഞിരിക്കും. ഭക്ഷണവും സുഖവും അനുഭവിച്ചിരിക്കും. പറയൂ ആചാര്യാ."

ഓരോരുത്തരുടെ നാവിലും പൂർവ്വികരെ കുറിച്ച് അറിയാനുള്ള ജിജ്ഞാസ ചോദ്യമായി തുളുമ്പി.

"എന്റെ കൈയിലെ ചൂരൽവടി രണ്ടാമത്തെ ചിത്രത്തിലേക്കു നീണ്ടു. ചിത്രത്തിൽ നിറയെ ആഭരണങ്ങളും വട്ടത്തിലും നീളത്തിലുമുള്ള ചിഹ്നങ്ങളുമാണ്. വിവിധതരം വീട്ടുസാധനങ്ങളുടെ ചിത്രങ്ങൾ. ചിത്രത്തിനടിയിൽ കൊടുത്തിരിക്കുന്ന വിവരണംതന്നെ ഞാൻ ആദ്യം വായിച്ചു. "സൈന്ധവജീവിതം." എന്നാണത്. അധികവും ദേവീദേവന്മാരുടെ ചിത്രങ്ങളാണ്. കൊമ്പൊടിഞ്ഞ ഗണപതിയും ഉയർന്നു നിൽക്കുന്ന ശക്തിദേവിയും പ്രധാനമായും തെളിഞ്ഞു കണ്ടു. താണ്ഡവം നടത്തുന്ന മഹാദേവൻ. കൂടാതെ ഷൂമർ ലിപിയിൽ ഗിൽമേഷിന്റെ ചിത്രങ്ങൾ. നാണയങ്ങളിൽ മിക്കവാറും രാജാക്കന്മാരുടെയാണ്. ഷൂമർ രാജാവായ സർഗോൺ എന്നാണ് ചിലതിലെങ്കിൽ പ്രഥുവെന്നും വൃത്രനെന്നും വൃചീകനെന്നും രേഖപ്പെടുത്തിയവയുമുണ്ട്. ഗോതമ്പ്, ബാർലി, ഈന്തപ്പഴം എന്നിവയുടെ ചിത്രങ്ങളും പ്രസ്തുത ചിത്രത്തിൽ കാണുന്നു. മാട്ടിറച്ചി, പന്നിയിറച്ചി, മത്സ്യം മുട്ട എന്നിവയും അവർ ഉപയോഗിച്ചതായി തെളിയിക്കുന്നു."

സ്ത്രീകൾ ആഭരണങ്ങൾ അണിഞ്ഞിരുന്നോ എന്നാണ് ഒരമ്മയ്ക്കറിയേണ്ടത്. മാല, അലങ്കാരനാട, തോൾവള, മോതിരം, വള, ഒഢ്യാണം,

മൂക്കുത്തി, കമ്മൽ, കാൽച്ചിലമ്പ് എന്നിവയുടെ ചിത്രങ്ങൾ കാണുന്നതു കൊണ്ട് അവർ പുരുഷഭേദമേന്യേ ആഭരണങ്ങൾ ഉപയോഗിച്ചിരുന്നു വെന്നതിന് തെളിവു കാണുന്നു. സ്വർണ്ണം, വെള്ളി, ദന്തം, പച്ചക്കല്ല്, പളുങ്ക്, വൈഡൂര്യം, മാണിക്യം, ഇന്ദ്രനീലം, പുഷ്യരാഗം എന്നിവ കൊണ്ടാണ് ഈ ആഭരണങ്ങൾ നിർമ്മിച്ചിട്ടുള്ളത്."

"വീട്ടുസാധനങ്ങളെക്കുറിച്ചു പറയൂ ആചാര്യാ?"

"മൺപാത്രങ്ങൾ സുലഭമായിരുന്നു. ചെമ്പ്, പിച്ചള, വെള്ളി, ചീന ക്കളിമണ്ണ് എന്നിവകൊണ്ടുള്ള പാത്രങ്ങളും ചിത്രത്തിൽ കാണുന്നു. എന്നാൽ ഇരുമ്പുകൊണ്ടുള്ള ഒരു വസ്തുവും സൈന്ധവപൂർവ്വികർ ഉപയോഗിച്ചിരുന്നതായി കാണുന്നേയില്ല. അടുക്കള കാണുന്ന ചെറിയ ചിത്രം നോക്കൂ. ചുട്ട മണ്ണ്, ചീനക്കളിമണ്ണ്, ചിപ്പിത്തോട് എന്നിവ കൊണ്ടുണ്ടാക്കിയ തക്ലികൾ, നൂൽകതിർവൃത്തങ്ങൾ എല്ലും ദന്തവും കൊണ്ടു നിർമ്മിച്ച സൂചികൾ, ചീപ്പുകൾ, ചെമ്പും പിച്ചളയുംകൊണ്ടു പണിത കോടാലി, ഉളി, പേനക്കത്തി, അരിവാൾ, രൂക്ഷ ശിലകൊണ്ടു ണ്ടാക്കിയ ചെറുകട്ടകൾ എല്ലാം ചിത്രത്തിൽ കൊടുത്തു കാണുന്നു."

"പട്ടിക്കുട്ടീം പൂച്ചക്കുട്ടീം ണ്ടാർന്നോ ആചാര്യാ?"

ചോദ്യം വളരെ രസകരവും സന്തോഷകരവുമായി തോന്നി. ചോദ്യം വന്നത് മുന്നിലിരുന്ന് എല്ലാം കാണുന്ന ഒരു വിദ്യാർത്ഥിയിൽ നിന്നാണ്. പഠിപ്പിക്കുന്നത് കുട്ടികൾക്ക് മനസ്സിലാവുന്നു. ആസ്വാദ്യജനകമാവുന്നു എന്നതിന്റെ ഉത്തമ ദൃഷ്ടാന്തം.

"മോന്റെ പേരെന്താണ്?."

"ചമേലൻ." അവൻ പറഞ്ഞു

ചമേലനോടായി ചോദിച്ചു: "ഇപ്പുറത്തു പതിച്ചിട്ടുള്ള വലിയ ചെമ്പു പലകയിൽ കാണുന്ന മൃഗങ്ങളുടെ പേര് പറയൂ..."

അവൻ എണീറ്റുനിന്നു വിളിച്ചുപറഞ്ഞു.. "കാള, എരുമ, ആട്, ആന, ഒട്ടകം, മാൻ, പട്ടി, പൂച്ച.."

"മിടുക്കൻ ഇരിക്കൂ." അവൻ വിവരമറിഞ്ഞ സുഖത്തിൽ ഇരുന്നു.

"കുതിരയെ കാണാനില്ലല്ലോ ആചാര്യാ, കുതിരയുണ്ടായിരുന്നില്ലേ പൂർവ്വികർക്ക്."

അവനിരുന്നതുകണ്ട് കുട്ടികൾക്ക് ഉഷാറു വന്നു. അടുത്ത കുട്ടിയുടെ സംശയം.

"ചിത്രങ്ങളിൽ ഒന്നിലും കുതിരയെ കാണുന്നില്ല. സഞ്ചരിക്കാൻ ഇത്ര ദ്രുതചലനശേഷിയുള്ള കുതിരയെ സൈന്ധവർ അറിഞ്ഞിരുന്നു വെങ്കിൽ തീർച്ചയായും ചിത്രകാരൻ വിട്ടുകളയാൻ വഴിയില്ല. സൈന്ധവ പിതൃക്കൾ അധികം യുദ്ധപ്രചാരകരല്ലാതിരുന്നതുകൊണ്ട് കുതിരയെ മെരുക്കിയിരുന്നില്ലെന്ന് അനുമാനിക്കാം. കോടാലി, കുന്തം, കഠാര, ഉലക്ക, കവണ, അമ്പ്, വില്ല് എന്നിവയായിരുന്നു അവർ സാധാരണ യായി ഉപയോഗിച്ചിരുന്ന ആയുധങ്ങളെന്ന് അവസാനത്തെ ചിത്രത്തിൽ

നിന്ന് വ്യക്തമാവുന്നു. എന്നാൽ ഇരുമ്പുകൊണ്ടുള്ള വാളോ അരിവാളോ കത്തിയോ കഠാരയോ ഒന്നും ഒരു ചിത്രത്തിലും ചിത്രണം ചെയ്തതായി കാണുന്നില്ല.

ഏറ്റവും പ്രധാനപ്പെട്ട മറ്റൊരു ചിത്രം നിങ്ങളാരും വേണ്ടതുപോലെ ശ്രദ്ധിച്ചില്ലെന്നു തോന്നുന്നു. ഇതാ അല്പം ക്ലാവു പരന്ന് പ്രഭ നഷ്ട പ്പെട്ട ചെമ്പു പലക. സൈന്ധവകാലത്ത് സമൂഹത്തിൽ വലിയ ആദരവും ബഹുമാന്യസ്ഥാനവുമുണ്ടായിരുന്ന കൈത്തൊഴിൽ വർഗ്ഗം. നോക്കൂ, ഓരോരുത്തരും അവരുടെ നിർമ്മാണ വസ്തുവുമായി നിൽക്കുന്നത്. ഉളി പിടിച്ച ആശാരി, ചുടുകട്ടയുമായി നിൽക്കുന്ന കല്ലാശാരി, കുടവുമായി നിൽക്കുന്ന കുശവൻ, വസ്ത്രം പിടിച്ച നെയ്ത്തുകാരൻ, ചെമ്പുതകിടു മായിനിൽക്കുന്ന കൊല്ലൻ. സ്വർണ്ണവുമായി തട്ടാൻ. ആനക്കൊമ്പു തല യിൽ വച്ച് ദന്തശില്പി. വെട്ടിയുമായി കല്ലുവെട്ടി."

"ആചാര്യാ കേട്ടിട്ട് ആ കാലത്ത് ജനിച്ചിരുന്നെങ്കിൽ എന്നു മോഹിച്ചു പോകുന്നു. സ്ത്രീകൾക്ക് ഇത്രമാത്രം വിലക്കില്ലാത്ത കാലം. മഹാ ചാര്യരുടെ ശുക്രനീതി തീർച്ചയായും മൃതസഞ്ജീവനി തന്നെ."

കോൾമയിർ കൊള്ളുന്നതുപോലെയാണ് ഈ വീട്ടമ്മ പറഞ്ഞത്. കഴിഞ്ഞപ്പോഴാണ് തന്റെ വായിൽനിന്നാണോ വാക്കുകൾ പുറത്തു വന്നതെന്ന് അവർ സംശയിച്ചു നിന്നു.

"ഭൂമിയിലെ ഈ സ്വർഗ്ഗം എങ്ങനെ നമുക്കു നഷ്ടപ്പെട്ടു ആചാര്യാ? എങ്ങനെയാണീ ദുരിതലോകം ഉണ്ടായത്."

"ദുരിതലോകം ഉണ്ടായതല്ല മാതാവേ, ഉണ്ടാക്കിയതാണ്."

"ആരാണ് ശംബു ആചാര്യാ? ആരാണു ഭൂമിയിലെ സ്വർഗ്ഗം തല്ലി ക്കെടുത്തിയത്? പ്രകൃതി ദുരിതമോ കൊടുങ്കാറ്റോ, അതോ മഹാപ്രള യമോ?

"ഒന്നുമല്ല അമ്മേ."

"അതിർത്തിയില്ലാത്ത മനുഷ്യന്റെ അധികാരമോഹം."

"അറിയാൻ തിരക്കായി."

"പറയാം നാളെ."

മൂന്ന്

കൊടുങ്കാറ്റിലുലയുന്ന കരിമ്പനയോലപോലെ പടഹമടിച്ചെത്തിയ കുതിരപ്പട സിന്ധുവിന്റെ തീരത്ത് കടിഞ്ഞാൺ മുറുകി നിന്നു. കത്തുന്ന മദ്ധ്യാഹ്നസൂര്യന്റെ തിളക്കവുമായി ഇരുമ്പിൽ കാച്ചിയെടുത്ത നീണ്ട മടവാളുകൾ സന്ധ്യാംബരത്തിനു നേർക്കുയർന്നു. അഗ്രം കൊലക്കയർ പോലെ വളഞ്ഞ അരിവാൾ മൂർച്ച മണൽ തിട്ടിൽ പ്രതിബിംബിച്ചു. പട യുടെ മദ്ധ്യത്തിൽ തലയുയർത്തിനിന്ന് ഹരി എന്ന മഹാശ്വത്തിനു മുകളി ലിരുന്ന് ആജാനുബാഹുവായ സേനാപതി ഹരിയൂപിയ നോക്കി കണ്ടു.

ഇരുകൈപ്പത്തികളും കൂട്ടിയുയർത്തി വെട്ടിത്തിളങ്ങുന്ന വജ്രായുധം ആകാശത്തേക്കുയർത്തി സേനാപതി അലറി: "എന്തപാരം. കണ്ടിട്ട് അകം പുറം കൊതിയൂറുന്നു. ഭൂമിയിൽ ഇങ്ങനെ ഒരു സ്വർഗ്ഗമോ?"

അഗ്നിലാവയിലൂടെ മുങ്ങിനിവർന്നെത്തിയത് അപ്രതീക്ഷിതമായ കുളിരിന്റെ താഴ്‌വരയിൽ. ഹരിതം പീലിവിരിച്ചാടുന്ന നദീതീരം. കണ്ണിനു വിശ്വസിക്കാൻ കഴിയാത്ത മനോഹരസൗധങ്ങൾകൊണ്ടു നിറഞ്ഞ മഹാനഗരം. നഗരത്തിനു ചുറ്റും ബഹുനില മാളികകളെ വശങ്ങളിലാക്കി വീതിയേറിയ നഗരവീഥികൾ. വീഥികൾ നിറയെ നീലക്കടമ്പുകൾ പൂവാകകൾ, നീലയും ചുവപ്പും മഞ്ഞയും നിറഞ്ഞ പൂക്കുലകൾ. നദീതീരത്തു നിന്നു വീക്ഷിക്കുമ്പോൾ നഗരം വൈവിധ്യതയുടെ രത്നച്ചീളുകൾ നിറഞ്ഞ സ്വർണ്ണത്താലം.

"ആരാണീ സ്വർഗ്ഗത്തിനുടമ."

സേനാപതി അലറിചോദിച്ചു. ആർത്തി പൂണ്ട കണ്ണുകൾ പിളർത്തി ആർത്തു, "ആരുടേതായാലും ഇതെനിക്കുവേണം. ഈ സ്വർഗ്ഗം ഞാൻ ആർക്കും വിട്ടുകൊടുക്കാൻ തയ്യാറല്ല. വജ്രായുധം തടുക്കാൻ ധൈര്യമുള്ളവർ വരട്ടെ യുദ്ധത്തിന്." അപരിചിത നഗരത്തിൽ സ്ഥലസഹായത്തിന് ആരെയെങ്കിലും കിട്ടിയിരുന്നെങ്കിൽ എന്ന് ഓർത്തു. സിന്ധുതീരം ചവിട്ടിമെതിച്ചു നിരന്നു നടന്ന കുതിരകൾ ഒന്നായി ഇരുകാലുകളുമുയർത്തി ചിനച്ചു. വായറ്റം മൂർച്ചയേറ്റു തിളങ്ങിയ ലോഹവാളുകൾ ഒന്നായി അന്തരീക്ഷത്തിലുയർന്നു. സിന്ധുനദി വാൾഭേരിയിൽ നടുങ്ങി.

അപ്പോൾ സിന്ധുനിവാസികൾ പശുപതി സന്നിധിയിൽ അർച്ചന ചെയ്യുന്ന തിരക്കിലായിരുന്നു. ഗണേശപൗർണ്ണമിക്കുള്ള മഹാദേവ പൂജയുടെ തിരക്കിലായിരുന്നു. ശിവക്ഷേത്രങ്ങൾ ഭക്തിയുടെ നിറവിൽ അലയടിക്കുകയായിരുന്നു.

സേനാപതി അപരിചിത വിസ്തൃതിയിൽ ഒരു വൈക്കോലിഴയ്ക്കായി ചുറ്റും പരതി. അപ്പോൾ അരണ്ട സന്ധ്യാവെളിച്ചത്തിൽ മരങ്ങൾ മറഞ്ഞു മറഞ്ഞു പമ്മി വരുന്ന മുഷിഞ്ഞ മനുഷ്യരൂപം സേനാപതി കണ്ടു. തൊട്ടുചേർന്നു നിന്ന സൈനികർക്ക് ജാഗ്രതാ നിർദ്ദേശം നൽകി വജ്രായുധമുയർത്തി ആക്രോശിച്ചു: "ശത്രുവെങ്കിൽ അടി മുന്നോട്ടുവക്കാൻ പാടില്ല. വജ്രായുധംകൊണ്ടു തലയറുക്കും." ഉറച്ച വജ്രവാൾത്തലയിൽ നിന്നും മൂർച്ച പൊന്നീച്ചകൂട്ടംപോലെ പറന്നു. ആഗതനായ സ്വദേശി തൊഴുകൈയുയർത്തി: "പീതകേശാ, ശ്വേതവർണ്ണാ, ദീർഘകായാ പ്രണാമം. ഞാൻ ശത്രുവോ ശത്രു പറഞ്ഞയച്ച ചാരനോ അല്ല. ദേവാ ഞാൻ അങ്ങയുടെ മിത്രം. നെടുനാളായി ദേവനെ കാത്തിരിക്കുന്ന ഭക്തൻ." സേനാപതിയുടെ കനത്ത പുരികങ്ങൾ വില്ലുപോലെ വളഞ്ഞു: "അപരിചിത നഗരത്തിൽ മിത്രമോ? കൊള്ളാം. എന്താണവൻ അഭിസംബോധന ചെയ്തത് "ദേവൻ!" ഇന്നേവരെ കിട്ടിയിട്ടില്ലാത്ത ആരാധനാ പുഷ്പം... ദേവൻ... ദേവനെന്നാൽ? മനുഷ്യവിധി നടപ്പാക്കുന്ന ദൈവം.

ഇങ്ങടുത്തുവാ, ഇരുകൈകളും ശിരസ്സിനു മേലോട്ടുയർത്തി" സ്വദേശി ഇരുകൈകളും മേലേക്കുയർത്തി നിരായുധനെന്നു ബോധ്യം വരുത്തി സേനാപതിയുടെ അടുത്തെത്തി. സേനാപതിയുടെ നിർദ്ദേശപ്രകാരം രണ്ടാം സേനാനായകൻ ചാടിയിറങ്ങി സ്വദേശിയുടെ അരയും തലയും മടിക്കുത്തും കാൽമടക്കുകളും വിശദമായി പരിശോധിച്ചു... "നിരായുധ നാണ് സ്വാമിൻ."

അശ്വാരൂഢനായ സേനാപതി ആക്രോശിച്ചു: "നീയെന്തിനിവിടെ വന്നു? അസത്യം പറഞ്ഞാൽ കഴുത്തു വജ്രായുധം വെട്ടിയെടുക്കും." സംസാരിക്കുമ്പോൾ കനത്തുരുണ്ട കവിളുകളിലെ മാംസപേശികൾ വെട്ടി ക്കളിക്കുന്നതും ചങ്കിലെ മുഴ കയറിയിറങ്ങുന്നതും കണ്ടു ആഗതൻ. ഓരോ വാക്കും നിറംതലയിൽ അമ്മിക്കല്ലടിപോലെ വന്നു വീഴുന്നു. കാതു കളിൽ കൊടുങ്കാറ്റിന്റെ ചൂളം വിളിയായി മുഴങ്ങുന്നു. ആകാശത്തേക്കു നോക്കി ആഗതൻ അറിയിച്ചു: "ദേവനായ അങ്ങയെ കാണാൻ."

"എന്തിനെന്നുകൂടി പറയ്."

"അങ്ങയെ സഹായിക്കാൻ."

"സഹായിക്കാനോ? കാരണം?"

"സിന്ധുവിൽ ദേവസ്പർശം ഇന്നല്ലെങ്കിൽ നാളെ ഈയുള്ളവൻ പ്രതീക്ഷിച്ചിരുന്നു."

"എന്തുകൊണ്ട്? അത്രയ്ക്കു നരകയാതന അനുഭവിക്കുകയാണു ഞങ്ങൾ."

"ഞങ്ങളോ... ആരാണ് ഞങ്ങൾ? ആരാണു നീ?"

"ദേവാ, സിന്ധുതീരത്ത് ആദ്യം കുടികയറിയെത്തിയ കൂട്ടത്തിൽ ഞങ്ങളുമുണ്ടായിരുന്നു. കൂട്ടത്തിലുണ്ടായിരുന്ന ഒരു കൂട്ടർ ഞങ്ങളെ താഴേക്കു വലിച്ചെറിഞ്ഞ് കറുത്ത വിരകളെ കൂട്ടി നാടുകൾ ഭരിക്കുന്നു. അവന്റെ നീതിയാണിന്ന് ഭരിക്കുന്നത്. മാന്യരായ ഞങ്ങൾ ഭിക്ഷാംദേഹി കളായി അനാഥപ്രേതങ്ങൾപോലെ അലയുന്നു. കുലദ്രോഹിയായ അവൻ മഹാചാര്യനും. ആയിരത്തിൽ കൂടുതൽ വർഷങ്ങളായി അവൻ ഞങ്ങളെ അവമതിക്കാൻ തുടങ്ങിയിട്ട്. അവന്റെയൊരു കറുത്ത പ്രേമം! വിരസ്നേഹം!"

"ആരാണവൻ?"

"കുലദ്രോഹിയായ ശുക്രൻ, കറുത്ത വിരകളുടെ ഗുരു, മഹാചാര്യർ."

"അവനാണോ ജംബു ദ്വീപിലെ രാജാവ്?"

"രാജാവ് അവനല്ല. അവന്റെ പാവയായി തുള്ളുന്ന ഏതെങ്കിലും ഒരുത്തൻ. അവന്റെ ദണ്ഡനീതി നടപ്പാക്കുന്ന ഒരു മൂച്ചകുരങ്ങൻ. അവനു പേരോ വിലാസമോ ആവശ്യമില്ല. ചുറ്റുമുള്ള പ്രദേശങ്ങളിൽ അവന്റെ നേർശിഷ്യന്മാർ തറവാടികളെ പാഠം പഠിപ്പിക്കുന്നു."

"അവന്റെ രാജ്യം ഇങ്ങനെ പുഷ്ടിപ്പെട്ടത്?"

"അവന്റെ കൈയിൽ മൃതസഞ്ജീവനിയുണ്ട്."

"മൃതസഞ്ജീവനിയോ?"

"മരിച്ചവനെപോലും ജീവിപ്പിക്കുന്ന മരുന്നും മന്ത്രവും. അതവൻ ഗ്രന്ഥത്തിൽ രേഖപ്പെടുത്തിയിട്ടുണ്ട്."

"അവനെവിടെ?"

"അതാ കാണുന്ന വലിയ ആശ്രമത്തിൽ. സ്വർണ്ണംപോലെ ചുവന്നു മിന്നുന്ന താഴികക്കുടം കാണുന്നില്ലേ അകലെ? കുന്നിനു മുകളിൽ നഗരത്തിന്റെ താഴികക്കുടംപോലെ. അതാണവന്റെയും ശിങ്കിടികളുടേയും ആശ്രമം."

സേനാപതി ദേവന്റെ നോട്ടം വിദൂരതയിൽ ചെറിയ മുത്തുക്കുടപോലെ ഉയർന്നു നിൽക്കുന്ന സ്വർണ്ണത്താഴികക്കുടത്തിൽ തട്ടിനിന്നു. കുന്നിനു മുകളിലെ സ്വർണ്ണക്കുടത്തിനു താഴെയായി മഹാനഗരം തൂങ്ങിക്കിടക്കുന്നു ചുറ്റും. ശുക്രാശ്രമത്തെ പൊതിഞ്ഞു കെട്ടിക്കൊണ്ട് നദീതീരത്ത് കരിക്കുന്നുകൾ സംരക്ഷിച്ചു നിർത്തുന്ന വൈഡൂര്യക്കനിപോലെ.

ദേവൻ ചോദിച്ചു: "നീ മാത്രമാണോ ശുക്രഭരണത്തിൽ അവമതിക്കപ്പെട്ടു കഴിയുന്നത്?"

ചോദ്യത്തിന്റെ നാനാർത്ഥങ്ങൾ നിമിഷംകൊണ്ടു കത്തിയ സ്വദേശിയുടെ കുശാഗ്രബുദ്ധിയിൽ ചിതറിക്കിടക്കുന്ന തറവാടികളുടെ ഒരു പട മൺതരികൾപോലെ ഒട്ടിപ്പിടിച്ചു.

"അല്ല ദേവാ. വേറെയും പലരുണ്ട് അവമതി സഹിച്ചു കഴിയുന്നവരായി. കുലദ്രോഹിയുടെ കുലത്തിലെ തറവാടികൾക്കുതന്നെ കറുത്ത വിരശല്യം അസഹ്യം. പുലസ്തപുലോഹ വിരകൾ കാണും അവന്റെ കറുത്ത പ്രേമത്തിനു കുടപിടിക്കാൻ."

ദേവനു യുദ്ധതന്ത്രം തെളിഞ്ഞു. അഭയം തേടിയെത്തിയ ഇവൻ ശത്രുവിന്റെ ശത്രു. ഇവൻ തീർച്ചയായും യാത്രയിലെ അത്താണിയാവും. നിപുണരായ പൂർവ്വസൂരികളുടെ നിഗമനങ്ങൾ പൊളിയാവാൻ സാധ്യതയില്ല.

"പറയൂ സുഹൃത്തേ, ഹരിയൂപിയയെപറ്റി കൂടുതൽ."

"നിറയെ കറുത്ത വിരകൾ ദേവാ. അവയെ അറച്ചും നാറിയും തറവാട്ടു മഹിമയുള്ളവർക്ക് സഞ്ചരിക്കാൻ വിഷമം. അതിർത്തി കാക്കാനും കുറിയ വിരകൾതന്നെ. അവരുടെ കൈയിൽ തേഞ്ഞു തീരാറായ വെങ്കലായുധങ്ങൾ. പിത്തളകൾ. അധികവും മൂർച്ച മങ്ങിയ കല്ലായുധങ്ങൾ. ഏറ്റവും മികച്ചത് ഉരുണ്ടതും നീണ്ടതുമായ ഗദകൾ. മരവടികൾ. വേണ്ടതുപോലെ അഭ്യസിക്കാത്ത യുദ്ധമുറകൾ. കാലപ്പഴക്കംകൊണ്ട് മുനയൊടിഞ്ഞ കൽകുന്തങ്ങൾ, ഗദകൾ. മരവാരികൾ. പിന്നെ വായും പല്ലും നഖവും. അറ്റകൈയ്ക്ക് നീതിശാസ്ത്രവും ധർമ്മശാസ്ത്രവും."

ദേവന് ഉള്ളിൽ ചിരിവന്നു. എങ്കിലും അപരിചിതനായ മിത്രത്തിനു മുന്നിൽ എളിമ വേണ്ടന്നുറച്ച് മുഖഗൗരവത്തിൽ മാറ്റമേതും വരുത്തിയില്ല.

"ദേവാ, അവിടുത്തെ വെട്ടിത്തിളങ്ങുന്ന വജ്രവാൾ ഒന്നു ചലിച്ചാൽ അതു വീഴ്ത്തുക നൂറുകണക്കിനു സൈന്ധവതലകളായിരിക്കും. ലോഹപരശു വീശിയുയർത്തിയാൽ തെറിച്ചുപോകുന്നത് വിരലിൽ ഗണിക്കാനില്ലാത്ത ഉടലുകൾ മാത്രം. ലോഹക്കുന്തം ഉയർന്നു താഴ്ന്നാൽ ശത്രുവിന്റെ ഹൃദയം നിലത്തു കിടന്നുരുളും. ഈയുള്ളവൻ പറഞ്ഞതിൽ തെറ്റില്ലെന്ന് ബോധ്യപ്പെട്ടാലും." ആഗതൻ പറഞ്ഞതുകേട്ട് അകലേക്കു നോക്കിയ ദേവൻ കണ്ടു: ശിവക്ഷേത്രത്തിൽ നിന്നും അർച്ചന കഴിഞ്ഞ് പുറത്തിറങ്ങിയ സൈന്ധവർ. കറുത്ത അരിച്ചാണുറുമ്പുകളെപ്പോലെ അരിച്ചു നീങ്ങുന്നു. അവരുടെ പൂർണ്ണരൂപം കണ്ട് സേനാപതി ഊറിയൂറി ചിരിച്ചു. കുറിയ കൈകാലുകൾ, പരന്ന മുഖത്തിൽ ചതച്ചു പതിച്ചതുപോലെ പരന്ന മൂക്ക്. കുന്നിക്കുരു വലിപ്പത്തിൽ കണ്ണുകൾ. അവർ ഇഴയുകയാണോ നടക്കുകയാണോയെന്നു സംശയം. കറുത്തിരുണ്ട നിറം. മുഖം തലയിൽ പറ്റിച്ചുവച്ചതുപോലെ. കൂട്ടത്തിൽ അപൂർവ്വം ചിലർക്ക് കൊച്ചുവാഴയുടെ ഉയരം. ഇളം കറുപ്പും നിവർന്ന മൂക്കും. സ്വദേശി പറഞ്ഞതു ശരിതന്നെ: വജ്രായുധംകൊണ്ട് ഒറ്റ വീശു വീശിയാൽ വലയിൽ പെട്ട മത്സ്യംപോലെ വാൾത്തുമ്പിൽ ശതക്കണക്കു ശിരസ്സ്. ലോഹപരശുവിന് സമൃദ്ധമായ കൊയ്ത്തുത്സവമാകും.

"എന്നാൽ ഇപ്പോൾതന്നെ യുദ്ധമാരാംഭിക്കാം മിത്രമേ."

സ്വദേശി അതീവതാഴ്മയിൽ അറിയിച്ചു: "അരുത് ദേവൻ. സന്ധ്യ യുദ്ധത്തിനു പറ്റിയ സമയമല്ല. കറുത്ത അസുരന്മാർ മുഴുവനും പുറത്തിറങ്ങിയ സമയമാണ്. അതിർത്തിയിൽ സൈന്യം മാത്രം ആവട്ടെ. രാത്രിയായാൽ അവറ്റ ലക്കുകെട്ടുറങ്ങും. അല്ലെങ്കിൽ നന്നേ ക്ലേശമാവും."

സേനാപതിക്ക് സ്വദേശിയുടെ യുദ്ധതന്ത്രം ബോധിച്ചു. കാത്തിരിപ്പിൽ നിന്നും യുദ്ധതന്ത്രവും രൂപപ്പെടുമെന്ന കേൾവി ശരിതന്നെ.

"മുഴുവൻ കറമ്പന്മാരും പുറത്താണ്. ലക്ഷങ്ങൾ ചിതറി കിടക്കുന്നു. അവ കുടിലുകളിൽ മുളഞ്ഞ് പുറത്തു ശുഷ്കസംഖ്യയാവട്ടെ."

"അതുവരെ ദേവന്മാരേ, നിങ്ങൾ ഞങ്ങളുടെ അതിഥികൾ."

സ്വദേശി മുന്നേ നടന്നു. കുതിരപ്പട പിറകെയും.

വൻവേങ്ങമരങ്ങൾ കാവൽ നിൽക്കുന്ന ഏകാന്തമായൊരു കുന്നിൻ ചെരുവിൽ അവർ സമ്മേളിച്ചു. മരങ്ങൾക്കിടയിൽ അവിടെയിവിടെയായി നാലഞ്ച് കുടിലുകൾ മാത്രം. അവ ആശ്രമങ്ങളാണ്. സ്വദേശിയുടെ ചലനങ്ങൾക്കൊത്ത് നീങ്ങുന്നവർ. അവർ ശുക്രപക്ഷക്കാരല്ല. എങ്കിലും കുതിരപടയാളികളോട് കുന്നു വളഞ്ഞു നിന്നുകൊള്ളാൻ സേനാപതി ഉത്തരവു നൽകി. യുദ്ധതന്ത്രങ്ങൾ അണുമാത്രപോലും പുറത്തു

പോവാൻ പാടില്ല. വൃക്ഷക്കൂട്ടത്തിന്റെ നിഴലിൽ തനിച്ചായപ്പോൾ സേനാപതി മനസ്സു തുറന്നു: "മിത്രമേ, ഞങ്ങൾക്ക് ഒരു ചെറുനാടേ ആവശ്യമുള്ളൂ. വലിയ യുദ്ധത്തിനുള്ള സന്നാഹമില്ല. ശുക്രന്റെ ആശ്രമം വരെ എത്തണമെങ്കിൽ വൻയുദ്ധം തന്നെ നടത്തേണ്ടിവരും. സൈന്ധവ ജനതയ്ക്ക് കൈയും കണക്കും കാണുന്നില്ല."

സൂക്ഷ്മബുദ്ധിയിൽ സ്വദേശിക്കു കാര്യബോധം തെളിഞ്ഞു. യുദ്ധ തന്ത്രത്തിന്റെ അടിവേരുകൾ ബോധ്യമായി. കുതിരപ്പടയെ വിട്ടുകള ഞ്ഞാൽ ജന്മം മുഴുവനും ശുക്രനീതിയുടെ സമത്വഭൂമിയിൽ കിടന്നു മാഴ്കാം. സ്വകാര്യസുഖങ്ങൾ മരീചികയായി സ്ഥാവരപ്പെടും. "സേനാ പതേ, ആനയുടെ വലിപ്പം ആന അറിയുന്നില്ല. സിംഹക്കരുത്ത് സിംഹവും. അങ്ങയുടെ വജ്രായുധം ഒന്നുമാത്രം മതി ശുക്രാശ്രമത്തെ നിലംപരിശാക്കാൻ. ശുക്രാശ്രമം വീണുകഴിഞ്ഞാൽ പിന്നെ അങ്ങ് ആരാണ്? ഹരിയൂപിയയുടെ മാത്രമല്ല ജംബുവിന്റെ മുഴുവൻ ഉടയോൻ. ഹിമവാനോളം സുഖം അങ്ങേക്ക് സ്വന്തം."

സുഖഭോഗങ്ങൾ എന്ന വാക്ക് സേനാപതിയെ സ്വാധീനിച്ചതായി തോന്നി സ്വദേശിക്ക്.

"അതിർത്തി കാക്കുന്നത്?"

"വടക്കേ അതിർത്തിയിൽ വലാസുരൻ. അവനെ വീഴ്ത്തി കഴിഞ്ഞാൽ ഏകദേശം എത്തി എന്നുതന്നെ പറയാം. തെക്കുനിന്നും കിഴക്കുനിന്നും പടിഞ്ഞാറുനിന്നും വൃത്രനും വൃചീകന്മാരും ശംബരന്മാരും എത്താൻ താമസം പിടിക്കും. അപ്പോഴേക്കും ഹരിയൂപിയ നമ്മുടെ കൈയിലാവും. വൃത്രാദികൾ പിന്നെ ഭയന്നോടിക്കോളും. വലന്റെ സൈനികശേഷി ശത സഹസ്രം എന്നാണ് കണക്ക്. കാര്യംകൊണ്ട് ദശസഹസ്രം എന്നു കാണണം. വൃത്രനും വൃചീകനും ശംബരനും ഒന്നായി വരിക എളുപ്പ മല്ലല്ലോ. മറ്റേ അതിരുകളിൽനിന്നും ഓരോരുത്തരായി എത്തിയാൽ അരിഞ്ഞു തള്ളാമല്ലോ."

സ്വദേശി സേനാപതിയെ സൂക്ഷ്മമായി നോക്കി വിലയിരുത്തി. ധൈര്യവാനാണെങ്കിലും മുഖത്ത് കലാസുഭഗതയാണ് മുഴച്ചുനിൽക്കു ന്നത്. വർത്തമാനത്തിന്നിടയിൽ അകലെ ആശ്രമപ്രാന്തങ്ങളിൽ മാറി മറയുന്ന നിറങ്ങളിൽ വലിയ കൗതുകം കണ്ടു. സ്വദേശി തന്നോടുതന്നെ രഹസ്യം പറഞ്ഞു: "വീഴ്ത്താൻ പറ്റിയ ദൗർബ്ബല്യം."

മന്ത്രം ജപിച്ചു ശക്തിപ്പെടുത്തിയ ഫലാമണിയെടുത്ത് സേനാ പതിയുടെ കൈമുട്ടിനു മുകളിൽ തോളിനു താഴെയായി ബന്ധിച്ചു. "ഇനി യുദ്ധം വിജയിക്കാതെ വയ്യ. ഫലാമണി ഹരിയൂപിയയിലെ ഏറ്റവും പ്രശസ്തനായ മന്ത്രവാദിയുടെ ഓമൽപുത്രനാണ്. കൈയിൽ ഫലാമണിയുള്ളിടത്തോളം യുദ്ധഭീതി അങ്ങയെ തീണ്ടുകപോലുമില്ല."

സേനാപതി ഫലാമണി കുറച്ചുനേരം വീക്ഷിച്ചു: "നിങ്ങളുടെ കൂട്ട ത്തിൽ, യുദ്ധസേനാനികൾ ആരെങ്കിലും?"

“അവരൊക്കെ സൂക്തമെഴുത്തുകാരും ദാർശനികരുമാണ് ദേവാ.”

“സൂക്തക്കാരോ? യുദ്ധത്തിനെന്തു കാര്യം അവരെക്കൊണ്ട്?”

“കവികൾ അങ്ങയെ ദൈവമാക്കും.”

“യുദ്ധശേഷം ജീവിച്ചിരുന്നാലല്ലേ? സൈനികർ വല്ലാതെ നഷ്ടപ്പെട്ടാൽ. അതാണു പറഞ്ഞത് ചെറിയ നാടു മതിയെന്ന്.”

സ്വദേശി ഉറങ്ങിക്കിടന്ന ചില സ്വപ്നങ്ങൾ പുറത്തെടുത്തു.

ആശ്രമം കൈയിൽ കിട്ടിയാൽ മൃതസഞ്ജീവനി മന്ത്രംകൊണ്ട് മുഴുവൻ മരിച്ചവരേയും പുനർജ്ജനിപ്പിക്കാം. ശുക്രാശ്രമം കൈയിലൊതുങ്ങിയാൽ ജംബുദ്വീപും തന്നെ കൈയിലായി. പിന്നെ വജ്രായുധംവച്ചു നീട്ടിവലിച്ചാൽ ഒന്നായി കൊക്കിൽ പോരും. സേനാപതേ, അങ്ങയുടെ ശക്തി അപാരമാണ്. വലിയ വേങ്ങമരത്തേക്കാൾ, കാട്ടുപോത്തിനേക്കാൾ, കുന്നിനേക്കാൾ... കണ്ടിരിക്കേ സേനാപതി വലുതാവുന്നതു കണ്ടു. സ്വദേശിയുടെ കൈ കൈമരങ്ങൾക്കിടയിലൂടെ ആശ്രമത്തിനുനേരെ നീണ്ടു. ചെമ്പുമൊന്തയിൽ ആശ്രമഭൃത്യൻ കൊണ്ടുവന്ന സോമം, ചെറിയ ലോട്ടയിലേക്കു പാതി പകർന്ന് സേനാപതിക്കു നീട്ടി. “അങ്ങ് ഇതു കഴിച്ചാൽ എല്ലാ സന്ദേഹങ്ങളും സിന്ധു കടക്കും. അപൂർവ്വ ഇനമാണ്.” സേനാപതി ലോട്ടയിലെ പാനീയം ഒന്നായി അളന്ന വായിൽ കമിഴ്ത്തി. എന്തൊരു വിസ്മയകരമായ സ്വാദ്. നാളിതുവരെ കഴിച്ചിട്ടില്ലാത്ത ലഹരി സുഖം. അത് ശരീരത്തെ മാത്രമല്ല മനസ്സിനേയും അടിവാരത്തുനിന്ന് ഗിരി ശൃംഗത്തേക്കുയർത്തുന്നു. വഴിമദ്ധ്യേ വിഘാതമായി നിൽക്കുന്ന കൂറ്റൻ വൃക്ഷങ്ങളേയും പാറക്കെട്ടുകളേയും പുല്ലിന്റെ ലാഘവത്തിൽ പിഴുതെറിയാൻ പ്രേരണയും ശക്തിയും നൽകുന്നു. വലിയ ഹർഷമുണ്ടാക്കുന്നു. പിടിച്ചാൽ കിട്ടാത്ത ഉന്മാദം. സ്വർഗ്ഗീയ സുഖം. സഹസ്രമിരട്ടി ശക്തി.

ആ നിമിഷം ചാടിയെണീറ്റു സേനാപതി.

“മിത്രമേ, ആരുടെ ശിരസ്സാണ് ആദ്യം അറുക്കേണ്ടത്? അതോ കറുമ്പന്മാരെ മുഴുവനും ഒന്നായോ?”

സ്വദേശി ഓർത്തു: ആദ്യം ഇല്ലാതാക്കേണ്ടത് വലാസുരനെത്തന്നെ. ആയിരം ഗോക്കൾ കൈയിലുണ്ടായിട്ടും ഒരെണ്ണത്തിനെപോലും തനിക്കും കൂട്ടർക്കും തരാത്ത യഥാർത്ഥ ശുക്രശിഷ്യൻ. പാലു കിട്ടണമെങ്കിൽ കറുത്ത വിരകളുടെ കൂടെ വരി നിൽക്കണമത്രെ. ശുക്രശിഷ്യന്റെ സമത്വദർശനം!

“ആദ്യം വലനിൽനിന്നു കൊയ്ത്താരംഭിക്കാം. അതിനുമുമ്പ് ഇതുകൂടെ അകത്താക്കിയാൽ സർവ്വം സുഖം.”

ചെമ്പുമൊന്തയിൽ അവശേഷിച്ച സോമം ലോട്ടയിലൊഴിച്ച് നീട്ടുന്നതിനിടയിൽ സേനാപതിയുടെ കണ്ണുകൾ ആശ്രമമുറ്റത്ത് തറയ്ക്കുന്നത് കാഴ്ചയിലെത്തി. ആശ്രമമുറ്റത്ത് രത്നഹാരം പോലെ അഹല്യ.

ജ്വലിച്ചു വിയർത്ത സേനാപതിയുടെ കണ്ണിൽ സ്വദേശിയുടെ ചൂണ്ടുവിരൽ: "സേനാപതേ, വലനെ കൊന്നുവന്നാൽ ആ നിമിഷം."

ഞെട്ടിയുണർന്ന സേനാപതി ലോട്ട വായിൽ കമിഴ്ത്തി അലറിവിളിച്ചു: "വലാസുരാ യുദ്ധത്തിനു വാ." കുതിരകളുടെ നീട്ടിയുള്ള കുളമ്പടി ശബ്ദം കേട്ട് സിന്ധുവിലെ ഓളങ്ങൾ ഇടതടവില്ലാതെ ഭയന്നോടി.

മിന്നൽവേഗത്തിൽ കുന്നിറങ്ങുമ്പോൾ, വായുവേഗത്തിൽ കുതിരയോടുമ്പോൾ, നെഞ്ചിനുള്ളിൽനിന്നും രത്നമാല തള്ളിപ്പുറത്താവാതെ, വലംകൈയിൽ വജ്രായുധമുയർത്തി ആഞ്ഞാഞ്ഞു വീശി. ദശവും ശതവും ശിരസ്സുകളുരുണ്ടു. ഓടിയോടി വീണുരുണ്ട തലകൾ ചവിട്ടികടന്ന് ഇരുട്ടു നിറഞ്ഞ ഗുഹയിലൊളിച്ച വലനെ പുറത്തുകൊണ്ടുവന്ന് ഗളച്ഛേദം ചെയ്ത് കൈയിൽ കിട്ടിയവരെ മുഴുവനും വജ്രായുധം കൊണ്ട് അരിഞ്ഞു വീഴ്ത്തി. അവസാനത്തെ വലാസുരയോദ്ധാവിന്റെ കഥ കഴിയുമ്പോഴും പകൽ ആരംഭിച്ചു കഴിഞ്ഞിരുന്നില്ല.

ഗൗതമൻ നദീതീരത്തുനിന്നും തിരിച്ചെത്തിയിരുന്നില്ല.

രത്നഹാരം വാരിവാരിയണിഞ്ഞു.

പകൽ പരക്കാൻ തുടങ്ങിയപ്പോൾ മരങ്ങൾക്കിടയിലെ കാമ്പിലെത്തിയ സേനാപതിക്ക് ചുണ്ടിൽ പതിവില്ലാത്ത സംഗീതഭ്രമം.. ഹരിയൂപിയയൊരു പൂങ്കാവനം... നിറഞ്ഞു നിൽക്കും പൂമൊട്ടുകൾ.. അമൃതം പേറും കുംഭങ്ങൾ. അമൃതു നിറയും ചഷകങ്ങൾ.. വരൂ വരൂ മൊട്ടുകളേ...

പുതിയ ഹാരങ്ങൾക്കായി കൈ നീട്ടുന്ന സേനാപതിക്കു മുമ്പിലെത്തിയ സ്വദേശി: "കേട്ടാലും സേനാപതേ, വലാസുരവധശേഷം അങ്ങ് മനുഷ്യനും സേനാപതിയുമല്ല. ദൈവമാണ്. സൂക്തം കേട്ടാലും. രക്ഷ നൽകുന്നതിനുവേണ്ടി സൽക്കർമ്മങ്ങളുടെ നാഥനായ ഇന്ദ്രനെ നാം പാൽ കറക്കുവാൻ പശുവിനെയെന്നപോലെ ദിവസംതോറും വിളിച്ചുകൊണ്ടിരിക്കുന്നു. ഹേ സോമപായിൻ, സോമം പാനം ചെയ്യുന്നതിനായി അങ്ങ് ഞങ്ങളുടെ മൂന്നു വനങ്ങളുടേയും സമീപം വന്നെത്തിയാലും. ഐശ്വര്യം നിറഞ്ഞിരിക്കുന്നതായ അങ്ങയുടെ ഹർഷം ഗോപ്രദമാണ്. അങ്ങു പ്രസാദിച്ചാൽ ഞങ്ങൾക്കു നിരവധി ഗോക്കളെ ലഭ്യമാകും. സോമം പാനം ചെയ്തതിനുശേഷം അങ്ങയെ നന്നായിട്ടറിയുവാനായി ഞങ്ങൾക്കു നടുവിലായി എഴുന്നള്ളുക."

"ഹായ് കൊള്ളാം. കവിക്കെന്റെ മുത്തുമാല സമ്മാനം." കഴുത്തിലണിഞ്ഞ മാലയിലൊന്നൂരി സ്വദേശിക്ക് എറിഞ്ഞു കൊടുത്തു സേനാപതി.

"അടുത്ത അസുരൻ?"

"വൃത്രാസുരൻ"

"ഹാരം?"

"ഉർവ്വശീഹാരം"

"കൊണ്ടുവാ സോമം"

അലർച്ച കാടു വിറപ്പിച്ചു. ചെമ്പുമൊന്തകൾ പറന്നുവന്നു. പിത്തള ലോട്ടകൾ നിറഞ്ഞു.

"വൃത്രാസുരാ യുദ്ധത്തിനു വാ."

കുതിരകൾ വായുവേഗത്തിൽ പാഞ്ഞു. വജ്രായുധം വായുവിൽ ആടിത്തിമർത്തു. വൃത്രഗളം കറുത്ത മണ്ണിൽ വീണു പരന്നു. വൃത്രസേന മുറിഞ്ഞുപതിഞ്ഞുവീണു. കൈയിൽ കിട്ടിയ വൃത്രനാരികളെ സേനയ്ക്കിട്ടുകൊടുത്തു.

"ഉർവ്വശീഹാരം ഇതളുകളായി അടർത്തിനുള്ളി."

"കേൾക്കണോ അങ്ങിപ്പോൾ ആരാണെന്ന്?"

"കേൾക്കട്ടെ കവിഭാവന."

"അല്ലയോ സർവ്വരക്ഷകാ."

"വൃത്രനെ കൊന്നൊടുക്കുന്ന കാര്യത്തിൽ മരുത്തുക്കൾ അങ്ങയെ മതിച്ചുകൊണ്ടിരുന്നു. അവരാൽ അർപ്പിക്കപ്പെട്ട ഹവിസ്സ്, സോമം എന്നിവ അങ്ങയെ ഹർഷിപ്പിച്ചു. ആ സമയം യജ്ഞകർത്താവിനും യജമാനനും നേരിടേണ്ടിവന്ന വൈഷമ്യങ്ങളെ അങ്ങ് തുടച്ചുനീക്കി. ശത്രുക്കളെ നശിപ്പിക്കുന്ന അങ്ങ് എല്ലായ്പ്പോഴും യുദ്ധശീലനാകുന്നു. അങ്ങയെ ഞങ്ങൾ സ്തുതിക്കുന്നു. സൽസന്തനങ്ങളോടുകൂടി ഞങ്ങൾക്ക് ദീർഘകാലം ജീവിക്കാനാകേണമേ."

"ഹോ. കൊള്ളാമല്ലോ കവികൾ. ഭാവന ചിറകുതന്നെ."

"അടുത്ത ഇര?"

"വൃചീകന്മാർ"

"ഹാരം?"

"രംഭഹാരം"

"കൊണ്ടുവാ സോമം..."

"ഉദവൃജം. വൃചീക പുത്രന്മാരായ വരശിഖന്മാർ. യയ്യാവതി. മൂക്കോളം വെള്ളത്തിൽ. ചത്തുമലരുന്നതുവരെ കാവൽ."

രംഭഹാരം വാരിയണിഞ്ഞ് ഉന്മാദാവേശത്തിൽ ചോദ്യം:

"എന്തു പറയുന്നു കവികൾ?"

"വലിയ ആവേശമാണ് തിരുമേനി അവർക്ക്."

"ഹേ യജമാനന്മാരേ, ധനരക്ഷകനായ ഇന്ദ്രൻ ശത്രുക്കളുടെ ധനങ്ങൾ സ്തോതാക്കളായ നമുക്ക് തരുന്നവനാണ്. ശത്രുക്കളെ ഇല്ലാതാക്കുന്നതിനാൽ ഇന്ദ്രൻ പോരാട്ടങ്ങളിൽ വിളിക്കപ്പെടേണ്ടവനാണ്. അദ്ദേഹം പൂജ്യനുമാണ്. ഹേ ഇന്ദ്രാ, മഹനീയ ഐശ്വര്യം ലഭിക്കുന്നതിനുവേണ്ടി ഞങ്ങൾ അങ്ങയെ സോമം ചാർത്തി വിളിക്കുകയാണ്.

അതുകേട്ട് അങ്ങ് വന്നെത്തുക. അങ്ങ് ഞങ്ങൾക്ക് അനുഗ്രഹം നൽകുക. കരുത്തിനാൽ അങ്ങ് ശത്രുക്കളെ ഇല്ലാതാക്കുന്നവനാണ്. അന്നലാഭത്തിനായി അങ്ങയെ സ്തുതിക്കുന്നു."

"ഉഗ്രം. ഉഗ്രാദി ഉഗ്രൻ."

"അടുത്തത്?"

"വർച്ചിശംബരൻ"

"ഹാരം"

"തിലോത്തമഹാരം"

"കൊണ്ടുവാ സോമം"

വർച്ചിശംബരന്മാരെ യമലോകത്തേക്കയച്ച് വജ്രായുധം യയ്യാവതിയിൽ കുളിപ്പിച്ചെടുത്തു. തിലോത്തമഹാരം നുള്ളി നുള്ളി ചുവപ്പിച്ചു.

"കേൾപ്പിക്കട്ടെ സ്വാമിൻ, ആര്യാവർത്ത ആരാധകരുടെ അക്ഷര സാമർത്ഥ്യം."

"കേൾക്കാം. സമയം കുറവല്ലല്ലോ."

"വജ്രായുധധാരിയായ ഇന്ദ്രാ, അങ്ങ് മേഘത്തെ പൊട്ടിച്ച് ഭൂമിയിൽ വെള്ളം വീഴ്ത്തി പർവ്വതങ്ങളിൽനിന്ന് കീഴോട്ടുവന്ന വെള്ളച്ചാട്ടങ്ങളെ ഇരുകരങ്ങൾക്കുള്ളിലാക്കി നദികളായി പ്രവഹിപ്പിച്ചു. പർവ്വതത്തെ ആശ്രയിച്ചു കഴിഞ്ഞിരുന്ന മേഘത്തെ ഉടച്ചു. വിശ്വകർമ്മാവ് അങ്ങയുടെ വജ്രത്തിനു മൂർച്ചകൂട്ടി. ആ വജ്രംകൊണ്ട് മേഘം പിളർത്തപ്പെട്ടപ്പോൾ തള്ളപ്പശുക്കളെ തേടി പശുക്കിടാങ്ങൾഓടിച്ചെല്ലുന്നതുപോലെ വെള്ളം സാഗരത്തിലേക്കൊഴുകി. ഹേ ഇന്ദ്രാ, അങ്ങ് മേഘങ്ങളിൽ ഒന്നാമത്തേതിനെ ഉടച്ചപ്പോൾ സൂര്യനേയും പ്രഭാതത്തേയും ആകാശത്തേയും നിർമ്മിച്ചപ്പോൾ ഇരുണ്ട മേഘങ്ങൾ മാറുകയും ഘാതകനായ ശത്രുവിനെ മുമ്പിൽ മറക്കപ്പെടുകയും ചെയ്തു. ഞങ്ങൾ അങ്ങയെ വാഴ്ത്തുന്നു."

"ഹ ഹ ഹാ.. നമുക്കിപ്പോൾ തോന്നുന്നു ആര്യാവർത്തം ആക്രമിച്ചത് വെറുതെയായില്ലെന്ന്. അഷൂറിലും ഷൂമറിലും മെസോപ്പൊട്ടേമിയയിലും മുങ്ങിത്തപ്പിയാലും കിട്ടാത്ത ഭാവന."

"അടുത്ത ശത്രു?"

"ശുക്രാചാര്യർ"

"ഹാരം?"

"ഹരിയൂപിയ"

"അമരാവതി കുന്നിനുമേൽ ദേവലോകം. ദേവലോകത്ത് സദാ ആട്ടം, പാട്ട്, കൂത്ത്, സോമം, അപ്സരനൃത്തം."

"വാ, സൈന്ധവാ യുദ്ധത്തിന്."

പടഹമടിച്ചെത്തിയ കുതിരകൾ പകച്ചു നിന്നു. ആശ്രമം പൊതിഞ്ഞ് തേനുറുമ്പുകൂട്ടംപോലെ ഹരിയൂപിയ സൈന്യം. ഉള്ളിൽ നിറയെ ഹരിയൂപിയ മനുഷ്യർ. സ്ത്രീകളും പുരുഷന്മാരും.

വജ്രവാളേറ്റു വീണവർ പുനർജ്ജനിച്ചതുപോലെ തൽസ്ഥാനത്തു മറ്റൊരു ഭടൻ. ആരും ഭയന്നോടുന്നില്ല. സ്ത്രീകൾവരെ ശുക്രാചാര്യരെ പൊതിഞ്ഞു നിൽക്കുന്നു.

"സ്വദേശി പറഞ്ഞതു ശരിയോ? ശുക്രൻ മരിച്ചവരെ പുനർജ്ജനിപ്പിക്കുന്നുവോ? മൃതസഞ്ജീവനി ഗ്രന്ഥം കൈയിൽ തന്നെ?"

മൂന്നുദിവസം തുടർച്ചയായ യുദ്ധം. സൈന്ധവർ തോൽക്കുകയില്ലെന്നു തന്നെ. ശുക്രാചാര്യർ അടിയറവു പറയില്ലെന്നു തന്നെ.

സ്വദേശിക്കു ബുദ്ധിവന്നു

"പിന്മാറിയാൽ ജംബുവിടണം. പുങ്കാവനം നഷ്ടപ്പെടും. എന്നന്നേക്കും. പിറകോട്ടേക്കുപോയാൽ പാതാളത്തിലേക്കു വീഴും. അതു പാടില്ല. സോമം മാത്രമല്ല ഹർഷോന്മാദ പ്രചോദനി."

"സ്വമഹത്താൽ ആകാശം മുഴുവൻ അങ്ങു നിറഞ്ഞിരിക്കുന്നു. അങ്ങേക്ക് തുല്യനായി മറ്റാരുമില്ലെന്നതു സത്യംതന്നെ. ഹേ ഇന്ദ്രാ, അങ്ങ് എല്ലാത്തിനേയും ക്രമീകരിച്ചിരിക്കുന്നു. അവ എല്ലാം അങ്ങയോടു ക്രമീകരിച്ചിരിക്കുന്നു. അവയെല്ലാം അങ്ങയോടു ചേർന്നിരിക്കുന്നു. അങ്ങനെ നോക്കുമ്പോൾ സകല ചരാചരങ്ങളും അങ്ങയുടെ അധീനതയിലാണെന്നു മനസ്സിലാവും."

പ്രചോദിതനായ സേനാപതി ആരാഞ്ഞു:

"പറയൂ, എന്താണ് പോംവഴി."

"സന്ധിയാവാം. സന്ധി യുദ്ധത്തിൽ സാധാരണം."

"സമ്മതിച്ചിരിക്കുന്നു. വേണ്ടത് ചെയ്തുകൊള്ളുക."

ശുക്രാശ്രമത്തിൽനിന്നും സമ്മതം വന്നു.

ഒരു പൂർണ്ണമാസം യുദ്ധവിരാമം. അതുകഴിഞ്ഞ് ശുക്രാശ്രമത്തിൽ ചർച്ച. യുദ്ധത്തിനു വിട.

അതുവരെ പൂർണ്ണയുദ്ധവിരാമം.

കൂടാരത്തിൽ അർദ്ധരാത്രി രഹസ്യചർച്ച. വിജയത്തിൽ കുറഞ്ഞൊന്നും സ്വീകാര്യമല്ല. യുദ്ധത്തിൽ നീതിയും അനീതിയുമില്ല: സ്വദേശി. സേനാധിപൻ രണ്ടാംനായകനായ അഗ്നിയേയും മൂന്നാംനായകൻ വായുവിനേയും രഹസ്യമുറിയിലേക്കു വിളിച്ചു. നടുക്ക് സ്വദേശി.

സൈന്ധവസൈന്യം പാതിരാ ഉറക്കത്തിൽ. ഹരിയൂപിയ ജനങ്ങളും നിഷ്കളങ്ക നിദ്രയിൽ. സത്യം പുലരാനായി പ്രാർത്ഥിച്ച് ശുക്രാശ്രമം പൂർണ്ണനിദ്രയിൽ. ചെമ്പുകുടങ്ങളിലെത്തിയ സോമം

സേനാനായകരുടെ തലയിലൂടെ ഒഴുകി. ചെമ്പുകുടങ്ങൾ എണ്ണ മില്ലാതെ കാലിയായി. പാതിരായും രാത്രിയുടെ മൂന്നാം യാമവും കഴിഞ്ഞു. അഗ്നിയും വായുവും സേനാപതിയോടൊപ്പം നിശ്ശബ്ദരായി കൂടാരപുറത്തേക്കു കുതിരകളെ പായിച്ചു. ആശ്രമമുറ്റത്ത് കുതിരകൾ നിരന്നു. ആശ്രമത്തിനു മുകളിലും ചുറ്റുവട്ടത്തെ പുരകളിലും നിശ്ശബ്ദ മായി കയറി അഗ്നി ദ്രാവകം തെളിച്ചു. ഒരു കുഞ്ഞു പുരപോലും ദ്രാവക ത്തിൽനിന്നും ഒഴിവാക്കാതെ കുളിപ്പിച്ചു. ഇറങ്ങിവന്ന് കുതിരപ്പുറത്തു കയറി. പായുന്ന കുതിരപ്പുറത്തിരുന്ന് കത്തിച്ച പന്തങ്ങൾ ആശ്രമം മുതൽ അവസാന പുരവരെ എറിഞ്ഞു. തീ കൂനയായി കുന്നായി മലയായി പർവ്വതമായി കത്തിപ്പൊങ്ങി.

നാല്

മൂന്നിലിരിക്കുന്ന കുട്ടികൾ മുതൽ മൂത്താന്മാർവരെ തല കീഴോട്ടിട്ട് വിതുമ്പുന്നതു കണ്ടപ്പോഴാണ് വിവരണം താനേ നിന്നത്. എന്തുപറ്റി യെന്ന അന്വേഷണത്തിന് ഒന്നായി വന്നു വിതുമ്പൽ. സഹിക്കാൻ കഴി യുന്നില്ല ശംബുആചാര്യാ. ഇതിനേക്കാൾ വലിയ ക്രൂരത കേട്ടിട്ടില്ല. എല്ലാ സൗഭാഗ്യങ്ങളും ഒറ്റയടിക്ക് - അവർ ഒറ്റയടിക്കു മരണപ്പെട്ട മുഴുവൻ പിതൃക്കൾക്കും കുടുംബാംഗങ്ങൾക്കും വേണ്ടി ഉദകക്രിയ ചെയ്യുന്നതു പോലെ ഏറെ നേരം നിശ്ശബ്ദരായി ശിരസ്സും താഴ്ത്തി ഇരുന്നു. മനസ്സു കൊണ്ട് ഏവരും ഗംഗാതീരത്ത് ശ്രാദ്ധഘട്ടിലെത്തി. ഈറൻ മാറാതെ പടവിലിരുന്ന് എള്ളുംപൂവും നീരും വീഴ്ത്തിയ പിണ്ഡം ഗംഗയിലേക്ക് ആദരപൂർവ്വം സമർപ്പിച്ചു പ്രാർത്ഥിച്ചു. ഗംഗേ, മുഴുവൻ പിതൃക്കൾക്കും വേണ്ടി.. മുഴുവൻ സൈന്ധവർക്കുംവേണ്ടി.

ഏറെനേരം വേണ്ടിവന്നു മരണമൂകതയിൽനിന്നും ഉണർന്നു വരുവാൻ. ആദ്യം പുറത്തുവന്നത് മുൻവരിയിലിരിക്കുന്ന ഗുഹന്റെ മകനാണ്: "ആചാര്യാ മോഹൻജോദാരോയും ലോഥാലും എന്താണ്." "സിന്ധുവിന്റെ പൂന്തോട്ടമെന്നു സൈന്ധവർ വിളിച്ച സ്ഥലങ്ങളാണു മോനേ മോഹൻജോദാരോയും ലോഥാലും. രണ്ടിന്റേയും അർത്ഥം മരിച്ച വരുടെ മേട് അഥവാ ശവക്കുന്ന് എന്നാണ്. നഗരം ചാമ്പലാക്കിയതിനു ശേഷം ഗ്രാമവാസികൾ ഭയപ്പാടോടെ കണ്ട കാഴ്ചയ്ക്കു നൽകിയ വിളി പ്പേര്. വീതിയേറിയ തെരുവുകളിൽ കത്തിക്കരിഞ്ഞു കിടന്നു അവർ. വീടുകളിലും ശാലകളിലും കമിഴ്ന്നും മലർന്നും അടിച്ച്. ശവങ്ങൾ മറവു ചെയ്യുവാൻ ഗ്രാമീണരാരും അവശേഷിച്ചതേയില്ല. വിദൂര ഗ്രാമവാസികൾ ഭയന്നുവിറച്ച് കിട്ടിയതുംകൊണ്ട് അതിലും ദൂരദേശങ്ങളിലേക്കു പാഞ്ഞു.

വ്യക്തമായൊരു ചിത്രം അതിനെപ്പറ്റി ഇന്നും ആർക്കുമില്ല. മണ്ണി ന്നടിയിൽ കിടക്കുന്ന അവരേയും അവരുടെ നശിക്കാത്ത നിർമ്മാണ ങ്ങളേയും വരാനിരിക്കുന്ന കാലങ്ങളിൽ കണ്ടെത്താനായാൽ എല്ലാ ദുരൂഹതകളും തീർന്നെന്നിരിക്കും."

“അങ്ങനെയൊന്നുണ്ടാവുമോ ആചാര്യാ? ഉണ്ടായെങ്കിൽ എന്നാഗ്ര ഹിച്ചുപോവുന്നു.”

സംശയം വന്നത് ഒരു രക്ഷിതാവിൽ നിന്നാണ്.

“ഇല്ലായെന്നു തീർത്തും പറയുവാൻ ആർക്കും പറ്റുകയില്ല അമ്മേ. മണ്ണിന്നടിയിൽ ദ്രവിക്കാത്ത ഒരു കല്ലു കിടന്നാൽ അതിനെ കണ്ടെത്തു ന്നതുവരെ അതവിടെ കിടക്കുമല്ലോ. ഏറെകുഴിക്കുന്നവർക്ക് നദീതീരത്തു നിന്ന് രത്നങ്ങൾ കിട്ടുന്നില്ലേ, അതുപോലെ.”

ഭാണ്ഡത്തിൽനിന്നു ഒരു ഇഷ്ടിക കഷണവും ഒരു ചെമ്പുകഷ ണവും എടുത്ത് പരിശോധിക്കാൻ കൊടുത്തു. “നോക്കൂ, ഈ ഇഷ്ടി കയും ചെമ്പുഫലകവും ഈയുള്ളവൻ നേരിട്ട് അവിടങ്ങളിൽനിന്ന് പെറുക്കിയെടുത്തതാണ്. ഇവ എത്രകാലം വേണമെങ്കിലും മണ്ണിന്നടി യിൽ മരിക്കാതെ കിടക്കില്ലേ?”

ഓരോരുത്തരും വന്ന് ഇഷ്ടികത്തുണ്ടും ചെമ്പുപലകയും തിരിച്ചും മറിച്ചും പരിശോധിച്ചു. കുട്ടികൾ നിലത്തേക്കും ചുമരിലേക്കും ഊക്കി ലെറിഞ്ഞും കവണകൊണ്ടടിച്ചും പൊട്ടിക്കാൻ പ്രയത്നിച്ചു. ചുവരിനും മരക്കവണയ്ക്കും പരുക്കുപറ്റിയെന്നല്ലാതെ ഇഷ്ടിക കഷ്ണത്തിന് ഒരു പോറലും ഏറ്റില്ല. ഇത്തരം ചുടുകട്ടകൊണ്ടാണ് സൈന്ധവർ അവരുടെ നിർമ്മാണങ്ങൾ നടത്തിയിട്ടുള്ളത്.

“ആചാര്യാ, ആരും നഗരത്തിൽനിന്ന് രക്ഷപ്പെട്ടിരിക്കയില്ലേ?”

കണ്ണീരിന്റെ അകമ്പടിയോടെ തുടങ്ങിയ ചോദ്യം ഒരു വീട്ടമ്മയ്ക്ക് മുഴുമിപ്പിക്കാൻ മൂന്നു തവണ മൂക്കു തുടക്കേണ്ടിവന്നു.

“ചേച്ചീ, വ്യക്തമായ ഉത്തരം ഇതിനും നമ്മുടെ പക്കലില്ല ഒന്നുമാത്രം പറയാം.”

ഭാണ്ഡത്തിൽനിന്ന് മറ്റൊരു മങ്ങിയ ഫലകമെടുത്ത് ചുമരിൽ തൂക്കി യിട്ടു. ചൂരൽവടിയുടെ സഹായത്തോടെ അസ്പഷ്ടമായ ചിത്രണ ങ്ങളിലേക്കു ശ്രദ്ധ ക്ഷണിച്ചു. “ഈ ഫലകത്തിൽ കാണുന്നത് ഒരു ഭാവനാ ചിത്രമാണ്. നഗരത്തിനു വെളിയിലെ ഗ്രാമത്തിൽ അക്കാലത്തു താമസിച്ചിരുന്ന ഒരു നാടോടി ചിത്രകാരന്റെ ഭാവനയാണ്. തീമല കണ്ട് ഞെട്ടിയുണർന്ന അയാൾ പിന്നീട് ഹൃദയം പൊട്ടി ചിതറാതിരിക്കാൻ വരച്ച് സ്വയം സാന്ത്വനിപ്പിച്ച ഒരു ചിത്രം. ഇങ്ങനെയൊരു ചിത്രം പുറത്തു കാണിച്ചതിന് അയാളെ യയ്യാവതിയിൽ ശ്വാസം കിട്ടാതെ മരിക്കുന്നതു വരെ മുക്കിത്താഴ്ത്തി. നോക്കൂ, ഈ ചിത്രം ശുക്രമഹാചാര്യരുടെ കുന്നിൻപുറത്തെ ആശ്രമമാണ്. അപ്രതീക്ഷിതമായി തീമല കണ്ടവർ ഭയന്നു വിറച്ച് ആശ്രമത്തിലേക്കോടുന്നു. എത്താൻ പറ്റാതെ അവിടെ ത്തന്നെ നിന്ന് ഉണക്കമരംപോലെ കത്തിത്തീരുന്നു. കാണുക, ശുക്രാല യത്തിൽ നിറയെ ശിഷ്യരും വിവിധതരം തൊഴിലുകൾ ചെയ്യുന്നവരും ഉറക്കത്തിൽ ഞെട്ടിയുണർന്നിരിക്കുന്നു. നടുക്ക്, കത്തിക്കരിയുമ്പോഴും നിസ്സംഗനായി ശിഷ്യരെ ധൈര്യപ്പെടുത്തിയിരിക്കുന്നത് മഹാചാര്യർ.

ആനക്കൊമ്പിൽ പണിയെടുക്കുന്ന ഒരു ശില്പിയുടെ തോളിലുള്ളത് താൻ പണിചെയ്യുന്ന കൊമ്പ്. ഉളിയും മരക്കഷ്ണവുമായി നിൽക്കുന്ന മദ്ധ്യവയസ്കൻ ശില്പിയാണെന്നു മനസ്സിലാക്കാം. ശുക്രപാഠശാലയിൽ അക്ഷരവിദ്യാഭ്യാസത്തിനു പുറമെ കരകൗശലങ്ങൾ മുഴുവനും അഭ്യസിപ്പിച്ചിരുന്നുവല്ലോ. ആശ്രമത്തിലും ആശ്രമമുറ്റത്തുമായി കരിഞ്ഞു കിടക്കുന്നവർമാത്രം വരും അമ്പതിനോടടുത്ത്. വീടുകളിലെ കാര്യം പറയാനുമില്ല. ചിത്രകാരന്റെ അനുമാനത്തിൽ നഗരത്തിൽ മാത്രം നാല്പതിനായിരത്തിലേറെ നിവാസികളുണ്ടായിരുന്നുവെന്നാണ്."

"ആചാര്യാ, ഒറ്റ രാത്രികൊണ്ടാണോ നഗരം മുഴുവനും കത്തി തീർന്നത്? അതോ അണയാതെ തീ നീണ്ടു നിന്നോ?" ചോദ്യം ദേവയുടെ ഭാഗത്തുനിന്നായതുകൊണ്ട് ആചാര്യ എന്ന അഭിസംബോധനയിൽ ചെറിയ ചിരി വന്നു.

"ഏറ്റവും ഉചിതമായൊരു ചോദ്യമാണിത്. എങ്ങനെ വിശാലമായ ഈ നഗരം ഇങ്ങനെ കത്തി കരിക്കട്ടയായി! രണ്ടോ മൂന്നോ ദിവസങ്ങൾ കൊണ്ടെങ്കിൽ കുറച്ചു ഭാഗങ്ങളെങ്കിലും പരിരക്ഷിക്കാമായിരുന്നില്ലേ? കുറേ മനുഷ്യമരണവും ഒഴിവാകുമായിരുന്നല്ലോ. ഈ സംശയത്തിന് ദൃക്സാക്ഷിയായ ഒരു ഗ്രാമീണന്റെ മൊഴി മാത്രമേ നമുക്ക് കേട്ടുകേൾവിയായുള്ളൂ. നിഷ്കളങ്കനായ ആ ഗ്രാമീണനെ പിന്നെയാരും കേട്ടിട്ടില്ല. ശേഷമാരും ദൃക്സാക്ഷി മൊഴിയും നൽകിയിട്ടില്ല.

പർജ്ജനൻ എന്ന പരുത്തി കൃഷിക്കാരൻ പാതിര കഴിഞ്ഞിട്ടും ഉറക്കം വരാതെ പരുഷ്ണിതീരത്തെ വീട്ടുപറമ്പിൽ പരുത്തി ചെടികളോടു വർത്തമാനം പറഞ്ഞ് നിൽക്കുകയായിരുന്നു. പരുത്തിചെടികളിൽ നിറയെ വിരിഞ്ഞതും വിരിയാറായതുമായ മൊട്ടുകൾ, പൂവുകൾ. തൊടിയാകെ ചെറിയ പഞ്ഞിക്കെട്ടുകൾ തൂക്കിയിട്ടതുപോലെ ഇരുട്ടിൽ തെളിഞ്ഞു നിൽക്കുന്നു. മനോഹരമായ ആ കാഴ്ച കാണാനായി അയാൾ ഉറക്കം തന്നെ ഉപേക്ഷിച്ചു നിൽക്കയാണ്. ഭാര്യയും കുഞ്ഞും വീടിനുള്ളിൽ നല്ല ഉറക്കത്തിൽ. ഒരു പരുത്തിമൊട്ട് വിടരുന്നതിനു മുമ്പേ ചാഞ്ഞു കിടക്കുന്നതുകണ്ട് അവനെ മരകവണയിൽ താങ്ങി നിർത്തുമ്പോഴാണ് അവിശ്വസനീയമായൊരു മിന്നൽപ്രളയം. തൊടിയും മുഴുവൻ പരുത്തിചെടികളും വെളിച്ച പ്രളയത്തിൽ കുളിച്ചു. തന്റെ തൊടി മാത്രമല്ല ചുറ്റുവട്ടത്തുള്ള മുഴുവൻ തൊടികളും അവിടുത്തെ വാഴ, ചേന, കാച്ചിൽ, ചേമ്പ് തുടങ്ങിയ സസ്യങ്ങളും വെട്ടിത്തിളങ്ങുന്നു. പ്രപഞ്ചം മുഴുവനും ഒന്നായി വെളിപ്പെട്ടതുപോലെ. ആയിരം സൂര്യന്മാർ ഒന്നിച്ച് പാതിരാവിൽ വന്നെത്തിയതുപോലെ. എങ്ങും നോക്കാൻ പറ്റാത്തത്ര വെട്ടിമിന്നൽ വെള്ള നിറത്തിൽ ഭൂമി മുഴുവനും കുളിച്ചു കിടന്നു.

പർജ്ജനൻ ഓടി അകത്തുകടന്നു. ഭാര്യയേയും കുഞ്ഞുമോനേയും വിളിക്കാൻപോലും കഴിഞ്ഞില്ല. ആ സ്ഥിതി രണ്ടോ മൂന്നോ ഘടികങ്ങൾ മാത്രം. കിഴക്ക് വെളിച്ചത്തിന്റെ ഒരു പർവ്വതം താഴ്ന്നു താഴ്ന്ന് നിലസമമായി. അല്പമാത്രകൾ കഴിഞ്ഞപ്പോൾ തൊടിയിൽ നിൽക്കാൻ വയ്യ.

കിഴക്കുനിന്നും വന്ന കാറ്റിന് അഗ്നിപൊള്ളൽ. അപ്പോഴേക്കും വിയർത്തു കുളിച്ച് ഭാര്യ മോനുമായി ഓടിവന്നു. കിടക്കാനും നിക്കാനും വയ്യ. തീക്കാറ്റ്. ചുറ്റുവട്ടത്തുള്ളവരും തീയിൽനിന്ന് ഓടിയകലുന്ന വെപ്രാള ശബ്ദങ്ങൾ കേട്ടു. ആർക്കും ആരോടും ഒന്നും ചോദിക്കാൻ നേരമില്ല. കാറ്റുകൊണ്ടു നിന്നാൽ മാംസം വെന്തു മലരും. അയാൾ ഭാര്യയേയും കുഞ്ഞുമോനേയും കൊണ്ട് പറമ്പിലെ പാറയ്ക്കടിയിലുള്ള ഗുഹയിൽ ചെന്നിരുന്നു. ഗുഹാമുഖം വലിയ കല്ലുകൊണ്ട് മൂടി. രണ്ടുദിവസം പുറത്തു കടക്കാതെ, ഇടയ്ക്കിടെ ഗുഹാമൂടി മാറ്റി പരീക്ഷിച്ചറിഞ്ഞു. മൂന്നാം ദിവസമാണ് വീടിനുള്ളിൽ കഴിയാൻ കഴിഞ്ഞത്. പിന്നെയും രണ്ടുദിവസം കഴിഞ്ഞാണ് വിവരങ്ങൾ അറിയാൻ കഴിഞ്ഞത്. നഗരം ഇടിവെട്ടിൽ പൊട്ടിച്ചിതറിയിരിക്കുന്നു. മിന്നലിൽ കത്തിക്കരിഞ്ഞിരിക്കുന്നു. മുഴുവൻ നിവാസികളും കത്തി ചാമ്പലായിരിക്കുന്നു. എന്തായുധമാണ് ആശ്രമ ത്തിനുമേൽ വന്നു പതിച്ചതെന്ന് ആർക്കും അറിയില്ല. ആകാശത്തുനിന്ന് സൂര്യൻ തന്നെയോ? മൃതദേഹങ്ങളിൽ ആരേയും തിരിച്ചറിയാൻ കഴി യില്ല. മുടിയും നഖങ്ങളുംവരെ പിഴുതെറിഞ്ഞു വെള്ളചായത്തിൽ കുളിച്ച്. മരങ്ങളിലെ പക്ഷികളും മരങ്ങൾതന്നെയും വെള്ളച്ചായത്തിൽ ആടു മാടുകളും തൊഴുത്തുകളും കൂടുകളും വെളുത്ത ചിത്രങ്ങൾപോലെ. അടുക്കളയിൽ കരുതിയ ഭക്ഷണത്തിൽ നിറയെ വെളുത്ത വിഷം. പട്ടാള ക്കാർ പുഴകളിൽ മുങ്ങി കിടന്നു. ഗ്രാമവാസികൾ ഗുഹകളിൽ അഭയം തേടി.

ഏറെനേരത്തെ മരവിപ്പിൽ നിന്നുമുണർന്ന ഗുഹൻ: “ശംബുവേട്ടാ, അല്ല, ആചാര്യാ, ഹരിയൂപിയയ്ക്ക് ഇങ്ങനെ നാശം വിതയ്ക്കാൻ പറ്റിയ ആയുധം? ചീനപ്പടക്കംകൊണ്ട് കൈപ്പൊള്ളുമെന്ന് കേട്ടിട്ടുണ്ട്. മാത്ര നേരം കൊണ്ടൊരു നഗരത്തെ മുഴുവനും...?”

“ആരു പറഞ്ഞു ഗുഹാ, ഹരിയൂപിയയ്ക്കാരുടെ ആയുധമെന്ന്? ആയുധങ്ങൾക്ക് സ്ഥലകാലഭേദമില്ല. നമ്മുടെയൊക്കെ ധാരണ പോയ കാലവും മനുഷ്യരും നമ്മളേക്കാൾ അപരിഷ്കൃതരെന്നാണ്. ഭൂമിയുണ്ടാ യിട്ട് കോടാനുകോടി വർഷങ്ങളായി. എത്ര യുഗങ്ങൾ മിന്നി മറഞ്ഞു പോയി എന്നാർക്കറിയാം. പുരോഗതിയും വളർച്ചയും അതിന്റെ പാരമ്യ ത്തിലെത്തുമ്പോൾ പ്രകൃതി പ്രളയരൂപിയായും അഗ്നിരൂപിയായും കൊടുങ്കാറ്റായും അതിനെ വന്നു തകർത്ത് മണ്ണിന്നടിയിലാക്കുന്നു. അതു വരെ പടുത്തുയർത്തിയവ മുഴുവനും മണൽതീരത്തെ മണൽകളിവീടു പോലെ ഉടച്ചു തകർക്കുന്നു. പ്രകൃതി അതിന്റെ അജ്ഞാതവിളയാട്ടം വീണ്ടും വീണ്ടും തുടരുന്നു. തിര വീണ്ടും വീണ്ടും തീരത്തേക്കു വരു ന്നതുപോലെ.

ഈ യുഗത്തിൽ മനുഷ്യൻ ഉണ്ടായിട്ട് അഞ്ചുലക്ഷം വർഷമേ ആയി ട്ടുള്ളുവെന്നുവച്ച് പോയ മഹായുഗങ്ങളിൽ എത്ര തവണ മനുഷ്യൻ തട്ടി തകർക്കപ്പെട്ടിട്ടുണ്ടെന്ന് ആർക്കറിയാം? ഗുഹൻ ചോദിച്ച മറ്റൊരു

സംശയം "എങ്കിൽ ഹരിയൂപിയയ്ക്ക് ഇങ്ങനെ ഒരു വിനാശായുധം എവിടെനിന്നു കൈവന്നു?" മിന്നലായുധം ഹരിയൂപിയയിൽ വന്നു പെട്ടതും ആകാമല്ലോ. വിശ്വസിക്കാൻ കഴിയുമോ സൈന്ധവസംസ്കാരത്തിനും ആയിരത്താണ്ടുമുമ്പ് അയ്ജിറ്റോസിൽ സഹസ്രാങ്കുലം ഉയരത്തിൽ സ്തൂപരൂപത്തിൽ രണ്ടുലക്ഷത്തി മുപ്പതിനായിരം ചുണ്ണാമ്പു കല്ലിൽ ഒരു യോജന സ്ഥലത്ത് പടുത്തുയർത്തിയ കൂറ്റൻ ശവക്കല്ലറ ഉണ്ടായിരുന്നുവെന്ന്. മെസോപ്പൊട്ടേമിയയിലെ അഷൂറുകാർക്ക് അധികാരം പിടിച്ചടക്കാൻ യുദ്ധം ഒരു വിനോദമായിരുന്നുവെന്ന്. വർഷങ്ങളുടെ ഇടവേളകൾപോലുമില്ലാതെ ശത്രുനഗരങ്ങളും ഗ്രാമങ്ങളും അവർ നിലം പരിശാക്കിയത് കേവലം കൈകോടാലികൊണ്ടും ചെമ്പിന്റേയും പിത്തളയുടേയും മൂർച്ച തേഞ്ഞ ആയുധങ്ങൾകൊണ്ടാവുമോ. ജംബുവിൽ പട നയിച്ചു വന്ന സേനാപതിയും സൈന്യവും തിളങ്ങുന്ന വജ്രായുധങ്ങളുമായല്ലേ വന്നത്. അവർ വന്നത് സപ്തസാഗര തീരത്തുനിന്നാണെന്നറിയില്ലേ? പേഴ്സ്യ യുദ്ധക്ഷേത്രമായ അഷൂറിൽനിന്നും ഷൂമറിൽനിന്നും വല്ലാതെ അകലെയുമല്ല. സേനാപതിയുടെ പഴ്സ്യയിൽനിന്ന് കടൽ മാർഗ്ഗം സഞ്ചരിച്ചാൽ ഫറോവയുടെ നാട്ടിലെത്തുക ദുഷ്കരമല്ല. പേഴ്സ്യയിൽ ജനിച്ചുവളർന്ന സേനാപതിക്കും സഹസൈന്യാധിപൻമാർക്കും യുദ്ധതന്ത്രവും നാശായുധങ്ങളും പുത്തരിയല്ല. ജംബുവിലെ ആശ്രമങ്ങളിൽനിന്ന് അറിവുകിട്ടിയിട്ടുവേണ്ട."

"അപ്പോൾ സേനാപതിക്കു വിനാശ മിന്നലായുധം കിട്ടിയത്..?"

ആരുടേയോ ചോദ്യം മുഴുവനാകും മുമ്പ് ഉത്തരം കൊടുത്തു.

"എന്നു ഞാൻ പറഞ്ഞില്ല. മിന്നലായുധം എത്തിപ്പിടിച്ചത് ആരെന്ന് ആർക്കുമറിയില്ല. സേനാപതി ഇടിവെട്ടിന്റേയും മിന്നലിന്റേയും ദേവനാണെന്ന പ്രസിദ്ധി എങ്ങനെ കൈവന്നു? ഇത്തരം രഹസ്യങ്ങൾ കാലം തെളിയിക്കുമെന്നു നമുക്ക് പ്രത്യാശിക്കാം. കഴിഞ്ഞ കാലത്തെപോലെ, വരാനിരിക്കുന്ന കാലത്തിനും; നമ്മൾ ദുഷ്കരം എന്നു വിചാരിക്കുന്ന പലതും നിഷ്പ്രയാസം സാദ്ധ്യമായിക്കൂടെന്നില്ല."

"ബ്രഹ്മാസ്ത്രം ഭൂമി മുടിക്കും എന്നു കേട്ടിട്ടുണ്ട്. പാശുപതം സർവ്വവും. അതായിരിക്കുമോ ആചാര്യാ...?" കൂട്ടത്തിൽ പ്രായം തോന്നിക്കുന്ന ഒരു രക്ഷകർത്താവ്.

"അതും പറയുന്നു. ബ്രഹ്മാസ്ത്രവും പാശുപതവും കേവലം അമ്പും വില്ലുമല്ലന്നേ പറയാൻ അറിയൂ. മഹാവിനാശകാരികളായ യന്ത്രങ്ങളാണ് അവ. ചുറ്റുപാടും പൊടിച്ചു കളയാൻ ത്രാണിയുള്ളവ."

ഹരിയൂപിയയിൽ ബ്രഹ്മാസ്ത്രമാണോ പാശുപതമാണോ വർഷിച്ചതെന്ന് അറിയില്ല. ഒന്നുമാത്രം അറിയാം. മിന്നലായുധം പ്രയോഗിച്ച് രണ്ടായിരമാണ്ടു കഴിഞ്ഞിട്ടും മോഹൻജോദാരോയിലും ലോഥാലിലും ചവിട്ടിയ കാലുകളിൽ ഇന്നും ഉഷ്ണപുണ്ണുകൾ വരുന്നു. കാണേണ്ടവർ കണ്ട് ഉറപ്പുവരുത്തുക. ഞാൻ രണ്ടു കാലുകളും നീട്ടി

കാൽത്തണ്ട മറച്ച ഉത്തരീയവാൽ വലിച്ചു കാണിച്ചു. രണ്ടു കാൽക്കണ്ണികളിലും തണ്ടുകളിലും നിറഞ്ഞ വ്രണങ്ങൾ ഉണങ്ങി കരിയാൻ തുടങ്ങിയതേയുള്ളൂ. കണ്ടവർ കണ്ടവർ ഗദയടിയേറ്റ ശിരസ്സു താങ്ങാൻ പാടുപെട്ടു."

ദേവയും ഗുഹനും വീഴാതിരിക്കാൻ എന്നെത്തന്നെ പിടിച്ചു.

ഇരയുടെ അപേക്ഷ കേട്ട് ധർമ്മബോധിയായ മഹാരാജാവ് വാൾപിടിയിൽ കൈയമർത്തി വിജയീഭാവത്തിൽ ഉയർന്നു നിന്നു. ദാശരഥിയുടെ സുന്ദരകളേബരത്തിൽ മന്ദസ്മിതം നിറയുന്നതുകണ്ട് ദേവകാര്യത്തിനു വിഘ്നമില്ലെന്നൂഹിച്ച ഋഷി-ദേവന്മാർ "നന്ന് നന്ന്." എന്നു രാജാവിനെ വാഴ്ത്തി.

ഭാഗം ഒമ്പത്

സഞ്ചാരി

ഒന്ന്

സഞ്ചാരിയുടെ തോളിൽ കാലി സഞ്ചി. മനസ്സിൽ കുറിച്ചതുപോലെ രണ്ടു മൂന്നു പേരുകൾ.

സരയുവിലെ ഓളങ്ങൾ മുറിച്ച് രാത്രികളും പകലുകളും പിന്നോട്ടു ചികഞ്ഞു മാറ്റി വെളുത്ത നൂലിഴകൾ തെളിയാൻ തുടങ്ങിയ നേരം അലക്കുപെണ്ണുങ്ങൾ അടിച്ചു വെളുപ്പിക്കുന്ന യയ്യാവതി കടവിൽ, യാത്രാവസാനം. അടിയേറ്റു വാങ്ങുന്ന കല്ലും വായുവിൽ ഉയർന്നു പൊങ്ങിയ വിഴുപ്പുകളും ഓർമ്മകളുടെ തേരൂട്ടി വയസ്സു കുറച്ചു സഞ്ചാരിയുടെ. ഒരുന്മാദ ലഹരിയിലെന്നവണ്ണം അയാൾ ബാല്യത്തിന്റെ വിസ്മൃതനാളുകളിലേക്ക് വീണ്ടും വഴുതിവീണു. സംശയമില്ല ഇതുതന്നെയാണെന്റെ രവിനദി. ഇവിടെത്തന്നെയാണെന്റെ വീടും നാടും. ചിലങ്ക കെട്ടിയ കുട്ടിയെപോലെ അയാൾ കടവിന്റെ പടവുകൾ ചാടിച്ചാടി കയറി ജന്മഗൃഹം ലക്ഷ്യമിട്ടു പഴുമണൽ തെറിപ്പിച്ചുകൊണ്ടോടി. തലയിൽ മുണ്ടുകെട്ടി ജലച്ചോർച്ചയും വെയിൽചോർച്ചയും തടഞ്ഞ് കല്ലിൽ ആഞ്ഞടിക്കുന്ന പെണ്ണുങ്ങൾ പുതിയ കാഴ്ച കാണുന്നതുപോലെ നോക്കി പളപള ചിരിച്ചുകൊണ്ട് തമ്മിൽ പറഞ്ഞു രസിച്ചു: "മന്ദപുത്തി."

അരമണി കെട്ടിയ ഓട്ടം മൂക്കുകയർ പിടിച്ചതുപോലെ നിന്നത് ജന്മവീടിനു മുന്നിൽ. പാമ്പിൻപുറ്റുകൾ സമൃദ്ധമായി നിന്ന കുടിൽ പറമ്പിനു മുന്നിലെ നില്പുകണ്ട് കാര്യം തിരക്കിയവരിൽ വന്നുപെട്ട ചാമരൻ എന്ന ബാല്യ സുഹൃത്ത്. അടിവാരത്തിൽ മരംവെട്ടാൻ സമയത്തിനെത്താനുള്ളതുകൊണ്ട് അവന്റെ വലിയമ്മാവന്റെ പേരും താമസസ്ഥലവും ചൂണ്ടി വഴികാണിച്ചു പറഞ്ഞു: "നീ വലിയമ്മാവനെ കണ്ടുനോക്ക്. അങ്ങേർക്ക് നിന്നെ സഹായിക്കാൻ കഴിഞ്ഞെന്നുവരും. ആൾ വളരെ പഴയ ആളാണ്. നാടും നഗരവും അറിയും." വഴിയാത്രക്കാരോടുള്ള അന്വേഷണം അവസാനിച്ചത് കയറുകട്ടിലിൽനിന്ന് താഴെയിറങ്ങാൻപോലും ശരീരശേഷിയില്ലാത്തൊരു വൃദ്ധന്റെ തലതെറിച്ച ചോദ്യങ്ങൾക്കു മുമ്പിൽ "ഹരിയൂല് വന്നിട്ട് ഹരീയൂ എവ്ട്യാന്നു ചോയ്ച്ചാ. എവടന്നാ?" അകലെ നിന്നെന്നു പറഞ്ഞപ്പോൾ "എത്രോണ്ട് അകലെ" എന്നായി. സ്ഥലം പറഞ്ഞപ്പോൾ സംശയത്തിന്റെ നീരുറവ കണ്ണിൽ കനക്കുന്നതു കണ്ടു. സംശയം ഭയമായി. "എനിക്കൊന്നുമറിയില്ല, നിങ്ങളെ പോലുള്ളവരുടെ

ചോദ്യത്തിനുത്തരം നൽകാൻ. ആട്ടേ ആദ്യം ഹരീയൂല് കാണണ്ടത്" ആരെന്ന വിറയാർന്ന ചോദ്യത്തിന് ഇവിടത്തെ ശുക്രാലയത്തിലെ ഇപ്പോൾ ജീവിച്ചിരിക്കുന്ന ശുക്രഗുരുവിനെ എന്നു പറഞ്ഞതോടെ വൃദ്ധൻ വയ്യെങ്കിലും കട്ടിലിൽനിന്നും ചാടിയെണീറ്റ് അകത്തേക്ക് പന്തു രുളുന്നതുപോലെ ഉരുണ്ട് പനമ്പു വാതിലടച്ചു. പൂജാരിയെ ചെന്നു കണ്ടാൽ പറഞ്ഞുതരുമെന്ന വൃദ്ധന്റെ നിർദ്ദേശം ആളെക്കൊണ്ട് തീരെ ഉപയോഗപ്പെട്ടില്ല എന്ന മൊഴി ഒഴിവാക്കാൻ ഉപകരിച്ചു. അതു കേട്ട പൂജാരി എണ്ണയിലിട്ട കടുകുമണിപോലെ പൊട്ടിത്തെറിച്ചു: "എന്നോ ചത്തു കെട്ടുപോയവരുടെ അസ്ഥിയന്വേഷിച്ചു നടക്കുന്നു. നിങ്ങൾ ക്കൊന്നും വേറെ പണിയില്ലേ കുലദ്രോഹികളെ തിരഞ്ഞു നടക്കാൻ." ക്ഷമ തിരിച്ചുവന്നപ്പോൾ പൂജാരി പറഞ്ഞ പേരുകൾ തേടിയലഞ്ഞു യയ്യാവതിയും കഴിഞ്ഞ് ഉൾഗ്രാമങ്ങളിൽ. ഏറെ മാസങ്ങളുടെ അലച്ചി ലിനൊടുവിൽ ബോധ്യമായി വഴിതെറ്റിക്കാനുള്ള മനപ്പൂർവ്വ സഹായ ങ്ങളായിരുന്നു അവയൊക്കെയുമെന്ന്. കരുതിയ നിഷ്കവും തീർന്ന് യാചനയും മടുത്തപ്പോൾ വന്നു കയറിയ അലക്കുകടവിൽതന്നെ തിരി ച്ചെത്തി.

ഗുഹൻ എവിടെയെങ്കിലും തോണിയടുപ്പിച്ചു കാത്തു നിൽപ്പുണ്ടാ യിരിക്കുമോ? ഇല്ലെങ്കിൽ ഇതുവഴി വരുന്ന യാത്രാത്തോണിയിൽ മടക്ക മാവാം. ദാഹം മാത്രമല്ല കഠിനമായ വിശപ്പ് കുടൽമാലകളെ തെരുവു പട്ടികളെപ്പോലെ നാക്കു നീട്ടിക്കുന്നു. യയ്യാവതിയിലെ ജലം ഒരു കുമ്പി ളെടുത്തു കുടിച്ചപ്പോൾ ദാഹം കൂടി. വിശപ്പിനും ദാഹത്തിനുമായി അഞ്ചോ ആറോ കുമ്പിൾ. ദാഹവും വിശപ്പും ശമിച്ചപ്പോൾ തിരിച്ചു പോക്കിന്റെ അർത്ഥശൂന്യതയിൽ മനസ്സാകെ പുതഞ്ഞു. തോണി ക്കൊമ്പിലെ കാത്തിരിപ്പു നിർത്തി മണൽത്തിട്ടിലെ മയക്കം. കുളിർ കാറ്റിൽ നിദ്ര. അറിയാൻ വേണ്ടിയുള്ള അന്വേഷണം ഒരിക്കലും അവസാനിക്കുന്നില്ല. ഏകാന്തധ്യാനം പരമമായ അറിവുകൾ നൽകുന്നു

പറഞ്ഞതാരാണെന്നോ കേട്ടതെവിടെനിന്നെന്നോ പിടികിട്ടാത്ത സംഭ്രമനിമിഷത്തിലാരംഭിച്ച അലക്ഷ്യമായ നടത്തം ചെന്നു തറച്ചത് ഉയര ങ്ങളിലുള്ളൊരു പാറക്കല്ലിൽ. ധ്യാനത്തിൽ കേന്ദ്രീകരിച്ചിരിക്കാൻ അധ്വാനിച്ചുപോയത് വാരങ്ങളല്ലെന്നും മാസങ്ങളെന്നും അറിഞ്ഞത് ആടു മേച്ചിലുകാരുടെ ചോദ്യം കേട്ട്. "സ്വാമിൻ അവിടുന്ന് തപസ്സിരിക്കുന്ന സ്വാമിയല്ലേ - കൊച്ചിനൊരു ഏലസ്സ് ജപിച്ചു താ. ചുടുകാട്ടീന്ന് പ്രേതം കേറി. കുട്ടി കെടന്ന് വെറയണ്." നിലത്തു കിടന്ന് തുള്ളി വായിലൂടെയും മൂക്കിലൂടെയും പത ചാടി കൈകാലടിച്ചു തലയുരുട്ടുന്ന കുട്ടിയെ കണ്ട പ്പോൾ ആത്മാർത്ഥമായ ആഗ്രഹം ഏലസ്സു ജപിച്ചു കെട്ടാൻ. കൈ മലർത്തി കാണിച്ച് അജ്ഞാനം വെളിപ്പെടുത്തിയപ്പോൾ വല്യ തപസ്സി യെന്നു പുച്ഛിച്ച് അമ്മയും അച്ഛനും കുട്ടിയെയെടുത്ത് മേലോട്ടു കയറി പ്പോയി. യാമങ്ങൾക്കുശേഷം ചിരിച്ചു കളിക്കുന്ന കുട്ടിയേയും കൊണ്ട് കുന്നിറങ്ങാൻ വന്ന മാതാപിതാക്കൾ പാറപ്പുറത്തെ തപസ്സിക്കിട്ടൊരേറ്:

"ജപിച്ചുകെട്ടാനും അറിയാത്ത തപസ്സികള്. ഒറ്റ ഊത്തിന് പ്രേത ങ്ങളടക്കി ചുക്രാചാര്യര്" "ആര്?" അടിത്തട്ടിലൊളിച്ച മനസ്സിൽനിന്നും ഏറുപന്തുപോലെ പുറത്തേക്കു വന്നു ചോദ്യം "ചുക്രാചാര്യർ. പോയി മന്ത്രവാദം പഠിക്ക് സാമി." ആടുമേച്ചികൾ കുന്നിറങ്ങാൻ തുടങ്ങുമ്പോൾ കുന്നു കയറാൻ കോപ്പൊരുക്കിയ സഞ്ചാരി. യാമങ്ങളുടെ കുന്നുകയറ്റ ത്തിനൊടുവിൽ വഴിമുട്ടിയ വെളിപ്പറമ്പിന്റെ മൂലയിൽ മന്ത്രവാദി. ആളൊഴി യാൻ രാത്രിവരെ കാത്തുനിൽപ്പ്. പ്രേതബാധയോ ഭൂതബാധയോ ഇല്ലെ ങ്കിൽ പിന്നെ ദർശനമെന്തിനെന്ന് മന്ത്രവാദി. "താങ്കളാണോ ശുക്രാ ചാര്യർ?" "ബാധയകറ്റി പോകുന്നവർ അങ്ങനെ പറഞ്ഞുപോകുന്നു." മന്ത്രവാദക്കളത്തിലാളൊഴിവുകണ്ട മന്ത്രവാദിയുടെ രഹസ്യ മന്ത്രണം: "ശുക്രൻ മന്ത്രവാദത്തിന്റെ ആളെന്നാ ആൾക്കാരുടെ ധാരണ. അതോണ്ടാ ആ പേര്." "ഞാൻ വിചാരിച്ചു യഥാർത്ഥ ശുക്രനാണെന്ന്." "യഥാർത്ഥ ശുക്രനെ കാണാനാണോ?" അതെയെന്നുകേട്ട മന്ത്രവാദി ബാധയേറ്റ പോലെ കണ്ണുപിളർത്തി മുഖം കോട്ടി. "ശുക്രൻ ചുടുകാട്ടിലാണ്. ശുക്രൻ മനുഷ്യനല്ല പ്രേതമാണ്." "ഞാൻ ശുക്രാചാര്യരെ കാണാനാ വന്നത്." മന്ത്രവാദി മറ്റൊരു പ്രേതത്തെ കണ്ടതുപോലെ ഇളിച്ചു. പേടിച്ചു വിറച്ചു. "ചുടുകാട്ടിൽ പോകാൻ ധൈര്യമുണ്ടോ? അതിന്റെ പരിസരത്തുകൂടെ നടന്നതിനാണ് കാലിച്ചെക്കനെ പ്രേതം കൂടിയത്. ദിവസോം നട്ടുച്ച മുതൽ വെളുപ്പാൻ കാലംവരെ പ്രേതങ്ങളിറങ്ങുന്നു. കൈയിൽ നീണ്ട നഖങ്ങളും കറുത്ത കയറുമായി."

അയാൾ ശുക്രസ്ഥാനത്തേക്കുള്ള വഴി പറഞ്ഞു തരില്ലെന്നുറപ്പായ പ്പോൾ ജടകെട്ടിയ മുടിയഴിച്ചിട്ട് കണ്ണുകളിൽ കോപം കത്തിച്ച് വലംകൈ നീട്ടിപ്പിടിച്ച് ഒരടവ്. "പറഞ്ഞുതാ. സ്വാമിയെ പരീക്ഷിച്ചാൽ ചുട്ടു ചാമ്പ ലാക്കും." അടവു ഫലിച്ചു. മന്ത്രവാദി നിലത്തു കമിഴ്ന്നു വീണു. ചുടു കാട്ടിലേക്കുള്ള വഴി പറഞ്ഞുതന്നു. അവിടെനിന്നും ഇരുപതു യോജന മുകളിൽ. നിരവധി വൈതരണികൾ നിറഞ്ഞ ഊടുവഴികൾ. പാറക്കെട്ടു കൾ നിറഞ്ഞ വിഘ്നവഴികൾ.

മറ്റൊരു പകൽ കഴിഞ്ഞ് പാതിരായ്ക്ക് സഞ്ചാരി കുന്നിൻമുകളിൽ. വിശാലമായൊരു പ്രദേശമാണെന്നു മനസ്സിലായി. ഒറ്റ ഉറുമ്പിന്റെ ചലനം പോലുമില്ലാത്ത ഭൂവിഭാഗം. കാറ്റ് അതിനുചുറ്റും കിടന്ന് ചൂളമടിച്ചു വീശുന്നു. തിരമാലകളുടെ മുഴക്കം. കരിഞ്ഞുണങ്ങിയ ശവത്തിൽ നിന്നുള്ള രൂക്ഷഗന്ധം. ചുട്ടുപൊള്ളുന്നു. ദേഹമാസകലം ഹോമകുണ്ഡ ത്തിൽനിന്നതുപോലെ പൊള്ളി വിയർക്കുന്നു. താഴോട്ടിറങ്ങാം എന്നു വിചാരിച്ചാൽ രാത്രി കൈകാലുകൾ ഒടിച്ചു കളയും. മനുഷ്യപാർപ്പില്ലാതെ ഇത്രയും വലിയ ഭൂവിഭാഗം ഇതുവരേയും കണ്ടിട്ടില്ല. ഹിമാലയത്തിൽ ഉണ്ടെന്നു കേട്ടിട്ടുണ്ടെന്നല്ലാതെ. പകൽപോലും ഈ ഭീകരമായ, ഏകാന്തത ആരേയും വീർപ്പുമുട്ടിച്ച് ഭ്രാന്തനാക്കും. മുന്നോട്ടോ പിന്നോട്ടോ വെക്കേണ്ടതെന്നറിയാതെ നിന്നു വിയർത്തു. ചുടുകാട് എന്നത് ശരിതന്നെ. സഞ്ചാരിക്കുറപ്പായി, മഹാഗ്രന്ഥം തിരഞ്ഞ് മുത്തശ്ശൻ കയറിപ്പോയ തീച്ചൂള മറ്റൊന്നല്ല.

അകലെ മിന്നുകയും അടഞ്ഞുപോവുകയും ചെയ്യുന്നൊരു നുറുങ്ങു വെളിച്ചം. മിന്നാമിനുങ്ങായിരിക്കും. എന്തെങ്കിലുമാകട്ടെയെന്നു കരുതി വെളിച്ചപ്പൊട്ടിനു നേരെ സഞ്ചാരി നടന്നടുക്കും തോറും അകന്നകന്നു പോവുന്ന മിന്നാമിനുങ്ങ്. ചീവീടുകളുടേയും ശവംതീനി പക്ഷികളുടേയും ഒന്നിടവിട്ടകൂവൽ ശബ്ദം.

"ആരാണ് ചുടുകാട്ടിൽ?" - രണ്ടു തുറിച്ച കണ്ണുകൾ മാത്രം നേർക്ക്. വെള്ളിമൂങ്ങയുടെ തുറിച്ച കണ്ണുകൾ.

സഞ്ചാരിയാണെന്ന് സഞ്ചാരി.

സഞ്ചാരിയോയെന്ന രൂക്ഷചോദ്യം.

"ശവമേട്ടിലോ? മോഹൻജോദാരോയിൽ ആരെ കാണാൻ?"

"ശുക്രാചാര്യരെ കാണാൻ... ആരെന്ന ചോദ്യത്തിന് വീണ്ടും അതേ ഉത്തരം."

"ശുക്രാചാര്യരോ? ആരാണയാൾ?"

അതിനിടെ മനസ്സിലായി ചോദ്യകർത്താവിന് മെലിഞ്ഞുണങ്ങി വൈക്കോൽ സമമായൊരു ഉടലും വരണ്ടുണങ്ങിയ അലറിക്കൊമ്പു പോലെ രണ്ടു കാലുകളുണ്ടെന്നും അവ വരണ്ട ചുടുകാട്ടിലെ മണ്ണിൽ തറഞ്ഞു നിൽക്കുന്നുണ്ടെന്നും. അറിവ് സഞ്ചാരിയെ പ്രേതചിന്തകളിൽ നിന്ന് താഴെയിറക്കി. ചോദിച്ചതു കേട്ടില്ലേയെന്ന രൂക്ഷശബ്ദത്തിന് പാതാളത്തിൽ നിന്നുള്ള മുഴക്കം. ഏതോ മണ്ണിന്നടിയിലെ ശവനാവിന്റെ ഗർജ്ജനം.

"ശുക്രാചാര്യരുടെ കുടുംബമാണു ഞാൻ." അലർച്ച അമർന്നമർന്ന് മണ്ണിന്നടിയിലെ പ്രഭവകേന്ദ്രത്തിലേക്കുതന്നെ തിരിച്ചുപോയി.

ആർദ്രമായ ചോദ്യം "ശുക്രാചാര്യരുടെ കുടുംബമോ?"

"അതെ, ആചാര്യരെ. സാകേതത്തിലെ സത്യശങ്കരനെന്ന ശുക്രന്റെ. സാകേതശുക്രൻ എന്നും ശുക്രമഹാചാര്യരുടെ നേർത്തുടർച്ചയും."

മന്ത്രിക്കുന്ന നേരിയ സ്വരം.

"സത്യശങ്കരശുക്രൻ എന്തിനാണ് പറഞ്ഞുവിട്ടത്."

"അങ്ങയെ കാണാൻ."

"എന്തിന്?"

"ശുക്രാചാര്യരെ അറിയാൻ." വൈക്കോൽപോലെ മെലിഞ്ഞുണങ്ങിയ ആ രൂപം മിന്നുവെട്ടം ഒന്നുയർത്തി സഞ്ചാരിയെ രൂക്ഷമായി നോക്കി. സഞ്ചാരിക്കു തോന്നി പ്രേതത്തിനൊരു രൂപമുണ്ടെങ്കിൽ അതിതു തന്നെയാണെന്ന്.

ജട പിടിച്ച തലയിൽ വലിച്ചുകൊണ്ട് ആ രൂപം പിറുപിറുത്തു: "മഹാശുക്രാചാര്യരെ അറിയാൻ ഒറ്റ വഴിമാത്രം." ഇരുളിലേക്കു ചൂണ്ടി: "നാനൂറു യോജന നീളം മുന്നിൽ കിടക്കുന്നു. അവിടെയെല്ലാം മഹാചാര്യപാദസ്പർശമുണ്ട്. പോയി അറിഞ്ഞുവാ."

സംശയിച്ചു നിന്ന സഞ്ചാരിയുടെ കാതിൽ കതിനക്കുറ്റിയിൽനിന്നെന്ന വണ്ണം വെടിപൊട്ടി. "ങും പോയിവാ.. കഴുതപ്പുറത്തോ കുതിരപ്പുറത്തോ അല്ല കാൽനടയായി." പിന്നീടവിടെ ഒരു നിമിഷം നിന്നാൽ എവിടെ നിന്നൊക്കെയോ കറുത്ത കൈകൾ വന്ന് കഴുത്തു മുറുക്കുമെന്നു തോന്നിയ സഞ്ചാരി പുതിയ ചോദ്യങ്ങൾക്കു ശക്തിയില്ലാതെ കുന്നിറങ്ങാൻ തുടങ്ങി. ആചാര്യനും തനിക്കും ഒരേപോലെ തെറ്റിയെന്നു ബോധ്യം വന്നെങ്കിലും അയാൾ നിശ്ചയിച്ച നാനൂറു യോജന നടന്നെത്താൻതന്നെ നിശ്ചയിച്ചു സഞ്ചാരി. അതികാലത്തു തുടങ്ങുന്ന നടത്തം സന്ധ്യയാകുന്നതോടെ നിർത്തുന്നതിനിടയിൽ വഴിയരുകുകളിൽ കണ്ട അപൂർവ്വ വസ്തുക്കൾ പെറുക്കി സഞ്ചിയിലിട്ടു. മിനുസമേറിയ കല്ലുകൾ, ഇഷ്ടികക്കഷണങ്ങൾ, ഓട്ടിൻമുറികൾ, ചെമ്പുചീളുകൾ, വെങ്കലത്തുണ്ടുകൾ അങ്ങനെ പലതും. തുരുമ്പു പിടിച്ച ചെമ്പുസൂചികൾവരെ. ആദ്യത്തെ രണ്ടുമാസത്തിനിടയ്ക്ക് അതിയായ വിശപ്പും ദാഹവും അനുഭവപ്പെട്ട സഞ്ചാരി സന്ധ്യാശേഷം നദിക്കടവുകളിൽ മടക്കയാത്രയ്ക്കായി ചോലവെള്ളം കുടിച്ചുകിടന്ന് വെളിച്ചം പരക്കുന്നതോടെ യാത്ര പുനരാരംഭിച്ചു. യാത്രയിലുടനീളം കായ്കനികൾ സമൃദ്ധമായ കടവുകളിലേയും തിരക്കുള്ള നിരത്തുകളിലേയും പൊള്ളിച്ച ചോളപ്പൊതിയും ആകർഷണമായി.

മാസങ്ങൾ വർഷങ്ങളായതോടെ സഞ്ചാരിയിൽ ചോളപ്പൊതിയും കടവു കനികളും ആകർഷണമേ അല്ലാതായി. സഞ്ചാരി അടിമുടി അന്വേഷണത്തിന്റെ ലഹരിയിൽ മുങ്ങി. മുഴുവൻ ഞരമ്പുകളിലും മസ്തിഷ്കം മുതൽ പാദപെരുവിരൽ വരേയും അറിയാനുള്ള അഭിവാഞ്ഛ പൂത്തു കുലച്ചു. വിശപ്പും ദാഹവും അറിയാതെയായി. ഭക്ഷണമോഹം ഇല്ലാതായി. എപ്പോഴെങ്കിലും എവിടെയെങ്കിലും വച്ച് ആരെങ്കിലും അറിഞ്ഞു കൊടുത്ത വെള്ളം കുടിച്ചു. മോരു കലക്കിയ ലോട്ട വായിൽ കമിഴ്ത്തി. മാതളമോ നാരങ്ങയോ മാമ്പഴമോ പൂളിക്കൊടുത്തതു തിന്നു. ദാഹിച്ചപ്പോൾ കടവിൽനിന്നു വെള്ളം കുടിച്ചു. വിശന്നപ്പോൾ വഴിയരികിലെ കുടിലുകളിൽ കയറി യാചിച്ചു. തളർന്നപ്പോൾ മരച്ചുവടുകളിലും കുടിൽ വരാന്തയിലും കിടന്നുറങ്ങി. എവിടെയാണു കിടന്നുതെന്നും എവിടെ നിന്നെല്ലാം കഴിക്കുന്നുവെന്നും സഞ്ചാരി അറിഞ്ഞതും ഓർത്തതുമില്ല. മണൽപ്പുറങ്ങളിൽ ചെങ്കൽപാതയിൽ, കാട്ടുചോലപ്പുറങ്ങളിൽ കറുത്ത മണ്ണു പുതച്ച ഗ്രാമങ്ങളിൽ ആരും ശ്രദ്ധിക്കാതെ ആരും കാണാതെ കിടന്ന സൂക്ഷ്മവസ്തുക്കൾവരെ പെറുക്കി സഞ്ചിയിലിട്ടു. അന്വേഷണത്തിന്റെ ജ്വരലഹരി എത്ര ഉന്മാദകരമെന്ന് സഞ്ചാരി അറിയുകയായിരുന്നു. അന്വേഷകന്റെ വിശപ്പ് അന്വേഷണമാണെന്നറിഞ്ഞ കാലം. സഞ്ചാരവും തപസ്സെന്ന് അറിഞ്ഞ കാലം. താഴേക്ക്, മണ്ണിലേക്ക് മണ്ണിന്നടിയിലേക്ക്, പാറകളിലേക്ക്, പാറകൾക്കടിയിലേക്ക്, മണലിലേക്ക്, മണലിന്നടിയിലേക്ക് കണ്ണും പൂഴ്ത്തി നടന്നു നടന്ന് കണ്ണുകൾ കുഴിഞ്ഞു താഴ്ന്നു. പുതിയ പുതിയ സ്ഥലങ്ങൾ, സഞ്ചരിച്ച പ്രദേശങ്ങൾ എല്ലാം

നിരവധി തവണ ചവിട്ടി കടന്നു. അവിടങ്ങളിലെല്ലാം കണ്ട ആൾക്കൂട്ട ങ്ങളോടും ഒറ്റപ്പെട്ട അനാഥരോടും സ്ഥലവിവരങ്ങളും ആൾവിവരങ്ങളും ചോദിച്ചറിഞ്ഞു. പുതിയ അറിവുകൾ തുണിച്ചുരുളിൽ കുറിച്ചിട്ടു. പുതിയ അവശിഷ്ടങ്ങൾ തോൾസഞ്ചിയിൽ കാത്തുവച്ചു.

സമയത്തെക്കുറിച്ച് സഞ്ചാരി ചിന്തിച്ചില്ല. തെളിവുശേഖരണത്തെപറ്റി മാത്രം ബോധവാനായി. എത്ര തവണ മോഹൻജോദാരോ മുതൽ സിന്ധു തീരത്തെ ഹരിയൂപിയ വരെ സഞ്ചരിച്ചുവെന്നും നിശ്ചയമില്ല. പത്തു തവണ, ഇരുപത്, മുപ്പത്.. അറിയില്ല. ഓരോ തവണയും പുതിയ ഒരു കൽത്തുണ്ടെങ്കിലും സഞ്ചാരിക്കു കിട്ടി. രാത്രിയിൽ ഉറങ്ങാൻ കിടക്കു മ്പോൾ പൂർവ്വകഥ ആലോചിച്ചു കിടക്കാൻ സാദ്ധ്യതയുള്ള ഒരു മിന്നൽ തരി ചെമ്പു സൂചി. സഞ്ചാരത്തിന്റെ ലഹരിയിൽ മോഹൻജോദാരോ യിലെ ചുടുകാട്ടിൽ കഴുത്തറ്റം കരിമണ്ണിൽ മൂടിയ ഒരുലോഹത്തുണ്ട് കുഴിച്ചെടുക്കുന്നതിനിടയിൽ ചുടുകാട്ടിലെ വൃദ്ധന്റെ വിളി സഞ്ചാരിയുടെ ശിരസ്സിൽ ചീങ്കണ്ണിപ്പിടിപോലെ മുറുകി.

അപ്പോൾ അപരാഹ്നത്തിന് നിറമാറ്റമുണ്ടാവാൻ തുടങ്ങിയിരുന്നു.

“മകനേ ശംബൂ... നീ യഥാർത്ഥ സഞ്ചാരിതന്നെ. യഥാർത്ഥ ശുക്ര പരമ്പരതന്നെ.”

സഞ്ചാരി കണ്ണു മിഴിച്ചിരുന്നു. വൃദ്ധൻ യഥാർത്ഥത്തിൽ?

“പതിന്നാലുവർഷമായി നീ മോഹൻജോദാരോയിലെത്തിയിട്ട്...”

സഞ്ചാരിക്ക് അതൊരു പുതിയ അറിവായിരുന്നു. “പതിന്നാലു വർഷ ങ്ങളോ?”

“അതിന്റെ തെളിവുകൾ നിന്റെ തോൾസഞ്ചിയിലുണ്ട്.”

നിറഞ്ഞ തോൾസഞ്ചിയിൽ തട്ടിയ സഞ്ചാരിയുടെ നോട്ടം സഫലത യുടെ പ്രകാശം പരത്തി.

“അതും ആൾക്കൂട്ടത്തോടുള്ള ഇടപെടലും കൂട്ടിവായിച്ചാൽ നിന ക്കെല്ലാം ബോധ്യമായിട്ടുണ്ടാവും.”

ശരിയാണെന്ന് മനസ്സു പറഞ്ഞു.

“ഞാൻ നീ അന്വേഷിച്ച ശുക്രൻതന്നെ. ഇരുപത്തിയെട്ടാമത്തെ ശുക്രൻ.”

ശുക്രാചാര്യർ സഞ്ചാരിയുടെ കൈയിൽ സ്പർശിച്ചു “മോനേ, ഗുഹ യിലിരുന്ന് സംസാരിക്കാം.”

ആചാര്യർ മുൾക്കാടിന്നുള്ളിലെ പാറയ്ക്കടിയിലേക്കൂർന്നു.

സഞ്ചാരിയും ഒപ്പം കടന്നു.

ആചാര്യർ ഒരു വലിയ പാറക്കല്ലെടുത്ത് ഗുഹാമുഖം അടച്ചു.

ലോഹചെരാതിലെ തിരി കത്തി. ഗുഹയില് മഞ്ഞ വെളിച്ചം പരന്നു.

ഒരു ഭാണ്ഡമെടുത്ത് സഞ്ചാരിയുടെ കൈയിൽ കൊടുത്ത് ആചാര്യർ ബോധ്യപ്പെടുത്തി "അതുവരെ കിട്ടിയ ശേഖരങ്ങൾ മുഴുവനും പുതിയ ശുക്രന് കൈമാറണം. അതാണ് കുലനിയമം."

"പുതിയ ശുക്രൻ?"

"അതെ, നീയാണ് ഇനി ഹരിയൂപിയയിലെ പുതിയ ശുക്രൻ. മകനേ, നിനക്ക് യഥാർത്ഥ "ശുക്രനീതി." കൈവന്നിരിക്കുന്നു. സാക്ഷാൽ ശുക്രമഹാചാര്യർ മരത്തോലിൽ സ്വന്തം കൈകൊണ്ടു എഴുതിവച്ച "ശുക്രനീതി." എന്ന മഹാഗ്രന്ഥം. മഹാഗ്രന്ഥം രണ്ടുപേർ മാത്രമാണ് ആദ്യകാലത്ത് എഴുതിയത്. മഹാചാര്യരും അതു പകർത്തിയ മകൾ ദേവയാനിയും. മഹാചാര്യ ലിഖിതത്തിന് അവകാശിയാകുവന്നവൻ "ശ്രേഷ്ഠശുക്രൻ." നീ ശുക്രന്മാരിൽതന്നെ അതിനാൽ ശ്രേഷ്ഠനാണ്. മകൾ ദേവ പകർത്തിയ ശുക്രനീതിയാണ് നിന്റെ മുത്തച്ഛന് കൈവന്നത്. മഹാചാര്യ ലിഖിതം ഒരിക്കലും പാഴ്വസ്തുവാകില്ല മകനേ. ഒരഗ്നിക്കും അതിനെ ദഹിപ്പിക്കാനാകില്ല."

വൃദ്ധശുക്രൻ ഭാണ്ഡത്തിൽനിന്നും മഹാചാര്യ കൈപ്പടയിലുള്ള മഹാഗ്രന്ഥം എടുത്ത് സഞ്ചാരിയുടെ ഉള്ളംകൈയിൽവച്ചു. അമൃതകുംഭമേറ്റു വാങ്ങിയ സഞ്ചാരി ഇരുകണ്ണുകൾകൊണ്ടും ഗ്രന്ഥപൂജ നടത്തി. അഗ്നിയേക്കാൾ ദീപ്തമായി പ്രകാശിക്കുന്ന ചെമ്പോല പുതപ്പ്. നിറയെ പുകയുടെ ക്ലാവും.

"ശ്രേഷ്ഠശുക്രന്മാർക്കു മാത്രമേ, മകനേ, അതീവരഹസ്യമായ മഹാഗ്രന്ഥാനുബന്ധം അറിയാൻ നിയോഗമുള്ളൂ. മഹാശുക്രാചാര്യരുടെ അന്ത്യനിമിഷംവരെ സഹചാരിയായി ഒപ്പമുണ്ടായിരുന്ന ഒന്നാം ശിഷ്യന്റെ രേഖപ്പെടുത്തലുകൾ നീ വായിച്ചറിയുക."

"അപ്പോഴേക്കും രാത്രി ഭക്ഷണവുമായി ഞാൻ വരാം. മകനെ കിട്ടിയ ശുക്രന് ഇന്ന് ആഘോഷരാത്രിയാണ്."

വൃദ്ധശുക്രൻ ഗുഹാമുഖം തുറന്ന് പുറത്തു കടന്നു. കല്ലുകൊണ്ട് ഗുഹാമുഖം അടച്ചു.

അനുബന്ധ ഗ്രന്ഥത്തിൽ രണ്ടേ രണ്ടു ഫലകങ്ങൾ മാത്രം.

ആർത്തിയോടെ അനുബന്ധം വായിച്ചു:

ദൃക്സാക്ഷി ശുക്രപാഠശാലയിലെ ഒന്നാം ശിഷ്യൻ: സൂര്യ പ്രഥശുക്രൻ. ദേവത. അംഗിരസ്സൻ. സ്ഥലം യയ്യാവതി തീരം. സമയം അർദ്ധരാത്രി. പരമനിശ്ശബ്ദത. ചീവീടുകൾപോലുമില്ലാത്ത തീരം. ഓളങ്ങളുടെ സാന്ത്വനം സ്പർശംപോലെ ഒഴുകിവന്ന ഓടവള്ളം. തുഴക്കാരൻ തീരത്തേക്കു കാൽകുത്തി തീരത്തെ അത്തിമരപുറകിലേക്കു കാതു കൂർപ്പിച്ചു. മരത്തിനു പിറകിൽ നിന്ന്:

"പറഞ്ഞതെല്ലാം ഓർമ്മയുണ്ടോ?"

"ഉണ്ട് സ്വാമിൻ."

"അഷൂറിലെ കുന്നിൻചെരുവിലാണ് ഉത്പാദനകേന്ദ്രം."

"കണ്ടിട്ടുണ്ട്. അവിടുത്തെകൂടെ കഴിഞ്ഞ തവണ ചെന്നപ്പോൾ."

"നിങ്ങളെ അവർക്കറിയാം. സംശയംകൂടാതെ തന്നയയ്ക്കും."

"ശരി സ്വാമിൻ."

"പോരാത്തതിന് ലിഖിതമുണ്ട്. പിടിച്ചോ."

മരത്തിനു പിറകിൽ നിന്നുവന്ന ചെമ്പു ലിഖിതം തോണിക്കാരൻ ബുദ്ധിമുട്ടില്ലാതെ കൈക്കലാക്കി

"വാണിജ്യക്കാരെ ആരും സംശയിക്കയില്ല. വാരത്തിൽ കച്ചവടാവശ്യത്തിനു യാത്രയുള്ളതാണല്ലോ."

"അതെ സ്വാമിൻ."

"ചെറിയ പായ്വള്ളത്തിൽ കൊണ്ടുവന്നാൽ മതി. കൂടെ ആരും വേണ്ട."

"ശരി സ്വാമിൻ."

"ചാരന്മാരോ കടൽക്കൊള്ളക്കാരോ വന്നാൽ ആഴിയിൽ മുക്കിയേക്കുക."

"തീർച്ചയായും സ്വാമിൻ."

"കുടുംബത്തെയോർത്ത് ധൈര്യം ചോരണ്ട."

"ഒട്ടുമില്ല സ്വാമിൻ."

"അവരെ സംരക്ഷിച്ചിരിക്കും."

"അറിയാം സ്വാമിൻ."

"പകൽ തീരത്തണയരുത്."

"ഇല്ല സ്വാമിൻ."

"എത്രയും വേഗം. മിന്നൽവേഗം."

"മിന്നൽവേഗം സ്വാമിൻ."

ഓടവള്ളം യയ്യാവതിയെ അടിച്ചുലച്ച് ആഴിയിൽ മറഞ്ഞു. അത്തിമരപ്പിറകിൽനിന്ന് അനർഗ്ഗളമായൊരു നിർഗ്ഗളം.

"കുലദ്രോഹീ, തറവാട്ടുകാരെ കണ്ണീർ കുടിപ്പിച്ച നീ കത്തിത്തീരാൻ പോകുന്നു. ചാരം മൂടിക്കിടന്ന തീക്കനൽ ആകാശത്തോളം പൊങ്ങാൻ പോകുന്നു. നീയും നിന്റെ സമപ്രേമവും ചുണ്ണാമ്പു തേച്ച ശവമാവാൻ ഇനി നാഴികകൾമാത്രം."

അനുബന്ധ ഫലകത്തിൽ അവശേഷിച്ചത് ഒരു എഴുതാപ്പുറം കൂടി മാത്രം.

അത്തിമരയിലകൾ ഞെട്ടി വിറച്ചു.

ഗുഹാമുഖമൂടി നീങ്ങി.

ശുക്രാചാര്യർ കൈനിറയെ പഴങ്ങളുമായി വന്നു. ചെമ്പുമൊന്തയിൽ ശുദ്ധജലം.

"കഴിക്കൂ മോനേ... ശതവർഷങ്ങളായി ശുക്രൻ നിന്നെ കാത്തിരിക്കുകയാണ്. ഇന്ന് വയറുനിറയെ ശുക്രനു കഴിക്കണം."

സഞ്ചാരിക്കു സുഖമായി കഴിക്കാനാവില്ലെന്ന് അറിയുന്നതുകൊണ്ടു തന്നെ ആചാര്യസമ്മർദ്ദം ഇടയ്ക്കിടയ്ക്ക് ആവർത്തിച്ചു.

മുഴുവൻ പഴങ്ങളും മുഴുവൻ വെള്ളവും തീർന്നപ്പോൾ ആചാര്യൻ സഞ്ചാരിയുടെ മടിയിൽ തലവച്ചുറങ്ങി. ഉണരാത്ത ഉറക്കം.

ചുടുകാട്ടിൽ ആചാര്യശരീരം ദഹിപ്പിച്ച് സഞ്ചാരി രാത്രിതന്നെ ശവേമേടിറങ്ങി.

രണ്ട്

ദക്ഷിണപഥത്തിലെ ശൂർപ്പാരകത്തിൽ ആര്യഭടൻ എന്ന പ്രസിദ്ധനായ വാനശാസ്ത്രജ്ഞനും ഭാസ്കരാചാര്യർ എന്ന് പുകഴ്പെറ്റ ഗണിതശാസ്ത്രജ്ഞനുമുണ്ടെന്ന് ഹരിയൂപിയ യാത്രയ്ക്കിടയിൽ ഗംഗോത്രിയിൽ വച്ചു പരിചയപ്പെട്ട മറ്റൊരു സഞ്ചാരി പറഞ്ഞിരിക്കുന്നുവെന്നു പറഞ്ഞപ്പോൾ അവരെ രണ്ടുപേരേയും ശുക്രപാഠശാലയിലേക്കു ക്ഷണിച്ചാലോയെന്ന് ദേവ അഭിപ്രായപ്പെട്ടു. പുതിയതായി ചേരുന്ന കുട്ടികൾക്ക് ഗണിതവും വാനശാസ്ത്രവും നന്നായി അഭ്യസിക്കാൻ സാധിച്ചാൽ തീർച്ചയായും അതൊരു മുതൽക്കൂട്ടുതന്നെ ആയിരിക്കും. അന്ധവിശ്വാസവും തെറ്റായ കണക്കുകൂട്ടലുകളും പിഴുതെടുത്തു കളയാൻ പറ്റുന്നതോടെ അയോധ്യയുടെ മുഖച്ഛായതന്നെ മാറും. വേണ്ടതുപോലെ വിദ്യാഭ്യാസം പുതിയ തലമുറയ്ക്കു കൊടുക്കാൻ കഴിഞ്ഞാൽ അധികം പ്രസംഗിക്കേണ്ടിവരികതന്നെയില്ല. കൃഷിമൂത്താരും ശില്പി മൂത്താരും കുശവമൂത്താരും ഗുഹനും ദേവയെ അനുകൂലിച്ചു.

ദേവ പറഞ്ഞു "ഇപ്പോൾതന്നെ നോക്കൂ, അരുന്ധയുടെ കിഴക്ക് പടർന്നുപിടിച്ച രോഗം മൃതസഞ്ജീവനിയിൽനിന്നു കൊടുത്ത മരുന്ന് കൃത്യമായി കഴിക്കുകയും പരിസരം വൃത്തിയാക്കി എലികളേയും ചുണ്ടെലികളേയും പുകച്ച് നിർമ്മാർജ്ജനം ചെയ്യുകയും ചെയ്തതോടെ രോഗപ്പടർച്ച നിന്നു. ബാധിച്ചവർ വിമുക്തരുമായി. മൂന്നു നാലു രക്ഷിതാക്കൾ വലിയ സന്തോഷത്തിൽ വന്നു പറഞ്ഞു. "അവർ ആചാര്യ നിർദ്ദേശമനുസരിച്ച് തിളപ്പിച്ചാറ്റിയ വെള്ളം മാത്രമേ കുടിക്കുന്നുള്ളുവെന്നും അറിയിച്ചിരിക്കുന്നു."

"അപ്പോൾ അരുന്ധയുടെ പടിഞ്ഞാറു ഭാഗത്തുള്ള ഇല്ലക്കാരോ?"

"അവർ പറയുന്നത് പനിയും ഛർദ്ദിയും വയറിളക്കവുമൊക്കെ കോവിലിൽ വേണ്ടതുപോലെ പൂജ ചെയ്യാത്തതുകൊണ്ടാണെന്നാണ്. മൂഷികൻ ഗണപതിയുടെ വാഹനമാണെന്നും അവയെ കൊല്ലുന്നതും

പുകച്ചു ചാടിക്കുന്നതും ഗണപതി കോപത്തിനിരയാക്കുമെന്നും എലികളെ ബഹുമാനിക്കാത്തതാണ് കുഞ്ഞുങ്ങളുടെ വ്യാപകമായ മരണത്തിനു കാരണവുമത്രെ. മാത്രവുമല്ല ധർമ്മശാസ്ത്രങ്ങൾ തെറ്റി നടക്കുന്നതും അതിനു കാരണമാണെന്ന്.

അവർക്കാർക്കും അസുരഗുരുവിന്റെ മൃതസഞ്ജീവനിയും ആരോഗ്യോപദേശവും വേണ്ടെന്ന്. മരുന്നു കഴിക്കാൻ തുടങ്ങിയവരെ സദാകാര്യസ്ഥർ വന്ന് മുടക്കി. ഗണപതിപൂജയ്ക്കായി അവിലും ചന്ദനവും കർപ്പൂരവും എത്തിക്കാൻ പറഞ്ഞിരിക്കയാണത്രെ. രോഗശാന്തിക്കു തിളച്ച വെള്ളമല്ല കുടിക്കേണ്ടത്, ബിംബം കഴുകിയ ജലമാണെന്ന്."

"ശുക്രപാഠശാല കിട്ടാവുന്ന നല്ല അദ്ധ്യാപകരെ ഉൾക്കൊള്ളിച്ച് എത്രയും വിപുലപ്പെടുത്തണം." ദേവ പറഞ്ഞു. "അച്ഛന്റെയും അമ്മയുടേയും സ്വപ്നം." അതു പറഞ്ഞു കഴിയുന്നതിനേക്കാൾ മുമ്പ് ദേവയുടെ ശബ്ദം ഇടറി.

"അങ്ങനെയാണെങ്കിൽ കാശ്മീരത്തിൽനിന്ന് സിൽക്കു നിർമ്മിക്കാനുള്ള ഗുരുവിനേയും കാമ്പില്യത്തിൽനിന്ന് ചെരുപ്പുകുത്തിയേയും പാഞ്ചാലത്തിൽനിന്ന് ഇരുമ്പുപണിക്കാരേയും കൊണ്ടുവരാം. വിവിധ വിഷയങ്ങൾ അഭ്യസിപ്പിക്കുന്ന വലിയ വിദ്യാലയമാക്കാം."

"വളരെ നല്ല അഭിപ്രായംതന്നെ." ദേവ പറഞ്ഞു.

"എങ്കിൽ മുഴുവൻ സമയവും മൃതസഞ്ജീവനി കുട്ടികളെക്കൊണ്ടും രക്ഷിതാക്കളെകൊണ്ടും മുഖരിതമാവും."

ഗുഹന് പറയാനും സന്തോഷിക്കാനും നാലു നാവുണ്ടെന്നു തോന്നി.

"എങ്കിൽ ആദ്യം ദക്ഷിണപഥത്തിൽപോയി ഗണിത വിദഗ്ധനേയും വാനശാസ്ത്രജ്ഞനേയും കണ്ടുവരാം. പറ്റിയാൽ കൈയോടെ കൂട്ടിവരികയും ചെയ്യും. തൽക്കാല തടസ്സമുണ്ടെങ്കിൽ അവരുടെ യാത്ര ദിവസം ഉറപ്പിച്ചു പോരാം. കാശ്മീരത്തിലേക്കും കാമ്പില്യത്തിലേക്കും പാഞ്ചാലത്തിലേക്കും വന്നിട്ടുപോകാം."

"അങ്ങനെയാവാം."

"അങ്ങനെയെങ്കിൽ ഒരു വാരത്തെ ഗണേശോത്സവം കഴിഞ്ഞ് മൃതസഞ്ജീവനി കൂടുതൽ ശോഭയോടെ തുറക്കാം. തുറക്കുന്ന ദിവസം തന്നെ ഇതുവരേയുള്ള കുട്ടികളുടെ ഉത്പാദനപ്രദർശനവുമാകാം."

"വളരെ നല്ല തീരുമാനമാണത് ആചാര്യാ. കഴിഞ്ഞ തവണത്തെ പ്രദർശനവസ്തുക്കൾ കണ്ട് ഗ്രാമവാസികൾക്ക് നന്നായി ബോധ്യപ്പെട്ടിട്ടുണ്ട്. കുട്ടികളെ പാഠശാലയിലേക്കയയ്ക്കാൻ മാതാപിതാക്കളിൽ കൂടുതൽ ഉത്സാഹം കാണാനുണ്ട്."

"എങ്കിൽ ഞാൻ ശൂർപ്പാരകത്തേക്കു പോകട്ടെ. ഒരു പക്ഷത്തെ യാത്ര കാണണം. എത്ര വേഗത്തിൽ പായ്വഞ്ചി ഓടിയാലും."

“രേവയിൽകൂടെ പോയാൽ യമുനയേക്കാൾ എളുപ്പം എത്താം ആചാര്യാ.” ഗുഹന്റെ തോണിജ്ഞാനം മികവുറ്റതാണ്.

“നീതന്നെ അതിനുവേണ്ട ഒരുക്കങ്ങൾ നടത്ത്.”

“തീർച്ചയായും, ആചാര്യൻ തയ്യാറായിക്കൊളുക.”

ഗുഹൻ പറഞ്ഞു “ഗണേശപൗർണ്ണി കഴിഞ്ഞ് വന്നാൽപോരേ? ഗ്രാമോ ത്സവമായതിനാൽ എല്ലാവരും ഒത്തുകൂടും.”

“അതുമതിയാവും അല്ലേ?” മൂത്താന്മാർ സമ്മതിച്ചു; “പ്രദർശനത്തി നുള്ള ഒരുക്കങ്ങൾ ഞങ്ങൾ ചെയ്തുകൊള്ളാം. പോരെങ്കിൽ രക്ഷിതാ ക്കളിൽ ആരെയെങ്കിലും വിളിക്കുകയും ചെയ്യാം. ഗുഹൻ അങ്ങിനെ ചെയ്തോട്ടെ ആചാര്യാ.”

“ദേവയുടെ അഭിപ്രായം?.”

“ഒറ്റയ്ക്കല്ലല്ലോ. മൂത്താന്മാരെല്ലാരുമുണ്ടല്ലോ. ശംബുവേട്ടൻ പോയി വരു.”

ഞാൻ അകത്തുപോയി ഉത്തരീയം മാറ്റി പുറത്തു കടക്കാൻനേരം ഒരുൾവിളിയെന്നപോലെ സഞ്ചാരിയുടെ നിറഞ്ഞ സഞ്ചിയെടുത്ത് ഗുഹനു നേരെ നീട്ടി. “ഗണേശോൽസവം കഴിഞ്ഞു വരുന്നതുവരെ ഗുഹൻ മകൾക്ക് വായിച്ചുകൊടുക്കുക.” ഓർക്കാപ്പുറത്ത് നിധി കിട്ടിയ തിനേക്കാൾ സന്തോഷത്തോടെ ഗുഹൻ പറഞ്ഞു “മൂത്തവന് നന്നായി വായിക്കാനും അർത്ഥം ഗ്രഹിക്കാനും ആയിട്ടുണ്ടല്ലോ. ചോദിച്ചു വാങ്ങുക എങ്ങനെയെന്നു വിചാരിച്ച് ചോദിക്കാതിരുന്നതാണ്. വലിയ സന്തോഷ മായി. പറഞ്ഞറിയിക്കാൻ പറ്റാത്തത്ര സന്തോഷം. ഉത്സവം കഴിഞ്ഞു വരുമ്പോൾ ആയിരം പേരെങ്കിലും ശുക്രനീതി അറിഞ്ഞവരായിരിക്കും.”

നീട്ടിയ കൈയിൽ ശുക്രനീതി മൃതസഞ്ജീവനി ഏറ്റുവാങ്ങി ഗുഹൻ നമ്രശിരസ്കനായി നിന്നു.

“ശ്രേഷ്ഠശുക്രാ.”

എന്റെ വായിൽനിന്നും അമ്പുപോലെ പിടിയുറക്കാതെ തിരിച്ച വാക്കു കേട്ട് ഗുഹൻ അന്ധാളിച്ചുനിന്നു.

“ഏട്ടനെന്താ പറഞ്ഞുപോയത്?”

ഗുഹൻ അവിശ്വസനീയമായി ആരാഞ്ഞു. ഒരുത്തരംമാത്രമേ പറയാൻ കഴിഞ്ഞുള്ളു.

“എല്ലാം മഹാദേവ - മഹാചാര്യ നിശ്ചയം ഗുഹാ.”

ഗുഹൻ അമൃതകുംഭംപോലെ മഹാഗ്രന്ഥം വണങ്ങി വാങ്ങി.

പുറത്ത് ദേവ യാത്രയായി നിൽക്കുന്നതുപോലെ കണ്ട് തെല്ലൊന്ന് ആശ്ചര്യംതോന്നി. കത്തിച്ച നിലവിളക്കു താഴെവച്ച് ദേവ കാലിൽ കുനിഞ്ഞു.

“ആചാര്യാ, അല്ല ശംബുവേട്ടാ യാത്രാമംഗളം.”

“എന്താണ് ദേവയ്ക്കിത്ര പരിഭ്രമം. ഭയക്കാൻ ഇതൊരു കൊച്ചുയാത്ര മാത്രമല്ലേ. യയ്യാവതി യാത്രപോലെ പതിന്നാലു വർഷമല്ലല്ലോ. ഏറി യാൽ രണ്ടുപക്ഷം.”

ദേവയുടെ ഒരു കുസൃതിചോദ്യം: “ശില്പിമൂത്താരേ, ശൂർപ്പാരകം കണ്ണാടിയുടെ നാടാണെന്നല്ലേ?”

“അങ്ങനെയാണ് കേൾവി.”

“എന്നാൽപിന്നെ ഒരു കണ്ണാടിയും ശ്മശ്രു മുറിക്കാൻ കത്തിയും കൊണ്ടുവന്നുകൂടെ. ആര്യഭട്ടനും ഭാസ്കരാചാര്യർക്കും ശ്മശ്രുവില്ലാത്തതുകൊണ്ടല്ലല്ലോ.”

നല്ല ഒരു തമാശയായി തോന്നി. മംഗളയാത്രയെന്ന് ഉള്ളിൽ തോന്നി എല്ലാവരും സന്തോഷസമേതം ചിരിച്ചപ്പോൾ. കൊണ്ടുവരാം എന്നു നിശ്ശബ്ദമായി മന്ത്രിച്ചത് കേൾക്കേണ്ട ആൾ കേട്ടിരിക്കുന്നുവെന്നും തോന്നി.

ഗുഹനും കൂടി കടവിലേക്കു നടന്നു.

പാതിരാപക്ഷി കൂവി

ദേവയുടെ അകത്ത് ലോഹചെരാത് മുനിഞ്ഞു കത്തി.

ദേവ തൂണിൽ ചാരി എന്തോ ലിഖിതം നോക്കിയിരിക്കുന്നു. മൂത്താന്മാർ അവരവരുടെ മുറികളിൽ ഉറക്കമായി.

ദേവ ഞെട്ടിയെണീറ്റു. മുന്നിൽ തലപ്പാവുവച്ച നാല് ആയുധധാരികൾ. വന്നപാടെ അവർ ദേവയെ തൂണിൽ ബന്ധിച്ചലറി: “എവിടെ ശുക്രനീതി എന്ന മഹാഗ്രന്ഥം?.”

ദേവ പറഞ്ഞു: “അറിയില്ല!.”

“അറിയില്ല.. എന്താ നിന്റെ കൈയിൽ?” ഒരാൾ കൈയിൽനിന്ന് ലിഖിതം പിടിച്ചു വാങ്ങി.

“ഓ, പ്രേമലിഖിതം.”

“ആരു വരച്ചതാണ് ചിത്രങ്ങൾ?.”

“അച്ഛൻ.”

“ആരുടെ ചിത്രങ്ങളാണ്?.”

“എന്റേയും ശംബുവേട്ടന്റേയും.”

“കൊള്ളാം അച്ഛന്റെ മോഹം. മകളുടെ പ്രേമവും. പാഠശാലയുടെ മറവിൽ ആചാര്യമോഹം.”

“അനാവശ്യം പറയരുത്.” - ദേവ സിംഹിണിയായി അമറി

“അനാവശ്യമാവാം. പറയാൻ പാടില്ല അല്ലേ?”

സംസ്കാരമില്ലാത്ത മുച്ചക്കുരങ്ങന്മാരോട് എന്തു പറയാൻ - ദേവ അലറി.. “പോ പുറത്ത്.”

"താ ശുക്രനീതി.. വിചാരണയ്ക്കു പുറപ്പെട്ടിരിക്കുന്നു സൈന്ധവ പതനം."

അവർ ദേവയുടെ വായിൽ പ്രദർശനചിത്രമൊരുക്കാൻ വച്ച തുണികൾ കുത്തിനിറച്ചു.

ശബ്ദം കേട്ടോടി വന്ന മൂത്താന്മാരെയും തൂണുകളിൽ കെട്ടിയിട്ടു. അപ്പോഴേക്കും സായുധരായ ഭടന്മാരെകൊണ്ട് അകായി നിറഞ്ഞു.

അവർ ദേവയുടേയും മൂത്താന്മാരുടേയും ശിരസ്സുകളിൽ രൂക്ഷമണമുള്ള ദ്രാവകം ഒഴിച്ച് കത്തിച്ച പന്തം നീട്ടി തീപിടിപ്പിച്ചു. തീ മുഴുവൻ ശാലകളിലേക്കും മാറാവ്യാധിപോലെ പടർന്നു.

അകത്ത് നാലുപേരും കത്തിത്തീരുന്നതുവരെ പാഠശാല മുറ്റത്ത് കളിയും ചിരിയും നീണ്ടു. പാഠശാലയ്ക്കു മേലേക്ക് അഗ്നിദ്രാവകമൊഴിച്ച് തീ കൊളുത്തി മിന്നൽവേഗത്തിൽ കുതിരകളെ പായിച്ചു – ഇനി ശുക്രനീതി എന്നൊരു ഗ്രന്ഥം കൂറകൾക്കുപോലും തിന്നാൻ കിട്ടില്ല.

മൂന്ന്

മഹാരാജൻ

അന്തരീക്ഷത്തിലേക്കു ഉയർന്നുപൊങ്ങുന്ന പുകപടലം മൂർദ്ധാവിൽ നിന്നുയരുന്ന തപോവീര്യമല്ല. ദേവന്മാരുടെ ഇരിപ്പിടങ്ങളിളക്കുന്ന അസുരധ്യാനത്തിന്റെ ഉൽക്കകളല്ല. അക്ഷരവിദ്യ സാർവ്വത്രികമാക്കാൻ മോഹിച്ച ആചാര്യപുത്രിയുടെ തലയോടു കരിയുന്ന പുകയാണ്. വയോവൃദ്ധരായ മൂന്നദ്ധ്യാപകരുടെ കരളും ഹൃദയവും വേവുന്ന ആവിയാണ്. പരിപാവനമായൊരു പാഠശാലയുടെ ഉടൽ കത്തിക്കരിയുന്ന ധൂമവലയാണ്.

അതുപോലെ ശംബൂകഹൃദയവും കത്തിക്കരിഞ്ഞെങ്കിൽ! മസ്തിഷ്കം കരിഞ്ഞു പുകഞ്ഞെങ്കിൽ. സർവ്വം തലകീഴായ ലോകത്ത് തലകുത്തി നിൽക്കുകയല്ലാതെ മറ്റെന്തു ചെയ്യാൻ?

ശംബൂകൻ സ്വർഗ്ഗപ്രാപ്തിക്കായി തപസ്സനുഷ്ഠിക്കുകയല്ല. ഉഗ്രതപം ചെയ്ത് ദേവന്മാരെ വരുതിയിൽ നിർത്തുകയല്ല. അമരത്വത്തിനായി മെയ് ഹോമാഗ്നിയിൽ എരിക്കുകയല്ല. സത്യം കനൽവഴികളിൽ കിടന്നു കരിയുന്നതുകണ്ട് ഉടൽ തലകീഴായി വിലപിക്കുകയാണ്. സത്യത്തിന്റെ നേരവതാരമായ അങ്ങയെ ഒരുനോക്കു കാണുവാൻ വേണ്ടി.

സാകേതമന്നൻ ശംബൂകനെ സാകൂതം നോക്കി. "പ്രിയ മിത്രമേ, അങ്ങയെപോലെ മഹാത്മാവായ ഒരാളെ അയോധ്യ ഇന്നേവരെ കണ്ടിട്ടില്ല. അങ്ങയെ സാകേതത്തിനു വേണം. ഉറപ്പുണ്ട് അങ്ങ് ശൂദ്രയോനിയിൽ പിറന്നവനാകില്ല. ആണെങ്കിൽതന്നെ മഹാത്മാവായ ഭൃഗുമഹർഷിയുടെ ദർശനം രാജാവിന് ആപ്തവാക്യം. അങ്ങയെപ്പൊലൊരു മനുഷ്യ

സ്നേഹിയെ വകവരുത്താൻ സാകേതാധിപനാവുകയില്ല. ആദരസൂചകമായി അങ്ങയുടെ കൈപിടിച്ച് രാജസദസ്സിലിരുത്തി വിശിഷ്ടരത്നം അണിയിക്കാൻ ഇനിയേറെ താമസമില്ല. എങ്കിലും അരങ്ങിനെ ബോധ്യപ്പെടുത്തുവാനായി അങ്ങ് രാജാവിന്റെ മൂന്നാം ചോദ്യത്തിന് ശരിയായി ഉത്തരം പറയുക."

ശംബൂകൻ അത്യന്തം ഭക്ത്യാദരവോടെ അറിയിച്ചു: "രാമചന്ദ്ര മഹാരാജാവേ, അങ്ങ് സാഗരംപോലെ ദയാലുവും ആകാശംപോലെ വിശാലഹൃദയനും സർവ്വജീവജാലങ്ങളോടും ഭിന്നഭാവമില്ലാത്ത സത്യമൂർത്തിയുമാണ്. എന്നിരുന്നാലും രാജൻ, രാജനീതിയുടെ കാണാചങ്ങലയാൽ ബന്ധനസ്ഥനായ അങ്ങയുടെ ഭൗതിക നിസ്സഹായതകൾ അനുഭവിക്കാൻ ഈ ശംബൂകൻ സന്തോഷപൂർവ്വം സന്നദ്ധനായി കഴിഞ്ഞു. ഈ ദർശനംതന്നെ ശംബൂകന് സാക്ഷാത്ക്കാരം."

അവിടുത്തെ മൂന്നാമത്തെ ചോദ്യത്തിന്റെ ഉത്തരമിതാ:

"ഞാൻ ശംബൂകൻ. അലക്കുകാരൻ ദോത്തിയുടേയും അലക്കുകാരി കല്ലുവിന്റേയും മകൻ, ശൂദ്രനിലും താഴ്ന്ന ജാതിയിൽപ്പെട്ടവനാകുന്നു. ഇതു സത്യം സത്യം സത്യം."

സാകേതാധിപൻ ഞെട്ടലൊതുക്കാനാവാതെ അരയിൽ തിരുകിയ പള്ളിവാളിൽ ബലംകൊടുത്ത് മോഹാലസ്യങ്ങളെ തടഞ്ഞു. കേട്ടത് അസത്യമാകാൻ മോഹിച്ചു നിൽക്കുമ്പോൾ ചുറ്റും നിന്നുയർന്ന ആർപ്പിൽ മുങ്ങി: "കൊല്ലവനെ രാമാ കൊല്ല്, അയോധ്യയെ രക്ഷിക്ക്."

ചക്രംപോലെ തിരിയുന്ന ശിരസ്സ് പിടിച്ചുനിർത്തിയ സാകേതമന്നൻ ഉറയിൽ നിന്നൂരിയ സ്വർണ്ണപ്പിടിയുള്ള വാൾ ആഞ്ഞു വീശി.

ശംബൂകശിരസ്സ് കരിഞ്ഞ മണ്ണിനെ ചുവപ്പണിയിച്ചുരുണ്ടു.

നാലു ദിക്കുകളിൽനിന്നും പുഷ്പവൃഷ്ടിയുണ്ടായി. ആകാശത്തുനിന്നും ഭൂമിയിൽനിന്നും സന്തോഷഭാഷിതമുണ്ടായി:

"ദേവകാര്യം സാധിച്ചു. മഹാരാജനു സ്വസ്തി."

അന്തരീക്ഷത്തിൽനിന്ന് അശരീരി മുഴങ്ങി – "നന്ന് രാജാവേ നന്ന്."

ദുന്ദുഭിയും തമ്പോറും മുഴങ്ങി. ഋഷിദേവന്മാർക്കു അകമ്പടി സേവിച്ച രാജാവ് ജലസമാധിയിൽ നിന്നുണർന്ന അഗസ്ത്യമഹർഷിക്കു മുന്നിൽ ശിരസ്സു കുനിച്ചു നിന്നു.

ആര്യവർത്തത്തിലെ തപോതേജസ്സായ അഗസ്ത്യമുനി മഹാരാജാവിന്റെ ശിരസ്സിൽ പവിത്രഹസ്തങ്ങൾവച്ച് അനുഗ്രഹിച്ചു:

മംഗളം ശ്രീരാമചന്ദ്ര പ്രഭോ

മംഗളം അവതാരപുരുഷ... ■

www.ingramcontent.com/pod-product-compliance
Lightning Source LLC
LaVergne TN
LVHW100639051026
849519LV00001B/270